॥ हेचि दान देगा देवा ! ॥

भावविश्व संतश्रेष्ठ तुकारामांचं...

लेखक
मंजुश्री गोखले

मेहता पब्लिशिंग हाऊस

Please contact us at **Mehta Publishing House Pvt. Ltd.,** Pune 411030.
✆ +91 020-24476924 / 24460313 / Mob. No. 9545000513
Email : production@mehtapublishinghouse.com
Website : www.mehtapublishinghouse.com

- *या पुस्तकातील लेखकाची मते, घटना, वर्णने ही त्या लेखकाची असून त्याच्याशी प्रकाशक सहमत असतीलच असे नाही.*

HECHI DAAN DEGA DEVA by MANJUSHREE GOKHALE
हेचि दान देगा देवा! : मंजुश्री गोखले / कादंबरी
Email : author@mehtapublishinghouse.com

संस्थापक : सुनील अनिल मेहता
प्रकाशक : मेहता पब्लिशिंग हाऊस प्रा. लि.,
१९४१, सदाशिव पेठ, माडीवाले कॉलनी, पुणे – ४११०३०.
मुद्रक : ट्रिनिटी ॲकॅडमी फॉर कॉर्पोरेट ट्रेनिंग लिमिटेड
मुखपृष्ठ : सतीश भावसार
प्रकाशनकाल : नोव्हेंबर, २०१७ / पुनर्मुद्रण : जुलै, २०२४
किंमत : ₹ ६२०
P Book ISBN 9789386888617
E Book ISBN 9789386888624
E Books available on : amazonkindle Apple Books Google Play Books

---

ज्यांच्या भक्ती आणि अभिव्यक्तीसमोर अवघं जग नतमस्तक होतं,
त्या संत श्री तुकोबारायांना आणि ज्या वाचकांनी
ही कादंबरी लिहिण्याची मला प्रेरणा दिली,
त्या माझ्या वाचकांना सादर अर्पण!

मनोगत

'हेचि दान देगा देवा' ही संत तुकोबारायांवरची कादंबरी लिहिताना मनात खूप संभ्रम होता. खरंतर 'तुकयाची आवली' ही कादंबरी लिहिल्यावर तुकोबांवर स्वतंत्र कादंबरी लिहावी की नाही, याचा निर्णय होत नव्हता. आणि त्याही आधी 'आवली'च्या आवृत्त्यांवर आवृत्त्या निघत असताना तर तुकोबांवर स्वतंत्र कादंबरी लिहायची नाही, याच निर्णयाप्रत मी येऊन पोचले होते; पण माझा हा निर्णय माझ्या मायबाप वाचकांना तितकासा रुचला नाही. आणि असंख्य वाचकांचे मला फोन आले की, आम्हाला तुमच्या भाषेतले तुकोबा वाचायचे आहेत. माझ्या भाषाशैलीवरचं हे वाचकांचं प्रेम बोलतंय असं मानून, ते कदाचित भावनेच्या भरात असं सांगत असतील असं मला वाटलं. आणि तुकोबांवर कादंबरी लिहायची नाही, हाच माझा निर्णय मी मनाशी नक्की केला. पण माझे असंख्य वाचक, माझे या प्रवासातले मार्गदर्शक या सर्वांनी मला पुन्हापुन्हा आग्रह केला. माझे ज्येष्ठ मित्र व ज्येष्ठ लेखक श्री. सुदर्शन आठवले यांनी तर 'अगं आवली आणि तुकाराम ही दोन्ही स्वतंत्र व्यक्तित्वे आहेत, असं नाही का तुला वाटत मंजुश्री?' असा प्रश्न विचारून मला निरुत्तर केलं. आणि तुकोबांवर कादंबरी लिहावी असं मग मलाही वाटायला लागलं. पण हे शिवधनुष्य आपल्याला पेलेल का, हे चरित्र रेखाटणं आपल्याला जमेल का, असे अस्वस्थ करणारे प्रश्न मनात उभे राहिले. शिवाय तुकोबा म्हणजे मराठी माणसाच्या मनातला एक अभिमानाचा, आत्मसन्मानाचा आणि आपलेपणाचा हळवा कोपरा. हा अभिमान, हा आत्मसन्मान, हा आपलेपणा, हा हळवेपणा तसाच अबाधित राखून कादंबरी लिहिण्याची जबाबदारी फार मोठी होती. पण विठूमाउलीची कृपा आणि तुकोबांचं आपल्या अभिजात अभंगांसहित माझ्यासोबत असणं, मला मोठाच धीर देऊन गेलं, आणि मी कादंबरी लिहायला सुरुवात केली. काय लिहायचं, कसं लिहायचं, काहीच नक्की नव्हतं. पण इतर अनेक लेखकांनी लिहिले तसे तुकड्यातुकड्यांतले संत तुकाराम आपण लिहायचे नाहीत; तर ललित साहित्याच्या अंगानं जाणारी, भावनोत्कट अशी, मग ती काल्पनिक का असेना, पण तुकोबांचं

संपूर्ण आयुष्य रेखाटणारी कादंबरी लिहायची, हे मनाशी नक्की केलं आणि लिहायला सुरुवात केली. आणि सुरुवातीलाच आठवलं तुकोबांच्या अभंगगाथेचं करावं लागलेलं जलार्पण. तेरा दिवस तुकोबा इंद्रायणीच्या काठावर निश्चल बसून होते. आणि मग मनात आलं की, या तेरा दिवसांत त्यांच्या मनात त्यांच्या आतापर्यंतच्या आयुष्याचा अवघा पट उभा राहिला असेलच. आणि ठरवलं, तिथूनच सुरुवात करायची. आणि कादंबरीला सुरुवात केली. एकेक प्रकरण लिहीत गेले. बघताबघता ३० प्रकरणं झाली. असंख्य प्रसंग आणि त्या प्रसंगांनुरूप अभंग असा परिपाठ ठेवला. आणि २४६ अभंग, तेही प्रत्येक प्रसंगाला साजेसं, असं अनोखं समीकरण तयार होऊ लागलं. प्रभातचे संत तुकाराम, अभ्यासकांचे संत तुकाराम, अलीकडच्या 'संत तुकाराम' चित्रपटातले संत तुकाराम यांचा कोणताही परिणाम न होऊ देता तुकोबांनी सांगितल्याप्रमाणं 'मऊ मेणाहूनी आम्ही विष्णूदास । कठीण वज्रास भेदू ऐसें ।।' असेच तुकोबा आपण या कादंबरीत उभे करायचे, हे मनाशी नक्की केलं. आणि एकदा तुकोबा नक्की कसे चितारायचे हे मनाशी नक्की झाल्यावर मग त्याप्रमाणे प्रसंग आणि प्रसंगोपात अभंग, अशी गुंफण करत करत गेले. तुकोबा कसे चितारायचे हे नक्की झालं, आवली जशी होती तशीच दाखवायची तर होतीच; पण त्याचबरोबर मला ती जशी वाटली होती तशीही दाखवायची होती. तुकयाची आवली लिहिताना आवलीच्या मानसिकतेतून आवली आणि तुकोबा लिहिले होते. आता 'हेचि दान देगा देवा' लिहिताना तुकोबांच्या भूमिकेतून स्वतः तुकोबा आणि आवली चितारायची होती. आणि त्याचबरोबर या दोघांचं एकमेकांवर असलेलं विलक्षण प्रेमही विसरून चालणार नव्हतं. दुनियेचा संसार करणारे तुकोबा स्वतःच्या संसाराबाबत उदासीन होते, तरीही त्यांच्यात एक प्रेमळ पती आणि वात्सल्यमय पिता दडलेला होता, हेही दाखवायचे होते. विठ्ठलाची भक्ती आणि अभंगरचना हे त्यांचे श्वास आणि उच्छ्वास आहेत हे दाखवताना या दोन्हींमधला क्षण म्हणजे लय. आणि ही लय म्हणजे आवली हे अधोरेखित करायचे होते. एक ना दोन. आभाळाएवढ्या या संताच्या आयुष्यातली प्रत्येक छटा, प्रत्येक रंग, प्रत्येक शब्द, प्रत्येक क्षण मला अनुभवायचाही होता आणि शब्दांकित करायचा होता.

तुकोबांच्या अभंगांनी हे काम काहीसं सोपं केलं आणि ३० प्रकरणांची ही अंदाजे ५०० पानांची कादंबरी पूर्ण झाली.

कादंबरीला शीर्षक देताना पुन्हा अडखळले. कारण तुकोबांवर इतक्या लोकांनी इतकं लिहिलं होतं की, बहुतेक सगळी शीर्षकं आधीच देऊन झाली होती. इथंही पुन्हा तुकोबांचा अभंग मदतीला धावून आला. आणि ज्ञानेश्वर-माउलीच्या पसायदानाप्रमाणेच विश्वव्यापी ठरलेलं तुकोबांचं विठ्ठलाकडं मागणं– 'हेचि दान देगा देवा, तुझा विसर न व्हावा' या विलक्षण विनवणीतून 'हेचि दान देगा देवा' हे शीर्षक नक्की झालं. शीर्षक असं हवं होतं की, ते कादंबरीचा विषय बोलेल, पण तपशील बोलणार नाही. या शीर्षकातून हेही साध्य झालं. आणि या शीर्षकानं कादंबरीलाही एक पूर्णत्व आल्यासारखं वाटलं.

ही एवढी मोठी कादंबरी, तीही संत तुकाराम यांचं काल्पनिक का होईना, पण संपूर्ण जीवनचरित्र सांगणारी; पण मेहता पब्लिशिंग हाऊसचे सुनील मेहता याही वेळी माझ्या पाठीशी उभे राहिले आणि हे माझं लिखाण आता कादंबरी- स्वरूपात माझ्या वाचकांसमोर मी ठेवते आहे.

माझ्या इतर कादंबऱ्यांप्रमाणेच; किंबहुना त्याहीपेक्षा जास्त प्रेम माझे वाचक या कादंबरीला देतील, असा मला विश्वास वाटतो आहे. कारण वाचकांच्या माझ्यावरील प्रेमाखातरच तर हे शिवधनुष्य मी उचललं आहे. आणि त्यांच्या माझ्यावरच्या प्रेमाच्या विश्वासावरच ते पेलण्याचा प्रयत्न केला आहे. आता माझ्या ओंजळीत यश द्यायचं काम माझे वाचक नक्की करतील, या विश्वासानं ही संत तुकाराम महाराजांच्या जीवनावरची कादंबरी वाचकांसमोर ठेवत आहे. माझा हा विश्वास सार्थ कराल ना?

तुमची स्नेहांकिता,
मंजुश्री गोखले

'ऋणनिर्देश'

'हेचि दान देगा देवा' ही संत तुकाराम यांच्या जीवनावर आधारित काल्पनिक कादंबरी. लिहायला घेतली आणि विषयाचा आवाका एवढा मोठा होता की, कादंबरी किती पानांची होणार, याचा अंदाजच येईना. आणि बघता बघता ५०० पानं लिहून झाली आणि एवढी मोठी कादंबरी कोण काढणार, हा माझ्यासमोरचा प्रश्न श्री. सुनील मेहतांनी मोठ्या आनंदानं सोडवला. आता ही कादंबरी 'मेहता पब्लिशिंग हाऊस'तर्फे प्रकाशित होते आहे, म्हणजे ती जास्तीत जास्त वाचकांपर्यंत पोचणार याची खात्री! त्यांचे आभार कसे मानू? त्यांनी नेहमीच मला पाठिंबा दिला आहे. ही कादंबरी लिहिताना माझी ज्येष्ठ मैत्रीण श्रीमती कमल हर्डीकर हिला मी दिलेला त्रास तिनं आनंदानं सोसला. तिच्या ऋणात राहणंच मला आवडेल. ही कादंबरी लिहिताना विठोबा-रखुमाईदेवी देवस्थान संस्थान, श्री क्षेत्र देहू यांनी डॉ. श्री. सदानंद मोरे सर यांच्या मार्गदर्शनाखाली तयार केलेली संतश्रेष्ठ तुकाराम महाराज यांच्या अभंगांची गाथा आणि डॉ. श्री. अशोक कामत सर यांच्या गुरुकुल प्रतिष्ठाननं काढलेल्या तुकाराम गाथेचा मला अतिशय उपयोग झाला. या दोन्ही संत साहित्याच्या अभ्यासकांचे ऋण असेच माझ्यावर राहावे, अशी मी विठ्ठलचरणी प्रार्थना करते. याशिवाय श्री. ल. रा. पांगारकर सरांचे 'संत तुकारामचरित्र' आणि डॉ. शंकर चतुरकर यांच्या 'ब्रह्ममूर्ती संत ज्ञानेश्वर व संत तुकाराम'या ग्रंथांचाही फार मोठा आधार ही कादंबरी लिहिताना मला लाभला आहे. मी त्यांचे आभार मानते. तसेच या कादंबरीचे मुखपृष्ठ चितारणारे श्री. सतीश भावसार यांनी अत्यंत चपखलपणे रेखाटलेलं मुखपृष्ठ या कादंबरीला एका वेगळ्या उंचीवर नेऊन ठेवणारं आहे. मी त्यांच्या कारागिरीला सलाम करते. याशिवाय सर्वांत महत्त्वाचे माझे वाचक-ज्यांच्यामुळे, ज्यांच्यासाठी मी ही कादंबरी लिहिली ते, माझ्यावर प्रेम करणारे माझे रसिक वाचक यांच्या ऋणातच मला कायमच राहायचं आहे. ही कादंबरी लिहिण्यासाठी ज्या ज्ञात, अज्ञात सुहृदांचे सहकार्य लाभलं आहे, त्या सर्वांचे मी आभार मानते.

मंजुश्री गोखले

दोन शब्द

'हेचि दान दे गा देवा तुझा विसर न व्हावा!' अशा शब्दात सदैव श्रीविठ्ठलाच्या भक्तीत रमून संतसज्जनांच्या सहवासातच राहण्यासाठी जीवनदान मागणारे तुकाराम महाराज हे सतराव्या शतकातील एक विलक्षण महापुरुष होते. संतभक्तांत ते श्रेष्ठ तर आहेतच, पण ते ज्या भक्तिरंगात आकंठ बुडाले त्याचे स्वरूप आणि त्यांचे जीवनचरित्रही अद्भुत आहे.

तुकाराम महाराजांचे जे ज्ञात जीवन आणि कार्य आहे, ते या कादंबरीस्वरूपात आपल्यासमोर ठेवण्यात मंजुश्री गोखले यशस्वी झाल्या आहेत. वस्तुतः कीर्तनकार-प्रवचनकारांनी संतश्रेष्ठ तुकोबारायांची ओळख समाजाला आपल्या पद्धतीने बरीच करून दिलेली आहे. आता या कादंबरीमुळे सर्वसामान्य ललितसाहित्यप्रेमी वाचकालाही ही ओळख प्रभावी रीतीने होऊ शकणार आहे. 'तुकयाची आवली' ही सौ. मंजुश्री गोखले यांनी लिहिलेली कादंबरी. तुकाराम महाराजांच्या पत्नीच्या जीवनाची वास्तव ओळख करून देण्यात यशस्वी ठरली. गेली सहा वर्षे अनेक आवृत्त्या निघाल्या. ही कादंबरी बरीच वाचली गेली.

'जोहार मायबाप जोहार' ही त्यांची कादंबरी संत चोखामेळा परिवाराचे भक्तिनिष्ठ जीवन चितारणारी. याही कादंबरीची लोकप्रियता मोठी आहे.

'ओंकाराची रेख' ही नामदेव-शिंपी जनाबाईंच्या जीवनाचा योग्य रीतीने मागोवा घेणारी, ही कृती देखील वाचकांना फार आवडली. आवृत्त्या होत आहेत.

'ज्ञानसूर्याची सावली' ही सौ. गोखले यांनी अलिकडे लिहिलेली संत सोपाननाथांवरील कादंबरी. या कादंबरीत सोपानदेव केंद्रस्थानी ठेवून ज्ञानदेवादी भावंडांच्या अलौकिक व्यक्तित्व कर्तृत्वाचे प्रभावी आलेखन आले आहे. या कादंबरीलाही बराच वाचकवर्ग मिळालेला दिसतो.

संत कान्होपात्रेची जीवनकहाणी कथन करणारी 'समर्पण' ही गोखलेलिखित कादंबरीही प्रकाशनाच्या वाटेवर आहे.

विशेष म्हणजे एकाच प्रकाशकाने या सर्व कादंबऱ्या मराठी वाचकांना दिल्या.

अलिकडे मराठीत अधिक काय वाचले जाते, याचीही नोंद सर्वांना घेता आली.

मंजुश्रीताईंनी संत तुकाराममहाराजांची विविध रूपे आपल्या प्रवाही शैलीने साकार केलेली आहेत. कीर्तन रंगात रंगलेले कीर्तनकार, ढोंगी बुवासाधूंचे वस्त्रहरण करणारे आणि नाठाळांना ठोकून काढणारे तुकोबाराय भोळ्या भाबड्यांची फसवणूक करणाऱ्या धूर्त व्यापारी मंडळींचा समाचार घेणारे महाराज, आपल्या परिवारावर मनापासून प्रेम करणारे, प्रसंगी त्यांच्या जाण्याने हतबल होणारे महाराज, जनसामान्यांचे प्रबोधन करीत त्यांना सत्य धर्म आणि नीतीची शिकवण देणारे श्रेष्ठ सत्पुरुष आणि त्यांचे सारे आप्तस्वकीय यांची सौ. गोखले यांनी जी चित्रे रंगविली आहेत, त्यासाठी कथागोष्टी सांगत आणि गाथेतील अभंगांचे नेमकेपणाने दाखले देत त्यांनी ती यथार्थही केलेली आहेत.

तुकयाची प्रिय पत्नी आवली आणि त्यांचा सखासांगाती श्रीविठ्ठल हेच त्यांच्या जीवनाला कसे सदैव व्यापून राहिले-उरले ते लेखिकेने मार्मिक रीतीने दाखवून दिले आहे.

या कादंबरीत धर्मपत्नी म्हणून आवलीचे केलेले स्वभावलेखन प्रशंसनीय आहे. ती व्यवहारकुशल असली, अधूनमधून रागावणारी असली तरी अपार कष्ट करणारी आहे. आपल्या पती आणि मुलाबाळांसाठी, मोठ्या परिवाराशी तिचा असलेला भावबंध सौ. गोखले यांनी प्रभावीपणे शब्दांकित केला आहे.

अनेक प्रसंग केवळ चमत्कारांच्या पातळीवर न राहता इथं वास्तव स्वरूपात कसे घडले असावेत याचे अंकन केल्यामुळे ते विश्वसनीय वाटावेत, असे झालेले आहेत.

आजवरच्या मंजुश्री गोखले यांच्या कादंबऱ्यांप्रमाणे या कादंबरीचेही वाचक स्वागत करतील, असा विश्वास वाटतो.

गुरुकुल प्रतिष्ठान, पुणे — अशोक कामत

रामनवमी

१

सायंकाळची वेळ! खरंतर लगबगीची! एरवी देहूगाव या वेळी गडबडीत असायचं. शेतावरून परतणारे कामकरी, शेतकरी, बायाबापड्यांची घरी परतण्याची ओढ, चिवचिवाट करत, किलबिलाट करत घरट्याकडं परतणाऱ्या पाखरांची लगबग, मंदिरात सांज आरतीसाठी जाणाऱ्या लोकांची ये-जा, घराघरांतून पेटलेल्या चुलींतून निघणाऱ्या आणि अवकाशात झेपावत भाकरीचा खरपूस गंध चहूकडे पसरवणाऱ्या धुराची वलयं, भाकरी थापण्याचा धपधप आवाज, जात्याची ओवीसंगे होणारी घरघर, शीतलता घेऊन वाहणारा मंद वारा, त्या वाऱ्यानं थरारणारा, रोमांचणारा इंद्रायणीचा प्रवाह, अंगभर वलयांची नक्षी घेऊन दिमाख मिरवणारं इंद्रायणीचं पाणी आणि त्यावर डौलदारपणे नाचणारी सोनेरी किरणं, त्या नर्तनासमवेत निनादणारा टाळ-चिपळ्यांचा नाद, आणि पाठोपाठ भक्तीचा सुगंध घेऊन येणारे 'तुका म्हणे' चे शब्द.... देहू गावातली सायंकाळ रोज अशीच असायची. खरंतर आजही अशीच असायला हवी होती. कारण ये-जा करणाऱ्यांच्या लगबगीनं भरून जाणारा रस्ता तोच होता. पक्ष्यांच्या किलबिलाटानं भरणारं आकाशही तेच होतं. सायंआरतीनं भरून गेलेलं मंदिरही तेच होतं. पण तरीही... तरीही आज देहू वेगळंच होतं. रस्त्यावरून माणसं ये-जा करत होती; पण आपल्या पावलांच्या आवाजाला स्वतःच भीत होती. आकाशातून पाखरंही घरट्यांकडे परतत होती; पण त्यांचा किलबिलाटच काय, पंखांचाही आवाज येत नव्हता. घराघरांतल्या चुली आज थंड होत्या. काटवटं खिन्न मनानं कोपऱ्यात उभी होती. मंदिर सुनसान होतं. सायंआरतीलासुद्धा उत्साहानं जमलेल्या मंडळींना बघून आनंदणारा विठ्ठलही आज खिन्न होता. आज मंदिरात कुणी आलंच नव्हतं. कृष्णा गुरवानं मूकपणे आरती केली आणि तोही खिन्न मनानं मंदिराच्या पायरीवर बसून राहिला. आज अवघं देहू उदास होतं. खिन्न होतं. इंद्रायणीचा प्रवाह मूकपणे वाहत होता. त्याचा नेहमीचा दिमाख, ऐटबाजपणा त्यात नव्हता. न जाणो, आपल्या वाहण्यानं पाण्यावर रोमांच उठतील, तरंगांची वलयं उमटतील, या भीतीनं वाराही निःस्तब्ध होता. काळवंडलेल्या खिन्न इंद्रायणीला आज

आपल्या सुवर्णवर्खाचं काय कौतुक वाटणार, अशा विचारानं सूर्यानंही आपली सोनेरी उधळण आवरती घेतली होती. इंद्रायणी खिन्न होती, अवघी सृष्टी उदास होती आणि सगळ्या देहूगावावर ही खिन्नतेची उदास छाया पसरली होती. कुठं टाळ-मृदंग ऐकू येत नव्हते. कुठं चिपळ्या वाजत नव्हत्या. एकतारी गुंजत नव्हती. वीणेचे स्वर मूक होते आणि 'तुका म्हणे', 'तुका म्हणे' करत गाणारं देहूगाव एका खिन्न अशा शांततेत गुरफटलं होतं. स्मशानशांततेत!

इंद्रायणीच्या काठावर बसलेले तुकोबा मात्र एकटक इंद्रायणीच्या डोहाकडे नजर लावून बसले होते. अगदी एकटक. डोळे पाण्यानं काठोकाठ भरलेले, मनात विचारांचा कल्लोळ, शरीराला सुटलेली थरथर, हृदयात होणारी घुसमट, मस्तकात पडणारे घाव, सुन्न झालेली बुद्धी, चिंध्या झालेलं मन, रक्ताळलेलं हृदय आणि अवघी नजर इंद्रायणीच्या डोहाकडे लागलेली. त्या नजरेनं इंद्रायणी अस्वस्थ होत होती. खजील होत होती. एक अपराधीपणाची भावना तिच्या अंतरंगात खळबळ माजवत होती. तळातलं पाणी उसळत होतं. पण त्या खळबळीला पृष्ठभागावर येण्याचं धाडस होत नव्हतं. तुकोबांच्या घायाळ नजरेला आपली खळबळ दृष्टीस पडू नये म्हणून जणू ते दक्षता घेत होतं. तुकोबांच्या डोळ्यांतून वाहणारं पाणी इंद्रायणीत पडत होतं– टप-टप. आणि एरवी लोककल्याणाचं व्रत घेऊन मिरवणारी ती इंद्रायणी आज शरमेनं काळवंडली होती. सीतामाई जशी धरणीच्या उदरात गुप्त झाली, तसंच आपणही धरतीमातेच्या उदरात गडप व्हावं आणि सरस्वती जशी गुप्त होऊन वाहते तसंच आपणही वाहावं, असं तिला राहूनराहून वाटत होतं. पण ते शक्य नव्हतं. तुकोबांची घायाळ नजर अपराधीपणानं झेलतच तिला वाहावं लागणार होतं. किती दिवस? कोण जाणे! तुकोबा मात्र एकटक इंद्रायणीकडे पाहत होते. त्यांच्या त्या नजरेत भावभावनांचा कोलाहल स्पष्ट होता. जखमी पाखराची घायाळ अवस्था, समाजरीतींबद्दल खिन्नता, धर्मसभेची कीव, धर्मसभेतल्या ढोंगीपणाबद्दलचा संताप, विठूरायाबद्दलचा रुसवा, समाजहिताची काळजी, अपेक्षाभंगाचं दुःख, इंद्रायणीला केला जाणारा सवाल, विचारला जाणारा जाब आणि या सगळ्याचा परिपाक म्हणून हृदयात पेटलेली आग आणि मनाच्या झालेल्या चिंध्या... या सगळ्या भावभावनांचा आलेख घेऊन तुकोबा एकटक इंद्रायणीकडे बघत होते. धर्मसभा संतापली, माणसं उलटली, मित्र दूर गेले; पण ही इंद्रायणी.. ही इंद्रायणी, ही तर निसर्गाची कन्या. ही खचितच दगा देणार नाही. तुकोबा मोठ्या अपेक्षेनं, वेड्या प्रतीक्षेनं इंद्रायणीकडे बघत होते. अंधारानं हात-पाय पसरायला सुरुवात केली. गारठा वाढू लागला; पण तुकोबांच्या डोळ्यांतून वाहणाऱ्या आसवांतली उष्णता अजून तशीच होती.

गारठा अजून वाढला. अंधार अजून गहिरा झाला. शांतता आणखी नीरव झाली. तुकोबांच्या भवतालचे कुजबुजणारे आवाज आपापल्या घरी गेले. काही क्षण

तसेच गेले आणि दूरवरून कुठूनतरी आल्यासारखा, उरात काळजीचं तुफान घेऊन एक रडवेला आवाज त्यांच्या कानावर पडला. "धनीऽऽ! धनी, असं काय करताय?" तो आवाज तुकोबांच्या कानावर पडला. तो मस्तिष्कापर्यंत नेण्याचं कानांनी अव्हेरलंच होतं. पण त्या आवाजातून, त्या हाकेतून, त्या सादातून पाझरणारी माया इतकी गहिरी होती, इतकी अपरंपार होती की, कानांत दडे बसवले तरी त्यातून पाझरत ती मस्तिष्कापर्यंत पोचलीच... आणि ती हाक, ती साद तुकोबांना ऐकू आली. त्या हाकेत ओथंबलेली माया इतकी प्रबल होती की, तुकोबांच्या मनावर काजळलेलं खिन्नतेचं आवरण हलकेच बाजूला सरकलं. त्यांच्या रक्ताळलेल्या मनावर त्या मायेनं जणू लेप लावला. त्या मायेनं जणू तुकोबांच्या जखमी हृदयावर अलवारपणे फुंकर घातली आणि क्षणभर तुकोबा सावध झाले. त्या एका सावध क्षणानं त्यांना भानावर आणलं. त्यांचं हरपलेलं भान जागेवर आणलं, खिन्नतेच्या जगात वावरणाऱ्या तुकोबांना त्या हाकेनं वास्तवात आणलं. भविष्यातल्या अपयशी विचारात गरगरणाऱ्या तुकोबांना त्या सादानं वर्तमानात आणलं आणि इंद्रायणीच्या डोहावर खिळलेली नजर उचलून, ती वळवून तुकोबांनी मागे पाहिलं आणि त्यांना दिसली आवली. त्यांची आवली. त्यांची वेडी आवली, त्यांची धर्मपत्नी. त्यांची अर्धांगिनी आवली. करपलेल्या काळजानं हुंदके देणारी, घायाळ नजरेनं घळघळा आसवं गाळणारी, तुकोबांच्या काळजीनं सैरभैर झालेली, त्यांच्यावरच्या मायेनं चिंताक्रांत झालेली. तीन लहानग्यांना जवळ घेऊन, सकाळपासून तुकोबांच्या बरोबर या इंद्रायणीच्या काठावर उपाशीतापाशी बसून राहिलेली आवली. ती त्यांना हाक मारत होती. साद घालत होती. भरल्या डोळ्यांनी, भरल्या गळ्यानं, भरल्या काळजानं. आणि तुकोबा गहिवरले- "अरेरे! पांडुरंगा, ही काय वेळ तू माझ्यावर आणलीस? मी माझ्या आवलीला, लेकरांना काही चांगलं सुख देऊ शकलो नाही... देऊ शकत नाही. पण त्यांना दुःख देण्याचाही मला अधिकार नाही. असं असताना माझ्यामुळे यांच्यावर ही वेळ आली आहे. विठूराया, किती पापाचा धनी तू मला करणार आहेस? मी माझा स्वतःचा तर अपराधी आहेच. धर्मसभेनंही मला अपराधी ठरवलंय आणि या माझ्या पत्नीचा- आवलीचा- आणि माझ्या लेकरांचाही मी अपराधी आहे. विठूराया, अपराधाचं हे एवढं मोठं ओझं घेऊन मी कसा जगू? कशासाठी जगू? कुणासाठी जगू? पांडुरंगा, तुझ्यासाठी, फक्त तुझ्यासाठी जगायचं, असं मी ठरवलं होतं; पण असं अपराधांचं ओझं घेऊन मी तरी तुझ्यासाठी कसा जगणार? आणि का?" तुकोबा विलाप करू लागले. आवलीच्या हाकेनं त्यांच्या वेदनेला जणू आवाज फुटला. दुःखाला वाचा फुटली. हृदयावरची जखम भळभळा वाहू लागली. कोंडलेल्या मनातल्या वाफेला जागा मिळाली. घुसमटलेला श्वास जणू मोकळा झाला आणि तुकोबा विलाप करू लागले. तुकोबांच्या त्या विलापानं अवघ्या चराचराला जणू

हुंदका फुटला. क्षणभर इंद्रायणीच्या डोहातही खळबळ माजली. अश्रू लपवण्यासाठी चंद्रही ढगाआड गेला. अंधाराच्या डोळ्यांतही आसवं आली. तुकोबा विलाप करतच होते. लहानग्या विठोबानं आईच्या मांडीवरनं उठून विचारलं ''आई, बाबा का गं रडतायत? त्यानला कुणी मारलं काय?'' त्याच्या या निरागस प्रश्नाला काय उत्तर द्यावं, ते आवलीला सुचेना. पण तिचं कोडं काशीनंच सोडवलं. तिनंच परस्पर उत्तर दिलं. म्हणाली, ''अरे विठोबा, आपल्या बाबांच्या वह्या लोकांनी पाण्यात बुडवल्या म्हणून बाबा रडताहेत. आता त्यावर लिवलेलं समदं पुसलं जाणार! व्हय ना गं आई?'' आपल्या बोलण्याला काशीनं आईची साक्ष काढली. पण त्या प्रश्नानं आवली उसळलीच. ''अडग्या तोंडाची! गप गं! तुला कुणी सांगितलं त्यावर लिवलेलं समदं पुसलं जाणार म्हणून? अगं, रक्ताचं पाणी करून लिवलेलं हाय ते! ते कसं पुसलं जाईल? आणि गेलं तर जाऊ दे! धन्यांच्या डोक्यात लिवलेलं तर कुणालाच पुसता येणार न्हायी. ते त्या काळ्यानं बिब्याच्या शाईनं गोंदून ठेवलंय. परत ते समदं लिहून काढतील. तू नको न्हाई ते बोलू. जाऽ, घरी जा! म्हादाला आणि या धाकट्याला घेऊन जा घरी. शिंकाळ्यात भाकरी हायत. खावा जावा! जा!'' आवलीनं काशीला घरी पिटाळलं. ''पर आई, तू आनी बाबा?'' जाता जाता काशीनं शंका काढलीच. ''तुम्ही पुढं व्हा! मी आणि बाबा येतो पाठनं! जावा आता घरी. दोन घास खावून घ्या. जावा! माझी गुणाची लेकरं ती!'' काशी म्हादा आणि विठोबाला घेऊन गेली. आवली तुकोबांकडं वळली. तुकोबा म्हणाले, ''आवले, तू कशाला थांबलीस? तूही घरी जा! मी राहतो इथंच बसून माझ्या पोथ्यांची वाट बघत! या गंगेवर, या इंद्रायणीवर माझा विश्वास आहे. ती माझ्या पोथ्या मला परत देईल. आज ना उद्या त्या मला परत मिळतील. पण त्यासाठी मी इथंच बसून राहणार आहे. आवले, तू मात्र घरी जा. पोराबाळांकडे बघ. असं इथं बसून राहणं हे माझं संचित आहे. मला ते झेललंच पाहिजे!'' तुकोबा मनापासून बोलत होते. पण आवलीनं जुमानलं नाही. म्हणाली, ''धनी, संचितबिंचित मी काय जाणत न्हायी. पण तुम्हाला एकट्याला असं दुःखात सोडून मी कुठं बी जायची न्हायी. हितं बसून राहणं हे तुमचं संचित का काय असलं, तर तुमच्या सोबत हितंच बसणं हे माझं संचित आहे, असं समजा!'' आवलीनं ठणकावून सांगितलं. त्याही मनःस्थितीत तुकोबा खिन्न हसले. ''तू ऐकायची नाहीस. मुलखाची हट्टी तू!'' म्हणाले आणि पुन्हा इंद्रायणीकडे नजर लावून बसले. तोंडात 'पांडुरंग पांडुरंग'चा जप चालला. अचानक आवलीला काही शंका आली. ताबडतोब तिनं ती विचारली, ''धनी, तुमच्या त्या पांडुरंगाला पवायला येत नाही काय?'' आवलीच्या या प्रश्नानं तुकोबा चमकले. ''काय? काय म्हणालीस?'' त्यांनी विचारलं. तसं आवलीनं पुन्हा विचारलं, ''मी म्हणतेय तुमच्या पांडुरंगाला- त्या काळ्याला- पवायला येतंय का? का येत नाही?'' तुकोबांना आवलीच्या या

प्रश्नाचा अर्थ कळेना. ''अगं, सगळ्या मानवजातीला या भवसागरातून तारून नेणारा, ज्याच्या नावानं दगडसुद्धा पाण्यावर तरंगतात त्याला- पोहायला येतंय का, असं तू विचारते आहेस? वेडी आहेस का? काय म्हणायचंय काय तुला?'' तुकोबांनी विचारलं. ''काही न्हायी! मला एवढंच म्हणायचंय की, त्याला पवायला येत असलं तर त्याला हाळी मारून सांगा! त्याला म्हणावं, 'टाक इंद्रायणीमाईच्या डोहात उडी आणि काढ म्हणावं पोथ्या हुडकून!' सारखं त्याला हाका मारताय, मग एवढं तरी काम कर म्हणावं त्याला!'' तुकोबा मूक बसले. आवलीचं हे थक्क करणारं तत्त्वज्ञान त्यांना काही नवीन नव्हतं. ''पांडुरंगा-पांडुरंगा!'' एवढंच म्हणून ते गप्प बसले. नजर पुन्हा इंद्रायणीच्या डोहाकडे एकवटली. संध्याकाळ सरली. अंधार पडला. रात्र अधिकच गहिरी झाली. चंद्राचा एखादा पुसटसा किरण इंद्रायणीच्या पाण्यात डोकावून बघे. त्याचं ते प्रतिबिंब क्षणभर प्रकाशमान होई. तेवढा क्षण अंधाराला छेद जाई. प्रकाशरेषा क्षणभर उजळे आणि पुन्हा लुप्त होई. रात्रभर हा छाया-प्रकाशाचा खेळ चालला होता. तुकोबा रात्रभर तो खेळ पाहत बसले होते. आवली तिथंच त्यांच्या पायाशी कलंडली होती. नदीकाठचा गार वारा तिच्या अंगाला झोंबत होता. तुकोबांनी आपलं मुंडासं काढलं. ते उलगडलं आणि आवलीच्या अंगावर घातलं. तेवढ्यानंही आवलीला ऊब आली असावी. तिचं कुडकुडणं कमी झालं.

बघता बघता एकेक चांदणी लोप पावायला लागली. आकाशाच्या पटलावरून चांदण्यांचं अस्तित्व पुसट व्हायला लागलं. चंद्र तर कधीच अस्तंगत झाला होता. पूर्वकिनार लालसर गुलाबी होऊ लागली. गहिरा अंधार आता पातळ-पारदर्शी झाला. झुंजूमुंजू झालं. त्या अद्भुत प्रकाशात इंद्रायणी एखाद्या गूढ जलाशयासारखी दिसत होती. तिचा डोह तर अधिकच गूढरम्य दिसत होता. पहाटेच्या गार वाऱ्यानं इंद्रायणीच्या पाण्यावर रोमांच उठत होते. त्या रोमांचांचे तरंग होऊन वर्तुळाकार पसरत होते. त्या वलयांनी इंद्रायणीचं अवघं पात्र व्यापलं जात होतं. पण ती वलयांकित रेखाचित्रं डोहाजवळ मात्र जात नव्हती. इंद्रायणीचा डोह आपली गूढरम्यता घेऊन एखाद्या तपस्व्यासारखा शांत होता. धीरगंभीर होता. अचल, अविचल होता. स्तब्ध-निःस्तब्ध होता. त्या वलयांना डोहात किंवा डोहाजवळ जाण्याचं भय वाटत असावं किंवा एखाद्या अवखळ पोराला त्याची आई बागुलबुवाची भीती घालते, तशी इंद्रायणीनं त्या वर्तुळाकृती तरंगांना त्या डोहाकडं जायचं नाही, अशी सख्त ताकीद दिली असावी. म्हणूनच ती वलयं त्या डोहाकडे जात नव्हती. कदाचित... कदाचित त्या पोथ्या त्या डोहाच्या तळाशीच होत्या. जर पाणी खळबळत राहिलं तर त्या पोथ्यांना, त्यांच्या कागदांना, त्यांतल्या अक्षरांना अपाय होईल, अशी भीती इंद्रायणीला वाटत असावी. म्हणूनच त्या वलयाकार तरंगांचं पाणी तिथपर्यंत जात नसावं. आता

चांगलंच उजाडलं होतं. सोनेरी प्रकाश हळूहळू पसरत होता. त्या प्रकाशाच्या चाहुलीनं आवलीला जाग आली. डोळे चोळत ती उठून बसली. अंगावर तुकोबाचं पसरलेलं मुंडासं बघून तशाही परिस्थितीत तिला प्रसन्न हसू आलं. पदर सावरत ती उठली. मुंडासं पुन्हा पेळू करून ती उभी राहिली आणि तिनं ते मुंडासं तुकोबांच्या डोक्याला गुंडाळलं. ''मला पांघरूण घातलंत आणि तुम्ही थंडीनं काकडत बसलाय व्हय?'' म्हणत आवलीनं तुकोबांचा चेहरा पदरानं पुसला. त्या फाटक्या पदरात वात्सल्याचं अवघं विश्व सामावलं आहे, असं क्षणभर तुकोबांना वाटून गेलं. आज त्यांचं चित्त थाऱ्यावर असतं, तर वात्सल्याच्या त्या विश्वदर्शनावर त्यांनी एक अभंगही रचला असता. पण तुकोबा उदास होते. काहीसे उद्ध्वस्त मनःस्थितीत होते. पूर्ण दिवस सरला होता. आख्खी रात्र उलटली होती. पण इंद्रायणीच्या डोहाकडं लागलेली तुकोबांची नजर ढळली नव्हती. जणू त्या डोहात ती नजर रुतून बसली होती. सकाळ झाली. नदीकाठावर लोकांची वर्दळ सुरू झाली. घराघरांत, गल्लीमोहल्ल्यांत सडा-रांगोळी घातली जाऊ लागली. जात्यांची घरघर ऐकू यायला लागली आणि त्यापाठोपाठ ऐकू येऊ लागले 'तुका म्हणे' चे स्वर आणि शब्द. अन्नपूर्णेच्या हातातून, जात्यांच्या पात्यांतून, गरगर फिरणाऱ्या दोन चात्यांतून, पांढरं शुभ्र पीठ पडत होतं आणि त्यापाठोपाठ घेऊन येत होतं– 'तुका म्हणे' चे शब्द. पाठोपाठ गुणगुणले जात होते तुकोबांचे अभंग. देहूमधल्या अनेक आया-बहिणींच्या, लेकी-सुनांच्या तोंडात हे अभंग नादावत होते. रुंजी घालत होते. गुणगुणले जात होते. ते स्वर, ते शब्द कानांवर पडले आणि आवली कमरेवर हात ठेवून गरजली, ''ऐक म्हनावं त्या रामेश्वर भटाला! अभंग नदीत बुडवले म्हणजे तुकाराम संपला न्हायी. या आया-बायांच्या मुखांतून, लेकी-सुनांच्या मनांतून तो गायला जातोय आणि गायला जात ऱ्हाहील. हीच–हीच मिरास हाय तुकोबांची आणि हेच सामर्थ्य हाय त्या अभंगांचं. नदीत पोथ्या बुडवल्या म्हणजे समदं संपलं न्हायी. त्या पोथ्या म्हणजे कागदावरचे शब्द व्हते. माझ्या धन्याच्या डोस्क्यातलं ज्ञान तर नदीत बुडवता येणार न्हायी ना? पाण्यानं कागदावरचे शब्द पुसले जातील; पण मनातले शब्द कसे पुसशील रे रामेश्वर भटा?'' आवलीच्या शब्दाशब्दांतून ठिणग्या बाहेर पडत होत्या. तिचा आवाज आधीच मोठा. त्यात आता ती संतापून बोलत होती. पण आवली जे बोलत होती, ते देहूतल्या प्रत्येक सामान्य माणसाचं मनोगत होतं. तुकोबांना मानणाऱ्या, त्यांच्या भक्तीची मिरास जाणणाऱ्या, त्यांच्या शब्दप्रभुत्वाला ओळखणाऱ्या प्रत्येकाच्या मनातले शब्द आवली बोलत होती. ''पोथ्यांच्या कागदावरचे शब्द पाण्यात नाहीसे व्हतील; पन या बाया-बापड्यांच्या ओठांवर रुळलेले, या मुला-लेकरांच्या कानांत रुजलेले आणि या समद्या माणसांच्या मनात रुतलेले शब्द, हे अभंग, या ओव्या कधीच पुसल्या जाणार न्हायीत. नाहीशा होणार न्हायीत.

धनी...धनी.. बगा-बगा! अवं, तुमचे अभंग कसे नाहीसे व्हतील? ते घराघरांत गायले जाताहेत. बघा तरी! ऐका तरी!'' आवली पोटतिडकीनं बोलत होती. तुकोबांची समजूत घालत होती. इंद्रायणीत पोथ्या बुडवल्या तरी फारसं काही बिघडलं नाहीय, फारसं काही गमावलेलं नाहीय, हे तुकोबांना परोपरीनं समजावून सांगत होती. तिच्या जाणिवेप्रमाणं, तिच्या बुद्धीप्रमाणं, तिची भूमिका योग्य होती. तिचं तुकोबांची समजूत काढणं, पोथ्या बुडल्या म्हणजे सर्वस्व गेलं नाही असं म्हणणं अगदी यथायोग्यच होतं. तुकोबांना ते पटत होतंही आणि नव्हतंही. पटत होतं अशासाठी की, अभंगांच्या वह्या पाण्यात बुडवल्या, त्यांवरचे अभंग पुसले गेले, तर फारसं काही बिघडणार नव्हतं. कारण प्रसंगपरत्वे ते अभंग जसे तुकोबांना मुखोद्गत होते तसेच इतरांनाही. आणि त्याशिवाय तुकोबांच्या कीर्तन-प्रवचनांतून ते सांगत असलेले अभंग संताजी जगनाडे हा त्यांचा साथीदार लिहून घेत असे. त्यामुळेच अभंग नदीत बुडवले तरी फारसं बिघडणार नाही, हे आवलीचं म्हणणं इतरांनाही पटलं होतं. आणि एका परीनं तुकोबांनाही. पण तुकोबांना ते काही अंशी पटतही नव्हतं; कारण वह्या बुडवल्या, पोथ्या नदीत टाकल्या, त्यांतले शब्द, त्यांतली अक्षरं, त्यांतले अभंग पाण्यानं पुसले गेले या दुःखापेक्षाही, आपण ज्या समाजासाठी हे केलं, ज्या लोकांसाठी हे केलं, त्यांनीच आपल्याला निराधार केलं आणि ज्या पांडुरंगावर विश्वास ठेवून आपण या शर्ती मान्य केल्या, त्या पांडुरंगानंही आपल्याला आणि आपल्या पोथ्यांना वाऱ्यावर सोडलं, याचं खरं दुःख होतं. याची खरी खंत होती. आणि ही खंत, हे दुःख ते घडाघडा बोलून कुणाला सांगूही शकत नव्हते. अगदी आवलीलासुद्धा. कारण पांडुरंगानं आपल्याला वाऱ्यावर सोडलं ही खंत आवलीला सांगितली, तर तिनं त्याचा उद्धार तर केला असताच असता; पण अशा बेभरवशाच्या देवावर आपण विसंबून राहिलो, याबद्दल तिनं आपल्यालाही वेड्यात काढलं असतं, याची तुकोबांना खात्री होती. म्हणूनच ते ही खंत आवलीजवळही बोलून दाखवू शकत नव्हते. त्यामुळं आवलीची भूमिका त्यांना पटतही होती आणि नव्हतीही.

आता पुरतं उजाडलं होतं. नदीकाठावरची वर्दळ वाढली होती. रोजचे येणारे आणि तुकोबा इथं बसलेत म्हणून येणारे यांची गर्दी झाली होती. जो तो तुकोबांचं सांत्वन करत होता. काही जण हळहळत होते. बायाबापड्या रडत होत्या. डोळे पुसत होत्या. तुकोबांच्या पायांवर डोकं ठेवून त्यांना सांत्वना देऊन जात होत्या. गावातली खराताची म्हातारी आली. तुकोबांच्या चेहऱ्यावरून हात फिरवत म्हणाली, ''लेकरा, वाईट वाटून घेऊ नकोस. देव तुझ्या पाठीशी हाय. समदं ठीक करंल. अरं, ती इंद्रायणीमाई गणोबाची मूर्तीसुद्धा पोटात ठिवून घेत न्हायी. जशीच्या तशी काठावर आणून टाकतीया. ती मूर्ती तर तिच्याच काठावरच्या मातीपासून बनलेली

असतीया. तरीबी ती मूर्ती ती ठिवून घेत न्हायी. मग तुझ्या अभंगांच्या वह्या ती कशाला रं ठिवून घेईल? नगं डोळं गाळू! काय बी हुनार न्हायी तुझ्या अभंगांना. अरं, देवाचं वर्णन हाय त्यात. देव बरं ते जाऊ दील?'' खराताच्या म्हातारीनं सांगितलेलं तत्त्वज्ञान सगळ्यांनाच पटलं. ''व्हय, व्हय! बरोबर हाय! म्हातारी खरं तेच बोलतीया!'' असा दुजोरा देत सगळ्यांनी मान डोलावली. क्षणभर तुकोबांचा चेहराही निवळला. ९० वर्षांची खराताची म्हातारी. तिचे अनुभवाचे बोल खोटे ठरणार नाहीत. त्यांच्याही नकळत त्यांच्या मनानं ग्वाही दिली. पण या वेळी पांडुरंग ऐकेल का? पुन्हा मनात शंकेनं उचल खाल्ली. पुन्हा तुकारामांचा चेहरा काळवंडला. लोकं येत होती. तुकोबांची समजूत काढत होती. त्यांना घरी चलण्याची विनंती करत होती. दोन घास खावे म्हणून आग्रह करत होती; पण तुकोबा कोणाचंच ऐकत नव्हते. इंद्रायणीच्या डोहाजवळ असलेल्या कातळावर बसून राहिले होते. नजर एकटक डोहाकडे खिळली होती. तोंडानं सतत पांडुरंगाचा जप सुरू होता. मन आक्रंदत होतं. असं वाटत होतं की, उठावं आणि डोहात उडी टाकावी. पोथ्या तरी बाहेर काढाव्यात किंवा आपण तरी तळाशी जाऊन चिरनिद्रा घ्यावी. पण तसं करण्याचंही धाडस होत नव्हतं. आपलं शहाणपण, आपलं ज्ञान, आपलं कळतेपण, आपली अक्कल त्या काळ्या कातळासारखी खडबडीत, अपारदर्शक आणि बथ्थड झाली आहे, असंच त्यांना वाटत होतं. आवलीची मनधरणी, लोकांची सांत्वना, आया-बायांनी काढलेली समजूत– कशाकशाचा उपयोग होत नव्हता. पांडुरंगाच्या नामस्मरणाचाही. अशातच दुसरा दिवस मावळला. तिसरा दिवस उजाडला. आज तुकोबांच्या नजरेत आशा दिसत होती. ज्या पांडुरंगावर भरवसा ठेवून आपण आपलं सगळं लिखाण गंगार्पण करायला तयार झालो, तो आपला विठूराया आपल्याला दगा देणार नाही, याची त्यांना खात्री होती. आज तिसऱ्या दिवशी कोणत्या ना कोणत्या उपायांनी आपल्याला आपल्या पोथ्या परत मिळतील; नव्हे, आपला विठूराया त्या परत देईल, याची त्यांना खात्री होती. त्यामुळं तिसरा दिवस उजाडल्यावर तुकोबा काहीसे उल्हसित दिसत होते. सकाळ झाली. माध्यान्ह झाली. दिवस उतरणीला लागला. दिवस जसजसा कलायला लागला, तसतसे तुकोबा अस्वस्थ व्हायला लागले. विचलित व्हायला लागले. पांडुरंगाचे नामस्मरण सोडून त्यांनी पांडुरंगाचा धावा सुरू केला.

सांगा दास नव्हे तुमचा मी कैसा । ऐसे पंढरीशा विचारूनी ।।
कोणासाटी केली प्रपंचाची होळी । या पायांवेगळी मायबापा ।।
नसेल तो द्यावा सत्यत्वासी धीर । नये भाजू हीर उफराटे ।।
तुका म्हणे आम्हा आहिक्य परत्रीं । नाही कुळगोत्री दुजे काही ।।

असं म्हणत तुकोबा पंढरीनाथाचा, त्या पांडुरंगाचा धावा करायला लागले. आर्त स्वरात अभंग गात त्याला हाका मारू लागले. त्यांची ती अवस्था कोणालाच बघवेना आणि काय करावं, हे कुणालाच समजेना. पण त्यांची ती अवस्था बघून आवली पुढं झाली. पुढं होऊन तिनं त्यांचे हात धरले. कळवळून हाक घातली, "धनीऽधनी! आवरा स्वतःला. असं काय करतायसा? तुम्हीच म्हणता न्हवं देव परीक्षा बघतोय म्हणून? मग इक्त्यातच तुम्ही धीर सोडलात? का तुमचा तुमच्या काळ्यावरचा विश्वास उडाला? न्हाई ना? मग शांत व्हा. तुम्हीच सांगता न्हवं त्याला तुमची काळजी आहे, तो मला वाऱ्यावर सोडणार न्हाई म्हणून? मग विश्वास बाळगा! तो खरा देव आहे अशी तुमची खात्री असंल तर त्याच्यावर विश्वास ठेवा. तुम्ही सगळ्यांना सांगता, काय ते... पाच न्हायी पंचमहाभूतांचा देव बनलाय म्हणून. मग आताशी कुठं तीन दिवस म्हणजे तीनच भुतं झाली आहेत. शांत व्हा धनी, शांत व्हा! असा धीर सोडू नका!" आवलीनं परोपरीनं समजावलं. आपल्या कुवतीप्रमाणं, आपल्या बुद्धीप्रमाणं तिनं तुकोबांना सावरण्याचा प्रयत्न केला. ओबडधोबड का होईना- प्रयत्न केला. पण त्याचा उपयोग झाला. तुकोबा शांतवले. स्थिरावले. शांत झाले. त्यांचं मन स्थिरावलं. विचार करू लागले आणि

पावावे संतोष । तुम्ही यासाटी सायास ।
करी आवडी वचने । पालटुनि क्षणक्षणे ।
द्यावे अभयदान । भूमी न पाडावे वचन ।
तुका म्हणे परस्परे । काही वाढवी उत्तरे ।

अशी विनवणी त्यांनी विठूरायाला केली. आवलीला बरं वाटलं. तिनं तोंड फिरवून पदरानं डोळे पुसले आणि डोक्यावरचा पदर सारखा केला. तुकोबांचं लक्ष तिच्याकडं होतं. 'आपल्या कासाविशीनं ही कासावीस होते. वेडी कुठली! तिला समजेल का मला कसली कासाविशी आहे ते?' विचार करताकरता तुकोबाचं लक्ष तिच्या डोक्यावरच्या पदराकडं गेलं. त्या पदराच्या अक्षरशः चिंध्या झाल्या होत्या. कडेला नुसता काठ उरला होता. अंगावरचं लुगडंही ठिकठिकाणी फाटलं असावं. आवलीनं त्याला ठिकठिकाणी गाठी घातलेल्या दिसत होत्या. तुकोबांच्या काळजात चर्रऽ झालं. "विठूराया, काय तू माझं हे असं बुजगावणं केलंयस? तुझ्या रूपाची, भक्तीची मला इतकी भूल पडली की, मी नाकर्ता झालो? माझ्या पत्नीला मी अंगभर- अंग झाकेल असं वस्त्रही देऊ शकत नाही?" त्यांच्या डोळ्यांत पाणी उभं राहिलं. त्यांच्या मनात आवलीबद्दल आत्यंतिक प्रेम दाटून आलं. 'आवली, माझी लाडकी आवली, तिला मी कसलंही सुख देऊ शकलो नाही. पण माज्याबरोबर ती मात्र सतत सावलीसारखी राहते आहे. सुखात कसलं, पण दुःखात सतत माझी

पाठराखण करते आहे. देवा, माझ्यासाठी नाही पण या आवलीसाठी तरी माझा विश्वास सार्थ ठरव. मी तिचा अपराधी आहेच; पण तूही तिचा अपराधी ठरशील.'' तुकोबांनी मनातल्या मनात देवाशी संवाद साधला. मात्र....

माझा मज नाही । आला उबेग तो काही ।।
तुमच्या नामाची जतन । नव्हता थोर वाटे शीण ।।
न पडावी निंदा । कानी स्वामींची गोविंदा ।।
तुका म्हणे लाज । आम्हा स्वामींचे ते काज ।।

असे शब्द त्यांच्या मुखातून बाहेर पडले. त्यांचं लक्ष पुन्हा आवलीकडं गेलं. आवली इंद्रायणीच्या घाटावरच्या पायरीजवळ त्यांचं धोतर पाण्यात खळबळत होती. तिनं ते काशीला सांगून आणवलं होतं. तीन दिवस तुकोबांना ना तहान-भुकेची शुद्ध होती ना कपडालत्त्यांची. तुकोबा पुन्हा कळवळले. त्यांच्या नजरेसमोर उभी राहिली दागिन्यांनी मढलेली, भरजरी शालू नेसलेली, लाजरी पण भिरभिरत्या डोळ्यांनी सगळं पाहणारी, नवरी बनलेली आवली! बघता बघता तुकोबा मागे गेले. आणखी मागं खूप खूप मागं! त्यांना आठवले– बोल्होबा-कनकाई, सावजी, तो चौसोपी वाडा, वाड्यातली ती लगबग, तो बालपणीचा काळ. दिवस मावळला, रात्र झाली. अंधार पडला. तुकोबांच्या नजरेसमोर मात्र आठवणींचा पट लख्ख प्रकाशात उलगडत होता. आठवणींचा पट.....

२

कनकाई- तुकारामाची आई- सावजीला परोपरीनं समजावून सांगत होती. सावजी- तुकारामाचा मोठा भाऊ- त्याच्यापेक्षा २॥/३ वर्षांनी मोठा होता. तुकाराम ४/५ वर्षांचा, तर सावजी ७/८ वर्षांचा. सावजी तसा एककल्ली, अबोल होता. सतत एकटा-एकटा, एकलकोंड्यासारखा बसलेला असे. कुणाचं काहीच ऐकत नसे. कुणाची काही कामं करत नसे. आतासुद्धा कनकाई त्याला परोपरीनं सांगत होती की, 'पलीकडच्या आळीतल्या संतूबाईकडं जा आणि तिला भातवड्या करायच्या आहेत त्यासाठी बोलावून आण.' पण सावजी ढिम्म होता. त्याच्या हातात एक कसलातरी धागा होता. त्या धाग्याकडं एकटक बघत तो जोत्यावर बसला होता. सावजी आईचं ऐकत नाही हे बघून लहानगा तुकाराम म्हणाला, "आई, मी जाऊ का गं संतूबाईला निरोप सांगायला? मी अस्सा जातो आणि अस्सा येतो बघ पळत! जाऊ का?" तुकारामाचं ते लाघवी स्वरात विचारणं, आर्जवी स्वरात तिची परवानगी मागणं, तिचं काम करण्यासाठी उत्सुक असणं हे सगळं बघून कनकाईच्या डोळ्यांत कौतुक उमटलं. "माझा शहाणा बाळ तो! पण नको बाळा, तू अजून लहान आहेस. वाटेनं गाई-गुरं, बैलगाड्या जातात-येतात. तू नको जाऊस. पण या सावजीच्या काय डोस्क्यात भरतंय का? किती वेळ झाला त्याला जा-जा म्हणून सांगायला लागलेय. जाऊ दे! हा न्हायीच ऐकायचा." असं म्हणून कनकाई परसदाराकडे वळली. तिथं जाऊन तिनं सरूला हाक मारली. सरू आडाचं पाणी शेंदत होती. तिनं रहाट थांबवला. घागर बाहेर काढली. तिच्या गळ्याची दोरी सोडली आणि कनकाईच्या सांगण्यावरून ती संतूबाईला निरोप सांगायला गेली. तुकाराम भिंगरी घेऊन खेळत होता. त्याच्याकडे एक कौतुकाचा कटाक्ष टाकून कनकाई माजघरात गेली. तोच बोल्होबा आले. त्यांनी पागोटं काढून खुंटीवर अडकवलं. पंचानं घाम पुसला आणि ते अंगणात गेले. डोणीतलं पाणी पायावर ओतून घेतलं. पाण्याच्या त्या गार स्पर्शानं त्यांना बरं वाटलं. ते गार पाणी त्यांनी चेहऱ्यावरही मारून घेतलं. त्यांचे डोळेही निवले. पंचानं हात-चेहरा पुसत ते आत आले, तोच तुकारामानं आत जाऊन 'आबा'

आल्याची वर्दी कनकाईला दिली. कनकाई डोईवरचा पदर सावरत गुळाचा खडा आणि पाण्याचं तांब्या-भांडं घेऊन आली. गुळाचा खडा उचलून आबा बैठकीवर बसले. गुळाचा खडा तोंडात टाकून वर पाणी प्याले. मिशांवरून पालथी मूठ फिरवत त्यांनी ओठ कोरडे केले, तोच कनकाई म्हणाली, ‘‘ऐकलं का? या सावजीला कायतरी सांगा. ताकीद द्या. कुणाचं काही ऐकत नाही. निसता दिवसभर घरात बसून राहतो. न्हाईतर कुटं तरी एकटाच निघून जातो, ते यीळभर तिकडंच! सांगितलेलं काही काम ऐकत नाही. आणि त्याउलट हा तुकाराम! नेहमी उत्साहानं रसरसलेला असतो. सदा आनंदी, हसरा चेहरा! दोघं सख्खे भाऊ- पाठीला पाठ लावून आलेले. पण दोघांत केवढा फरक! एक आवस तर दुसरा पुनव. एकाचं तोंड सदा उतरलेलं तर दुसरा सदैव प्रसन्न. एक कायम कंटाळलेला तर दुसरा कायम उत्साही. असं कसं काय म्हणते मी? काय चुकलं आपलं, तेच मला कळत नाही!'' कनकाई वैतागून म्हणाली. आबा गंभीर झाले. त्यांनाही राहून राहून सावजीचं वागणं खटकत होतं. रात्रंदिवस ते तोच विचार करत होते आणि त्यांनी आपल्या विचारांप्रमाणे त्याच्या अशा वागण्याचं कारण शोधून काढलं होतं. तो त्यांचा तर्क होता. पण तोच बरोबर असावा. आपला तोच तर्क त्यांनी आपल्या पत्नीला- कनकाईला- सांगितला. ‘‘हे बघा सावजीची आई, काय झालंय तुम्हाला सांगतो. आपल्या लग्नानंतर काही वर्ष आपल्याला पोरबाळ झालं नाही. घरातली वडीलधारी माणसं नाराज झाली. पण नंतर सावजी झाला. इतक्या वर्षांनंतर झाला म्हणून आपण त्याचे जास्त लाड केले. कोडकवतिक केलं. घरातल्या वडीलधाऱ्या मंडळींनी त्याला बाहेरचा, बाहेरच्या वातावरणाचा, बाहेरच्या माणसांचा वाराही लागू दिला नाही. आपल्या लाडापायी तो हट्टी झाला. आपलंच म्हणणं खरं करू लागला. तर वडीलधाऱ्यांच्या अतिरेकी काळजीनं तो एककल्ली झाला. माणूसघाणा झाला. तो असा झाला म्हणून मग आपण पंढरीनाथाला नवस केला. दुसऱ्या मुलाच्या वेळी आपण त्या विठूरायाला शरण गेलो. आणि आठवतोय ना तुम्हाला तो प्रसंग?'' आबांनी विचारलं आणि कनकाईला तो प्रसंग सगळाच्या सगळा, जसाचा तसा आठवला, अगदी नुकताच घडल्यासारखा.

सावजी असेल ३/४ वर्षांचा. कनकाईला दुसऱ्यांदा दिवस गेले होते. तिला सातवा महिना होता. सकाळची प्रसन्न वेळ. कनकाईनं अंगणभर गोमयाचा सडा मारला. अंगणातल्या तुळशीकट्ट्यासमोरची जागा सारवून घेतली. गोठ्याजवळच्या डोणीतून पाणी घेऊन तिनं हात धुतले. पदराला हात पुसत ती देवखोलीत गेली आणि रांगोळीचं पंचाळक घेऊन बाहेर आली. रांगोळी, हळद, कुंकू, गुलाल आणि बुक्का असं एकत्रित ठेवण्याचं ते लाकडी पंचाळक होतं. ते घेऊन कनकाई बाहेर आली. पाणी लावून पुसलेल्या उंबरठ्यावर प्रथम तिथं रांगोळीच्या रेखा ओढल्या.

उंबऱ्याला हळद-कुंकू लावून त्याची पूजा केली. नंतर ती अंगणातच ईशान्येच्या कोपऱ्यात एका चबुतऱ्यावर असलेल्या विठ्ठलमूर्तीजवळ गेली. तिथं जाऊन तिनं चौथरा झाडून घेतला. पाण्यानं पुसला. मूर्तीसमोर रांगोळी काढली आणि ती तुळशीवृंदावनाजवळ गेली. वृंदावनातल्या तुळशीला पाणी घातलन् आणि रांगोळी काढायला बसणार, तोच दारातून आवाज आला– ''अलख निरंजन! माई. भिक्षा घाल.'' त्या आवाजानं कनकाई दचकली. तिनं वाड्याच्या दाराकडे पाहिलं. दारात एक साधू उभा होता. चांगला उंचापुरा, सावळ्या वर्णाचा. त्याची लांब दाढी पोटावर रुळत होती. केसांच्या जटा एकत्र करून त्यानं मस्तकावर बांधल्या होत्या. त्याभोवती रुद्राक्षांची माळ गुंडाळली होती. भव्य कपाळ, धारदार नाक आणि अत्यंत तेजस्वी पण वात्सल्याची उधळण करणारे विशाल नेत्र. भगवी कफनी घातलेला तो साधू बघून कनकाई आनंदली. देवभोळी, धार्मिक विचारांची, साधू-संन्याशांबद्दल आदर बाळगणारी, त्यांचे आशीर्वाद मागणारी कनकाई सकाळी सकाळी दाराशी साधू आलेला बघून आनंदून गेली. रांगोळी काढायची तशीच ठेवून डोईवरचा पदर सावरत ती उठली. ''थांबावं महाराज'', असं त्याला सांगून ती लगबगा घरात गेली. थेट कोठीची खोली गाठून तिनं सूप घेतलं. कणगी उघडून त्यातले जोंधळे चांगले सूप भरून घेतले. मग ती चुलीजवळ गेली. चुलीवर दूध होतं. एक लोटकी घेऊन तिनं लोटकी भरून दूध घेतलं आणि ती बाहेर आली. तो साधू वाड्याच्या दाराशी उभाच होता. कनकाई पुढं झाली. डोईवरचा पदर सावरून तिनं साधूला ती लोटकी दिली. नम्रपणे त्यातलं दूध प्यायला सांगितलं. साधूनं ते लोटकीभर दूध एका दमात संपवलं. रिकामी लोटकी खाली पायरीवर ठेवली. नंतर त्यानं झोळी पसरली. कनकाईनं सूपभर जोंधळे त्याच्या झोळीत घातले. सूप बाजूला ठेवून तिनं त्या साधूला तशा अवघडल्या अवस्थेतही वाकून नमस्कार केला. साधूनं क्षणभर डोळे मिटले. ''अलख... अऽलऽख!'' त्यानं पुकारा केला आणि धीरगंभीर आवाजात बोलायला सुरुवात केली. ''माई, तू फार पुण्यवान आहेस. तुझ्या मागच्या सगळ्या पिढ्यांची पुण्याई घेऊन तुझ्या पोटी पुत्र जन्माला येणार आहे. भक्तीची ध्वजा खांद्यावर घेऊन तो या भरतखंडात संचार करेल. भक्तीची श्रीमंती त्याच्या नावानं पारखली जाईल. पांडुरंगाचा तो निस्सीम भक्त असेल. मराठी भाषा जाणणारा प्रत्येक जण त्याचा ऋणी राहील. तो शब्दप्रभू असेल. भक्तश्रेष्ठ असेल. प्रत्यक्ष पांडुरंगालाही त्याच्या ऋणात राहावंसं वाटेल, इतकं त्याचं नाव तो मोठं करेल. दिगंत कीर्ती मिळवेल- इतकी की हजार युगं लोटली तरी त्याची कीर्ती अबाधित राहील. भक्तीचा संसार करेल. दुनियेचा प्रपंच करेल. या नादात स्वतःच्या संसाराचा त्याला विसर पडेल. पण पत्नी चांगली मिळेल. ती संसारदक्ष असेल. ती याचा संसार करेल. माई, प्रत्यक्ष ईश्वराचा अंश मानवरूप घेऊन तुझ्या पोटी जन्माला येणार आहे. माझ्या

शब्दांवर विश्वास ठेव. कारण कदाचित त्याचं लोकोत्तर भक्तित्व आणि शब्दातीत कर्तृत्व पाहण्याचं भाग्य तुम्हा उभयतांना लाभणार नाही. लाभलं तर तुमच्यासारखे पुण्यवान तुम्हीच! हे भगवन्, आज तू या फकिरालाही धन्य केलंस. ईश्वर ज्याची साक्ष द्यायला येणार आहे, त्याची साक्ष त्याच्या जन्मापूर्वी देण्याचं भाग्य तू मला दिलंस. जय बाबा भोलेनाथ! अलख निरंजन. अलख निरंजन!'' पायांतल्या खडावा वाजवत साधू निघून गेला. पण कनकाई? कनकाई भान हरपून तशीच, तिथंच उभी राहिली होती. त्या साधूचा प्रत्येक शब्द तिच्या कानात रुंजी घालत होता. तिच्या पोटातल्या बाळाचं त्यानं सांगितलेलं भविष्य तिच्या मनावर गारूड करत होतं. त्या साधूच्या प्रत्येक शब्दागणिक तिच्या मनावर, शरीरावर रोमांच उभे राहत होते. आपण आपल्या बाळासाठी आशीर्वाद मागितला होता आणि आपल्या पदरात वरदान पडलं. आपण पाण्याचा जणू एक घोट मागितला आणि आपल्याला अमृत मिळालं. कनकाईच्या तनमनाचा कण न् कण आनंदानं मोहरून गेला. त्या आनंदाच्या भरात तो साधू कधी गेला, कुठं गेला याकडंही तिचं लक्ष नव्हतं. त्याच आनंदभरल्या अवस्थेत ती आत आली. सूप आणि लोटकी आपण दाराबाहेर पायरीवर विसरलो आहोत, याचंही तिला भान राहिलं नाही. 'रांगोळी काढायला गेलेली कनकाई अजून बाहेरच काय करते आहे, कुणाशी बोलते आहे?' असा विचार करत आबाजी बाहेर आले. आनंदानं मोहरलेल्या पण भान हरपलेल्या कनकाईला आबाजी दिसलेच नाहीत. आबांनीच तिला हटकलं, तरीही कनकाईचं लक्ष नव्हतं. शेवटी खांद्यावर बसवलेल्या सावजीला आबांनी तिच्या पायाशी उतरवलं. सावजी तिच्या लुगड्याचा आधार घेऊन उभा राहिला आणि त्यानं तिच्या कमरेला मिठी मारली. मग मात्र कनकाई भानावर आली. समोर आबाजींना बघून तिनं पदर सावरला. आपल्याला काय झालं होतं हे जरी तिला कळलं नाही, तरी काहीतरी झालं होतं, हे तिला समजलं. ती काहीशी लाजली. संकोचली. तोच आबाजींनी विचारलं, ''सावजीच्या आई, तुम्ही बाहेर इतका वेळ काय करत होता? कोण गुरवीण आली होती का?'' आबाजींच्या या प्रश्नानं मात्र कनकाईला पुरतं भान आलं. आता जे घडलं ते सगळं आबाजींना सांगायचं, या विचारानंच ती उत्तेजित झाली. तिचा चेहरा लाल झाला. काळजात धडधडायला लागलं. ऊर धपापायला लागला. तोंडातून शब्द फुटेना. पण तरीही घडलेला प्रसंग आबाजींना कधी सांगतो, असं तिला झालं आणि तिनं घडलेला सगळा प्रसंग आबाजींना इत्थंभूत सांगितला. ती सांगत असलेलं ऐकत असताना आबाजींच्या तनमनावर रोमांच उभे राहिले. कनकाईची सांगण्याची हातोटी अशी होती की, तो सगळा प्रसंग जसाच्या तसा आबाजींच्या डोळ्यांसमोर उभा राहिला. सगळं सांगून झाल्यावर मात्र कनकाई गप्प बसली. आपला हात धडधडणाऱ्या छातीवर ठेवून तिनं मोकळा श्वास घेतला. आबाजींच्या डोळ्यांतून मात्र अश्रू

वाहायला लागले. ते तसेच धावत चबुतऱ्याजवळ गेले. तिथं असलेल्या विठ्ठलमूर्तीच्या पायांवर त्यांनी आपलं मस्तक टेकवलं आणि ते गदगदून रडायला लागले. रडतारडताही ते विठूरायाशी बोलत होते. "विठ्ठला, पांडुरंगा, दिलीस; माझ्या इतक्या वर्षांच्या भक्तीची साक्ष दिलीस. माझ्यातल्या वारकऱ्याला यापेक्षा आणखी वेगळं काय हवं असणार आहे? मी धन्य आहे पांडुरंगा, मी धन्य आहे!" त्यानंतर कितीतरी वेळ आबाजी त्या चबुतऱ्यासमोर बसून राहिले होते. कनकाईला मात्र मनात असूनही असं बसायला सवड नव्हती. तिला भरपूर कामं होती. रोजच्या सवयीनं कनकाईचे हात भराभर कामं उपसत होते. पण आज त्या कामांत तिचं लक्ष नव्हतं. राहूनराहून तिच्या डोळ्यांसमोर विठ्ठलाची ती सावळी मूर्ती उभी राहत होती आणि मधेच तो साधू! आपले डोळे सतत पाण्यानं का भरताहेत आणि आपल्या गालांवरून सारखे अश्रू का ओघळत आहेत, या प्रश्नाचं उत्तर मात्र तिला मिळत नव्हतं.

तो दिवस, तो साधू, तो प्रसंग तिला आताही जसाच्या तसा आठवला. त्या दिवसापासून, नव्हे, त्या क्षणापासून आपण बाळाच्या जन्माची प्रतीक्षा करत होतो. अगदी डोळ्यांत प्राण आणून प्रतीक्षा करत होतो आणि तुकारामाचा जन्म झाला. त्याचा सावळा वर्ण, मोठेमोठे काळेभोर डोळे, शांत-प्रसन्न चेहरा, भुरं जावळ आपण बघितलं आणि आपण अगदी हरखून गेलो. त्यातच तुकाराम कमालीचा शांत. कधी म्हणून रडायचा नाही. कुणीही त्याला उचलून घ्यावं, आळीतनं फिरवून आणावं. सगळ्यांकडे जायचा, बघून हसायचा. त्यामुळं आळीत तो सगळ्यांचा लाडका. रांगायला लागला. पावलं टाकायला लागला. चालायला लागला. मग मात्र त्याला अंगण पुरेना. आबाजींचा– बोल्होबांचा देहू गावात चांगला चौसोपी वाडा होता. या आळीत मुख्य दार, तर मागच्या आळीत परसदार. चांगलं ऐसपैस प्रशस्त अंगण, मुख्य दाराच्या एका बाजूला तुळशीवृंदावन तर दुसऱ्या बाजूला एका चबुतऱ्यावर विठ्ठल-रखुमाईची मूर्ती. मूर्तीवर संरक्षित छत्र. बाकी सगळं अंगण रिकामं. पुढचं अंगण खास कामासाठीच असं रिकामं राखलेलं. गल्लीत कुणाचं लग्नकार्य, डोहाळेजेवण, बारसं- सारं काही या अंगणात व्हायचं. ज्याचं घर लहान असेल, त्याच्या घरातलं कार्य आबाजींच्या वाड्याच्या अंगणात. शिवाय आषाढी-कार्तिकीला वारकऱ्यांचे जथेच्या जथे यायचे. आबाजींच्या अंगणात मुक्कामाला राहायचे. भजन-कीर्तन करायचे. दोन दिवसांनी मुक्काम संपला की, निघून पुढच्या वाटेला जायचे. वाड्याच्या मागच्या बाजूला मोठी विहीर होती. अक्षय पात्रासारखं तिचं पाणी कधी आटायचं नाही. गावकरी म्हणायचे, ही बोल्होबांची पुण्याई आहे. तिथंच परसदारी गुरांचा गोठा होता. एक खिलारी बैलजोडी, दोन दुभत्या म्हशी, २ पाड्या, १ रेडकू आणि दोन गायी असं समृद्ध पशुधन त्यात सुखेनैव नांदत होतं. तिथंच गोठ्याच्या शेजारी एक खोली बांधलेली होती. तिथं रायबा आणि त्याची बायको राजाक्का अशी दोघं राहत होती.

राजाक्का घरातल्या कामकाजाचं बघत असे तर रायबा गुरढोरं, शेती यांकडे बघत असे. रायबा आबाजींचा अगदी उजवा हात होता. शेतीच्या कामावरच्या देखरेखीचं काम त्याच्यावर सोपवून आबाजी समाजकारण करत असत. आबाजी पाच पंचांपैकी एक होते. देहूगावात त्यांना मोठा मान होता. धार्मिक वृत्तीचे, प्रेमळ, वारकरी असलेले, दुसऱ्याच्या मदतीला जाण्यात सदैव तत्पर असलेले आबाजी शिस्तीचेही तेवढेच भोक्ते होते. कुणी वावगं वागलेलं, वावगं बोललेलं त्यांना अजिबात खपायचं नाही. तसं दृष्टिक्षेपात आलं, तर पंचमंडळींना एकत्र बोलावून त्या अपराध्याचा तत्काळ न्यायनिवाडा ते करून घेत. प्रमुख पंचही त्यांचा मान राखत. त्यामुळं प्रेमळ असलेल्या आबाजींचा धाकही तसाच वाटत असे. आबाजींची गावात दोन दुकानं होती. एकात सगळा धान्यबाजार मिळत असे आणि दुसऱ्यात भाजीपाला, फळं, सुपाऱ्या, कात, चुना इ. सामान मिळत असे. आबाजींचा व्यवहार चोख; माल सगळा स्वच्छ आणि उत्तम दर्जाचा. गिऱ्हाइकाची कुठलीच आणि कसलीच फसवणूक नाही. गिऱ्हाइकाशी बोलणं गोड, आपलेपणाचं. कुणाकडं पैसे नसले तरी खळखळ नाही, तोंड वाजवणं नाही की अद्वातद्वा बोलणं नाही. गरीबगुरीब, निराधार बायाबापड्यांना माल देताना कणभर माप चढंच पडायचं. या दोन दुकानांशिवाय आबाजी सावकारी करत. महाजनकी करत. पण त्यातही व्याज घेताना, सोनं ठेवून घेताना कुठंही लांडीलबाडी, चोरी नसायची. उधारी वसूल करतानाही ऋणकोच्या घरची परिस्थिती बघूनच वसुली व्हायची. म्हणूनच गावाला जसा आबाजींचा दरारा वाटायचा, तसाच आधारही. वाड्यात तर सतत वर्दळ असायची. वारकरी, साधू, बैरागी, वाटसरू, पांथस्थ, रस्ता चुकलेले, आधार नसलेले असे अनेक जण वाड्यात आश्रयाला यायचे. त्यांना ठेवून घेऊन त्यांची विचारपूस करून, त्यांना लागेल ती मदत योग्य त्या प्रकारे करून आबाजी त्यांना मार्गाला लावायचे. या सगळ्यात पत्नी म्हणून, सहधर्मचारिणी म्हणून कनकाईची त्यांना साथ असायची. धार्मिक वृत्तीची, भोळीभाबडी कनकाई अतिशय प्रेमळ होती. श्रद्धाळू होती. गावातल्या बायाबापड्यांना तिचा आधार वाटायचा. बोल्होबा-कनकाईला लग्नानंतर बरीच वर्षं पोर-बाळ झालं नाही, तर अवघं गाव जणू हळहळत होतं. मोठ्या नवससायासानं सावजी झाला. नंतर तुकाराम आणि धाकटा तो कान्होबा. पण तुकारामाच्या जन्माच्या वेळी घडलेली घटना कनकाई-बोल्होबांना मोठी सुखावणारी, त्यांच्या आयुष्याचं सार्थक झालंय असं वाटायला लावणारी होती. म्हणूनच की काय, तिन्ही मुलांत तुकाराम त्यांचा अधिक लाडका होता. अर्थात तुकाराम होताच तसा लाघवी, सरळ मनाचा. आपल्या गोड बोलण्यानं आणि समंजस वागण्यानं कुणालाही चट्‌कन आपलंसं करणारा. बोल्होबा- त्यांना सगळे जण आबाजी म्हणत. आणि कनकाईच्या अशा संस्कारशील वागण्या-बोलण्याचं निरीक्षण करत, अनुकरण करत तुकाराम हळूहळू मोठा होत होता.

सावजीच्या अशा वागण्यापाठीमागची कारणमीमांसा आबाजींनी कनकाईला सांगितली आणि तिला ती एकदम पटलीदेखील. घडलंच तसं होतं. सावजीही तसाच वागत होता. तुकाराम मात्र आपल्या लाघवी वागण्यानं सगळ्यांचा लाडका होत होता. कान्होजी अजून लहानच होता. असेच दिवस पुढं सरकत होते. बोल्होबा-कनकाईचं सगळं लक्ष तुकारामांवर केंद्रित झालं होतं. तुकारामाला वाढवताना त्या. दोघांनी अगदी काळजीपूर्वक वाढवण्याचं ठरवलं होतं. आणि त्याचा नतीजा लवकरच त्यांच्यासमोर आला आणि ते सगळं ऐकल्यावर त्यांना आपल्या या लाडक्या लेकाचा आणि आपल्या संस्कारांचा सार्थ अभिमान वाटला. झालं होतं असं....

कार्तिकी एकादशीचे दिवस होते. शेतातलं धान्य खळ्यात मळणी करून कणग्यांतनं येऊन पडलं होतं. उधारी बऱ्यापैकी वसूल झाली होती. दिवाळीची सुगी समृद्धी घेऊन आली होती. सावजी १२/१४ वर्षांचा आणि तुकाराम ९/१० वर्षांचा झाला होता. कान्होजी तेवढा लहान होता- ६/७ वर्षांचा. बरेच दिवस योजून ठेवलेलं पंढरपूरला जाण्याचं आता नक्की करावं, असं आबाजींनी ठरवलं. सावजी फारसा उपयोगाचा नसला, तरी तुकाराम जाणता झाला होता. लहानसहान व्यवहार अगदी चोख आणि नेटक्या हिशोबानं तो करू लागला होता. आता काही वेळ तो दुकानातही बसत असे. दुकान सांभाळीत असे. दुकानात येणाऱ्या गिऱ्हाइकाशी त्याचं बोलणंही गोड, मृदू आणि आदराचं असायचं. अलीकडं कधीकधी आबाजी वसुलीला गेले की, ते परतून येईपर्यंत तुकारामच मग दुकान सांभाळायचा. तो दुकान चांगलं सांभाळतोय याची आता आबाजींना खात्री वाटायला लागली. म्हणूनच त्यांनी या कार्तिकी एकदशीला पंढरीची वारी करायचं योजलं. त्याप्रमाणं त्यांनी हा बेत तुकारामाला सांगितला. त्यानं मात्र आनंदानं संमती दिली. एवढंच नव्हे तर "तुम्ही निवांत जाऊन या. मी इकडचं सगळं व्यवस्थित सांभाळीन. तुम्ही जराही चिंता करू नका," असं मोठ्या उत्साहानं सांगितलं. ते ऐकून आबाजींनाही बरं वाटलं. कान्होजीला तर ते बरोबर घेऊनच जाणार होते. आबाजींनी हे सगळं जेव्हा कनकाईला सांगितलं, तेव्हा तिलाही खूप आनंद झाला. आनंद दोन गोष्टींचा होता. एक म्हणजे बऱ्याच वर्षांची पंढरपूरला जायची, म्हणजे दोघांनी जायची इच्छा आता पूर्ण होणार होती आणि दुसरं म्हणजे तुकाराम कर्तासवरता होऊ लागल्याची चिन्हं दिसायला लागली होती. ती मोठ्या उत्साहानं पंढरपूरला जाण्याच्या तयारीला लागली. कनकाई-बोल्होबा कान्होजीला घेऊन पंढरपूरला रवाना झाले. ते जाऊन २ दिवस झाले असतील. सगळं नीट चाललं होतं. राजाक्का सगळं घरचं, दारचं काम बघत होती. सावजीला आणि तुकारामाला गरम भाकरी-भाजी करून जेवायला वाढत होती. सकाळी न्याहरी करून तुकाराम दुकान उघडत असे. सावजी मात्र काही न

करता नुसता बसून तरी राही किंवा भटकून तरी येई. दोन दिवस असेच सुखेनैव गेले. तिसऱ्या दिवशी सकाळी मात्र गडबड झाली. तिसऱ्या दिवशी उजाडता उजाडता कृष्णा गुरव आबाजींच्या वाड्याच्या दाराशी आला. राजाक्का वाड्यासमोर पाणी मारत होती. कृष्णा पळतच आला. वाड्याचा दिंडी दरवाजा उघडलेला बघताच त्याला हायसं झालं. तो राजाक्काच्या हाका मारण्याकडं दुर्लक्ष करून सरळ आत आला. अंगणात त्यानं बैठक मारलीन् आणि 'आबाऽजी, आऽबाऽजी!'' असं ओरडत तो कपाळ बडवून घ्यायला लागला. कोणालाच कळेना की काय झालं. राजाक्कानं हातातलं घंगाळं तिथंच ठेवलं आणि ती पळत घरात गेली. तुकाराम अंघोळ करून नुकताच बाहेर आला होता. तोच राजाक्का ''दादाऽ दादा'' अशा हाका मारत आत गेली. तुकारामही दचकला. ''काय झालं राजाक्का? अशी ओरडत का आलीस?'' त्यानं विचारलं. ''दादा, लवकर भाईर चला. भाईर कृष्णा गुरव आलाय. आरडत-ओरडतच आलाय. कपाळ बडवून घेत अंगणात बसलाय. चलाऽ, चला लगोलग!'' राजाक्कानं घाईघाईनं सांगितलं. ''आलो चल!'' म्हणत तुकारामानं अंगात बंडी अडकवली आणि तोही घाईघाईनं बाहेर आला. गुरव अजून कपाळ बडवतच बसला होता. तुकाराम त्याच्या जवळ गेला. त्याच्या खांद्यांना धरून त्यानं विचारलं, ''कृष्णादादा, काय झालं? तुम्ही असे रडताय का? घरात काही विपरीत घडलंय का? तुमच्या घरी सगळं क्षेमकुशल आहे ना?'' तुकारामाचा जो प्रश्न ऐकून कृष्णानं 'नाही नाही' अशी मान हलवली आणि तो अजूनच मोठमोठ्यानं ओरडून रडायला लागला. इतका की वाड्याच्या दारात माणसं जमली. जो तो 'काय झालं, काय झालं,' विचारायला लागला. आतातर गुरवाला चांगलाच जोर चढला. शेवटी बाळाजी पाटील ओरडून म्हणाले, ''अरे शिंदळ्या, बोल की कायतरी? का निसताच आरडाओरडा करत बसणार हाईस?'' त्यांची ही मात्रा चांगलीच लागू पडली. गुरवानं आपला आरडाओरडा आवरता घेतला आणि हात जोडून म्हणाला, ''माय बाप, लई इपरीत घडलंया. गावावर कायतरी संकट येनार हाय! काय तरी मोठं संकट!'' गुरवानं भविष्यवाणी सांगण्याच्या आवेशात सांगितलं. पाटील पुन्हा चिडले, ''हाय का आता! अरं मर्दा, कोडी कसली घालतोस? आणि भविष्य काय सांगत बसलायस, काय घडलंय ते बोल की घडाघडा! हितं समद्यांचा जीव टांगणीला लागलाय. बोल घडाघडा!'' आता मात्र गुरव खरंच घडाघडा बोलला– ''पाटीलबाबा, तुकादादा, लई वंगाळ झालंया! इट्टलाच्या मंदिरात चोरी झालीया. व्हय, व्हय! इट्टलाच्या मंदिरात चोरी झालीया.'' एवढं सांगून गुरव पुन्हा कपाळ बडवून घ्यायला लागला. सगळ्यांनाच नवल वाटलं. आजपर्यंत गावात लहानमोठ्या चोऱ्या होत असत. कोतवालाकडे तक्रार केली की, चोर पकडलाही जायचा. पण आज प्रत्यक्ष मंदिरात चोरी? विठ्ठलमंदिरात चोरी? कुणी केली असेल? कोण हा एवढा निगरगट्ट? कुणाचं काळीज एवढं

राक्षसासारखं की, प्रत्यक्ष देवाच्या देवळात चोरी करावी! कुणालाच काहीच सुचेना. बरं, कोतवालाकडे तक्रार करावी, तर कोतवाल गडावर गेलेला. शिवाय हे विठ्ठलमंदिर आबाजींच्या म्हणजे बोल्होबांच्या खासगी मालकीचं. बोल्होबांच्या घरात पूर्वापार पंढरीची वारी चालत आलेली. बोल्होबांचे खापर खापर पणजोबा नित्यनेमानं वारी करीत असत. त्यांनी ज्ञानोबामाउलींनाही बघितल्याचं सांगतात. ते वृद्ध झाल्यावर थकले. पाय चालेनात. शरीर साथ देईना. आषाढात पंढरीची वारी केल्याशिवाय चातुर्मास सुरू करायचा नाही आणि कार्तिकी वारीला जाऊन आल्याशिवाय चातुर्मास संपवायचा नाही, ही त्यांची श्रद्धा; पण त्या वर्षी त्यांना चालणं अशक्य झालं. पांडुरंगाच्या दर्शनाची तळमळ लागली. ते त्याला शरण गेले. 'एकतर दर्शन दे किंवा मला ने', हा एकच धोशा लावला. जेवणखाण सोडलं. त्या वेळी प्रत्यक्ष पांडुरंगानं स्वप्नात येऊन सांगितलं म्हणे की, 'मी येतो तुझ्या घरी' आणि शेतात नांगरताना विठ्ठल-रखुमाईच्या सुबक मूर्ती सापडल्या. वाड्याच्या बाहेर एका बाजूची जागा मोकळी करून तिथं लहानसं मंदिर बांधलं आणि त्यात त्या मूर्तींची प्राणप्रतिष्ठा केली. ते हे मंदिर आणि त्याच या मूर्ती. हे मंदिर पिढीजात वारशानं बोल्होबांकडे आलं. परंपरेचे पाईक असलेले बोल्होबा म्हणजे आबाजीही विठ्ठलभक्त होते. विठ्ठलावर त्यांची श्रद्धा होती. या मंदिराबाबत आपुलकी होती. जिव्हाळा होता. या मूर्तीबाबत प्रेम होतं, निष्ठा होती. ज्या वर्षी पाऊसपाणी चांगलं होऊन अपेक्षेपेक्षा जास्त धान्य येईल, त्या वर्षी मूर्तीला एखादा अलंकार करायचा. मंदिरात थोडी सुधारणा करायची, असा परिपाठ आबाजींचा होता आणि आज त्याच मंदिरात चोरी झाली होती. कृष्णा गुरवाला आबाजींनी मंदिराच्या देखभालीसाठी, पूजाअर्चेसाठी नेमला होता. कृष्णा गुरव इमानी होता. प्रामाणिक, पापभीरू होता. ज्ञानदेव, नामदेवाची भजने तो रसाळ आवाजात गात असे. त्याची विठ्ठलावर श्रद्धा होती. कृष्णा गुरव रोज पहाटे काकडआरतीला मंदिरात यायचा. मंदिर संपूर्ण बंदिस्त नव्हते. एक लहानसा गाभारा आणि त्यापुढे लहानसा- १० माणसं बसू शकतील एवढा सभामंडप. त्या सभामंडपाला कौलारू छत होतं; पण भिंती नव्हत्या. गाभाऱ्यात एका चबुतऱ्यावर विठ्ठल-रखुमाईच्या मूर्ती होत्या. त्या मूर्तीसमोरचा लामण दिवा कायम तेवता राहील, अशी आबाजींनी व्यवस्था केली होती. गर्भागाराच्या दाराशीच एक दानपेटी होती. ती दानपेटी ओलांडून आत जाण्याची मुभा फक्त कृष्णा गुरवाला होती. बाकीच्यांनी बाहेरून दर्शन घ्यायचं होतं. अगदी आबाजींच्या घरातील माणसंसुद्धा ती दानपेटी ओलांडून आत जात नसत. बाहेरूनच दर्शन घेत असत. कृष्णा गुरव मात्र पहाटे उठून शुचिर्भूत होऊन काकडआरती करायचा. मग देवाच्या मूर्तीला पाण्यानं आंघोळ घालून पूजा करायचा. त्यासाठी पाणी आबाजींच्या वाड्यातल्या परसदाराच्या विहिरीतून आणायचा. मग पूजा बांधून झाल्यावर पुन्हा आरती व्हायची. या आरतीला गावातले लोक जमायचे.

मग दानपेटीत कुणी पैसा, अर्धा पैसा टाकत असत, तर कुणी शेतातलं काहीबाही आणून देवाच्या पायाशी ठेवी. त्यातला काही भाग कृष्णा आबाजींच्या घरात नेऊन देत असे व उरलेला भाग आपल्या घरी नेत असे. ती दानपेटी दर एकादशीला उघडली जायची. नाही म्हटलं तरी महिनाभरात त्या दानपेटीत पसाभर पैसे तरी जमत असत. ती दानपेटी पंचमंडळींच्या समक्ष उघडली जायची. त्या पेटीचे झाकण उघडण्यासाठी एक बारीकशी अटकळ होती. त्या अटकळीत सरकणारी मागेपुढे होणारी एक बारीकशी लाकडाची चीप होती. ती चीप मागे सरकवण्यासाठी त्या झाकणाला एका कोपऱ्यात एक लहानसे छिद्र होते. त्या छिद्रात काडी घालून ती चीप थोडीशी मागे सरकवावी लागे आणि त्यानंतर ती अटकळ खट्‌कन उघडत असे. ती अटकळ उघडल्यानंतर मगच त्या दानपेटीचं ते झाकण किंचित सरकत असे. ते सरकल्यानंतर त्या झाकणाचा कडी-कोयंडा निघत असे. त्यामुळे ती दानपेटी तशी सुरक्षित होती. पेटी उघडण्याची ही अटकळ गावात फक्त आबाजींना माहीत होती. कारण ते मंदिरही त्यांचं खासगी होतं आणि मंदिरातली दानपेटीही त्यांची खासगी होती. त्यामुळंच गावातली सगळे जण त्या दानपेटीबाबत निश्चिंत होते. पण तो निश्चिंतपणा फोल ठरला होता. त्या दानपेटीत साठलेली रक्कम चोरीला गेली होती. दानपेटी तिथंच होती. तिचं झाकणही तसंच शाबूत होतं; पण कृष्णा गुरव पहाटे काकड्याला मंदिरात आला तेव्हा त्यानं पाहिलं, दानपेटीचं झाकण उघडलेलं होतं. तसंच उघडं ठेवलेलं होतं. ते बघून तो भ्यायला आणि आरडाओरडा करत, गहिवर घालत त्यानं आबाजींचं घर गाठलं.

कृष्णानं घडलेलं सगळं सांगितलं आणि सगळेच चक्रावले. कुणालाच काय बोलावं कळेना. बाळा पाटील, रावजी पाटील, संभाजी मोरे आदी पंचमंडळींनाही काय बोलावं सुचेना. तोच तात्या कुलकर्णी धावत आले. पंचानं घाम पुसत म्हणाले, "रावजी, मी ऐकलं ते खरं काय? विठ्ठलमंदिरात चोरी झाली म्हणे! मग हा शिंच्या कृष्णा रात्रीचा काय भांग पिऊन झोपला होता की काय! चोर येतो काय, दानपेटीचं झाकण उघडतो काय आणि आतली रक्कम घेऊन जातो काय? तुकारामा, अरे आबाजी कुठं आहेत?" तात्यांनी आल्याआल्या प्रश्नांचा भडिमार करायला सुरुवात केली. त्यांच्या शेवटल्या प्रश्नाला अनुसरून तुकारामानं बोलायला सुरुवात केली. "तात्या, आबा आणि आई पंढरपूरला गेले आहेत आणि काल रात्री हा कृष्णा देवळात नव्हता. त्याच्या मेव्हण्याकडे गेला होता. तो भल्या पहाटे काकड्याच्या आधी आला आहे. त्यामुळंच चोराचं फावलं!" तुकारामानं अंदाज सांगितला. सगळ्यांनाच तो पटला. पण तरीही चोरी कुणी केली, हा प्रश्न अनुत्तरितच राहिला होता. आपापसांत बोलत, चर्चा करत मंडळी आपापल्या घरी गेली. पण 'या चोरीचा आणि चोराचा छडा आपण लावायचाच आणि तोही आबाजी आणि आई परतून

येण्याच्या आत', असा तुकारामानं मनोमन निश्चय केला. त्यानं पाहिलं, कृष्णा गुरव अंगणात तसाच उभा होता. "कृष्णादादा, रोजची पूजा-अर्चा, आरती यांत खंड पाडू नका. चोरीचं आणि चोराचं काय करायचं, ते मी बघतो!" तुकारामानं कृष्णाला सांगितलं तसा मूकपणे मान डोलावत कृष्णा निघाला. 'आपण मेव्हण्याला भेटायला गेलो म्हणून मंदिरात रोजच्याप्रमाणं झोपू शकलो नाही आणि म्हणून ही चोरी झाली', असा अपराधी भाव चेहऱ्यावर घेऊनच कृष्णा गुरव तिथून बाहेर पडला. तुकाराम मात्र अंगणात कितीतरी वेळ विचार करत उभा होता. एकटाच!

३

तुकारामानं मनाशी निश्चय केला आणि जसजसा तो चोरीप्रकरणाचा विचार करायला लागला, तसतसं त्याच्या मनात त्या प्रश्नाची उकल व्हायला लागली. सकाळ संपत आली. वाड्यात कामाची लगबग सुरू होती. तोच तुकारामाला रायबा आणि राजाक्का दोघांचं भांडण ऐकायला आलं. दोघंही जोरजोरात भांडत होती. शेवटी ते भांडण तुकारामापर्यंत आलंच. "तुकादा, मला एकडाव सांगा, आपल्याला ज्यात काय समजत न्हायी, त्यात ध्यान द्यावं कशाला म्हणतो मी? जे काम आपलं न्हायी, आपल्याला जमणार न्हायी, ते करू ने! व्हय का न्हायी? हात पोचत न्हायी तर उंटाच्या गळ्यात माळ घालावीच कशापायी?" रायबा तावातावानं आपली बाजू मांडत होता. तुकाराम त्यावर काही बोलणार, तोच राजाक्का मान वेळावत फणकाऱ्यानं म्हणाली, "व्हय तर! हा लयी इद्वान लागून राह्यला! जसं काय याला येकट्यालाच समजतंय! बाकीची समदी बिनडोक्याची हायत हितं! हा एकटाच शाना!" राजाक्कानंही रायबाला सुनावलं. आता यावर पुन्हा रायबा कायतरी बोलणार, तोच तुकारामानं हस्तक्षेप केला. "अरे, भांडताय काय असे? जरा शांत राहा बघू दोघं! काय झालं ते नीट सांगा, न भांडता! न ओरडता!" तुकारामानं अशी ताकीद दिल्यावर दोघं काही क्षण गप्प बसली. मग रायबा म्हणाला, "तुकादा, मी सांगतो. अवो, मी गुरांना पानी दाखवत हुतो. तवर ही आली. मी गोठ्यात एका बाजूला चाऱ्याच्या पेंड्या बांधून बैजवार लावून रचून ठिवल्या व्हत्या. ही आली. तिथला चारा गोळा करून त्याच्या काय दोन/पाच पेंड्या बांधल्या आणि त्या मी नीट रचून ठेवलेल्या ढिगावर अशा टाकल्या की, त्या पेंड्या तर तिथं राह्यल्याच न्हाईत; पर आणखी १५/२० पेंड्या बरोबर घेऊन खाली आल्या. बरं, मी सांगतोय हं, का तू पेंड्या रचू नको. मी रचतोया. पर न्हायी. आपल्याला समदं जमतंय ह्यो हिचा त्येगार त्या गवताच्या पेंड्यांनी उतरवला!" असं सांगत रायबा फिदीफिदी हसायला लागला. राजाक्काला आणखीच राग आला. रागारागात रायबाला वेडावून दाखवत, त्याच्या नावानं बोटं मोडून दाखवत ती फणकाऱ्यानं आत गेली. तिचा फणकारा बघून तुकारामाच्या

चेहऱ्यावरही हास्य उमटलं. रायबा पुढं म्हणाला, "तुकादा, आता तूच सांग सुताराचं काम लव्हाराला जमंल का? आणि लव्हाराचं काम सुताराला जमंल का? सुतारानं मारल्याली पाचर सुतारालाच काढता यील! लव्हाराला न्हायी आणि लव्हाराच्या घणाचा घाव एक तोच मारू जाणे; ते काम सुताराला जमणार न्हायी! आली मोठी पेंड्या रचायला. शेणी लाव आणि भाकरी कर म्हणावं!" थोडंसं रागानं, थोडंसं टोमण्यानं, थोडंसं प्रेमानं असं बोलून रायबा पुन्हा आपल्या कामाला गेला. पण त्याच्या बोलण्यानं तुकारामाचं विचारचक्र मात्र चालू झालं. 'सुताराची पाचर सुतारच काढू जाणे!' रायबाच्या या वाक्यानं तुकारामाला मनातल्या प्रश्नांची उत्तरं मिळायला लागली. एकेक कोडं उलगडायला लागलं आणि अत्यंत अचूक रीतीनं ९-१० वर्षांच्या तुकारामानं मंदिरातल्या चोरीबाबत तर्कशुद्ध विचारसाखळी गुंफायला सुरुवात केली. 'कृष्णा गुरव त्या रात्री मंदिरात झोपणार नव्हता, शेजारच्या गावी राहणाऱ्या आजारी मेव्हण्याला बघायला जाणार होता, हे त्या चोराला माहीत असलं पाहिजे. दुसरं असं की, मंदिरातल्या दानपेटीला कुलूप नसतं, हेही त्या चोराला माहीत असलं पाहिजे आणि सर्वांत महत्त्वाचं म्हणजे त्या दानपेटीचं झाकण उघडण्यासाठी अटकळ आहे, हे त्या चोराला माहीत असलं पाहिजे आणि त्याहूनही महत्त्वाचं म्हणजे ती अटकळ कशी सरकवायची, याचं ज्ञान त्या चोराला असलं पाहिजे. ती अटकळ उघडण्यासाठी काडी घालून ती चीप सरकवावी लागते, हे त्या चोराला माहीत असलं पाहिजे. बरं, ती दानपेटी आबाजी आणि दोन पंच यांच्याशिवाय तिसऱ्या व्यक्तीसमोर उघडली गेली नाही, जात नाही. शिवाय ती अटकळ कशी उघडायची, हे आबांशिवाय कुणालाच माहीत नाही. मग ती अटकळ कुणी उघडली असेल? त्या संबंधातलं ज्ञान कुणाला असणार?' तुकाराम विचार करत होता. विचार करताकरता स्वतःच प्रश्न निर्माण करत होता आणि त्यांची उत्तरंही स्वतःच देत होता. स्वतःच तर्क मांडत होता आणि त्या तर्कांचा उलगडा करत होता. विचार करताकरता त्याला एक प्रश्न सुचला. 'ती अटकळ उघडण्याची पद्धत आबांशिवाय कुणालाच माहीत नव्हती; मग असा कोण आहे जो ती अटकळ उघडू शकेल? आता हा प्रश्न वारंवार तुकारामाच्या मनात रुंजी घालू लागला आणि विचार करता करताच अचानक त्याला रायबाचं बोलणं आठवलं. रायबा म्हणाला होता, "सुतारानं मारलेली पाचर लव्हाराला काढता यील का?" रायबाचं ते वाक्य आठवलं आणि तुकारामाच्या डोक्यात लख्ख प्रकाश पडला. 'सुतार...सुतारच! नक्कीच सुतार! ती चीप सरकवून अटकळ उघडण्याचं तंत्र फक्त सुतारालाच माहीत असणार. कोणीतरी सुतारच हे काम करू शकणार होता.' तुकारामाचे डोळे आनंदानं चमकले. बहुतेक सगळ्या प्रश्नांची उत्तरं मिळाली होती; फक्त एक प्रश्न उरला होता; तो म्हणजे 'हा सुतार कोण?' गावात सुताराची घरं बरीच होती. पण ती बहुतेक सगळी सुतारआळीला

होती. एकाच सुताराचं घर त्या आळीच्या बाहेर तुकारामाच्या घरापलीकडं चार घरं टाकून होतं. बाळा सुतार त्याचं नाव. बाळाचं भावकीशी भांडण होतं. बाळा स्वतः स्वभावानं भांडखोर होताच; शिवाय त्याला दारू प्यायची वाईट सवय होती. पण तरीही बाळा सुतारकामात तरबेज होता. दरवाजांच्या कमानी, सज्जा कोठीच्या भिंतीवर लावलेली कलाकुसर, लाकडातलं कोरीव काम करण्यात बाळाचा हात धरणारा पंचक्रोशीत कुणी नव्हता. पण बाळा जेवढा कामात तरबेज होता, तेवढाच तो लहरी होता. मनात असेल तर तो काम करे. नसेल तर तो दिवसचे दिवस दारू पीत राही. गल्लीशी भांडण करी, बायको-मुलांना मारहाण करी. तुकाराम जसजसा विचार करू लागला, तसतसा बाळा सुतारावरचा त्याचा संशय पक्का व्हायला लागला. पण त्याला विचारण्यात अर्थ नव्हता. विचारायला गेलं असतं, तर तो अंगावर आला असता. गावकऱ्यांना सांगितलं असतं, तर त्यानं चोरी नाकबूल केली असती आणि शिवाय कांगावा केला असता. त्यात बोल्होबा- म्हणजे आबाजी गावात नव्हते. त्यात तुकारामाचं वय पडलं लहान म्हणजे ९/१० वर्षांचं. या सगळ्या परिस्थितीचा विचार करता बाळानं स्वतःच चोरी कबूल करणं इष्ट होतं किंवा परिस्थिती अशी निर्माण करणं की, त्यानं चोरी केली हे सिद्ध झालं पाहिजे. पहिल्या पर्यायापेक्षा तुकारामाला दुसरा पर्याय जास्त संयुक्तिक वाटला आणि त्यानं त्या दृष्टीनं विचार करायला सुरुवात केली. त्या विचारातच तो दुकानात गेला.

थोडा वेळ गेला आणि दुकानात तुकारामाचे मित्र जमा झाले. गोपाळ, हरी, संताजी, दिनकर- सगळे तुकारामाचे मित्र. त्याच्याबरोबर खेळलेले, वाढलेले. तुकाराम दुकानात आला की, दुकानात येणारे. दुकानाच्या झाडलोटीत, सामान हलवाहलवीत, पोती उचलण्यात तुकारामाला मदत करणारे. बोल्होबा दुकान सांभाळायचे, तेव्हा मग तुकाराम आणि त्याचे सवंगडी यांचा खेळ रंगात यायचा. सूरपारंब्या, हमामा असे खेळ खेळून झाले की, सगळे जण शेतावर जमायचे. विहिरीवर दमछाक होईपर्यंत पोहायचे आणि मगच आपापल्या घरी जायचे. पण आता बोल्होबा पंढरीला गेलेले म्हणून दुकानाची संपूर्ण जबाबदारी कधी नव्हे ते तुकारामावर आली आणि तुकारामाचे मित्रही तुकारामाची ही जबाबदारी घेण्यात उत्साहानं सामील झाले. आधी दुकानाची झाडलोट झाली. मग राजाक्कानं येऊन सगळं दुकान पुसून घेतलं. मग सामानाची मांडामांड झाली. दुकानामध्ये असलेल्या पांडुरंगाच्या मूर्तीला उदबत्ती दाखवून झाली. तागडीची पूजा झाली आणि तोवर एकेक गिऱ्हाईक यायला सुरुवात झाली देखील. सुमारे तासभर ना तुकारामाच्या हाताला सवड होती ना तोंडाला. माध्यान्ह झाली. गिऱ्हाइकांचा जोर थोडा कमी झाला. तुकारामाला सवड मिळाली. गेले दोन दिवस तोच दुकानात येत होता. संध्याकाळी दुकान बंद करत असताना गेले दोन दिवस त्याच्या लक्षात येत होतं की,

बरणीतल्या लाल रंगाच्या साखरेच्या गोळ्या कमी होत होत्या. गिऱ्हाइकाकडं त्याचं लक्ष असायचं. त्यामुळे गिऱ्हाइकांपैकी कुणी बरणी उघडून त्यात हात घालून घेणं शक्य नव्हतं. त्यामुळं आपल्या मित्रमंडळींपैकीच कुणीतरी हा खट्याळपणा केला असणार, हे त्याच्या लक्षात आलं होतं. त्याचा तपास लावायचा होता. कारण असले लाड आबाजींना चालले नसते. आता दुकानाची वर्दळसुद्धा कमी झाली होती. तुकारामानं मित्रांना अचानक प्रश्न केला, "काय रे, या बरणीतल्या गोळ्या कुणी खाल्ल्या? गेल्या २/३ दिवसांत यातल्या गोळ्या कमी झालेल्या आहेत. माझी नजर चुकवून कुणी गिऱ्हाईक यात हात घालून गोळ्या खाणं शक्य नाही. तुमच्यापैकीच कुणीतरी खाल्ल्या आहेत. खरं सांगा बघू?" तुकारामानं अचानक प्रश्न केला. तेव्हा हरी, संताजी, दिनकर सगळ्यांनी नकारार्थी माना हलवल्या आणि 'नाय बाबा, आमी न्हाई खाल्ल्या!' असं ठामपणानं सांगितलं. गोपाळ मात्र काहीच बोलला नाही. तेव्हा तुकारामानं त्याला पुन्हा विचारलं, "गोपाळा तू खाल्ल्यास काय रे यातल्या गोळ्या?" गोपाळानं पण नकारार्थी मान हलवली आणि पटकन म्हणाला, "न्हाई बा! समदी जीभ या गोळ्यानं लाल तांबडी हुतीय; मग आयला वाटतंया म्या पानतंबाखू खाल्लंय. उगाच तिच्या शिव्या खायला लागतात. म्हणून मी न्हाईच खाल्ल्या आज या गोळ्या!" गोपाळानं प्रांजळपणानं सांगितलं आणि तुकारामाला हसू आलं. "आज खाल्ल्या न्हाईत. म्हणे काल-परवा खाल्ल्या होत्या. होय ना?" तुकारामानं खोचकपणे विचारलं. गोपाळ गांगरला. पटकन म्हणाला, "न्हाई बा! मी न्हाईच खाल्ल्या या गोळ्या कंदीबी. तुम्ही उगा माझ्यावर अदावत घेताय गा!" मग मात्र तुकारामाला हसू आवरलं नाही. तो हसतच म्हणाला, "गोपाळा, तू यातल्या गोळ्या कधीच खाल्ल्या नाहीस, तर मग या गोळ्या खाल्ल्यावर जीभ लाल होते, हे तुला कसं माहीत?" आपण पकडले गेलो हे गोपाळाच्या लक्षात आलं. तो खाली मान घालून हळूच म्हणाला, "व्हय. दोन दीस मीच खात होतो गोळ्या!" मग मात्र तुकारामानं हसू आवरलं. गोपाळाच्या खांद्यावर हात ठेवून तो म्हणाला, "गोपाळा, राग मानू नको. मी तुझ्यावर रागावलो नाहीय. पण आबाजींनी विचारलं तर मला काहीतरी उत्तर देता आलं पाहिजे, म्हणून मी तुला छेडत राहिलो!" गोपाळाही खुदकन हसला. संताजी व दिनकर या दोघांनी तुकारामाची पाठ थोपटली. संताजी म्हणाला, "गड्या तुका, तू लईच हुशार झालास रे! या गोपाळाची चोरी बरोबर पकडलीस!" दिनकरनंही त्याची पाठ थोपटली. सगळ्यांनी गोपाळाच्या पाठीत गुद्दे घातले आणि त्याचा चेहरा बघून सगळीच हसायला लागली. नंतर गोपाळाही त्यांच्या हसण्यात सामील झाला. तोच तुकारामाला आठवलं. म्हणाला, "गड्या हो, यापेक्षा एक महत्त्वाची चोरी आपल्याला पकडायची आहे. चोर कोण आहे याचा मला अंदाज आहे; पण आता गोपाळाची खोडी जशी साबित झाली तसंच ते साबित

केलं पाहिजे; नाहीतर फार मोठा कांगावा होईल. यासाठी मला तुमची सर्वांची मदत लागेल. नुसतीच मदत नव्हे, तर आपल्याला काहीतरी योजना बनवावी लागेल.'' असं बोलून तुकारामानं काल रात्रीची मंदिरातल्या चोरीची घटना सगळी विस्तारानं सांगितली. त्या चौघांच्या कानावर ही कुणकुण आलीच होती. पण आता तुकारामानं सगळं बैजवार सांगितल्यावर त्यांना ती घटना नीट कळली. त्यातच तुकारामानं आपला संशय बाळा सुतारावर असल्याचंही सांगितलं. एकंदर सगळे तर्क-वितर्क ऐकल्यावर या चौघांनाही तुकारामाचा बाळा सुतारावरचा संशय खरा असल्याचं वाटायला लागलं. पण तुकारामानं सांगितल्याप्रमाणे बाळा सुताराला थेट विचारण्यात अर्थ नव्हता. एकतर त्यानं चोरी केल्याचं नाकारलं असतं किंवा मोठा कांगावाही केला असता. त्यामुळं त्याला वेगळ्या पद्धतीनं पकडायला हवं होतं. अनवधानानं त्यानं चोरी कबूल करावी, असं काहीतरी करायला हवं होतं. सगळी विचारात पडली आणि विचार करताकरता त्यांच्या सगळ्यांच्या मनात मिळून एक योजना आकार घ्यायला लागली. पुनःपुन्हा त्यावर चर्चा करून पाच जणांनी ती योजना पक्की केली. योजना मांडण्यात पुढाकारही तुकारामाचाच होता. पण जे काही करायचंय, ते या दोन दिवसांत करायला पाहिजे होतं. दोन दिवसांनी बोल्होबा येणार होते. एकतर ते यायच्या आत चोर पकडायला हवा होता किंवा काहीच न करता स्वस्थ बसायला हवं होतं. ते आल्यावर मग त्यांनी झाल्या प्रकाराची शहानिशा केली असती. काय तो न्यायनिवाडा केला असता. पण तुकारामाला ते पटत नव्हतं. आबा दुकानाची आणि घराची सगळी जबाबदारी आपल्यावर टाकून गेलेत म्हणजे मंदिराची जबाबदारीही आपल्यावरच आली. मग या गोष्टीची शहानिशा करणं, या चोरीचा छडा लावणं हे आपलं काम आहे असंच तुकारामाचं मत होतं. आबा येईपर्यंत काहीच न करता स्वस्थ बसून राहणं त्याला पसंत नव्हतं. अर्थात आपण आखलेली योजना यशस्वी झाली, तर बाळाची चोरी नक्की उघडकीला येईल; पण जर योजना फसली तर...? तर कदाचित आबा रागावले असते; पण पोराटकी म्हणून सोडूनही दिलं असतं. तुकाराम आणि त्याच्या मित्रांनी योजना पक्की केली. दुसऱ्या दिवशीच ती योजना अंमलात आणण्याचं नक्कीही केलं आणि दुकान बंद करून तुकाराम जेवायला घरी आला.

रायबा त्याची वाट बघत बसला होता. बैलपोळा आला होता. रायबा तुकारामाला भेटायलाच आला होता. तुकाराम आल्यावर रायबा उठला. म्हणाला, ''तुकादा, बैलपोळा आला हाय तोंडावर. बैलांची शिंगं रंगवायची हायेत. मला गेरू पायजेल हाय!'' तुकाराम म्हणाला, ''रायबा, बरं झालं आलास ते! दुकानात पण गेरू ठेवावा लागणार आहे. आता जेवण झालं की आपण जाऊ आणि गेरूची पोती घेऊन येऊ. राजाक्का, आम्हाला दोघांना जेवण वाढ!'' तुकारामानं हातपाय धुतले आणि

जोत्यावर बसला. रायबा तुकारामाकडे एकटक बघत होता. तुकाराम असेल १०/ ११ वर्षांचा. पण त्याला समज दांडगी होती. त्याचं वागणं, बोलणं, समंजसपणा, व्यवहार, जबाबदारीनं दुकान सांभाळणं सगळंसगळं बोल्होबांसारखं होतं. त्यांच्यासारखीच दूरदृष्टी होती. रायबाच्या डोळ्यांत कौतुक उमटलं. दोघांचं जेवण झालं. रायबानं बैलगाडी जोडली. दोघं जण गेले आणि दिवसमावळतीला परत आलेसुद्धा. त्यानंतर मात्र तुकाराम आणि त्याचे मित्र योजनेला गती देण्यास सज्ज झाले. त्यासाठी प्रथम त्यांनी कृष्णा गुरवाला विश्वासात घेतलं. मंदिरात चोरी झाल्यापासून तोही घाबरला, गांगरला होता. ही अदावत आपल्यावर येईल, या विचारानं घाबरून गेला होता. मंदिरात झालेली चोरी आणि चोर पकडला गेला तर त्याला हवंच होतं. नव्हे, त्याच्यासाठी ते फारफार महत्त्वाचं होतं. या पोरांची योजना त्याला फारशी कळली नाही; पण तो त्यांच्यात सामील व्हायला तयार झाला. त्यांना हवी ती मदत करायलाही तयार झाला. संध्याकाळ झाली. सगळे जण तुकारामाच्या घरी जमले. तुकाराम सध्यातरी घरी एकटाच होता. कान्होजी बोल्होबा-कनकाईबरोबर गेला होता आणि सावजी, गावाबाहेर साधूंचा जथा आला होता तिकडे गेला होता. २/३ दिवस तो तिकडंच होता. आई आणि आबाजी दोघंही गावात, घरात नव्हते. त्यामुळं त्याला बोलणारं, हटकणारं मोठं कुणी नव्हतं. तुकारामानं विचारलं तरी तो दाद देत नव्हता आणि घरात थांबतच नव्हता. आजही तो तिकडेच गेला होता. त्यामुळे तुकाराम घरात एकटाच होता. संताजी, गोपाळा, हरी, दिनकर सगळे जमले. तुकारामानं कानोसा घेतला. रायबा आणि राजाक्का झोपली होती. तो हळूच मंदिरात गेला. तिथली दानपेटी दोघा-तिघांनी धरून उचलून वाड्याच्या अंगणात आणली. अंगणभर चंद्राचा प्रकाश पसरला होता. तुकाराम घरात गेला. गेरू कालवून ठेवलेलं मातीचं गाडगं घेऊन बाहेर आला. २/३ चिंध्या घेऊन सगळ्यांनी मिळून ती दानपेटी गेरूनं चांगलीच लालभडक रंगवली. इतकी की, तिचं स्वरूपच पालटलं. कृष्णा गुरव ते बघत बसला होता. त्याला कळेना, ही पोरं नक्की काय करणार आहेत? त्याला राहवेना. त्यानं तुकारामाला विचारलंच– ''तुकादा, तुमी काय करणार हायसा? मला समजंल असं सांगा. मलातर कायबी कळंना झालंय.'' तोच संताजी म्हणाला, ''कृष्णाकाका, जरा दम धरा. नंतर समदं आपोआप समजंल!'' कृष्णा हिरमुसला. मग मात्र तुकाराम म्हणाला, ''संताजी, आपण कृष्णाकाकाला सगळं सांगू या. त्यानं आपल्यात सामील व्हायचं ठरवलंय ना? मग त्याला सगळं समजलं पाहिजे. हे बघ कृष्णाकाका, आम्हा सगळ्यांचा बाळा सुतारावर संशय आहे. एकतर या दानपेटीची अटकळ सहजी समजण्यासारखी नाही, आणि ती समजली नाही तर दानपेटीचं झाकण उघडणार नाही. ही अटकळ उघडण्याचं कसब फक्त सुतारांना माहीत असतं. बाळा नशापाणी करतो. सुतारगल्लीतून भावकीशी भांडून मंदिराच्या पाठीमागच्या

गल्लीत तोच येऊन राहिला आहे. त्याला सतत पैशाची ओढाताण असते. तू रात्री मुक्कामाला मंदिरात नाहीस हे त्याला सहजपणे कळण्यासारखं होतं आणि मुख्य म्हणजे अशी गुप्तकळ असलेल्या दानपेट्या घडवण्यात तो तरबेज आहे. या सगळ्या शक्यतांचा विचार केला, तर त्याच्यावर संशय जातो. पण हा नुसता संशय आहे. आपण खात्री देऊ शकत नाही. त्यामुळं आपण त्याला विचारायला गेलो, तर तो कांगावा करेल. म्हणून आम्ही मुलांनी एक योजना आखली आहे. त्याच्याच तोंडून आम्ही वदवून घेण्याचा बेत केला आहे की, मंदिरातली दानपेटी त्यानंच उघडली. आता यापुढचं सगळं संताजीच्या अभिनयावर अवलंबून आहे!'' तुकारामानं असं सगळं सविस्तर सांगितलं. कृष्णाला बरंचसं समजलं आणि बरंचसं समजलं नाही. पण संताजी मात्र लगेच म्हणाला, ''तुकोबा, तू नगं काळजी करू. असं स्वांग घेतो बघ की, बाळा बोललाच पायजेल!'' यावर सगळी हसली. रात्र फार झाली होती. सगळी तिथंच निजली. निजली खरी; पण एक कृष्णा गुरव सोडला तर कुणालाच झोप नव्हती. 'उद्या काय होईल... बाळा बोलेल का... आपल्या योजनेत सापडेल का... चोरी उघडकीला येईल का...' असे प्रश्न सगळ्यांच्या मनात रुंजी घालत होते.

सकाळ झाली. नित्यकामं आटोपून तुकाराम दुकानात गेला. दुकान उघडलं. रोजच्या व्यापात लक्ष घालण्याचा प्रयत्न करू लागला; पण आज लक्ष दुसरीकडंच जात होतं. बाराच्या सुमारास संताजी बाळाच्या घरी जाणार होता. त्यानंतर लगेचच त्याच्या पाठोपाठ हरी आणि दिनकर चार गावकरी आणि दोन पंच यांना घेऊन जाणार होते. बाळाच्या घराबाहेर आडोशाला उभं राहून ते आतला संवाद ऐकणार होते. आपलं आणि आपल्या बालचमूचं हे धाडस अंगाशी तर येणार नाही ना, या विचारानं तुकाराम अस्वस्थ होता आणि या आगळ्यावेगळ्या साहसाच्या कल्पनेनं उत्तेजितही झाला होता. 'काय होणार.. कसं होणार... आपण आखलेली योजना यशस्वी होणार की नाही... बाळावरचा आपला संशय खरा ठरणार की नाही.. आपण करतो आहोत ते चूक की बरोबर... आबाजी इथं नाहीत. त्यांच्या अनुपस्थितीत आपण हे भलतं धाडस तर करत नाही ना...' एक ना दोन! असंख्य प्रश्नांचं एक वादळ तुकारामाच्या मनात घोंघावत होतं. त्यांतल्या एकाचंही उत्तर त्याच्याकडं नव्हतं. आणि प्रश्न मात्र त्याचं डोकं भिरभिरून टाकत होते. कान गिऱ्हाइकाची मागणी ऐकत होते. हात पुड्या बांधण्यात गर्क होते. ही दोन्ही कामं सवयीनं, स्वाभाविकपणे होत होती; पण मन मात्र प्रश्नांच्या वादळात सापडलं होतं. थोडा वेळ असाच गेला. ११ वाजत आले. आता मात्र तुकारामाचं लक्ष दुकानात लागेना. स्वभावतः ऐकू येणारं गिऱ्हाइकाचं बोलणं ऐकू येईना. पुड्या बांधताना हात स्थिर राहिनात; मग मात्र तुकारामानं दुकान बंदच केलं. कड्या-कुलपं घालून तो बाहेर पडला.

इकडं संताजीनं आपलं आवरलं आणि हरीला बरोबर घेऊन तो बाळा सुताराच्या घरी गेला. बाळा अंगणातच बसला होता. तो काहीसा नशेतच होता. संताजीनं पुढं जाऊन बाळाला रामराम घातला. बाळानं किलकिले डोळे उचलून वर पाहिलं. समोर एक दहा/बारा वर्षांचं पोरगं बघून तो वैतागला. ''काय रे पोट्ट्या? हितं कशाला आलायस? भुस्सा, ढलप्या काय फुकट मिळणार न्हायीत! चल चालता हो!'' बाळानं सुनावलं. ''बाळामामा, आज्याचं काम हुतं तुमच्याकडं! म्हणून मला धाडलंय. तुम्हास्नी येतंय का इचारायला आलोय!'' संताजीनं सुरवात केली. 'मला येतंय का इचारतोस? मला? या बाळाला? अरं पोट्ट्या, सुतारकीतलं असं कुठलंबी काम न्हायी, जे या बाळा सुताराला येत न्हायी! बोल, काय काम हाय तुझ्या आज्याचं?'' बाळानं बढाई मारली. संताजीला हेच हवं होतं. ''बाळामामा, आमच्या आजाकडं एक पेटी हाय. त्या पेटीत सोन्याची आणि चांदीची नाणी हायत. सुलतानानं दिलेली. पर त्या पेटीचं झाकणच उघडत न्हायी. किती खटपट केली, पर आमाला ते झाकण काय उघडंना! तवा आजा म्हनला बाळाला येतंय का इचारून ये! म्हणून आलो हुतो!'' सोन्या-चांदीची नाणी म्हटल्यावर बाळा सुताराचे डोळे चमकले. कुठल्याही पेटीचं झाकण उघडणं हा त्याच्या डाव्या हाताचा मळ होता. झाकण सहज उघडता आलं असतं आणि झाकण उघडताउघडता हातचलाखी करून एखाद्-दोन नाणी सहज घेता आली असती. बाळानं मनातल्या मनात इमले रचले. पण त्यासाठी ती पेटी इथं आणली गेली पाहिजे आणि याचा आजा बरोबर येणार न्हायी, असं झालं पाहिजे. बाळानं आता पवित्रा बदलला. ''हे बघ पोरा, त्या पेटीचं झाकण मी सहज उघडीन. पर त्यासाठी ती पेटी हितं आणायला पाहिजे. मला माझी हत्यारं लागतील. बरं, कोणतं हत्यार कवा लागेल कायबी सांगता येत न्हायी. तवा मी समदी हत्यारं घिऊन तिकडं येण्यापरीस ती पेटीच हितं आणली तर सोपं पडंल. कसं? बरं, तुझा आजा हाय ठकलेला. या उन्हातनं त्याला आनि कशाला बरोबर आनतोस? तू असं कर, तुम्ही दोघंच जावा आनी ती पेटी हितं घिऊन या. मी लगेच झाकण उघडून देतो, कसं?'' संताजीला मनातल्या मनात आनंदाच्या उकळ्या फुटत होत्या. सगळं कसं योजल्याप्रमाणं घडत होतं. संताजीनं होकारार्थी मान हलवली आणि म्हणाला, ''बाळामामा, तू म्हणतोस ते अक्षी बरोबर हाय! मी आनि हरी जाऊन ती पेटीच हितं घेऊन येतो. तू तयार राहा. पर तुला यील ना त्याचं झाकण उघडायला?'' बाळानं अगदी जोरजोरात मान हलवली. ''जा पोरा, लगेच जा अन् पेटी घिऊन ये!'' अशी सूचनाही केली. संताजी आणि हरी उड्या मारतच पळाले. त्यांनी थेट तुकारामाचं घर गाठलं. दुकान बंद करून तुकाराम घरी आलाच होता. बाळानं पेटी तिकडंच आणायला सांगितली आहे, हे ऐकून त्यालाही आनंद झाला. त्यानं संताजी आणि हरीला पेटी न्यायला सांगितली. रात्री गेरूनं रंगवलेली

ती दानपेटी आता पूर्ण वाळली होती. तिचं रंग-रूप पालटलं होतं. ही विठ्ठलमंदिरातली दानपेटी आहे हे आता बाळाच काय, पण कुणीच ओळखलं नसतं. संताजी आणि हरी पेटी घेऊन निघाले. हरीनं त्यावर आपला पंचा टाकला. तुकारामाने दिनकरला पंच आणि गावकऱ्यांना बोलावून बाळाच्या घराबाहेर लपून राहण्यासाठी घेऊन येण्यास पाठवलं. त्याच्याबरोबर कृष्णालाही पाठवलं आणि आपण स्वतः रायबाला घेऊन बाळाच्या घराकडं निघाला.

संताजी आणि हरी दानपेटी घेऊन बाळाच्या घरी पोचले. त्यांच्या मागोमाग गेलेला तुकाराम आणि रायबा बाळाच्या घराबाहेर आडोशाला उभे राहिले. संताजीनं आणि हरीनं पेटी बाळाच्या घरात नेली. अलगद खाली ठेवली. पण ठेवताना आतली नाणी खळखळ वाजतील, अशी दक्षता घेतली. नाण्यांचा आवाज ऐकून बाळाचे डोळे चमकले. लगेचच स्वतःला सावरत तो साळसूदपणे म्हणाला, "पोरानो, हे झकास केलंसा. उगा तुमच्या आजाला तरास नगं! बसा बसा! मी माझी हत्यारं घिऊन येतो," म्हणत बाळा आतल्या अंगाला गेला. हत्यारं घेण्याआधी लोटकीत भरून ठेवलेल्या दारूच्या घोट घ्यायला तो विसरला नाही. हत्यारं घेऊन तो पुन्हा बाहेरच्या खोलीत आला. पेटीजवळ बसला. एकदा त्यानं पेटीचं नीट निरीक्षण केलं. हातानं चाचपून झाकण, कडी-कुलूप, बिजागिरी सगळं नीट पाहिलं. क्षणभर विचारात पडला. ते बघून संताजीनं मुद्दामच विचारलं, "बाळामामा, जमंल ना उघडायला? ठावं हायका कसं उघडायचं ते? न्हाईतर मोडून काढशील आणि आजा मला मारेल!" संताजीनं त्याला मुद्दामच छेडलं! आपल्या कौशल्याबद्दल अविश्वास दाखवल्याचा बाळाला राग आला. "अरे पोट्ट्या, या बाळा सुताराला इचारतोस पेटीचं झाकण उघडायला यील की न्हाई त्ये? आरं असली मंस झाकणं उघडल्याली हायत या बाळानं! समजलास काय तू?" बाळानं रागानंच विचारलं! संताजीनं पुन्हा छेडलं. "व्हय, पर बाळामामा, त्येला लयी दिस झालं असतील! इसरला पन असशील तू आता! एवढं कुटलं ध्यानात राह्यतंय? जुन्या गोष्टी इसरल्या तर जातात!" संताजीनं घोडं पुन्हा दामटलं! "अरे ए पोरा! अंगठ्यायेवढा न्हाईस आणि या बाळाला शानपना शिकवतोस व्हय? अरं, असलीच पेटी परवाच उघडल्याली हाय मी! तू काय सांगतोस? मला अक्कल शिकवतोय?" बाळाला चांगलाच राग आलेला दिसत होता. संताजी पुन्हा पुढं बोललाच "अरं पण बाळामामा, असली पेटी गावात आनी कुनाकडं हाय? आमच्या आजाकडं एकल्याकडंच हाय की! मग काय लबाड सांगतोयास व्हय? म्हणं असली पेटी परवाच उघडल्याली हाय! कुटली रं?" संताजीनं जाळं टाकलं आणि बाळा त्यात अलगद अडकला. "अरं देवळातली! इटोबाच्या देवळातली पेटी म्या या, या हातानं उघडलीय. म्याच-म्याच उघडली! अगदी या पेटीसारखीच! आनी एक सांगतो. हा बाळा सुतार आपलं

कसब कंदी इसरत न्हायी. सर बाजूला! आता घटकाभरात पेटी उघडून देतो आनि तुझ्या आजाला सांग पेटी उघडल्याबद्दल एक चांदीचं नाणं मी घेनार म्हणावं! समजलं?'' बाळानं जरा जरबेनंच विचारलं. पण त्याच्या या प्रश्नाचं उत्तर दिलं पंचांनी. बाळाचा आणि संताजीचा सगळा संवाद ऐकत ते आडोशालाच उभे होते. ''समजलं बाळा, सगळं समजलं! चल आता चावडीत. उरलेल्या गोष्टी आम्ही तुला समजावतो. चल! पातक्या, मंदिरात चोरी करतोस? कुठं फेडशील हे पाप? नरकातसुद्धा जागा मिळणार नाही!'' पंचांनी कडक शब्दांत बाळाला सुनावलं. तुकाराम पुढे झाला. त्याच्याबरोबर रायबा होताच. त्यानं पुढं होऊन खाडकन बाळाच्या मुस्काटात मारली. दुसरी मारणार तोच तुकारामानं त्याला आवरलं. ''थांब रायबा. त्याचा फैसला आता पंचपरमेश्वर करतील. आता त्यानं सगळ्यांच्या समोर आपला अपराध कबूल केलाय. आता आपलं काम संपलंय. रावजीकाका, आता हा अपराधी तुमच्या ताब्यात घ्या. संताजी, हरी, तुम्ही फार मोठं काम केलंय. आपण आखलेली योजना यशस्वी झाली ती केवळ तुमच्यामुळे. आता आबाजी आले की, तेच आपल्याला शाबासकी देतील. चला, आता घरी जाऊ या. राजाक्कानं आज सांजा बनवला आहे. चला दूध-सांजा खाऊ या!'' तुकारामाच्या बोलण्यानं सगळ्यांना आनंद झाला. बाळाला रावजींनी दोन माणसं देऊन चावडीवर पाठवलं. मित्रमंडळींना घेऊन तुकाराम बाहेर पडला. रायबा आणि रावजी त्याच्या पाठमोऱ्या आकृतीकडे कौतुकानं बघत होते. ''रायबा, बोल्होबांची मोठी पुण्याईच त्यांच्या घरात तुकारामाच्या रूपानं जल्माला आलीय. त्याचं वागणं, बोलणं, त्याचं विचार करणं, लाघवी स्वभाव आणि तेजबुद्धी बघितली की खात्री वाटते, हे पोर दिगंत कीर्ती मिळवणार बघ! बोल्होबाचं नाव त्रिखंडात गाजवणार! माझाच नव्हं, सगळ्या गावाचा आशीर्वाद हाय त्याला!'' रावजींच्या बोलण्यावर रायबानं पण कौतुकानं मान हलवली. तुकारामाच्या पाठमोऱ्या आकृतीकडे दोघं जण पाहत होते. मात्र आपल्या डोळ्यांत पाणी का आलं, याचा प्रश्न रायबाला पडला. वळणावर वळल्यानं असेल किंवा डोळ्यांत पाणी भरल्यामुळं असेल, तुकाराम दिसेनासा झाला होता.

४

दुसरे दिवशी आबाजी आले. आल्यावर रायबानं त्यांच्या कानावर घडलेली सगळी घटना घातली. आधी मंदिरात चोरी झाली हे ऐकूनच आबाजींना मोठा धक्का बसला. पण रायबानं पुढचा सगळा वृत्तांत सांगितला आणि तुकारामाच्या– आपल्या पोराच्या- तेजबुद्धीचं त्यांना अतोनात कौतुक वाटलं. घडलेली ती विपरीत घटना, तो सगळा अवघड प्रसंग त्यानं ज्या संयमानं आणि ज्या बुद्धिचातुर्यानं हाताळला, त्याला खरोखरच तोड नव्हती. बोल्होबांची छाती लेकाविषयीच्या अभिमानानं फुलून आली. त्यांनी कनकाईलाही सगळी घडलेली घटना सांगितली. तिनं तर तुकाराम घरी आल्यावर त्याची दृष्टच काढली. तुकाराम घरी आला, जेवला आणि लगेचच पुन्हा दुकानात गेला. दिवाळी जवळ आली होती. सुगी झाली होती. लोकांनी कणानं पेरलेलं धरणीमातेनं ओंजळीनं दिलं होतं. धान्याची कोठारं भरली होती. कणग्या ओसंडून वाहत होत्या. पोत्यांची रास भरून सोपा-पडव्या मिरास दाखवत होत्या. लोकांच्या हातात पैसा खुळखुळत होता आणि म्हणूनच तुकारामाच्या दुकानात गर्दी ओसंडत होती आणि त्याला जेवायलासुद्धा वेळ नव्हता. गडबडीनं तो कसातरी जेवला, चार घास पोटात ढकलले आणि लगेच दुकानात तो गेला. त्याच्या या गडबडीचं, भराभरा जेवण्याचं, लगबगीनं दुकानात जाण्याचंही बोल्होबा-कनकाईला कवतिक वाटलं. आपला हा शहाणा, समंजस पोर आता योग्य मार्गाला लागला, याबद्दल त्यांना खात्री वाटू लागली. आता दुकानाची जबाबदारी तो उत्तम रीतीनं सांभाळत होता, हे तर दिसतच होतं; पण गावातल्या काही कामकाजात, काही प्रकरणांतही तो लक्ष देऊ लागला होता आणि यशस्वी मध्यस्थी करून सर्वमान्य तोडही काढू लागला होता, हेही बोल्होबांच्या नजरेत आलं होतं. मंदिरात झालेली चोरी पकडून देण्यात तुकारामानं दाखवलेली बुद्धिचातुर्य सांगणारी घटना अजून ताजीच असताना, अजून लोकांच्या चर्चेत असताना आणखी एक प्रसंग असा घडला की, गावाच्या कारभारातही तुकारामासारखा अकरा/बारा वर्षांचा पोरसवदा पोरही किती यशस्वी मध्यस्थी करू शकतो आणि किती सर्वमान्य तोडगा काढू

शकतो, हे पुन्हा एकदा सगळ्या गावाला कळलं. घडलं होतं असं–

सुगीचे दिवस होते. दिवाळी तोंडावर होती. शेतातलं धान्य खळ्यातून घरात आलं होतं. लोकांच्या हाताला उसंत होती आणि खिशालाही. म्हणून गावकीच्या लोकांनी एक बैठक घेतली की, आता शेतीकामातून थोडीशी उसंत आहे, तर गावात काहीतरी छानसं साजरं करावं. त्या बैठकीला पंच, सरपंच, गावातली मानकरी मंडळी सगळी आवर्जून हजर होती. सर्वानुमते गावात कीर्तन उत्सव ठेवायचे ठरले. त्यासाठी कीर्तनकारांना द्याव्या लागणाऱ्या बिदागीची जबाबदारी एकेकानं उचलावी व उरलेल्या व्यवस्थेची जबाबदारी बाकी सगळ्यांनी मिळून घ्यावी, असे ठरले. कीर्तनकारांच्या बिदागीची जबाबदारी कुलकर्णी, पाटील, सोनार, सरपंच अशा गावातल्या श्रीमंत प्रतिष्ठितांनी उचलली, तर कीर्तनकार आणि त्यांच्या सोबत असलेल्या मंडळींच्या जेवण्याखाण्यासाठी शिधा पुरवण्याची जबाबदारी बोल्होबानी म्हणजे आबाजींनी उचलली आणि गावात असलेल्या मोठ्या राममंदिराच्या पटांगणात झावळ्यांचा मांडव घालण्याची, तिथली व्यवस्था राखण्याची जबाबदारी इतरांनी घेतली. आणि ठरलं की, गावात कीर्तनाचा उत्सव करायचा. ५ दिवस करायचा. मग पुन्हा बैठक जमली. पंचक्रोशीतल्या उत्तम आणि रसाळ कीर्तन करणाऱ्या कीर्तनकारांना आमंत्रण धाडायचे ठरले. संभा तराळ या कामासाठी घोडा घेऊन तयारच होता. कार्तिकी एकादशीपासून कार्तिकी पौर्णिमेपर्यंतचे पाच दिवस उत्सवाचे ठरले. सगळं ठरलं आणि गावकऱ्यांत अमाप उत्साह संचारला. जो तो आपल्याला या उत्सवात काय काम करता येईल, या विचारानं भारला गेला. विष्णूकाका कुलकर्ण्यांनी सगळी आवतणं तयार केली. त्या आवतणांबरोबरच पान-सुपारीही बांधण्यात आली आणि संभा तराळाने घोड्यावर मांड ठोकली. संभाचा उत्साह नुसता ओसंडत होता. हे त्याच्या घोड्यालाही कळलं होतं की काय कोण जाणे! तोही नुसता फुरफुरत होता. उभ्या जागी नाचत होता. संभा गेला आणि लोकांच्या मनात तयारीचे मनसुबे सुरू झाले. आता समोर दिवाळी आणि दिवाळी संपली की, कीर्तन उत्सव. लोकांचा उत्साह नुसता ओसंडून वाहायला लागला.

बोल्होबांच्या घरातही तयारी सुरू झाली. दिवाळीची पण आणि कीर्तन-उत्सवाची पण. दिवाळीची तयारी करण्यात कनकाई, राजाक्का गुंग झाल्या होत्या. तर कीर्तन उत्सवाची तयारी करण्यात बोल्होबा, तुकाराम आणि रायबा. बोल्होबांनी कीर्तनकार आणि बरोबरच्या बाजिंद्याच्या जेवणासाठी शिधा पुरवण्याची जबाबदारी घेतली होती. जेवण रांधण्याचं काम बायाबापड्या करणार होत्या; पण शिधा मात्र बोल्होबांच्या दुकानातून जाणार होता. त्यासाठी दुकानात पुरेसा शिधा असणं गरजेचं होतं. बोल्होबा आणि रायबा त्याच तयारीत होते. डाळ, तांदूळ, गहू, साखर, गूळ, एक ना अनेक. कोणत्या दिवशी काय लागेल, याचा अंदाज नव्हता आणि कोणाला

काय लागेल याचाही अंदाज नव्हता. बरं, कुणी काही मागितलं तर त्या वेळी तो जिन्नस दुकानात नसून चालणार नव्हतं. आयत्या वेळी तो उभा करणं शक्य नव्हतं. त्यामुळं दिवाळीसाठी लागणारा जास्तीचा माल, त्याशिवाय कीर्तन-उत्सवासाठी लागणारा शिधा आणि त्याशिवाय दुकानात ठेवण्याचा नेहमीचा माल या सगळ्याची खरेदी करण्याची धांदल होती. कीर्तनकारांच्या भोजनासाठी लागणारा शिधा पुरवण्याची जबाबदारी घेतली होती, ती नेटकेपणानं पार पडायला हवी होती. त्यात कुठं कमतरता पडायला नको होती. एखादा पदार्थ कीर्तनकारांनी मागितला आणि त्यासाठी लागणारा माल दुकानात मिळाला नाही, असं होऊन चालणार नव्हतं. हा प्रतिष्ठेचा, गावकऱ्यांना दिलेल्या वचनपूर्तीचा, गावाबरोबर असलेल्या बांधिलकीचा, गावात असलेल्या पतीचा प्रश्न होता. अंगावर घेतलेली जबाबदारी आस्थेनं आणि निष्ठेनं पार पाडण्याचा होता. बोल्होबांच्या स्वतःच्या लौकिकाबरोबरच गावाच्या लौकिकाचा, कीर्तीचा प्रश्न होता आणि या सर्व लौकिकाला, प्रतिष्ठेला आणि कीर्तीला कुठंही बट्टा लागून चालणार नव्हतं. यासाठी बोल्होबा झटत होते. रायबाही त्यांच्या बरोबरीनं धावपळ करत होता आणि त्यांची ही धावपळ, ही धडपड, गावाबद्दलची आस्था हे सारं तुकारामाच्या नकळत त्याच्या मनावर संस्कार करत होतं. बोल्होबा आणि रायबा यांची धावपळ, धडपड तुकाराम बघत होता. त्यात सामील व्हावं, असंही त्याला खूप वाटत होतं. पण बोल्होबांनी त्याला दुकान सांभाळायला सांगितलं होतं. ते दोघं जण ठिकठिकाणांहून सामान आणून दुकानात टाकत होते आणि त्या सामानांची उस्तवार करण्याचं, पोती रचण्याचं काम तुकाराम आपल्या मित्रांना घेऊन करत होता. दिवाळी आली. आनंद घेऊन आली आणि आनंद द्विगुणित करून गेली. दिवाळीच्या लाडवांनी लोकांचं तोंड गोड केलंच होतं. आता कान गोड होण्यासाठी आसुसले होते. खमंग चिवड्यानं लोकांच्या तोंडाला चव आली होती. आता मनाला चव आणायची होती. अंगभर काटा लेऊन चकली सजली होतीच. आता बुद्धीचा काटा वाढवायचा होता. कडांना मुरड घालून करंजी नटली होती. आता स्वैर धावणाऱ्या मनाला मुरड घालायला लोक सज्ज होते. दिवाळीच्या फराळानं जिभेची गोडी वाढवली होती. जेवणाचा स्वाद वाढवला होता. आता कीर्तनं आणि आख्यानं ऐकून आयुष्याची गोडी वाढवायची होती. जीवनाचा स्वाद वाढवायचा होता. दिवाळीच्या पणत्यांच्या तेजस्वी प्रकाशानं घराघरांतला अंधार नाहीसा झाला होता आणि आता ज्ञानाच्या प्रकाशानं मनामनांतला अंधार नाहीसा करायचा होता. रांगोळ्यांनी अंगणं सजली होती. आता ईश्वरभक्तीनं भविष्य सजवायचं होतं. गोमयानं परसू ओलसर झालं होतं. आता श्रद्धेनं मनं भिजवायची होती. असा आनंदाचा आनंद घेऊन दिवाळी आली आणि गेलीसुद्धा. आता मात्र लोकांना वेध लागले कीर्तन उत्सवाचे. आता कार्तिकी एकादशीपासून कार्तिकी

पौर्णिमेपर्यंतचे दिवस नुसते भारलेले, भारावलेले आणि मंत्राळलेले असणार होते. गावात तर धामधूम होतीच; पण घराघरांतही धामधूम होती. या कीर्तन उत्सवासाठी घराघरांत पंचक्रोशीतले पाहुणेरावळे, सगे-सोयरे जमणार होते. त्यांचं आगतस्वागत, पाहुणचार यामुळंही आनंद वाढणार होता. अशी घराघरांत धामधूम होती म्हणून गावात धामधूम होती आणि गावातल्या धामधुमीचा आनंद, उत्साह गावातल्या वातावरणात, वातावरणातल्या हवेत भरून दरवळत होता. जणू हवेलाही उत्साहाची लागण झाली असावी. रामाच्या देवळात आता राबता वाढायला लागला. देवळापुढचं पटांगण झावळ्यांच्या मांडवानं आच्छादलं गेलं. कार्तिकाच्या उन्हाला छेद गेला. पटांगणभर सावली पडू लागली. पोरंटोरं तिथं हुंदडू लागली. एरवी शांत असणारं, निवांत असणारं रामाचं देऊळ आता गजबजून गेलं आणि देहूगावामध्ये गावकऱ्यांसाठी गावकऱ्यांच्या पुढाकारानं कीर्तन उत्सव सुरू झाला.

कीर्तन महोत्सवाचा आज पहिला दिवस. सगळ्या गावाला या उत्सवाचं अप्रूप होतं. गावातली बुजूर्ग जाणती मंडळी अभ्यासू मुद्रेनं जमली होती, तर तरुण वर्ग काहीतरी नवीन ऐकायला, शिकायला मिळणार या उत्सुकतेनं जमला होता. पोरंटोरं कीर्तन-आख्यानांतून कथा ऐकायला मिळणार म्हणून जमली होती. सगळ्या वयाच्या बायाबापड्या, तेवढंच देवाचं नाव कानावरून जाणार, रोजच्या रामरगाड्यातून सुटका होऊन काहीतरी नवीन ऐकायला मिळणार, म्हणून जमल्या होत्या. कीर्तनाची वेळ रोज सायंकाळी ६ वाजताची होती. मंडपात लोक जमायला लागले. बसायला पालपटं घातली होती. कीर्तनकारांसाठी नारदपीठ तयार केलं होतं. समया लावून ठेवल्या होत्या. पलिते तयार ठेवले होते. सूर्य मावळला. हळूहळू लोक जमायला लागले. बघताबघता राममंदिराचा सभामंडप, पटांगणात घातलेला मंडप भरून गेला. सगळ्या लोकांच्या मनात उत्सुकता होती, चेहऱ्यावर आनंद होता आणि डोळ्यांत प्रतीक्षा होती. आज कार्तिकी एकादशी. देव उठण्याचा दिवस. चातुर्माससमाप्तीचा दिवस. आज कित्येकांना पंढरपुरात जायचं असायचं. त्या सावळ्या विठोबाचं दर्शन घ्यायचं असायचं; पण आज त्यांतले बहुतेक जण थांबले होते. कारण आज जनार्दनबुवांचं कीर्तन होतं. कीर्तनकारांच्या मांदियाळीत जनार्दनबुवा विख्यात होते. त्यांच्या कीर्तनात ते साक्षात देवाचं दर्शन घडवतात, अशी त्यांची ख्याती होती. लोकांच्या मनातली प्रतीक्षा त्यांच्या देहबोलीतून व्यक्त होत होती. सगळी तयारी झाली होती. नारदपीठ तयार होतं. हवेत काहीसा गारवा आलेला होता. सभामंडप काठोकाठ भरला होता. लोकांचा उत्साह ओसंडून वाहत होता. त्यांचे कान अधीर झाले होते. डोळे आतुर झाले होते. आता प्रतीक्षा होती ती जनार्दनबुवांची. आणि जनार्दनबुवा आले. उंच, सडसडीत बांध्याचे, गोरे, गरुडनाकाचे जनार्दनबुवा प्रथमदर्शनी काहीसे कठोर, उग्र भासायचे; पण त्यांच्या डोळ्यांकडे नजर गेली की, समोरचा

विरघळायचाच. इतकी माया, इतका स्नेह त्या डोळ्यांतून व्यक्त व्हायचा. झिरमिळ्याची जरतारी पगडी, करवतकाठी धोतर, अंगात बाराबंदी घातलेले जनार्दनबुवा मंदिरात आले. त्यांच्यासमवेत त्यांचे बाजिंदे, पेटीवाला आणि तबलजी दोघंही होते. जनार्दनबुवा पुढे आले. त्यांनी गर्भागारात प्रवेश केला. श्रीरामचंद्रांची मूर्ती सीतामाईसह प्रसन्न चेहऱ्यानं उभी होती. जनार्दनबुवांनी श्रीरामाला मनोमन नमस्कार केला. नतमस्तक होऊन काही क्षण ते तिथं उभे राहिले. तिथं मिटल्या डोळ्यांसमोर त्यांना रामाच्या मूर्तीच्या जागी पांडुरंगाची मूर्ती दिसली. कौल मिळाल्याच्या समाधानात ते गर्भागारातून बाहेर आले. सभामंडपात आले. नारदपीठाला त्यांनी वाकून नमस्कार केला आणि नारदपीठावर जाऊन ते उभे राहिले. तिथून एकवार त्यांनी समोर जमलेल्या गर्दीकडे नजर टाकली. ओसंडून वाहणारी गर्दी, लोकांच्या चेहऱ्यांवरची उत्सुकता, डोळ्यांतली आतुरता त्यांनी जाणली. क्षणभर त्यांना बरं वाटलं. त्यांनी समोर बसलेल्या जनतानारायणालाही हात जोडले. एकवार मागे नजर टाकली. त्यांचे साथीदार आपापली वाद्यं घेऊन सज्ज होते. एकवार त्यांनी घसा खाकरला. उपरण्यातून चिपळ्या काढल्या. त्यांना एकवार मस्तकी लावलं आणि डोळे मिटून गजर करायला सुरुवात केली– ''रामकृष्ण हरी रामकृष्ण हरी ।'' बुवांचा खडा आवाज, भक्तीनं भिजलेला स्वर, त्याला श्रद्धेची जोड यामुळे त्या मंत्रगजरानंच लोकांच्या मनाचा ठाव घेतला. बुवांचं कीर्तन रंगणार याची ती जणू नांदीच होती. रामकृष्णहरीचं पालुपद बराच वेळ चाललं. पालुपद संपलं आणि बुवांनी हात जोडले. आपल्या घनगंभीर आवाजात त्यांनी बोलायला सुरुवात केली– ''लोक हो! कीर्तनाला सुरुवात करण्यापूर्वी मला तुमची माफी मागायची आहे आणि तुमच्याकडं एक मागणंही मागायचं आहे. माफी अशासाठी की, आज माझ्याबरोबर माझ्या मागे टाळ धरून उभा राहणारा माझा साथीदार आला नाहीय. पोटशूळ उठल्यामुळे त्याला येता आलेलं नाही. म्हणून मला तुमच्याकडं एक मागणं मागायचं आहे. श्री विठ्ठलाच्या कृपेनं कीर्तन रंगेलच; पण त्या कीर्तनात टाळकरी नसेल, तर पंचपक्वानांनी भरलेल्या ताटावर तुळशीदल नाही, असं होईल. तेव्हा तुमच्यामधला कोणी उत्तम टाळकरी, टाळ वाजवणारा असेल, तर कृपा करून माझा साथीदार म्हणून त्यानं माझ्यामागे उभं राहावं, म्हणजे कीर्तनाला आणखी रंग येईल. आहे का असा कोणी?'' बुवांनी सवाल केला. लोकांत काही क्षण चुळबुळ झाली; पण नंतर एका कोपऱ्यातून आवाज आला– ''तुका-तुका! तुकाराम, तुकाराम!'' आणि त्या आवाजाला सगळ्यांनी साथ दिली आणि जनार्दनबुवांच्या चेहऱ्यावर स्मित उमटलं. त्यांनी हात उंचावून सगळ्यांना शांत केलं आणि विचारलं, ''हा तुकाराम कोण आहे?'' समोर अगदी बुवांच्या पुढ्यात उत्साहानं ऐकायला बसलेला तुकाराम या प्रकारानं भांबावून गेला होता. बावरल्या अवस्थेत तो काहीसा घाबरत उभा राहिला. ''मी– मी

तुकाराम! तुकाराम आंबिले-मोरे!'' बुवा बघतच राहिले. ११/१२ वर्षांचा तो पोर मोठा तेजस दिसत होता. डोळे पाणीदार होते. पण आता काहीसा भांबावलेला दिसत होता. ''अच्छा! तू तुकाराम काय? तुला टाळ वाजवायला येतात का? भजनी ठेका येतो का?'' बुवांनी पुन्हा विचारलं. ''जी! येतात मला टाळ वाजवायला. आमच्या घरी भजन चालतं, त्यात मी टाळ वाजवतो. मला आवडतं टाळ वाजवायला.'' तुकारामानं एका दमात सांगितलं. बुवांना त्याच्यातला उत्साह आवडला. त्याचं प्रांजळ बोलणं आवडलं. ''ये पोरा, ये! ये असा या नारदपीठावर, ये. या नारदपीठावर तुझं स्वागत असो!'' बुवांनी तुकारामाला पुढे यायला सांगितलं. तुकारामाचा चेहरा उजळला. आनंद त्याच्या चेहऱ्यावर पसरला. तो ओघळून डोळ्यांत आला आणि त्या आनंदाला डोळ्यांतल्या आत्मविश्वासाची जोड मिळाली. शरीरात एक प्रकारची वीज संचारली. ती त्याच्या देहबोलीतून जाणवली. बुवांनाही जाणवली. तुकाराम उठला. नारदपीठाजवळ आला. नारदपीठावर मस्तक टेकवून त्यानं त्या पीठाला नमस्कार केला. अत्यंत उत्तेजित मनःस्थितीत त्यानं नारदपीठावर पाऊल ठेवलं. सर्रकन त्याच्या अंगावर शहारा आला. कीर्तनकार उभा राहतो त्याला नारदपीठ म्हणतात, हे त्याला माहीत होतं. पण कधीकाळी अशा नारदपीठावर आपल्याला उभं राहायला मिळेल, असं त्याला स्वप्नातही वाटलं नव्हतं. त्याच्या घरात वारी होतीच. त्यातच बोल्होबा-कनकाई अत्यंत धार्मिक आणि देवभक्त होते. प्रत्येक महिन्याच्या एकादशीला आळीतली चार बायका-माणसं जमवून बोल्होबा भजन करायचे. तुकारामाला भजन आवडायचं. ज्ञानेश्वरमाउलीचे, नामदेवाचे, जनाबाई-चोखोबांचे अभंग त्याला पाठ होते. त्यांतली शब्दकळा, त्यांतला भक्तिरस त्याला आवडायचा. पण त्या म्हाताऱ्या माणसांत बसून भजन म्हणायला, ऐकायला त्याला आवडायचं नाही. पण बोल्होबांसमोर त्याचं काही चालायचं नाही. मग कधी-कधी त्याला भजनात टाळ वाजवायला बसावंच लागायचं. रागारागानं धुमसत तो टाळ वाजवायचा. कारण त्या वेळी त्याचे मित्र गावाबाहेरच्या वडाच्या पारकट्ट्यावर बसून छान गप्पागोष्टी करत असत. तुकारामाला तिथं जायचं असायचं. पण त्याला भजनात टाळ वाजवायला बसावंच लागायचं. आज आता या क्षणी, आपण त्या भजनात टाळ वाजवत बसत होतो, या गोष्टीबद्दल त्या ईश्वराला त्याला धन्यवाद द्यावेसे वाटले. तुकाराम एका भारावलेल्या मनःस्थितीत त्या नारदपीठावर उभा होता. ''हेच ते नारदपीठ, ज्यावर उभं राहून महर्षी नारदानं कीर्तन केलं असणार. म्हणूनच तर या मंचाला नारदपीठ असं नाव पडलं. हेच ते नारदपीठ, ज्यावर उभं राहून संत नामदेवांनी अवीट माधुर्यानं भरलेलं कीर्तन केलं. हेच ते नारदपीठ ज्यावर उभं राहून माउलीनं संकीर्तन केलं. हेच ते नारदपीठ, जिथं जनाबाईनं आपली कैफियत मांडली आणि हेच ते नारदपीठ, जिथं चोखोबांनी जोहार घातला.'' त्या नारदपीठावर पाऊल

ठेवताक्षणी तुकारामाच्या मनात अशा अनेक विचारांची आवर्तनं उठली. त्या प्रत्येक विचाराच्या प्रत्येक आवर्तनागणिक तुकारामाच्या शरीरावर रोमांच उभे राहत होते. मनावर एक वेगळंच गारुड होत होतं आणि हृदयातून भक्तिरस जणू पाझरायला लागला होता. "ये बाळ, ये! ये, असा माझ्याजवळ ये!" बुवांनी तुकारामाचा हात धरून त्याला आपल्याजवळ उभं केलं. तुकाराम संकोचला. म्हणाला, "बुवा, मी वाणी आहे. आपल्याला शिवाशिव...!" तोच बुवांनी त्याचं वाक्य तोडलं. म्हणाले, "अरे, आम्ही विष्णुदास आहोत आणि विष्णुदासाला सगळी माणसं सारखीच. ये तू! असा आमच्याजवळ उभा राहा!" बुवांनी हात धरताच गांगरलेला, संकोचलेला तुकाराम बुवांचं बोलणं ऐकून चकित झाला आणि तितकाच आनंदला. त्याचं बावरलेपण, त्याचं गांगरलेपण जाऊन त्याचा आत्मविश्वास जागा झाला. बावरलेपणाची जागा आत्मविश्वासानं घेतली. गांगरलेपणाची जागा निर्भीडपणानं घेतली आणि तुकाराम मोकळामोकळा झाला. तोच बुवांनी पुन्हा एकदा समोर बसलेल्या श्रोतृवर्गाला नमस्कार केला. पेटी आणि तबला वाजवणाऱ्या साथीदारांनीही केला. त्यांचं बघून तुकारामानंही त्यांचं अनुकरण केलं. ते बुवांनी नजरेच्या कोपऱ्यातून बघितलं आणि त्यांचा चेहरा प्रसन्न झाला. त्यांनी पुन्हा एकदा 'रामकृष्णहरी'चा गजर केला. ते पालुपद पुन्हापुन्हा घोळवून म्हटलं आणि त्यांनी आरंभीचा अभंग घेतला. आज कार्तिकी एकादशी होती. महाएकादशी. पंढरपूरची वारी. वारकऱ्यांची पर्वणी. देव उठण्याचा दिवस. त्या सावळ्या विठ्ठलाचं दर्शन घेण्याचा दिवस. बुवांनी अभंग गायला सुरुवात केली.

विटेवरी उभा दीनांचा कैवारी। भेटाया उभारी दोन्ही बाह्या ।।
दीनांची माऊली आजि म्या देखियली ।।
कटी ठेऊनिया कर । उभी राहे विटेवर ।।
मुगुट रत्नांचा साजिरा । वरी मोतियांचा तुरा ।।
रूप लावण्य गोजिरे । हृदयी पदक साजिरे ।।
कांसे पिवळा पीतांबर । चरणी ब्रिदाचा तोडर ।।
भक्तां कृपेची सावली । नामा वंदी पायधुळी ।।

नामदेवाचा अभंग, अवीट गोडीची मराठी, सावळ्या विठ्ठलाचं वर्णन, अभिजात शब्दकळा, बुवांचा खडा पण एक प्रकारचा धारदार गोडवा असणारा आवाज, पाठीमागे वाजणारे पेटीचे स्वर, लयकारी उद्गारणारा तबल्याचा ठेका आणि या सगळ्यांना मधुर साथीने, अवीट माधुरीच्या उंचीवर नेणारा तुकारामाच्या टाळांचा नाद. ते कीर्तन नव्हतंच. तो होता भक्तीचा उत्सव, ते होतं स्वरांचं संमेलन, ती होती श्रद्धेची साक्ष, ती होती दृष्टान्ताची अभिव्यक्ती, होता भावनांचा कल्लोळ, होती

विचारांची आवर्तनं आणि होता ईश्वराचा साक्षात्कार. मंदिराचा तो सभामंडप, पटांगणातला तो मांडव, त्यात दाटीवाटीनं बसलेले लोक, वातावरणात भरून राहिलेला भक्तीचा उद्घोष आणि तो उद्घोष करणारा स्वरांचा आविष्कार. बुवांनी अभंग संपवला आणि आता मुख्य गाभ्याला हात घातला. बुवांच्या जिभेवर जणू सरस्वती नर्तन करत होती आणि तिच्या नर्तन्यासाला ताल मिळत होता तुकारामाच्या टाळांचा. अवघं वातावरण मधाळपणानं भरून झाल्यावर बुवा समेवर आले आणि लोकांच्या हृदयाला साद घालत त्यांनी नामदेवाच्या कथेला सुरुवात केली. कीर्तनाचा पूर्वरंग संपला होता. उत्तररंग सुरू झाला होता.

बुवांनी नामदेवाची कथा सांगितली. साक्षात विठ्ठलाच्या दगडी मूर्तीला प्रसाद ग्रहण करायला लावणारा निरागस नामदेव, कुत्र्यानं भाकरी पळवली तर त्याच्या मागे तुपाची वाटी घेऊन धावणारा दयाळू नामदेव, ज्ञानेश्वरमाउलीचा जिवलग, विठ्ठलाचा सखा, आपल्या अपरंपार भक्तीनं भक्तश्रेष्ठ ठरलेला नामदेव, शतकोटी अभंग रचण्याची प्रतिज्ञा करणारा नामदेव आणि विठ्ठलालाच सर्वस्व मानणारा नामदेव अशी नामदेवाची असंख्य रूपं बुवांनी वर्णिली. नामदेवांच्या जीवनातले अनंत दाखले आणि दृष्टान्त देऊन त्यांनी जणू नामदेव अखंड तिथं मूर्तिमंत साकार केला आणि विठ्ठलाला सर्वस्व मानल्याचा दाखला देणारा त्याचा अभंग बुवांनी गायला सुरुवात केली. गायला सुरुवात करण्यापूर्वी त्यांनी एकवार मागे साथीदारांकडे नजर टाकली. साथीदारांना तो इशारा होता. पेटीनं लगेच सूर धरला आणि तुकारामाच्याही लक्षात आलं, तोही सरसावला आणि बुवांनी अभंग गायला सुरुवात केली.

तीर्थ विठ्ठल क्षेत्र विठ्ठल । देव विठ्ठल देवपूजा विठ्ठल ।
माता विठ्ठल पिता विठ्ठल । बंधू विठ्ठल गोत्र विठ्ठल ।
गुरू विठ्ठल, गुरुदेवता विठ्ठल । निधान विठ्ठल निरंतर विठ्ठल ।
नामा म्हणे मज विठ्ठल सापडला । म्हणूनी कळिकाळा पाड नाही ।।

बुवा गात होते. अवघा मंडप स्थिर, स्तब्ध बसला होता. कुणी कसलीही हालचाल करत नव्हतं. जणू ती जिवंत माणसं नव्हतीच. पुतळे होते. अशी सर्वांची समाधी लागली होती. वातावरणातही नीरव शांतता होती. झाडाचं पानही आवाज होईल की काय, या भीतीनं हलत नव्हतं. फांद्यांची सळसळ थांबली होती. मंदिराच्या शिखरावरची ध्वजपताकाही अविचल होती. जणू अवघा परिसर नामदेवाचे शब्द, बुवांचा स्वर आणि त्यातून ओसंडणारा भक्तीचा रस आपल्या कानात साठवून घेत होता. आणि तुकाराम....

तुकारामाला तर हा अनुभव नवीनच होता. आतापर्यंत घरात चालणारी भजनं

त्यानं ऐकली होती. कधीमधी टाळही वाजवले होते; पण इतका निरामय श्रद्धेचा साक्षात्कार, इतका निखालस भक्तीचा आविष्कार, इतकी अभिजात शब्दरचना, अवीट माधुरीने केलेले सादरीकरण तो प्रथमच अनुभवत होता. त्याच्या शरीराचा अणूरेणू रोमांचला होता. हा विलक्षण अनुभव आणि त्या अनुभवाचे आपण साक्षीदार आणि भागीदारसुद्धा! तो मंत्राळलेला स्वर, ते भारलेलं वातावरण, मनाची ती उन्मनी अवस्था. तुकारामाला हे सगळं नवीन होतं. पण तरीही ते हवंहवंसं वाटणारं होतं. वेड लावणारं होतं. बुवांनी दृष्टान्त संपवला. अभंग पूर्ण केला. निरूपण करताना पुन्हा एकदा विठ्ठलाच्या रूपाचं, त्याच्या भक्तवत्सलतेचं, त्याच्या भक्तांच्या मेळ्याचं वर्णन केलं आणि निरूपण संपवून बुवांनी नामघोषाला सुरवात केली. ''विठोबा रखुमाईऽ विठोबा रखुमाईऽऽ!'' बुवांनी गजर केला आणि हात उंचावून सगळ्यांना सामील होण्याचं आवाहन केले. शेकडो आवाज बुवांच्या आवाजात मिसळले गेले आणि 'विठोबा-रखुमाई'च्या गजरानं अवघा परिसर दुमदुमून गेला. कीर्तन संपलं. साखर-खोबरं वाटलं गेलं. मंडळी हळूहळू घरी परतायला लागली. अंधार दिसायला लागला. नारदपीठावरही आवरासावर सुरू झाली. पेटीवाल्यानं पेटीचा भाता मिटून पेटी बंद केली. तिला खोळ घातली. तबलजीनं तबल्याचा गजरा बांधून खोळीत घातला. बुवा तुकारामाकडे वळले. त्याच्या खांद्याला धरून त्यांनी त्याला आपल्या जवळ घेतले. म्हणाले, ''तुकोबा, छान! तुम्ही छान वाजवलेत टाळ! तुमच्या टाळांमुळं कीर्तनाला रंग चढला. तुमचं दुकान आहे असं ऐकतो. ते दुकान सांभाळणं हे तुमचं कर्म आहे तुकोबा! पण विठ्ठलाची भक्ती करणं आणि त्या भक्तीची मिरास दाखवणं हा वारकऱ्यांचा धर्म आहे. जीवनाचं मर्म आहे. भक्ताचं वर्म आहे. तुकोबा, दुकानदारी करून तुम्ही श्रीमंत व्हाल; पण मोठे होणार नाही. तुम्ही जेव्हा ज्ञानानं श्रीमंत व्हाल, तेव्हाच मोठे व्हाल. तेव्हा ज्ञानानं श्रीमंत व्हा. शब्दकळेनं समृद्ध व्हा. भक्तीनं श्रेष्ठ व्हा. श्रद्धेनं महान व्हा. तुम्ही आज टाळ खूप छान वाजवलेत. शब्द, लय, ताल, ठेका यांचं तुम्हाला उपजत ज्ञान दिसतंय. ते आणखी वृद्धिंगत करा. हे टाळ तर तुमचेच आहेत. पण आज तुमच्या या योगदानाची बिदागी म्हणून मी तुम्हाला माझ्या या चिपळ्या देतो. या चिपळ्या तुम्हाला भक्तीचा मार्ग दाखवतील. हे टाळ म्हणजे तुमचे शब्द असतील, तर या चिपळ्या म्हणजे त्या शब्दांचा भावार्थ. तुकोबा, भावनेचा अर्थ म्हणजे भावार्थ. शब्दांना भक्तीचा सुगंध लाभला म्हणजे आपोआपच त्यांना भावार्थ लाभतो. अशी भक्ती करा की, प्रत्यक्ष त्या पांडुरंगालाच तुमच्या शब्दांत उतरावं लागेल. खूप मोठे व्हा. दिगंत कीर्ती मिळवा. भक्तीची मिरास एवढी कमवा की, तुकाराम म्हणजे भक्ती आणि भक्ती म्हणजे तुकाराम असंच समीकरण सिद्ध झालं पाहिजे. यशस्वी व्हा. आयुष्यमान भव!''

बुवा बोलत होते आणि त्यांचा प्रत्येक शब्द तुकारामाच्या जाणिवा भेदून आत उतरत होता. थेट हृदयावरच उमटत होता. बुवा बोलायचे थांबले. हातातल्या चिपळ्या त्यांनी तुकारामासमोर धरल्या. एखाद्या महायज्ञाचा प्रसाद घ्यावा, तशा तुकारामानं त्या चिपळ्या आपल्या ओंजळीत घेतल्या. बुवांच्या हाताची ऊब त्याला जाणवली. त्यांच्या हाताचा कापूर-केशराचा गंध त्याच्या नाकात शिरला. त्यानं वाकून बुवांना नमस्कार केला. त्यांच्या पायावर मस्तक टेकवलं. कृतार्थतेचे दोन अश्रू बुवांच्या पावलांवर पडले. बुवांनी अत्यंत प्रेमभरानं तुकारामाला उठवलं. त्याला आपल्या हृदयाशी धरलं, क्षणभर. मग त्याच्या मस्तकावर हात ठेवून त्याला आशीर्वाद दिला. बुवांचा हात मस्तकावर टेकताच तुकाराम अंगांग शहारला. साक्षात गंगेची धार मस्तकावर पडावी आणि अवघा देह पवित्र पवित्र व्हावा, तसं त्याला वाटलं. आपला देह पिसासारखा हलका झाला आहे आणि कापूर-केशराच्या सुगंधासारखा वातावरणात दरवळत आहे, असं त्याला वाटून गेलं. त्या चिपळ्या दोन्ही हातांत धरून त्यानं अत्यंत भक्तिभावानं डोळे मिटले. डोळ्यांपुढे एक काळीसावळी मूर्ती उभी होती, नामदेवाच्या अभंगातली. अत्यंत प्रेमभरानं आपले हात पसरून ती मूर्ती त्याला कवेत येण्यासाठी बोलावत होती. तुकारामानं डोळे उघडले. ती मूर्ती आणि जनार्दनबुवा दोघंही नाहीसे झाले होते. बुवांची संथ चालत जाणारी पाठमोरी आकृती त्याला पलित्याच्या उजेडात दिसत होती. पण आपल्या शरीराला कंप का सुटलाय आणि आपल्या डोळ्यांतून असं अविरत पाणी का वाहतंय, याचा उलगडा त्याला झाला नाही. तुकाराम कितीतरी वेळ तसाच उभा होता- अंधारात, हातात चिपळ्या धरून. हरीनं त्याला भानावर आणलं. पण तुकाराम असा भान हरपल्यासारखा अंधारात का उभा होता, त्याच्या डोळ्यांतून इतके अश्रू का वाहत होते आणि आपण हाक मारल्यावर तुकाराम असा दचकला का, असे प्रश्न हरीला पडले. त्यानं ते तुकारामाला विचारलेही. पण तुकाराम काहीच बोलला नाही. चिपळ्या हृदयाशी धरून तो मूकपणे हरीबरोबर चालत राहिला. हरी मात्र बराच वेळ आपल्या मनात या प्रश्नांची उत्तरं शोधत होता.

५

त्या रात्री तुकाराम घरी आला; पण एक वेगळाच तुकाराम होता तो! तो घरी आला तोच मुळी भारावल्या अवस्थेत. ना तो जेवला, ना कुणाशी बोलला. सरळ त्यानं अंथरूण गाठलं आणि तो त्यावर निजला. तो निजला खरा; पण त्याला झोप येतच नव्हती. येणार तरी कशी? त्याच्या नजरेसमोर नाचत होतं ते सावळं रुपडं नामदेवाच्या अभंगातला! कर कटेवर ठेवून विटेवर उभं असलेलं. गळ्यात तुळशीमाळ, माथ्यावर रत्नजडित मुकुट आणि त्यावर मोतियाचा तुरा ल्यायलेलं, भक्तवत्सलतेचं निधान मिरवणारं, भक्तांच्या मेळाव्यात रमणारं, ते सावळं रुपडं! आणि कानांत घुमत होता बुवांचा स्वर– "दुकानदारी हे तुमचं कर्म आहे; पण भक्तीची मिरास हा तुमचा धर्म आहे!" त्या स्वरांच्या लिपीतून ध्वनित होणारा अर्थ मनाशी उमजवत आणि नजरेसमोर दिसणारं सावळं रुपडं हृदयात साठवत तुकाराम कितीतरी वेळ जागा होता. पहाटेपहाटे त्याला झोप लागली. दिवस उजाडता तो उठलादेखील. पण रात्रीच्या जागरणाचा ना त्याच्या आविर्भावावर ठसा होता, ना चेहऱ्यावर मागमूस, ना डोळ्यांत झोप. रात्री जागरण झालेला तुकाराम सकाळी उठला तेव्हा अगदी ताजातवाना होता. तरीही काहीसा अबोल, स्वतःच्याच विचारात गढलेला. दोन-तीनदा कनकाईनं त्याला छेडलंदेखील. पण "काही नाही गं आई!" असं तिला उत्तर देऊन त्यानं प्रश्न टाळला. बोल्होबांच्या अनुभवी नजरेनं मात्र तुकारामातला हा बदलही टिपला आणि त्यामागचं कारणही जाणलं! आणि कनकाईला बोलूनही दाखवलं. "सावजीची आई, अहो संतसज्जनांच्या सहवासाचा हा परिणाम आहे बरं! माणूस घडतो तो त्याच्या संगतीनं आणि ओळखला जातो तोही संगतीवरच!" बोल्होबांचं म्हणणं सोळा आणे खरं होतं. कनकाईलाच काय, पण तुकारामालाही ते पटलं. भाकरी खाताखाताच त्यानं मान हलवली. न्याहरी झाल्यावर तो दुकानात गेला. दुकान उघडलं. झाडलोट केली. देवाच्या मूर्तीसमोर उदबत्ती लावली आणि हिशोबाच्या वह्या पुढं ओढून बसला. दुकानात गिऱ्हाईक यायला सुरुवात झाली. पण जो येई, तो कालच्या प्रसंगाबद्दल आधी बोलत असे. बुवांच्या कीर्तनाचं आणि

तुकारामाचं कौतुक करत असे आणि मगच माल घेत असे. सकाळभर असं चाललं होतं. नंतर साधारण अकराच्या सुमाराला तुकारामचे मित्र जमले. आल्या आल्या संताजी म्हणाला, "तुका गड्या काल तू काय टाळ वाजवलास रं! एकदम माहीर असल्यागत! कुठं आणि कधी शिकलास गड्या हे?" संताजीच्या प्रश्नाचं उत्तर दिनकरनं परस्परच दिलं. म्हणाला, "अरे संताजी, आबाजींच्या घरी सारखं भजन असतं. ततंच शिकला असणार!" पण तरीही गोपाळनं शंका काढलीच. म्हणाला, 'अरे व्हय! पन घरच्या भजनात टाळ वाजवणं येगळं आणि गावच्या कीर्तनात टाळ वाजवणं येगळं! व्हय का न्हायी हरी?" त्यानं हरीची साक्ष काढली. हरीनं मान डोलावली. पण त्याचा प्रश्न वेगळाच होता. "तुका, अरे, त्या चिपळ्या तुला त्या बुवांनी दिल्या. काय केलं त्यांचं गड्या तू? आनी तुला त्या वाजवायला येतात तरी का?" हरीचा हा प्रश्न सगळ्यांच्या मनातलाच होता. तुकाराम किंचित हसला. आपल्या मित्रांच्या उत्सुकतेची त्याला गंमत वाटली. म्हणाला, 'खरं सांगू दोस्तानो, अजूनतरी त्या चिपळ्यांचं मी काहीच केलेलं नाही. घरी आल्यावर त्या चिपळ्या मी सरळ देवखोलीत नेऊन ठेवल्या आहेत. आता संध्याकाळी आबांकडनं शिकून घेणार त्या कशा वाजवायच्या ते! पर गड्या हो, एक गोष्ट खरी की, आपण आता काहीतरी नवीन शिकलं पाहिजे. वाचलं पाहिजे. आता हे खेळ, हमामा, हुतूतू, नदीकाठी हुंदडणं बास झालं. हां! ते पण एकदम बंद करायचं नाही. पण आता त्या खेळांतला थोडा वेळ आपण वाचनासाठी काढू या. ज्ञानेश्वरी, अमृतानुभव, नामदेवाची गाथा आपण वाचू या. या सगळ्या संतांनी आपल्यासाठी हा ज्ञानाचा खजिनाच लिहून ठेवला आहे. त्याचं वाचन करून आपण आपलं आयुष्य सुधारायला हवं. तुम्हाला नाही का असं वाटत?" तुकारामानं मित्रांना प्रश्न केला. सगळ्यांनी मान डोलावली. पण संताजीच्या नजरेत प्रश्न होता. तुकारामानं तो वाचला. म्हणाला, "संताजी, बोल. काय शंका आहे तुझ्या मनात? विचार!" संताजीनं लगेचच विचारलं, "तुका मला हे मान्य हाय की, संतांनी आपल्यासाठी ज्ञानाचा खजिना लिहून ठेवलाय आणि तो वाचून आपण आपलं आयुक्ष सुधारलं पाहिजे. तू, तुझे आबाजी ते वाचतच हायसा; पण मी कुटं वाचणार? चाकणला? आणि तुका दोस्ता, मला एक सांग, संतांनी लिवलेल्या पोथ्या वाचून जर आयुक्ष सुधारलं असतं, तर बाळानं चोरी कशाला केली असती? अरं, त्याला तर ज्ञानेश्वरी तोंडपाठ हाय. मग त्यो का सुधारला न्हाई?" संताजीनं मनातली शंका बोलून दाखवली आणि इतरांनी त्याच्या मनातल्या शंकेला दुजोराही दिला. आता मात्र उत्तर तुकारामानं द्यायचं होतं आणि इथं त्याच्या बुद्धीची कसोटी होती. आपल्या मित्रांच्या मनातल्या या रास्त शंकेचं तिचं निरसन करणं गरजेचं होतं. तुकारामानं क्षणभर विचार केला. आता यांना उदाहरण देऊन समजावून सांगावं लागणार, हे त्याच्या लक्षात आलं. तुकारामाच्या

घरातलं वातावरण धार्मिक होतं. बोल्होबा वारकरी असल्याने ज्ञानेश्वरी, अमृतानुभव, नामदेवाचे, जनाबाईचे, चोखोबाचे अभंग, मुक्ताबाईच्या अभंगांतून होणारे प्रबोधन या विषयांचा घरात राबता होता. बोल्होबांचे मित्रमंडळ दर आठवड्याला एकत्र जमत असे. विष्णुकाका कुलकर्णी त्यांना या अभंग-ओव्यांचे अर्थ उलगडून सांगत असत. येता-जाता ते सर्व तुकारामाच्या कानावर पडे. नकळतपणे तुकारामावर ते संस्कार रुजत होते. त्याच्या बालवयात तो हूडही होता. पण मनाच्या गाभाऱ्यात कुठंतरी या संस्कारांचे ठसे उमटत होतेच होते. पण बोल्होबांनी हळूहळू दुकानाची जबाबदारी त्याच्यावर थोडीथोडी टाकली आणि त्याचा हूडपणा कमी होऊ लागला. तरीही संध्याकाळी दिवेलागणीला दुकान बंद केल्यावर तो आणि त्याचे मित्र गावाबाहेरच्या पारकट्ट्यावर जमत असत आणि सगळ्या गावगप्पा तिथं चालत. पट-सोंगट्यांचा डावही रंगत असे आणि ज्या दिवशी तुकारामाला दुकानात बसायचं नसायचं, त्या दिवशी मात्र हमामा, हुतूतू, विटीदांडू, नदीच्या पात्रात तास न् तास डुंबणं, झाडावरून सूर-पारंब्या खेळणं असा त्याचा दिवस जात असे. तरीही घरच्या वातावरणामुळे तुकारामाचं बोलणं इतर मित्रांपेक्षा शुद्ध आणि मधाळ असायचं, लाघवी असायचं आणि घरातच मिळणाऱ्या ज्ञानाच्या संस्कारांमुळेही मित्र वर्गात तुकाराम हुशार आणि बुद्धिमान म्हणून ओळखला जात होता. म्हणूनच आता संताजीनं मनातली ही विचित्र पण प्रातिनिधिक स्वरूपाची शंका विचारल्यावर चौघंही जण तुकारामाकडं मोठ्या अपेक्षेनं बघत होते.

तुकाराम क्षणभर विचारात पडला. एकवार त्यानं नजर उचलून आपल्या चारही मित्रांकडे पाहिलं. चौघांच्या डोळ्यांत शंका होती, उत्सुकता होती. अपेक्षा होती आणि होता तुकारामाबद्दलचा विश्वास. त्याच्या बुद्धिमत्तेवर भरवसा आणि त्याच्या मित्रत्वाबद्दल खात्री. मित्रांच्या नजरेला नजरेनंच दिलासा देऊन तुकारामानं बोलायला सुरुवात केली. "मित्रांनो, गड्यांनो, संताजीच्या मनात उठलेली शंका आणि तिची तुमच्या मनात उमटलेली प्रतिमा अगदी रास्तच आहे. ज्ञानेश्वरी वाचण्यानं आपल्याला ज्ञानाचा मार्ग सापडतो, आपलं आयुष्य सुधारतं, असं असताना आणि बाळाला ज्ञानेश्वरी पाठ असतानाही बाळा अजून वाईट मार्गानंच जातोय, चोऱ्या करतो, गांजा ओढतो, दारू पितो, असं का हेच तुमच्या मनात उठलेले प्रश्न आहेत ना? चला, मी त्या प्रश्नांची उत्तरं देतो. पण त्यासाठी आपल्याला नदीकाठी जावं लागेल. इंद्रायणीचं पाणीच याचं उत्तर आपल्याला देईल. चला तर!" म्हणत तुकारामानं दुकान बंद केलं. नाहीतरी जेवणाची वेळ झालेलीच होती. सारे मित्र बुचकळ्यात पडले. 'नदीकाठी जावं लागेल? इंद्रायणीचं पाणी या प्रश्नाचं उत्तर देईल? म्हणजे काय? काय म्हणायचंय काय तुकारामाला? पाणी कधी बोलतंय व्हय? हा असा काय येड्यावाणी इचार करतोय?' संताजी, हरी, दिनकर, गोपाळ एकमेकांच्या

तोंडाकडे पाहू लागले. काय बोलावं कुणालाच सुचेना. तोवर तुकाराम दहा पावलं चालत पुढं गेलाही होता. गोपाळ म्हणाला, "अरं चला तर! बघू या तरी तुका काय दावतोय ते! हितंच उभं राहून समजणार हाय का?" सगळ्यांना ते पटलं. सगळ्यांनी मान डोलावली आणि भराभरा तुकारामाच्या मागून ते चालत निघाले. बघता बघता नदी आली.

दुपारची वेळ होती. कार्तिकाचं ऊन! नदीचं पाणी त्या उन्हात चमकत होतं. ती चमक अंगावर घेऊन पाणी संथपणे वाहत होतं. छोटे छोटे तरंग पाण्यावर उमटत होते. क्षणभर उन्हात चमकत होते आणि पाण्यातच लुप्त होत होते. वाळवंटातही शांतता होती. ऊन वाळवंटभर पसरलं होतं आणि वाळूत असलेले गारगोटीचे लहानलहान खडे हिऱ्यासारखे चमकत होते. घाटावरही शांतता होती. आयाबायांचं धुणं झालं होतं. त्या कधीच घराकडे परतल्या होत्या. दूरवर एक जण कुणीतरी पाण्यात डुबकी मारत होता. तुकारामानं त्या सगळ्या आसमंतावरनं एकवार नजर फिरवली. नदीच्या परिसरातील ती नीरव शांतता त्यानं एकदा नजरेत भरून घेतली. त्याचे चारही मित्र त्याच्या बाजूला उभे होते, तुकाराम काय बोलतो याची प्रतीक्षा करत. तुकाराम निःस्तब्ध उभा होता. शेवटी वाट बघून संताजीनं विचारलं, "अरे बाबा, बोल की काय तरी. डोस्क्यावर ऊन भाजतंया आणि पायाला गरम वाळू चटके देतीया. आता किती येळ असा नदीकडं बघत उभा राहणार हायेस? आता प्रश्नाचं उत्तर द्यायला कुनी नदीतनं वर येणार हाय का? बोल की गड्या कायतरी." संताजीच्या प्रश्नावर सगळी हसली. पण हसतच गोपाळ म्हणाला, "यील बाबा, नक्की यील. या तुकारामानं बोलावलं तर इंद्रायणीमातासुदिक यील उत्तर द्यायला! काय रं तुका?" गोपाळाच्या बोलण्यानं पुन्हा सगळी हसली. तुकाराम म्हणाला, "मित्रांनो, आता गंमत बास झाली. आपण इथं तुमच्या मनातल्या प्रश्नाचं उत्तर मिळवायला आलो आहोत. तेव्हा आता चला आपण नदीच्या पात्राजवळ जाऊ या. पाण्यात पाय सोडून उभे राहू या. चला!" तुकारामाची कल्पना सगळ्यांना आवडलीच, पण त्यापेक्षा प्रश्नाच्या उत्तराचीही उत्सुकता होतीच. सगळे पाण्याकडे धावले. वाळूचे चटके पायाला बसत होते. पण पाण्यात पाय बुडवल्यावर पाण्याच्या शीतलपणानं जणू सगळा दाह घालवला. "आऽऽहा!" असा उद्गार सगळ्यांच्या तोंडून निघाला. काही क्षण सगळे तसेच उभे राहिले. पाय शांतवले. मन शांतवलं आणि तुकारामानं बोलायला सुरुवात केली. "गड्याहो, मघाशी तुमच्या मनात प्रश्न होता तो बाळाबद्दलचा की, ज्ञानेश्वरी पाठ असूनसुद्धा तो असा कसा राहिला? सांगतो. संताजी, मला सांग हे नदीचं वाहणारं पाणी आपल्याला काय काय देतं?" या प्रश्नानं संताजी गोंधळला. "अरे तुकाराम, हा काय प्रश्न झाला? अरं बाबा, हे नदीचं पानी हाय म्हणून तर आपण जिवंत आहोत. अरं, या पाण्यानं शेती पिकते,

गुरांना चारा मिळतो. आनी आपल्याला, आपल्याला नव्हे तर आख्ख्या गावाला प्यायला पानी मिळतं. काय रे गोपाळा, बरोबर की न्हाई?'' संताजीनं आपल्या उत्तरासाठी गोपाळाची साक्ष काढली. पण गोपाळा तर त्याही पुढं होता. 'अरं, एवढंच काय सांगतुयास! आपली गुरंढोरं कुठं धुतो आपण? नदीतच की! आनी आपल्या घरातली कापडं कुठं धुतो? हितचं की! आनी सकाळी सकाळी आपुन टमरेल....!'' ''पुरे!'' तुकारामानं त्याला मध्येच थांबवलं म्हणून बरं; नाहीतर गोपाळा आणखी बडबडत बसला असता. तुकाराम पुढं म्हणाला, ''म्हणजे या नदीपासून आपल्याला खूपखूप काही मिळतं आणि आपण ते घेऊन आपलं आयुष्य स्वच्छ, निर्मळ आणि सुंदर बनवतो. पण...!'' तुकाराम बोलायचा थांबला. ''पण काय तुका?'' हरीनं विचारलं. त्याच्या स्वरात उत्सुकता होती. ''पण.. इकडं या! असं पाण्यात पाय टाकून उभे राहा तसेच! आता बघा आपली पावलं किती स्वच्छ, किती निर्मळ दिसताहेत. म्हणजे नदीच्या वाहणाऱ्या पाण्याचा उपयोग करून आपण आपली पावलं स्वच्छ करून घेतली. तसंच आपण आपलं जीवनही स्वच्छ करून घेतो. पण आता या पाण्यात राहिलेला हा दगड बघा.'' असं म्हणून तुकारामानं पाण्याच्या प्रवाहातला एक दगड उचलला. तो हातावर घेऊन सगळ्यांना दाखवत म्हणाला, ''हा दगड गेली कित्येक वर्षं या इंद्रायणीच्या पात्रात पडलेला आहे. वर्षानुवर्षं हे पाणी त्याच्या अंगावरून वाहतंय. पण त्याच्यात काही फरक पडलेला नाही. तो आहे तसाच राहिलाय. एवढंच नव्हे, तर मी त्याला उचलून पाण्याबाहेर काढल्यावर तो लगेचच कोरडाही झाला. या तीर्थजलात राहूनही तो धोंडाच राहिला. तसंच झालं आहे बाळा सुताराचं. वर्षानुवर्षं ज्ञानेश्वरी वाचून ती त्याला मुखोद्गत झाली आहे. पण त्यामुळे त्याच्या जीवनात काहीच फरक पडला नाही. नव्हे, त्यानं त्या ज्ञानाचा स्वतःसाठी काहीच उपयोग करून घेतला नाही. म्हणून तर तो कोरडा राहिला या दगडासारखा. ज्ञान म्हणजे वाहती गंगा आहे. त्या गंगेत स्नान करून जो निर्मळ होईल, तोच पवित्र होईल. नाहीतर बाळासारखे लोक; ज्यांनी स्वतःचं मन अस्वच्छ ठेवलंय, त्यांनी ज्ञानगंगेत स्नान केलं काय नि घरच्या आडात स्नान केलं काय, सगळं सारखंच. खरं ना? आता तुम्हाला समजलं का ज्ञानेश्वरी पाठ असून बाळा असा का राहिला ते!'' तुकाराम बोलत होता. समजावून सांगत होता आणि ते चौघं जण डोळे विस्फारून, भान हरपून त्याचं बोलणं ऐकत होते. तुकाराम बोलायचा थांबला, तसे चौघं भानावर आले. तुकारामानं शेवटी विचारलेला प्रश्न पुन्हा विचारला, तेव्हा तो त्यांना ऐकायला आला. पण त्यांना तुकारामानं काय सांगितलं ते समजलंही होतं आणि पटलंही होतं. तरीही त्यातून सर्वप्रथम सावध झाला संताजी. ''तुका गड्या, काय झ्याक बोलतोस रं! अगदी सगळं सगळं पटलं बघ आम्हाला आणि बाळाच्या अशा असण्याचं कारणसुद्धा! पण खरं सांगू तुका,

अरं, तू अक्षी त्या कीर्तनातल्या बुवावाणी बोलत हुतास बघ! अक्षी त्या बुवावाणी! आनि तसंच उदाहरण देऊन पटवूनबी दिलंस बघ. अगदी सगळं त्या बुवासारखंच!'' संताजी म्हणाला आणि सगळ्यांनी मान डोलावली. दिनकर म्हणाला, ''तुका गड्या, त्या बुवाच्या मागं टाळ धरून दोन तास काय उभा राह्यलास आनि तू पण बुवाच झालास की!'' सगळीच यावर हसली. आता सूर्य डोक्यावरूनही कलला होता. गोपाळनं तोंड एवढंसं केलं. पोटावर हात मारत म्हणाला, ''चला बाबानो, आता घरी जाऊ यात. मला लई म्हणजे लईच भूक लागलीय. तुकाला काय, असंच कायबाय बोलत बसला की, त्याला भान राहायचं न्हायी. चला आता घराकडं!'' गोपाळ बोलला आणि मग सगळ्यांनाच घराची आठवण झाली. सगळ्यांनाच भूकही लागली होती आणि सगळी आपापल्या घरी परतली.

तुकारामाला त्याच्या घरी सोडून हे चौघं निघाले; पण त्यांच्यात विषय होता तुकारामाचा. त्याचं बोलणं, त्याचं समजावणं, त्याचं उदाहरण देऊन पटवून देणं, त्याची तेज बुद्धी, त्याच्या बोलण्यातली माधुरी. चौघांच्या बोलण्यातही हाच विषय होता आणि ते आपापल्या घरी गेले, तरी त्यांच्या मनातही हाच विषय होता. 'हा तुका- तुकाराम- आपला दोस्त असला, सखा असला, तरी हा कुणीतरी वेगळा आहे, कुणीतरी वेगळा होणार आहे; आपणा सर्वांपेक्षा वेगळा, आपणा सगळ्यांपेक्षा मोठा.' विचार करताकरता सगळ्यांच्याच मनानं जणू एका सुरात ग्वाही दिली. बाळा सुताराच्या चोरीच्या प्रकरणानं आणि कीर्तन उत्सवातल्या टाळाच्या प्रसंगांनं जणू हेच सिद्धही केलं होतं आणि आज आत्ता नदीकाठच्या प्रसंगानं त्यावर शिक्कामोर्तब झालं होतं. तुकाराम खरंच वेगळा होता. अगदी वेगळा. सर्वांच्या मनातल्या या भावनेपासून, या विचारापासून पूर्णपणे अनभिज्ञ असलेला, आपण जे काही केलं ते खरोखरच काही वेगळं होतं या विचारापासून दूर असलेला, भुकेजलेला तुकाराम घरी आला आणि आल्या आल्या त्यानं कनकाईच्या मागं भुणभुण लावली. ''आई, भूक लागलीय; जेवायला वाढ ना... लवकर वाढ ना!'' कनकाईनं ''तू इक्ता वेळ कुठं हुतास?'' हा प्रश्न दहा वेळातरी विचारला असेल, पण त्याला तुकारामाचं एकच उत्तर होतं– ''जेवायला वाढ!'' काही न बोलता कनकाईनं त्याचं पान तयार केलं. तुकाराम भराभरा जेवू लागला. ''अरे, अरे! जरा दमानं जेव की! आणि हात-पाय धुतले न्हाईस ते? सावकाशीनं जेवावं बाळा! काय वाघ मागं लागलाय की काय!'' कनकाई विचारत होती. पण तुकारामाचं लक्षच नव्हतं. तो खाली बघून जेवत होता. कनकाई त्याच्याकडे एकटक बघत होती. खाली मान घालून मन लावून जेवणारा तुकाराम कुठं होता हा इतका वेळ? एरवी सगळ्यांशी प्रेमानं वागणारा, लाघवी बोलणारा तुकाराम आपल्या मनातलं मात्र कुणाजवळ बोलायचा नाही आणि एखादी गोष्ट मनात आली की, ती केल्याशिवाय राहायचा नाही. असा मनस्वी पण काहीसा

हट्टी असणारा हा आपला लेक सगळ्या गावाचा आता लाडका झाला आहे, हे कनकाईच्या कानावर आलंच होतं आणि आतातर कीर्तन-उत्सवात बुवांनी त्याला बोलावणं, तुकारामानं बुवांच्या मागे उभं राहून टाळ वाजवणं आणि बुवांनी त्याला शाबासकी देणं, अवघ्या गावानंही कौतुक करणं... कनकाईचा ऊर लेकाविषयीच्या अभिमानानं भरून आला आणि डोळे आनंदाश्रूंनी भरले. डोळ्यांत उभे राहिलेले आनंदाश्रू पदरानं टिपून तुकारामाला काय हवंय विचारायसाठी तिनं समोर पाहिलं. तुकाराम तिथं नव्हताच. तो कधीच उठला होता. कनकाईच्या चेहऱ्यावर हसू उमटलं. आपल्या अंगभूत सद्‌गुणांनी लोकांच्या मनात एक वेगळं स्थान निर्माण करत तुकाराम असा मोठा होत होता.

तुकारामाची बुद्धिमत्ता, त्याचं लाघवी बोलणं, त्याचं ऋजू व्यक्तिमत्त्व, याचा फार मोठा परिणाम पंडितकाका कुलकर्णी यांच्यावर झाला. पंडितकाका कुलकर्णी देहूतलं एक आदरणीय व्यक्तिमत्त्व. वयोवृद्ध असलेले पंडितकाका अत्यंत तेजस्वी आणि बुद्धिमान होते. पांडुरंगाचे निस्सीम भक्त होते. आध्यात्मिक क्षेत्रात त्यांचा दांडगा वावर होता. मोठेमोठे कीर्तनकार, कथेकरीबुवा पंडितकाकांचं मार्गदर्शन घेण्याकरिता देहूला येत असत. कीर्तन-उत्सवात पंडितकाकांचा मोठा सहभाग होता. पंडितकाकांची नजरही रत्नपारखी होती. तुकारामानं कीर्तनात टाळांची साथ केली. त्यातलं प्रावीण्य, त्यातली लयकारी, त्याची ताल-ठेक्याची समज, सुरांचं ज्ञान पंडितकाकांच्या नजरेत भरलं. हा पोर कोणीतरी मोठा होणार... त्यांच्या मनानं तेव्हाच ग्वाही दिली. कीर्तन-उत्सवाचा शेवटचा दिवस होता. आळंदीच्या भाऊ महाराजांचं कीर्तन ठरवलं होतं. पंडितकाका, पाटीलबाबा, ज्येष्ठ गावकरी तयारीत गुंतले होते. तोच आळंदीहून एक स्वार आला आहे व भाऊमहाराजांचा निरोप घेऊन आला आहे, असं सांगत तराळ आला. पंडितकाका पुढं झाले. त्या स्वारानं काकांकडे पत्र दिलं. भाऊमहाराजांचं पत्र होतं ते. त्यांच्या पत्नीची प्रकृती काल अचानक बिघडल्यानं ते कीर्तन करण्यासाठी येऊ शकत नाहीत, असा निरोप त्या पत्रात होता. पाटीलबाबांनी कपाळाला हात लावला. “पंडितकाका, आता वो काय करायचं? आता अर्धी तयारी होत आली. आज कीर्तन उत्सवाची सांगता, शेवटचा दीस आणि ह्ये काय मधीच आक्रित झालं? कीर्तनाचं कायतरी व्हईल; पर उत्सवाची सांगता कराय नगं का?” पाटीलबाबांच्या मनात ढीगभर शंका उभ्या राहिल्या. क्षणभर पंडितकाकांनाही काही सुचेना. बरं, भाऊमहाराजांना काही बोलावं तर त्यांची अडचणही योग्यच होती आणि पाटीलबाबांची शंकाही रास्तच होती. पण असल्या अडचणींना घाबरतील ते पंडितकाका कसले? त्यांनी क्षणभर विचार केला... डोळे मिटले आणि दुसऱ्या क्षणाला त्यांच्या चेहऱ्यावर हास्य उमटलं. उघडलेल्या डोळ्यांतही ती प्रसन्नता दिसून आली. त्यांनी त्या स्वाराला गूळ-पाणी देण्याची

व्यवस्था केली आणि पाटीलबाबांना म्हणाले, "पाटीलबाबा, अहो चिंता मिटली. आता कीर्तन उत्सवाची सांगता कोण करणार, ही काळजी मिटली. कोणी मोठा, नावाजलेला कीर्तनकार नसला तरी कीर्तनाची जाण असणारा, भक्तीचं मर्म जाणणारा, श्रद्धेचा भाव ओळखणारा आणि स्वर-तालाची समज असणारा आपला तुकाराम आहे ना! त्यालाच सांगू कीर्तन उत्सवाची सांगता करायला. नाहीतरी या उत्सवात आपल्या गावचं कोणीतरी असावं, अशी आपली सगळ्यांची इच्छा होतीच ना? ती पांडुरंगानं अशी पूर्ण करण्याची संधी आपल्याला दिली, असं आपण समजू या, कसे?" पंडितकाकांचं बोलणं ऐकून क्षणभर पाटीलबाबांचा चेहरा उजळला. पण दुसऱ्या क्षणी त्यांच्या चेहऱ्यावर अनेक प्रश्न उमटले, "काका, अहो तुकाराम? आपला तुकाराम? बोल्होबांचा तुक्या? तसं पोर हुशार हाय. धीट हाय. परवा त्यानं टाळांची सोबतही चांगली केली. पण आता त्याला थेट सांगता करण्यासाठी उभं करावं म्हणजी जरा शंका वाटतीया. निसतं टाळ वाजवणं येगळं आनी कीर्तन करणं येगळं. त्यातही आता आयत्या येळी त्याला सांगितलं तर त्यो काय कीर्तन करणार, कप्पाळ?" पाटीलबाबा अनेक शंका काढत होते. पंडितकाकांनी त्यांना हातानंच गप्प केलं. म्हणाले, "पाटीलबाबा, अहो, जरा थांबा. मनातल्या शंका जरा बाजूला ठेवा आणि मी काय म्हणतो ते ऐका. हे बघा पाटीलबाबा, बोल्होबा धार्मिक विचारांचे श्रद्धाळू वारकरी आहेत. त्यांच्या घरी नेहमीच कीर्तन-प्रवचन असतं. तुकारामाच्या कानावर लहानपणापासून हे संस्कार झाले आहेत. कीर्तन म्हणजे काय हे तुक्याला वेगळं सांगण्याची गरज नाही. त्यानं ते ऐकलेलं आहे, पाहिलेलं आहे, अनुभवलेलं आहे. त्याला ताला-सुराची जाण आहे. लय-ठेक्याची समज आहे. अभंगाची आवड आहे. एक वेळ आता तो चांगलं कीर्तन करू शकणार नाही; पण कीर्तन उत्सवाची सांगतातरी तो नक्की चांगली करेल, असं मला वाटतं. पाटीलबाबा, हे पोर बुद्धीनं तेज आहे. मनानं निर्मळ आहे. त्याचं वाचन दांडगं आहे. त्याच्या या गुणांचं चीज आपणच करायला हवं. मला एकतर असा विश्वास वाटतो की, तो अपयशी ठरणार नाही आणि त्यातून तो अपयशी ठरलाच तर लहान आहे, पोरवयाचा आहे, १०/१२ वर्षांचा आहे; त्यामुळं त्याचं हसं होणार नाही. तर उलट, त्याच्या धाडसाचं कौतुकच होईल आणि यशस्वी झालाच तर त्याच्याबरोबर आपलंही कौतुकच होईल. तेव्हा मला वाटतं, आपण हा विचार करायला हरकत नाही. कसं?" पंडितकाकांनी विचारलं. पाटीलबाबांना पंडितकाकांचं बोलणं पटलेलं दिसत होतं. त्यांनी होकारार्थी मान हलवली आणि मग मात्र दोघांनी वेळ घालवला नाही. त्यांनी तत्काळ बोल्होबांचं घर गाठलं.

बोल्होबा, तुकाराम सगळी घरातच होती. दुपारच्या जेवणाची तयारी चालली होती. पंडितकाका आणि पाटीलबाबा आलेले बघताच बोल्होबा आणि तुकाराम

दोघंही उठून दाराजवळ आले. मोठ्या प्रेमानं बोल्होबांनी दोघांना नमस्कार केला. तुकारामानंही पायांवर डोकं ठेवून नमस्कार केला. बोल्होबांनी आदरानं दोघांना हाताला धरून ओसरीवर आणलं. बैठकीवर बसवलं. तोच कनकाईनं कान्होजीच्या हस्ते गूळ-पाणी पाठवलं. गुळाचा खडा तोंडात टाकून वर पाणी पिऊन ओल्या झालेल्या मिशा पालथ्या हातानं पुसून पाटीलबाबा म्हणाले, "बोल्होबा, एक मनसुबा घिऊन तुमच्याकडं आलोय आम्ही. गावकीचा, गावाच्या कल्याणाचा आणि गावाच्या इज्जतीचा सवाल हाय आणि त्याचा जबाब तुमच्याकडं हाय, म्हणून आलोया." त्यांचं बोलणं ऐकून बोल्होबांनी हात जोडले. म्हणाले, "पंडितकाका, पाटीलबाबा, आज तुम्ही दोघं नामदेव-पुंडलिकासारखे माझ्या घरी आलात. त्यातनं काम गावकीचं आहे, सवाल गावाच्या इज्जतीचा आहे आणि इचार गावाच्या कल्याणाचा; मग अशी विनंती करायचं काय कारण? आपण आदेश द्यायचा. हुकूम फर्मावायचा! बोला, काय सेवा करू मी?" बोल्होबांचं आदरपूर्वक, प्रेमळ बोलणं ऐकून पंडितकाकांना बरं वाटलं. "बोल्होबा, आम्ही जे मागायला आलो आहोत, ते तुमच्याकडं नाही. म्हणजे तसं तुमच्याकडंच आहे, पण त्याहीपेक्षा तुकारामाकडं आहे!" पंडितकाकांनी विषयाला हात घातला. गावातली ही दोन मोठी माणसं आपल्याकडं काय मागायला आली असतील, या विचारानं तुकाराम गोंधळला. एकवार मान वर करून प्रश्नार्थक मुद्रेनं सगळ्यांकडे नजर टाकून तुकारामानं मान खाली घातली आणि दुकानातून आणलेल्या हिशोबाच्या वह्यांकडे आपली नजर वळवली. तोच पंडितकाका पुढे म्हणाले,"बोल्होबा, गावात कीर्तन-उत्सव चालू आहे हे आपणास विदित आहेच. आज कीर्तन-महोत्सवाचा शेवटचा दिवस आहे. आज भाऊमहाराज आळंदीकरांचं कीर्तन ठेवलेलं होतं; पण आताच आळंदीहून स्वार आला आहे. बुवांच्या पत्नीची प्रकृती काल रात्री अचानक बिघडल्यामुळे ते येऊ शकत नाहीत, असा निरोप आला आहे. त्यांनी मानाची, आमंत्रणाची सुपारी आणि बिदागीही परत पाठवली आहे!" बोल्होबा लक्षपूर्वक पंडितकाकांचं बोलणं ऐकत होते. पण त्यांना कळेना की, हे सगळं मला सांगायचं कारण काय? तोच पंडितकाका पुढं म्हणाले, "बोल्होबा, हे असं घडल्यामुळं थोडी पंचाईत झाली आहे. म्हणजे कीर्तन महोत्सवाची सांगता होणं गरजेचं आहे. ती झाली नाही तर गावाची इज्जत जाईल. पंचक्रोशीत 'छीः थूः' होईल. शिवाय पुन्हा आपल्याकडे कीर्तनासाठी कोणी येणारही नाही, ते वेगळंच. गावानं परंपरा राखली नाही, असा गावाचा दुर्लौकिक होईल. म्हणून बोल्होबा, तुमच्याकडं एक गाऱ्हाणं घेऊन आलो आहोत. आज कीर्तन महोत्सवाची सांगता तुमच्या तुकारामानं करावी. परवा त्यानं टाळांची सोबत करून आपलं कौशल्य सिद्ध केलेलंच आहे. त्याला ताल-स्वराची समज आहे. आपल्या घरातल्या संस्कारांमुळं धार्मिकतेकडं, भक्तिमार्गाकडं त्याचा ओढा आहेच. आता पोरवयानुसार तो थोडासा

हूड आहे, हेही खरं; पण त्याचं वाचन दांडगं आहे. परवा त्याच्या मित्रांना घेऊन तो नदीवर आला होता. नदीवर कोणीच नव्हतं. मी नुकताच गावाहून परतलो होतो, म्हणून भर दुपारी माध्यान्हीला नदीवर आंघोळीला गेलो होतो. तिथं तुकाराम नदीच्या पात्रातला दगड दाखवून मित्रांना जे समजावून सांगत होता, ते मी ऐकलंय आणि म्हणूनच आजच्या कीर्तन महोत्सवाची सांगता तुकारामानं करावी, ही आग्रहाची विनंती घेऊन तुमच्याकडं आलोय!'' पंडितकाका बोलायचे थांबले. बोल्होबांच्या नजरेत आश्चर्य होतं. तुकाराम तर ताडकन उठून उभाच राहिला. बोल्होबांनी आश्चर्याची एक नजर पाटीलबाबा आणि पंडितकाकांकडे टाकली आणि तुकारामाकडं वळवली. त्यांच्या डोळ्यांतून अश्रू वाहायला लागले. 'एवढा मोठा मान? एवढा मोठा सन्मान? एवढं प्रेम? एवढी आपुलकी? एवढा विश्वास? आणि तोही या आपल्या ११/१२ वर्षांच्या पोरावर?' बोल्होबांच्या लेखी ती फार मोठी घटना होती. आणि तुकाराम? त्याला तर काहीच सुचेना. त्याच्या हाता-पायांना दरदरून घाम फुटला. 'म्हणजे त्या दिवशी नदीवर आंघोळ करणारा माणूस म्हणजे पंडितकाका होते? पण आता ते काय सांगताहेत? मित्रांसमोर काहीतरी बोलणं वेगळं आणि गावकरी- तेही मोठ्या संख्येनं समोर बसले असताना, त्या शेकडो नजरांना नजर देत काही सांगणं-बोलणं वेगळं!' बोल्होबांच्या डोळ्यांतून अविरत अश्रू वाहत होते. तुकाराम भांबावल्यासारखा खाली मान घालून उभा होता. त्याच्या डोक्यात विचारांचा नुसता गोंधळ माजला होता. काय नव्हतं त्यात? थोडीशी भीती, बरंचसं आश्चर्य, मनाचा कोपरा धरून नाचणारा आनंद, स्वतःविषयी वाटणारा किंचितसा अभिमान, तरीही स्वतःबद्दलची साशंकता, आपण हे करू शकू की नाही याबद्दलची दोलायमानता, गावाबद्दलची जबाबदारीची जाणीव, पंडितकाका व पाटीलबाबांविषयी वाटणारा आदर, ते देत असणाऱ्या संधीबद्दलचं स्वागत, मनाच्या कोपऱ्यात कुठंतरी वाटणारा आत्मविश्वास आणि देवाच्या या कृपेनं आलेलं भारावलेपण. या सगळ्या भावनांसह दिङ्मूढ झालेला तुकाराम निःस्तब्ध उभा होता. पंडितकाका आणि पाटीलबाबा उत्तराच्या अपेक्षेनं आळीपाळीनं दोघांकडं पाहत होते. कुणीच काही बोलत नव्हतं. एक विचित्र अशी शांतता तिथं पसरली होती.

६

ती शांतता तोडली कनकाईनं. सगळ्यांसाठी दूध घेऊन ती बाहेर आली तर काय!... सगळे चिडीचूप बसलेले. कनकाईला कळेना काय झालंय. दुधाचे पेले खाली ठेवत, डोईवरचा पदर सावरत तिनं विचारलं, "काय झालं म्हनते मी? एवढं चितागती बसलासा? एवढा कसला घोर जिवाला पडलाय? काय आभाळ कोसळलं का काय?" तिच्या प्रश्नाच्या भडिमारानं सगळे सावध झाले. बोल्होबा म्हणाले, "सावजीच्या आई, अहो, हे पाटीलबाबा आनि पंडितकाका आवतण घेऊन आलेत!" "आवतण? कसलं? पाटीलबाबा, काय लेकाचं लगीन ठरलं की काय?" कनकाईनं चौकशी केली. बोल्होबा काही बोलणार तोच पंडितकाकांनी उत्तर दिलं– "सूनबाई, अहो, लग्नाचं आवतण नव्हे. आपल्या गावात कीर्तन-उत्सव चाललाय हे तुम्हाला माहीत आहेच. आजचे कीर्तनकार येणार नाहीत. म्हणून आज कीर्तन उत्सवाची सांगता तुकारामानं करावी म्हणून आज आवतण द्यायला आलोय. तुकारामानं थोडंसं कीर्तनही करावं आणि सांगता म्हणजे समाप्तीही करावी, म्हणून आलोय." पंडितकाकांचं बोलणं ऐकून कनकाईनं डोळे विस्फारले. तोंडावर हात ठेवला, "अग्गोबाई! काय हाईक म्हणावं का हुईक? माझा तुका कीर्तन करणार? पांडुरंग पावला गंऽऽ बाई! माझ्या पोराचं नशीब लईच थोर म्हणून ही सेवा करण्याची संधी त्याला मिळतीया. व्हय ना हो धनी? तुका, लेकरा करशील नव्हं कीर्तन? मला खात्री हाय, तू लई म्हंजी लईच चांगलं कीर्तन करशील? तो पांडुरंग आपल्या समद्यांच्या पाठीशी हाय. तो तुला नक्की मदत करील!" स्त्रीसुलभ विचारांनी, मातृसुलभ स्वप्नांना घेऊन कनकाई बोलत होती. तिचं बोलणं, तिचा ठाम स्वर, त्यात आपल्याबद्दल, आपण चांगलंच कीर्तन करू याबद्दल उमटलेली खात्री, आपल्याला नक्की मदत करेल याबद्दल पांडुरंगावर असलेला विश्वास, आपल्या लेकराला कीर्तन करायला मिळतंय याबद्दल झालेला आनंद आणि आपल्या थोर नशिबाचा त्यातून होणारा साक्षात्कार... हे सगळंसगळं आपल्या आईच्या शब्दांतून तुकारामाला जाणवलं आणि त्याच्याही मनात एक वेगळाच आत्मविश्वास जागला. इतका वेळ आपण हे करू शकू की

नाही, याबद्दल संभ्रमात असलेला तुकाराम आईच्या शब्दांनी आपण हे करू शकू, नक्कीच करू शकू, या निर्णयापर्यंत आला. त्याच्या चेहऱ्यावरचा आणि मनातलाही गोंधळ कमी झाला आणि एक वेगळा आत्मविश्वास त्याच्या चेहऱ्यावर पसरला. डोळे एका वेगळ्याच निश्चयानं चमकू लागले. त्याच्यातला हा बदल जसा बोल्होबांनी टिपला, तसाच तो पंडितकाकांना आणि पाटीलबाबांनाही जाणवला. दोघांच्याही चेहऱ्यांवर समाधानाचं हास्य पसरलं. आता कीर्तन उत्सवाची किमान सांगता तरी नक्की होणार होती, याचं समाधान पाटीलबाबांना वाटत होतं तर या पोराबाबतचा आपला अंदाज अगदी अचूक निघाला, याचं पंडितकाकांना समाधान वाटत होतं. तुकारामाचा बदललेला चेहरा बघून पंडितकाकांनी प्रेमानं विचारलं, ''काय तुकोबा, करणार ना कीर्तन महोत्सवाची सांगता?'' त्यांच्या या प्रश्नानं तुकाराम काहीसा संकोचला; पण त्यानं हळूच होकारार्थी मान हलवली. तोच पाटीलबाबा म्हणाले, ''तुकारामा, आता सांगता करतुयास तर हातासरशी थोडंसं कीर्तन पण कर बाबा! काय २/३ अभंग म्हण! म्हंजी काय पेटीवाला आनि तबलजी सांगितलेला हाय म्हनून म्हनतो! कसं?'' पाटीलबाबांच्या या म्हणण्यावर सगळेच हसले. पण तुकारामानंही होकारार्थी मान हलवली. तशी मंडळी आनंदली. बोल्होबांच्या डोळ्यांतून तर पाण्याच्या धारा लागल्या. त्यांनी पुढं होऊन पंडितकाकांच्या चरणांसमोर डोकं टेकवून त्यांना नमस्कार केला. म्हणाले, ''काका, आज माझं बापपण धन्य केलं तुम्ही! अहो, घरात अभंग गाणारा आणि टाळ वाजवणारा माझा पोर आज तुम्ही गावापुढं नेलात. त्याला कीर्तन उत्सवात सेवा करायची संधी दिलीत. माझ्यासारख्या वारकऱ्याला आणखी काय पायजे? तुमच्या रूपानं पांडुरंगानंच आज्ञा केली बघा!'' असं म्हणून डोळे पुसत ते तुकारामाला म्हणाले, ''पोरा, नशीबवान हायस बघ! अरं, त्या पांडुरंगाची अशी सेवा करण्याचं भाग्य तुला लाभलं. मला लई आनंद झालाय. पोरा, पंडितकाकांचा आणि पाटीलबाबांचा आशीर्वाद घे. अरं, थोरामोठ्यांच्या आशीर्वादात लई पुण्य असतं. पड त्यांच्या पाया आणि घासभर खाऊन जरा पोथ्या काढून बस. माउली, नामदेव, चोखोबा, जनाबाई आपल्यासाठी शब्दांचं भांडार ठेवून गेलेत. आज त्यांचे शब्द तुझ्या मुखातून येऊ देत. तो विठ्ठल तुला चांगली बुद्धी देईल आणि आशीर्वाद पण देईल. आज मोरे-आंबिले घराण्याचं तू नाव राखलंस. आता यापुढं ते आणखी मोठं कर. त्रिखंडात गाजेल एवढं मोठं कर!'' बोल्होबा बोलत होते. सांगत होते. त्यांच्या डोळ्यांत आसवांची दाटी झाली होती. आवाजात कंप होता. त्यांचं मन भरून आलं होतं. हृदय आनंदानं थरथरत होतं. चेहऱ्यावरून लेकराबद्दलचा अभिमान ओसंडून वाहत होता. त्यांची ही गहिवरलेली अवस्था बघून पंडितकाका आणि पाटीलबाबांनाही गहिवरून आलं. तुकारामाचे डोळेही अश्रूंनी भरले आणि त्याच्या मनाच्या उसन्या खंबीरपणाला न जुमानता ते गालावरून

वाहायलाही लागले. ते अश्रू तसेच वाहू देत तुकाराम पुढं झाला. त्यानं पंडितकाका आणि पाटीलबाबांच्या पायांवर डोकं ठेवून त्यांना नमस्कार केला. मन भरून त्याला आशीर्वाद देत पंडितकाका म्हणाले, "तुकोबा, मोठे व्हा. खूप खूप मोठे व्हा. इतके मोठे व्हा की, आकाशाएवढे व्हा. तुमच्याकडं बघताना पागोटं पाठी पडलं पाहिजे. आणि त्याचबरोबर या मातीशी बांधले राहा. तुमच्या मोठं होण्याची ही नांदी आहे, हे ध्यानात ठेवा!" पंडितकाकांनी तुकारामाला खांद्याला धरून उठवलं. मिठीत घेतलं. पंडितकाकांच्या मिठीत तुकाराम दुधात खडीसाखर विरघळावी, तसा विरघळला. त्याच्या पाठीवर थोपटत पंडितकाकांनी त्याला मिठीतून बाजूला केलं, तर पाटीलबाबांनी "तुकारामा, लै म्हंजी लै मोठा हो. इतका मोठा हो की, सरदारापरीस मोठा!" असा आशीर्वाद दिला. तुकाराम बोल्होबांकडे वळला. त्यांच्या पाया पडला. बोल्होबा काही बोलले नाहीत. मूकपणे त्यांनी तुकारामाला हृदयाशी धरलं आणि त्याच मूकपणे ते त्याच्या पाठीवरून हात फिरवत राहिले. त्यांचा तो स्पर्श त्यांच्या शब्दांहूनही खूपच बोलका होता. काय नव्हतं त्या स्पर्शात? त्या स्पर्शात होती लेकराबद्दल अफाट माया, त्याच्याविषयीचा अभिमान, त्याच्या गुणांबद्दल वाटणारं कौतुक, त्याच्या गुणांचं होणारं चीज बघून आलेलं भरून पावलेपण, त्याच्या भविष्याबद्दलची वाटणारी निश्चिती, त्याचा बाप असल्याबद्दलची धन्यता, आपल्या संस्कारांना सिद्ध झालेलं बघून वाटलेली सार्थकता, एक वारकरी म्हणून वाटणारा सार्थ अभिमान, ही अवघी विठूरायाची कृपा या भावनेतून निर्माण झालेली कृतज्ञता. बोल्होबा असे अवघे भावनामय झाले आणि आपण तुकारामासाठी हा प्रस्ताव आणला म्हणून पंडितकाकांना, पाटीलबाबांना धन्यता वाटली. तर पंडितकाकांनी आपल्यासाठी आणलेली संधी आपण स्वीकारली, याबद्दल तुकारामाला सार्थकता वाटली. मग मात्र तुकाराम तिथं थांबला नाही. कनकाईनं जेवणासाठी हाक घातली तरीही तो मागं वळला नाही. तडक त्यानं देवखोली गाठली. लाल बासनात गुंडाळलेल्या पोथ्या उलगडल्या. क्षणभर विचार करून त्यांतली ज्ञानेश्वरी काढली आणि तो वाचू लागला, झपाटल्यासारखा. झपाट्यानं गेलेल्या तुकारामाकडं तिघं जण बघतच राहिले. स्वयंपाकघरातून झपझप चालत देवघरात गेलेल्या आपल्या लेकराकडं कनकाई बघतच राहिली, क्षणभर. पण नंतर तिला कळेना की, देवखोलीत समोरच बसलेला तुकाराम आपल्याला का दिसत नाहीय. डोळ्यांतल्या पाण्यानं असेल कदाचित; पण ते पुसण्याचंही भान कनकाईला नव्हतं.

ज्ञानेश्वरी उघडून तुकाराम बसला खरा; पण आज त्याच्या मनाचा गोंधळ उडाला होता. तशी ज्ञानेश्वरी बऱ्याचदा त्याच्या वाचनात आली होती. कित्येकदा तर त्यानं आबाजींना आणि कनकाईला ज्ञानेश्वरीतल्या ओवी-अभंगांचा अर्थही उलगडून सांगितला होता, तर कित्येकदा आबाजींनी त्याला सांगितला होता. पण आज त्याला सगळ्यांसमोर

बोलायचं, सांगायचं होतं. ज्ञानेश्वरीतल्या अभंगांतला ज्ञानाचा खजिना, भक्तीचं भांडार, श्रद्धेचं सामर्थ्य उलगडून दाखवायचं होतं. त्यामुळंच ज्ञानेश्वरी समोर ठेवून तो असा अभंग शोधत होता की, जो त्याला स्वतःलाही समजायला सोपा असेल आणि लोकांना समजावून सांगायलाही सोपा असेल. ज्ञानेश्वरी चाळताचाळता माउलीच्या शब्दाशब्दांवर त्याची नजर खिळत होती. थांबत होती. रेंगाळत होती. त्यांतला भावार्थ समजावून घेण्याचा प्रयत्न करत होती. अन्वयार्थाचा वेध घेत होती. चाळताचाळता एका अभंगाजवळ त्याची नजर थांबली. खिळून राहिली. तो ज्ञानदेवांनी लिहिलेला हरिपाठ होता. वाचतावाचता त्याला काहीतरी गवसलं, सापडलं आणि ते गवसल्याचा त्याला अतिशय आनंद झाला. हरिपाठावर त्यानं लक्ष केंद्रित केलं आणि लक्षपूर्वक तो हरिपाठ वाचायला लागला आणि वाचतावाचताच त्याला तो उमगायलाही लागला. माउलीच्या शब्दांची माधुरी, अर्थाचं सामर्थ्य, अद्वैताचं दर्शन आणि भक्तीचा सुगंध या सर्वांमुळे त्या अभंगाच्या ज्ञानाला एक वेगळीच झळाळी प्राप्त झाली आणि वाचतावाचता आणि अर्थ उमजून घेताघेता तुकारामाची जणू समाधी लागली आणि त्याला दिसलं- प्रत्यक्ष माउली, ज्ञानेश्वरमाउली, समोर बसली आहे आणि तिच्या मुखातून ती हरिपाठाचा अर्थ सांगते आहे. तशा समाधी अवस्थेतही तुकारामाच्या अंगावर रोमांच उभे राहिले. पुन्हापुन्हा तो हरिपाठ वाचत राहिला आणि त्याला तो मुखोद्गत झाला. हात जोडून, डोळे मिटून चार वेळा हरिपाठ त्यानं म्हणून बघितला आणि आपल्याला तो बिनचूक म्हणता आला, याचा आनंद त्याच्या चेहऱ्यावर पसरला. एक प्रसन्न हास्य त्याच्या चेहऱ्यावर उमटलं. इतका वेळ देवखोलीत बसून हा तुका काय करतोय हे बघायला आलेल्या कनकाईनं ते प्रसन्न हास्य पाहिलं आणि अभावितपणे तिच्या तोंडातून शब्द बाहेर आले, ''आँ? ह्ये काय म्हनावं रं तुला? अरं, किती येळ झाला हितं देवाम्होरं बसलायस? आनी हसतुयास काय आपल्याशी? काय येडबीड लागलं का काय तुला? ऊठ आता! पुरे झालं पोथीवाचन. दोन घास खाऊन घे. आता सांजावत आलंया. मंग दिवेलागणीला तुला कीर्तनाला जायाचं हाय ना? ऊठ पोरा!'' कनकाईच्या शब्दानं तुकारामाची तंद्री भंग पावली. त्याला वेळेचंही भान आलं. खरंच सांज होत आली होती. ज्ञानेश्वरी ग्रंथावर एकवार डोकं टेकवून त्यानं नमस्कार केला. डोळे मिटून माउलीलाच साकडं घातलं. आपल्या पाठीशी राहा, अशी विनवणी केली. पुन्हा एकदा मस्तक टेकवून नमस्कार केला आणि तो देवखोलीतून उठला. कनकाईनं त्याचं पान तयार केलं. ताटासमोर बसल्यावर तुकारामाच्या लक्षात आलं की, आपल्याला प्रचंड भूक लागलीय आणि आपण सकाळपासून जेवलेलो नाही. कनकाईला तर ते आधीच माहीत होतं. तुकाराम सकाळी तर जेवलाच नाही; पण नंतरही तो देवखोलीत जाऊन दिवसभर बसून राहिला, हेही तिच्या लक्षात होतं. म्हणूनच तिनं आता हुग्गी केली

होती. त्याच्या आवडीची. तो सकाळी जेवला नव्हता. त्यातच आजचा दिवस त्याच्या आयुष्यातला अत्यंत महत्त्वाचा दिवस. आज घराचे पिढीजात संस्कार, घराण्याची धार्मिकता, वारकरी पंथाची पताका आणि स्वतःच्या ज्ञानाचे सामर्थ्य घेऊन तो लोकांसमोर जाणार होता. कनकाईचा ऊर अभिमानानं भरून आला होता. आपल्या या लाडक्या लेकासाठी काय करू आणि काय नको, असं तिला झालं होतं. तिच्या डोळ्यांत कौतुक मावत नव्हतं. उरात अभिमान भरला होता. मनात लेकाच्या वात्सल्याचे उमाळे उचंबळत होते. हृदयात आनंदाची कारंजी थुईथुई नाचत होती आणि मन लावून जेवणाऱ्या तुकारामाची कनकाई मनोमन दृष्ट काढत होती. दिवसभराचा उपाशी असलेला, हरिपाठाचा अभ्यास करून शिणलेला तुकाराम मन लावून जेवत होता. आपल्या आवडीची हुग्गी आवडीनं खात होता. हात घास घेण्याचं काम करत होते, दात चावण्याचं; पण मन मात्र हरिपाठाभोवतीच रेंगाळत होतं. मेंदू हरिपाठातला ज्ञानाचा खजिना शोधण्याचं, त्यातल्या शब्दार्थातला अन्वयार्थ लावण्याचं काम करत होता. जीभ हुग्गीचा स्वाद चाखत होती, तर मेंदू त्या शब्दार्थातल्या सौंदर्याचा आस्वाद घेत होता. तुकारामाचं पोट भरलं आणि मन तर कधीच भरलं होतं. तृप्त होऊन तो पानावरून उठला. त्याच्या भरलेल्या पोटानं, तृप्त झालेल्या मनानं आणि उत्तेजित झालेल्या हृदयानं त्याला एक नवा आत्मविश्वास दिला आणि असा आत्मविश्वास जागलेल्या जाणिवेनं भरलेला, भक्तीनं भारलेला आणि नवीन आव्हान स्वीकारण्याच्या कल्पनेनं रोमांचलेला तुकाराम माउलीच्या हरिपाठातल्या एका अभंगातलं सौंदर्य आणि सामर्थ्य लोकांपर्यंत पोचवण्यासाठी सर्वार्थानं सिद्ध झाला.

तिन्हीसांज होऊन गेली. अंधारानं आपले हातपाय पसरले. घराघरांत नंदादीप लागले. तुळशीवृंदावने पणतीच्या प्रकाशात उजळून निघाली. धारा काढून झाल्या. वासरं सोडली गेली. मोकळी झालेली वासरं गाई-म्हशींच्या आचळांना लुचू लागली. चुली पेटवल्या गेल्या. घराघरांतून भाकरीचा, झुणक्याचा, कालवणाचा खमंग वास दरवळू लागला. खरंतर रोज ही वेळ निवांत बसण्याची, गप्पा मारत जेवण्याची; पण आज सगळ्यांना गडबड होती. हात भराभरा चालत होते. तोंडं भराभरा हलत होती. गप्पा चालल्या होत्या, पण विषय होता तुकारामाच्या कीर्तनाचा. त्यांच्या गावातला, त्यांच्यासमोर उघडानागडा वावरलेला, त्यांच्यासमोर लहानाचा मोठा झालेला, त्यांच्यातलाच एक असलेला तुकाराम- बोल्होबांचा तुकाराम- आज कीर्तन करणार होता, गावात गेले आठवडाभर चाललेल्या कीर्तन महोत्सवाची सांगता करणार होता आणि आज हीच चर्चा घरोघरी होती. लोकांची जेवणं आटोपली आणि कवाडं बंद करून लोक रामाच्या मंदिराच्या आवारात जमू लागले. पलिते पाजळले गेले. मशाली पेटवल्या गेल्या. घोळक्या घोळक्यानं लोक जमू लागले. ब्राह्मण आळी,

मराठा आळी, माळी गल्ली, वाणी गल्ली, महार वाडा, मांग वाडा, चांभार गल्ली, सुतार वस्ती सगळीकडून माणसं गोळा होऊ लागली. एकतर कार्तिकी एकादशीपासून पौर्णिमेपर्यंत चालणाऱ्या या कीर्तन-महोत्सवाची आज सांगता होती. त्यातच त्यांच्याच गावातला, त्यांच्या समोर लहानाचा मोठा झालेला तुकाराम कीर्तन महोत्सवाची सांगता करणार होता. या दोन्ही गोष्टींची अनावर उत्सुकता लोकांच्या मनामध्ये होतीच होती; पण त्याचबरोबर तुकाराम कीर्तन कसा करतो, कीर्तनाची सांगता पारंपरिक पद्धतीनं करतो की नाही, त्या वेळी त्याला बोलायला काही सुचतं की नाही, इतक्या लोकांसमोर तो बोलायला घाबरतो काय, ततपप होतं की काय... एरवीचा शांत स्वभावाचा, लाघवी वागणारा तुकाराम कीर्तन उत्सवाची सांगता तितक्याच ऋजूपणे करतो की नाही... त्याला ते जमेल की नाही... एक ना दोन, लोकांच्या मनात हजार शंका आणि शेकडो प्रश्न होते. या शंका आणि हे प्रश्न एकमेकांना विचारले जात होते. पण कुणाकडेही या एकाही प्रश्नाचं उत्तर नव्हतं. या सगळ्या शंकांची आणि प्रश्नांची उत्तरं तुकारामच देणार होता. सगळेजण त्याचीच प्रतीक्षा करत होते. क्षणाक्षणाला लोकांची उत्कंठा वाढत होती. एवढ्यात 'तुकाराम आलाऽ तुक्या आलाऽ तुका आलाऽऽऽ!'' असा गलका झाला. लोकांनी माना वळवून मागं पाहिलं. खरंच! खरंच तुकाराम आला होता- ११/१२ वर्षांचा तुकाराम. लोकांच्या नेहमीच्या पाहण्यातला तुकाराम. पण, आज मात्र वेगळाच भासत होता. वेगळाच दिसत होता. एरवी सदरा-पैरण आणि डोक्याला लहानसं मुंडासं बांधणारा तुकाराम आज धोतर, बाराबंदी आणि मोठं मुंडासं बांधून आला होता. कपाळावर त्यानं गंध लावलं होतं. गळ्यात टाळ अडकवले होते. एका हातात चिपळ्या होत्या आणि प्रसन्न मुद्रेनं, शांतपणे पावलं टाकत तुकाराम येत होता. क्षणभर लोकांना कळेचना– 'हा आपलाच तुकाराम आहे? हा बोल्होबांचा तुक्याच आहे?' पोषाख बदलला होताच; पण आज तुकारामाचा चेहराही काही वेगळाच भासत होता. असंख्य भावभावनांचं प्रतिबिंब त्या चेहऱ्यावर उमटलं होतं. आज त्याच्या चेहऱ्यावर आगळं तेज होतं. चालण्यात आत्मविश्वास होता. शरीराच्या हालचालींमध्ये एक ठाम निश्चय होता. ओठांवर मंद, लाघवी स्मित होतं. डोळ्यांत एक विलक्षण प्रसन्नता होती. जणू तो त्याच्या ध्येयाप्रत पोचला होता आणि या सर्वांचा मिळून एक विलक्षण स्फूर्तिदायक आविर्भाव क्षणाक्षणाला व्यक्त होत होता. धीरगंभीर पावलं टाकत तुकाराम लोकांना ओलांडून नारदपीठाजवळ आला. लोकांना सामोरा झाला. हात जोडून मस्तक झुकवून त्यानं जमलेल्या त्याच्या गावातल्या लोकांना अभिवादन केलं. पंडितकाका पुढेच उभे होते. त्यांनी तुकारामाच्या पाठीवर थोपटलं. विचारलं, ''तुकोबा, इथं का उभा आहेस? नारदपीठावर चढ की! ते नारदपीठ तुझी प्रतीक्षा करतंय!'' पंडितकाकांच्या बोलण्यानं तुकाराम लाजला.

क्षणभर पंडितकाकांच्या नजरेला त्यानं नजर भिडवली. पंडितकाकांच्या नजरेत स्नेहल भाव होता. आशीर्वाद होता, अपेक्षा होती, शुभेच्छा होत्या आणि उत्सुकतासुद्धा! तुकाराम हळूच म्हणाला, "पंडितकाका, त्या नारदपीठावर चढण्याचा मला अधिकार नाही. माझी ती योग्यता नाही. मी.. मी इथं खालीच उभा राहून काही सांगेन म्हणतो!" नम्रपणानं तुकारामानं सांगितलं. पंडितकाकांना त्याच्या त्या नम्रतेचंही कौतुक वाटलं. पण ते पुढं म्हणाले, "हे बघ तुकाराम, या नारदपीठावर चढण्याचा तुला अधिकार आहे की नाही, ते नारदपीठच ठरवेल आणि योग्यतेचं म्हणशील तर नारदपीठावर उभं राहूनच तुला तुझी योग्यता सिद्ध करायची आहे आणि त्यामुळे तुझ्या योग्यतेचा निवाडाही हे नारदपीठच करेल. तेव्हा आत्मविश्वासानं पाऊल पुढं टाक आणि नारदपीठावर चढून उभा राहा." पंडितकाकांच्या शब्दांत तुकारामाबद्दलचा विश्वास जसा व्यक्त होत होता, तसाच त्याला आदेशही होता. मान झुकवून तुकारामानं तो आदेश शिरसावंद्य मानला. लोकांकडे पाठ वळवून तो नारदपीठाला सामोरा झाला. नारदपीठ-नारदपीठ असा ज्याचा उल्लेख होत होता, तो चौथरा त्याच्या समोर होता. तुकाराम पुढं झाला. त्या चौथऱ्यावर मस्तक ठेवून त्यानं त्या चौथऱ्याला मनोभावे वंदन केलं. त्या चौथऱ्यावरची माती घेऊन कपाळाला लावली आणि आईच्या पदरावर पाय ठेवावा इतक्या हळुवारपणे, इतक्या मायेनं, इतक्या आत्मीयतेनं त्यानं त्या नारदपीठावर उजवं पाऊलं ठेवलं. क्षणभरानं दुसरंही पाऊल ठेवलं आणि सर्रकन त्याच्या अंगावर काटा उभा राहिला. हेच ते नारदपीठ, जिथून प्रत्यक्ष नारदमुनींनी कीर्तनपरंपरेचा पाया घातला. समाजाच्या, माणसांच्या कल्याणाचा, प्रबोधनाचा, मनोरंजनाचा आणि भवितव्याचा विचार करून कीर्तनप्रणालीला सुरुवात केली आणि नारदमुनींपासून सुरू झालेलं हे कीर्तनकुल, ही कीर्तनाची परंपरा आजतागायत सुरू आहे. याच कीर्तनपरंपरेचे पाईक बनून अशाच नारदपीठावर उभं राहून भागवतधर्माचा ध्वज खांद्यावर घेऊन, वारकरी संप्रदायाची पताका फडकवत ज्ञानेश्वरमाउली, सोपानकाका, नामदेवमहाराज, चोखोबा, जनाबाई यांनी कीर्तन केले. नारदपीठावर उभं राहिल्यानंतर तुकारामाच्या मनात भावनांचा कल्लोळ माजला होता. हेच ते नारदपीठ, जिथं उभा राहून आपण जनार्दनबुवांना टाळांची संगत केली. त्यावर आपण आज उभे आहोत आणि इथं उभं राहून आज आपल्याला कीर्तन करायचं आहे. कीर्तन जमलं नाही तर निदान कीर्तन महोत्सवाची सांगता करावयाची आहे. नारदमुनींपासून चालत आलेली कीर्तनपरंपरेची वीणा आज आपल्या सुदैवानं आपल्या खांद्यावर आली आहे. ही नारदमुनींची कृपा आहे. माउलींचा आणि नामदेवांचा आशीर्वाद आहे, आणि विठ्ठलाचा प्रसाद आहे. तुकारामाला गहिवरून आले. त्याचे लक्ष हातातल्या वीणेकडे गेले. नारदपीठावर चढताना पंडितकाकांनी ती वीणा तुकारामाच्या हातांत सोपवली होती. त्या वेळी भारावलेल्या अवस्थेत त्यानं

अनवधानानं ती वीणा हातांत घेतली. आता त्याचं लक्ष त्या वीणेकडे गेलं. त्यानं मोठ्या भक्तिभावानं ती वीणा कपाळाला लावली. क्षणभर डोळे मिटले. त्या क्षणभरात जणू त्याची समाधी लागली. त्या क्षणभरात त्याला वाटलं की, कुणीतरी आपल्या डोक्यावरून हात फिरवतंय. कुणीतरी आपल्या मस्तकावर हात ठेवून आपल्याला आशीर्वाद देतंय. तो भास होता की सत्य, हे तुकारामालाही कळलं नाही; पण त्या भासमान स्पर्शानं जणू त्याला दिलासा दिला. शांतवलं. त्याचं भारलेपण, काहीसं भांबावलेपण कमी केलं. आत्मविश्वास आणखी वाढवला. स्वत:च्याही नकळत तुकाराम शब्द, वाणी, उच्चार, आविर्भाव, हावभाव या सर्व आयुधांसह कीर्तनपरंपरेचा पाईक होण्यासाठी सिद्ध झाला. क्षणभर डोळे मिटून त्यानं उघडले आणि तो लोकसमुदायाला सामोरा झाला. एकवार त्यानं नजर टाकली. खूप लोक जमले होते. आख्खं गाव लोटलं होतं. गर्दीच्या चेहऱ्यावर खूपशी उत्सुकता होती. काहींच्या चेहऱ्यांवर कुत्सित भाव होता. 'हा तुक्या कसलं कीर्तन करतोय डोंबलाचं?' असं स्पष्ट मत त्यांच्या चेहऱ्यावर दिसत होतं. काहींच्या डोळ्यांत कौतुक होतं. 'हे एवढंसं ११/१२ वर्षांचं पोरगं धाडसानं नारदपीठावर उभं राहिलंय, हेच मोठं कौतुक आहे!' हा भाव त्यांच्या डोळ्यांत होता. तर काहींच्या डोळ्यात 'आता होतीय या तुक्याची चांगलीच फटफजिती! लयीच मिरवत हुता मी शाणा म्हणून!' असेही भाव होते. क्षणभर नजर टाकून तुकारामानं ते सगळे भाव क्षणार्धात वाचले. पण आता तो बावचळणार नव्हता; घाबरणार नव्हता, आणि थांबणारही नव्हता. तुकारामानं वीणेची तार छेडली. त्या तारेचा किणकिणणारा झणत्कार वातावरणात एक आगळा उत्साह, एक वेगळी प्रेरणा, एक अवर्णनीय आनंद भरून गेला. तोच तुकारामानं दुसऱ्या हातातून चिपळ्या वाजवल्या. वीणेची तार आपला ध्वनी प्रतिध्वनित करून विसावते न विसावते तोच चिपळ्यांचा टणत्कार वातावरणात पसरला आणि या ध्वनी-प्रतिध्वनीच्या स्वरमंडलाच्या पार्श्वभूमीवर आपल्या कोवळ्या पण तरल आवाजात तुकारामानं गजराला सुरुवात केली. ''जय जय रामकृष्ण हरीऽऽ! जय जय रामकृष्ण हरी! जय जय रामकृष्ण हरी! जय जय रामकृष्ण हरीऽऽ!!!'' तुकारामानं केलेला 'जय जय रामकृष्ण हरी चा जयघोष वातावरणात भरून राहिला आणि समोर जमलेल्या गावकऱ्यांनी त्याला उत्स्फूर्तपणे साथ दिली आणि देहूगावचं अवघं अवकाश त्या जयघोषानं भरून गेलं. दुमदुमून गेलं. गजर करून झाला. सगळीकडे शांतता पसरली. तुकारामही स्तब्ध उभा राहिला. लोकांना वाटलं, तुकाराम आता इथंच थांबणार. समोरच बसलेल्या पाटीलबाबांनाही तसंच वाटलं. ते काही बोलणार तोच पंडितकाकांनी त्यांना हातानं अडवलं. थांबवलं. कारण तुकारामाच्या डोळ्यांतल्या तेजानं त्यांना सांगितलं होतं, की तुकाराम इथंच थांबणार नाही, थांबणारा नाही. आणि पंडितकाकांचा अंदाज खरा ठरला. पुन्हा

एकवार वीणेची तार छेडून, चिपळ्या वाजवून तुकारामानं अभंगाला सुरुवात केली.

''देवाचिये द्वारी । उभा क्षणभरी ।
तेणे मुक्ती चारी । साधियेल्या ।।
हरिमुखे म्हणा । हरिमुखे म्हणा ।
पुण्याची गणना । कोण करी ।।''

ज्ञानोबा माउलीचा अभंग, साडेतीन मात्रांची ओवी, शब्दांतून होणारा भक्तीचा साक्षात्कार, मुळातच गेयता असणारे, लय असणारे शब्द, त्यात तुकारामाचा कोवळा तरल आवाज, त्यातून उमटणाऱ्या संवेदना-भावनांचे अदभुत साकारणे, अर्थांचा स्वरबद्ध आविष्कार, या सगळ्यांच्या सोबतीला साथ देणारे, या साऱ्याची पाठराखण करणारे वीणेचे स्वर आणि या साऱ्या स्वरविहाराला ताला-ठेक्यात बंदिस्त करणारा चिपळ्यांचा आवाज. देहूच्या त्या अवकाशात शब्दमंडल भरले होते. स्वरमंडल भरले होते. आणि अवघा जनसमुदाय भक्तीच्या, शब्दांच्या आणि भावगर्भतेच्या या आविष्कारानं मंतरला गेला होता. भारला गेला होता. भारावला होता. तुकारामानं अभंग गायला आणि अर्थाला, शब्दांच्या गाभ्याला हात घातला. ईश्वराच्या साक्षात्काराचा, भक्तीच्या आविष्काराचा, देवाच्या दर्शनानं मिळणाऱ्या मुक्तीचा, मोक्षाचा, देवासमोर घालवलेल्या क्षणभराच्या सामर्थ्याचा अवघा रंग त्यानं आपल्या शब्दांतून मांडला. नामाचं सामर्थ्य, भक्तीचा लगाम, नामजपाचं पुण्यकारी अवकाश त्यानं शब्दांतून उलगडलं. त्याचा प्रत्येक शब्द भक्तीचा सुगंध घेऊन दरवळत होता. अर्थाचे पडघम घेऊन निनादत होता. श्रद्धेची फुलं उधळत होता. लयकारीचे, ताल-ठेक्याचे सूर आविष्कृत करत होता. तुकाराम स्वतःच जणू कीर्तनाचा शब्द झाला होता. आणि अवघा समुदाय त्या शब्दाचा प्रतिध्वनीच जणू! तुकाराम स्वतः कीर्तनात दंगला होता आणि अवघा समुदाय त्याच्या कीर्तनाच्या रंगात रंगला होता. कितीतरी वेळ... कितीतरी वेळ माउलीचे शब्द अर्थाचं रत्नजडित कंकण लेऊन तुकारामाच्या मुखातून मिरवत होते. देवदर्शनाचा पहिला मुद्दा संपला आणि तुकारामानं पुन्हा गजर सुरू केला, "विठ्ठल...विठ्ठल...विठ्ठलऽऽ!" लोकांनी त्याला साथ दिली आणि देहूचं अवघं आकाश विठ्ठलनामानं भरूनही गेलं आणि भारूनही गेलं. कितीतरी वेळ 'विठ्ठल विठ्ठल' हा नाद आकाशात गर्जत होता. त्या नादानं या क्षितिजापासून त्या क्षितिजापर्यंतचं अवघं आकाश व्यापलं. क्षणभर तो नाद आकाशावर आदळत राहिला. तिथून त्याचे प्रतिध्वनी उमटले आणि इंद्रायणीवर उतरले. संथ वाहणारी इंद्रायणी क्षणभर थरारली. तिच्या पाण्यावर तरंग उमटले. त्या तरंगांची नक्षी अंगभर लेऊन इंद्रायणी सुखावली. कारण त्या तरंगांना नाद होता विठ्ठल-

विठ्ठल. लय होती विठ्ठल-विठ्ठल. त्या तरंगांनी इंद्रायणीचं अवघं पात्र व्यापलं आणि ते तरंग तो विठ्ठल-विठ्ठल नाद घेऊन वाळवंटात उतरले. तो नाद वाळवंटात पसरला. वाळूच्या कणाकणांत शिरला. कणाकणांत भिनला आणि तो नाद इंद्रायणीच्या काठावर आला. त्या नादानं तो अवघा काठ व्यापला आणि इंद्रायणीचा तो परिसर सगळा विठ्ठलमय झाला. काठावर आदळणाऱ्या लाटांनी तो नाद पुन्हा आकाशात फेकला आणि आकाशगामी झालेलाा तो नाद पुन्हा राममंडपात आला. तिथंतर अजूनही विठ्ठल-विठ्ठलचा गजर चालूच होता. त्या गजरात तो नाद मिसळला आणि त्या नादाला एक विराट रूप प्राप्त झालं. जणू तो नाद अवघा विश्वमय झाला. एक आवर्तन पूर्ण झालं आणि ज्ञानोबामाउलीची विश्वात्मक देवाची संकल्पना इथं जणू सिद्ध झाली. तुकारामानं चिपळ्यांच्या ठेक्यानं सर्वांना सावध केलं. विठ्ठल-नामगजरात सगळे इतके रंगून गेले होते की, मशाली-पलिते कधी विझले आणि कार्तिक पौर्णिमेचा चंद्र कधी प्रकाशमान झाला, तेच त्यांना कळलं नाही. पण तुकारामानं चिपळीचा ठेका दिला आणि लोक सावध झाले. तसं तुकारामानं निरूपण सुरू केलं. सुंदर दृष्टान्त देऊन त्यानं निरूपण संपवलं आणि पुन्हा 'हरी मुखे म्हणाऽ हरि मुखे म्हणाऽ। पुण्याची गणना कोण करी ।।' या पालुपदानं लोकांना डोलायला लावलं. पालुपदही संपलं. पुन्हा एकदा 'रामकृष्ण हरी'चा गजर झाला. आणि तुकारामानं कीर्तन संपवलं. खांद्यावरची वीणा हातात घेऊन त्यानं तीवर मस्तक टेकवलं आणि वीणा मागे उभ्या असलेल्या नाथा गुरवाच्या हातात दिली. हातातल्या चिपळ्या मिटून त्यानं चिपळ्यांनाही वंदन केलं. त्याही नाथाच्या हातात दिल्या आणि लोकांना सामोरे जात तुकाराम गुडघ्यांवर बसला. जमिनीवर मस्तक टेकवून त्यानं लोकांना वंदन केलं. तुकारामाचं कीर्तन ऐकणारा तो अवघा जनसमुदाय भारावल्यासारखा स्तब्ध उभा होता. तुकारामाच्या कीर्तनाची जादू अजून त्यांच्या मनावरून उतरली नव्हती. विठ्ठल-नामजपाचं गारूड अजूनही त्यांच्या मस्तिष्कात रेंगाळत होतं. एवढा मोठा जनसमुदाय पण निःस्तब्ध शांतता पसरली होती. नारदपीठावर उभ्या असलेल्या, लोकांच्या प्रतिक्रियांच्या प्रतीक्षेत असलेल्या तुकारामाला मात्र ही निःस्तब्ध शांतता अस्वस्थ करत होती. त्याच्या मनाचा गोंधळ उडाला होता. इतका वेळ कीर्तन करताना घडाघडा बोलणारा तुकाराम अगदी गपचिप उभा होता. तोंडातून शब्द फुटत नव्हता. जीभ जणू टाळ्याला चिकटली. आपलं काही चुकलं तर नाही, या विचारानं त्याच्या शरीराला कंप सुटला. पाय लटपटायला लागले. डोळ्यांतून पाणी काठोकाठ भरून ते गालांवरून ओघळायला लागले. घाबरलेला, भांबावलेला तो पोरसवदा तुकाराम, अविचल उभा होता. जणू तो पुन्हा पोर झाला होता.

पाय जणू जमिनीला चिकटले होते. तुकारामाला आता हुंदका फुटायला लागला. पण तेवढ्यात सावध झाले पंडितकाका. विठ्ठल-नामगजराचं गारूड त्यांनी स्वतःच्या मनःपटलावरून प्रयत्नपूर्वक बाजूला केलं आणि समोर बघितलं. नारदपीठावर गोंधळलेला, भांबावलेला तुकाराम रडवेला होत उभा होता आणि पंडितकाकांच्या स्वतःच्या डोळ्यांतूनही अश्रू ओघळत होते. ते तसेच ओघळू देत पंडितकाका पुढं झाले, नारदपीठाजवळ गेले, आणि हात पसरून त्यांनी तुकारामाला जवळ बोलावलं. घाबरलेला, भांबावलेला तुकाराम जणू याचीच प्रतीक्षा करत होता. त्यानं स्वतःला पंडितकाकांच्या मिठीत झोकून दिलं. त्याच्या त्या हालचालीनं मात्र जनसमुदाय सावध झाला आणि त्यानं उत्स्फूर्तपणे प्रतिक्रिया दिली. टाळ्यांचा कडकडाट झाला. प्रचंड कडकडाट झाला. इतका की त्यानं आकाशाचं पटल छेदलं. तिथून प्रतिध्वनित होऊन तो कडकडाट पुन्हा खाली उतरला आणि टाळ्या वाजतच राहिल्या. टाळ्या वाजतच राहिल्या, वाजतच राहिल्या. तुकाराम मात्र पंडितकाकांच्या मिठीत स्फुंदत होता. मूकपणे पंडितकाका त्याच्या पाठीवरून हात फिरवत होते. पाटीलबाबाही पुढं होऊन तुकारामाच्या पाठीवर थोपटत होते. एका हाताच्या अंतरावर असलेला पाठमोरा तुकाराम बोल्होबांना दिसत नव्हता; अंधारामुळं नव्हे. अंधार तर नव्हताच. पौर्णिमेचा स्वच्छ प्रकाश होता; पण बोल्होबांच्या डोळ्यांतच काठोकाठ पाणी भरलं होतं. ते शेमल्यानं टिपायचंही भान त्यांना नव्हतं. सावध झालेल्या जनसमुदायानं एकच जल्लोष केला. सगळे जण पंडितकाकांच्या भोवती जमले. पंडितकाकांनी तुकारामाला मिठीतून मोकळं केलं. क्षणार्धात लोकांनी त्याला उचलून खांद्यावर घेतलं आणि विठ्ठल-विठ्ठल म्हणून रिंगण धरून ते नाचायला लागले. तुकारामाच्या डोळ्यांतून अविरत अश्रू वाहत होते आणि चेहऱ्यावर प्रचंड आनंद ओसंडत होता. आज विठ्ठलनामाच्या अप्रूपाबरोबरच तुकारामाच्या जयघोषाचंही अप्रूप वातावरणात पसरत होतं. आज हवेला एक वेगळंच परिमाण लाभलं होतं. कीर्तन महोत्सवाची सांगता झाली होती; पण आज त्या सांगतेला एक वेगळा रंग होता. वेगळा गंध होता. देहूगावात असं अप्रूपाचं अप्रूप झालं होतं. कवतिकाचं कौतुक झालं होतं. ते अप्रूप असंच घडलं होतं. असंच घडलं होतं.

७

कीर्तन महोत्सव संपला. पण त्याचं सूप पुढं कित्येक दिवस वाजत राहिलं. लोकांच्या मनात, हृदयात, डोक्यात, बोलण्यात, चर्चेत तुकाराम आणि त्यानं केलेलं कीर्तन कित्येक दिवस ठाण मांडून बसलं होतं. तुकारामाचा कोवळा पण तरल आवाज, माउलीच्या ओवीचे पाठांतर, त्या ओवीचे शब्दशः भाषांतर आणि अन्वयार्थ, त्यासाठीची उदाहरणं, नामाचा महिमा आणि हे सगळं सांगतानाचा निरागस, निर्व्याज आविर्भाव. त्यात कुठंही दुढ्ढाचार्याचा अभिनिवेश नव्हता, मोठ्या कीर्तनकारांचं उसनं अवसान नव्हतं, कुण्या धर्ममार्तंडाची अवघड भाषा नव्हती की शहाणपणा मिरवणारी देहबोली नव्हती. होती ती फक्त निर्व्याज निरागसता, जाणिवेची कोवळीक, भक्तीची सहजता, भाषेतली सुलभता आणि प्रचंड संवेदनशीलता. दुसऱ्या कुणाच्या नाही; पण पंडितकाकांच्या हे सारं लक्षात आलं आणि तुकारामाची उत्कट संवेदनशीलता बघितल्यावर सरस्वतीदेवी याच्यावर नक्की प्रसन्न होणार, याची त्यांना खात्री वाटली. कीर्तन महोत्सवाची सांगता तुकारामानं केली आणि इतके दिवस, सतत इकडंतिकडं हुंदडणारं, मित्रांबरोबर नदीकाठी खेळणारं, कधीमधी दुकानात बसणारं, मित्र गोळा करून रात्रीच्या वेळी मारुतीच्या देवळात बसून गप्पा मारणारं, गोड हसणारं, लाघवी बोलणारं बोल्होबांचं हे पोर साऱ्या गावाच्या गळ्यातला ताईत बनलं. कीर्तन महोत्सवानंतर कित्येक दिवस लोकांच्या मनात आणि मुखात हीच चर्चा होती. त्या प्रसंगानंतर तुकाराम किंचित बदलला. काहीसा अंतर्मुख झाला. पण ते थोडेच दिवस. त्या घटनेचं गारूड उतरल्यावर तो पुन्हा तुकारामाचा तुक्या बनला आणि त्याचं पूर्वीचंच आयुष्य सुरू झालं. पण आताशा तो दुकानात जास्त वेळ बसू लागला. अधिक जबाबदारीनं दुकान सांभाळू लागला. दुकान बंद केल्यानंतर मात्र मित्रमंडळी जमवून गप्पांचा फड पुन्हा जमवू लागला. पण आताशा गप्पांचे विषय मात्र वेगळे होते. गावच्या म्हारक्या, आळी-गल्लीतल्या गावगप्पांऐवजी ज्ञानेश्वरी, नामदेवाची गाथा असे विषय असत. आताशा मित्रमंडळींच्या कंपूमध्ये तो बोलत असे आणि इतर मित्र ऐकत असत, एवढाच काय तो फरक

पडला होता. पण बाकीचा तुकाराम, इतरांचा तुक्याच होता; अर्थात तो स्वतः तसाच होता पण इतरांची त्याच्याकडं बघायची नजर मात्र बदलली होती, हे खरंच!

कार्तिक पौर्णिमा संपली, हवेतला गारठा कायम होता. गावाचे दैनंदिन व्यवहार तसेच चालले होते. अशातच बोल्होबांच्या घरी एक घटना घडली. बोल्होबांचा मोठा मुलगा सावजी, तुकारामाचा सावजीदादा, एक दिवस शेजारच्या गावात नाथपंथी आले आहेत त्यांना भेटून येतो म्हणून सांगून गेला, तो परतलाच नाही. येईल दोन दिवसांनी परत म्हणून सुरुवातीचे २/३ दिवस तसेच गेले. तरीही तो परतला नाही. मग मात्र शोधाशोध सुरू झाली आणि कनकाईच्या तोंडचे पाणी पळाले. अबोल असणारा, घरातल्या कुठल्याच बाबीत भाग न घेणारा, एकलकोंडा राहणारा सावजी सर्वांपासून कितीही अलिप्त असला तरी, नवसासायानं झालेला होता. कनकाईचा त्याच्यावर फार जीव होता. तुकाराम तिचा लाडका होताच. त्याची कनकाईला विशेष काळजी वाटत नव्हती. पण सावजीची मात्र तिला चिंता वाटायची. एककल्ली असला, तरी सावजीचंही आईवर खूप प्रेम होतं. पण इंद्रायणीच्या पलीकडच्या काठावर आलेल्या नाथपंथी साधूला भेटायला गेलेला सावजी आज ४ दिवस झाले तरी परत आला नव्हता म्हटल्यावर कनकाईचा जीव उडून गेला. बोल्होबाही सचिंत झाले. त्यांनी जवळच्या गावातून शोध घेण्यासाठी माणसं पाठवली; पण सावजीचा शोध घेण्यासाठी पाठवलेली माणसं हात हलवत परत आली. त्यांनी कोणतीच ठोस अशी बातमी आणली नव्हती. कुणी म्हणालं, तो काशीला गेला असणार. कुणी सांगितलं– तो नाथपंथीयांबरोबर हिमालयात गेला असणार. कुणी म्हणालं, त्याला साधूंच्या तांड्यात बघितला... एक ना दोन. अनेकांनी अनेक बातम्या सांगितल्या; पण सावजीचा पत्ता कुणालाच लागला नाही. त्याचं घरातलं अस्तित्व तसं असून नसल्यासारखं होतं; पण आता तो नव्हता तर ते जास्तच जाणवायला लागलं. घरातलं वातावरण उदास झालं. सगळे व्यवहार मूकपणे सुरू होते. ७ दिवस होऊन गेले; पण सावजीचा पत्ता नव्हता आणि आठव्या दिवशी सकाळी एकदम भुईतून उगवावा तसा सावजी परत आला. कनकाई अंगणात सडा घालत होती. तेव्हाच तो समोर येऊन उभा राहिला. त्याला समोर बघून कनकाईचा आनंद तिच्या डोळ्यांत मावेना. तिनं हातातली कळशी खाली ठेवली आणि धावत जाऊन सावजीला मिठी मारली. त्याची अलाबला घेतली. त्याच्या चेहऱ्यावरून, अंगावरून हात फिरवला आणि त्याचा हात धरून त्याला घरात आणतच तिनं बोल्होबांना हाका मारायला सुरुवात केली. ''धनी, अवो धनी! अवो, आबाजी! बघा बघा! माझा ल्येक घरी आला. पांडुरंगा, तू पावलास बाबा!'' असा गहिवर घालत तिनं देवाला हात जोडले. तिचा आवाज ऐकून आबाजी बाहेर आले. सावजीला पाहताच आणि सुखरूप पाहताच त्यांचा चेहरा उजळला. क्षणभरच! दुसऱ्या क्षणाला त्या आनंदाची जागा

संतापानं घेतली. आबाजींच्या पाठोपाठ आलेल्या तुकारामानं त्यांच्या चेहऱ्यावरचा हा फरक जाणला. 'आता आबा संतापणार आणि सावजीला रागावणार; मारतीलसुद्धा कदाचित. मग पुन्हा सावजी घरातून निघून जाईल. पुन्हा सगळं घरदार काळजीत पडेल.' तुकारामाच्या मनात विचार उमटले. त्यानं पुढं होऊन आबांच्या हाताला किंचित स्पर्श केला. आबा मागे वळले. त्यांनी पाहिलं, तुकाराम समोर उभा आहे. तो मानेनंच नाही म्हणतोय. त्याच्या चेहऱ्यावर विनवणी आहे. डोळ्यांत आजिजी आहे. आबांनी तुकारामाचं मानस ओळखलं. एक सणसणीत रागाचा कटाक्ष सावजीवर टाकून ते आत निघून गेले. तुकाराम पुढे झाला. त्यानं सावजीच्या हाताला धरून त्याला आत आणलं. बैठकीवर बसवलं. तोच कनकाई दूध-गूळ-पोहे आणि पाणी घेऊन आली. सावजी मुकाट बसला होता. कनकाईनं वाडगा देताच त्यानं दूध-गूळ-पोहे खायला सुरुवात केली. खाली मान घालून तो एकचित्त खात होता. आपण ८/१० दिवस बेपत्ता होतो, याची काळजी घरातल्या माणसांना लागून राहिली असेल, आपण त्यांना न सांगता गेलो त्याबद्दल त्यांना चिंता लागून राहिली असेल, याबद्दलचा यत्किंचितही खेद त्याच्या चेहऱ्यावर नव्हता. आपल्या हातून काहीतरी चूक घडली आहे, याची पुसटशीही जाणीव त्याच्या चेहऱ्यावर दिसून येत नव्हती. आपण जे वागलो त्याची जराशीही खंत, किंचितही पश्चात्तापाची भावना त्याच्या मनाला वाटत नव्हती. क्षणभर तुकारामालाही संताप आला. पण त्यानं तो आवरला आणि सहज आवाजात विचारलं, "दादा, कुठं गेला होतास रे इतके दिवस? आम्ही सगळे काळजी करत होतो!" तुकारामाच्या या प्रश्नावर सावजी आधी काहीच बोलला नाही. पोहे खाऊन त्यानं वाडगा खाली ठेवला. सदऱ्याच्या बाहीला तोंड पुसलं आणि पाटावरनं उठताउठता म्हणाला, "गेलो होतो भटकत, साधू-बैराग्यांच्या सोबत!" आणि तो बाहेर निघून गेला. त्याच्या त्या चट्कन उठून जाण्याकडे आणि तट्कन तोडून बोलण्याकडे कनकाई आणि तुकाराम बघत राहिले. कनकाईचे डोळे पाण्यानं भरले. तुकारामाच्या कपाळावर मात्र एक बारीकशी आठी उमटली आणि कपाळावर लावलेलं चंदनगंध त्या आठीत मिटलं गेलं.

सावजीचं हे वागणं बघून घरातली सगळीच मंडळी अस्वस्थ झाली. बोल्होबा-कनकाईच्या चेहऱ्यावर चिंतेचं सावट दिसायला लागलं. त्यानंतरही सावजी रोज सकाळी घराबाहेर जायचा, ते रात्रीच घरी परतायचा. त्याचं असंच चाललेलं बघून कनकाई अस्वस्थ व्हायची. एक दिवस असंच बोल्होबा-कनकाई आणि तुकाराम रात्रीच्या जेवणासाठी सावजीची वाट बघत बसले होती. विषय तोच होता– सावजीचं वागणं. कनकाई चिंतेच्या स्वरात म्हणाली, "आता काय करायचं या पोराचं? हा जर असाच वागत राहिला तर याचं कसं व्हायचं? आत्ताशी कुठं मिसरूड फुटलीय. अजून मोप आयुष्य जायचं हाय! काय करावं? कसं करावं? मला तर काय

सुदरंनाच झालंय.'' कनकाईच्या आवाजात निराशा होती. बोल्होबांनी मान हलवली. तोच तुकाराम म्हणाला, ''असं करून कसं चालेल आई? त्याच्या आयुष्याचा काहीतरी विचार हा करायलाच हवा. असं काहीतरी करायला हवं की, ज्यामुळे त्याचा पाय घरात राहील!'' तुकारामाच्या या उद्‌गारावर बोल्होबांचे डोळे चमकले. चेहरा उजळला. ते एकदम म्हणाले, ''अगदी बरूबर बोललास तू लेकरा. असं कायतरी करायला पाहिजे की, त्याचा पाय घरातच राहील आणि ते असं काहीतरी म्हणजे लगीन! व्हय, व्हय! ठरलं, सावजीची आई, आता सावजीचं लगीनच करून देऊ या. म्हंजी आपसूकच त्याच्या या उद्योगाला आळा बसंल. सावजीची आई, आता किती वर्साचा झाला सावजी?'' बोल्होबांनी उपाय शोधला आणि कनकाईला प्रश्न केला. ''आता सावजी म्हंजी बघा परवाच्या मार्गेसरात त्याला २ कमी ईस झाले!'' कनकाईनं सावजीच्या वयाचा हिशोब सांगितला. ''म्हंजी त्याला अठरा संपलंच की! म्हंजी आता त्याचं लगीन करायला हरकत नाही. सावजीची आई, तुम्ही तयारीला लागा. एखादी चांगलीशी मुलगी बघतो आणि टाकून घेऊ डोस्कीवर तांदूळ. बायको घरात आली, संसार मागं लागला आणि जबाबदारी अंगावर पडली, म्हंजी यील आपोआप सरळ.'' बोल्होबांनी तोडगा सांगितला आणि हा तोडगा कनकाईला लगेच पसंत पडला आणि ती हरखून गेली. एकतर आता तिच्या लेकाचं लगीन होणार होतं, घरात सून येणार होती, हा तर आनंद होताच; पण त्याचबरोबर यामुळं सावजीच्या वागण्यात आपोआप बदल घडेल, त्याची बुद्धी ठिकाणावर येईल, त्याचा पाय घरात ठरायला लागेल, हाही आनंद होता. असा द्विगुणित आनंद कनकाईला झाला. सावजीच्या लग्नाचा तोडगा सांगून आबाजी बाहेर पडलेसुद्धा! आता ते सावजीला मुलगी बघूनच येतील, असा त्यांचा आविर्भाव होता आणि कदाचित ते खरंही ठरलं असतं. कारण बोल्होबांचं–आबाजीचं नाव, त्यांचा दबदबा, त्यांची श्रीमंती, त्यांची पत-प्रतिष्ठा गावात मोठी होती. पंचक्रोशीत त्यांचं नाव मोठं होतं आणि नावासोबतच एक सज्जन, धार्मिक, पापभीरू माणूस म्हणूनही त्यांची कीर्ती होती. त्यामुळंच सावजीला बायको मिळणं फारसं कठीण जाणार नव्हतं आणि तसंच झालं. देहू गावाजवळच्याच गावातली ओळखीपाळखीतून आलेली एक मुलगी सावजीसाठी बायको म्हणून पसंत केली. लग्न ठरलं, सुपारी फुटली. घरात सगळ्यांना आनंद झालाच; पण विशेष म्हणजे सावजीच्या अलिप्त चेहऱ्यावरही आनंद उमटला. त्याच्या तटस्थ चेहऱ्यावर हास्य उमटलं आणि आपण घेतलेला निर्णय अचूक ठरणार, याचा वेगळाच आनंद कनकाई-बोल्होबांना झाला.

बघताबघता फाल्गुन सरला आणि सावजीचं लग्नही झालं. सून घरात आली. लक्ष्मीच्या पावलानं आली म्हणून तिचं नावही लक्ष्मी ठेवलं. नव्या नवरीच्या चाहुलीनं बोल्होबांचं घर आनंदित झालं. कधी नव्हे ते सावजीच्या चेहऱ्यावर हसू

उमटायला लागलं. आता सकाळच्या न्याहरीला, दुपारच्या जेवणाला आणि रात्रीच्याही जेवणासाठी सावजी घरात दिसू लागला. अधनंमधनं दुकानात चक्कर टाकू लागला. एक-दोनदा तर आबाजींबरोबर वसुलीलाही जाऊन आला. सावजीची पत्नी चांगली होती. प्रेमळ होती. तिनं तुकारामाला आणि कान्होजीला माया लावली. बोल्होबा-कनकाईची सेवा करायची. कनकाईच्या हाताखाली घरचं कामकाज करू लागायची. सगळं तसं ठीक चाललेलं होतं. बोल्होबा-कनकाई आनंदात होते. सावजीच्या वागण्याला प्रतिबंध म्हणून बोल्होबांनी केलेला उपाय अचूक ठरला होता. सगळं तसं ठीकच चाललं होतं. पण नव्याचे नऊ दिवस संपले. नवी नवलाई उतरली आणि सावजीचे पाय हळूहळू घरात ठरेनासे झाले. तो सकाळच्या न्याहरीला घरात असायचा. न्याहरी करून जे जायचा, ते रात्रीच्या जेवणालाच उगवायचा. सुरुवातीसुरुवातीला 'कुठं होतास' म्हणून घरातली सगळी विचारायची. त्याची बायकोही हळूच विचारायची. तेव्हा सावजी खोटं बोलायचा. व्यापाऱ्याकडं गेलो होतो, माल बघायला गेलो होतो, असली अशी उत्तरं द्यायचा. पण बोल्होबांसमोर त्याचं पितळ उघडं पडायचं. मग घरात वादावादी व्हायची. नंतरनंतर मात्र सावजी निर्ढावलाच. पुन्हा त्याचा पाय घरात ठरेना. आताशा तो रात्रीही जेवायला येईनासा झाला. कधीतरी मध्यान्ह रात्री यायचा. सगळे निजानिज झाल्यावर यायचा. हळूच यायचा आणि पुन्हा पहाटे सगळे उठायच्या आत निघून जायचा. त्याच्या बायकोलाही पत्ता नसायचा, तो कधी येतो आणि कधी जातो ते. तो घरी थांबायचाच नाही. थांबला तरी आपल्या नादात असायचा. त्याचं घरात लक्षच नसायचं. त्याचं ते वागणं बघून बोल्होबा-कनकाई अस्वस्थ झाले. त्यांना अपराध्यासारखं वाटायला लागलं. घरात पुन्हा उदासीनता दाटून आली. सावजीची पत्नी दुःखी चेहऱ्यानं घरात वावरायला लागली. या सगळ्या वातावरणामुळं तुकाराम अस्वस्थ झाला. सावजीला चांगले चार शब्द सुनवावेत असं त्याला राहूनराहून वाटायला लागलं. पण ते शक्य नव्हतं. कनकाई-बोल्होबाही त्याला पुष्कळ बोलले; पण त्याच्यावर, त्याच्या वागण्यावर त्याचा काडीमात्र परिणाम झाला नाही. मग मात्र कनकाई चितागती झाली. तिचं जेवणाखाण्यातलं लक्ष उडालं. रात्रीची झोप येईना. या सगळ्याचा तिच्या प्रकृतीवर परिणाम व्हायला लागला आणि याचा परिणाम बोल्होबांवर व्हायला लागला. मग मात्र तुकारामाला राहवेना. त्याचंही कामकाजातलं लक्ष उडालं. सावजीची बायको– तुकारामाची भावजय– बिचारी मूकपणानं घरात वावरायची. जेवायला बसली की, टिपं गाळायची. कनकाईला तेही बघवायचं नाही. ती जास्तच अस्वस्थ व्हायची. एक दिवस तुकाराम दुकान लवकर बंद करून घरी आला. कनकाई डोकं बांधून बसली होती. तुकाराम आलेला पाहताच तिनं भरल्या गळ्यानं त्याला साद घातली, "तुका लेकरा, आता तू तरी काय तरी बघ! तू तरी त्याला चार समजुतीच्या गोष्टी

सांग. बघ तरी. जरा त्याची समजूत काढ बाबा! या पोरीचं असं टिपं गाळणं, घडोघडी डोळ्यांतनं पाणी काढून झुरणं मला बघवंना बाबा आता. आता माझ्याच्यानं सहन हुईना आणि काय बी केलं, कितीबी सांगितलं, अगदी डोस्कं फोडून घेतलं तरी बी ह्ये पोर काय ऐकंना! लेकरा, आता तू तरी कायतरी सांगून बघ!'' बोलताबोलता कनकाईचा गळा भरून आला. तिच्या डोळ्यांतून आसवं ओघळायला लागली. पुन्हापुन्हा भरून येणारे डोळे वारंवार पदरानं पुसून ती भरल्या डोळ्यांनी तुकारामाला पुन्हापुन्हा विनवीत राहिली. मग मात्र तुकारामनं ठरवलं, 'आता सावजीला चार शब्द सुनवायचेच. त्याला समजुतीच्या चार गोष्टी सांगायच्या.' नाहीतरी त्याच्या मनातही हे खदखदत होतंच. वहिनीच्या डोळ्यांतून ओघळणारे अश्रू त्यालाही अस्वस्थ करत होतेच. कनकाईच्या जिवाची होणारी घालमेल, बोल्होबांची उदासीनता त्याच्याही काळजाला भोकं पाडत होतीच. तुकारामानं पक्का निर्धार केला आणि तो संधीची वाट बघायला लागला. २/४ दिवसांतच त्याला संधी मिळाली. कधी नव्हे तो त्या दिवशी सावजी दुपारच्या जेवणाला घरी आला. सगळ्यांनाच आश्चर्य वाटलं आणि आनंदही झाला. सावजीच्या बायकोचा चेहरा तर आनंदानं फुलला. तिला काय करू आणि काय नको, असं झालं. बाकीचा स्वैपाक झाला होता. तिनं लगेचच पुरण शिजायला घातलं, कानवले करायला. सावजीला कानवले फार आवडायचे. तिचा आनंदानं फुललेला चेहरा, तिची लगबग, तिचा उधाणलेला उत्साह– कनकाई सगळं अप्रूपानं बघत होती. भरल्या डोळ्यानं, कौतुकानं सगळं न्याहाळत होती. लेक आला म्हणून तिचाही जीव सुपाएवढा झाला होता. सुनेच्या मदतीला तीही लगबगीनं उठली. आई आणि बायको दोघी जणी मिळून आपल्या आवडीचे कानवले करताहेत म्हटल्यावर काहीसा सुखावलेला सावजी अंगणात तुळशीकट्ट्याजवळ बसला होता. दुकान बंद करून तुकाराम घरी परतला. आत जाऊन स्वयंपाकाची चाहूल घेऊन आला. अंगणात सावजीला बसलेला बघून तो काहीसा चकित झाला. आई आणि भावजय कामात गुंतलेल्या बघून तो बाहेर आला. सावजीच्या जवळ बसला. सावजी प्रसन्नचित्त दिसत होता. तुकाराम जवळ येऊन बसल्यावर तो हसला आणि त्यानं विचारलं, ''काय तुका, काय म्हणतंय दुकान? काय म्हणतात दोस्तमंडळी?'' तुकारामानं मूकपणानं मान डोलावली. त्याच्या मनात विचारांचं वादळ उठलं होतं. आता सावजी समोर बसला होता. बऱ्याच दिवसांनी तो घरी आला होता. आता त्याला काही सुनवावं की नाही? ही वेळ योग्य आहे की नाही? इतक्या दिवसांनी तो घरी आला आहे. वहिनीचा चेहरा आनंदानं खुलला आहे. आईच्या चेहऱ्यावरही समाधान पसरलं आहे. आपण आता त्याला काही बोललो, चार समजुतीच्या गोष्टी सांगितल्या आणि रागावून तो पुन्हा निघून गेला तर? आणि रागावून निघून जाऊन कायमचा गेला आणि पुन्हा परत आलाच नाही तर? आपण बोललो म्हणून असं

झालं, असं होईल. वहिनीचा आनंद नासून जाईल. आईचा चेहरा पुन्हा कोमेजेल. घरात पुन्हा उदास वातावरण पसरेल. पण आपण आता त्याला चार गोष्टी सांगितल्या नाहीत, तर तो पुन्हा परतून कधी येईल आणि कधी भेटेल कोण जाणे! तुकारामाच्या मनात विचारांचा गोंधळ माजला होता. बोलावं तरी पंचाईत आणि न बोलावं तरी पंचाईत. इकडं आड आणि तिकडं विहीर अशी त्याची अवस्था झाली. क्षणभर तुकारामानं विचार केला आणि ठरवलं की, काहीही होऊ दे; आज त्याला बोलायचंच. चार समजुतीच्या गोष्टी सांगायच्याच. त्यानं मनाचा निर्धार केला आणि सावजीला विचारलं, "कसा आहेस दादा? आज खूप दिवसांनी घरी आलास! कुठं होतास इतके दिवस?" खरंतर एरवी सावजी या प्रश्नानं चिडत असे. पण आज तो जरा प्रसन्नचित्त होता. सहज स्वरात त्यानं तुकारामाला उत्तर दिलं. "तिकडं गेलो होतो लांब खानदेशात. तिकडच्या नाथपंथीयांचा तांडा इकडं आला होता. त्यात कैवल्यनाथ म्हणून एक साधू महाराज होते. त्यांनी मला दीक्षा देण्याचं वचन दिलंय. मग मी त्यांच्याबरोबर खानदेशाला जाऊन आलो. तुका, मला इतका आनंद झालाय म्हणून सांगू. आता साधूंचा तो तांडा तिथून सातपुड्याला गेला आहे. म्हणून मी इकडं आलो. आता मला माझं जगणं सुंदर वाटायला लागलं आहे!" "घरातल्या प्रेमाच्या माणसांचं, पत्नीचं जगणं कुरूप, विद्रूप करून?" सावजीचं बोलणं मध्येच तोडून तुकारामानं धारदार स्वरात विचारलं. सावजी चमकला. इतक्या दिवसांत कधीही तुकारामाचा हा स्वर त्यानं ऐकला नव्हता. "म्हणजे? काय म्हणायचंय काय तुला?" त्यानं आश्चर्यचकित स्वरात विचारलं. तुकाराम भानावर आला. सावजी आपला मोठा भाऊ आहे, मोठा भाऊ वडिलांच्या जागी असतो. आपण अशा स्वरात त्याच्याशी बोलणं बरोबर नाही, हे त्याच्या लक्षात आलं. आपल्या त्या धारदार स्वराचा परिणाम पुसून काढण्यासाठी तुकारामानं स्वर बदलला. नरमाईनं तो म्हणाला, "अरे दादा, कसं सांगू तुला? तुला नाथपंथाची दीक्षा घ्यायची आहे; पण इकडं वहिनीचं काय रे? ती बिचारी दिवस-रात्र तुझी वाट बघत बसते. तिच्या डोळ्यांतलं पाणी खळत नाही. आईचा जीवही उदास होतो. तुझ्या काळजीनं तिच्या घशातून घास उतरत नाही. आबाजी सतत तुझी चिंता करत बसतात. रात्रभर त्यांचा डोळ्याला डोळा लागत नाही. दादा, तुला साधूच व्हायचं होतं तर लगीन कशाला केलंस? साधू-बैरागी पुण्याचं काम करतात. लगीन करून त्या निष्पाप जिवाला रडवत ठेवून माथ्यावर पाप कशाला घेतोस? दादा, लक्ष्मी वहिनी खूप चांगली आहे. तुझ्यासाठी रात्रंदिवस झुरत असते. तू नाथपंथाची दीक्षा घेणार आहेस म्हणतोस, साधू-संन्यासी होणार आहेस म्हणतोस. दादा, संन्यासी होण्यापूर्वी तू वहिनीचा तरी विचार करायचास. तुला संन्यासी व्हायचंय, पण तिचा काय दोष आहे रे यात? आणि दादा, आपले आई आणि आबाजी? त्यांचं काय? त्यांचं कोण बघणार?"

तुकाराम भडाभडा बोलत होता. आपल्या मनातली सगळी मळमळ, सगळे प्रश्न तो त्याच्या दादाला विचारत होता. त्याची समजूत काढत होता. आई-आबांची, भावजयीची अस्वस्थता त्याला कळावी म्हणून धडपडत होता. तुकारामाचं बोलणं ऐकून सावजी काहीसा गोंधळला. क्षणभर त्याला काय बोलावं सुचेना. पण नंतर त्यानं स्वतःला सावरलं. त्याच्या कपाळावर एक स्पष्ट दिसेल अशी आठी उमटली. डोळ्यांतल्या प्रसन्नतेची जागा वैतागानं घेतली. पण त्याला तुकारामाचा स्वभाव माहीत होता. एखादी गोष्ट त्याच्या मनानं घेतली, तर तो त्या गोष्टीचा पाठपुरावा केल्याशिवाय राहणार नाही, हे त्याला माहीत होतं. त्याच्या प्रत्येक प्रश्नाचं उत्तर देणं गरजेचं आहे, हे त्यानं ओळखलं आणि काहीशा नाराजीच्या स्वरात त्यानं बोलायला सुरूवात केली. "हे बघ तुका, एक गोष्ट तुला खरी आणि स्पष्ट सांगतो. लग्न मी माझ्या मर्जीनं केलं न्हायी. आई-आबाजींच्या मर्जीसाठी केलं. लग्न करायचं माझ्या मनात नव्हतंच. पण आबाजींपुढं कुणाचं काय चालणार? त्यात आईनं जीव द्यायची गोष्ट काढली; मग काय करणार? मुकाट उभा राहिलो लग्नाला. तुका, माझं मन संसारात रमत न्हायी. मला संसार, पत्नी हे काय आवडत न्हायी. मला संन्याशी व्हायचंय. मला नाथपंथाची दीक्षा घ्यायची आहे. माझं मन त्यात रमतं. मी बायकोला तसं स्पष्ट सांगणार आहे आणि आई-आबाजींचं म्हणशील तर त्यानला माहीत आहे की, मला संन्यासी व्हायचंय आणि त्या दोघांसाठी तुम्ही दोघं आहातच की! तू आणि कान्होजी त्या दोघांची म्हातारपणाची काठी. पण तुकारामा, मला आता या संसारात गुंतवू नको, माझं मन लागत न्हायी!" सावजी बोलत होता. बोलताना त्याचा स्वर कातर झाला होता. असहाय बालकासारखा तो बोलत होता. तुकारामाला एकाच वेळी त्याची दया आली आणि संतापही. पण तो काहीच बोलला नाही. आता बोलण्यासारखं काही नव्हतंच. क्षणभर तिथं शांतता पसरली. तोच कान्होजी जेवायला बोलवायला आला. तुकाराम आणि सावजी दोघंही जेवायला उठले. जेवणं मुकेपणानं झाली. साधूंचा तांडा खानदेशात गेला म्हणून असेल किंवा तुकारामाच्या बोलण्याचा परिणाम म्हणून असेल, पण या वेळी सावजी बरेच दिवस घरी राहिला. कनकाई-बोल्होबांना तेवढंच समाधान वाटलं. सावजीच्या पत्नीलाही आनंद झाला होता. पण सगळे जाणून होते की, एक ना एक दिवस सावजी संन्यास घेऊन जाणार आहे. त्यामुळे आता त्याला कुणीच छेडत नव्हतं आणि सगळे जाणत होते तसंच झालं. पुन्हा एकदा सावजी साधूंच्या तांड्यातून निघून गेला. या वेळी फरक एवढाच होता की, तो जाताना घरात सांगून गेला. पुन्हा सावजीची पत्नी झुरायला लागली. कनकाई पुन्हा उदास झाली. आबाजी पुन्हा सचिंत झाले. तुकारामाच्या घरात पुन्हा उदासीनतेची छाया पसरली. आला दिवस ढकलायचा एवढाच दैनंदिन व्यवहार उरला होता. सावजीच्या जाण्यानं तुकारामाचं घर पुन्हा उदासलं.

सावजीला जाऊन महिना लोटला होता. आबाजी आता फारसे दुकानात येत नसत. कान्होजीला ते घरातच शिकवत असत. तुकारामावरची जबाबदारी मात्र वाढली होती. दुकान, वसुली, महाजनकी, सावकारी, शिवाय घरातली जबाबदारी. रायबाच्या मदतीनं तो सगळं पार पाडत असे. संध्याकाळची चावडीच्या कट्ट्यावरची त्याची फेरी आजकाल कमी झाली होती. रोज सकाळी उठल्यापासून रात्री निजेपर्यंत त्याचा दिनक्रम जणू ठरून गेला. पण एके दिवशी त्या दिनक्रमात फरक पडला. त्या दिवशी शनिवार होता. गावाबाहेर एक मारुतीचं मंदिर होतं. दर शनिवारी तुकारामाच्या दुकानातून मारुतीसाठी तेल नेलं जायचं. पण या शनिवारी काहीसं विचित्र घडलं. तेलाबरोबरच लोक बिब्बेही घेऊन जात होते. सुरुवातीला तुकारामाला काही विशेष वाटलं नाही. पण शनिवारी दिवसभर लोक येऊन बिब्बे घेऊन जात होते म्हटल्यावर त्यालाही नवल वाटलं. शेवटी त्यानं बाबू गुरवाला विचारलं तेव्हा तो म्हणाला, "अरे तुकोबा, गावाबाहेरच्या मारुतीच्या देवळात मोठे म्हाराज आले हायेत. ते बिब्बा मंतरून देतात आणि त्यो मंतरलेला बिब्बा घरात ठेवला की, समदी इडापिडा टळतीया म्हनं! हीऽऽ झुंबड उडालिया देवळात. अजून म्हैनाभर मुक्काम हाय त्या म्हाराजांचा आपल्या गावात. समद्या गावाचं कोटकल्याण करायलाच आले हायेत ते! चलतो मी. जाऊन रांगेत उभं ऱ्हायाचं हाय." असं म्हणत बाबू गुरव बिब्बे घेऊन गडबडीनं गेला. तुकारामाला नवल वाटलं. बिब्बे मंतरून देऊन घरातली इडापिडा टळली असती, तर जगात घरोघरी दुःख असं कुणाच्या वाट्याला आलंच नसतं. जाऊ दे, थोडे दिवस नाचतील आणि पुन्हा लागतील आपापल्या कामाला, असा विचार करत तुकारामानं दुकान बंद केलं आणि तो घरी आला. घरचं वातावरण उदासलेलंच होतं. तुकारामही मूकपणे जेवला आणि झोपी गेला. दोन दिवसांत रायबानं त्याला सांगितलं, "तुकादा, आपल्या दुकानातले बिब्बे संपलेत. या शनिवारी पुन्यांदा लोकान्‌ला बिब्बे लागतील. आणाय पायजेत!" तुकारामानं संमती दर्शवली; पण ती गोष्ट त्याच्या मनाला पटली नव्हती. पण इलाज नव्हता. शेवटी व्यापार करणं भागच होतं. पण हे महाराजाचं प्रस्थ थोडक्यात आवरलं तर ठीक आहे; नाहीतर काहीतरी विचार करणं गरजेचं आहे, असा त्याच्या मनानं कौल दिला. स्नान करून दूध पिऊन तुकाराम दुकानात गेला. दुकान उघडलं, उदबत्ती लावली. विठ्ठल-रखुमाईच्या मूर्तींवर ओवाळली. ज्ञानोबामाउलीच्या मूर्तीवर ओवाळली. पसायदान म्हटलं आणि सामानाची मांडामांड करू लागला. तोच गिऱ्हाईक यायला सुरुवात झाली. दिवसभर गिऱ्हाईक येतच होतं. पण प्रत्येकाच्या तोंडात त्या महाराजांचाच विषय होता. ते कसे तेजःपुंज आहेत, कसं मनातलं दुःख बरोबर ओळखतात, बिब्बा कसा मंतरून देतात, मंतरलेला बिब्बा जवळ ठेवल्यावर कसं बरं वाटतंय, त्यांना धनसंपत्तीचा लोभ कसा नाही, उलट बिब्बा मंतरून दिल्यावर पैका न मागता धान्य

कसं मागतात, त्या धान्याचा उपयोग गोरगरिबांना अन्नदान करण्यासाठी कसा होणार आहे, एक ना दोन! तुकारामाच्या दुकानात दिवसभर प्रत्येकाच्या तोंडात त्या महाराजांचाच उदोउदो होता. महाराजांच्या बरोबरच त्यांच्यासोबत असलेले शिष्यगण कसे नम्र आहेत, सगळ्यांशी कसे गोड बोलतात, सगळ्यांना ताई-आक्का-माई. दादा-काका-मामा-तात्या असं म्हणून कसे मान देतात, मारुतीमंदिराच्या सभामंडपात धान्य साठवण्याच्या भल्याथोरल्या कणग्या कशा ठेवल्या आहेत आणि महाराज धान्याला हात न लावता भक्तानं आणलेलं धान्य– मग ते कोणतंही असो, गहू, ज्वारी, तांदूळ, डाळ, धणे, काहीही असो आणि कितीही असो– पसाभर, पायली/दोन पायली, ठिक्कं, कितीही असो– कोणतेही आढेवेढे न घेता, कुणालाही न दुखावता कसं स्वीकारतात, याचं रसभरीत वर्णन सतत लोकांच्या मुखात होतं.

दुकान बंद करून तुकाराम घरी आला. त्याला भूक लागली होती. पण कनकाई शेजारच्या बायजामावशीशी बोलत बसली होती. तुकाराम घरी आला. पाठोपाठ आबाजी पण आले. आबाजी आलेले बघितल्यावर कनकाई उठली. बायजामावशी गेली. कनकाईनं पानं लावली. आबाजी, तुकाराम, कान्होजी जेवायला बसले. सावजीची पत्नी वाढत होती. कनकाई गरमगरम भाकर करून देत होती. एक/दोन भाकरी पोटात गेल्यावर मग गप्पा सुरू झाल्या. "बायजाक्का का आलीवती? बरं हाय नव्हं घरात समदं?" आबाजींनी विचारलं. कनकाई जणू या प्रश्नाची वाटच बघत होती. आबाजींनी विचारल्यावर ती लगेचच सावरून बसली. तिच्या भाकरी झाल्या होत्या. काटवटात हात धुऊन पदराला पुसत ती पुढं सरकली आणि खाली मान घालून बोलायला लागली. "बायजा आलीवती. ती सांगत हुती, गावाभाईरल्या मारुतीच्या मंदिरात कुणीतरी म्हाराज आले हायत म्हणं! त्ये बिब्बा मंतरून देत्यात. ते मंतरलेलं बिब्बं घरात ठेवलं की, घरातली समदी पीडा, संकटं, समद्याचं निवारण हुतंय म्हणं! लक्ष्मीला, सावजीच्या बायकूला घिऊन मी बी जाऊन येऊ का? बघू या त्यानं तरी ह्यो बाबा संसाराला लागतोय का ते?" कनकाईचं बोलणं ऐकून बोल्होबा विचारात पडले. तुकाराम तर दचकलाच. "अगं आई, सगळं गाव त्या बुवाच्या नादाला लागलंय. कोण कुठला बुवा! आणि असं बिब्बे मंतरून देऊन कधी दुःख कमी झालं होतं? तसं झालं असतं तर आई, जगात कुणी दुःखी राह्यलंच नसतं. काही तरी विचार करू नको." तुकाराम पटकन म्हणाला. नंतर त्यानं जीभ चावली. आई आणि आबाजी बोलत असताना आपण मध्ये बोलायचं नाही, विचारल्याशिवाय मत द्यायचं नाही, असे त्याच्यावर संस्कार होते; पण अनवधानानं तो बोलून गेला. नंतर मात्र 'चुकलो आबा' म्हणत गप्प बसला. कनकाईनं एक कटाक्ष तुकारामाकडं टाकला आणि ती उत्तराच्या अपेक्षेनं बोल्होबांकडं बघायला लागली. बोल्होबांनी जेवण संपवलं. ताटात हात धुतले. खांद्यावरच्या सोग्यानं तोंड

पुसलं आणि म्हणाले, "तुका, एक गोष्ट सांगतो लेकरा, ऐक! ह्ये बघ, माणसाला निसतं भाजी-भाकरी मिळून सुख लागत नाही. प्रत्येकाला कायतरी दुःख असतंच! त्या दुःखाचा निचरा कुठंतरी व्हावा लागतोय. तुलाच नव्हे सगळ्यांना ठाव आहे की, बिब्बे मंतरून दिले की संकट जात नाही. दुःख कमी होत नाही. पण माणसाला कुटंतरी आशा असती. मनात कुटंतरी आस असती. या ना त्या उपायानं, कशानं तरी आपलं दुःख कमी होईल, आपल्याला सुख लाभंल, म्हनून मग माणूस असल्या गोष्टींवर विश्वास ठेवतो. तो अंधविश्वास नसतो लेकरा, तो आनंदविश्वास असतो. या उपायांनी कदाचित आपलं संकट दूर होणार असा दिलासा देणारा, असा आनंद देणारा तो विश्वास असतो. माणूस देवाचार करतो, कुलाचार करतो, तसंच हाही एक उपाय. सावजीची आई, जा तुम्ही लक्ष्मीला घेऊन. त्यामुळं तुम्हा दोघींना बरं वाटणार असेल, तर जरूर जा. पण चार बायकांबरोबरच जा आणि त्यांच्यासोबतच परत या. सोनं-चांदी देण्याच्या कोणत्याही गोष्टी करू नका. जाऊन या! बघू या, या बिब्ब्यांमुळं तरी सावजी संसाराला लागतोय का ते!" आबाजींनी कनकाईला संमती दिली आणि कनकाईचा चेहरा आनंदानं खुलला. वहिनीच्या चेहऱ्यावरही आनंद उमटल्याचं तुकारामाच्या लक्षात आलं. बुवा-महाराज, करणी, चेटूक असल्या गोष्टींवर विश्वास न ठेवणाऱ्या आबाजींनी कनकाईला अनुमती दिलेली बघून तुकारामाला आश्चर्य वाटलं. पण त्या अनुमतीचं आबाजींनी केलेलं समर्थनही त्याला पटलं आणि त्यामुळंच की काय, बिब्ब्याला गावात खूप मागणी आहे म्हणून आपण आणखी बिब्बे आणून ठेवून केवळ व्यापाराचाच विचार केला याची एक बोच त्याच्या मनाला लागली होती, ती काहीशी कमी झाली. आणि ती बोच पुसली गेल्यामुळंच की काय, तुकारामाला गाढ झोप लागली.

८

पुढचा शनिवार आला. पहिल्या शनिवारपेक्षाही या शनिवारी बिब्बे अधिक विकले गेले. कनकाईनं आणि लक्ष्मीनंही बिब्बे घेऊन जाण्याची तयारी केली होती; पण ऐनवेळी सावजीचे सासरेबुवा आले, त्यामुळं त्या दोघींचं जायचं राहिलं. पुढच्या शनिवारी जाऊ अशी कनकाईनं आपल्या मनाची समजूत घातली आणि पाहुण्यांचा पाहुणचार करण्यात दोघी गुंतल्या. तुकाराम दुकानात होता. त्याला घरातल्या या गोष्टीची कल्पना नव्हती. आज आपली आई आणि भावजय त्या महाराजांकडं जाणार आहेत, हे त्याच्या लक्षात होतं. त्यामुळे जेवणाच्या वेळेच्या थोडा वेळ आधीच दुकान बंद करून त्यानं मारुतीमंदिराचा रस्ता धरला. एरवी गावातला एखादा मारुतीउपासक किंवा बाहेरून आलेला एखादा पांथस्थ यांचंच जाणंयेणं असलेल्या त्या मंदिराच्या वाटेवर आज खूपच वर्दळ होती. जत्रा भरावी तशी माणसं तिथं लोटली होती. ८/१० दिवसांत त्या महाराजानं आसपासच्या गावांपर्यंतही आपली कीर्ती पोचवलेली दिसत होती. कारण केवळ देहूगावातलेच नव्हे, तर आसपासच्या गावांतले लोकही तिथं आले होते. तुकाराम मंदिराच्या सभामंडपात कसातरी पोचला. टाचा उंचावून, उंचावून लोकांच्या डोक्यांवरून नजर टाकून पाहण्याचा तो प्रयत्न करत होता. त्यानं पाहिलं, सभामंडपात एका बाजूला, मारुतीचं गर्भागार उजव्या हाताला ठेवून एक चौथरा तयार केला होता. त्या चौथऱ्यावर एक काळीभोर लांब दाढी असलेला, मानेपर्यंत केस वाढवलेला, डोक्यावर केसांचा बुचडा बांधलेला साधू बसला होता. त्याच्या डाव्या-उजव्या हातांना दोघं जण उभे होते. त्याचे शिष्य असावेत. त्यांतला एक गर्दीला शिस्त लावत होता, तर दुसरा प्रत्येकाकडून बिब्बा घेऊन तो महाराजांकडे देत होता. बिब्बा हातात घेताच महाराज डोळे मिटून घेत. बिब्बा डाव्या हातात धरून उजवा हात त्यावर झाकून काहीतरी मंत्र पुटपुटत. मग एक आरोळी ठोकून उजव्या हातानं तो बिब्बा समोरच्या भक्ताच्या हातात देत. असं सतत चाललेलं होतं. बिब्बा हातात मिळताच तो भक्त आनंदानं आणि मोठ्या भक्तिभावानं त्या महाराजांना वाकून पायावर डोकं ठेवून नमस्कार करीत असे. नंतर

त्या गर्दीतून बाहेर पडून तो भक्त मग बरोबर आणलेलं काहीबाही धान्य सभामंडपाबाहेर उभ्या असलेल्या दुसऱ्या शिष्याकडे सोपवत असे. सभामंडपाच्या बाहेर एका बाजूला धान्याच्या मोठाल्या कणग्या ठेवल्या होत्या. प्रत्येक धान्यासाठी एक कणगी होती. मग गहू असेल तर गव्हाच्या कणगीत, ज्वारी असेल तर ज्वारीच्या कणगीत, तांदूळ असेल तर तांदळात असं ओतून घेण्याचं काम तिथं उभा असलेला शिष्य करत होता. एकंदरीत सगळं काम टापटिपीचं आणि शिस्तबद्ध असं चाललेलं होतं. एवढी गर्दी, एवढे लोक असूनही कुठंही गडबडगोंधळ नव्हता. तुकाराम हे सगळं न्याहाळत होता. बिब्बा मंत्रून मिळाल्यानंतरचं सामान्य माणसाच्या चेहऱ्यावरचं समाधान पाहत होता. जमलेल्या गर्दीकडं पाहत होता. त्या गर्दीत दारिद्र्यानं पिडलेली, गरिबीनं गांजलेली माणसं तर होतीच; पण त्याच गर्दीत हिरामण सावकार आणि पेडणेकर सराफ या दोघांना बघून तुकारामाला आश्चर्य वाटल्यावाचून राहिलं नाही. 'आबाजी म्हणाले ते खरंच आहे! माणसाला नुसती भाजी-भाकरी मिळून समाधान होत नाही. प्रत्येकाला काहीतरी दुःख असतंच. त्या दुःखाचा कुठंतरी निचरा व्हावा लागतो.' तुकारामाला आठवलं. बराच वेळ तो तिथं उभा राहिला. पोटात भुकेची जाणीव व्हायला लागली. अजून आईचा आणि वहिनीचा पत्ता नव्हता. आता सरळ घरी जावं, त्या का आल्या नाहीत ते पाहावं, चार घास पोटात घालावेत असं ठरवून तुकाराम परतीच्या वाटेला लागला. तो घरी पोचल्यावर त्याला पाहुण्यांबद्दल समजलं. त्यांच्याशी आबाजी बोलत बसले होते. त्या पाहुण्यांना नमस्कार करून तुकाराम स्वयंपाकघरात गेला. जेवणाची ताटं तयार होत होती. गुळाचा सांजा केला असावा. त्याचा मंद सुगंध सगळ्या घरभर दरवळत होता आणि तुकारामाची भूक वाढवत होता. पाहुणे आले म्हणून या दोघी त्या महाराजांकडे गेल्या नाहीत हे सांगताना कनकाईच्या चेहऱ्यावर निराशा दाटून आलेली स्पष्ट दिसत होती. पण का कोण जाणे, स्वतःच्याही नकळत तुकारामानं सुटकेचा निःश्वास टाकला. दुसऱ्या दिवशी रविवार होता. दुकान अर्धाच दिवस उघडं असायचं. रविवारी लोहगावचा बाजार असायचा. आबाजी आणि रायबा दर रविवारी लोहगावला माल खरेदी करायला जायचे. गेली कित्येक वर्षं हा परिपाठ होता. तुकारामानंही तोच परिपाठ चालू ठेवला होता. लोहगाव हे तुकारामाचं आजोळ. कनकाईचं माहेर. कनकाईचे बंधू, तुकारामाचे मामा, अडते होते. गावातले इतरही अडते त्यांच्या ओळखीतलेच होते. त्यांच्या ओळखीतूनच आबाजी धान्याची आणि इतर सामानाची खरेदी करत असत. तुकारामही तसंच करत असे. तुकाराम आणि रायबा लोहगावला जात आणि अडत्यांकडून दुकानासाठी लागणारा माल खरेदी करत. अगदी आबाजींच्या वडिलांपासून सुरू असलेला हा पायंडा तुकारामानंही तसाच पुढं चालू ठेवला होता. आजही तुकाराम आणि रायबा गाडी जुंपून लोहगावला आले होते. अडत्यांकडून माल खरेदी

करत होते. धान्याचा कुठला वाण चांगला, कुठला वाईट, कुठला ढीग एकराशीचा, कुठलं धान्य खरिपाचं असा सगळा आढावा घेत असताना अचानक तुकारामाचं लक्ष एका व्यक्तीकडं गेलं. या व्यक्तीला कुठंतरी पाहिलंय असं त्याला राहूनराहून वाटत होतं. तो माणूसही बाजारात धान्य विकायला आला होता. एवढंच नव्हे, तर इतरांपेक्षा त्याचं धान्य काहीसं स्वस्त दरात विकत होता. लोक भराभर त्याच्याकडून पायली-दोन पायली धान्य विकत घेत होते. रायबा लाल मिरचीचा सौदा करत होता. तुकाराम तिथंच त्या माणसाकडं बघत उभा होता. अचानक त्याच्या लक्षात आलं– "अरे हा माणूस तर त्या महाराजांचा शिष्य! लोकांनी, भक्तांनी आणलेलं धान्य कणगीत ओतून घ्यायला तो तिथं सभामंडपाच्या एका बाजूलाच उभा होता. तुकारामानं त्याला ओळखलं आणि त्याला धान्य स्वस्तात विकताना पाहून एकेक गोष्ट त्याच्या लक्षात यायला लागली. "अच्छा! असं असं आहे तर! म्हणजे भोळ्याभाबड्या लोकांना बिब्बे मंत्रून देऊन त्यांच्याकडून मोबदल्यात धान्य घेऊन, त्या धान्यातून गरिबांसाठी अन्नछत्र चालवलं जाईल असं सांगून तिथं जमा झालेलं धान्य इथं या बाजारात राजरोसपणे विकलं जातंय तर!" तुकारामानं आजूबाजूला नजर टाकली. देहूचे ४/६ जण बाजारला आलेले दिसत होते. तुकारामानं रायबाला एका बाजूला घेऊन सगळं सांगितलं. आपली पुढची योजनाही सांगितली. आता ती योजना बेमालूमपणे अमलात आणायला हवी होती. त्या महाराजांच्या शिष्याला जरासुद्धा संशय येऊन चालणार नव्हता. रायबानंही या योजनेला मान्यता दिली. देहूतून आलेल्या ५/६ जणांमध्ये दादू पैलवान पण होता. दादू चांगला उंच, धिप्पाड होता. रायबाचा तो चांगला मित्र होता. कधीमधी वशाट खायचं असलं की, तो रायबाच्या घरी यायचा. रायबानं प्रथम त्यालाच गाठला. त्याला एका बाजूला घेऊन सगळी परिस्थिती सांगितली. दादूला नवलही वाटलं आणि रागही आला. त्यानंही या योजनेत भाग घेण्याचं कबूल केलं. महाराजांचा तो शिष्य अजून धान्य विकतच होता. दादू आणि रायबा गिऱ्हाईक बनून त्याच्याजवळ गेले. तुकाराम लांबून हे सगळं पाहत होता. रायबानं पुढं होऊन विचारलं, "भाऊ, कसं दिलं जोंधळं? शेरानं इकताय का खंडीनं? कुटला जोंधळा म्हनायचा ह्यो? एका राशीचा दिसत नाही?" रायबाकडं न बघताच इकडंतिकडं सावधपणानं बघत तो माणूस म्हणाला, "खंडीनंच द्यायचंय! मला लवकर गावाकडं परतायचंय, म्हणून तर जसा दर यील तसं विकून टाकतोय!" त्याचं ते मानभावीपणाचं बोलणं ऐकून दादूचं पित्त खवळलं! त्यानं सरळ पुढं होऊन त्या माणसाचं मानगूट धरलं आणि म्हणाला, "अक्करमाशा, कुटल्या गावाकडं परतायचं रं तुला? आनी कुटल्या शेतातलं धान्य हाय ह्ये? डुकरीच्या, तुझा म्हाराज बिबं मंतरून देतोय. त्याच्या बदल्यात धान्य मागतोय. गोरगरिबांना अन्न देनार म्हंतोय. ह्येच तुझं गोरगरीब व्हय रे? गावकऱ्यांनी भक्तीनं,

इश्वासानं दिलेलं धान्य हितं बाजारात आणून इकून त्याचं पैसं करताय व्हय रं? कुटं फेडशीला हे पाप? आनि काय रं, कुटाय तुझा तो म्हाराज? आता बोलतो घडाघडा की पिरगाळू मान?'' दादूच्या या बोलण्याचा आणि धमकीचा नेमका परिणाम झाला. दादूला त्या माणसाशी भांडताना बघून देहू गावातून बाजाराला आलेले देहूकर तिथं जमा झाले. मग मात्र तुकाराम पुढं आला. त्या धान्य विकणाऱ्याची खरी ओळख त्यानं आपल्या गावच्या लोकांना करून दिली. गावकऱ्यांनी मंदिराबाहेर त्याला बघितला होताच. त्यांच्याही लक्षात आलं. तोच दादूनं त्याची मान आवळली म्हटल्यावर तो पोपटासारखा बोलायला लागला. ''म्हाराज पण याच बाजारात आले आहेत. ते वेष बदलून धान्य विकताहेत. हा आमच्या टोळीचा नेहमीचा धंदा आहे. आम्ही बिब्बा मंतरून देतो असं सांगून लोकांना फसवतो. त्यांच्याकडून धान्य गोळा करतो. ते धान्य बाजारात विकतो. असं आम्ही प्रत्येक गावात महिनामहिनाभर राहतो.'' त्या माणसाचं ते बोलणं ऐकून सगळ्यांनाच राग आला. ''कुठाय तुझा तो म्हाराज? कुठं उभारलाय वेष बदलून दाखव चल!'' असं म्हणत दादूनं त्याची गचांडी धरली आणि त्याला पुढं घालून सगळी निघाली. बाजाराच्या दुसऱ्या टोकाला महाराजही वेष बदलून उभा होता. त्या माणसानं लांबून बोट दाखवताच गावकऱ्यांनी पुढं होऊन साधूला पकडला आणि ही सगळी वरात मग देहूत दाखल झाली. देहूत आल्याआल्या रायबानं तराळाला गाठला. त्याला गावकऱ्यांसाठी दवंडी द्यायला लावली. तराळाच्या दवंडीनुसार दिवस मावळायच्या वेळी गावकरी मारुतीच्या मंदिराजवळ जमले. त्यात हिरामण सावकारसुद्धा होताच. दादूनं आणि रायबानं त्या महाराजाला आणि त्याच्या शिष्याला समोर आणला आणि तुकाराम बोलायला उभा राहिला. ''लोकहो, बघा या दोघांकडं! हे तुमचे महाराज जे बिब्बा मंतरून देतात आणि त्यामुळं सगळ्यांच्या घरातली इडापीडा टळते, संकट टळते, असं सांगतात. त्याच्या बदल्यात धान्य मागतात. ते वेगवेगळ्या कणग्यांतून गोळा करतात आणि त्याचा उपयोग गोरगरिबांना अन्नछत्र चालवण्यासाठी होतो, असं हे सांगतात. तेच तुमचे महाराज आणि त्यांचा शिष्य तुम्ही लोकांनी दिलेलं धान्य लोहगावच्या बाजारात विकताना पकडले गेले आहेत. त्यांनी मंतरून दिलेल्या बिब्ब्यामुळं आपली इडापिडा टळेल की नाही, ते माहीत नाही. आपलं दैन्य-दारिद्र्य, दुःख दूर होईल की नाही, ते माहीत नाही; पण त्यांचं स्वतःचं दारिद्र्य, दैन्य नक्की दूर होणार. लोकहो, सुखाची आस प्रत्येकालाच असते आणि अडचणी, संकटंही प्रत्येकाला. त्यातून कोणीतरी आपल्याला सोडवतोय या आशेनं पोटाला चिमटा घेऊन, आपल्या लेकराबाळांच्या तोंडचा घास काढून घेऊन आपण आपल्या घरातलं धान्य याला दिलं. पण त्याचं काय झालं? लोकहो, मंतरलेल्या बिब्ब्यामुळं जर संकट दूर होणार असतं, दुःख-दारिद्र्य-दैन्य नाहीसं होणार असतं, तर दुनियेत कुणीच दुःखी राहिलं

नसतं. मंडळी, आपलं पूर्वसंचित आणि आपलं या जन्मीचं कर्म यांवरच आपलं सुख-समाधान ठरत असतं. ते असल्या बिब्ब्यानं बदलत नाही. पण आपण हा विचार करत नाही म्हणून असल्या भोंदू बाबांचं फावतं. असल्या आमिषाला कुणीही बळी पडू नये. आपले संत सांगून गेलेत– 'ऊस डोंगा परी रस नोहे डोंगा, काय भुललासी वरलिया रंगा ।।, पण आपण तिकडं लक्ष देत नाही. या असल्या ढोंगी साधूंमुळे आपलं दुःख-दैन्य तर नाहीसं होत नाहीच; पण आपण फसवले जातो. आपलं नुकसानही होतं. लोकहो, आता या ढोंगी महाराजाला आपण कोतवालाच्या ताब्यात देऊ या आणि हे जमा झालेलं धान्यही त्याच्याकडे सोपवू या. नंतर ज्यानं जेवढं धान्य दिलं असेल, तेवढंच कोतवालाकडून मागून घेऊ या. तो दील तर बरंच; न दील तर निदान या नुकसानीतून धडा घेऊ या!'' तुकारामानं बोलणं थांबवलं. दादूनं चावडीवरनं कोतवालाला बोलावून आणलं. त्या महाराजाला आणि त्याच्या तीन शिष्यांना कोतवालानं काढण्या लावून नेलं. मग मात्र सगळे जण तुकारामाभोवती जमले. त्याच्या चाणाक्षपणाचं कौतुक करायला लागले. त्याच्या बुद्धीचं कौतुक करायला लागले. आया-बाया त्याची अलाबला घेत होत्या. त्या भोंदू महाराजाचं खरं रूप उघडकीला आणण्यासाठी त्यानं केलेली युक्ती, आखलेली योजना आणि नंतर त्यानं गावकऱ्यांना उद्देशून सांगितलेल्या चार शहाणपणाच्या गोष्टी यांतून तुकारामाचं विकसित झालेलं व्यक्तिमत्त्व नजरेस येत होतं. लोकांच्या गर्दीत सर्वांत मागं उभे असलेले आबाजी नजरेनंच त्याला ओवाळत होते आणि कनकाई डोळ्यांतून वाहणाऱ्या आसवांनी त्याची दृष्ट काढत होती. बाकी काही नाही, तरी त्या प्रसंगात त्या दोघांना एक जाणीव झाली की तुकाराम, आपला तुकाराम, आता मोठा झाला आहे. अगदी लग्न करण्याइतका मोठा.

आणि खरंच तसं झालं. तुकाराम आणि रायबा लोहगावच्या बाजारात गेले असताना तुकारामानं त्या ढोंगी महाराजाला पुराव्यानिशी पकडण्यात जी चतुराई दाखवली, ती घटना लोहगाव इथं राहणारे तुकारामाचे मामा, कनकाईचे बंधू, यांच्या कानावर गेलीच होती. त्यांना एक उपवर मुलगी होती. ती तुकारामाला द्यावी आणि आंबिले आणि मोझे घराण्याची सोयरीक पुन्हा एकवार जुळावी, असं त्यांना फार वाटे. तुकाराम त्यांचा खूप लाडका होता. बोल्होबांच्या सगळ्या व्यवसायाची जबाबदारी त्यानं सहज पेलली होती. तो लोहगावी दर बाजारी माल खरेदी करण्यासाठी यायचा. त्या वेळी तो घरीही यायचा. मामांबरोबर बाजारभावाबद्दल, वायद्यांबद्दल चर्चा करायचा. अडत्यांशी बोलायचा. त्याची हुशारी, त्याचं शहाणपण, त्याचं लाघवी बोलणं हे सगळं बघून मामांना राहूनराहून वाटायचं की, हा आपला जावई व्हावा. लोहगावच्या बाजारात घडलेल्या घटनेनं तुकाराम आता मोठा झालाय, लग्न करण्यासारखा, हे मामांच्या लक्षात आलं आणि त्यांनी मनाशी नक्की केलं. कनकाई

त्यांची बहीण. तीही त्यांची फार लाडकी होती. भाऊ-बहिणीचं एकमेकांवर फार प्रेम होतं. पण त्यांना बोल्होबांचा धाक वाटे. तत्त्वनिष्ठ आणि मितभाषी असणाऱ्या बोल्होबांचं सासुरवाडीला फार येणंजाणं नव्हतं. कित्येकदा तर ते लोहगावात बाजारासाठी आले, तरी घरी सासुरवाडीला जात नसत. पण कनकाईनं त्यांना सांगितलं तर ते ऐकतील, असा मामांना विश्वास होता. म्हणूनच एक दिवस ते सवड काढून बहिणीच्या घरी आले. कनकाईनं त्यांचं आगतस्वागत केलं. बोलताबोलता मामांनी लेकीचा विषय काढला. ती लग्नाला आल्याचं सांगितलं आणि तुकारामाला द्यायची असं आपल्या मनात आहे, असं सूतोवाच केलं. क्षणभर कनकाई काहीच बोलली नाही. आता तुकारामही लग्नाला आला होताच. त्याचंही लग्न करायला हवं होतंच. पण सावजीच्या संसाराचं असं विदारक चित्र समोर असल्यामुळं ताकच काय पण पाणीही फुंकून प्यायची वेळ आली होती. अर्थात बहिणीच्याच घरी हे घडलं असल्यानं मामांना हे सगळं माहीत होतंच. कनकाईनं त्या क्षणी भावाला काहीच उत्तर दिलं नाही. “मी धन्यांशी आणि तुकारामाशी बोलते आणि तुला निरोप धाडते,” असं सांगून त्याला जेवायला-खायला घातलं. बोल्होबा घरी आल्यावर त्यांची गाठ घेऊन कनकाईचे बंधू परत गेले. तोच कपिला गायीच्या विताची घटका जवळ आलीय असं सांगत रायबा आला आणि कनकाईच्या मनातला तो विषय मनातच राहिला.

दोन दिवस त्या कपिलेच्या आणि गोऱ्ह्याच्या उस्तवारीत गेले. दोन दिवसांनी असेच सगळे जेवायला बसले असताना आबाजींना अचानक आठवण झाली आणि भाकरीला बसलेल्या कनकाईला त्यांनी विचारलं, “परवा पाव्हणं आलं होतं. काही विशेष? समदं क्षेम-कुशल हाय ना?” कनकाईनं पाहिलं, बोल्होबांचा स्वर सहज होता. ते समाधानानं जेवत होते. त्यांच्या आवडीची जवसाची चटणी आणि कारल्याची भाजी असा बेत होता. सोबत गोरस होताच. भावानं ऐकवलेला विचार त्यांच्या कानावर घालायला हीच वेळ योग्य आहे, असा कनकाईच्या मनानं कौल दिला आणि तिनं हळूच विषय काढला. “दादा काल आलावता ते मनात कायतरी इचार घिऊन. तुमच्याशी बोलणार होता, पन तुम्ही चावडीवर गेला होतात!” कनकाईनं सुरुवात केली. “हं! काय इचार घेऊन आलेवते म्हेवणे?” बोल्होबानी विचारलं. आता मात्र कनकाई गांगरली. भाऊ जे म्हणाला ते आबाजींना थेट कसं सांगावं, हा तिला प्रश्न पडला. त्यातच तुकारामही त्यांच्या शेजारी बसला होता. पण आता सांगितलं तरच सांगितलं जाणार होतं. शेवटी तिनं धाडस केलंच. डोईवरचा पदर सावरत ती पुढं म्हणाली “न्हाई! दादा म्हणत हुता आता तुकारामाचं बी लगीन करून टाक. आता त्याचं पण लग्नाचं वय झालंय!” कनकाईनं विषयाला सुरुवात तर केली. तुकाराम काहीसा संकोचला. गप खाली मान घालून भात खायला

लागला. "मग कुटं पोरगी हाय का पावण्यांच्या नजरंत? असली तर सांगा म्हणावं? करून टाकू तुकाचे पन दोनाचे चार हात!" बोल्होबानी हा प्रश्न विचारला आणि कनकाईचा उत्साह आणि धाडस दोन्ही दुणावलं! चेहऱ्यावर हास्य उमटलं! तिनं पटकन बोल्होबांच्या प्रश्नाचं उत्तर दिलं. "त्येच तर दादा म्हणत हुता. दुसरी पोरगी कशाला बघायची? दादाचीच पोरगी हाय ना! रुक्मिणी! ती बी आता न्हातीधुती झालीयाच की! तशी जरा मोठीच झाली लग्नाला. पण तुकारामाला द्यायचं मनात योजून दादा बिनघोरी राहिलाय. चांगली हाय दादाची पोरगी. नाकीडोळी नीटस हाय! पुन्हा घरातलीच हाय! वैनींनी वळणपण चांगलं लावलंय तिला. घरचं दारचं सगळं कामकाज बघतीया म्हणं! दादाच्या लै मनात हाय! म्हणूनच तो आलावता परवा. मग काय करू या? तुमचा काय इचार हाय?" कनकाईनं एकदम मनातलं बोलून टाकलं. आता तिचे कान बोल्होबांच्या उत्तराकडं लागले. कनकाईचं बोलणं ऐकून बोल्होबा क्षणभर गप्प बसले. ते विचारात पडले असावेत, असं वाटत होतं. कनकाई पुन्हा काही विचारणार तोच बोल्होबा म्हणाले, "हे बघा सावजीची आई, पावण्यांनी इचार केलाय तो ठीक हाय. पण ती पोरगी, काय तिचं नाव- हं रुक्मिणी, ती जरा बारकुळी हाय, असं मला वाटतं. तिच्याकडं बघितल्यावर ती आजारी असावी, रोगट असावी असं वाटतं! लयीच काटकुळी हाय!" बोल्होबांचं बोलणं ऐकून कनकाईला जरा धीर आला. म्हणजे त्यांनी एकदमच उडवून लावलं नव्हतं! कनकाईनं मग पुन्हा आपलं म्हणणं मांडलं. "बरुबर हाय तुमचं! बारकुळी हायच ती! पन बारकुळीच बरी. लग्नाआधी पोरी बारकुळ्याच असतात. लग्नानंतर जाड होतात. सुख अंगाला लागलं की, भरतात चांगल्या. मग आधीच जर पोरगी जाड असेल तर लग्नानंतर लयीच जाड होतीया. आता बारकुळीच असली तर लग्नानंतर मग बेतास बात दिसंल!" कनकाईनं आपला अनुभवसिद्ध सिद्धान्त मांडला. यावर बोल्होबा काही बोलले नाहीत. बोलण्यासारखं काही नव्हतंच. काही क्षण असे शांततेत गेले. मग मात्र बोल्होबा म्हणाले, "सावजीची आई, संसार तुकारामाला करायचाय. त्याला नको का इच्चारायला?" असं म्हणून खाली मान घालून भात चिवडणाऱ्या तुकारामाला ते म्हणाले, "काय रं तुका? तुझं काय म्हणणं आहे? तू तर रुक्मिणीला बघितली आहेस! तुझं मत काय ते सांग बाबा!" आता तुकारामाची पंचाईत झाली. एकीकडं त्याला आबाजींचंही बरोबर वाटत होतं तर दुसरीकडं आईचंही! काय उत्तर द्यावं त्याला सुचेना. तोच "अरं बोल की बाळा! असं हुमानं घातल्यासारखं गप बसू नको!" असा कनकाईनं जणू दमच दिला. मग मात्र तुकारामाचा नाइलाज झाला. "म्हणजे आई, आबाजी म्हणतात ते खरं आहे, पण तू म्हणतीस तेही बरोबरच आहे!" तुकारामानं 'नरो वा कुंजरोवा' उत्तर दिलं. त्याचं ते उत्तर ऐकून 'हत मेल्या, पक्का लबाड हायस बघ!' असं म्हणत कनकाईनं हसू

झाकण्यासाठी तोंडाला पदर लावला. पण आबाजी मात्र मोठ्यांदा हसले. कितीतरी दिवसांनी या घरानं हसणं ऐकलं होतं. 'नुसता रुक्मिणीचा विषय काढला तर घरात असा आनंद पसरला; मग ती लक्ष्मीच्या पावलानं घरात आली, तर सगळा आनंदीआनंद पसरेल.' कनकाईच्या मनात आलं आणि रुक्मिणीला सून करून घेण्याचा तिचा विचार पक्का झाला.

आणि तसंच झालं. कनकाईचाच युक्तिवाद सफल झाला. अखेर आबाजींनीपण संमती दिली आणि रुक्मिणीला सून करून घेण्याचं नक्की झालं. कनकाईनं लोहगावला तसा सांगावाही धाडला. सांगावा ऐकून कनकाईच्या माहेरी आनंद पसरला. एकतर तुकाराम भाचा म्हणून सगळ्यांचा लाडका होताच. त्यातच तो गुणी आणि सगळ्यांना धरून राहणारा होता. कर्तबगार तर तो होताच. त्यात घरचा व्यापार, शेती, गाई-गुरं अशी सगळी समृद्धी होती. लाखांत एक स्थळ होतं. कनकाईचे बंधू, रुक्मिणीचे वडील, तर कितीतरी दिवस ही आस मनी बाळगून होते. आपली लेक सुस्थळी पडावी, अशी प्रत्येक आई-बापाची इच्छा असते. रुक्मिणीच्या आई-वडिलांचीही तशीच इच्छा होती. आणि त्या दृष्टीनं तुकारामाचं स्थळ उत्तम होतं. नात्यातलं होतं. डोळ्यांपुढचं होतं आणि शिवाय हातातलं होतं. ही सोयरीक करायला हरकत नाही, असा कनकाईचा सांगावा आल्यावर मोझ्यांच्या घरात आनंदीआनंद पसरला. तुकारामाची मात्र पंचाईत झाली. एकीकडं त्याला आनंद झालाही होता. तुकारामाचं वय १६/१७ वर्षांचं. तारुण्यसुलभ स्वप्नं बघण्याचं. त्यातच लग्न ठरलंय म्हटल्यावरचे दिवस तर फूलपंखी दिवस. दिवसासुद्धा स्वप्न रंगवण्याचे दिवस. पण का कोण जाणे, पत्नीबद्दल विचार करताना, पत्नीबद्दलची स्वप्नं रंगवताना रुक्मिणीचा चेहरा तुकारामाच्या डोळ्यांसमोर येईनाच. खरंतर मामाच्या घरी त्याचं जाणंयेणं होतं. त्यानं रुक्मिणीला बऱ्याचदा पाहिली होती. पण तीही ओझरती. कदाचित तिच्या लहानपणापासून घरात तिनं तुकारामाशी हिचं लग्न लावून द्यायचं ही चर्चा ऐकली असेल म्हणूनही असेल, पण ती तुकाराम आला की फारशी त्याच्यासमोर यायचीच नाही. आतआतच असायची. कधी त्याच्यासमोर यायची नाही. कधी तोंड उघडून बोलायची नाही. कधी बघून हसायची नाही. अगदी चुकून समोरासमोर गाठ पडलीत तर तोंड वळवून नजर चुकवून खारोटीसारखी पळून जायची. रंगानं सावळी, पण नाकीडोळी नीटस असलेली, अंगानं अगदी बारकुळी असलेली रुक्मिणी खात्या-पित्या घरची वाटायचीच नाही. आजारी असावी अशी रोगट दिसायची. वयात आलेली, नवथर तारुण्यात प्रवेश केलेली रुक्मिणी दिसायची मात्र लहानशी- ८/१० वर्षांच्या पोरीसारखी. नवतरुणपण फक्त वयानं आलं होतं. ना त्यानं शरीरावर प्रभाव दाखवला होता ना मनावर, ना चेहऱ्यावर. ना तिच्या चेहऱ्यावर टवटवी होती ना मनावर उत्साहाचं वारं होतं, ना शरीरावर

नव्हाळी. तुकाराम रुक्मिणीचा चेहरा आठवू लागला तर त्याला तो आठवेच ना! त्याला आठवलं ते तिचं इकडूनतिकडून चिचुंद्रीसारखं पळणं. अंधाराअंधारात वावरणं. आपल्याच घरात आपणच कानकोंडं असल्यासारखं बुजणं. तुकारामाच्या नजरेसमोर आणि मनासमोर पत्नीचा म्हणून जो चेहरा येत होता तो गुबगुबीत, गोबरागोबरा, सावळ्या रंगाचा, अपऱ्या नाकाचा, भोकर डोळ्यांचा. आणि रुक्मिणी यात कुठंच बसत नव्हती. तरीही 'कळसवणीचं पाणी पडलं की पोरी भरत्यात अंगानं', हे आईचे अनुभवाचे बोल त्याच्या नवथर मनाला दिलासा देत होते. कुठंतरी तुकारामाला वाटायचं, आपली बायको सुंदर नसली तरी चालेल, तिनं घरातलं एखादं काम कमी केलं तरी चालेल; पण तिला वाचता यावं. तिनं ज्ञानेश्वर, नामदेव वाचलेले असावेत, तिला चार गोष्टींचं व्यवहारज्ञान असावं. त्यानं बोलताबोलता आईला आपल्या मनातले विचार सांगितलेदेखील. पण कनकाई तोंडाला पदर लावून जी हसायला लागली, ती थांबेचना. तुकारामाच्या चेहऱ्यावर रुसवा उमटला तसं तिनं हसणं आवरलं आणि म्हणाली, "अरं पोरा, भाकर करता आली की समदं ज्ञान आपोआप येतंय बघ. आनी करायचं काय ज्ञानेश्वरी वाचून? तू वाचतोयास ना? मंग झालं की! एकानं वाचायची आणि एकानं झेलायची. त्यालाच संसार म्हणत्यात. तू नगं काळजी करू! रुक्मिणी समदं करंल. लयी गुणाची पोर हाय ती!" तुकारामाला असा दिलासा देत कनकाईनं विषय संपवला.

दोन दिवसांनी कनकाईचे बंधू- रुक्मिणीचे वडील- आबाजींना भेटायला आले. दोघांत बोलणी झाली आणि तुकाराम-रुक्मिणीचा विवाह करण्याचं नक्की झालं. चातुर्मास लागण्यापूर्वी साखरपुडा करायचा आणि चातुर्मास संपला की लग्न करायचं, असं नक्की झालं. साखरपुडा मुलाच्या घरी आणि लग्न मुलीच्या घरी असंही ठरलं. कनकाईचा जीव सुपाएवढा झाला. भाऊ आला आणि व्याही झाला, या दोन्ही आनंदांत तिनं पुरणाच्या पोळ्या केल्या. कटाची आमटी केली. कुरवड्या तळल्या. वांगीभात केला. स्वयंपाकाची सिद्धता झाली आणि मंडळी जेवायला बसली. जेवताना तुकारामाचं ताट मामाच्या ताटाजवळ लावलं होतं. तुकाराम तिथं बसायला संकोच करायला लागला. तो संकोच त्याच्या चेहऱ्यावर उतरला, देहबोलीत स्पष्ट उमटला. ते बघून मामा मोठ्यांदा हसला. म्हणाला, "तुका, अरं सासरा झालो म्हणून लाजतोयस व्हय? अरं लेकरा, मी आधी तुझा मामा हाय आनी मग सासरा. आनि तू आधी माझा भाचा हायस आणि मग जावाई. समजलं? बस बस, बस हितं असा माझ्याजवळ!" असं म्हणून मामांनी तुकारामाच्या हाताला धरून ओढून जवळ बसवून घेतलं. मग मात्र तुकाराम गडबडीनं पटकन बसला. त्याची ती गडबड बघून सगळे जण मोठ्यांदा हसले. हसतखेळत जेवणं झाली. कनकाईचे बंधू निरोप घेऊन गेले. कनकाईचा आनंद तिच्या पोटात मावत नव्हता. आता तिला साखरपुड्याचे

वेध लागले होते.

लग्न. तुकारामाचं लग्न. तिच्या लाडक्या तुकारामाचं लग्न. खरंतर कनकाईला एक सून आली होती. तिच्या पहिल्या लेकाचं, सावजीचं, लग्नही थाटामाटात झालं होतं. पण त्या लग्नानं आनंद आणण्याऐवजी दुःखच आणलं होतं. कनकाईच्या पदरात समाधानाऐवजी वेदनाच पडली होती. सावजीची बायको लक्ष्मीच्या पावलानं घरात आली होती खरी; पण पुढं मात्र तिच्या पायांत फुलांऐवजी काटेच पसरले होते. सुखाऐवजी दुःखच तिच्या पदरात आलं होतं. संसाराऐवजी निखारा पदरी पडला होता. आणि याचं दुःख जेवढं तिला होतं, त्याहीपेक्षा जास्त कनकाईला होतं. त्या सुनेला अशी दुःखी चेहऱ्यानं समोर वावरताना पाहून कनकाईच्या घशात घास अडकत होता. रात्रीची झोप उडाली होती. पण आता तुकारामाचं लग्न हा त्यावर उतारा होता. आता तो करायचं नक्कीही झालं होतं. तुकाराम कनकाईचा लाडका तर होताच; पण आपल्या गुणानं तो अवघ्या गावाचा लाडका झाला होता आणि म्हणून कनकाईचा तो अधिकच लाडका झाला होता. अत्यंत सदगुणी आणि लाघवी असलेल्या तुकारामाचं लग्न हे जसं कनकाईला अप्रूप होतं, तसंच ते देहूगावालाही अप्रूप होतं. चतुराईनं मंदिरातील चोरी पकडणारा, कीर्तन महोत्सवाची नेमकी आणि सुंदर सांगता करणारा, भोंदू साधूचं बिंग फोडणारा, सगळ्यांशी प्रेमानं वागणारा, लाघवी बोलणारा त्यांचा लाडका तुक्या- तुकाराम, आता बोहल्यावर चढणार होता. तुकारामाच्या मित्रांचा आनंद तर गगनात मावत नव्हता. त्यांच्या लाडक्या मित्राचं- तुकारामाचं लगीन होतं. संताजीचं लगीन झालं होतं. दिनकरचं पण ठरलं होतं आणि आता तुकारामाचं! त्यातच तुकारामाचं लग्न म्हणजे कौतुकाचं जास्त होतं. आबाजी धनिक होते. त्यात तुकाराम त्यांचा अत्यंत लाडका. मोठ्या थाटामाटात लगीन होणार होतं. एवढंच नव्हे तर परवा घरी गेल्यानंतर "आमच्या तुकाच्या लग्नात तुम्हा दोस्तानला पण कापडं शिवायची बरं का?" असं आबाजींनी सांगितलं होतं. त्यामुळं या पोरांचा आनंद द्विगुणित झाला होता. आता १५ दिवसांत तुकारामाचा साखरपुडा होता आणि मग चार महिन्यांनी लग्न! तुकारामाच्या घरातच नव्हे, तर देहूगावातच जणू आनंदाला उधाण आलं होतं.

९

तुकारामाचा साखरपुडा! कनकाईच्या हातांना उसंत नव्हती आणि तोंडाला सवड नव्हती. रायबा, बाळोबा, सगुणा एक नव्हे, दोन नव्हे, दहा हात राबत होते. तरीही काम आवरत नव्हतं. कामच तेवढं होतं तर! आख्खा वाडा उभाखणी सारवायचा, चुन्यानं रंगवायचा, गेरूनं त्यावर अध्येमध्ये नक्षी काढायची, अंगण-परसू धुमसून चोपून घ्यायचं, तुळशीवृंदावन गेरूनं रंगवायचं, वाड्याचा मुख्य दरवाजा, दिंडी दरवाजा या सगळ्यांना तेलपाणी करायचं, घरातली भांडीकुंडी चिंच-मिठानं घासून लखलखीत करायची, सोपा-पडवीवरची बिछायत, गाद्यागिर्द्या, लोड सगळं धुऊन स्वच्छ करायचं, हंड्या-झुंबरं घासूनपुसून चकचकीत करायची, धान्याचं कोठार स्वच्छ करून भेगा, बिळं बुजवून चुन्यानं लिंपून पुन्हा कोठार भरून ठेवायचं, गाई-गुरांचा गोठा नीटनेटका करून स्वच्छ करायचा, चारा-चघाळाची वेगळी जागा करायची, गुरांना पाणी पिण्यासाठीचा हौद धुऊन भरून ठेवायचा, शिवाय आख्खा वाडा शाकारायचा, कौलं नीटनेटकी करायची, शेवाळ, गवत काढून कौलं बदलायची, झरोके स्वच्छ करायचे. अबब बब! एक का दोन... सत्राशेसाठ कामं होती. आणि ती सगळी नीटनेटकी होण्यावर कनकाईचा कटाक्ष होता. या सगळ्या कामकाजावर तिची बारीक नजर होती. खरंतर याआधी सावजीच्या लग्नाच्या वेळीच हे सगळं झालं असतं; नव्हे, व्हायला हवं होतं. करायला हवं होतं. केलं गेलंही असतं. पण त्या वेळी सावजी लग्नाला तयार झाला तरी कनकाई-बोल्होबांच्या मनात धाकधूक होती. या पोरानं आता व्हय म्हटलंय खरं; पन पुन्हा काहीतरी सणक आली आणि न सांगता, न सवरता पुन्हा निघून गेला म्हणजे? पुन्हा बेपत्ता झाला म्हणजे? पुन्हा साधूंच्या तांड्यातून गेला म्हणजे? ही धास्ती सतत त्या दोघांना वाटत होती. आणि म्हणूनच सावजीचं लग्न तसं गडबडीतच केलं. केलं कसलं; उरकून घेतलं, असं म्हणणंच योग्य ठरेल. कारण त्या वेळची परिस्थितीच तशी होती. त्याच्या डोक्यावर अक्षता पडेपर्यंत कनकाई आणि बोल्होबांच्या जिवाला स्वस्थता नव्हती. कारण सावजी तसाच चंचल होता. त्यामुळं त्याच्या लग्नाच्या वेळी सगळीच घाई घाई

झाली होती. पण आता तसं नव्हतं. तुकाराम समंजस होता आणि सोयरीक कनकाईच्या माहेरीच जोडली होती. त्यामुळं कनकाईचा उत्साह नुसता ओसंडून वाहत होता. लाडक्या लेकाचं लगीन आणि सून म्हणून भाचीच येणार. आता साखरपुडा तोंडावर आला होता. कनकाई जणू दिवसच मोजत होती. आणि अखेर तो दिवस उजाडला. लोहगावहून मोझे कुटुंबीय देहूला आले. सजवलेल्या बैलगाडीतून सारे आले होते. आबाजींच्या घरीही अवघी भावकी तर लोटली होतीच होती, पण आबाजींशी विशेष स्नेह असणारे आणि तुकारामावर निरपेक्ष लोभ असणारे पंडितकाका, पाटीलबाबा, चौगुलेअण्णा, तात्या कुलकर्णी, शंकर गुरव, हिरामण मारवाडी, सुखदेवदादा, रामजीपंत हेसुद्धा आवर्जून आले होते. आबाजींइतकंच या सगळ्यांना तुकारामाचं कौतुक होतं. पंडितकाकांना तर काकणभर जास्तच. गावातल्या सखा महारापासनं ते कुलकर्णी तात्यापर्यंत सगळ्या जातिधर्माचं कोणी ना कोणी आबाजींच्या घरी आलं होतं. कुणाचा आबाजींशी स्नेह होता तर कुणावर आबाजींचे उपकार, कुणाची आबाजींवर श्रद्धा होती तर कुणाचा विश्वास, कुणी कनकाईला आई म्हणणारं तर कुणी ताई. कुणाला कनकाईनं वात्सल्यानं बांधलेलं, तर कुणाला दातृत्वानं. कुणी आबाजींसाठी आलेले, तर कुणी कनकाईसाठी. पण तरीही ही सगळीच तुकारामासाठी आली होती. त्याच्यावरच्या प्रेमासाठी आली होती. त्याचं कवतिक बघायला आणि करायला आली होती. मोझ्यांच्या घरची माणसं मात्र या सगळ्या गोष्टींनी दिपून गेली होती. तसं कनकाईचं हे सासर कनकाईचे आई-वडील आणि बंधू यांच्याशिवाय कोणी बघितलं नव्हतं. आता आई-वडील नव्हते. त्यानंतर भाऊ एक-दोनदा येऊन गेला होता; पण बाकीच्यांना हे सगळं नवीन होतं. कनकाईचं सासर श्रीमंत आहे, असं सगळे जण ऐकून होते; पण प्रत्यक्षात देहूला आल्यावर मात्र सगळ्यांचेच डोळे विस्फारले गेले. तो मोठा चौसोपी वाडा, एक दार पुढच्या पाटील आळीला उघडायचं, तर पाठचं दार पाठीमागच्या कुणबी गल्लीत. वाड्यात चारही बाजूंना बांधीव खोल्या. एका बाजूला गाई-म्हशींचा बांधीव गोठा, त्याच्या शेजारी गडीमाणसांसाठी खोली, एका बाजूला धान्याची पोती साठवण्यासाठी चांगल्या भक्कम खोल्या, पुढच्या बाजूला प्रशस्त अंगण. अंगणात सुंदर, देखणं तुळशीवृंदावन. तुळशीवृंदावनाच्या एका बाजूला अत्यंत सुबक असं विठ्ठल मंदिर. मंदिरात विठ्ठलाची देखणी मूर्ती. कमरेएवढ्या उंचीच्या पितळी, लखख समया, दानपेटी. मंदिराच्या विरुद्ध बाजूला प्रशस्त चौथरा, त्यावर अंथरलेलं घोंगडं, शेजारी पाणी भरून ठेवलेली डोण... येणाऱ्याजाणाऱ्या वाटसरूला विसावण्यासाठी केलेली ती व्यवस्था होती. अंगणात निम्म्या भागात फरसबंदी, निम्मं अंगण मातीशेणानं सारवलेलं. त्यावर सुबक रांगोळी, अंगणात उघडणाऱ्या माडीचे सज्जे, त्यांच्या खांबांवरील महिरप, लटकणारी झुंबरं, वाड्याचा मुख्य दरवाजा बलदंड, बुलंद.

त्याचा अडणाच एवढा वजनदार, की तो सरकायला दोन माणसं लागावीत. त्या दरवाजातच एक छोटा दरवाजा. दिंडी दरवाजा. त्याला पितळी साखळी. चांगली मनगटाएवढी जाड. दाराला कडी-कोयंडे सगळं काही जाडजूड पितळी. मुख्य घराला जाळीची चौकट. दारात पितळी उंबरठा, त्यावर चांदीची फुलं बसवलेली. आत प्रवेश केल्यावर भलीमोठी पडवी. पडवीला तीन दिशांना तीन कोनाडे. कोनाड्यांना चांदीची महिरप. पायऱ्या जांभ्याच्या. दोन पायऱ्या चढून गेल्यावर भलादांडगा ऐसपैस सोपा. सोप्यावर गाद्यागिर्द्या, बिछायती अंथरलेल्या. छताला लखलखतं झुंबर. वर माळवद, माळवदाला लावलेल्या मजबूत घनगंभीर बडोद्या. एकेक बडोदी एवढी मोठी- जाडजूड की, उचलायला चार चार माणसं लागतील. सोप्यावर एक मोठा कोनाडा. कोनाड्याला पितळी महिरप. कोनाड्यात विठ्ठल-रखुमाईची सावळी, सुंदर मूर्ती. सोप्यापलीकडे माजघर. तेही ऐसपैस मोठं. माजघरात ईशान्य कोपऱ्यात भलंमोठं देवघर. देवघराला महिरप असलेली पितळी कमान. देवघरात शिसवी देव्हारा. देव्हाऱ्यात विठ्ठलाची हातभर उंचीची पितळी मूर्ती, पीतांबर नेसवलेली, प्रसन्न चेहऱ्याची. विठ्ठलाबरोबरच डाव्या सोंडेचा गणपती, नागफणीसह शिवलिंग असे अनेक देव मोठ्या दिमाखानं विराजमान झालेले. पूजा करण्यासाठी बसायला ऐसपैस शिसवी चौरंग. त्यावर सोन्याची फुलं ठोकलेली, देवपूजेचं सारं साहित्य लखलखीत चांदीचं! अगदी शंखणीसुद्धा. माजघराला लागून स्वयंपाकघर. भांड्यांनी खचाखच भरलेलं. तांब्याच्या हंड्यांच्या उतरंडीच्या उतरंडी. पितळी मोठ्या घागरींच्या उतरंडी. हंडे तर एवढाले मोठे की, चांगली जाडजूड दोन माणसं आत ऐसपैस बसतील. आग्नेय कोपऱ्यात एका शेजारी एक अशा चार चुली घातलेल्या. चुलींभोवती ऐसपैस चौथरा. एका वेळी २५ माणसं जेवायला बसू शकतील एवढा. स्वयंपाकघराच्या ईशान्य कोपऱ्यातच मोठमोठ्या हंड्यांतून पाणी भरून ठेवलेलं. स्वयंपाकघराच्याच एका बाजूला कोठी- धान्य साठवण्याची खोली. तीत भल्यामोठ्या कणग्या आणि कणग्यांतून धान्य भरलेलं. स्वयंपाकघराच्या मागे शयनगृह. एक नव्हे चांगली चार. आणि प्रत्येक खोलीत शिसवी, महिरपदार पलंग. त्यानंतर पाठीमागचा सोपा तेवढाच मोठा. पाठीमागची पडवी तेवढीच मोठी. त्यानंतर मागचं परसू. फुलांची झाडं, वेली, तुळशीचं बन, बेल, दूर्वा, कढीलिंब, आघाडा, जास्वंद, मोगरा, जाई-जुई, नारळाची २ मोठी झाडं, एक बिट्टीचं झाड. परसातच एक उत्तम बांधीव विहीर. आतपर्यंत उतरायला दगडी पायऱ्या बांधलेल्या, नितळ स्वच्छ पाण्यानं भरलेली विहीर. विहिरीवर सागवानी रहाट, रहाटाला जाडसर दोर, दोराच्या टोकाला पितळी कळशी. परसू संपलं की पाठीमागचा दिंडी दरवाजा...कुणबी आळीत उघडणारा. तोही चांगला घनगंभीर. त्याचा अडसर दोन माणसांना उचलणार नाही असा. पितळी कडी-कोयंडा, घडीव, दगडी पायऱ्या. कनकाईचं सासरचं घर-

बोल्होबांचा वाडा, तुकारामाचं घर एवढं मोठं, एवढं ऐसपैस, सगळ्या समृद्धीनं भरलेलं असेल, याची कल्पना तिच्या माहेरच्यांना होती; पण ती समृद्धी अशी चारी दिशांनी ओसंडून वाहत असेल, असं त्यांना वाटलं नव्हतं. कनकाईचं सुख असं चहूअंगांनी ओसंडत होतं आणि आता तेच सुख रुक्मिणीच्याही पदरात पडलं होतं. कोणालाही हेवा वाटावा असंच त्या दोघींचं नशीब होतं. जमलेले सगळे पाहुणे कनकाईच्या नशिबाचं आणि रुक्मिणीच्या भाग्याचं कवतिक करत होते. आपल्या माहेरच्या माणसांच्या तोंडून आपल्या सासरचं, आपल्या समृद्धीचं, आपल्या पतीच्या कर्तृत्वाचं आणि आपल्या लेकाच्या शहाणपणाचं कवतिक ऐकून कनकाई धन्य होत होती.

साखरपुड्याची वेळ जवळ आली. आधी साखरपुडा, मग पाच पक्वान्नांचं जेवण असा जंगी बेत केला होता. त्र्यंबकभटजी अगदी वेळेवर आले होते. गणेशपूजन झालं. 'मुलीला घेऊन या', असा त्र्यंबकभटजींनी पुकारा केला, तशी रुक्मिणीची आई रुक्मिणीला बाहेर घेऊन आली. आणि बाहेर आलेली रुक्मिणी बघून बोल्होबांनी- आबाजींनी कपाळावर हात मारला. नाजूक चणीची, काटकुळी, हाडकुळी, लहानसर रुक्मिणी नऊवारी लुगड्याच्या ओझ्यानं वाकली होती. ते जरीटोपपदरी लुगडं आधीच जड. रुक्मिणीला ते नेसवल्यावर तिला ते ओझं इतकं झालं की, चालताना ती वाकली. इतकी की, तिला नीट चालताही येईना. आणि ते नेसवलेलं नऊवार लुगडं एखाद्या काठीला फडकं गुंडाळल्यासारखं दिसायला लागलं. ती अशी अवघडून बाहेर आल्यावर कपाळावर हात मारून आबाजी म्हणाले, "अरे देवा! अहो, या पोरीला नऊवार लुगड्याचा भार पेलंना, मग नऊ दशकांचा संसार ही काय सांभाळणार? हिला लुगड्याचा भार पेलवंना, संसाराचा भार हिला काय पेलवणार? पाव्हणं, तिला हात द्या, आधार द्या आणि धरून आणा." आबाजींच्या या बोलण्यावर सगळी हसली. रुक्मिणी कानकोंडी झाली. तुकारामानं खाली मान घातली. कशीतरी अडखळत चालत येऊन रुक्मिणी पाटावर बसली. कनकाई पुढं झाली. तिच्यासोबत राजाक्का होती. तिच्या हातात एक ताट होतं. ताटात हळद-कुंकू, पान-सुपारी, साखरेची वाटी आणि त्या वाटीत चांदीचं नाणं. रुक्मिणी येऊन चौरंगावर बसली. कनकाईनं तिचं औक्षण केलं. तिचा होईवरचा पदर नीट केला. टोपपदरी लुगड्याच्या त्या जरतारी पदरात रुक्मिणीचा लहानसा चेहरा बुडून गेला होता. कनकाईनं तिची हनुवटी धरून तिची मान वर केली. क्षणभर, क्षणभरच रुक्मिणीचे डोळे कनकाईच्या नजरेला भिडले. कनकाईचे डोळे प्रसन्न वात्सल्याचा वर्षाव करत होते, अपार माया त्यांत दाटून आली होती. त्या मायेसोबत होतं हार्दिक स्वागत, अपरंपार दिलासा, शाश्वत ममता, अथांग विश्वास आणि एक प्रेमळ मागणं! लेकाच्या कल्याणाचं, त्याला साथ-सोबत करण्याचं, त्याचा संसार फुलवण्याचं, त्याचं जीवन सुखी

करण्याचं. आणि रुक्मिणीच्या नजरेत होतं किंचित बावरलेपण, एक अनामिक हुरहुर, काहीसं बुजरेपण, एक अनामिक भय, आणि काहीशी निस्तेजता. दुसऱ्या क्षणाला रुक्मिणीनं नजर खाली वळवली. कनकाईनं तिची अलाबला घेतली. ते चांदीचं नाणं ओल्या कुंकवात भिजवून तिनं ते रुक्मिणीच्या कपाळावर चिकटवलं, गर्भरेशमी लुगडं आणि पाच फळं घेऊन तिनं रुक्मिणीची ओटी भरली. नंतर तिला पानसुपारीचा विडा दिला. आपल्या घरात लक्ष्मी म्हणून येण्याचं मानाचं आवतण दिलं. आणि तिच्या तोंडात साखर घातली. पुन्हा एकदा तिची अलाबला घेऊन कनकाई बाजूला झाली. सोफ्यावर गाद्यांच्या बिछायतीवर अगदी पाठीमागे तुकाराम मान खाली घालून बसला होता. पण अधनंमधनं हळूच नजर उचलून सारं पाहत होता. कनकाईनं रुक्मिणीचा चेहरा वर उचलला त्याच क्षणी तुकारामानं नजर उचलून पाहिलं होतं. कनकाईच्या चेहऱ्यावर तोंड भरून हसू होतं; पण रुक्मिणीचा चेहरा मात्र बावरल्यासारखा पण काहीसा निर्विकार वाटला त्याला. क्षणभर त्याला वाटलं, आपला होकाराचा निर्णय चुकला की काय? पण आईच्या चेहऱ्यावरचं प्रसन्न हास्य, तिच्या डोळ्यांतून भरून वाहणारा आनंद, तिच्या लगबग हालचालीतून जाणवणारा तिचा उत्साह हे सगळं पाहिल्यावर आपण बरोबरच आहोत, असा कौल त्याच्या मनानं दिला. तोवर रुक्मिणीच्या तोंडात साखर घालण्यासाठी बायकांची झुंबड उडाली होती. आणि साखर खाऊनखाऊन रुक्मिणी मात्र बेजार झाली होती.

"बायांनो, चला आता पुरे करा! आता तुकारामाला बसू द्या!" त्र्यंबकभटजींनी पुकारा केला तसं बायकांनी आवरतं घेतलं. "चल तुकारामा, आता तुझी पाळी!" त्र्यंबकभटजींनी खणखणीत आवाजात सांगितलं, तसं तुकारामाच्या मित्रांनी एकच गलका केला. त्याच्या दंडाला धरून त्याला चौरंगावर बसवलं. "ए पोरांनो, चला जरा बाजूला व्हा!" असं भटजींनी सांगितल्यावर पोरं बाजूला झाली. जाताजाता संताजी म्हणाला, "खा लेका आता मुठीनं साखऱ्या. नंतर चार दिवस नुसता ठेचा खाशील भाकरीसंगं!" असं म्हणून तो बाजूला झाला. आता कनकाईचे बंधू आणि वहिनी उठले. त्यांनी तसराळ्यात ठेवून तुकारामाचे पाय धुतले. त्याला गंध लावलं. पान-सुपारी दिली. त्याचा मानपान करून त्याला मानाचा पोषाख दिला. मूठभर चांदीची नाणी त्याच्यावरून ओवाळून राजाक्काच्या ओंजळीत टाकली. आणि तुकारामाच्या तोंडात साखर घातली. सगळ्यांनी टाळ्या वाजवल्या आणि मग तुकामाच्या तोंडात साखर घालण्यासाठी सगळ्यांनी एकच गर्दी केली. आणि ती गर्दीची झुंबड एवढी होती की, तुकारामाचं तोंड साखर खाऊनखाऊन गोड होण्याऐवजी कडूकडू झालं आणि तो भाव त्याच्या चेहऱ्यावर उमटला मात्र, त्याच्या मित्रांना बरोबर कळलं काय झालंय ते! आणि त्यांच्यात एकच हशा पिकला. तुकारामानं एक रागाचा कटाक्ष त्यांच्याकडं टाकला, तोच रुक्मिणीची मामी चांगली मूठ भरून साखर घेऊन

त्याच्यासमोर आली आणि तुकारामाला काही कळायसवरायच्या आतच त्याचं तोंड उघडून तिनं ती मूठभर साखर त्याच्या तोंडात घातली. घातली म्हणण्यापेक्षा ओतली. साखरेचा तोबरा भरावा तशी तुकारामाची अवस्था झाली. क्षणभर तुकारामाला त्या मामीचा राग आला. पण राग व्यक्त करायची ही जागाही नव्हती आणि वेळही. रुक्मिणीची ही मामी जरा भोचकच होती. वाडा हिंडून बघतानासुद्धा 'एका कणगीत किती धान्य मावतं? वरचा मजला कुणी वापरत नाही का? शेतातून काय काय धान्य येतं?' असले खोचक प्रश्न ती विचारत होती. राजाक्काला पुन्हापुन्हा 'तू कुठं जेवतीस? तुझा नवरा कुठं जेवतो? तू घरातच जेवण बनवतीस का वाड्यात जेवतीस?' असलं काहीबाही विचारत होती. एकदोनदा राजाक्कानं ते प्रश्न झटकायचा प्रयत्न केला; पण त्या बाईनं पाठ काही सोडली नाही. पण नंतर एक गंमत झाली आणि ती गंमत अशी झाली की, मामीचं तोंडच बंद झालं. झालं ते असं...

साखरपुड्याचा समारंभ झाला. जेवणावळी सुरू झाल्या. सोपा, पडवी आणि माडीवर पानं घातली होती. वाढप्यांची लगबग चालली होती. मामी आणि इतर काही स्त्रिया माजघर आणि सोपा यांच्यामध्ये उभ्या होत्या. त्या बायकांच्या घोळक्यात हातवारे करत मामी बोलत होती. सावजीची बायको कशी दुर्दैवी आहे आणि सावजीला वळण लावण्यात कनकाई कशी कमी पडली, हे सर्वांना सांगत होती. सांगतासांगता ती मागंमागं सरकली. आणि बोलताबोलता अचानक गुप्त झाली. त्या स्त्रियांनाही कळेना की, बोलताबोलता मामी गुप्त कशी झाली? कुठं गेली? कुठं गायब झाली? त्यांनी गहजब केला. आरडाओरडा केला. कुणालाच कळेना, नक्की काय झालंय? त्यांचा आरडाओरडा ऐकून रायबा आणि तुकाराम धावत आले. त्यांनी चौकशी केली तेव्हा माजघराच्या दाराशी उभी असलेली मामी अचानक गायब झाली असं कळलं, आणि ते कळल्यावर मात्र रायबा मोठमोठ्यानं हसायला लागला. तुकारामाच्या चेहऱ्यावरसुद्धा स्मितहास्य उमटलं. मामी कुठंतरी गायब झाली, एकाएकीच. आणि हे दोघं हसताहेत? तोच कनकाई आली. तिनं झाला प्रकार ऐकला आणि रायबाला दटावून मामींना बाहेर काढा असं सांगितलं. मग मात्र हसं आवरून रायबा पुढं झाला. माजघराच्या बाजूला असलेल्या भिंतींत एक जिना होता. वर जाणारा. आणि जिन्याच्या तळाच्या पायरीजवळची फरसबंदी रायबानं सरकवली तर खाली एक तळघरात जाणारा जिना दिसायला लागला. त्या जिन्यातच खालच्या पायरीवर मामी पडल्या होत्या. रायबा पायऱ्या उतरून खाली गेला. आणि मामींना हाताला धरून वर घेऊन आला. त्यांना मुका मार बसला होता. त्या विव्हळत होत्या. तोच रायबाला खोडसाळपणा आठवला. म्हणाला, "मामी, अजून काई इच्यारायचं बाकी हाय का? न्हाई, बाकी असलं तर इच्यारून घ्यावा." कनकाईनं त्याच्यावर डोळे उगारले, तेव्हा 'मालक हाळी घालत्यात जणू' म्हणत रायबा तिथनं पळाला.

आता मामींचे प्रश्न बंद झाले होते. पण इतर स्त्रियांना आता प्रश्न पडला होता की, हा जिना भिंतीत कसा? हळूहळू आपल्या स्वाभाविक स्वभावाप्रमाणं त्यांनी चौकसपणानं बघायला सुरुवात केली. आणि त्यांना त्यातलं इंगित कळल्यावर मात्र त्यांचे डोळे आश्चर्यानं विस्फारले गेले.

सोपा आणि माजघर या दोन्हींमधली भिंत चांगलीच रुंद होती. इतकी की दोन्ही हात पसरले तरी तिची रुंदी त्याहीपेक्षा जास्त भरली असती. त्या भक्कम भिंतीत एक बळकट जिना होता. चांगला प्रशस्त, ऐसपैस. त्या जिन्यानं वरच्या माडीवर जाता येत होतं. त्या जिन्याच्या तळाच्या पायरीजवळ एक सरकफरशी होती. ती चांगली दोन हात लांब आणि दोन हात रुंद होती. त्या फरशीच्या एका कोपऱ्यावर दाब दिला की, फरशी सरकत असे. फरशी सरकली की, तिच्या खालीही एक जिना होता. तो तळघरात जात असे. यवनी आक्रमकांपासून घरच्या स्त्रिया, सोनं, चांदी, दागिने, धनधान्य, लहान मुलं यांना वाचवण्यासाठी केलेली ती व्यवस्था होती. मामींना हातवारे करून पाय नाचवत बोलायची सवय होती. पाय नाचवताना मामींचा पाय त्या फरशीच्या त्या कोपऱ्यावर पडला आणि फरशी सरकून मामी आत पडल्या. हे सगळं ऐकल्यावर आणि पाहिल्यावर सगळ्यांचे डोळे कितीतरी वेळ विस्फारलेलेच होते. पण एक मात्र झालं की, त्या क्षणापासून मामींचे प्रश्न बंद झाले. नंतर बराच वेळ कितीतरी जणी तोंडाला पदर लावून हळूच, चोरूनचोरून हसत होत्या. सगळ्यांच्या जेवणावळी झाल्या. गावातली प्रतिष्ठित मंडळी पहिल्याच पंगतीला बसली होती. पुरुषांच्या पंगती उठल्या. मग स्त्रियांची जेवणं झाली. आणि मग घरातला स्त्री वर्ग, गडीमाणसं अशा सगळ्यांची जेवणं झाली आणि पाव्हणेमंडळी लोहगावला परतण्यास निघाली. स्वयंपाकघरातून सगळ्यांचा निरोप घेऊन नमस्कार-चमत्कार करून स्त्री वर्ग बाहेर आला. सोप्याच्या दाराजवळ आल्यावर लंगडत चालणाऱ्या मामी काही क्षण थांबल्या. वर जाणाऱ्या जिन्याकडं, सरकणाऱ्या तळपायरीकडं एक कटाक्ष टाकून त्या रुक्मिणीला म्हणाल्या, "रुकमे, सांभाळून राहा गं बाई इथं. अगदी जपून राहा. इथं भिंतींना कानच नाही, तर जिनेही असतात आणि तळघरही!" त्यांच्या त्या बोलण्यावर सगळी हसली. रुक्मिणी डोईवरचा पदर सावरत खाली मान घालून चालली होती. तुकाराम पडवीतल्या झोपाळ्याजवळ उभा होता. त्याची नजर राहून राहून रुक्मिणीकडं वळत होती. रुक्मिणी कुणाशीही न बोलता खाली मान घालून गपगुमान चालत होती. सगळी माणसं वाड्याच्या दाराजवळ आली. तुकारामाला वाटलं, ती क्षणभर मागे वळून बघेल. पण कसंच काय? बाकी सगळ्यांनी येतो म्हणून मागे वळून निरोप घेतला. पण रुक्मिणीनं मागं पाहिलं नाही. क्षणभर त्याचं मन हिरमुसलं; पण मग 'लाजली असेल', असा त्याच्या मनानं तर्क केला. आणि त्याच्या मनाचा रुसवा गेला. मंडळी निरोप घेऊन

गेली. गावची प्रतिष्ठित मंडळीही आबाजींचा निरोप घेऊन गेली आणि मग साखरपुड्याचा समारंभ उत्तम पार पडला, यावर सगळ्यांचं एकमत झालं.

मंडळी आपापल्या घरी गेली खरं; पण रुक्मिणीच्या बारकुळेपणाबद्दल लोकांच्या मनात संदेह होता आणि तोंडात चर्चा. तुकाराम किंचित सावळा पण नीटस, तरतरीत. काहीसं फुगीर नाक, बुद्धिमत्ता दर्शवणारं विशाल कपाळ, निमुळती हनुवटी, किंचितसे जाडसर ओठ, आणि सर्वांत महत्त्वाचं म्हणजे सतत प्रसन्नतेचा शिडकावा करणारे, दुसऱ्याला दिलासा देणारे, आश्वस्त वाटणारे, मनाची-बुद्धीची पारदर्शकता दर्शवणारे तेजस्वी, बोलके डोळे. तुकारामाचे डोळे इतके सुंदर होते की, त्याचं स्वतःचं लाघवी हास्य फिकं पडावं. अशा देखण्या, राजस तुकारामापुढे रुक्मिणी अगदीच किरकोळ वाटत होती. त्यात जोरबैठका काढल्यानं तुकारामाचं शरीरही त्याच्या उंचीला साजेसं गोटीबंद. आणि रुक्मिणी अगदीच लहान चणीची, नाजूक, निस्तेज. त्यामुळंच की काय, रोगट वाटावी अशी. आणि हीच गोष्ट सतत आबाजींना खटकत होती. त्यांनी ती दोन-चारदा कनकाईला बोलूनही दाखवली; पण कनकाईचा त्यावरचा युक्तिवादही नाकारण्यासारखा नव्हता. त्यामुळं गप्प बसण्यावाचून आबाजींकडे पर्याय नव्हता. आबाजींनी तेच केलं. फक्त ‘कनकाईचा अंदाज खरा ठरू दे रे बाबा पांडुरंगा!’ असं पांडुरंगाला विनवायला ते विसरले नाहीत.

तुकारामाचा साखरपुडा झाला. आता चार महिन्यांनी लगीन होतं. आता चार महिने उत्तम व्यवसायाचे होते. सणवार तोंडावर होते. यंदा पाऊसही मनाजोगता पडत होता. लोकांच्या हातांत चार पैसे खेळणार होते आणि त्यामुळं आबाजींचा सगळाच व्यवसाय उत्तम चालणार होता. दुकानाला तर बरकत येणार होतीच, पण सावकारी आणि महाजनकीलाही बरकत येणार होती. चार पैसे जास्तीचे सुटणार होते. नफ्यावर नफा मिळणार होता. आबाजी, रायबा आणि तुकाराम तिघंही जोमानं कामाला लागले. आता कान्होजीही थोडा मोठा झाला होता. आबाजींनी त्यालाही हिशेब शिकवला होता. आता कामाची वाटणी झाली. रायबा आणि कान्होजी दुकान सांभाळू लागले. आबाजी स्वत: सावकारी बघायला लागले. मुद्दलाच्या, व्याजाच्या वसुलीला जायला लागले, तर महाजनकी तुकाराम बघू लागला. महाजनकीमध्ये व्यापाऱ्यांचे तंटे सोडवावे लागत असत. वजनं-मापं तपासण्याचं काम करावं लागे. सरकारी कर, जकात इ. गोळा करून सरकारात रक्कम भरावी लागे. हे सगळं तुकारामानं आबाजींकडून शिकून घेतलं होतंच. त्यामुळं महानजकीचं काम तुकारामाकडेच आलं. एकदा शेजारच्या गावातल्या श्रीपाद महाजनांकडे तुकाराम चौकशीसाठी गेला. श्रीपाद महाजन हे वयोवृद्ध, अत्यंत शांत, निगर्वी, निर्मोही असं व्यक्तित्व होतं. त्यांनी आयुष्यभर एखाद्या व्रतासारखी महाजनकी सांभाळली होती. कधी लांडीलबाडी नाही; कधी चोरीचुगली नाही. तुकारामाला त्यांच्याबद्दल फार आदर

वाटे. या वेळी तुकारामाला ते फार थकल्यासारखे वाटले. तुकाराम म्हणाला, ''श्रीपादकाका, तुमची प्रकृती या वेळी बरी दिसत नाही. जरा थकल्यासारखे दिसता आहात.'' श्रीपादकाका हसले. म्हणाले, ''तुकारामा, झालं की रे वय आता. पण तुला खरं सांगू? का कोण जाणे, पण मृत्यूची भीती वाटते रे! फारफार भीती वाटते बघ!'' श्रीपादकाका कातर आवाजात म्हणाले. त्यांचा चेहरा विषण्ण होता. तुकारामाला वाईट वाटलं. पण काकांची समजूत घालणं भाग होतं. तुकाराम म्हणाला, ''काका, वाईट वाटून घेऊ नका. पण मृत्यू म्हणजे सगळ्या यातनांतून सुटका. अर्थात मृत्यू फक्त शरीराचा होतो काका! प्राणतत्त्व म्हणजे आत्मा अमर असतो. श्रीमद्‌भगवतगीतेत सांगितलं आहेच...

''नैनं छिन्दन्ति शस्त्राणि नैनं दहति पावकः ।
न चैनंक्लेदयन्त्यापो न शोषयति मारुतः ।।
आणि काका, पुढं असंही सांगितलंय...
जातस्य हि ध्रुवो मृत्युर्ध्रुवं जन्म मृतस्य च ।
तस्मादपराहार्येऽर्थे न त्वं शोचितुमर्हसि ।।

''मग काका मृत्यूची भीती कसली आणि दुःखही कसलं?'' तुकारामाचं बोलणं ऐकून श्रीपादकाका अचंबित झाले. 'तुकाराम आणि संस्कृत? तुकाराम आणि गीता?' त्यांचा विस्मय त्यांच्या चेहऱ्यावर उमटला. तुकारामानं तो वाचला आणि तो म्हणाला, ''काका विस्मय वाटला ना मला संस्कृतमधले भगवद्‌गीतेतले दाखले देताना बघून? पण ही सगळी आबाजींची कृपा. आबांनाही संस्कृत येतं; पण थोडं. इच्छा असूनही त्यांना पुढं शिकता आलं नाही. काका, आम्ही वारकरी. पांडुरंग हा आमचा कुलदेव तर ज्ञानेश्वर, निवृत्ती, नामदेव, चोखोबा, जनाबाई हे आमचे ज्ञानदेव. पांडुरंगाची भक्ती ही आमची मिरास, तर ज्ञानोपासना हा आमचा ध्यास. मला आठवतंय काका, मी जेव्हा आबांच्या सांगण्यावरून पहिल्यांदा ज्ञानेश्वरी वाचली, तेव्हा मला ती संपूर्ण अशी समजली नाही. आबांनी ती मला समजावून सांगितली. आणि त्यांनी तेव्हा हेही सांगितलं की, ज्ञानेश्वरीतल्या या अगाध ज्ञानाचा मूळ स्रोत भगवद्‌गीता आहे. आणि काका, हा मूळ स्रोत, ही भगवद्‌गीता समजण्यासाठी म्हणून मी संस्कृत शिकलो. आमच्याकडे पंडितकाका येतात ना, त्यांचे वडील पंडितआजोबा यांनी मला संस्कृत शिकवलं. फार कडक होते ते. रोज भल्या पहाटे उठून गार पाण्यानं स्नान करूनच मी संस्कृत शिकायला त्यांच्याकडे आलं पाहिजे, यावर त्यांचा कटाक्ष होता. एखाद्या दिवशी उठायला उशीर झाला म्हणून स्नान न करता गेलो, तर अंगणात उभं करीत. त्यांच्या अंगणात विहीर होती. त्या विहिरीतून चार कळशा उपसून माझ्या डोक्यावर ओतीत आणि तसंच ओलेत्यानं संस्कृतचा अभ्यास घेत. पुन्हा थंडीनं काकडलेलं

त्यांना चालायचं नाही. मग जोरजोरात श्लोक पाठ करायला लावत. मोठ्या आवाजात पाठ केलं की, थंडी पळते म्हणायचे. श्लोक पाठ करताना उच्चार स्पष्ट आणि शुद्धच असले पाहिजेत, याबद्दल अत्यंत आग्रही होते. काका, मी माझ्या मित्रांबरोबर, माझ्या गावकऱ्यांबरोबर नागर मराठी बोलतो; पण माझं संस्कृतचं पाठांतर, संस्कृत भाषेचं ज्ञान, माझे शुद्ध उच्चार आणि शुद्ध बोलणं याचं श्रेय सर्वस्वी पंडितआजोबांना जातं. एवढं नक्की की, संस्कृतच्या अभ्यासानं मला ज्ञानमहालाची कवाडं उघडी झाली. माउलीनं संस्कृत लोकांना कळत नाही म्हणून गीतेतलं संस्कृतातलं ज्ञान मराठीत आणलं. मला मात्र त्याचा मूळ स्रोतच अभ्यासायचा होता, म्हणून मी संस्कृत शिकलो.'' तुकाराम बोलत होता आणि श्रीपादकाका डोळे विस्फारून ऐकत होते. त्यांना अतिशय नवल वाटत होतं. 'कुणब्याचा हा पोर, श्रीमंत घरातला; पण छानछोकी करण्यापेक्षा हा विद्याभ्यासाकडं वळला. खरंच ज्ञानाची आस आणि उपासना माणसाला कुठल्या कुठं नेते! तरीच देहूकर याचं कवतिक करतात. कीर्तन महोत्सवाची सांगता यानंच केली त्याबद्दल भरभरून बोलतात. वतनदारांची, महाजनांची, सावकारांची उर्मट, उद्धट, व्यसनी मुलं आपण पाहतो; पण हा कुणीतरी वेगळा आहे. काहीतरी वेगळा आहे. बोल्होबांचा हा पोरगा म्हणजे बोल्होबांच्या पूर्वपुण्याईचं संचित आहे!' श्रीपादकाका तुकारामाला कौतुकानं न्याहाळत होते. त्यांनी आपला थरथरणारा हात तुकारामाच्या पाठीवर ठेवला. ''पोरा, खूप मोठा हो; इतका की आकाशाएवढा हो!'' त्यांनी मनापासून त्याला आशीर्वाद दिला. नुसताच आशीर्वाद देऊन ते थांबले नाहीत. त्यांनी तुकारामाला क्षणभर थांबायची खूण केली. लटपटत्या पावलांनी, काठीचा आधार घेत ते आत गेले. काही क्षणांत ते बाहेर आले, तेव्हा त्यांच्या हातात 'श्रीमद्‌भागवत' आणि एकनाथी भागवत अशा दोन पोथ्या होत्या. व्यासमुनींची श्रीमद्‌भागवताची दुर्मीळ प्रत आणि संत एकनाथांची एकनाथी भागवताची प्रत अशा दोन पोथ्या घेऊन ते बाहेर आले. त्या पोथ्या त्यांनी तुकारामाकडे दिल्या आणि म्हणाले, ''बाळा, हे तू घेऊन जा. व्युत्पन्न पंडित ब्राह्मणांकडे हे सोपवण्यापेक्षा ते तुझ्याकडे सोपवण्यात मला अधिक आनंद होईल. कारण तू ते जिवापाड सांभाळशील आणि त्याचं अध्ययन, मनन, चिंतन करशील. हे तू घेऊन जा. या श्रीमद्‌भागवतात विश्वाच्या उत्पत्तीपासून ते मानवाच्या मोक्षापर्यंत आणि सृष्टीच्या उत्पत्तीपासून सृष्टीच्या लयापर्यंतचं सर्व ज्ञान आहे. आणि या दुसऱ्या पोथीत एकनाथांनी या भागवतातल्या १०व्या आणि अकराव्या स्कंदावर उत्तम विवेचन-विश्लेषण केलं आहे. तू जरूर वाच. तुकारामा, खूप शहाणा हो, खूपखूप मोठा हो. अगदी आकाशाएवढा!'' श्रीपादकाकांनी तुकारामाला पुन्हा तोंड भरून प्रेमानं आशीर्वाद दिला आणि त्या दोन दुर्मीळ पोथ्यासुद्धा! श्रीपादकाकांचा निरोप घेऊन तुकाराम त्यांच्या घरातून बाहेर पडला. आज कधी नव्हे ते महाजनकीचं काम करताना त्याला अतोनात आनंद झाला

होता. श्रीमद्भागवत आणि एकनाथी भागवतासारखे ज्ञानानं आणि भक्तीनं परिपूर्ण असे दोन ग्रंथ त्याला मिळाले होते. पंडितआजोबांकडे संस्कृत शिकल्याचा, मुळात संस्कृत शिकल्याचा, आज पुन्हा एकदा त्याला आनंद झाला होता. असाच आनंद त्याला त्यानं श्रीमद्भगवतगीता वाचली आणि अभ्यासली, तेव्हा झाला होता. संस्कृत शिकल्याचं सार्थक वाटलं होतं. आजही त्याच्या मनात तीच भावना होती. श्रीपादकाकांनी दोन्ही ग्रंथ त्याच्या हाती सुपूर्त केले. ते हातात घेतल्याक्षणी तुकारामाच्या शरीरातून जणू सरस्वतीची वीणाच झंकारायला लागली, एवढा तो रोमांचित झाला. ते दोन्ही ग्रंथ हातात घेऊन त्यानं ते कपाळाला लावले. त्या ग्रंथांना मनोमन वंदन केलं. कृतज्ञतेचा एक कटाक्ष श्रीपादकाकांकडे टाकून त्यानं त्यांनाही वाकून नमस्कार केला आणि त्यांचा निरोप घेतला. महाजनकीच्या या व्यवसायात, देण्याघेण्याच्या, नफा-नुकसानीच्या, भांडण-तंट्यांच्या, कर-महसुलाच्या रुक्ष गोष्टी असलेल्या या व्यवसायात, श्रीपादकाकांसारखी, आपल्या आबांसारखी माणसं म्हणजे केकताडाच्या वनात मोगरा जणू! पण आज याच रुक्ष व्यवसायानं आपल्या हाती हे ज्ञानाचं भांडार सोपवलं आहे, हेही त्याच्या लक्षात आलं आणि तुकाराम मनोमन धन्य झाला. आता वेळ मिळेल तेव्हा आणि वेळ होईल तसा या ग्रंथांचा अभ्यास सुरू करायचा, असं त्यानं मनोमन ठरवलं. हे ग्रंथ बघून आपल्या आबांनाही खूप आनंद होईल याची त्याला खात्री होती. पावसाचे शिंतोडे पडायला लागले, तसं त्यानं आपल्या डोईवरचं मुंडासं सोडलं. त्या मुंडाशात ते दोन्ही ग्रंथ काळजीपूर्वक ठेवले. त्याच्या खाली-वर ताडाची पानं ठेवली. आणि त्यावर त्या मुंडाशाचा जाडजूड थर येईल अशा पद्धतीनं त्यानं ते ग्रंथ त्या आपल्या मुंडाशात गुंडाळले. पुन्हा नंतर ती मुंडाशात बांधलेली ग्रंथांची चोपडी त्यानं आपल्या बाराबंदीच्या आत ठेवली, अगदी हृदयाजवळ. आणि त्यानं मार्गक्रमण करायला सुरुवात केली. याच गावात अजून एक महाजन होते. त्याला त्यांच्याकडेही जायचं होतं. पण आता त्यानं ते रद्द केलं. हे ग्रंथ सोबत घेऊन आता इकडंतिकडं कुठंही न जाता सरळ देहूला जावं आणि घर गाठावं, असा विचार त्यानं पक्का केला आणि तो अमलातही आणला. आपली घोडी त्यानं देहूच्या दिशेलाच वळवली. घोडीलाही कळलं असावं, घरी परतायचंय ते. तिनं फुरफुरून आनंद व्यक्त केला आणि दुडक्या चालीनं देहूचा रस्ता धरला.

तुकारामाच्या एका हातात घोडीचा लगाम होता. तो नावालाच धरलेला होता. पण तुकारामाचा दुसरा हात मात्र हृदयाजवळ ठेवलेल्या ग्रंथांवर होता. जणू पुन्हापुन्हा स्पर्श करून तो त्या ग्रंथांचं सान्निध्य अनुभवत होता. कधी एकदा घरी पोचतो आणि ते ग्रंथ निदान चाळतो तरी, असं त्याला झालं होतं. पावसाचा शिडकावा थांबला. त्यानं सहज नजर आकाशाकडे वळवली. आकाश बऱ्यापैकी निरभ्र दिसत होतं. काळ्या-पांढऱ्या ढगांचे पुंजके इतस्ततः विहार करताना दिसत

होते. तुकारामाची नजर आकाशावर खिळली होती. आकाश न्याहाळता न्याहाळता त्याला श्रीपादकाकांचे शब्द, त्यांनी दिलेला आशीर्वाद, त्या आशीर्वादातलं त्यांचं वाक्य आठवलं. श्रीपादकाका म्हणाले होते, ''तुकारामा, बाळा, खूप ज्ञान संपादन कर आणि खूप मोठा हो! खूपखूप मोठा हो! इतका मोठा की आकाशाएवढा!'' तुकाराम आकाशाला एकटक न्याहाळत होता. नजरेनंच त्याची उंची, त्याचा विस्तार, त्याची व्यापकता, त्याची विशालता अजमावत होता. डोळे आकाशावर खिळले होते. आकाशाला न्याहाळत होते. नजरेत आकाशाला गवसणी घालण्याचं स्वप्न तरळत होतं आणि मनात श्रीपादकाकांचे शब्द रुंजी घालत होते. ''तुकारामा, इतका मोठा हो की आकाशाएवढा! आकाशाएवढा! तुका आकाशाएवढा!...''

१०

“तुकारामा, उद्या जरा लोहगावला जाऊन ये! तिथला अडत्या दाजी पिसाळ वजनात काहीतरी गडबड करतोया, अशा तक्रारी कानावर आल्या हाईत. त्याचा सोक्षमोक्ष लावूनच ये बाबा! आनी दोषी असला तर पोलीस पाटलाकडं तक्रार करूनच ये! काय खरं आनी काय खोटं याची शहानिशा करून ये!” त्या दिवशी जेवताना आबांनी सांगितलं. तुकारामानं होकार दिला. तोच पाटीतून गोवऱ्या घेऊन राजाक्का आली. “बगा बगा! कसा लगुलग मोठ्ठा होकार दिला दादांनी त्ये! आता लोहगावला जायचं म्हंटल्यावर मनात खुशी व्हनारच! जावा जावा! बिगीबिगी जावा आनी सावकाशीनं यावा!” राजाक्कानं छेड काढली. तुकाराम खाली मान घालून जेवत होता. राजाक्काच्या या बोलण्यावर त्यानं एक नजर उचलून राजाक्काकडे टाकली. तिच्या चेहऱ्यावरचे मिस्कील भाव बघितल्यावर पुन्हा मान खाली घालून जेवायला सुरुवात केली. तोच “तुकादादा काय आजच लोहगावला जात न्हायी! किती आधीपासनं जातोय तो! व्हय की नाई रे तुकादादा?” म्हणत कान्होजीनं तुकारामाची बाजू घेतली. यावर राजाक्का काही बोलणार तोच आबा म्हणाले, “आनि ह्ये बघ. जरा हुशारीनं आणि युक्तीनं काम करा. मामास्नी मदतीला घ्या. ते तिथले स्थानिक हायेत. तिथला तलाठी, पंच, पोलीसपाटील त्यांच्या वळखीचे असणार! त्यांना घिऊनच चौकशी करा. काय कराल ते सांभाळून करा. दाजी पिसाळ जरा गुंड प्रवृत्तीचा माणूस हाये. तवा जरा सांभाळून!” आता मात्र आबांच्या या बोलण्यावर राजाक्का काही बोलली नाही. पण ते काम कान्होजीनं केलं. “म्हणजे दादा, तू मामाच्या घरी जाणार? मग तिथं वयनी भेटेल की तुला!” त्यानं निरागसपणे विचारलं आणि सगळीच हसली. तुकाराम मात्र संकोचला. जेवण आटोपून हात धुऊन तो उठला आणि स्वैपाकघरातून बाहेर गेला. त्याच्या अशा संकोचून उठून जाण्यानं पुन्हा तिथं हशा पिकला. कितीतरी वेळ ते सगळ्यांचं कौतुकभरलं मिस्कील हास्य तुकारामाची पाठ सोडत नव्हतं. खरंतर गेले कित्येक दिवस त्याच्या मनात लोहगावला जायचं होतं. पण एकीकडं संकोच वाटत होता

आणि एकीकडं तसं कारणही सापडत नव्हतं. पण आता चांगलंच कारण मिळालं होतं. त्यात आबांनीच 'मामांची मदत घे', म्हणून सांगितलं होतं. तुकारामाच्या आनंदाला धुमारे फुटले. उत्साहानं तो तयारीला लागला. कदाचित एक-दोन दिवस मुक्काम पडणार होता. 'ते प्रकरण पूर्ण मिटवून ये', असंच आबांनी सांगितलं होतं. तुकाराम लोहगावला जाणार आहे म्हटल्यावर कनकाईलाही आनंद झाला. तिनं भरपूर तूप घालून सांजा केला. कुरवड्या तळल्या. खोबऱ्याच्या वड्या केल्या. गव्हाच्या वीस-पंचवीस चपात्या केल्या आणि ते सगळं तुकारामाबरोबर बांधून दिलं. "अगं आई, हे केवढं ओझं झालंय! मी कसा नेणार? शिवाय माझे कपडे?" तुकारामानं कुरकुर केली. कनकाई रागावली. म्हणाली, "हे बघ तुका, मला त्ये काय सांगायचं न्हाई! ह्ये समदं तू नेणार हाईस म्हंजी नेणार हाईस! तू असं कर, रायबाला संगं घिऊन जा. पर ह्ये सामान घिऊन जा बघ!" कनकाईनं जोर धरला. हा संवाद आबांच्याही कानावर पडला. त्यांनी कनकाईचंच म्हणणं उचलून धरलं. म्हणाले, "बरोबर आहे! तुकाराम, तू रायबाला संगं घेऊन जाच! तिथं काय वाद झाला, तंटा झाला, तर तुझ्या संगं कुणीतरी पायजेल!" आता तुकारामाचा इलाज नव्हता. त्यानं मूकपणे मान हलवली आणि मुकाट जायच्या तयारीला लागला.

दुसऱ्या दिवशी तुकाराम लोहगावला रायबाबरोबर पोचला, तेव्हा दिवस मावळला होता. तेव्हा आज रात्री मामाकडं मुक्काम करावा आणि उद्या सकाळी त्या तक्रारीचं निवारण करावं, असा विचार करून तुकारामानं मामाचं घर गाठलं. आतापर्यंत तो कित्येकदा मामाच्या घरी आला होता. मुक्कामाला राहिला होता. बेधडक वावरला होता. पण आज त्याच मामाच्या घरी जाताना त्याला संकोच वाटू लागला. पण या गोष्टीला इलाज नव्हता. एरवी तो मामाच्या घरी गेला की, बेधडक आत जात असे. पायावर पाणी घेऊन तो तडक स्वैपाकघर गाठत असे. मामीला, 'भूक लागलीय', असं हक्कानं सांगत असे. काय समोर ठेवलं असेल त्यातलं हात घालून बिनदिक्कत खात असे. पण आज मामाच्या घरासमोर आल्यावर त्याचं पाऊल अडखळलं. तो क्षणभर तिथं थांबला. त्याची मनःस्थिती, त्याचा संकोच रायबाच्या लक्षात आला. त्यानं तुकारामाला तिथंच थांबायला सांगितलं आणि तो मामाच्या घरात शिरला. आत जाऊन त्यानं मामाला हाक मारली. मामांनी रायबाचा आवाज ओळखला. कंदील घेऊन ते बाहेर आले. रायबाला समोर बघून म्हणाले, "रायबा? तुमी कधी आलाव? एकलंच आलासा का आनी कुनी हाय संगं?" रायबा उत्तरला, "न्हायी! मी येकला न्हायी! तुकादादाबी संग हाईती!" "ऑ! तुकाराम संगती आलाय? मंग कुठाय?" मामांनी लगबगीनं विचारलं. "भाईर थांबल्याती!" रायबानं उत्तर दिलं आणि मामा मोठ्यानं हसले. "आता काय म्हणावं या तुकारामाला? आता काय नवीन येतोया घरी? लाजाय काय झालं? अरे, मी इसरलोच! असं हाय व्हय?

आत्ता ही त्याची सासुरवाडी न्हायी का? मंग बरुबर हाय!'' असं म्हणत हसतमुखानं मामा दाराबाहेर आले. संकोचून उभ्या राहिलेल्या तुकारामाला बघून हसत म्हणाले, ''यावं यावं जावईबापू, यावं!'' मामांचं ते बोलणं ऐकून तुकाराम आणखी संकोचला. लाजून म्हणाला, ''हे काय मामा? चेष्टा करताय होय माझी?'' तुकारामाच्या या बोलण्यावर मामा प्रसन्न हसले. म्हणाले, ''लेका, तू तुकाराम म्हणून- माझा भाचा म्हणून आलायस का जावई म्हणून ते सांग!'' तुकाराम आणखी संकोचला. म्हणाला, ''मामा ह्ये काय विचारताय? मी-मी तुमचा भाचाच आहे!'' ''व्हय ना लेका? मंग असा लाजून भाईर का हुभा राह्यलायस? ये की बेधडक आत!'' मामांनी असं म्हटल्यावर तुकारामाचा संकोच कमी झाला. मामांच्या पाठोपाठ तो आत आला. तोवर, तुकाराम आलाय ही बातमी स्वैपाकघरापर्यंत पोचली होती. मामींचा चेहरा आनंदानं उजळला, तर रुक्मिणीनं विस्फारल्या डोळ्यांनी ती बातमी ऐकली आणि ती आईच्या मागं लपली. तोवर रायबानं कनकाईनं दिलेलं सामान मामींकडे दिलं. आणि तो पुन्हा पडवीत परतला. तुकाराम आणि मामा बैठकीवर बसले होते. तोवर मामींनी गूळ-पाणी रुक्मिणीच्या हाती पाठवलं. संकोचानं पावलं टाकत रुक्मिणी ते घेऊन आली. क्षणभर दाराशी रेंगाळली. आणि बैठकीवर पाण्याचा तांब्या आणि गुळाची वाटी ठेवून पटकन आत पळाली. मामा पुन्हा हसले. म्हणाले, ''परवाच्या साखरपुड्यानं नात्यांचा सगळा रंगच बदललाय नव्हं?'' तुकारामानं संकोचून मान डोलावली. खाली बघत गुळाचा खडा उचलला. तोंडात टाकला आणि पाण्याचा तांब्या उचलून तोंडाला लावला; मामांकडं बघण्याचं आणि त्यांच्या प्रश्नाचं उत्तर टाळण्यासाठी. ''जेवणाचं बघा बरं का लगोलग!'' मामांनी आत बघून सांगितलं आणि तुकारामाकडं वळून म्हणाले, ''तुकोबा, असं अचानक का येणं केलं? समदी खुशाल हाईत नव्हं?'' तुकारामानं मान डोलावली. पण आता त्याचा संकोच कमी झाला होता. मामानं पूर्वीसारखीच 'तुकोबा' म्हणून हाक मारली होती. तुकारामाला बरं वाटलं. त्यानं एकवार रायबाकडे पाहिलं आणि बोलायला सुरवात केली. आबांनी जे सांगितलं होतं, ते सगळं सांगितलं. आणि परगण्याचा महाजन म्हणून आपण इथं आलो आहोत, असंही सांगितलं.

झालं होतं असं– दाजी पिसाळ लोहगावातला अडत्या होता. सरकारी गोदामातून धान्य घेऊन ते दुकानदाराला देणं, हे त्याचं काम होतं. त्यासाठी सरकारनं, त्यानं कोणत्या दरानं धान्य द्यावं यासाठी दर बांधून दिले होते. त्याच दरानं धान्य विकणं त्याला बंधनकारक होतं. त्या अटीवरच सरकारनं त्याला परवाना दिला होता. दाजीनं सुरवातीसुरवातीला सरकारी नियमाप्रमाणं काम केलं होतं. त्यात त्याला थोडाफार नफाही होतच होता. पण आता त्याला अधिक नफ्याची हाव सुटली. धान्याच्या दरात तर त्याला काही फेरफार करता येत नव्हता. तो जसा अडत्या होता तसंच

त्याचं स्वतःचं किराणा मालाचं दुकानही होतं. परिसरातले दुकानदार त्याच्याकडनं माल नेत, तो एकतर पोत्यानं किंवा पायलीनं. जे दुकानदार पोत्यानं धान्य नेत, त्यांचा काही प्रश्न नव्हता; पण जे दुकानदार पायलीनं धान्य नेत, त्यांच्या बाबतीत दाजीनं हातचलाखी करायला सुरुवात केली. एवढंच नव्हे तर जे लोक घरगुती वापरासाठी शेर, सव्वाशेर धान्य नेत, त्यांनाही तो फसवत असे. यासाठी त्यानं एक मोठीच युक्ती काढली. त्यानं वजनात फेरफार करायला सुरवात केली. बरेच दिवस त्याची ही लबाडी चालू होती; पण नंतर काही जणांच्या ते लक्षात आलं. आणि हीच तक्रार आबांकडे आली होती. उद्या मामांची मदत घेऊन तुकारामाला याचीच शहानिशा करायची होती. दाजी पिसाळ तसा गुंड प्रवृत्तीचा माणूस होता, हे मामांनाही माहीत होतं. म्हणजे उद्याचा मामला तसा गंभीर होता. दाजीनं सरळपणे ऐकलन् तर ठीक; नाहीतर काहीतरी तंटाबखेडा निर्माण होण्याची शक्यता होती. एका परीनं रायबा आला होता, ते बरंच होतं. तो कामाला जसा वाघ होता, तसा हिमतीनंही वाघ होता. सगळं सांगून झालं आणि आतून जेवणाची वर्दी आली. मनातली चिंता झटकून मामांनी विषय बदलला. "चल पोरा! दोन घास खाऊन घे! बाकीचं उद्या सकाळी बघू!" असं म्हणत मामा उठले. त्यांनी तुकारामालाही उठवलं. रायबाला तर कडकडून भूक लागलीच होती. तिघंही आत गेली. तिथं पानं मांडली होती. खमंग वास सुटला होता. लाडका भाचा आणि आता जावई आला म्हणून मामीनं छानछान स्वैपाक केला होता. मामी मोठ्या प्रेमानं तुकारामाला वाढत होती. आग्रह करत होती. ते बघून मामा चेष्टेनं म्हणाले, "अहो, आम्हीबी पंगतीत बसलोया! एकाद्या चपातीचा चौत आमच्याबी पानाला लागू दे!" यावर सगळीच हसली. तुकाराम जेवता-जेवता पाहत होता. रुक्मिणी कुठंच दिसत नव्हती. रायबा तुकारामाचा चेहरा न्याहाळत होता. त्याच्या लक्षात आलं. तो पटकन म्हणाला, "मामीसाब, धाकल्या वहिनी कुठं दिसत न्हाईती! अवं, तूप वाढायसाठी तरी त्यानला बोलवा!" रायबानं असं म्हटल्यावर तुकारामानं नजरेनं त्याला दटावलं. पण तोपर्यंत मामीनं रुक्मिणीला हाक मारली. रुक्मिणी आतल्या खोलीतून बाहेर आली. ती येताच मामी म्हणाली, "रुक्मा, येगं बाई! जरा तूप वाढ. आता तू मोऱ्यांची सून हायीस. ये पोरी, ये!" आईच्या हाकेसरशी रुक्मिणी दारात येऊन उभी राहिली. तिची चाहूल लागताच तुकारामानं नजर उचलून क्षणभर वर पाहिलं. नीटस चेहऱ्याची, सावळी रुक्मिणी नऊवारी लुगड्याचा बोजा सावरीत उभी होती. तिचा चेहरा उमलला होता. केसांत अबोलीचा गजरा माळला होता. त्या फुलांचा केशरी रंग तिच्या सावळ्या गालांवर उतरला होता. त्या क्षणी तुकारामाला ती सुंदर वाटली आणि आईचा अनुभव, तिचा अंदाज किती खरा ठरतो आहे, आणि आता आपण तिचं ऐकलं हे किती बरं केलं, असं तुकारामाच्या मनात येऊन गेलं. पायघोळ

निऱ्या, ओचापदर सावरत रुक्मिणीनं तूप वाढलं. तुकारामाला कणभर जास्तच वाढू लागली. तुकाराम 'पुरे पुरे' म्हणत राहिला. पानावर हात आडवा धरून 'पुरे' म्हणताना तुकारामाचा धक्का तुपाच्या ताम्हल्याला लागला ती आख्खी तुपाची ताम्हलीच तुकारामाच्या पानात पडली. आणि ताम्हलीतलं सगळं तूप तुकारामाच्या पानात सांडलं. रुक्मिणी बावचळली, संकोचली, लाजली आणि आत पळाली. "आता काय म्हणावं या पोरीला" असं म्हणत मामींनी कपाळावर हात मारला. रायबा आणि मामा हसू लागले. तुकाराम संकोचला. तोच रायबा म्हणाला, "अवं दादा, तुमास्नी जरा वाईच जास्तच तूप वाढायचं असंल त्यास्नी. अवं, बायकू हुणार हाय तुमची!" रायबाच्या या बोलण्यावर 'बरोबर, बरोबर' म्हणून मामांनी हसत मान डोलावली. आणि मामा हात धुवायला उठले. पाठोपाठ रायबाही उठला. तुकारामही उठला. रुक्मिणी ज्या खोलीत गेली होती, त्या खोलीच्या दाराशी जाऊन म्हणाला, "पण मामी, इतकंपण जास्त तूप वाढायचं नाही! नाही का?" आणि हात धुवायला गेला. मामी तोंडाला पदर लावून हसायला लागली. आतल्या खोलीत रुक्मिणी मात्र लाजेनं चूर झाली.

दुसऱ्या दिवशी सकाळी तुकाराम, मामा आणि रायबा असे तिघे जण दाजी पिसाळांकडे गेले. मामांनी बरोबर आणखी दोन-चार जण घेतले होते. दाजी दुकानाच्या दारातच बसला होता. अजून त्यानं दुकान उघडलं नव्हतं. मामांना समोर बघून दाजीनं विचारलं, "काय मोझेभाऊ, हिकडं कुटं येरवाळी? आनी पावणं कोण म्हणायचं?" "दाजी, तुमच्याकडंच आलोय. ह्यो पावना न्हायी; ह्यो महाजन हाय!" मामांनी उत्तर दिलं. "पर तुमचा भाचाच हाय नव्हं? येतूया की दर बाजाराला!" दाजी तसा चाणाक्ष होता. त्यानं तुकारामाला बरोबर ओळखलं. मामा काही बोलणार, तोच तुकारामानं त्यांना हातानं थांबवलं. आपण पुढे झाला. म्हणाला, "दाजी पिसाळ, मी मोझेमामांचा भाचा असलो, तरी आज महाजन म्हणून आलो आहे. तुमच्याबद्दल तक्रारी आहेत. त्या तक्रारींची शहानिशा करायला आलो आहे!" तुकारामानं असं सांगताच दाजी संतापला. "कुणाची माय व्यालीया माझ्या इरुद्ध तक्रार करायला? जिता सोडणार न्हायी त्याला! माझ्या म्होरं आणा त्याला! च्या मायला! धान्य उधार नेतात ते नेतात आणि माझ्याविरुद्धच कागाळी करतात? बघतोच एकेकाला!" संतापाच्या भरात दाजी शिव्याही द्यायला लागला. याला आता अडवावा कसा, असा प्रश्न सर्वांना पडला. तोच "दाजीऽऽ! तोंड आवरा. मी शहानिशा करायला आलोय. तक्रार खोटी असेल तर तसे सिद्ध होईल आणि तक्रार खरी असेल तर तसे सिद्ध होईल. पण त्यासाठी तपासणी तर करावी लागेल आणि तपासणी करण्याच्या आधीच तुम्ही कांगावा करायला लागलात! काय मंडळी, बरोबर आहे की नाही?" तुकारामानं गावकऱ्यांची साक्ष काढली. दाजीच्या आरडाओरड्यानं तिथं आणखी

पाचपन्नास माणसं जमली. आणि तुकारामानं त्यांची साक्ष काढताच सगळ्यांनीच तुकारामाच्या म्हणण्याला दुजोरा दिला. कारण त्याचं म्हणणं सयुक्तिकच होतं. आता दाजीचा नाइलाज झाला. त्यानं मुकाट तपासणीला होकार दिला. दुकान उघडलं. तुकाराम, मामा, रायबा आत शिरले. तुकारामानं आणखी पाच जणांना आत बोलावलं. त्यांना तिथं पंच म्हणून साक्षीसाठी थांबवलं आणि तुकारामानं तागडीला हात घातला. वर साखळीला लावलेली तागडी त्यानं काढली आणि हातात धरली. तर तागडी समसमान राहिली. दाजीच्या चेहऱ्यावर विजयाचं हास्य पसरलं. तुकारामानं तागडी बाजूला ठेवली आणि वजनं तपासायला सुरवात केली. तुकारामानं येताना सरकारी वजनं आणली होती. त्या वजनाबरहुकूम त्यानं दाजीकडची वजनं तपासून बघितली. १ शेर, २ शेर आणि ५ शेराच्या वजनांत फरक होता. त्या वजनांवर आणखी एक मुलामा बेमालूमपणे चढवलेला होता. तुकारामानं पाच पंचांना ते दाखवलं. तेल ओतण्याचं माप तुकारामानं तपासलं, तेव्हा त्यात तळाला मेणाचा जाड थर दिलेला दिसला. तोही तुकारामानं पंचांना दाखवला. अचानक तुकाराम पुन्हा तागडीकडं वळला. त्यानं तागडी पुन्हा साखळीला बांधली आणि स्थिर केली. कोणतीही वस्तू कोणत्याही पारड्यात न टाकता किंवा कोणतंही वजन न टाकता तागडीचं डावीकडचं पारडं चटकन खाली आलं. तुकारामानं पुन्हा पारडं वर उचललं, तरी ते पुन्हा खाली गेलं. तुकारामानं तागडी खाली काढली. दोन्ही पारडी उलटसुलट करून तपासली. पण कुठंच काही सापडेना. तुकारामानं पुन्हा तागडी साखळीला अडकवली, तर पुन्हा तसंच! डाव्या बाजूचं पारडं खाली गेलं. मग तुकारामानं खालची जागा तपासायला सुरवात केली. तागडीच्या खाली एक पोतं अंथरलं होतं. तुकारामानं ते पोतं काढलं. तर त्या पोत्याखाली डाव्या बाजूच्या पारड्याच्या बरोबर खाली एक लोहचुंबक ठेवलेला होता आणि त्यामुळं ते लोखंडी पारडं खाली खेचलं जात होतं. तुकारामानं पंचांसमक्ष या सगळ्यांची नोंद केली. त्यावर त्या पाचजणांच्या सह्या घेतल्या. अंगठे उठवून घेतले. आणि रायबाला पोलीस पाटलाकडे पाठवलं. तुकारामानं आपलं सगळं काळं कारस्थान उघडकीला आणलं म्हणून दाजी आधीच संतापला होता. आता पोलीस पाटलाला बोलावलंय म्हटल्यावर तो आणखीच पिसाळला. तो तुकारामाच्या अंगावर धावून गेला. पण तिथं बरेच गावकरी जमले होते. त्यांनी दाजीची लबाडी प्रत्यक्ष डोळ्यांनी पाहिली होती. तुकारामानं सर्वांसमोर सत्य उघडकीला आणलं होतं. दाजी तुकारामावर धावला. तोच सात-आठ जणांनी त्याला मागं खेचलं आणि दाबून धरलं. त्यांच्या हातून सुटण्याची व्यर्थ धडपड करत दाजी शिव्यांची लाखोली वाहायला लागला. तुकारामाला, मोझेमामांना, गावकऱ्यांना अद्वातद्वा बोलायला लागला. पण आता गावकऱ्यांनी जुमानले नाही. तोच पोलीस पाटील आलाच. तुकारामाने त्याला सगळा

प्रकार कथन केला. पंचांच्या स्वाक्षऱ्या असलेला पंचनामा दाखवला. पोलीस पाटलानं ती वजनं, मापं, लोहचुंबक सारं जप्त केलं. आणि दाजी पिसाळला काढण्या लावून घेऊन गेला. तुकारामाच्या बुद्धीचं, शहाणपणाचं, चतुराईचं कौतुक करत लोकं आपापल्या घरी गेले. मामांनी तुकारामाच्या पाठीवर शाबासकी दिली आणि सगळे मामांच्या घरी गेले. जेवणाची वेळ झालीच होती. जेवणं झाली की निघावं असा मनसुबा ठरवून तुकाराम, रायबा जेवायला बसले. आज कशी कोण जाणे, पण रुक्मिणी आत-बाहेर करत होती. मामी तूप घेऊन वाढायला आली. तुकाराम म्हणाला, "नको मामी, आज तूप नको. काल इतकं तूप खाल्लंय की, तुपानंच पोट भरलं! त्यामुळं आज अजिबात तूप नको! आणि आजच काय, पण आता महिनाभरतरी मी तूप खाणार नाही हे नक्की!" तुकारामानं असं म्हणताच रुक्मिणी लाजून आत पळाली. सगळी हसली. जेवणं झाली आणि रायबा आणि तुकाराम परतीच्या रस्त्याला लागले. आबांनी सांगितलेली अवघड कामगिरी यशस्वी रीतीनं फत्ते करून तुकाराम परतत होता. आपल्या सत्यप्रियतेनं लोहगावाला, लोहगावातल्या गावकऱ्यांना आपलंसं करून बोल्होबांच्या कीर्तीत आणखी एक मानाचा तुरा खोचून, आपल्यावरच्या अशा असंख्य जबाबदाऱ्या पेलण्यासाठी तुकाराम असा सर्वार्थानं सिद्ध होत होता.

बघताबघता चार महिने सरलेसुद्धा आणि तुकारामाच्या लग्नाची घाई सुरू झाली. कनकाईच्या उत्साहाला नुसतं उधाण आलं. येणारी सून तिच्या लाडक्या तुकोबाचं जीवन सुखी करणार होती. लक्ष्मीच्या पावलानं येणार होती. बोल्होबाच्या मागे लागून कनकाईनं सुनेसाठी दागिने बनवले. एकसरी, टीक, ठुशी, बोरमाळ, कर्णकुडी, कंबरपट्टा, नथ असे सगळे दागिने तिनं सुनेसाठी बनवले. बोल्होबांनी खास इरकलहून लुगडी मागविली. लग्न लोहगावला होणार होतं, मुलीच्या घरी. एकाहून एक सरस अशा खिल्लारी बैलजोड्या जोडलेल्या पन्नासभर गाड्या सजवून तयार ठेवल्या. गावातली निवडकनिवडक प्रतिष्ठित, वेचक मंडळी लग्नासाठी निवडली गेली. त्यात पंच, सरपंच, पोलीसपाटील, तलाठी, पाटीलबाबा, तात्या कुलकर्णी, पंडितकाका, अण्णा चौगुले, हिरामण सावकार अशी मातब्बर मंडळी होती. रायबा-राजाक्का दोघांच्या हातालाही सवड नव्हती आणि पायालापण. बोल्होबांनी पंचक्रोशीत माणसं पाठवून सावजीला शोधून आणलं. आणि त्यामुळे वहिनीचा चेहरापण आनंदानं खुलला. कान्होजी तर आनंदानं नुसता निथळत होता. त्याच्या दादाचं लग्न होतं. लाडक्या तुकादादाचं. कान्होजीनं आबांकडे हट्ट करून आपल्यालापण बाराबंदी शिवून घेतली होती आणि तुमानपण. हा पोशाख तो दादाच्या लग्नात घालणार होता. आणि ते कपडे सगळ्या गल्लीला दाखवत फिरत होता. तुकारामाचं मित्रमंडळ कधीपासून तयारीला लागलं होतं. तुकारामाचं लग्न असं सगळ्यांच्या

देहांत, मनांत, डोक्यांत घुमायला लागलं होतं. अखेर लग्नाला जायचा दिवस उजाडला. बैलगाड्या सजून एकापाठोपाठ एक तयार उभ्या होत्या. प्रत्येक बैलगाडीत सामान भरलं जात होतं. चार हातांचे दहा हात झाले. दहाचे पन्नास आणि पन्नासाचे शंभर. शंभर हात कामाला लागले. बघताबघता सामान भरलं गेलं. दहा गाड्यांतून निव्वळ शिधा भरला होता. पाच गाड्यांतून आहेर-माहेर, मानपान. पाच गाड्यांतून कापडचोपड, आणि उरलेल्या गाड्यांतून माणसं. तुकाराम, कनकाई-बोल्होबा, सावजी, त्याची बायको, कान्होजी अशी सगळी मानाची पानं एका उत्तम सजलेल्या बैलगाडीत बसली होती. त्याच्या पाठीमागच्या गाडीत गावातली मानाची माणसं. त्यामागं तुकारामाचं मित्रमंडळ, त्यामागं बायाबापड्या, आहेराच्या गाडीत रायबा आणि राजाक्का ही आबा-कनकाईच्या विश्वासातली दोघं. अशा गाड्या तयार झाल्या आणि निघाल्यासुद्धा! निघाला बोल्होबांचा तुकाराम, मित्रमंडळींचा तुक्या, गावाचा तुकोबा, कनकाईचा तुका, कान्होजीचा तुकादादा लोहगावाला निघाला लग्नाला. स्वतःच्या लग्नाला. नवरी आणायला. लक्ष्मी आणायला.

मजलदरमजल करीत वऱ्हाड लोहगावला पोचलं. सगळं मोझेकुटुंब तुकारामाच्या स्वागतासाठी वेशीवर हजर होतं. तिथं वऱ्हाडातल्या मानाच्या मंडळींच्या पायावर दूध-पाणी घातलं गेलं. त्यांच्यावर फुलं उधळून त्यांना औक्षण करून मानाचा नारळ, पान-सुपारी दिली गेली. मग कुणीतरी हुकूम सोडला 'वाजवा रे' आणि ढोल-ताशांच्या गजरात मिरवणुकीनं वऱ्हाड लोहगावात आलं. धुळाप्पा पाटील लोहगावमधलं बडं प्रस्थ. हे धुळाप्पा पाटील मोझेमामांचे शाळासोबती. या धुळाप्पा पाटलांचे दोन मोठाले वाडे होते. एका वाड्यात ते स्वतः त्यांच्या भल्यामोठ्या कुटुंबकबिल्यासह राहत असत, तर दुसरा वाडा अडल्या-नडलेल्यांसाठी होता. याच दुसऱ्या वाड्याची छान रंगणी करून तो वाडा वऱ्हाडाला उतरायला जानवसा घर म्हणून देण्यात आला. ऐसपैस वाडा बघून वऱ्हाडी मंडळीही सुखावली. आता या वाड्यात सगळं वऱ्हाड, त्याचं सामानसुमान सगळं यथास्थित मावणार होतं. सामान काढून झालं. सगळ्यांचीच अंगं आंबली होती. वाड्याला मोठा दिवाणखाना होता. तिथं पथाऱ्या अंथरलेल्या होत्या. मंडळींनी त्यांवर अंगं टाकली. वऱ्हाड लोहगावात पोचलं तेव्हा सूर्य मावळतीला झुकू लागला होता. सामान उतरेपर्यंत दिवस मावळला. रात्र झाली. मशाली आणि कंदील आणले गेले. पुन्हा सगळीकडे छान उजेड पसरला. लोहगावकरांनी देहूकरांची व्यवस्था मात्र छान ठेवली होती. बाया-माणसं कंदिलाच्या उजेडात गप्पागोष्टी करत बसल्या होत्या. तोच जेवण आलं. जेवण आल्याचा पुकारा झाला. सगळीजणं पटापटा उठली. भूक तर सडकून लागली होती. पदार्थांचा वास सगळीकडं दरवळायला लागला, तशी भूक आणखी खवळली. आंबेमोहोराच्या भाताचा गंध, शेवग्याच्या शेंगांच्या आमटीचा खमंग वास

आणि तुपातल्या शिऱ्याचा सुगंध. त्या नुसत्या वासानंच मनं तृप्त झाली. इस्ताऱ्या घातल्या गेल्या. पालपट्ट्या अंथरल्या. प्रत्येक जण इस्तरी धरून बसला. भराभरा वाढप होऊ लागलं. गरम वाफाळलेला भात, त्यावर गरमगरम आमटी आणि बाजूला शिऱ्याची मूद. 'चलाऽ करा सुरवात!' म्हणायची वाटसुद्धा मंडळींनी बघितली नाही. भाताचं खळगं तयार करून त्यात उनउनीत आमटी ओतली आणि ओरपायला सुरवात केली, ते पहिला वाढलेला भात संपेपर्यंत मंडळींनी वर बघितलं नाही. भाताचा पहिला ढीग पोटात गेल्यावर सगळ्यांना जरा बरं वाटलं. आणि मग शिऱ्यावर मारला आडवा हात. स्वतः मोझेमामा, त्यांचे भाऊ यांच्या बरोबरच बोल्होबा, कनकाई आणि तुकारामसुद्धा जेवणाऱ्यांची वास्तपुस्त करीत होते. त्यांची खाशी पंगत नंतर बसणार होती. मोझेमामांनी त्यांना आग्रह केला, पण तिघांनीही त्यांना नम्रपणे नकार दिला. 'आधी आपल्यासवे आलेली वऱ्हाडी मंडळी जेवू देत, मग आपण जेवणार,' असं तिघांनीही सांगितलं. आणि पैशानं आणि मानानं मोठी असलेली ही मंडळी मनानंही किती मोठी आहेत, याचं प्रत्यंतर लोहगावकरांना आलं. 'रुक्मिणीचं भाग्य थोर म्हणून असं सासर तिला मिळालं.' - मामांच्या मनात आलं. वऱ्हाडी मंडळींची जेवणं झाली. पुन्हा गप्पांचे फड जमले. आता खाशी पंगत बसली. मोझेमामांनी खाशांसाठी चांदीची ताटं, वाट्या, चौरंग असा सरंजाम केला होता. जेवताजेवता उद्या सकाळी हळदी आणि सायंकाळी गोरज मुहूर्तावर लग्न अशी वेळ वामनभटजींनी काढून दिल्याचं मामांनी सांगितलं. कान्होजीनं ही बातमी पळत जाऊन बाहेर सांगितली. आणि बाहेर एकच जल्लोष झाला. उद्या सकाळी हळद आणि संध्याकाळी लग्न. मंडळींच्या उत्साहाला नुसतं उधाण आलं. बराच वेळ उद्याची चर्चा आणि तयारी करून मंडळी झोपी गेली. सगळी निजानीज झाली. तुकारामाच्या मिटलेल्या डोळ्यांसमोर मात्र तूप वाढणारा आणि ते सांडलं म्हणून लाजलेला चेहरा दिसत होता.

उजाडलं तशी वऱ्हाडी मंडळींची एकच गडबड सुरू झाली. सगळ्यांना एकदमच आवरायचं होतं. सगळ्यांना एकदमच तयार व्हायचं होतं. काहींनी भराभरा विहिरीवर आंघोळी केल्या तर काहींनी विहिरीचं पाणी शेंदून आणून वाड्यात केल्या. कनकाई, राजाक्का दोघींची गडबड सुरू झाली. हळदीचं सामान काढायचं होतं. हळदीचा आहेर काढायचा होता. मानपानाचा आहेर काढायचा होता. तुकारामाचं मित्रमंडळ जमा झालं. त्यांनी तुकारामाला धरून पाटावर बसवला. तोच राजाक्का पुढं आली. मातीच्या मोठ्या वाडग्यात हळद कालवून तिनं आणली होती. पहिल्यांदा कनकाईनं तीन वेळा हळद चढविली. तीन वेळा उतरवली. मग राजाक्कानं तीन वेळा चढवली आणि तीन वेळा उतरवली. आणि तो हळदीचा वाडगा संताजीकडं सोपवला. मग मात्र एकच जल्लोष उडाला. आणि तुकारामाला हळद लावण्याची

जणू अहमहमिका सुरू झाली. त्या वाड्याचं सगळं अंगण हळदीच्या पाण्यानं पिवळंधमक झालं. सगळ्यांचं हळद खेळून झालं. नवरीकडं उष्टी हळद घेऊन सावजी आणि त्याची पत्नी दोघं गेले. सगळ्यांच्या घोळक्यातून तुकाराम बाजूला झाला. तो नखशिखान्त हळदीनं माखला होता. त्यामुळंच की काय, चंदनाचा लेप लावलेल्या सावळ्या श्रीकृष्णासारखा दिसत होता. त्याला बघून कनकाईचा उर भरून आला. तिनं नजरेनंच त्याची दृष्ट काढली, आणि राजाक्काला तुकारामाला आंघोळीसाठी पाणी द्यायला सांगितलं. सगळ्यांची मनसोक्त हळद खेळून झाली. मनसोक्त आंघोळी झाल्या. मंडळी काही काळ विसावली, तोच 'जेवण आलं'चा पुकारा झाला. मोझेमामांनी हळदीचं जेवण मोठं थाटाचं केलं होतं. मसालेभाताचा खमंग वास सगळ्या घरभर दरवळत होता. सोबतीला पांढरा ऊनऊनीत भात, येळवणीची आमटी, पुरणाचे कडबू, त्यांवर तुपाची धार, खमंग अशी दोडक्याची भाजी, सांडगे-पापड यांची रेलचेल. जेवणाची मोठी बहार उडाली होती. हळद खेळून दमलेली मंडळी जेवायला बसली तीच मुळी आगळ्या उत्साहात. त्यातच आता भूकही लागली होती. आणि जेवणातल्या अनेकविध पदार्थांनी तो उत्साह दुणावला होता. कालच्या जेवणापेक्षा आजच्या जेवणाला जास्त बहार आली. काल थोडा संकोच होता, थोडी भीती होती. नवीन गाव, नवीन पाहुणे, नवनवीन पद्धती. पण आज संकोच मोडला होता. भीती संपली होती. परिचय वाढले होते. त्यामुळे अलिप्तता कमी झाली होती. त्यामुळं आज मंडळी मोठ्या उत्साहानं जेवत होती. वऱ्हाडी मंडळींची जेवणं झाली. खाशा स्वाऱ्यांच्या आंघोळी झाल्यावर खाशी पंगत बसली. मोझेमामांनी तुकाराम, आबा-आई, सावजी-वहिनी, कान्होजी यांना चांगला भक्कम असा हळदीचा आहेर केला. जेवणावळी झाल्या आणि मंडळींची एकच धांदल उडाली. आता संध्याकाळी गोरज मुहूर्तावर लग्न होतं. बायाबापड्या कमालीच्या खूश होत्या. वरपक्षाकडची बाजू असल्यामुळे त्यांना काही विशेष कामच नव्हतं. खायचं-प्यायचं आणि बसायचं. वऱ्हाडातल्या सगळ्या बायकांची जणू माघारपणं चालली होती. आणि लुगडी बदलण्याची चंगळ! इरकली, जरीकाठी, टोपपदरी, इंदुरी, चंदेरी, रेशमी, सोन्या-चांदीच्या तारांनी विणलेली भरजरी, एकापेक्षा एक लुगडी. बायाबापड्या मजेत होत्या अगदी. लग्नाची वेळ जसजशी जवळ येत चालली, तसतशी धांदल, गडबड वाढत चालली. त्याबरोबर गोंधळही वाढलाच. शेवटी एकदाची वऱ्हाडी मंडळींची तयारी झाली. वाजंत्री किती वेळ झाला बाहेर येऊन थांबली होती. तुकारामही कधीचा आवरून बसला होता. जरीकाठी धोतर, रेशमी कापडाची बाराबंदी, जरीपटका अशा पोशाखात तुकाराम इतका राजबिंडा दिसत होता की, कुणाचीही नजर लागावी. कनकाईनं दहा वेळा नजरेनं आणि राजाक्कानं प्रत्यक्षात भाकरतुकडा ओवाळून त्याची तीनतीनदा दृष्ट काढली.

वऱ्हाडी मंडळी वाड्याबाहेर आली. वाजंत्र्यांनी सूर धरला. आणि तुकारामाला घेऊन वऱ्हाड जानवशातून मोझ्यांच्या घराजवळ आलं. घराच्या समोर मोठा मांडव घातला होता. मांडवाच्या एका बाजूला बोहलं उभं केलं होतं. बोहल्याच्या एका बाजूला पाटावर वामनभटजी बसले होते. मांडवाच्या दारात वऱ्हाड आल्यावर रुक्मिणीची आई पुढं झाली. तिच्यासमवेत चार सुवासिनी होत्या. एकीनं तुकारामाच्या पायावर पाणी घातलं. एकीनं दूध घातलं. एकीनं त्याच्या पावलाला कुंकू लावून स्वस्तिक काढलं. एकीनं त्याच्यावरून भाकरतुकडा ओवाळून टाकला. मग पाच जणींनी त्याला ओवाळलं. आणि फुलं उधळली. नंतर पांढऱ्याशुभ्र कापडाचा तागा उलगडून अंथरला. त्यावर फुलांच्या पाकळ्या पसरून पायघड्या घातल्या. त्यावरून तुकाराम चालत बोहल्यापर्यंत गेला. कनकाई आपल्या लाडक्या लेकाचं हे कवतिक बघून हरखून गेली होती. आपल्या माहेरच्यांनी हात सढळ सोडून लग्नाचा खर्च केला आहे, हे बघून तिला भरून आलं आणि आपल्या माहेरचा अभिमानही वाटला. वामनभटजींनी पुकारा केला, तसा तुकाराम बोहल्यावर उभा राहिला. 'वधूला आणा'चा पुकारा झाला आणि रुक्मिणीचे मामा रुक्मिणीला घेऊन आले. नऊवारी इंदुरी लुगडं नेसलेली, दागदागिन्यांनी मढलेली रुक्मिणी अंतरपाटापलीकडे येऊन उभी राहिली. तुकारामाला अंतरपाटाखालून तिची पावलं दिसत होती. लहानशी, नाजूक पावलं आणि छोटी छोटी बोटं. ती पावलं बघून वाटतच नव्हतं की, ही लग्नाच्या वयाच्या मुलीची पावलं आहेत म्हणून! 'या एवढ्याशा पावलांवर उभं राहून ही संसाराचा भार कसा पेलणार?' क्षणभर तुकारामाच्या मनात आलं. तोवर 'सावधान'चा गजर झाला होता. वधू-वरांच्या मस्तकांवर अक्षतांची उधळण होत होती. आणि त्यासोबत आशीर्वादाचीही. कनकाईच्या चेहऱ्यावरून धन्यतेचा आनंद ओसंडत होता, तर मोझेमामा-मामींच्या डोळ्यांतून पाणी. पण त्या अश्रूंत लेकीच्या वियोगाबरोबरच आपली लेक चांगल्या घरी पडली, याची सार्थकताही होती. अंतरपाट दूर झाला. रुक्मिणीनं खाली मान घालूनच तुकारामाला हार घातला. तुकारामानं रुक्मिणीला हार घालताना क्षणभर दोघांची नजरानजर झाली. रुक्मिणीच्या टपोऱ्या डोळ्यांत तुकारामाला दिसली हुरहुर, एक बावचळलेपण, किंचित शंका, काहीशी लज्जा, एक अनामिक भय, काही प्रश्न; आणि तुकारामाच्या नजरेत होता दिलासा, प्रेम, आश्वासन, वचन, विश्वास आणि आधार. लग्न लागलं. पुढच्या विधींना सुरुवात झाली; पण होमाजवळ फक्त नवरा-नवरी आणि जवळचे नातेवाईक तेवढेच बसले होते. बाकीची मंडळी कधीच जेवायला पळाली. मामांनी पाच पक्वान्नांचा बेत केला होता. त्या सगळ्या पदार्थांचा खमंग पण मधुर सुगंध सगळीकडे दरवळत होता. लोकांची भूक चाळवत होती. मांडवात दाटीवाटीनं पंगती बसत होत्या. उठत होत्या. आडवा हात मारून लोक जेवत होते. इकडे लग्नाचे

विधी चालू होते. सप्तपदीच्या वेळी तुकारामानं रुक्मिणीचा हात हातात घेतला. त्या स्पर्शानं तो क्षणभर शहारलादेखील. पण नंतर त्याला संभ्रम पडला की, आपण नक्की कशामुळे शहारलो? रुक्मिणीचा, आपल्या पत्नीचा, पहिलावहिला स्पर्श झाला म्हणून, की तिचा हात थंडगार होता म्हणून? दुसऱ्या क्षणाला तुकारामानं ते विचार झटकले आणि भटजी सांगतात त्यावर लक्ष केंद्रित केलं. सगळे विधी संपायला मध्यरात्र झाली. वऱ्हाडी मंडळी भरपेट जेवून कधीची झोपली होती. वामनभटजीही अधूनमधून जांभया देत होते. रुक्मिणी तर चक्क पेंगत होती. तुकारामाच्या डोळ्यांतही झोप मावत नव्हती. पण होमाचा धूर डोळ्यांत जाऊन पाणी येत होतं आणि झोप उडत होती. सगळे विधी साग्रसंगीत करून झाले. मग खाशी पंगत बसली. पुन्हा वऱ्हाडी मंडळी उठली. गप्पा-गोष्टी, हास्य-विनोद, चेष्टा-मस्करी याला ऊत आला. तुकाराम-रुक्मिणीची चेष्टा करायची तर अहमहमिका लागली. हसत-खेळत, गप्पागोष्टी करत जेवणं झाली. सगळ्यांचीच झोप आता उडाली होती. मग जाणीव झाली भुकेची आणि मग मात्र पंचपक्वान्नांचा आस्वाद घेण्यात मंडळी मश्गूल झाली. त्यातच मित्रमंडळींची चेष्टामस्करी. पंचपक्वान्नांना आणखी स्वाद आला. जेवणं झाली. लग्नसोहळा पार पडला होता. आता थोड्या वेळात झुंजूमुंजू होणार होतं. मग परतीच्या प्रवासाला निघायचं होतं. निरोपानिरोपी चालली होती. रुक्मिणी आई-वडिलांच्या गळ्यात पडून हुंदके देऊन रडत होती. बाकीच्या आयाबाया तिची समजूत काढत होत्या. तिच्या सासरचं कवतिक सांगत होत्या. 'निचिंत ऱ्हा' म्हणत होत्या. कनकाई पुढं झाली. तिनं रुक्मिणीला जवळ घेतलं. 'आत्या' म्हणत रुक्मिणी तिच्या मिठीत शिरली. हुंदके द्यायला लागली. कनकाई तिच्या पाठीवरून हात फिरवत होती. तिच्या हाताच्या प्रेमळ स्पर्शानं, आश्वासकतेनं रुक्मिणी सावरली. तोच शेजारी उभा असलेला तुकाराम म्हणाला, "आई, आपल्याबरोबर येण्याचं तिला इतकं वाईट वाटत असेल, तर ऱ्हाऊ दे इथंच!" ही मात्रा मात्र बरोबर लागू पडली. रुक्मिणीनं डोळे पुसले आणि मोठमोठ्या डोळ्यांनी तुकारामाकडं पाहिलं. तुकारामाच्या चेहऱ्यावरचे मिस्कील भाव बघून ती लाजली. पुन्हा कनकाईच्या कुशीत शिरली. आता मात्र वातावरण बदललं. सगळी हसली. तोच आबांनी पुकारा केला. "रायबाऽऽ! चला गड्याहो, गाड्या जुंपा. बैलास्नी चारापाणी बघितलं का? चला, गाड्यातनं सामान भरा. बाया-माणसास्नी म्हणावं आवरा आता." आबांनी सगळ्यांना भानावर आणलं. वऱ्हाडी मंडळी कधीपास्नं आपलं सामानसुमान आवरून बसली होती. मोझेमामांनी आणखी दोन गाड्या भरून रुक्मिणीला रुखवत दिलं- भांडीकुंडी, कपडालत्ता सगळं काही. कनकाईनं विचारलं, "दादा, ह्ये काय? अरे, लगीन इतकं झ्याक करून दिलंस, आहेर-माहेर समदं केलंस; मग आता ह्ये आनी काय?" मोझेमामांनी उत्तर दिलं,

"अक्का, अगं ह्ये काई न्हायी! तुझं म्हायेरपण आणि पोरीचं आंदण म्हणून दिलंय. न्हायी म्हणू नकोस." भावाचं उत्तर ऐकून कनकाईच्या डोळ्यांत पाणी आलं. गाड्यांतून सामान भरलं गेलं. निरोपाची वेळ झाली. रुक्मिणीनं पुन्हा एकदा सगळ्यांची गळाभेट घेतली. डोळ्यांतले अश्रू पुसत ती गाडीत चढली. तुकाराम आधीच चढून बसला होता. पूर्व दिशेला अंधूक प्रकाश फुटू लागला होता. क्षितिज उजळायला लागलं होतं. नवा दिवस उजाडत होता. तुकाराम आपल्या पत्नीला-रुक्मिणीला घेऊन निघाला होता. मनात अनंत आकांक्षांचे धुमारे होते. हृदयात प्रेमाचे, स्नेहाचे उमाळे होते. आता आयुष्य उजळणार होतं, बदलणार होतं. नव्यानं काहीतरी घडणार होतं. भास्कराच्या स्वागताला पूर्वक्षितिज सिद्ध झालं होतं. आणि आपल्या आयुष्यात घडणाऱ्या बदलाला, आशेच्या नव्या अंकुराला, प्रेमाच्या नव्या बंधनाला, संसारी जीवनाला सामोरं जाण्यासाठी तुकाराम सिद्ध झाला होता, नव्या उमेदीनं!

११

तुकाराम आला. त्याच्या गावात, त्याच्या घरात आला. आपली पत्नी रुक्मिणी हिच्यासह आला. रुक्मिणीनं लक्ष्मीच्या पावलानं माप ओलांडून वाड्यात प्रवेश केला. कनकाईनं आरती ओवाळून तिचं स्वागत केलं. तिची अलाबला घेतली. राजाक्कानं नवीन जोडप्याची दृष्ट काढली. कनकाईचा जीव सुपाएवढा झाला होता. तिचं सासर आता तिचं माहेर बनलं होतं जणू. तिची लाडकी भाची तिची सून म्हणून लक्ष्मीच्या पावलानं घरात आली होती. तिच्या लेकाचा संसार करायला, त्याचं जीवन सुखी करायला. वधूवेषातल्या रुक्मिणीकडं ती डोळे भरून बघत होती. दृष्ट लागण्यासारखा जोडा दिसत होता तुकाराम-रुक्मिणीचा. जणू विठ्ठल-रखुमाईच. फक्त इथं विठ्ठल थोडा गोरा होता आणि रखुमाई सावळी. आपल्या या विचारानं कनकाईच्या चेहऱ्यावर आनंदाबरोबर हास्यही उमटलं. तोच "आत्याऽ!" करत रुक्मिणीनं तिच्या कमरेला मिठी मारली. कनकाईनं तिला जवळ घेतलं. तिच्या केसांवरून, तोंडावरून हात फिरवला. "माझी गुणाची बाई ती! दमली असंल ना? बघ किती सुकलीया! राजाक्का, जा तिला आत घेऊन जा. तुका तू बी जा. दोघांना दूध दे गं ऊनऊनीत. म्हंजी बरं वाटंल!" कनकाई मायेनं म्हणाली. तिच्या स्वरातलं वात्सल्य, शब्दांतली माया, चेहऱ्यावरचा प्रेमळ भाव आणि डोळ्यांतलं कवतिक बघून, आपलं लग्न झालेलं असलं तरी आपण सासरी नसून माहेरीच आलो आहोत, असं रुक्मिणीला वाटलं आणि तिचा सुकलेला चेहरा किंचितसा उजळला. राजाक्का दोघांना घेऊन आत गेली. कनकाई मात्र दोघांकडे, त्यांच्या पाठमोऱ्या आकृत्यांकडे समाधानानं, कौतुकानं पाहत राहिली. तुकारामाचा संसार सुरू झाला. रुक्मिणीच्या येण्यानं सारा वाडा आनंदला. पैंजणाचा छुमछुम आवाज करत ती इकडून तिकडे वावरू लागली आणि त्या छुमछुम आवाजानं अवघा वाडा जणू चैतन्यानं रसरसला. रुक्मिणी नाजूक होती. अबोल होती. हळू चालायची, हळू बोलायची. हळूहळू काम करायची. पण कामात विलक्षण नीटनेटकेपणा होता. अंगण सारवलन् की दमायची. पण असं सारवायची की, बघणाऱ्यानं बघत राहावं. कनकाई, राजाक्का आणि

लक्ष्मी- सावजीची पत्नी या तिघी घरात असल्यामुळे तिच्या वाट्याला फारसं काम यायचंच नाही. मग ती कशिदा काढत बसायची. तिच्या नाजूक हातानं तिनं केलेली कशिदाकारी नजर काढू नये अशी असायची. तुकारामाचंही रुक्मिणीवर फार प्रेम होतं. कनकाई आणि राजाक्का तर तिला कुठं ठेवू आणि कुठं नको करायच्या. रुक्मिणीला अबोलीचा गजरा फार आवडायचा. मग ती उठण्याअगोदर राजाक्का तिच्यासाठी अबोलीची फुलं काढायची. परसदारी अबोलीचे ताटवेच्या ताटवे फुललेले होते. राजाक्का निगुतीनं ती फुलं काढायची आणि पायाच्या अंगठ्यात दोरा अडकवून त्यात ती फुलं गुंफून गजरा करायची. खास रुक्मिणीकरिता! असा वाड्यात आनंद पसरत होता. तुकारामही दुकान आणि महाजनकी सांभाळून संध्याकाळी घरी येई. तो आला की, रुक्मिणीचा चेहरा उजळत असे. संध्याकाळी तुकाराम घरी आला की, आबांना दिवसभरातल्या घडामोडी सांगायचा. दिवसेंदिवस तुकाराम या सगळ्या उद्योगात प्रवीण होत होता. आबाजी समाधानी होते. कनकाई आनंदात होती.

आज बऱ्याच दिवसांनी तुकाराम मित्रांना भेटत होता. मित्र तुकारामाला चिडवत होते. आम्हाला, दोस्तांना, विसरलास म्हणून लटकं रागावत होते. वहिनी कशी आहे, कधी घरी बोलावतोस, म्हणून छेडत होते. तुकाराम लाजत होता. संकोचत होता. हळूच हसत होता, लटकं रागावत होता. हसणं, खिदळणं, गप्पागोष्टी रंगल्या होत्या. चेष्टामस्करीला ऊत आला होता. संताजीचं लग्न झालं असल्यामुळं तो अनुभवी होता. तोच तुकारामाला जास्त छेडत होता. बराच वेळ ही छेडखानी चालली होती. गोपाळ एकदम म्हणाला, "ए पुरे पुरे! पुरे आता! लई झालं. तुकाला आता लई छेडू नका. पुरे रे आता!" गोपाळनं असं म्हटल्यावर सगळे हसले आणि आणि थांबले. त्याचा फायदा घेऊन गोपाळनंच हळूच विचारलं, "तुकोबा, आता एकच शेवटचा प्रश्न! खरं सांग, तुझी बायकू, आमची वैनी कशी हाय? अगदी नेमकंच सांग!" त्यानं असं विचारताच सगळी पुन्हा हसली. पण हसून झाल्यावर मात्र सगळ्यांनीच त्याच्या प्रश्नाला दुजोरा दिला. अगदी जोरदार दुजोरा दिला. मग मात्र तुकारामाला उत्तर देणं भाग होतं. दिलं नसतं तर त्यांनी आणखी छेडलं असतं. आणखी चिडवलं असतं. तुकाराम काहीच बोलेना, तेव्हा मित्रांनी एकच गलका केला. आता मात्र तुकारामाला बोलावंच लागलं. त्यानं किंचित संकोचलेली नजर वर उचलली. एक कटाक्ष सगळ्या मित्रांकडे टाकला. मित्रांच्या चेहऱ्यावरचे मिस्कील भाव वाचले. आणि हात वर उचलून म्हणाला, "सांगतो, सांगतो बाबांनो, सांगतो! सांगतो, तुमची वैनी कशी आहे ते?" तुकारामानं अशी कबुली दिल्यावर सगळे पुन्हा ओरडले आणि सरसावून बसले तुकारामाचं उत्तर ऐकायला. क्षणभर तिथं शांतता पसरली. तुकारामानं मनात शब्दांची जुळवाजुळव केली आणि म्हणाला, "दोस्तहो, तुमची वैनी–...तुमची वैनी आहे अबोलीच्या फुलासारखी!" "अबोलीच्या

फुलासारखी? म्हंजी?'' दिनकरनं विचारलं. ''होय होय! म्हंजी?'' सगळ्यांनी त्याची री ओढली. तुकाराम किंचित हसला. म्हणाला, ''गड्यांनो, अबोलीचं फूल कसं असतं? अबोलपणे फुलणारं, नाजूक, सुंदर, हात लावताच कोमेजणारं, पाकळ्या आकसून घेणारं. मित्रांनो, तुमच्या वैनीला अबोलीचा गजरा आवडतो. स्वतःसारखा आणि तीही तशीच असते. अबोलीच्या गजऱ्यासारखी. आणि दोस्तांनो, एक महत्त्वाची गोष्ट सांगू? मलाही हल्ली अबोलीचं फूल आवडायला लागलंय!'' तुकारामाच्या या उत्तरावर सगळ्यांनी मोठ्यांदा हसून टाळ्या वाजवल्या. त्यांच्या त्या उत्साहानं तो पुन्हा संकोचला. आणि त्याच्या चेहऱ्यावरचा तो संकोच बघून मित्रांच्यात पुन्हा हशा उसळला.

कनकाई आनंदात होती. तिच्या चेहऱ्यावरचा आनंद बघून बोल्होबाही प्रसन्न होते. आपण कनकाईचं ऐकलं ते बरोबरच होतं, असं त्यांनाही वाटायला लागलं होतं. अबोलीच्या फुलासारखी कोमल, नाजूक पण आनंदी असणारी, प्रेमळ अशी रुक्मिणी त्यांना सून म्हणून आता पटली होती. अधनंमधनं तिचं बारीक दिसणं, आणि अतिनाजूक असणं या दोन गोष्टी त्यांना कधीकधी खटकायच्या. पण तेवढी गोष्ट सोडली, तर सगळं छान चाललं होतं. तुकारामही आनंदात होता. एकंदरीत सगळं ठीक होतं! बोल्होबा त्यामुळं निवांत होते. निश्चिंत होते. फक्त अधनंमधनं घरातून निघून जाऊन बेपत्ता होणाऱ्या, आणि अधनंमधनं घरी राहणाऱ्या सावजीची चिंता मात्र त्यांच्या मनाला खात होती. काळीज कुरतडत होती. पण त्या दुखण्यावरही आनंदाचा लेप चढला. तुकारामाचं लग्न होऊन सहा महिने होतायत न होतायत तोच रुक्मिणीला हवं-नको झालं आणि बोल्होबा-कनकाईचा आनंद गगनात मावेनासा झाला. आज कित्येक दिवसांनी, नव्हे, कित्येक वर्षांनी, कान्होजीनंतर पुन्हा या वाड्यात पाळणा हलणार होता. कोणाचे तरी चिमखडे, बोबडे बोल ऐकू येणार होते. कुणाचे तरी तोडे-वाळे खणकणार होते. खुळखुळा वाजणार होता. गलोती, दुपटी, टकुची, कुंच्या, झबली, लाळेरी हे सगळं घरभर पसरणार होतं. उदा-धुपाचा वास घरभर दरवळणार होता. कुणीतरी रांगणारं, दुडूदुडू धावणारं, चिमखड्या बोलानं हट्ट करणारं, गोरस मागणारं असं कुणीतरी येणार होतं. चिऊ-काऊला दाणे घालणार होतं. त्यांना बोलावणार होतं. बोल्होबांना आजोबा-आजा म्हणणार होतं. त्यांच्या मिशा ओढणार होतं. त्यांच्या खांद्यावर बसून, पागोट्यावर हात ठेवून, ऐटीत गावभर हिंडणार होतं. आणि कनकाई? तिला तर रुक्मिणीला कुठं ठेवू आणि कुठं नको असं झालं होतं. कनकाईला आजी म्हणणारं, तिच्या मांडीवर बसणारं, तिच्याकडं खाऊ मागणारं, तिला गोष्टी सांग म्हणून हट्ट करणारं, अंगाई म्हण म्हणून रडणारं कुणीतरी येणार होतं. त्याच्या रडण्यानं, त्याच्या आवाजानं, त्याच्या तोरड्यांच्या किणकिणाटानं, त्याच्या बोबड्या बोलानं हा वाडा गुंजणार होता,

नादणार होता आणि नांदणारसुद्धा होता. कनकाईचं मन आभाळाएवढं झालं होतं. कान्होजीनंतर आज कित्येक वर्षांनी या वाड्यात लहान बाळाचे बोबडे बोल ऐकू येणार होते. कनकाईची नजर सोपा-पडवी-माजघरावर फिरत होती. तिला वाटलं, वाड्याच्या भिंतीदेखील आतुर झाल्या आहेत बाळाला बघायला! कमरेला हाताचा रेटा देऊन कनकाई उठली. आता बसून चालणार नव्हतं. गेले कित्येक दिवस कनकाईची पाठ आणि कंबर दुखत होती. रुक्मिणीनं एक-दोनदा हलक्या हातानं चोळूनही दिली होती. राजाक्कानं ऊनउनीत पाण्यानं शेकली होती. पण मेली थांबतच नव्हती. पण आता तिला थांबणं भाग होतं. कारण असल्या बारीकसारीक दुखण्याखुपण्याकडं लक्ष द्यायला आता कनकाईला वेळही नव्हता आणि गरजही नव्हती. रुक्मिणी पोटुशी आहे या बातमीनंच तिला हजार हत्तींचं बळ दिलं होतं. लगबगीनं, दुखऱ्या कमरेकडं दुर्लक्ष करून कनकाई उठली. शेजघरात गेली. शेजघरात अंधार होता. तिनं राजाक्काला हाक मारून सुंद्री आणायला सांगितली. राजाक्का सुंद्री घेऊन आल्यावर कनकाई फडताळाजवळ गेली. तिनं गळ्यात बांधलेल्या किल्लीनं फडताळ उघडलं. फडताळात एक पेटी होती. त्या पेटीचंही कुलूप तिनं उघडलं. आत पितळी डबे होते. त्यांतला एक कडीचा गोल डबा तिनं बाहेर काढला. तो उघडला. त्यात बाळलेणी होती. बिंदल्या, मनगट्या, पोची, करदोटा, वाळे, तोडे, तोरड्या, दृष्टीचे मणी गुंफलेली सोनसाखळी आणि या सगळ्याच्या खाली होती एक रेशमाची चौघडी. कनकाईनं ती चौघडी उलगडली. त्यात होत्या कुंच्या. खरे मोती आणि सोन्याच्या जरीचे गोंडे जडवलेल्या कुंच्या. कनकाई भारावून त्या सगळ्यावर हात फिरवत होती. कितीतरी वेळ. तिला भानावर आणलं राजाक्कानं. पुन्हा सगळी कुलपं घालून कनकाई बाहेर आली खरी; पण तिच्या नजरेसमोर नाचत होतं तुकारामाचं बालपण आणि मनात आकार घेत होतं तुकारामाचं बाळ.

आपणाला दिवस गेलेत या वार्तेनं आनंदी झालेली, लाजून चूर झालेली रुक्मिणी अवघ्या वाड्याचा आनंद बघत होती. सगळ्यांच्या चेहऱ्यांवरून, डोळ्यांतून, बोलण्यातून, हालचालींतून तो नुसता ओसंडून वाहत होता. आपण 'बाबा' होणार या वार्तेनं तुकाराम तर इतका आनंदून गेला की, त्याला दुकान सुचेना, कामकाज सुचेना. मग मात्र रायबानं काहीसं दटावून त्याला भानावर आणलं. तुकाराम-रुक्मिणीच्या बाळाची लागलेली नुसती चाहूलही एवढी कौतुकाची, एवढी अप्रूपाची होती की, तिथं अप्रूपाचं अप्रूपही निष्प्रभ व्हावं. दिवस बदलले, महिने बदलले, ऋतू बदलले. सात महिन्यांचं पोट घेऊन रुक्मिणी बाळंतपणासाठी माहेरी गेली आणि तुकारामाला वाडा सुनासुना वाटू लागला. जाण्यापूर्वी कनकाईनं साऱ्या गल्लीला बोलावून तिचं ओटीभरण केलं, अगदी थाटात केलं आणि मोठ्या लाडानं आणि

कौतुकानं तिची पाठवणी केली. आता प्रतीक्षा होती एका गोड बातमीची. आणि ती प्रतीक्षा लवकरच संपली. लोहगाववरून सांगावा आला की, रुक्मिणीनं एका गोंडस बाळाला जन्म दिलाय. तुकारामाला मुलगा झालाय. दोन्ही घरांचा आनंद गगनात मावत नव्हता. बोल्होबांनी सगळ्या गावात साखर वाटली. शिवाय दुकानात होती नव्हती तेवढी साखर येणाऱ्याजाणाऱ्या गिऱ्हाइकाला देऊन संपवली. रायबानं सगळ्या वाडाभर पणत्या लावून रोषणाई केली, तर राजाक्कानं फुलांच्या माळा बांधून. कान्होजी तर नाचतनाचत सगळ्या गावभर हिंडत होता आणि भेटेल त्याला 'मी काका झालो, दादाला मुलगा झाला' म्हणून सांगत हिंडत होता. आणि कनकाई? तिला तर काय करू आणि काय नको, झालं होतं. मोझेमामांनी सर्वानुमते, एक चांगला दिवस बघून बाळाचं बारसं ठरवलं. आणि तुकारामाच्या घरात आनंदाचं कारंजं फुललं. आता बारशाला जायचं होतं. कनकाईनं केवढीतरी तयारी केली. त्या बाळासाठी कितीतरी बाळलेणी घेतली, बनवली. जरीच्या कुंच्या, झबली, टकुची, दुपटी असा कितीतरी छान आणि भरपूर बाळंतविडा करून घेतला. तुकारामाचं मन तर कधीच लोहगावला पोचलं होतं.

मोझेमामांनी बारशाची तयारी तर एकदम छान केली होती. तुकारामाच्या घरच्या मंडळींचं स्वागतही त्यांनी अगदी जोरदार केलं. आगतस्वागत झाल्यावर कनकाई तडक आत गेली. पायावर पाणी घालून हातपाय स्वच्छ धुतले आणि तिनं बाळंतिणीची खोली गाठली. कनकाईपाठोपाठ तिची भावजय म्हणजे रुक्मिणीची आई कंदील घेऊन आत गेली. रुक्मिणी निजली होती. तिच्या जवळ बाळही निजलं होतं. खोलीत उदाचा वास भरून राहिला होता. रुक्मिणीच्या आईनं कंदील किंचित वर केला. बाळावर कंदिलाचा प्रकाश पडला. तेजस सावळ्या रंगाचं, काळंभुरं जावळ असलेलं बाळ शांतपणे निजलं होतं. कंदिलाच्या प्रकाशाच्या तिरिपीमुळं रुक्मिणी जागी झाली. तिनं डोळे उघडले. समोर कनकाईला बघून तिला आनंद झाला. ती धडपडत उठून बसली. कनकाईनं पाहिलं, रुक्मिणी काहीशी अशक्त झाली होती. डोळे खोल गेल्यासारखे वाटत होते. आधीच ती थोडी अशक्त होती. त्यात बाळंतपणात त्रास झाला, असं तिची आई सांगत होती. म्हणूनही असेल कदाचित, पण रुक्मिणीप्रमाणंच बाळही अशक्त वाटलं कनकाईला. रुक्मिणीच्या गालावरून हात फिरवून कनकाई बाळाकडं वळली. तिनं बाळाला अलगद उचलून घेतलं. उराशी धरलं. पहिल्यावहिल्या नातवाचा तो मऊसर स्पर्श! कनकाईचे डोळे भरून आले. बाळाला तसंच एका हातानं कुशीत धरून तिनं दुसऱ्या हातानं त्याची अलाबला घेतली. कनवटीचा चांदीचा रुपया काढला. बाळावरून ओवाळून बाहेर टाकला. दुसरं नाणं काढून तिनं बाळाच्या हातावर ठेवल्यासारखं केलं आणि भावजयीकडं दिलं. एवढं झालं, तरी बाळ शांत झोपलेलंच होतं. त्याचंही कनकाईला

कवतिक वाटलं. तिनं भावजयीला सांगितलं, "तुकारामाला आणि त्याच्या आबानला बोलावलंय म्हणून सांग. मी बाळाला घेऊन माजघरात येते म्हणावं. तितं या म्हंजी बाळाला बघता यील!" भावजयीनं बाहेर तोंड करून कुणालातरी हाक मारून सांगितलं. तोवर कनकाईनं तिथली चौघडी घेतली. बाळाला त्यात काळजीपूर्वक गुंडाळलं. त्याचं छान गाठोडं बनवलं आणि बाळाला घेऊन ती बाहेर आली. मामीच्या निरोपासरशी बोल्होबा आणि तुकाराम उठले. हातपाय स्वच्छ धुऊन ते माजघरात आले, तोवर कनकाई बाळाला घेऊन आली होती. तिनं बाळाला जपून बोल्होबांच्या हातात दिलं. बोल्होबांनी त्याच्या कपाळावर ओठ टेकवले. आपल्या गळ्यातील तुळशीची माळ काढून त्याच्या अंगावरनं फिरवली. त्याच्या कपाळाला, मिटल्या डोळ्यांना लावली. एकवार पांडुरंगाचं स्मरण करून त्याच्याकडे बाळासाठी आशीर्वाद मागितला आणि माळ पुन्हा गळ्यात घातली. मग गळ्यातला चांदीचा गोफ काढला आणि बाळाच्या छातीवर ठेवला. बोल्होबांजवळ उभा राहून तुकाराम हे सगळं कौतुकानं बघत होता. बाळाला एकटक न्याहाळत होता. कनकाईनं बाळाला बोल्होबाच्या हातून घेतलं आणि क्षणभर तुकारामाच्या हातावर टेकवलं. चौघडीत गुंडाळलेलं असलं, तरी त्याचा नाजूक-मुलायम स्पर्श तुकारामाला जाणवला आणि त्याच्या अंगावर रोमांच उभे राहिले. 'हा आपला मुलगा. आपलं बाळ. आपलं आणि रुक्मिणीचं! आपल्याच अणुरेणूंपासून निर्माण झालेला आपलाच अंश!' तुकारामानं हळुवारपणे बाळाच्या गालाला स्पर्श केला. किती मऊ होते ते! अगदी लोण्यासारखे! त्याचे इवलाले ओठ, चिमुकलं नाक, इवलीशी हनुवटी, एक बोटभर कपाळ, त्यावर विसावलेले दोन-चार कुरळे केस, तुकारामाच्या बोटाचा गालाला स्पर्श होताच बाळाची इवली जिवणी किंचित विलग झाली. ओठाच्या कोपऱ्यातून इवलंसं हसू ओघळलं. बोल्होबा एकटक हे सगळं न्याहाळत होते. ते किंचित हसू सोडलं, तर बाळाची इतर काही हालचाल नव्हती. ते शांत शांत निजलं होतं. बोल्होबांना कौतुक वाटलं. बाळावरची नजर न हटवता ते म्हणाले, "सावजीची आई, निजलाय बघा कसा शांत! काही हूं नाही की चूं नाही! कसा एखाद्या संतासारखा शांत आणि प्रसन्न दिसतोय!" बोल्होबांचं बोलणं ऐकून शेजारीच उभा असलेला कान्होजी म्हणाला, "मग याचं नाव आपण संत किंवा संता ठेवू या. संतासारखा म्हणून संता!" तोच कनकाई म्हणाली, "चल, येडा! अरे, निसतं संता काय? निदान संताजी तरी म्हन!" आणि या संवादावर प्रसन्न हसून बोल्होबा म्हणाले, "छान छान! याचं नाव आपण संताजीच ठिवू या. संतासारखा तो संताजी! काय तुकोबा, चालंल न्हवं?" तुकारामाच्या चेहऱ्यावर आनंद पसरला होताच. तो आणखी विखुरला. त्यानं संकोचून होकारार्थी मान हलवली. आणि आनंदानं उडी मारून कान्होजी 'वैनीऽवैनीऽऽ!' अशा हाका मारत आत पळाला. रुक्मिणीला नाव

सांगण्यासाठी. 'संताजी तुकाराम अंबिले' तुकारामानं स्वतःशीच बाळाचं आणि आपलं नाव उच्चारून बघितलं. आणि त्याला ते छान वाटलं. नंतर कितीतरी वेळ असं संपूर्ण नाव तो मनाशी पुटपुटत होता. बाळाचं बारसं पण जोरात झालं. 'संताजी' नाव सगळ्यांना आवडलं. जेवणाचा बेतही नामी होता. मुलगा झाल्याच्या आनंदात बुंदीचे लाडू पैजेवर खाल्ले गेले. बारसं झाल्यावर मंडळी परतायला निघाली. तुकारामाची नजर राहूनराहून माजघरात पाटावर बसलेल्या, अंगाभोवती चौघडी लपेटून, बाळाला मांडीवर घेऊन बसलेल्या रुक्मिणीकडं वळत होती. कनकाईला तर बाळाजवळून उठावंसंच वाटत नव्हतं. चारचारदा निरोप पाठवून, हाका मारून झाल्यावर मात्र बोल्होबा स्वतः आत आले आणि म्हणाले, "अहो, संताजीच्या आजी! चला की आता! येतोय की तो आपल्याच घरी आणखी म्हैनाभरानं! तवा यीळभर घिऊन बसा म्हणं! चला आता! काय तुकोबा, व्हय का नाही?" बोल्होबांनी विचारलं, तसा तुकाराम सावध झाला. हा इशारा आईला आहे तसाच तो आपल्यालाही आहे, हे त्याच्या लक्षात आलं. त्यानं एक कटाक्ष रुक्मिणीकडं टाकला. ती त्याच्याकडंच पाहत होती. नजरेनंच त्यानं तिचा निरोप घेतला आणि तो बाहेर जाऊन बैलगाडीजवळ उभा राहिला. नजर मात्र सतत मागे वळत होती. कान आतल्या आवाजाचा कानोसा घेत होते. "येते रे दादा!" कनकाईचा आवाज आला आणि तुकाराम मुकाट गाडीत चढला. मजलदरमजल करीत मंडळी देहूला पोचली. सबंध प्रवासातच नव्हे तर घरी आल्यावरसुद्धा कनकाईच्या तोंडाला खीळ नव्हती. बाळ असं आहे, बाळ तसं आहे, संताजी नाव असं आहे, त्याला ते कसं शोभून दिसतं, तो असा रडतो, तसा करतो, इतका वेळ झोपतो, अस्सा जागतो, इतक्यांदा दुपटं ओलं करतो, कसा लगेच रडतो... एक ना दोन. तिच्या तोंडात, मनात, हृदयात. विचारात, झोपेत, जागेपणी, स्वप्नात एकच एक विषय होता. एकच एक बोलणं होतं. एकच एक सांगणं होतं. एकच एक संभाषण होतं. ते म्हणजे संताजी, संताजी आणि संताजी. मात्र या कौतुकाच्या बोलण्यात मध्ये मध्ये रुक्मिणीच्या प्रकृतीबद्दल, तिच्या वाळलेपणाबद्दल चिंता डोकवायची. पण त्याचबरोबर रुक्मिणीला आणि बाळाला इकडं आणल्यावर आपण तिला योग्य ते खायला-प्यायला घालू, तिच्यावर उपचार करू, आणि तिला चांगलं बरं करू, असा विश्वासही असायचा. आणि यातच अडीच-तीन महिने निघून गेले आणि कनकाईनं लोहगावला निरोप पाठवला. त्या निरोपाचं मोझ्यांच्या घरी आनंदात स्वागत झालं. मोझेमामांनी भटाला विचारून चांगला दिवस काढला आणि त्या दिवशी लेकीची बाळासह पाठवणी केली. तुकारामाच्या घरी, तिच्या सासरी.

रुक्मिणीचं आणि बाळाचं तुकारामाच्या घरी मात्र जोरदार स्वागत झालं. बोल्होबांचा नातू, तुकारामाचा मुलगा, आंबिले घराण्याचा वंशज, आंबिले-मोरे

घराण्याचा वंशाचा दिवा, बोल्होबा-कनकाईचा पहिलावहिला कौतुकाचा नातू संताजी घरी आला. आणि अवघा वाडा थरारून गेला. ज्या गोष्टीची प्रतीक्षा गेली कित्येक वर्षं हा वाडा, वाड्याच्या भिंती, कवाडं, अंगण, परसू करत होतं, ती गोष्ट घडली होती. तुकारामाचं बाळ- संताजी- घरी आला होता. आणि त्याच्या येण्यानं अवघ्या वाड्याला आनंदाचं, सुखाचं आणि स्वप्नांचंसुद्धा तोरण लागलं. रुक्मिणी आणि संताजी घरी आले आणि कनकाईच्या हाताला, पायाला आणि कामाला उसंत मिळेनाशी झाली. रुक्मिणी बाळाला घेऊन आली, तेव्हा तिची आणि बाळाची दोघांची प्रकृती तोळामासाच होती. रुक्मिणीला खोकला झाला होता. ती एकसारखी खोकत होती. एकदा खोकल्याची उबळ आली की, थांबत नव्हती. तिचा जीव घाबरा व्हायचा. चेहरा निळाकाळा पडायचा. बाळाचीही छाती भरली होती. शिवाय रुक्मिणीचं दूधही कमी झालं होतं. बाळाचं पोटही भरत नव्हतं. त्यामुळं संताजी किरकिरा झाला होता. त्यानं बाळसंही धरलं नव्हतं. कनकाईला हे सगळं निस्तरायचं होतं. सगळं ठीक करायचं होतं. रुक्मिणीची प्रकृती सुधारायला हवी होती. तिच्यावर काहीतरी उपचारही करायला हवे होते. आणि काही पौष्टिक, अंगाला लागेल असा खुराक द्यायला हवा होता. आणि बाळानंही बाळसं धरायला हवं होतं. गुटगुटीत व्हायला हवं होतं. तीन महिन्यांचा झालेला संताजी अजून मानही धरत नव्हता. आणि या सगळ्या गोष्टी फक्त कनकाईच करू शकणार होती. रुक्मिणी आणि संताजी यांची शेजघरात व्यवस्था लावून कनकाईनं तुकारामाला बोलावणं धाडलं. आईनं बोलावलंय म्हटल्यावर तुकाराम दुकानात कान्होजीला बसवून घरी आला. आईनं त्याला यादी लिहायला सांगितली. 'डिंक, हळीव, ओवा, बाळंतशेपा, वावडिंग, वेखंड, जायफळ-मायफळ, बिब्बा, गजगा, सुंठ, मुरुडशेंग, लेंडपिपळी'– कनकाई नावं सांगत होती आणि तुकाराम लिहीत होता. लिहिता लिहिता तो थांबला. म्हणाला, "आई, हे काय? ही सगळी यादी कशासाठी? आणि याचं काय करायचं गं?" कनकाई समजुतीच्या स्वरात म्हणाली, "तुका, हे बघ बाळा, रुक्मिणीची प्रकृती काय ठीक दिसत न्हाई. ती लई म्हणजे लईच वाळलीय. आणि संताजीपण सुकलेलाच हाय. त्याला बाळसं म्हणावं असं कायबी न्हाई. आता त्या दोघांची प्रकृती चांगली व्हायला पायजेल, म्हणून ही समदी यादी. हं! आता फुडं लिवून घे. बदाम, खारीक, उद्-धूप, चिकनी सुपारी, कंकोळ, ज्येष्ठमध आणि मध. हे समदं मला आजच्या आज आणून दे. समजलं?" कनकाईनं बोलताबोलता कडक आवाज केला, तसा तुकाराम उठलाच. निघाला, पण पुन्हा थांबला. कनकाई त्याच्याकडंच बघत होती. "काय रे लेकरा? काय झालं? असा मधीच थांबलास का?" कनकाईनं विचारलं. तुकाराम क्षणभर घुटमळला. बोलावं की नको, या संभ्रमात पडला. पण कनकाईच्या नजरेला नजर मिळताच त्याला धाडस आलं. म्हणाला, "आई, मलापण रुक्मिणीची फार

चिंता वाटून राहिली आहे. ती फारच सुकली आहे. माझा दोस्त संताजी मला सांगत होता की, बाळंतपणानंतर बायका जाड होतात म्हणून. पण इथंतर उलटंच झालेलं दिसतंय. आणि शिवाय बाळपण अगदीच अशक्त आहे!'' तुकारामाला वाटणारी काळजी त्याच्या स्वरातून डोकावत होती. कनकाईलाही ती जाणवली. ती मायेनं म्हणाली, ''तुका लेकरा, आता कायबी काळजी करू नकोस. ही समदी चीजवस्तू मला आणून दे. एकदा हे समदं तिच्या पोटात जायला लागलं म्हंजी मग बरं वाटेल तिला. मग सुधारेल प्रकृती तिची. जा, हे समदं लगोलग घिऊन ये. आणि एक ह्वे बघ, रायबाला एक सांगावा सांग. त्येला म्हणावं शेतघरातल्या नारळांपैकी सुकलेसुकलेले बघून एक दहा-बारा नारळ सोलून घिऊन ये म्हणावं. मला खोबरं लागणार हाय. जा आता लवकर. आनी समदं बैजवार घिऊन ये. काय बी इसरू नगं!'' कनकाईनं पुन्हा बजावलं आणि तुकाराम लगोलग बाहेर पडला.

दुसऱ्या दिवशीपासून कनकाईनं जणू रुक्मिणी आणि संताजीचा ताबाच घेतला. रुक्मिणीला अंगावर फारसं दूध नव्हतंच. कनकाईनं कपिला गाईचं दूध काढून चांगलं खरपूस तापवून, त्यावरची साय बाजूला काढून मग त्या दुधात ओव्याचे चार दाणे, वावडिंगाचे चार दाणे आणि जायफळाचे दोन वळसे उगाळून ते दूध पुन्हा चांगलं उकळलं आणि साखरेची चिमूट टाकून चांगलं चौपदरी फडक्यातून गाळून ते दूध दर दोन-तीन तासानं संताजीला चांदीच्या बोंडल्यानं घालायला सुरवात केली. ते चिमणंही मुटुमुटु दूध प्यायचं. आणि पोट भरलं की शांत निजायचं. कनकाईनं गावातल्या गंगाबाई सुईणीलाही बोलावून घेतलं. ती चांगलं तासभर रुक्मिणीला तेल लावायची. कनकाईनं त्यातही तिळाचं तेल, खोबऱ्याचं तेल तयार केलं आणि रुक्मिणीच्या अंगाला लावायला दिलं. तेल चोळूनचोळून लावल्यावर कडकडीत पाण्यानं अंग शेकत रुक्मिणीची अंघोळ व्हायची. त्यानंतर मग शेक-शेगडी, बाळंतशेपा, लसणीची सालं, वेखंड, ऊद-धूप या सगळ्या वस्तू एकामागे एक निखाऱ्यावर घालून त्यांचा धूर आणि शेक रुक्मिणीला दिला जाई. आणि मग मिरी, लवंग, ओवा चिमट-चिमट टाकून चांगला मऊ शिजवलेला गुरगुटा भात आणि त्यात भरपूर तूप अशी न्याहरी रुक्मिणीला दिली जात असे. न्याहरी करून रुक्मिणीपण जी झोपत असे, ती जेवणाचे वेळीच उठे. मग जेवताना तिच्यासाठी ऊनउनीत भाकरी, लसूण-खोबऱ्याची मिरे घातलेली चटणी, तूप, गूळ, आणि एखादी पालेभाजी असं जेवण दिलं जाई. शेक घेण्यासाठी शेगडी घातलेली बुट्टी रुक्मिणीच्या खोलीत तिच्या बाजेखाली ठेवली जायची. आणि त्या उबेत मग रुक्मिणी पुन्हा झोपी जायची. संध्याकाळच्या वेळी हळद, जायफळ, वेलदोडा असं घालून उकळलेलं गाईचं दूध सुंठ उगाळून घालून दिलं जायचं. त्या दुधाबरोबर डिंकाचा भरपूर तुपात केलेला, भरपूर खोबरं, खारीक, बदाम, खसखस घालून

केलेला लाडू दिला जायचा. आणि रात्री पुन्हा हळदीच्या पानावरच्या पानग्या आणि तूप. संताजीला जसं दूध मानवायला लागलं, तसं कनकाईनं त्याला खारीक-बदाम दुधातून उगाळून चाटवायला सुरवात केली. त्यानंतर अधनंमधनं भाताची पेज, वरणाचं पाणी असं घालायला लागली आणि बघताबघता दोन महिन्यांत संताजीनं चांगलं बाळसं धरलं. तो पालथा होऊ लागला. त्याची इतर प्रगतीही लक्षणीय झाली. आता कनकाईचं एक उद्दिष्ट पूर्ण झालं होतं. आता चिंता फक्त रुक्मिणीच्या प्रकृतीची होती. आता संताजीला गुटीही चांगली मानवायला लागली होती. पण रुक्मिणीच्या प्रकृतीत म्हणावी तशी सुधारणा होत नव्हती. सुरवातीला काही दिवस तिच्याही प्रकृतीत सुधारणा दिसत होती. तिला भूक लागायला लागली होती. तिला वारंवार येणारा खोकला कमी झाल्यासारखा वाटत होता. पण ते बहुधा तेवढ्यापुरतं असावं. कारण थोड्या दिवसांनंतर पुन्हा तिला खोकला येऊ लागला. कनकाईनं लवंगेचं चाटण करून तिला देऊन बघितलं. तुळस, लवंग, दालचिनी, ज्येष्ठमध, मिरे, विड्याचं पान, पेरूचं पान या सगळ्यांचा काढा-निकाढा करून तिला देऊन बघितलं. पण होत होतं असं की औषधउपचार, किंबहुना नवीन औषध-उपचार सुरू झाले की, काही दिवस त्या उपचारांचा परिणाम चांगला व्हायचा. रुक्मिणीला काहीसं बरं वाटायचं. तिची प्रकृती सुधारायला लागायची. खोकलाही काहीसा कमी व्हायचा; पण हा परिणाम काही दिवसच टिकायचा. आता हे उपचार तिला मानवत आहेत, असं म्हणून कनकाई थोडी निश्चिंत व्हायची, तोच रुक्मिणीची प्रकृती पुन्हा बिघडायची. पुन्हा तिचा खोकला वाढायचा, तिची भूक मंदावायची. तिला जेवण जाईनासं व्हायचं. की पुन्हा कनकाई काहीतरी नवीन उपचार करायची. बरेच दिवस हे चक्र असंच चालू राहिलं होतं. पण रुक्मिणी काही खडखडीत बरी होत नव्हती. कनकाईचे हे सगळे प्रयत्न आबाजी आणि तुकाराम बघत होते. पण रुक्मिणीच्या प्रकृतीत म्हणावा तसा फरक पडत नव्हता. संताजीही आता आठ महिन्यांचा झाला होता. तो आता घरभर रांगत असे. आबाजींनी पागोटं बांधलेलं त्याला लगेचच समजे. गुलाम लगेच त्यांच्या मागे लागायचा. कनकाईनं पेजेची वाटी आणली की, टाळ्या वाजवत, हसऱ्या चेहऱ्यानं तिच्याकडं झेपावायचा. बोल्होबांनी त्याला विठ्ठल-विठ्ठल करायला शिकवलं होतं. बोल्होबा झोपाळ्यावर येऊन बसले की, याला त्यांच्या मांडीवर बसायचं असायचं. एकदा का बोल्होबांनी त्याला मांडीवर घेतला की, स्वारी खूश. मग विठ्ठल-विठ्ठल करून दाखवायचा. राजाक्का आणि रायबा सगळा वाडाभर त्याला घेऊन हिंडायचे. हम्मा दाखवून आणली की, संताजीला फार आनंद व्हायचा. त्याच्या काळ्याभोर, टपोऱ्या डोळ्यांत तो आनंद जणू नाचायचा. आणि बोळकं पसरून संताजी हसायचा. तुकारामही घरी आलेला त्याला बरोबर समजत असे. तुकाराम आला की, हात काढून त्याच्याकडे झेप

घ्यायचा. मग तुकारामाबरोबर, त्याच्या मांडीवर बसून जेवताना एखादं भाताचं शीत खायचं. तुपाचं बोट चाटायचं, असं चालायचं. रुक्मिणीच्या काळजीनं चिंतागती झालेल्या कनकाईला, कनकाईलाच नव्हे तर सगळ्या घरादाराला, संताजीच्या या बाळलीला म्हणजे दुःखावर उतारा होता. पण रुक्मिणी मात्र कोणत्याच उपायानं खडखडीत बरी होत नव्हती. आता तिच्यावर वेगवेगळे उपचार करून कनकाईसुद्धा थकली होती. तिनंही हात टेकले. आणि एक दिवस जेवणं झाल्यावर कनकाईनं बोल्होबा आणि तुकारामाजवळ विषय काढला. कनकाई म्हणाली, "धनी, तुकाराम, या रुक्मिणीची प्रकृती काही केल्या सुधरना बघा! मला म्हाईती होते ते समदे उपचार करून बघितले. या पोरीला चार दिवस बरं वाटतं, तोच चार दिवसानं पुन्यांदा 'येरे माझ्या मागल्या आणि ताककण्या चांगल्या,' अशी गत हुतीया बघा. मला वाटतंय तिला आपण वैद्यबुवांना दाखवावं. त्यांच्या औषधानं तिला बरं वाटंल. आता बाळंत हून तिला आठ-नऊ महिने झाले की! आतापातुर कशी खणखणीत व्हायला पायजेल हुती ती. संताजी बघ कसा सुधरला. मला वाटतंय हिला कायतरी आजारच झालाय. आपण आता वैद्याला दाखवू या. तोच कायतरी दवा-पाणी देईल. मग तरी हिला बरं वाटतंय का ते बघू या. धनी, तुमास्नी काय वाटतंय? माझं बोलणं पटतंय का?" कनकाईनं विचारलं. बोल्होबा क्षणभर गप्प बसले. त्यांच्या मनात आलं कनकाईला म्हणावं की, 'मी सांगत हुतो मुलगी काटकुळी हाय, रोगट दिसतीया. पन तेव्हा तू ऐकलं नाहीस.' पण ते बोलले नाहीत. गप्प बसले. कनकाईनं पुन्हा त्यांना छेडलं तेव्हा मात्र बोल्होबा म्हणाले, "सावजीची आई, तुम्हास्नी जे योग्य वाटतंय ते करा. कुणीकडनं ती पोर खडखडीत बरी झाली म्हणजे झालं. आपली सून हाय ती! आपल्या लेकाची बायको. त्याचा जीव गुंतलाय तिच्यात. घ्या बोलवून वैद्यबुवांना. नारोभटाला बोलवा. त्याला नाडीपरीक्षा चांगली आहे म्हणतात. त्याला सांगा पैशाकडं आम्ही बघणार न्हायी म्हणावं. काय लागतील ती दवा-बुटी आणून देतो. पर या पोरीला चांगलं खडखडीत बरं कर म्हणावं. करवत काठी धोतर आणि जरीपटका बांधीन त्याला!" बोल्होबा बोलताबोलता भावनावश झाले. कनकाईचे डोळे पाण्यानं भरले. तुकाराम गप्पच होता. काहीच न बोलता तो तिथून उठून गेला. त्याच्या काळजात तुटत होतं. रुक्मिणीकडे बघवत नव्हतं. आधीच काटकुळी असलेली रुक्मिणी आणखीच अशक्त दिसत होती. तिचा चेहरा ओढल्यासारखा झाला होता. पार रया गेली होती तिची. आधीच अबोल असणारी रुक्मिणी आता आणखीच अबोल झाली होती. कधीकधी तिचा खोकला थांबेनासा झाला की, ती फारच कासावीस व्हायची. तिला मग बोलायचीही उमका नसायची. तोंडातून शब्द फुटायचा नाही तिच्या. तिला काहीतरी बोलायचं असायचं. सांगायचं असायचं. तिला ते शक्य व्हायचं न्हाई. दुकानातून आला की, तुकाराम तिला भेटायला

शेजघरात जायचा. कधी संताजीला घ्यायला जायचा. तुकाराम समोर आला की, रुक्मिणी आपल्या भोकर डोळ्यांनी तुकारामाकडे एकटक बघत राहायची. तिला जे बोलायचं असायचं, ते डोळ्यांनी सांगायचा प्रयत्न करायची. कधी तुकारामाला ते समजायचं, कधी नाही. पण तिची कासाविशी मग तुकारामाच्याही हृदयात उतरायची. आणि तोही कासावीस व्हायचा. मग ही कासाविशी कमी करण्यासाठी तुकाराम संताजीला घेऊन बाहेर जायचा. त्याच्याशी खेळत बसायचा. आपलं मन रमवायचा, मनातली अस्वस्थता विसरायचा प्रयत्न करायचा. पण तेही त्याला शक्य व्हायचं नाही. संताजीच्या भोकर डोळ्यांतही त्याला रुक्मिणीच दिसायची.

बोल्होबांनी संमती दिली म्हटल्यावर मग कनकाईनं वेळ घालवला नाही. तिनं रायबाला बोलावलं आणि नारोभट वैद्याला तातडीनं घरी येण्याबद्दल निरोप धाडला. वैद्यकीच्या प्रथेनुसार नारोभटानं उद्या सूर्योदयाला येतो, असा उलटा निरोप पाठवला. कनकाईला थोडा दिलासा मिळाला. तरीसुद्धा ती रात्र कनकाईला फार मोठी वाटली. उद्याची सकाळ कधी उगवते, उद्या कधी उजाडतो, असं तिला झालं होतं. रात्रभर तिच्या डोळ्याला डोळा लागला नाही. शेवटी एकदाचं उजाडलं. सूर्य अजून उगवायचा होता आणि नारोभट वैद्यबुवा आले. डोईवरचा पदर सावरत कनकाई पुढं झाली. तिनं नारोभटाला वाकून नमस्कार केला. नारोभटानं तोंडातल्या तोंडात पुटपुटत आशीर्वाद दिला. आणि अनुनासिक स्वरात विचारलं, "रुग्ण कुठं आहे?" तुकाराम पुढे झाला. नारोभटाला नमस्कार करून त्यानं त्यांना आपल्यासमवेत येण्याची खूण केली. तुकारामाबरोबर नारोभट शेजघरात गेले. पाठोपाठ कनकाई कंदील घेऊन गेली. त्या अंधाऱ्या खोलीत कंदिलाच्या प्रकाशात नारोभटांनी पाहिलं, कुणीतरी पोरसवदा दिसणारी स्त्री बाजेवर निजली होती. ती अत्यंत कृश दिसत होती. नारोभटांनी आणखी एक कंदील आणायला लावला. दोन कंदील खोलीत आणले गेले. त्यांच्या वाती वर केल्या गेल्या, तेव्हा खोलीतला अंधार नाहीसा झाला. नारोभटांनी बाजेवर निजलेल्या स्त्रीकडे नजर टाकली. एका नजरेत त्यांनी ताडले की, या मुलीला काय झाले असावे? पण अद्याप इतर काही परीक्षा बाकी होती. त्यांनी कनकाईला काही प्रश्न विचारले. तुकारामालाही काही प्रश्न विचारले. आणि पुढे होऊन त्यांनी रुग्णाला तपासायला सुरुवात केली. त्यांनी प्रथम तिची नाडीपरीक्षा केली. आणि त्यांचा अंदाज बरोबर असल्याची ग्वाही त्या नाडीच्या ठोक्यांनी त्यांना दिली. त्यांनी तिचे डोळे तपासले. तिच्या हातापायांची नखे तपासली. हे सर्व तपासता तपासता त्यांचा चेहरा गंभीर होत गेला. तपासणी झाली तेव्हा नारोभट अतिशय गंभीर दिसत होते. रुक्मिणीला तपासून, तिची काळजीपूर्वक नाडीपरीक्षा करून नारोभट खोलीच्या बाहेर आले. पाठोपाठ तुकाराम आणि कनकाई आले. नारोभटांना बाहेर आलेले बघताच बोल्होबा पुढे झाले. त्यांनी नारोभटांना

नमस्कार केला आणि त्यांना बैठकीवर बसण्याची विनंती केली. गंभीर मुद्रेने नारोभट बैठकीवर बसले. कनकाईनं राजाक्काला हाक मारून दूध आणायला सांगितलं. बोल्होबा आणि तुकाराम नारोभटांपासून जरासे दूर त्यांच्यासमोर बसले. कनकाई डोईवरचा पदर सावरत माजघराच्या दाराशी ओठंगून उभी राहिली. राजाक्का दूध घेऊन आली. नारोभटांनी दूध घेतलं. आपल्या धोतराच्या सोग्यानं तोंड पुसलं आणि गंभीरपणे बोलायला लागले. बोलण्यापूर्वी त्यांनी खाकरून एकवार घसा मोकळा केला आणि म्हणाले, ''बोल्होबा, कसं सांगावं तुम्हाला मला समजत नाहीय. मी अथपासून इतीपर्यंत परीक्षा केली आहे आणि... आणि बोल्होबा, तुमच्या सूनबाईला गंभीर आजार झालाय. तिला- तिला बाळंतदमा झालाय. आणि पूर्ण बरा होणारा हा आजार नव्हे. तिची प्रकृती खूपच खालावली आहे. खंगल्यासारखी झाली आहे. अंगात रक्तही कमी आहे. श्वासात कास आहे. थोडी धाप लागते आहे. बघू या! मी मात्रा देतो. काही चाटण देतो, काढे देतो. प्रयत्न करणं आपल्या हातात आहे. यश देणं त्या जगन्नियंत्याच्या हातात आहे. पण आजार मोठा कठीण आहे. असाध्य आहे. तरीही आपण प्रयत्न करू या. पथ्यं सांगतो. ती काळजीपूर्वक सांभाळा. कुठलंही कुपथ्य, अपथ्य होऊ देऊ नका. औषधे वेळेवर द्या. तुकाराम, थोड्या वेळानं माझ्या घरी ये. तोवर घरी जाऊन स्नान करून मी मात्रा बनवतो. पुड्या बांधतो. काढे बनवण्याची सामग्री एकत्र करून ठेवतो. आपल्या हातात जितकं आणि जेवढं आहे, तेवढं आपण करू या. उपचारासोबत ईश्वराचीही आराधना असू दे. तोच आपल्याला यश देईल!'' नारोभट बोलायचे थांबले. आणि पुन्हा सगळ्यांचा निरोप घेऊन निघून गेले. नारोभटांनी केलेलं रुक्मिणीच्या आजाराचं निदान ऐकून कनकाईच्या काळजाचं पाणी पाणी झालं. बोल्होबांचा चेहरा काळवंडून गेला. आणि तुकाराम? तुकारामाच्या डोळ्यांसमोर अंधार पसरला. सुन्न झाला तो. त्या तशा सुन्न अवस्थेतही त्याच्या कानावर नारोभटाचे ते शब्द आदळत होते- ''रुक्मिणीला असाध्य असा बाळंतदमा झालाय. बाळंतदमाऽऽ!''

१२

'बाळंतदमाऽ! बाळंतदमाऽ!' वैद्यबुवांचे ते शब्द तुकारामाचं काळीज कापत गेले. त्याचं मन, बुद्धी, वाचा, देहबोली या सर्वांचा जणू त्या शब्दांनी ताबा घेतला. आणि तुकाराम सुन्न झाला. त्याची मती कुंठित झाली. वाचा जणू बसली. शरीराची अवघी हालचाल थंडावली. तुकारामाच्या सगळ्या वेदना, संवेदना, जाणिवा-नेणिवा जणू बधिर झाल्या. बाळंतदमाऽ! आपल्या रुक्मिणीला बाळंतदमा? आणि तोही असाध्य असलेला? पांडुरंगा, कसले हे तुझे खेळ रे? विठूराया, माझं सोड; पण त्या निरागस, निष्पाप जिवाच्या नशिबी तरी असले भोग का देतोस?'' तुकारामाचं मन आक्रंदू लागलं. भिंतीला टेकून डोळे मिटून तो उभा राहिला. काही क्षण. तोच त्याला थाड् थाड् असा आवाज ऐकू आला. त्यानं डोळे उघडले. आपल्या लाडक्या सुनेला बाळंतदमा झाल्याचे ऐकून घाबरलेली, भयचकित झालेली, कनकाई अतीव दुःखावेगानं कपाळ बडवून घेत होती. तिच्या डोळ्यांतून अश्रूंच्या धारा वाहत होत्या. बोल्होबा कपाळाला हात लावून जोत्यावर बसले होते. असहाय, गलितगात्र, दुःखातिरेकानं थरथरणारे बोल्होबा आणि गहिवर घालणारी कनकाई बघितली आणि तुकाराम खाडकन भानावर आला. आपल्या पत्नीला बाळंतदमा झालाय, आपल्या रुक्मिणीला असाध्य आजार झालाय, आपल्या संसाराचा, वैवाहिक जीवनाचा इस्कोट होणार आहे हे जरी कितीही खरं असलं, तरी आपल्या आई-वडिलांचा जीव आपल्यात आहे, आपल्या आनंदात त्यांचा आनंद आहे आणि आपल्या दुःखात त्यांचं दुःख, हे तुकारामाला उमगलं. आणि त्याला भान आलं. तो बोल्होबांच्या जवळ गेला, त्यानं त्यांना धरून आणून बैठकीवर बसवलं. कनकाईच्या हाताला धरून तिला उभी केली. तिला आधार देऊन चालवत नेऊन बोल्होबांजवळ बसवलं. आपले ओघळणारे डोळे मोठ्या निग्रहानं पुसून तुकाराम त्या दोघांच्या समोर बसला. आपल्या एकेक हातात त्या दोघांचा एकेक हात पकडून क्षणभर तो स्तब्ध बसला. एक खोल श्वास घेऊन त्यानं बोलायला सुरुवात केली. ''आई, आबा, इकडं माझ्याकडं बघा. वैद्यबुवांनी सांगितलेलं कितीही कटू आणि भयानक असलं, तरी ते

सत्य आहे आणि ते आपण स्वीकारलंच पाहिजे. आपल्या आणि रुक्मिणीच्या नशिबाचे हे भोग आहेत. तरीही वैद्यबुवा म्हणाले आहेत ना की, उपचार करणं आपल्या हातात आहे म्हणून! आपण तेच करू या! आणि ते असंही म्हणाले आहेत की, यश देणं त्या पांडुरंगाच्या हातात आहे म्हणून. मग आपण त्याला साकडं घालू या. तो आपलं नक्की ऐकेल. पण हे सगळं करण्यासाठी आपण स्वतःला आवरलं पाहिजे, सावरलं पाहिजे. स्वतःच्या मनाला शिकवलं पाहिजे. त्याची तयारी करून घेतली पाहिजे. तरच आपण रुक्मिणीवर उपचार करू शकू. आणि सर्वांत महत्त्वाचं म्हणजे याबद्दल रुक्मिणीला काही कळता उपयोगाचं नाही. तिचं मन खचलं तर फार विपरीत होईल. म्हणून म्हणतो, आई-बाबा, स्वतःला सावरा आणि..... आणि माझ्या रुक्मिणीला बरं करण्यासाठी.... तिला सामोरं जाण्यासाठी.... मला धीर द्या!'' बोलताबोलता तुकारामाचा आवाज कापरा बनला. गळा भरून आला. डोळ्यांच्या कडांवर पाणी जमा झालं. शरीराला कंप सुटला. बोल्होबा-कनकाईचा हात धरलेला त्याचा हात थरथरायला लागला. आणि इतका वेळ धीरगंभीरपणे वागणारा, धीरोदात्तपणे विचार करणारा, आपल्या दोघांना धीर देणारा आपला मुलगा तुकाराम आतनं कोसळायला लागलाय, हे बोल्होबांच्या लक्षात आलं. त्यांच्या अनुभवी मनानं, आणि सुरकुतल्या चेहऱ्यानं जणू कात टाकली. असहाय, गलितगात्र झालेले बोल्होबा ताठ होऊन बसले. त्यांनी आपली ओघळणारी आसवं पुसली. घसा खाकरला. आवाज मोकळा केला आणि म्हणाले, ''खरं हाय तुकाराम तुझं. सावजीच्या आई, आता तुम्हीपन आवरा स्वतःला. आपण खचलो तर आपलं हे पोरबी खचेल. आता आपण सगळ्यांनीच उभारी धरली पाहिजे. आपण उमेद दिली तर त्या पोरीला उमेद यील. ते काई नाही. आता या कारणासाठी कुणीबी डोळ्यातनं पाणी काढायचं नाही. कुणीबी वाईट वाटून घ्यायचं नाही. तुकोबा, आत जा. रुक्मिणीला धीर दे. तिला यातलं काही दर्शवू नकोस. तिला उभारी वाटंल असं कायतरी बोल. सावजीची आई, तुम्ही ही गोष्ट ध्यानात ठिवा. आता घडीघडी डोळ्यांतनं पाणी काढायचं नाही. आणि तिच्यावरच्या उपचाराला हयगय करायची नाही!'' बोल्होबांच्या या बोलण्यानं वातावरणातला ताण थोडा कमी झाला. पण कनकाई अजून सावरली नव्हती. डोळ्यांतलं पाणी पुसतापुसता ती म्हणाली, ''खरं हाय धनी. पर माझ्या पोराच्या नशिबी तरी असं का यावं म्हणते मी?'' कनकाईचा प्रश्न ऐकून तुकारामाला भरून आलं. पण बोल्होबा उठून उभे राहिले. शेमल्यानं डोळे, चेहरा पुसून काहीशा कडक आवाजात म्हणाले, ''सावजीची आई, आता मी बोललो तर वाईट दिसंल; पन आधी गुंतायचं न्हायी आणि गुंतलं तर कुंथायचं न्हायी! पोरगी अशक्त दिसतीय, रोगट वाटतीय म्हणून सांगत हुतो, तवा तुम्हाला म्हायेरचा उमाळा आलावता. पर तुमच्या या चुकीपायी आता समदं घरदार भोगणार

आहे! जाऊ दे. आता बोलून काय उपेग? तवाच मी जरा कडक राहिलो असतो, माझ्या मतावर ठाम ऱ्हायलो असतो, तर ही येळ येती ना! आता पदरी पडलं आणि पवित्र झालं म्हणा! चला, उठा आता! तिचं दूध-पाणी बघा. तुकोबा, सूनबाईशी बोल. तिला धीर वाटंल असं बोल. यातलं तिला काही कळू देऊ नकोस. मी वैद्यबुवांकडे जाऊन येतो!" असं सांगून बोल्होबांनी पायांत वहाणा सरकवल्या आणि ते बाहेर पडलेसुद्धा. डोळ्यांत पाणी भरून कनकाई त्यांच्या पाठमोऱ्या आकृतीकडं पाहत बसली. पोराच्या सुखासाठी केलेला आपला अंदाज इतका चुकीचा ठरेल, असं तिला वाटलं नव्हतं. काहीच न सुचून ती तशीच बसून राहिली. ओल्या नजरेनं तिच्याकडे बघत, डोळ्यांतून ओघळू पाहणारं पाणी प्रयत्नपूर्वक परतवून लावत तुकाराम शेजघराकडं गेला. रुक्मिणी वाकळ पांघरून शांत निजली होती. संताजीलाही झोप लागली होती. त्या दोघांना निजलेलं बघून तुकारामाला जरा बरं वाटलं. हलक्या पावलानं तो बाहेर आला. आता त्याला सावरायला थोडासा वेळ मिळणार होता. विचार करायला अवधी मिळणार होता. पण त्यासाठी मनातल्या निराशेची दिशा बदलायला हवी होती. काही वेगळे विचार, वेगळी दिशा मनाला द्यावी लागणार होती. आणि त्यासाठी दुकान ही उत्तम जागा होती. खुंटीला अडकवलेलं पागोटं डोक्यावर घालून तुकाराम वाड्याच्या बाहेर पडला. आपसूकच त्याचे पाय दुकानाकडं वळले.

दुसऱ्या दिवसापासून तुकारामानं स्वतःचा आणि कनकाईनं स्वतःचा आणि रुक्मिणीच्या औषध-मात्रांचा दैनंदिन कार्यक्रम आखून घेतला. त्यातच वैद्यबुवांनी संताजीला त्याच्या आईजवळ जास्त जाऊ देऊ नका म्हणून सांगितल्यावर तर कनकाईला क्षणभराचीही उसंत मिळेना. घरातलं कामधाम, रुक्मिणीचा औषध-मात्रांचा उपचार, संताजीची देखभाल सगळं करताकरता कनकाईचा जीव मेटाकुटीला यायचा. त्यातच संताजी आता १०-११ महिन्यांचा झाला होता. आता त्याला पाय फुटले होते. तो सगळ्या वाडाभर पळायचा. त्याच्या मागं धावून कनकाई दमून शीण व्हायची. शेवटी तुकाराम आणि बोल्होबांचा विचार घेऊन तिनं सई नावाच्या मुलीला वाड्यावर आणली. सई बोल्होबांच्या एका रयताची मुलगी. तिचं लहानपणीच माणकूशी लग्न झालं होतं. माणकूही रयताचाच मुलगा होता. सई असेल ११-१२ वर्षांची. अजून न्हाती-धुती झाली नव्हती. गडद काळ्या रंगाची ही सई होती मोठी चुणचुणीत. ती वाड्यावर यायला लागली आणि संतूच्या मागं फिरण्याचं, धावाधाव करण्याचं कनकाईचं काम कमी झालं. तिला थोडीशी उसंत आणि थोडीशी विश्रांती मिळू लागली आणि आता कनकाईनं अधिक नेमकेपणानं रुक्मिणीवर उपचार सुरू केले. वैद्यबुवांनी तऱ्हेतऱ्हेची चूर्णं दिली होती, त्यांचे काढे करायचे. तऱ्हेतऱ्हेच्या मात्रा दिल्या होत्या, त्या उगाळायच्या. अनेक भस्मं दिली होती, ती मधातून,

आल्याच्या रसातून चाटवायची. एक ना दोन. रुक्मिणीसाठी हे काढे-मात्रा करण्यातच कनकाईचा सगळा दिवस जाऊ लागला. दुकानातून आला की तुकाराम रुक्मिणीशी चार शब्द बोलायचा. तिला लवकर बरं वाटेल, असा धीर द्यायचा. आणि तिच्या खोलीतून बाहेर आला की, पाणावलेल्या डोळ्यांच्या कडा टिपायचा. पण रोज तिला आनंद होईल अशा चार गोष्टी बोलण्याचा नेम त्यानं सोडला नाही. सगळे जण सगळं करत होते; पण त्या सगळ्यांच्या मनाला उभारी देणारी, सगळ्यांच्या प्रयत्नांना यश देणारी गोष्ट काही घडत नव्हती. रुक्मिणीच्या प्रकृतीत सुधारणा होत नव्हती.

आणि या एकाच गोष्टीमुळं तुकारामाच्या घरातलं वातावरण पुन्हा झाकोळलं, उदासलं. एक प्रकारची मरगळ पुन्हा वाड्यात पसरली. संताजीच्या बाळलीलांनी क्षणभर त्या मरगळीला छेद जायचा तेवढाच. पण संताजीकडे पाहताना, त्याच्या दुडूदुडू धावण्याचं कवतिक करताना, त्याच्या बोबड्या बोलाला झेलताना, बोल्होबा, कनकाई, तुकाराम यांना आनंद होत असे. पण त्या आनंदापाठोपाठ या लाघवी पोराचं आईविना कसं होणार, हाही घोर लागत असे आणि मग तो सगळा आनंद नासून जाई. रुक्मिणीच्या आजारपणाचा असा परिणाम सगळ्या घरादारावर झाला होता. पण त्यातही असं की, तिच्या आजारपणामुळं प्रत्येकाच्या जिवाला एक वेगळाच घोर लागला होता. प्रत्येकाची चिंता वेगळी होती. प्रत्येकाची काळजी वेगळी होती. तुकारामाला वाटे, 'वैद्यबुवांनी दिलेल्या काढे-मात्रांनी माझी रुक्मिणी लवकर बरी व्हावी. माझ्या संतूबाळाला आईचं प्रेम मिळावं, माया मिळावी, आईविना पोर म्हणून त्यानं वाढू नये!' कनकाईला वाटे, 'मी हट्टानं माझ्या भावाची लेक सून म्हणून करून आणली. ती बरी झाली नाही तर माझ्यावर माझ्या माहेराचा ठपका येईल. संतूबाळ पोरका होईल. आणि माझा तुकाराम, त्याच्या संसाराचा सगळा विस्कोट होईल!' तर बोल्होबांना वाटे, 'माझ्या तुकारामाचं हे तरुण वय! पत्नी आणि मुलांबरोबर आनंदात, सुखात राहण्याचं हे वय! सोन्यासारखा गुणी मुलगा माझा. त्याच्या नशिबाला असली आजारी बायको का बरं आली? आता बायकोच्या आजारपणामुळं तो निराश झाला, व्यसनी झाला, उद्योगव्यवसायातलं त्याचं लक्ष उडालं, तर त्याच्या जीवनाची, आयुष्याची वाताहत होईल. आणि मला- त्याच्या बापाला- ती उघड्या डोळ्यांनी पाहावी लागेल!' घरातल्या प्रत्येकाला, प्रत्येकाच्या जिवाला रुक्मिणीच्या आजारपणाचा घोर लागला होता. अनेक उपचार करूनही रुक्मिणीची प्रकृती सुधारत नव्हती. वैद्यबुवांनी औषधोपचार सुरू केल्यानंतर सुरुवातीला काही दिवस तिला थोडंसं बरं वाटू लागलं होतं. शेजघरातून उठून ती माजघरापर्यंत येऊ लागली होती. थोडंथोडं खाऊही लागली होती. तिच्या प्रकृतीतला हा बदल सगळ्यांनाच आनंदित आणि उत्साहित करून गेला होता. काही दिवस असं तिला

बरं वाटू लागलं होतं. आणि ऋतू बदलला. पावसाळा आला. हवामान कोंदट झालं. गार वारं वाहायला लागलं. हवेतला दमटपणा वाढला आणि जेवढी सुधारली होती तेवढी रुक्मिणीची प्रकृती आणखी खालावली. आणखी बिघडली. आणि धडपडत का होईना, माजघरात येऊन बसणाऱ्या रुक्मिणीनं अंथरूण धरलं, ते कायमचं. आनंदाच्या लाटेवर स्वार झालेलं तुकारामाचं मन पुन्हा भेलकांडलं. तो खचून गेला. निराश झाला. त्याचं जेवणाखाण्यावरचं लक्ष उडालं. त्याला अन्न गोड लागेना. रात्री झोप येईना. त्याला दुकानात जावंसं वाटेना. दुकानात लक्ष घालावं वाटेना. सुखी आयुष्याच्या बघितलेल्या स्वप्नांची झालेली राखरांगोळी तुकारामाचा अवघा उत्साह, अवघा आनंद सारं-सारं नासवून गेली. रुक्मिणीच्या प्रकृतीच्या चिंतेनं पोखरणारं आई-आबांचं काळीज त्यांच्या लाडक्या तुकोबाची ही अवस्था बघून पार करपून गेलं. पण ते तुकारामाचे आई-वडील होते. पोराच्या चेहऱ्यावरचं हास्य कायम राहावं म्हणून रक्ताचं पाणी करतात आई-वडील. बोल्होबा-कनकाईनं तेच करायचं ठरवलं. एके दिवशी रात्री सगळी निजानिज झाल्यावर बोल्होबा आणि कनकाई बोलत बसले. विषय होता तुकाराम. त्याचा संसार आणि त्याचं आयुष्य हाच. आणि विशेष म्हणजे त्या चर्चेत एरवी अत्यंत मृदू आणि कोमल मनाच्या बोल्होबांनी अत्यंत कणखर भूमिका घेतली. आवाजात काहीसा कठोरपणा आणून बोल्होबा म्हणाले, ‘‘हे बघा सावजीची आई, आता मी काय सांगतो ते ध्यान देऊन ऐका! तुमच्या माहेरच्या उमाळ्यापायी, तुम्ही ही पोर करून आणलीत. आम्ही नको म्हणत असतानाही आणलीत. त्याचा परिणाम काय झाला, तो तुम्ही पाहिलात. तुकारामाच्या संसाराची अशी दशा झाली. अजून त्याचं तरुण वय. पण बायकोच्या अशा आजारानं तो खंगल्यासारखा झालाय. निराश झालाय. चितागती झालाय. तीळतीळ झिजायला लागलाय. एक बाप म्हणून नव्हे तर एक माणूस म्हणूनही मला ते बघवत नाही. आता माझं ऐका. तुमचा माहेरचा, मायेचा उमाळा जरा वायला ठेवा. ही पोर या आजारातनं काय उठत न्हायी. आणि माझा सोन्यासारखा पोरगा मला जोगड्या बनवायचा नाही. सावजीची आई, मी तुकारामाचं दुसरं लगीन करणार. आणि नक्कीच करणार. त्या पोरीची तुम्ही काय समजूत घालायची ती घाला. तिला काही आपण टाकणार न्हायी. ती हितंच ऱ्हाईल. पण माझ्या तुकाचा संसार सजवायला दुसरी बायको येणार, ही काळ्या पत्थरावरची रेघ आहे. तुमची हरकत, तुमचा निर्णय काय असायचा तो असू दे. पर हा माझा निर्णय आहे आणि मी तो घेतला आहे. त्यात बदल होणार नाही!’’ खरंतर बोल्होबा कडक भाषेत बोलत होते. कनकाईला किंचित दटावतदेखील होते. पण हेही तितकंच खरं की, ते कनकाईच्या मनातलाच विचार बोलत होते. बोल्होबांनी बोलणं थांबवलं. कनकाई यावर काय म्हणते, हे त्यांना ऐकायचं होतं. आणि काही विरोधी बोलली तर तिला आणखी

दटावायचं होतं. पण बोल्होबांवर ती वेळच आली नाही. बोल्होबांनी बोलणं थांबवलं आणि कनकाई लगेच म्हणाली, "धनी, अक्षी माझ्या मनातलं बोललासा बघा! आता रुक्मिणी काही या आजारातून खडखडीत बरी होत नाही, हे जसं आपल्याला ठाव हाय, तसंच त्या पोरीनं पण ते जाणलंय. तिची समजूत पटायला फार वेळ लागणार न्हायी. तुकाचं पुन्यांदा लगीन करून देणं, यातच त्याचं कल्याण हाये धनी. तुमी पोरी बघायला लागा. रुक्मिणीला आणि तुकारामाला कसं तयार करायचं, ते माझ्यावर सोपवा. रुक्मिणीची समजूत लवकर पटेल, पण तुका या गोष्टीला राजी हुईल का न्हायी, ते पांडुरंग जाणं. त्याचा लयीच जीव हाय रुक्मिणीवर. पर मी करंन कायतरी. घालीन त्याची समजूत." कनकाईनं सांगितलं आणि बोल्होबा बिनघोरी झाले. त्यांच्या मनातली चिंता दूर झाली. कनकाईचंही हेच मत आहे हे कळल्यावर त्यांना जरासं हायसं वाटलं. आता या कामात कनकाईचीही मदत होणार होती. मग मात्र त्यांना उत्साह आला. आता तुकारामासाठी जी पोरगी बघायची, ती चांगली धष्टपुष्ट, निरोगी आणि चुणचुणीत बघायची, असा त्यांनी निश्चय केला आणि त्यांना बरं वाटलं. आता तुकारामासाठी चांगल्या बायकोचा शोध घेणं, हे त्यांचं व्यवधान बनलं.

काही दिवस असेच गेले. कनकाईनं एक दिवस रुक्मिणीजवळ विषय काढला. त्याला कारणही तसंच झालं. त्या दिवशी रुक्मिणीला थोडं बरं होतं. बाजेवर उठून बसून ती लापशी पीत होती. कनकाई जवळच बसली होती. तोच राजाक्का आत आली. म्हणाली, "कनकाई, चार दिसांनी पुनव हाय. लक्षात हाय ना? वडाची पुनव. उपासाचं कायबाय आणाय सांगायला पायजेल!" ते ऐकून क्षणभर रुक्मिणीचा चेहरा उजळला. "वडाची पुनव? वडाची? जन्मोजन्मी हाच नवरा मिळावा म्हणून सुवासिनी वडाची पूजा करत्यात ना आत्या? मला काय पूजा करायला जाता यायचं न्हायी. मी हितनंच नमस्कार करंन. पण...!" बोलताबोलता रुक्मिणीचा गळा भरून आला. कनकाईलाही वाईट वाटलं. तिनं मायेनं विचारलं, "पन काय गं रुक्मा? पन काय पोरी?" रुक्मिणीनं डोळ्यांतलं पाणी पुसलं. विषादानं हसली. अशी हसली की यापेक्षा ती रडली असती तर बरं झालं असतं, असं राजाक्काला वाटलं. "पण आत्या, मी मागणं मागंन मला जन्मोजन्मी हाय नवरा पायजे म्हणून! पण त्यानला असली माझ्यासारखी दुखणाईत बायको जन्मोजन्मी मिळंल त्याचं काय? आत्या, माझ्यासारखी दुखणाईत बायको त्यांच्या नशिबी एक जन्म लागली हाय, तेच पुरं झालं! माझ्या या आजारानं धन्यांच्या आयुष्याची माती झाली गं आत्या! न्हाई राजाक्का, मी वडाची पूजाबी करणार न्हाई आणि उपासबी! माझ्या धन्यांच्या नशिबी एकदा वनवास आलाय तो पुरं झाला! आत्या, त्यांचं दुसरं लगीन करून द्या. माझ्याबरोबर त्यांची परवड नको. परतपरत तेच नको. नकोच ते! नको!" बोलताबोलता

रुक्मिणीला हुंदका फुटला. कनकाईनं तिला जवळ घेतलं. आपल्या भाचीची ती अवस्था तिला बघवत नव्हती. पण त्यातही तिनं तुकारामाचं दुसरं लग्न करून देण्याबद्दल काढलेला विचार कनकाईच्या जिवाला काहीसं समाधान देऊन गेला. आता प्रश्न फक्त तुकारामाचा होता.

आज बोल्होबांना लोहगावी जायचं होतं. तिथं एक बैठक होती. लोहगावचे सावकार अप्पाजी गुळवे यांच्या घरी. त्या गावात असलेलं एक जुनं-पुराणं विठ्ठल मंदिर आता डागडुजीला आलं होतं. त्याची दुरुस्ती, काही नव्यानं बांधकाम असं करायचं होतं. त्यासाठी पंचक्रोशीतून महाजन आणि पंचमंडळी यांची बैठक बोलावली होती. बोल्होबा सकाळी लवकर आवरून बाहेर पडले होते. बोल्होबा संध्याकाळी बैठक आटोपून घरी आले, ते उजळलेल्या चेहऱ्यानंच! कनकाईनं गूळ-पाणी नेऊन दिलं. बोल्होबांच्या चेहऱ्यावरचा आनंद स्पष्ट दिसत होता. पाण्याची लोटकी खाली ठेवून बोल्होबांनी पालथ्या हातानं मिशा पुसल्या आणि कनकाईला म्हणाले, "सावजीच्या आई, जरा वाईच बसा. तुमच्याशी बोलायचंय!" कनकाई उत्सुक चेहऱ्यानं बसली. ती काही विचारणार तोच बोल्होबा म्हणाले, "सांगतो, सांगतो! आम्हाला एवढा कसला आनंद झालाय ते इचारणार हाय ना तुम्ही? सांगतो. आज आम्ही बैठकीला गेलो होतो अप्पाजी गुळव्यांच्या घरी. अप्पाजी एकदम लाख माणूस. वागायला, बोलायला, दिलदारपणाला एकदम राजा माणूस. बैठकपण खासच झाली. अहो, त्या विठ्ठल मंदिराच्या एकूण खर्चातला निम्मा वाटा अप्पाजींनी उचलला. त्यामुळं त्या मंदिराचा जीर्णोद्धार अगदी झटपट होणार, यात शंका न्हायी. पन मला आनंद एका वेगळ्याच गोष्टीचा झालाय. सांगू? सांगतोच! त्या अप्पाजींची एक लेक हाय. जिजा नाव तिचं! मोठी चुणचुणीत आणि तेज पोर हाय! त्या बैठकीत निसती हरणावाणी पळत होती बघ इकडून तिकडं. गूळ-पाणी द्यायला फुडं! दूध-फराळ द्यायला फुडं! त्या बैठकीत मसुद्यापेक्षा तिनंच समद्यांचं लक्ष वेधून घेतलं बघ!" बोल्होबांच्या नजरेसमोर अजून ती पोर तरळत असावी. "व्हय, पर तुमास्नी कशापायी एवढा आनंद झालाय म्हणते मी?" बोल्होबांच्या या सांगण्याचा अर्थ न उमगल्यामुळं कनकाईनं न राहवून विचारलं. "खरं सांगू सावजीची आई, त्या पोरीला बघितलं आणि माझ्या मनात आलं, आपल्या तुकोबाला अशीच पोर बायको म्हणून हवी बघ! जरा आधी ठाऊक असतं तर तीच करून घेतली असती. पण हे सगळं घडायचं होतं! असू दे! पन राहून- राहून माझ्या मनात येतंय की, अप्पाजींना विचारावं. देताय का जिजाला आमच्या घरी; आमच्या लेकाला?" बोल्होबाचं बोलणं ऐकलं आणि कनकाईचे डोळे चमकले. क्षणभर. परत मलूलले. म्हणाली, "धनी, तुमचा विचार रास्त हाय. रुक्माची पण हरकत नाहीय. पर हा तुका तयार व्हतोय की न्हायी, असं मला वाटून राह्यलंय. तुम्ही एकदा तुकारामाशी बोलून बघा. त्यो

तयार झाला तर पुढच्या गोष्टी. न्हाईतर बाजारात तूर आणि वाळवणाचा धूर असं व्हायला नगं!'' कनकाईनं समारोप केला आणि ती उठली. अजून भाकरी व्हायच्या होत्या. तेलवात करायची होती.

कनकाईचं म्हणणं बोल्होबांना पटलं. तुकारामाला विचारायला हवं होतं. 'आजच त्याला विचारावं', बोल्होबांनी ठरवलं. त्या अप्पाजींची लेक बघितल्यावर बोल्होबांनाच घाई झाली होती. अंधार पडला. दिवेलागणी झाली. दुकान बंद करून तुकाराम घरी आला. त्याच्या मनातली उदासी त्याच्या चेहऱ्यावर, त्याच्या हालचालीवर उतरली होती. चेहऱ्यावरची टवटवी पार मावळून गेली होती. डोळ्यांत दुःख होतं. हालचालीत संथपणा, निरिच्छा स्पष्ट दिसत होती. तुकाराम आला. मूकपणानं त्यानं पागोटं खुंटीला टांगलं. अंगणात जाऊन डोणीतल्या पाण्यानं हातपाय धुतले. चेहऱ्यावर पाणी मारून घेतल्यावर त्याला बरं वाटलं. सोग्यानं तोंड पुसून तो ओसरीवर आला. ओसरीवर कोनाड्यात विठ्ठलाची मूर्ती होती. त्या मूर्तीकडं एकटक बघत राहिला. कनकाईनं जेवणासाठी आवाज दिला. पहिली हाक तुकारामाला ऐकायलाच आली नाही. दुसऱ्या हाकेला तो भानावर आला. त्याच्या या व्यथित, सुन्न अवस्थेकडे बोल्होबाचं लक्ष होतं. दोघंही आत आली. पाटावर बसली. कनकाईनं ऊनउनीत भाकरी, चवाळीची भाजी पानात वाढली. ताज्या लोण्याचा गोळा, लसणाची चटणी वाढली. अन्नाच्या त्या वासानंच खरं म्हणजे भूक चाळवली असती. पण तुकारामाचं लक्षच नव्हतं. बोल्होबांची भूक मात्र चाळवली. त्यांनी चवीनं जेवायला सुरवात केली. तुकाराम मात्र नुसते तुकडे मोडत होता. कधी तो नुसतीच भाकरी खायचा, तर कधी नुसतीच भाजी. कनकाईच्या ते लक्षात आलं. तिनं खुणेनंच ते बोल्होबांना दाखवलं. बोल्होबांच्या लक्षात आलं. त्यांनी डोळ्यांनीच कनकाईला दिलासा दिला. लोटकी उचलून ते पाणी प्याले. आणि विचारलं, "सावजीची आई, सूनबाई जेवल्या का? त्यांचं औषधपाणी झालं का?'' त्यांच्या प्रश्नाचा रोख ओळखून कनकाईनं उत्तर दिलं, "व्हय जी! जेवल्या. खरंतर उलीशीच भाकर खाल्ली तिनं. औषधं दिली समदी. पर धनी, तिच्या प्रकृतीत काय बी फरक न्हाई!'' कनकाईचा बोलण्याचा धागा पकडून बोल्होबांनी सुरवात केली. "तुकोबा, हे बघ बाबा. सगळे उपचार सुरू हायेत. पन सूनबाईच्या प्रकृतीत काहीच सुधारणा न्हायी. तशातच अंतिम सत्य काय आहे, हे वैद्यबुवांनी आपल्याला सांगितलं आहे. तुकोबा, तिचं आयुष्य आता अंथरुणाशी जखडलेलं आहे. पण लेकरा, तुझ्या आयुष्याचं काय? अशा सोन्यासारख्या आयुष्याचं असंच वैराण वाळवंट करणार हायस का? तुकारामा, मला वाटतंय तू आता दुसरं लगीन करावंस. तू तुझ्या मनाची तयारी कर. हो म्हण. तुझ्यासाठी दुसरी चांगली पोरगी बघू या. तुझाही संसार मार्गी लागेल. समाजातही पत राहील आणि आमचीही काळजी मिटंल!'' बोल्होबांच्या

म्हणण्याला कनकाईनं दुजोरा दिला. म्हणाली, "तुका बाळा, अरे सावजीचा संसार तो तसा. तुझा संसार चांगला होईल म्हटलं, तर दैवानं असा डाव साधला. तुझ्या आयुष्याचं असं वैराण वाळवंट झालेलं आम्हाला बघवत नाहीरं! तो सावजी तसा आणि तुझ्या संसाराचा इस्कोट असा. आम्हा आई-बापांना तरी कसा घास गोड लागंल रं? पोरा, ऐक आमचं. दुसरं लग्न कर. पाहिजे तर रुक्मिणीशी बोल. तिचा जीव आजारपणाशीच बांधील हाय लेकरा!" "आणि माझा तिच्याशी!" कनकाईचं बोलणं मध्येच तोडून तुकाराम म्हणाला. "आई-आबा, मला माफ करा. पण रुक्मिणीवर अन्याय करून मी दुसऱ्या लग्नाचा विचारसुद्धा करू शकत नाही. तिची अशी अंथरुणाला जखडलेली सोबत मला पुरेशी आहे. मला दुसरं लग्न करायचंच नाही!" म्हणत तुकाराम पानावरनं उठला. हात धुतले आणि तडक अंगणात जाऊन उभा राहिला. कनकाईनं डोळ्यांना पदर लावला. बोल्होबांच्या कपाळावर एक सूक्ष्म आठी उमटली. त्या आठीच्या मनस्तापात बोल्होबा भातावर मीठ घ्यायचेच विसरले. तसाच बेचव भात त्यांनी खाल्ला. कनकाईनं आठवण करून दिली तर म्हणाले, "सावजीची आई, सगळ्या आयुष्याचीच चव गेल्यासारखं झालंय. तिथं भाताची काय कथा?" आणि कनकाईला आपल्या डोळ्यांतलं पाणी दिसू नये म्हणून चटकन उठले.

त्यानंतरचे चार-आठ दिवस असेच उदास गेले. कामाव्यतिरिक्त कुणीच कुणाशी बोलत नव्हतं. त्या दरम्यान एकदा तुकाराम रुक्मिणीला भेटायला गेला, तेव्हा रुक्मिणीनं त्याच्याजवळ त्याच्या दुसऱ्या लग्नाचा विषय काढला आणि मनानं दुखावलेला तुकाराम तिथूनही उठून बाहेर आला. रुक्मिणीच्या थरथरणाऱ्या आवाजाकडं, तिच्या खोल गेलेल्या डोळ्यांतून वाहणाऱ्या अश्रूंकडं, तिच्या लटपटणाऱ्या देहाकडं, तिच्या आर्त विनवणीकडं लक्ष न देता आपलं दुखरं मन घेऊन तुकाराम तिथून बाहेर पडला. घरात प्रत्येकाकडून चाललेल्या दुसऱ्या लग्नाच्या आग्रहानं तुकारामाचं मन पुरतं विस्कटलं. तो दुकानातच जास्त वेळ बसू लागला. घरी उशिरा येऊ लागला. आला तरी कुणाशी बोलत नसे. दोन घास कसेतरी पोटात ढकलून तो निजायला जाई. जागाच असे, पण तोंडावर पांघरूण घेऊन पडून राही. रुक्मिणीलाही भेटायला जायचं त्यानं टाळलं. आठ-दहा दिवसांतलं त्याचं हे वागणं बघून कनकाईचं काळीज मात्र जळू लागलं. कुठून आपण तुकारामाला दुसऱ्या लग्नाबद्दल आग्रह केला, असं तिला झालं. तो असाच घरात वागणार असेल, तर त्याच्या दुसऱ्या लग्नाचा विषय सोडूनच दिलेला बरा; काय त्याच्या नशिबात असेल तसं होईल, या निर्णयापर्यंत ती येऊन पोचली. पण त्या विठ्ठलाच्या मनात वेगळंच काहीतरी असावं. एक प्रसंग, खरंतर एक विचित्र प्रसंग असा घडला की, तुकारामाला आपल्या निर्णयाचा फेरविचार करावा लागला. घडलं ते असं- तुकारामाच्या मित्रांपैकी

गोपाळाचा मोठा भाऊ सखाराम याचा विवाह होऊन वर्ष-दीड वर्ष झालं होतं. तुकारामाच्या विवाहानंतर तीन-चार महिन्यांनी त्याचा विवाह झाला होता. पण त्या सखारामची पत्नी, गोपाळाची वहिनी, लग्नानंतर सहा-आठ महिन्यांतच माहेरी निघून गेली होती. ती नांदायला यायला तयार नव्हती. तिचं आणि सखारामच्या आईचं अजिबात पटत नव्हतं. दोघींच्यातून विस्तव जात नव्हता. प्रकरण पंचांपर्यंत गेलं होतं आणि सखारामच्या बायकोनं काडीमोड घेतला होता. या सगळ्या घटनांना तुकाराम साक्ष होताच. त्याच्या नेहमीच्या स्वभावानुसार त्यानं दोन्हीकडच्या लोकांची समजूत घालण्याचा, मध्यस्थी करण्याचाही प्रयत्न केला होता; पण तो यशस्वी झाला नाही. सखारामचा काडीमोड झालाच. इथपर्यंत सगळं ठीक होतं. सखाराम आणि गोपाळाच्या वडिलांचा पिढीजात सोनारकीचा व्यवसाय होता. दागिने बनवून देण्याबरोबरच नाक-कान टोचणं, गळ्यातली गाठवणं, अशी पटवेगाराची कामेही त्यांच्या घराण्यात पूर्वापार चालत आली होती. तुकाराम विमनस्क मनःस्थितीत असताना मित्रांशी गुजगोष्टी करणं, हा त्याच्या मनाला एकमेव दिलासा होता. पावसाळ्याचे दिवस होते. त्यामुळे नदीकाठी किंवा गावातल्या पारकट्ट्यावर किंवा मंदिराच्या ओवरीत जमणं शक्य नव्हतं. त्यामुळं तुकारामाचं घर सोडून एकेकाच्या घरी कधीमधी जमून गुजगोष्टी करणं, हा या मित्रमंडळींचा कार्यक्रम असे. अर्थात सगळे जण कटाक्षानं रुक्मिणीवहिनीच्या आजारपणाचा उल्लेख टाळत असत. पण त्या दिवशी दुसऱ्या लग्नाच्या विषयाबद्दल नाराज होऊन तुकाराम घरी उदास राहायला लागला. आणि मध्येच कधीतरी मित्रांशी भेट घडल्यावर त्यानं ही गोष्ट त्याच्या मित्रांना सांगितली, तेव्हा त्या सगळ्या मित्रांनाही कनकाईचं, बोल्होबाचं म्हणणं पटलं होतं. संताजीनं ते तसं बोलूनही दाखवलं. पण तुकारामाचा तीव्र विरोध बघून सगळी गप्प बसली. आणि पुन्हा त्यांनी तो विषय काढला नाही. आज तुकाराम आणि त्याचे मित्र गोपाळाच्या घरी जमले होते. संध्याकाळची वेळ होती. सणांचे दिवस असल्यामुळे नाक-कान टोचायला, बुगडी घालून घ्यायला, जोडव्या-मासोळ्या घट्ट करायला, एक सर, दोन सर, साज, बोरमाळ गाठवून घ्यायला बायकांची गर्दी झाली होती. अशा गर्दीत गंगाक्का आली. तिची लग्नाला आलेली लेक कमळीला घेऊन आली. तिला फारच घाई झाली होती. कमळीचा मामा कमळीला न्यायला आला होता. तो पहाटे निघणार होता. कमळीचे कान टोचून घेण्यासाठी गंगाक्का आली होती, बुगडी घालण्यासाठी. सखारामाचे वडील आणि काका दोघं जण बायकांच्या गराड्यात होते. त्यांच्या हाताला क्षणाची फुरसत नव्हती. सखारामची आई गाठवायला बसली होती. तिलाही उठता येत नव्हतं. सखाराम पैसे देण्या-घेण्याचं काम करत होता. गंगाक्का फारच गडबड करायला लागली तसे सखारामचे वडील तात्या म्हणाले, ''सखा, त्या कमळीचे कान टोचून बुगडी घालून दे बघू.

गंगाक्काला घाई आहे.'' सखारामनं 'जी' म्हणत मान डोलावली. तात्यांनी गंगाक्काला सांगितले, ''गंगाक्का, सखाला सांगितलंय. तो दील कमळीला बुगडी घालून! जा त्याच्याकडे!'' पण तात्यांनी असं म्हणताच गंगाक्कानं त्याला जोरदार हरकत घेतली. म्हणाली, ''तात्या, तुम्हीच कान टोचून बुगडी घालणार असलासा तरच घाला. सखाराम नको.'' तात्यांनाच काय पण सगळ्यांनाच तिचं वागणं विचित्र वाटलं. तात्या सोनाराचं सगळं घर सज्जन म्हणूनच परिचित होतं. नवल वाटून तात्यांनी विचारलं, ''अगं गंगाक्का, काय झालं? अगं, सखा कुणी परका हाय का?'' तात्यांच्या या प्रश्नावर गंगाक्कानं खाली मान घातली आणि म्हणाली, ''माफी करा तात्याजी! सखा परका न्हायी. पर त्याचा काडीमोड झालाय नव्हं? तात्या, बायको नांदती असली तरच बापयावर इश्वास बसतो. नांदती बायकू नसलेला बापई म्हंजी लोण्याला चटावलेला बोका! तात्या, माझी लेक लग्नाची हाय. तिचं कान टोचून तिच्या कानात बुगडी तुम्हीच घालणार असला तर घालाजी! न्हाय तर ऱ्हाऊ देच!'' गंगाक्काचं हे बोलणं ऐकून हातातलं काम ठेवून तात्या उठले आणि त्यांनी कमळीचे कान टोचून बुगडी घालून दिली. आणि कमळीला घेऊन गंगाक्का समाधानानं घरी गेली. हा प्रसंग तसा साधाच. पण तो प्रत्यक्ष पाहणाऱ्या तुकारामाच्या मनात मात्र चांगलंच वादळ उठलं. 'आपली पत्नी अंथरुणाला खिळून आहे. आपण दुसरा विवाह करावा असा सगळ्यांचा घरात आग्रह आहे. त्या दिवशी आबा बोलताना म्हणाले की, तू दुसरं लगीन कर. तुझाही संसार मार्गी लागेल, समाजातही पत राहील. त्या बोलण्याचा असा अर्थ होता तर! संसारी पुरुष, गृहस्थाश्रमी असणारा पुरुष, ज्याची पत्नी घरात नांदती असते असा पुरुष समाजाच्या, लोकांच्या विश्वासाला पात्र असतो, अशी समाजाची धारणा आहे काय? पुरुषाच्या घरात नांदणारी पत्नी नाही म्हणून त्याच्या चारित्र्यावर शंका घेतली जाते, ही समाजाची मानसिकता आहे काय? म्हणजे गृहस्थाश्रमी असणारा पुरुषच चारित्र्यसंपन्न असतो, असा समाजाचा विश्वास आहे तर! आणि म्हणूनच आबा तसं म्हणाले. तसं असेल तर मलाही माझ्या निर्णयाचा फेरविचार करावा लागेल. कारण मला समाजात राहायचंय. मला समाजासाठी काहीतरी करायचंय. त्यासाठी समाजाचा, लोकांचा माझ्या चारित्र्यावर विश्वास असणं गरजेचं आहे आणि तो मी मिळवला पाहिजे. आई, बाबा, रुक्मिणी जे सांगताहेत ते मग योग्यच आहे. मला फेरविचार करावाच लागेल.' तशा विचारातच तुकाराम घरी आला.

घरी काहीशी सामसूम होती. संताजी निजला असावा. आबाजी ओसरीवर कंदिलाच्या प्रकाशात ज्ञानेश्वरी वाचत बसले होते. तुकाराम आत आला. डोणीवर पाय धुऊन तो घरात आला. कनकाईला शोधत स्वयंपाकघरात गेला. तिथंही सामसूम होती. तुकाराम क्षणभर तसाच उभा राहिला, कानोसा घेत. तो त्याला

रुक्मिणीच्या खोलीतून बोलण्याचे आवाज ऐकू आले. तो रुक्मिणीच्या खोलीकडे गेला. त्यानं बाहेरून कानोसा घेतला. रुक्मिणीच्या खोलीतून रुक्मिणीचा आणि कनकाईचा आवाज ऐकू येत होता. तुकारामनं वाकून पाहिलं. कंदिलाच्या अंधूक उजेडात त्याला दिसलं- रुक्मिणी बाजेवर उठून बसली आहे. तिचा आवाज रडवेला आहे. ती रडत असावी. अधनमधनं हुंदकाही ऐकू येतोय. कनकाई तिच्या जवळ बसली होती. तिचाही आवाज कापरा होता. तिच्याही डोळ्यांत पाणी असावं. खरंच होतं ते. रुक्मिणीला लापशी द्यायला कनकाई गेली आणि रुक्मिणीनं गहिवर घातला. कनकाईनं तिच्या पाठीवरनं मायेनं हात फिरवला. तिचे डोळे पुसले. म्हणाली, ''पोरी, नगं वाईट वाटून घिऊ! बरं वाटेल तुला! माझ्या तुकाची तुझ्यावर लयी माया हाय बग. त्याची मायाच तुला यातनं भाईर काढंल!'' रुक्मिणीची समजूत घालताघालता कनकाई स्वतःच रडायला लागली. रुक्मिणीनं आपले डोळे पुसले आणि तिचेही. म्हणाली, ''आत्या, मला ठाव हाय! मी आता यातनं उठत नाही. मला खोटी आशा दाखवू नगा! मला माझ्याबद्दल वाईट वाटत न्हायी गं. धन्याबद्दल लयी म्हणजे लयीच वाईट वाटतंय! त्यांच्या आयुष्याचं कसं व्हनार आत्या, हा घोर रातदिन माझ्या जिवाला लागलाय!'' कनकाईनं एकवार रुक्मिणीकडं पाहिलं. तिची गालफडं बसली होती. डोळे खोल गेले होते. पण खोल गेलेल्या डोळ्यांत तुकारामाबद्दलचं अपार प्रेम दिसत होतं. कनकाईनं तिच्या राठलेल्या केसांवरनं हात फिरवला. म्हणाली, ''रुक्मा पोरी, एक गोष्ट तुला इचारली तर राग मानू नकोस! पोरी, तुझं कसं व्हनार याबरोबरच तुकाचं कसं व्हनार, हा घोर आमच्याबी जिवाला लागलाय बघ. पोरी, आबा म्हणत्यात त्याचं दुसरं लगीन करू यात. मलाबी त्ये पटतंय. पर माझा जीव घाबरा हुतोय बघ. काय करावं काय सुचंनासंच झालंय बघ!'' कनकाईनं मनातला विचार बोलून दाखविला आणि एकदम रुक्मिणी म्हणाली, ''आत्या, आबा म्हणत्यात तेच बरोबर आहे. माझ्या आजारपणामुळं धन्याच्या जीवनाचं वाळवंट झालेलं मलाबी चालणार न्हायी. आत्या, तुम्ही धन्याचं दुसरं लगीन कराच. माझी ना न्हायी. फकस्त एकच मागणं हाय आत्या! मला... मला मरेस्तोवर...अंतर देऊ नका! धन्याचं दुसरं लगीन कराच आत्या , धन्याचं... दुसरं... लगीन...कराच!'' बोलताबोलता रुक्मिणीला धाप लागली. कनकाईनं तिला बाजेवर निजवलं. तेवढ्या बोलण्यानंही रुक्मिणी थकली. क्लांतपणे पडून राहिली. तिचे खोल गेलेले डोळे मिटले होते. पण मनात उठलेलं वादळ त्या मिटल्या डोळ्यांतूनही अश्रुरूपानं बाहेर पडत होतं. कनकाई कितीतरी वेळ तिच्याजवळ बसून तिच्या पाठीवरनं मायेनं हात फिरवत राहिली. निःशब्दपणे. पण का कोण जाणे, आज रुक्मिणीला बोलायचंच होतं. ''आत्या, कसलं माझं नशीब हाये ह्ये! एवढा सोन्यासारखा नवरा मिळालाय तर त्याला काडीचं सुख मी देऊ शकत न्हायी की कसला आनंद देऊ शकत नाही.

एवढं गोजिरवाणं लेकरू हाय, पण त्याला मायेनं जवळ घेऊ शकत न्हायी. एवढं गुणाचं सासर मिळालंय, पण लक्ष्मीच्या पावलानं मी तिथं नांदू शकत न्हायी.. माझं न्हवं, तुम्हा सगळ्यांचं पाप हाय मला सांभाळणं! आत्या, मला मारून टाका. मला जगायचं न्हायी. धन्यांच्या चेहऱ्यावर अशा दुःखाचं सावट ठेवून मला जगायचं न्हायी!'' रुक्मिणी ढसाढसा रडत होती. कनकाई तिचे डोळे पुसत होती. रुक्मिणी पुढं म्हणाली, ''आत्या, मी यानला पन सांगितलं तुम्ही दुसरं लगीन करून घ्या, पर हे ऐकत न्हाईत. यांचा संसार हा असा, मी ही अशी अंथरुणाला खिळलेली. आयुष्यभर यांनी एकट्यानं दिवस काढायचे. कसं शक्य हाय ते? आणि लोकं... लोकं काय म्हणतील? लोकांमधनं, समाजात यांचा मान ऱ्हाईल का? आत्या, यास्नी तुमी समजावून सांगा. पर यांचं दुसरं लगीन लावून द्या. त्यांचा संसार फुलला, समाजात यांची पत-प्रतिष्ठा वाढली म्हंजी माझ्या जन्माचं सार्थक हुईल! एवढं कराच आत्या! एवढं कराच!'' रुक्मिणी कनकाईच्या गळ्यात पडून रडत होती. बाहेर उभा राहून तुकारामानं हे सगळं ऐकलं. रुक्मिणीला आपल्यासाठी असं ढसाढसा रडताना बघून त्याला राहवेना. तो आत आला. त्याला समोर बघून कनकाईनं आपले डोळे पुसले. रुक्मिणीचे डोळे पुसले. म्हणाली, ''आलास पोरा? चल, सगळी जेवून घेऊ या. कान्होजी कुठाय बघ. त्याला हाक मार. या पोरीला लापशी घालून मी येतेच!'' तुकाराम तिथंच घुटमळला. त्याला रुक्मिणीशी काही बोलायचं असावं असं समजून कनकाई उठली. म्हणाली, ''हे घे पोरा, तूच घाल लापशी तिला. मी पानं लावते!'' ती खोलीच्या बाहेर जाणार तोच तुकाराम म्हणाला, ''आई, थांब! मला तुम्हा दोघींशी काही बोलायचं आहे. आई, मी खूप विचार केला- माझा स्वतःचा, रुक्मिणीचा, तुझा, आबांचा, संतूचा आणि आपल्या घराचा पण. आणि तुमच्या सगळ्यांचा मी दुसरं लग्न करावं असा आग्रह आहे. इतके दिवस मी असं समजत होतो की, हा तुमचा भावनिक आग्रह आहे. पण आज मला कळलंय की, हा प्रश्न निव्वळ भावनिक नसून तो सामाजिक बंधनाशीही निगडित आहे आणि केवळ म्हणून आई मी तुमचा आग्रह मान्य करायला तयार आहे. आई, मी दुसऱ्या लग्नाला तयार आहे. आणि हा निर्णय घेतल्यावर रुक्मिणी, मी तुला वचन देतो की, मी तुला आणि संताजीला कधीही अंतर देणार नाही. मी दुसरा विवाह केला तरी केवळ मृत्यूच तुमची आणि माझी ताटातूट करू शकेल!'' तुकाराम हे सगळं एका दमात सांगून मोकळा झाला आणि कनकाईचे पुसलेले डोळे पुन्हा पाण्यानं भरले. आता हे अश्रू आनंदाचे होते. तुकाराम दुसऱ्या लग्नाला कबूल झाला हे कधी एकदा बोल्होबांना सांगतो, असं तिला झालं. तिनं लापशीचा वाडगा तुकारामाच्या हातात दिला. त्याच्या आणि रुक्मिणीच्या चेहऱ्यावरून हात फिरवून दोघांची अलाबला घेतली आणि ती बाहेर आली. तिनं तडक ओसरी गाठली.

ओसरीवर आबा ज्ञानेश्वरी वाचत बसले होते. कनकाईनं जवळ जाऊन त्यांना हाक मारली. आबांनी ज्ञानेश्वरीतलं लक्ष काढून वर बघितलं. कंदिलाच्या त्या गहिऱ्या प्रकाशातही कनकाईचा उजळलेला चेहरा त्यांना दिसला. त्यांनी खूण घालून ज्ञानेश्वरी मिटली. एकवार माथ्याला लावून वंदन केलं आणि पुन्हा ग्रंथपीठावर ठेवली. म्हणाले, "सावजीची आई, काय झालं? जेवायचं झालं का? चला, आता पानं लावा! आम्हाला भूक लागली आहे!" बोल्होबांच्या या बोलण्यावर कनकाई उत्तरली, "धनी, आता मी जे काई सांगणार आहे ते ऐकून तुमचं पोटच भरंल. अहो, आपला तुकाराम दुसऱ्या लग्नाला तयार झालाय. आता त्यानं सोता मला सांगितलंय. रुक्माच्या हुजीर सांगितलं. धनी, मला लयी आनंद झालाय!" कनकाईनं वेळ न दवडता सांगितलं आणि बोल्होबांचाही चेहरा खुलला. "काय सांगताय काय सावजीच्या आई! खरं? खरंच तुकोबा लग्नाला तयार झाला? पांडुरंगा, तूच बुद्धी दिलीस रे बाबा पोराला!" आबांनी आनंदानं विठोबाला हात जोडले. डोळे मिटले. त्यांच्या चेहऱ्यावरून आनंद ओसंडून वाहत होता. त्या मिटल्या डोळ्यांसमोर त्यांना वधूवेशात नटलेली अप्पाजी गुळव्यांची चुणचुणीत पोर जिजा दिसत होती आणि त्यांच्या आनंदात भर पडत होती.

१३

तुकारामानं दुसऱ्या लग्नाला संमती दिली आणि त्या घरावर, त्या वाड्यावर आलेली मरगळ जणू एका क्षणात नाहीशी झाली. कनकाईच्या चेहऱ्यावरची उदासी कुठच्या कुठं पळाली. आबांच्या मनावरचं दडपण क्षणात दूर झालं. वाड्यात सगळीकडं उत्साहाचं वातावरण पसरलं. त्या उत्साहाची लागण रुक्मिणीलाही झाली. आजारानं ओढलेला तिचाही चेहरा उजळला. पतीला जन्मभर एकलकोंडेपणानं जगायला लावणाऱ्या तिच्या पापाचं जणू परिमार्जन झालं होतं. म्हणूनच काय कोण जाणे, तिचाही ओढलेला चेहरा उजळला होता. लोहगावच्या अप्पाजी गुळव्यांची लेक जिजा आबांच्या मनात सून म्हणून भरली होती खरं; पण हा बेत अप्पाजींना आणि त्यांच्या घरच्यांना पसंत पडायला हवा होता. ही सोयरीक त्यांनी मान्य करायला हवी होती. तरच आबांच्या मनातला हा बेत तडीस जाणार होता आणि त्यासाठी लोहगावला जाऊन अप्पाजी गुळव्यांची गाठ घ्यायला हवी होती. हळूहळू बोलतबोलत त्यांचा मानस जाणून घ्यायला हवा होता. आबांच्या मनातला तुकारामाच्या काळजीचा विचार संपला होता. पण हा एक नवीनच विचार त्यांच्या मनाला छळत होता. एक नवीनच हुरहुर लावीत होता. पण या विचारात हरवून जाताना, या विचाराची हुरहुर लावून घेताना, आबांच्या मनाला एक वेगळाच आनंदही मिळत होता. आबांच्या मनात तरी हे स्वप्न साकार होत होतं. त्या पांडुरंगाच्या मनात काय होतं कोण जाणे!

पण त्या पांडुरंगाच्या मनातही असंच काहीतरी असावं. कारण लोहगावच्या त्या विठ्ठल मंदिराच्या जीर्णोद्धारासाठी पुन्हा एक बैठक घ्यायची आहे; त्यासाठी पहिल्या बैठकीसाठी आलेल्या पंचक्रोशीतल्या सर्व प्रतिष्ठितांना, महाजनांना पुन्हा एकवार एकत्र जमायचं आहे, असा लोहगावाहून सांगावा घेऊन धनाजी तराळ आला. तसं मोठ्या उत्साहानं आबांनी त्याला 'येतो आणि बैठकीच्या आधी जरा लवकरच येतो,' असं सांगितलं. अप्पाजी गुळव्यांकडून भेटायला येण्याबद्दल निरोप आला, हा आबाजींना शुभशकुनच वाटला. कदाचित आपल्या मनात जे आहे तेच

त्या सावळ्याच्या मनात असावं, असंही आबांना वाटून गेलं. आणि गुळव्यांकडून आलेला निरोप कनकाईच्या कानावर घालायला ते आत आले. शेजघराच्या दारापुढून जाताजाता त्यांच्या कानांवर तुकाराम-रुक्मिणीचा संवाद पडला. आपल्या खोल गेलेल्या आवाजात रुक्मिणी तुकारामाला म्हणत होती, ''धनी, एका मोठ्या पापाची धनीण होण्यापासनं तुम्ही मला वाचवलंत. तुम्ही पुन्हा लगीन करायला तयार झालात आणि माझ्या मनाला समाधान मिळालं बघा. मला खात्री हाय धनी, तुमची येणारी बायकू तुमचा संसार सुखाचा करील. तुम्हाला समदं सुख देईल. आणि म्हणून मलापण लयीच समाधान वाटलं बघा!'' रुक्मिणीचे ते संभाषण ऐकून आबांनाही बरं वाटलं. या दोन्ही गोष्टी कनकाईच्या कानावर घालायला ते लगबगीनं स्वैपाकघरात गेले.

आबा बैठकीच्या दिवशी वेळेआधीच थोडा वेळ अप्पाजींच्या घरी पोचले. अजून बाकीची मंडळी यायची होती. अप्पाजींनी आबांचं स्वागत केलं. गूळ-पाणी आणायला सांगितलं. अप्पाजींची मुलगी जिजा आतून गुळाचा वाडगा घेऊन पळत आली. ''बोल्होबाकाका, नमस्कार!'' म्हणाली आणि पुन्हा आत पळाली. लेकीकडं कौतुकानं बघत अप्पाजी उद्गारले, ''ही पोर म्हणजे वीज आहे नुसती, लखलखणारी!'' त्यांच्या या बोलण्याचा धागा पकडून आबा चटकन म्हणाले, ''मग ही वीज आमच्या घरात लखलखू दे. आमच्या घरातला अंधार तिच्यामुळं उजळून निघू दे!'' बोलताबोलता आबांचा गळा भरून आला. अप्पाजी चमकले. क्षणभर त्यांना बोल्होबांच्या बोलण्याचा अर्थ उमगला नाही. उमगला तेव्हा ते गोंधळले. त्यांच्या मनातला गोंधळ त्यांच्या चेहऱ्यावर उमटला आणि अनवधानानं ते बोलून गेले, ''मी समजलो नाही बोल्होबा!'' अप्पाजींचं न समजणं साहजिक होतं. कारण बोल्होबा आणि ते परस्परांना ओळखत असले, तरी एकमेकांचे परिचित म्हणण्याएवढीच त्यांची ओळख होती. एकमेकांच्या कौटुंबिक पार्श्वभूमीबद्दल त्या दोघांनाही फारशी माहिती नव्हती. दोघांचीही आर्थिक स्थिती उत्तम आहे, दोघांचीही समाजात मोठी पत-प्रतिष्ठा आहे, दोघांचंही नाव पंचक्रोशीत मोठे आहे, हे दोघांनाही माहीत होतं; पण तरीही एकमेकांच्या कुटुंबांबद्दल फारशी माहिती नसताना बोल्होबांनी असं अचानक म्हणणं हे साहजिकच अप्पाजींना गोंधळात टाकणारं होतं. क्षणभर बोल्होबांना काय सांगावं, त्यांना काय उत्तर द्यावं, हे अप्पाजींना सुचलं नाही. मग मात्र ते म्हणाले, ''बोल्होबा, क्षमा करा! आपल्याला काय म्हणायचं आहे मला समजलं नाहीय. आपण जरा स्पष्ट आणि मनातलं बोललात तर बरं होईल.'' अप्पाजींचं बोलणं ऐकून बोल्होबा क्षणभर घुटमळले. तोच अप्पाजी पुन्हा म्हणाले, ''बोल्होबा, आपणाविषयी माझ्या मनात मोठा आदर आहे. प्रेम आहे. आपली योग्यता मी जाणून आहे. आपण निःसंकोचपणे बोलावं. मनात काही ठेवू नका. बोला!'' अप्पाजींचा दिलासा देणारा स्वर ऐकला

आणि बोल्होबांना धीर आला. मग मात्र त्यांनी मोकळेपणानं बोलायला सुरुवात केली. आपल्या सांपत्तिक स्थितीपासून ते तुकारामाच्या पत्नीला- रुक्मिणीला- असाध्य रोग झाल्यापर्यंतच्या सर्व बाबी त्यांनी अप्पाजींना सांगितल्या. आपला तुकाराम कसा बावनकशी सोन्यासारखा आहे, हेपण सांगितलं. आजारी पत्नीमुळे त्याच्या आयुष्याचं वाळवंट झाल्याचंही सांगितलं. आणि त्याचं आयुष्य पुन्हा मार्गी लावण्यासाठी आपण प्रयत्नशील आहोत, त्याचा पुनर्विवाह करावा असा आपला मानस असल्याचंही सांगितलं. आणि त्यासाठी आपण अप्पाजींची लेक जिजा हिला सून म्हणून करून घेण्याचा मानस ठेवून आलो आहोत, असं आबांनी सगळं खरंखरं सांगितलं. आबा सांगत होते, तेव्हा अप्पाजी त्यांच्याकडे पाहत होते. त्यांना निरखत होते. त्यांना पारखत होते. त्यांच्या स्वरातला प्रांजलपणा, त्यांच्या नजरेतली सच्चाई, त्यांच्या चेहऱ्यावरचा खरेपणा पारखत होते आणि अप्पाजींच्या लक्षात आलं, 'हा माणूस अंतर्बाह्य सच्चा आहे, खरा आहे. त्याचं मन स्वच्छ आहे. त्याच्या बोलण्यात प्रांजलपणा आहे. त्याच्या विचारात नेमकेपणा आहे. त्याचे डोळे नितळ आहेत. मन निरागस आहे. त्याच्या मनात कुठंही पाप, लांडीलबाडी, खोटेपणा नाही. तो जे बोलतोय, सांगतोय, त्यातलं अक्षर न् अक्षर, शब्द न् शब्द सत्य आहे. खरा आहे.' आबांचं सांगून झालं. आणि ते गप्प बसले. आपण आपल्या मनातलं सगळंसगळं बोललो, सांगितलं; यातलं अप्पाजींना किती पटलंय, किती खरं वाटलंय कोण जाणे! शिवाय आपण आपल्या लेकासाठी- तुकारामासाठी- त्यांच्या लेकीचा हात मागितलाय ते तरी त्यांना किती रुचलंय, कोण जाणे! त्यांची लाडाची लेक आपण आपल्या लेकाला दुसरेपणावर मागितली आहे, याचा त्यांना राग तर आला नसेल? आपण बोललेलं, सांगितलेलं, मागितलेलं त्यांना नाहीच आवडलं, नाहीच पटलं, रुचलं आणि ते रागावले तर? कदाचित आपल्याला स्पष्टपणे नकार कळवतील, आपल्याला 'बाहेर व्हा' म्हणतील. आपला अपमान करतील आणि तसं झालं तर आपण एका सज्जन माणसाच्या स्नेहाला पारखे होऊ, हे फार वाईट होणार आहे...एक ना दोन, बोल्होबांच्या मनात हजारभर शंका आल्या. शेकडो प्रश्न उभे राहिले. त्यांतल्या एकाचंही उत्तर त्यांच्याकडं नव्हतं. त्यामुळे बोल्होबा अस्वस्थ झाले, मूक झाले. कासावीस झाले. बोल्होबांचं सगळं सांगून झालं. आणि ते चूप झाले. खाली मान घालून बसले. ते अस्वस्थ झाले आहेत, हे अप्पाजींच्या लक्षात आलं. जिजाबद्दलचा निर्णय नंतर घेता येणार होता. पण आधी या सज्जन माणसाच्या मनातली अस्वस्थता दूर करायला हवी होती. त्यांची कासाविशी कमी करायला हवी होती. अप्पाजीही मनकवडे होतेच. गुणग्राहकही होते. त्यांनी क्षणभर डोळे मिटले. मनात शब्दांची जमवाजमव केली आणि म्हणाले, "बोल्होबा, तुम्हाला असं वाटत असेल की, तुमच्या बोलण्यानं मी रागावलो असेन, तर तसं काही नाहीय. मी मुळीच

रागावलो नाहीय. कारण आपल्या मुला-लेकरांचं नीट व्हावं म्हणून प्रयत्न करणं, त्यांचं आयुष्य मार्गी लागावं म्हणून धडपडणं, हे प्रत्येक आई-बापाचं कर्तव्यच असतं. आपलं, आपल्या दोघांचंही ते आहे. म्हणून सांगतो, तुम्ही या गोष्टीबद्दल अजिबात खेद बाळगू नका. आता राहता राहिला जिजाच्या लग्नाच्या प्रस्तावाचा प्रश्न. तर बोल्होबा, तुमचा प्रांजलपणा मला आवडला. तुमचा सच्चेपणा मला पटला. समाजातली तुमची पत-प्रतिष्ठा मी जाणून आहे. तेव्हा बोल्होबा, माझी लेक जिजा तुमच्या तुकारामाला देण्याच्या प्रस्तावाला माझी मान्यता आहे. मागच्या महिन्यात झालेल्या मंदिर जीर्णोद्धारानंतरच्या उत्सवात मी तुमचा लेक पाहिला आहे. माझ्या लेकीला तो शोभेल असाच आहे. बोल्होबा, आपण स्नेही होतो; आता व्याही होणार!'' अप्पाजींनी बोलणं संपवलं. आणि त्यांच्या प्रत्येक शब्दागणिक, प्रत्येक वाक्यागणिक बोल्होबांच्या काळजावरचा एकेक दगड उतरत होता. आणि जेव्हा अप्पाजींनी तुकाराम-जिजाच्या विवाहाच्या प्रस्तावाला मान्यता दिली, तेव्हा बोल्होबांचं काळीज पिसासारखं हलकं झालं. त्यांनाही काय बोलावं क्षणभर सुचेना. डोळ्यांत पाणी जमा झालं. ते गालावरून ओघळायच्या आधी बोल्होबांनी अप्पाजींचा हात हातात घेतला, कपाळाला लावला. आणि पडशी सांभाळत ते चटकन उठले आणि निघाले. अप्पाजी ''अहो थांबा, तोंड गोड करून जा!'' म्हणत होते; पण त्यांना हातानंच अभिवादन करून, मानेनं नंतर बघू, असं सांगून बोल्होबा वाड्याबाहेर पडले. दिंडीतून बाहेर पडून प्रथम त्यांनी डोळे पुसले. पुन्हा मागे वळून पाहिलं. अप्पाजी दारात उभं राहून स्तिमित नजरेनं त्यांच्याकडे बघत होते. डोळ्यांतून ओघळू पाहणारं पाणी पुसल्यावर मात्र बोल्होबांच्या चेहऱ्यावर हसू उमललं. हसऱ्या चेहऱ्यानं पुन्हा एकदा त्यांनी अप्पाजींचा निरोप घेतला. 'लवकरच येतो' असं बोलून बोल्होबा तरुणाच्या चपळाईनं सारवट गाडीत चढले. 'घरच्या मंडळींना ही खबर कधी सांगतो असं यांना झालंय', अप्पाजींनी अंदाज बांधला आणि मंदपणे हसत तेही घरात गेले.

लोहगाव ते देहू ही वाट बोल्होबांना सरता सरेना. कधी एकदा देहूला पोचतो आणि ही बातमी घरी सांगतो, असं त्यांना झालं होतं. चार वेळा तरी त्यांनी गाडीवानाला बैलं लवकर हाकायला सांगितलं. गाडीवानानं बैलांवर चाबूक उगारला, तेव्हा मात्र ते त्याला रागावले. आपल्या उतावीळपणाचा त्यांनाच राग आला. आणि मग मात्र ते शांत बसले ते पार वाड्याजवळ येईपर्यंत. वाड्याजवळ गाडी थांबली. पुन्हा एकदा बोल्होबा जलदीनं खाली उतरले आणि वाड्याच्या बाहेरूनच हाका घालत त्यांनी वाड्यात प्रवेश केला. ''सावजीच्या आई, अवो सावजीची आई! अहो, ऐकलं का? भायेर या बिगी बिगी! अहो, सावजीची आईऽ!'' बोल्होबांनी हाकांचा सपाटा लावला. कनकाई आत संताजीला निजवत होती. मांडीवर निजलेल्या संताजीला तिनं घाईघाईनं गोधडीवर ठेवलं आणि लगबगीनं ती बाहेर आली. ''अहो,

असं झालं तरी काय मी म्हणते? समदं खुशाल हाय नव्हं?'' कनकाईनं चितागती होऊन विचारलं. ''अहो, खुशाली कसली विचारताय? साखऱ्या आना, साखऱ्या! आणि समद्यांचं तोंड गोड करा!'' बोल्होबा उत्साहानं म्हणाले. उत्साह कसला, नुसता अनावर उत्साहच होता आणि त्या उत्साहाला उधाण होतं आनंदाचं! कनकाईला कळेना काय झालंय. तिनं क्षणभर बोल्होबांच्या चेहऱ्याकडं नजर टाकली. आणि पुढं होऊन विचारलं, ''अवो धनी, अवो, कायतरी नीट सांगा की! काय झालंय तरी काय? कायतरी सांगितल्याबिगर निसत्या साकऱ्या वाटायच्या कशा?'' कनकाईच्या या प्रश्नांच्या फैरीनं मात्र बोल्होबा भानावर आले. आपण काय घडलंय ते न सांगता नुसतंच हाका मारतोय आणि ओरडतोय, हे त्यांच्या लक्षात आलं. आपल्याला दम लागलाय, हेही त्यांच्या लक्षात आलं. आपण अजून पागोटं काढलेलं नाही, पडशी खांद्यावर तशीच आहे आणि आपण आत येताना डोणीवर पायही धुतलेले नाहीत, हेही त्यांच्या लक्षात आलं. मग मात्र ते वरमले. कनकाई आपल्याकडं विचित्र नजरेनं पाहते आहे आणि इतके प्रश्न तिनं आपल्याला का विचारले, याचाही उलगडा त्यांना झाला. क्षणभर त्यांनी कनकाईच्या नजरेला नजर दिली आणि मग मात्र तिची नजर चुकवत त्यांनी पागोटं काढलं. खुंटीवर अडकवलं. पडशी काढून खाली ठेवली. अंगणात जाऊन, डोणीवर पाय धुऊन चूळ भरून आले. तोवर राजाक्कानं गूळ-पाणी आणलं. गुळाचा खडा तोंडात टाकून ते पाणी प्याले. पालथ्या हातानं मिशा पुसून ते बैठकीवर बसले आणि कनकाईला म्हणाले, ''सावजीच्या आई, जरा वाईच बसा. आता तुम्हाला सगळं बैजवार सांगतो. मगा मी आनंदाच्या भरात जरा लहान मुलासारखंच वागलो.'' बोल्होबांचा स्वर नेहमीप्रमाणं ऐकून कनकाई तिथंच बैठकीच्या शेजारी बसली. बोल्होबांच्या चेहऱ्यावरून आनंद तर कनकाईच्या डोळ्यांतून उत्सुकता ओसंडत होती. कनकाई बसलेली बघून बोल्होबांनी बोलायला सुरुवात केली. ''सावजीची आई, अहो त्या पांडुरंगानं आपलं गाऱ्हाणं ऐकलं. मला असं वाटतंया की, आता आपले दुःखाचे दिस सरले आणि सुखाचं दिस सुरू झाले. अहो, मी आज पहाटंच उठून लोहगावला गेलो होतो. त्या मंदिराच्या जीर्णोद्धाराच्या खर्चाचा हिशोब करायचा हुता. तुम्हाला आठवतंय का आपण सगळीच गेलो होतो त्या उत्सवाला? हां, तर त्या उत्सवाची, खर्चाची आज बैठक हुती. लोहगावचे सावकार अप्पाजी गुळवे त्यांच्या घरी! लयी मोठा वाडा, गुरंढोरं, नोकरचाकर. गावात दांडगी पत-प्रतिष्ठा. अर्थात त्यांच्या पैक्याशी आपल्याला काई देणं-घेणं न्हायी. पर त्यांची एक लेक हाये. जिजा... जिजा तिचं नाव. आवलीपन म्हणत्यात तिला. तिच्याशी आपल्याला देणं-घेणं हाय!'' इतकंच हसत बोल्होबा म्हणाले. त्यांच्या चेहऱ्यावरून आनंद ओसंडत होता. डोळ्यांत चमक होती. मुलीचा विषय निघाल्यावर कनकाईच्या डोळ्यांत आनंदाबरोबरच उत्सुक

अपेक्षा उमटली. बोल्होबांनी घोटभर पाणी पिण्यासाठी घेतलेला दमही तिला वेळ दवडल्यासारखा वाटला. हे समदं तुमी सांगितल्यालं हाय "धनी, फुडं बोला की!" तिनं उतावळेपणानं सांगितलंच. बोल्होबा मिशीतल्या मिशीत हसले. आपण कनकाईच्या मनात उत्सुकता निर्माण करण्यात यशस्वी झालो आहोत, त्यांच्या मनानं सांगितलं. क्षणभर दीर्घ श्वास घेऊन त्यांनी पुढं बोलायला सुरुवात केली. "तर त्या अप्पाजी गुळव्यांची लेक जिजा, म्हंजी आवली, लई तेज पोर हाय! सावळी, नाकी-डोळी नीटस, हुशार, तरतरीत, मुख्य म्हणजे तब्येतीनं चांगली, बिजलीवाणी तळपणारी हाये! मागल्या वेळेला जेव्हा मी तिला बघितली तेव्हाच आपल्या तुकासाठी तिला करून घ्यावं, असं माझ्या मनात आलं व्हतं. पर तेव्हा तुकाराम लग्नाला तयार नव्हता. आता तो व्हय म्हणाला म्हंटल्यावर माझ्या मनातल्या इच्छेनं पुन्हा उचल खाल्ली. देवानं धाडल्यासारखा मला अप्पाजींचा सांगावा आला आणि मी लोहगावला गेलो. जरा येळवारीच गेलो. बाकी समदी यायच्या आधी आपण जावं आणि अप्पाजी गुळव्यांना आपला मानस सांगावा, असं योजूनच गेलो होतो. आणि आज मी जसं योजलं होतं, तसंच झालं. इतर सगळी यायच्या आत मी तिथं पोचलो. बोलताबोलता मीच विषय काढला. आपली, आपल्या घराची, तुकारामाची समदी माहिती सांगितली आणि माझ्या मनात काय हाय, तेपण सांगितलं. आणि आपल्या तुकारामासाठी त्यांची लेक देताय का, ते विचारलं. आणि... आणि काय सांगू कनुका तुला?" बोल्होबा क्षणभर थांबले आणि कनकाई गहिवरली. 'कनुका!' किती वर्षांनी, कितीतरी वर्षांनी बोल्होबांनी अशी हाक मारली होती. बोल्होबांचं मन अत्यानंदानं भरून गेल्याची ती खूण होती. बोल्होबांच्या मनाला एक विलक्षण प्रसन्नता लाभल्याची ती ग्वाही होती. "मग फुडं काय झालं धनी?" कनकाईनं त्याच गहिवरल्या आवाजात विचारलं. बोल्होबांनाही तो गहिवर जाणवला. क्षणभर आपली ओली नजर कनकाईच्या नजरेला भिडवून ते पुढं म्हणाले, "कनुका, अगं, अप्पाजी 'व्हय' म्हणाले. आपली लेक तुकारामाला द्यायला कबूल झाले. कनुका, आपल्या तुकारामाचं लगीन आता ठरलंय कनुका. आपल्या तुकोबाचं पुन्हा लगीन ठरलंय. आपला तुकाराम आता सुखी होईल. त्याच्या आयुष्यात सुख येईल. अप्पाजींची लेक जिजा आपल्या लेकाचा संसार सुखी करेल." बोल्होबांनाही गहिवरून आलं. त्यांच्याही नकळत त्यांचे डोळे भरून आले. कनकाईनं पुढं होऊन बोल्होबांचा हात हातात घेतला. अत्यंत मायेनं तो थोपटला. नंतर कितीतरी वेळ, कितीतरी वेळ दोघं मूक होते. दोघांच्याही डोळ्यांतून अश्रू ओघळत होते.

संताजीच्या आवाजानं दोघांची भावसमाधी भंगली. पण भानावर आले तेव्हा दोघं अत्यंत आनंदात होते. कनकाई आता तुकारामाची वाट बघत होती, अगदी आतुरतेनं. कधी एकदा तुकाराम येतोय आणि त्याला आपण ही बातमी सांगतोय,

असं तिला झालं होतं. आई-आबांच्याजवळ दुसऱ्या लग्नाबद्दलची संमती सांगितल्यापासून तुकारामाचं चित्तही थाऱ्यावर होतं. दुकानातही आता त्याचं चांगलं लक्ष होतं. असंच असतं. कुठलीही अनिश्चितता वाईटच! एकदा का कोणता तरी निर्णय घेतला की, माणसाचं मन निश्चिंत होतं. तुकारामाचंही तसंच झालं होतं. आई-आबांना एकदा त्यानं आपला निर्णय सांगितला आणि तो निश्चिंत मनानं दुकानात लक्ष घालू लागला. संध्याकाळ झाली तसं तुकारामानं दुकान बंद केलं, आणि तो घराकडं आला. डोणीवर हातपाय धुऊन सोग्याला हात पुसत तो आत आला. त्यानं पाहिलं, कनकाई अगदी आतुरतेनं त्याची वाट बघत होती. ती प्रतीक्षा तिच्या डोळ्यांत उतरली होती. तिच्या देहबोलीतूनही ती जाणवत होती. "आलास बाबा? बरं झालं, आज जरा लवकरच आलास ते. मी तुझी वाटच बघत होते बघ!" कनकाईनं असं म्हणताच तुकाराम गोंधळला. आई एवढी आतुरतेनं का वाट बघत असावी? रुक्मिणीच्या प्रकृतीविषयी काही असावं, तर तसंही दिसत नव्हतं. घरातलं वातावरण शांत होतं. कनकाईचा आवाज ऐकून बोल्होबाही बाहेर आले. तुकारामानं पाहिलं, त्यांच्या चेहऱ्यावर आनंद दिसत होता. कनकाईचा चेहराही खुललेला दिसत होता. तुकाराम काही विचारणार तोच आबा म्हणाले, "चला, जेवायला घ्या. जेवताना बोलू या. पोर भुकेजून आलं असेल. चला बिगीबिगी!" बोल्होबांनी सांगितलं, तशी सगळीच स्वयंपाकघरात गेली. कनकाईनं पानं मांडलीच होती. सगळी जेवायला बसली. आज कनकाईनं सांजोऱ्या केल्या होत्या. तुकारामाला सांजोऱ्या फार आवडायच्या. सांजोऱ्या बघून तो खूश झाला. चांगल्या ३-४ सांजोऱ्या खाऊन झाल्यावर त्यानं कनकाईला विचारलं, "आई, आज सांजोऱ्या का केल्यास गं? काही विशेष घडलंय का?" तुकारामाच्या या प्रश्नाला आबांनी उत्तर दिलं, "होय तुकोबा, आज तसं म्हटलं तर इशेषच घडलंय. आणि चांगलं!" तुकारामाला काही अंदाज येईना. "काय मिरचीला चांगला भाव आला काय? की चुन्याचा दर उतरलाय?" तुकारामानं म्हटलं तर हसत, म्हटलं तर खरंच विचारलं. मग मात्र कनकाईनं हस्तक्षेप केला. "न्हाई लेकरा, त्ये कायतरी कमी-जास्त व्हतच ऱ्हातंय. पन आता जे इशेष घडलंय ते म्हणजे तुका, तुजं लगीन ठरलंय... म्हंजी ठरवलंय! लेकरा, आता तुझं आयुष्य सुरळीत व्हयील. सुखात जाईल. तुला सुखी झालेलं बघायचं ही आमच्या मनीची आस पुरी व्हईल. तुझा सुखाचा, फुललेला संसार बघून आमचे डोळे समाधानानं मिटतील." कनकाईचं हे सगळं बोलणं ऐकून क्षणभर हिरमुसलेला तुकाराम पुन्हा शांत झाला. एकदा दुसऱ्या लग्नाची संमती तो देऊन बसला होता. आता हे सगळं होणारच होतं. आणि आता या सगळ्या गोष्टींना सामोरं जाणं, या गोष्टी स्वीकारणं भागच होतं. क्षणभर त्यानं नजर उचलून आई-आबांकडं पाहिलं. दोघांच्याही चेहऱ्यांवर आनंद होता. डोळ्यांत समाधान होतं. आवाजात निश्चिंतता होती. तोच आबांनी

विचारलं, "इचारणार न्हाईस कुणाची मुलगी ते?" तुकारामानं नजर खाली वळवली. हळूच म्हणाला, "कुणाची मुलगी आबा?" खरंतर तुकारामानं हा प्रश्न केवळ आबांनी सांगितलं म्हणून विचारला होता आणि तोही अत्यंत तटस्थपणे. पण त्याच्या तेवढ्या विचारण्यानंही आबा खुलले. उत्साहित झाले. आनंदित झाले. उत्साहाच्या स्वरात म्हणाले, "तुका पोरा, तू बघितल्यालं हायस तिला. पन आता तुला आठवणार न्हायी, अरं, लोहगावचीच पोरगी हाय. अप्पाजी गुळवे म्हणून सावकार हायेत. त्यांची पोर जिजा. चांगली हुशार आणि ठसठशीत हाय. तब्येतीनं पण ठणठणीत हाय बघ. अरे, मागल्या महिन्यात त्या मंदिराच्या उत्सवाला आपण लोहगावला गेलोवतो बघ. तेव्हा मी तुझी ओळख अप्पाजी गुळव्यांशी करून दिली होती. त्यांची लेक जिजा. तिला 'आवली' पन म्हणतात. तिला मी सून म्हणून मागणी घालून आलो आणि अप्पाजींनी पण 'व्हय'म्हटलंय. तू बघितली हायस तिला. तुझ्या ध्यानात असेल बघ!" आबांनी सगळं बैजवार सांगितलं. तुकारामानं ते नीट ऐकलं, हे बघून त्यांना बरं वाटलं. होकारार्थी मान हलवत तुकाराम उठला. हात धुऊन अंगणात आला. टिपूर चांदणं पडलं होतं. तुकाराम अंगणात फेऱ्या मारू लागला. त्याचं मन अस्वस्थ होतं. आपण दुसऱ्या विवाहाला अनुमती दिली हे चूक की बरोबर, हे त्याला उमगेना. एका परीनं ते योग्यच होतं, असं त्याचं मन सांगत होतं. पण आता त्या संदर्भातल्या हालचाली प्रत्यक्ष घडायला लागल्यावर मात्र त्याचं मन कच खायला लागलं. आपण रुक्मिणीशी प्रतारणा तर करीत नाही ना, असं त्याला वाटायला लागलं. शेवटी तो मंदिरासमोर येऊन उभा राहिला. कमरेवर हात ठेवून विठ्ठलाची मूर्ती शांत उभी होती. उजव्या कोपऱ्यात समई मंदपणे तेवत होती. तुकारामानं मूर्तीला हात जोडले. क्षणभर मूर्तीच्या नजरेत नजर मिसळली. आणि म्हणाला, "विठूराया, मला या समाजासाठी काहीतरी करायचं आहे. त्यासाठी समाजाचे नीतिनियम पाळणं मला भाग आहे. म्हणून मी दुसरा विवाह करतो आहे. पण विठूराया, तुझ्या चरणांची शपथ घेऊन सांगतो की, मी माझ्या पहिल्या पत्नीला- रुक्मिणीला–अंतर देणार नाही. माझ्या मुलाला- संतूला-बापाच्या मायेपासून पारखा करणार नाही. पण हे सांभाळत असताना माझ्या दुसऱ्या पत्नीवरही माझ्या हातून अन्याय होणार नाही, याची खबरदारी मी घेईन. यासाठी विठूराया, मला शक्ती दे! मला शक्ती दे!!" विठ्ठलाच्या मूर्तीसमोर डोळे मिटून उभा राहून तुकाराम मन मोकळं करत होता. मनातली खंत त्या विठूरायाजवळ बोलून दाखवत होता. त्या पांडुरंगाजवळ मन मोकळं केल्यावर त्याला बरं वाटलं. आपण रुक्मिणीला अंतर देणार नाही, असं विठूरायाला वचन दिलंय याचं त्याला समाधान वाटलं. त्याचं मन स्थिर झालं. आणि त्या स्थिर झालेल्या मनाला आबांचे शब्द आठवले, "अप्पाजी गुळव्यांची लेक जिजा- आवली म्हणतात तिला. तू बघितल्याली आहेस की

मंदिराच्या उत्सवात!'' आणि त्याचं मन त्या मंदिरातल्या उत्सवात गेलं.

लोहगावी विठ्ठलमंदिराचा जीर्णोद्धार झाला. सगळ्या गावकऱ्यांनी मिळून केला. पंचक्रोशीतले अवघे सावकार, महाजन यांनी या उत्सवाला थोडीबहुत मदत केली होती. ते सगळे उत्सवादिवशी हजर होते. साहजिकच बोल्होबाही होतेच. बोल्होबांच्या समवेत तुकाराम आणि कान्होजीदेखील होते. सगळी जणं मंदिराच्या आवारात उभी होती. मूर्तीवरच्या अभिषेकाची वेळ जवळ आली होती. पंचामृताचा अभिषेक करून झाला, की मूर्तीची प्राणप्रतिष्ठा करून साग्रसंगीत पूजा होणार होती. अभिषेकाची तयारी चालली होती. बोल्होबांनी तुकाराम आणि कान्होजींची अप्पाजींशी ओळख करून दिली. ही चौघं तिथं बोलत उभी होती तोवर अप्पाजींची ८-९ वर्षांची लेक तिथं आली आणि अप्पाजींना म्हणाली, ''अप्पाजी चला ना, आता मूर्तीला अभिषेक घालणार आहेत. चला ना बघायला!'' अप्पाजींनी तिला जवळ घेतलं. तिला म्हणाले, ''आवले, अगं हे बघ. यांना तू ओळखलेस का?'' आवलीनं मोठा होकार भरला . ''होऽऽऽ! हे तर बोल्होबा काका! आपल्या घरी आले होते. पण या दोघांना मी नाही ओळखलं!'' तिनं ठसक्यात उत्तर दिलं. तोच अप्पाजी म्हणाले, ''अगं पोरी, ही त्यांची मुलं. हा तुकाराम आणि हा कान्होजी. त्यांना आणखी एक मोठा मुलगा आहे. सावजी त्याचं नाव!'' अप्पाजी तिला समजावून सांगत होते. पण आवलीचं तिकडं'लक्षच नव्हतं. अप्पाजींचा हात ओढत ती म्हणाली, ''असू दे! पण तुम्ही आधी अभिषेकाला चला!'' अप्पाजींनी तिला सांगितलं. ''आवले, तू पुढं हो. मी लगेच येतो.'' अप्पाजींनी असं म्हटल्यावर आवलीची समजूत पटली असावी. ती पळत, उड्या मारत मंदिराकडं पळाली. तोच रावजी पाटीलही आले. मंदिराचे सगळे विश्वस्त जमले आणि तिथंच सगळे बोलत उभे राहिले. काही वेळ गेला. अभिषेक सुरू झाला असावा. कारण मंत्रोच्चारण ऐकू येत होतं. थोडा वेळ गेला आणि आवली मंदिरातून टाळ्या वाजवत बाहेर आली. पळतच आली. आल्याआल्या तिनं अप्पाजींचा हात धरला. त्या हाताला झोका देत ती नाचू लागली. टाळ्या वाजवू लागली. नाचतानाचता ती म्हणत होती, ''काळा विठू गोरा झाला! काळा विठू गोरा झाला! अप्पाजी, तुमचा काळा पांडुरंग गोरा झालाऽ गोरा झालाऽ गोरा झाला!!!'' तिचं ते बोलणं, नाचणं, टाळ्या पिटणं इतकं विलोभनीय होतं की, भान हरपून सगळे जण बघतच राहिले. आणि भान आल्यावर हसत राहिले. सगळी आपल्याकडं बघून हसताहेत म्हटल्यावर आवली संकोचली. एकदा जीभ बाहेर काढून तिनं पटकन आपला चेहरा ओंजळीनं झाकला. तिला तसं लाजलेलं बघून तुकाराम म्हणाला, ''अरेच्चा, तुला लाजताही येतंय की!'' त्याच्या या बोलण्यावर सगळी पुन्हा हसली. आता मात्र आवली लाजून अप्पाजींच्या मागं लपली. तिला हातानं पुढं ओढून अप्पाजी म्हणाले, ''आवले, अगं लपतेस काय अशी? तू

मंदिरात जाऊन अभिषेक बघून आली हायेस ना? मग सांग की तो पांडुरंग कसा दिसत होता ते?'' अप्पाजींच्या या प्रश्नावर आवली अप्पाजींच्या पाठीमागून बाहेर आली. एकवार सगळ्यांकडे नजर टाकून तिनं पाहून घेतलं. आणि तुकारामाकडं बोट दाखवून ती हळूच म्हणाली, ''अप्पाजी, तो गोरा झालेला पांडुरंग बोल्होबाकाकांच्या या मुलासारखा दिसत होता! फक्त त्याचे हात कमरेवर होते. याच्या हातात पुस्तक आहे!'' आवलीनं हे सांगितलं आणि ती तिथून धूमचकाट पळाली. तिच्या त्या वाक्यावर पुन्हा सगळे पुन्हा हसले. पण बोल्होबांना तेव्हाही तिच्या निरीक्षणशक्तीचं कौतुक वाटलं. खरोखरच तुकारामाचा चेहरा पांडुरंगाच्या मूर्तीसारखा होता. बोल्होबांना आवलीच्या निरीक्षणाचेही कौतुक वाटले होते. तुकारामाच्या हातात असलेले पुस्तक तिच्या नजरेतून सुटले नव्हते. आवलीच्या या वाक्यावर सगळ्यांनी मनमुराद हसून टाळ्या वाजविल्या. पण तुकाराम मात्र काहीसा संकोचला. आपला चेहरा त्या विठोबासारखा आहे हे लहानपणापासून आईच्या, आबांच्या, शेजाऱ्यापाजाऱ्यांच्या तोंडून तो ऐकत आला होता. पण आता असं चारचौघांत आवलीच्या तोंडून ते ऐकल्यावर मात्र का कोण जाणे, तो संकोचला. तो संकोच त्याच्या चेहऱ्यावर उमटला असावा. कारण पुन्हा सगळी हसली होती. आणि तुकाराम आणखीच संकोचला होता. पण का कोण जाणे, त्याला आत, हृदयाच्या खोल कप्प्यात कुठंतरी बरंही वाटलं होतं आणि त्या बरं वाटण्याबरोबरच आवलीची छबीही त्या खोल कप्प्यात कुठंतरी उमटली होती. आबांचे आत्ताचे शब्द ऐकल्यावर तुकारामाला ती आवली जशीच्या तशी आठवली. तिची ठेंगणीठुसकी, सावळी पण तेजस्वी मूर्ती त्याच्या डोळ्यांसमोर उभी राहिली. तिची हालचाल, तिची बडबड, तिचं लाजणं, जीभ बाहेर काढणं... सगळंसगळं आठवलं. आणि त्याच्याही नकळत त्याच्या ओठांवर किंचितसं हसू उमटलं. आपण तिथं 'हरिविजय' ही पोथी घेतली होती, तेही तिच्या बारीक नजरेनं टिपलं होतं. तिची चतुराई सगळ्यांच्याच लक्षात आली होती. रावजी पाटील म्हणालेसुद्धा, ''अप्पाजी, तुमची ही लेक लईच हुशार हाय बघा. तिला तसाच हुशार नवरा शोधा!'' यावर सगळे जण हसले. मंदिरातून आरतीसाठी बोलावणं आलं. सगळी मंदिरात गेली. आरती झाली. आवली मोठ्या उत्साहानं प्रसाद वाटत होती. साखरफुटाणे आणि चुरमुरे यांचा प्रसाद. पण जमिनीवर एकही कण न सांडता आवली निगुतीनं वाटत होती. वाटतावाटता ती रावजी पाटलांच्या जवळ आली. तिची गंमत करावी म्हणून रावजीकाकांनी विचारलं, ''जिजा, त्या पांडुरंगानं प्रसाद घेतला का?'' रावजीकाकांच्या हातावर प्रसाद ठेवत आवली म्हणाली, ''काका, तो पांडुरंग कमरेवरनं हात काढील तेव्हा प्रसाद घील ना?'' आवलीच्या या उत्तराचं रावजीकाकांना कौतुक वाटलं होतं. रावजीकाकांनी तिची पाठ थोपटली. तिच्या उत्तराची गंमत वाटून तुकाराम म्हणाला, ''चला, म्हणजे निदान

हिच्याकडून प्रसाद घेण्यासाठीतरी पांडुरंगाला कमरेवरचे हात काढावे लागतील.'' यावर मोठ्या फणकाऱ्यानं तुकारामाकडे बघून नाक उडवून आवली पुढं गेली आणि पुन्हा रावजीकाका आणि तुकाराम हसले होते. 'अप्पाजी गुळव्यांची लेक, आवली', असं आबांनी सांगितल्यावर तुकारामाला उत्सवाच्या वेळचा हा सगळा प्रसंग आठवला आणि कसं कोण जाणे, त्याच्या चेहऱ्यावर हसू उमटलं. विठ्ठलमूर्तीला साक्षी ठेवून रुक्मिणीला अंतर देणार नाही अशी शपथ घेतली म्हणून, की दुसऱ्या पत्नीवर अन्याय होऊ देणार नाही अशी ग्वाही दिली म्हणून, उत्सवात वावरणाऱ्या आवलीची आठवण सुखद होती म्हणून? का कोण जाणे, पण तुकारामाच्या चेहऱ्यावरचं हसू मोठं प्रसन्न होतं. त्या प्रसन्न हास्यानं तुकारामाचा चेहराही प्रसन्न दिसायला लागला आणि त्याचं मनही प्रसन्न झालं. हा महिमा विठ्ठलमूर्तीसमोर घेतलेल्या शपथेचा होता की, आवलीबद्दलच्या आठवणीचा, या विचारानं तुकाराम संभ्रमात पडला आणि त्याला आठवलं, आज कितीतरी दिवसांनी आपण असे प्रसन्न हसलो आहोत. आणि याचं कारण जर आवली असेल, तर आपल्या जीवनात कुठंतरी सुखाची चाहूल लागणार आहे. कुठंतरी असाच प्रसन्नतेचा शिडकावा आपली वाट बघतोय. कुठंतरी शरदाच्या चांदण्याची शीतलता आपल्यासाठी थांबली आहे. कुठंतरी आनंदाची झुळूक आपली प्रतीक्षा करत आहे. जसजसा तुकाराम विचार करत गेला, तसतसं आपलं सुखी वैवाहिक जीवन आवलीसोबत आपली वाट पाहतंय, असं त्याला जाणवायला लागलं आणि त्याच्या प्रसन्नतेत भर पडली. आपण अंगणातल्या फेऱ्या थांबवून खोलीत कधी आलो आणि अंथरुणावर कधी आडवे झालो, हे त्याच्या लक्षातच आलं नाही. सुखाचा विचार, सुखाची चाहूल इतकी भान हरवणारी असते? तुकारामाला प्रश्न पडला. या प्रश्नाचं उत्तर शोधताशोधता आपल्याला झोप कधी लागली, हे त्याला स्वतःलाच कळलं नाही. त्या प्रसन्न मनःस्थितीत तुकाराम अगदी शांतशांत झोपला

सकाळी त्याला जाग आली, तेव्हा झुंजूमुंजू होत होतं. हवेत मंद गारवा होता. पक्ष्यांची नाजूक किलबिल ऐकू येत होती. शांत आणि पूर्ण झोप झाल्यामुळे असेल कदाचित; पण तुकाराम प्रसन्न होता. तशाच प्रसन्नतेत तो उठला. मागे परसदारी गेला. परसदारी तर खूपच गारवा होता. त्याच्या अंगावर शहारा आला. पोट रिकामं करून त्यानं तडक विहीर गाठली. पाणी शेंदून अंगावर घेतलं. त्या थंड हवेत विहिरीच्या कोमट पाण्याचा उबदार स्पर्श त्याला सुखावून गेला. त्याचं मन त्या स्पर्शानं आणखीच प्रसन्न केलं. स्नान करून तुकाराम आत आला. तोच कनकाईनं त्याला हाक मारली. तुकारामानं पाहिलं, कनकाईची आंघोळ कधीच झाली होती. तिचा चेहराही प्रसन्न दिसत होता. तिनं दुधाचा प्याला तुकारामाच्या हातात दिला. तो तसाच हातात धरून तुकाराम रुक्मिणीच्या खोलीत शिरला. रुक्मिणी उठून

बसली होती. तिचीही सकाळची सगळी औषधं घेऊन झाली असावीत. तीही आज थोडी बरी दिसत होती. तुकारामाला समोर बघून ती कसनुसं हसली. म्हणाली, "उठलासा? रात्री लई उशिरा निजलासा वाटतं? कंदील लयी येळ जळत हुता म्हणून इचारलं! पन आता असं एकटंएकटं जागत ऱ्हावं लागणार न्हायी तुम्हाला. आत्यानं मला समदं सांगितलंय. तुम्ही लयी चांगलं केलंत दुसऱ्या लग्नासाठी होकार देऊन. आता मलाबी तुमची चिंता वाटणार न्हायी. नवी बायकू घरात यील. ती समद्या घराला सांभाळंल. जे मला करायचं हुतं पन करता आलं न्हायी, ते समदं ती करंल. तुम्हाला सुखात ठेवंल. तुमची काळजी घील. तुमची सेवा करंल. मला लई बरं वाटलं ते ऐकून. लई बरं वाटलं!" बोलताबोलता रुक्मिणीला धाप लागली. तुकाराम पुढं झाला. न बोलता तिच्या पाठीवरनं हात फिरवत राहिला. त्याच्या स्पर्शात प्रेम होतं, माया होती, चिंता होती, काळजी होती. आश्वासकता होती, वचन होतं, दिलासा होता, आधार होता आणि होती किंचितशी अपराधीपणाची भावना. रुक्मिणीला हे सारंसारं जाणवलं. दुसऱ्या विवाहाला संमती देऊनही आपल्या नवऱ्याचं आपल्यावरचं प्रेम यत्किंचितही कमी झालेलं नाही, याची संपूर्ण ग्वाही त्या स्पर्शातून तिला मिळाली आणि रुक्मिणीच्या मनातलं मळभ दूर झालं. त्या मळभानं तिच्या चेहऱ्यावर पडलेलं सावटही दूर झालं. आणि रुक्मिणीचा चेहराही उमलला. धक्का लागला तरी ओघळणाऱ्या पारिजातकाच्या फुलाची नाजूक, अलवार टवटवी तिच्या चेहऱ्यावर आली. आणि तुकारामालाही बरं वाटलं. 'आपली, ही आपल्या घरातली माणसं आपल्या सुखाची किती चिंता करतात, आपल्या दुःखानं दुःखी होतात, आपल्या सुखानं सुखी होतात. या सगळ्यांना सुखी ठेवणं, आनंदी ठेवणं हे आपलं परमकर्तव्यच आहे. आणि दुसऱ्या लग्नाला संमती देऊन आपण हे कर्तव्य निभावलंय!' – रुक्मिणीचा उजळलेला चेहरा बघून तुकारामाच्या मनात आलं. तिथंच बसून त्यानं दूध संपवलं. उठताउठता रुक्मिणीच्या कपाळावर थोपटलं आणि तो बाहेर पडला. टवटवीत उमललेल्या झेंडूच्या फुलासारखा गोबरागोबरा संतू त्याच्या पुढ्यात येऊन हात वर करून उभा राहिला. कनकाईच्या निगराणीमुळं संतू आता छान गुटगुटीत झाला होता. वर्षं-सव्वावर्षाचं ते पोर चालायला लागलं होतं. हात सोडून उभं राहत होतं. तुकारामानं त्याला उचलून घेतलं. बाबानं घेतल्यावर ते पोर मधाळ हसलं. तुकाराम आधीच प्रसन्न होता. आणखीन प्रसन्न झाला. त्यानं संतूच्या गोबऱ्या गालावर अलगद ओठ टेकवले. कितीतरी दिवसांनी तुकारामानं संतूबाळाला असं जवळ घेतलं होतं- तेही इतक्या प्रसन्नपणे. संतूबाळाला कदाचित ते कळलं असावं. तोही आनंदला. टाळ्या पिटू लागला. खोलीतल्या बाजेवरून रुक्मिणी आणि स्वयंपाकघराच्या दारातून कनकाई, दोघी जणी हे दृश्य डोळे भरून बघत होत्या. बघता बघता त्यांचे डोळे कधी भरून आले, हे त्या दोघींच्याही लक्षात

आलं नाही. तुकाराम आणि संताजी अस्पष्ट दिसू लागले म्हटल्यावर त्यांनी डोळे टिपले. कनकाईचा जीव मात्र सुपाएवढा झाला. 'ते कोण अप्पाजी गुळवे, त्यांच्या लेकीचं- आवलीचं घरात नुसतं नाव उच्चारलं तर घरात हसू फुललं. तुकारामाच्या चेहऱ्यावर आनंद उमलला. घरातलं उदास, मरगळलेलं सगळं वातावरणच बदलून गेलं. ती पोर घरात आली तर घराचा स्वर्ग बनवेल, सुखाचा सागर बनेल, या गोष्टीची जणू एक अलिखित ग्वाहीच कनकाईला मिळाली. 'खरंच घरात लेकी-सुनांचं आनंदानं नांदणं-बागडणं, उत्साहानं वावरणं इतकं महत्त्वाचं असतं; की त्या तशा नाही बागडल्या तर अवघं घर उदास होतं?'– कनकाईच्या मनात आलं. काही असो, तुकारामानं दुसऱ्या लग्नाला संमती दिली आणि अवघ्या घराचं रूप, घरातल्या माणसांची मनःस्थिती आणि घरातल्या वातावरणाचं स्वरूप पालटलंय, ही गोष्ट खरी होती. अगदी सोळा आणे खरी होती. कनकाईचं मन उल्हसित झालं होतं. तुकारामाच्या दुसऱ्या लग्नाचे संकेत तिच्या मनात रुंजी घालत होते. तुकारामाचं दुसरं असलं तरी लग्न होतं आणि आवलीचं तर पहिलंच. कौतुकाचं, लाडाचं, अपूर्वाईचं! तुकारामाचं दुसरं लग्न असलं, तरी या लग्नातही काही कमी पडून द्यायचं नाही. येणाऱ्या सुनेच्या कौडकौतुकात काही उणं ठेवायचं नाही, असं तिच्या मनानं घेतलं. लग्न ठरेल तेव्हा ते ठरलंच असतं, पण तयारी करण्याची सुरवात तरी करायला हवी होती. आखणी करायला हवी होती. कनकाईचं मन तुकारामाच्या दुसऱ्या लग्नात घुटमळायला लागलं होतं. कारण तिच्या लाडक्या लेकाच्या नशिबात आता सुख येणार होतं. आनंद पसरणार होता. उत्साह दरवळणार होता. प्रेम ओसंडणार होतं. म्हणूनच कनकाईचंही मन आनंदानं ओसंडत होतं. सुख आणणारं, आनंद पसरवणारं, उत्साह दरवळणारं, प्रेम ओसंडणारं तुकारामाचं लग्न! अप्पाजी गुळव्यांच्या लेकीशी, आवलीशी!

१४

नंतर मात्र पुढच्या सगळ्या गोष्टी झपाट्यानं घडल्या. एके दिवशी चांगला दिवस बघून तुकाराम आणि त्याच्या घरची मंडळी अप्पाजी गुळव्यांच्या घरी गेली. वाड्याच्या बाहेर पडताना तुकारामाचं पाऊल किंचित अडखळलं. तो क्षणभर तिथंच थबकला. त्याला पाठीमागे चाहूल लागली. मान वळवून त्यानं पाहिलं, तर रुक्मिणी दाराच्या चौकटीला धरून उभी होती. तिच्या चेहऱ्यावर आनंद होता आणि दुःखही. ओठांवर हसू आणि डोळ्यांत आसू घेऊन ती उभी होती. आनंद होता तुकारामासाठी आणि दुःख होतं आपलं काहीतरी गमावलं जातंय यासाठी. तुकारामानं मागं वळून बघितल्यावर तिनं चेहरा अधिक हसरा केला आणि हात हलवून त्याला निरोप दिला. तिचा हसरा चेहरा बघितला आणि तुकारामाचं अडखळलेलं पाऊल पुढे पडलं. सारवटगाड्या कधीच तयार होत्या. तुकाराम गाडीत चढला आणि केरबानं बैलांना हाळी दिली तशी बैलंही दुडक्या चालीनं धावायला लागली. जणू कनकाई-बोल्होबाच्या मनातल्या उत्साहाची लागण त्यांना झाली असावी. भल्या पहाटे, अजून शुक्राची चांदणी दिसत असतानाच गाड्या निघाल्या होत्या. त्या लोहगावला पोचल्या तेव्हा दिवसाचा पहिला प्रहर संपला होता. अप्पाजींच्या वाड्याच्या दाराशी गाड्या येऊन थांबल्या, तसे अप्पाजी आणि रावजी पाटील स्वागताला पुढे झाले. त्यांनी मोठ्या प्रेमानं आणि आदरानं बोल्होबांना हात देऊन खाली उतरवलं. बोल्होबांच्या पाठोपाठ तुकाराम उतरला. खाली उतरल्यावर त्यानं अप्पाजींच्या पायांवर डोकं ठेवून नमस्कार केला. त्याला खांद्याला धरून अप्पाजींनी उठवलं आणि मिठीत घेतलं. क्षणभर त्याच्या पाठीवर थोपटून त्याला सामोरं धरत त्याच्याकडं निरखून बघत अप्पाजी हसतहसत म्हणाले, “बघू या तरी आमचा जावई कसा दिसतोय ते? आमच्या लाडक्या आवलीला शोभतोय की न्हाई?” त्यांच्या या बोलण्यावर तुकाराम संकोचला. त्यानं नजर वळवली. त्याचा संकोच बघून अप्पाजी मोठ्यांदा हसले. तुकारामाचा हात धरून त्याला वाड्याच्या दाराशी घेऊन आले. दाराशी दोन स्त्रिया उभ्या होत्या. त्यांनी तुकारामावरून भाकरतुकडा ओवाळून टाकला. तांब्यातलं

पाणी त्याच्या पायांवर घातलं. डोळ्यांना लावलं. तुकाराम आत आला. पाठोपाठ कनकाई-बोल्होबा, कान्होजी आणि इतर मंडळी आली. कनकाईची नजर सगळीकडं फिरत होती. निरखत होती. पारखत होती. तोच आतून एक नीटस दिसणारी, ठसठशीत कुंकू लावलेली सावळी स्त्री बाहेर आली. ती पुढं येताच ''मंडळी, ही आवलीची आई. आमची मंडळी!'' अशी अप्पाजींनी ओळख करून दिली. ती बाई पुढं झाली आणि कनकाईचा हात धरून आपुलकीनं म्हणाली, ''याऽ आत! प्रवासानं अंग आंबलं असंल. जरा हाता-पायांवर पानी घ्या. गूळ-पाणी घ्या म्हंजी शीन जाईल. चला!'' त्या स्त्रीच्या- आवलीच्या आईच्या-स्वरात एक विलक्षण गोडवा होता. आणि त्या गोडव्याला होती स्नेहाची झालर आणि आपुलकीची महिरप. तिचं बोलणं, वागणं, तिची देहबोली सगळं कसं आरपार निखळ होतं. ती बाई-आवलीची आई- कनकाईला एकदम आवडूनच गेली आणि 'हिची लेक हिच्यासारखीच असंल तर माझ्या तुकारामाला लक्ष्मीच मिळाली!'असं कनकाईच्या मनात येऊन गेलं. त्या विचारानंच तिला प्रसन्न वाटलं आणि ती प्रसन्नता तिच्या डोळ्यांत, चेहऱ्यावर उतरली.

सगळी मंडळी आत आली. अप्पाजींच्या समृद्ध परिस्थितीची साक्ष वाड्यात ठिकठिकाणी मिळत होती. आणि त्या समृद्धीबरोबरच इथं धर्म, संस्कृती आणि संस्कार नांदत आहेत, याचीही ग्वाही मिळत होती. ते सगळं वैभव, अगदी सुबत्तेचं, संस्कारांचं, सगळंच वैभव बघून कनकाईचं काळीच सुपाएवढं झालं. बैठकीवर सगळ्या पुरुषांची बैठकीची व्यवस्था केली होती, तर माजघरात बायकांची. सगळी जणं बसली. गूळपाणी झालं. दूध-फराळ आला. कनकाईची नजर आवलीला शोधण्यासाठी भिरभिरत होती. शेवटी तिला राहवलं नाही. तिनं आवलीच्या आईला सांगितलंच, ''कुठाय तुमची आवली? बोलवा की तिला! तिला बघितल्याबिगर यातलं कायबी माझ्या घशातनं खाली उतरणार न्हायी.'' आवलीची आई प्रसन्न हसली. तिनं तिच्या घरी कामाला असलेल्या पण घरातीलच एक झालेल्या गुणाबाईला आवलीला आणण्यासाठी सांगितलं. 'जी' म्हणत गुणाबाई उठली. पदर सावरत आत गेली. खरंतर आवली पलीकडंच स्वयंपाकघरात बसली होती. गुणाबाईंनी तिथूनच तिला बोलावून आणलं. पण कनकाईला तेवढाही उशीर सहन झाला नाही. तिचं मन अगदी अधीर झालं होतं. आवलीला- आपल्या सुनेला-बघायला. आणि आवली आली. गुणाबाईचा हात धरून. तिला दाराजवळ आलेलं बघून तिची आई पुढं झाली. आवलीच्या हाताला धरून तिला आत घेऊन आली. सायंकाळचे पाच वाजत आले असावेत. आवली समोर पाटावर बसली होती. नऊवारी टोपपदरी लुगड्याचा घोळ सावरत, डोईवरनं सरकणारा पदर पुन्हापुन्हा सावरत, खाली मान घालून आवली पाटावर बसली होती. कौलाच्या झरोक्यातून

येणारा प्रकाशाचा कवडसा स्वयंपाकघराच्या पितळी दरवाजावर पडला होता. तिथून तो परावर्तित होऊन आवलीच्या चेहऱ्यावर पडत होता. सोबत त्यानं पितळाचा सोनेरी रंगही घेतला होता. आणि त्या सोनेरी कवडशात आवली विलक्षण सुंदर दिसत होती. तिचा सावळा रंग उजळला होता. तिनं मान खाली घातल्यानं तिच्या अपऱ्या नाकाचा अपरा शेंडा तेवढा दिसत होता. कनकाई तिला लांबून न्याहाळत होती. अचानक ती उठली. आवलीच्या समोर जाऊन बसली. तिची हनुवटी धरून तिनं आवलीचा चेहरा वर उचलला. आवलीचा सावळा रंग, भव्य कपाळ, काहीसं अपरं, नकटं वाटणारं, फुगीर नाकपुड्या असणारं, पण मोहक वाटणारं, तोरा मिरवणारं नाक, भोकरकंद, काळेभोर डोळे, जे विलक्षण बोलके होते; किंचित जाडसर, पण कमानदार ओठ, या सर्वाला शोभेल अशी पसरट हनुवटी, आणि त्या हनुवटीवर, तिचा मनोनिग्रह दर्शवणारी, विचारांचा ठामपणा दर्शवणारी खळी. आवलीचं हे रूप कनकाईनं न्याहाळलं, निरखलं, डोळ्यांत साठवलं. तिला ही आवली म्हणजे साक्षात विठ्ठलाची रखुमाईच वाटली आणि ही पोर आपल्या लेकाला, आपल्या तुकाला सांभाळून घेईल, त्याचा संसार सुखाचा करील, सावलीसारखी त्याच्या पाठीशी राहील, असा तिच्या मनानं कौल दिला. आणि एकवार आवलीच्या केसांवरून हात फिरवून कनकाईनं तिची अलाबला घेतली. एक क्षणभर तिची आणि आवलीची नजरानजर झाली आणि कनकाईनं आवलीची नजर वाचली. काय नव्हतं त्या नजरेत? होती उत्सुकता, होती किंचित लज्जा, काहीशी हुरहुर, थोडीशी भीती, काहीशा अपेक्षा, बरेचसे प्रश्न आणि खूपसा संकोच. पण कनकाईनं आवलीच्या केसांवरून हात फिरवला, तिची अलाबला घेतली आणि आवली जणू निश्चिंत झाली. आश्वस्त झाली. तिच्या नजरेत असलेली किंचितशी भीतीही जणू नाहीशी झाली. कनकाईच्या त्या एका वात्सल्याच्या स्पर्शानं नाकळती असूनही आवली जणू कनकाईची सून झाली. तोच आवलीला बैठकीत बोलवलंय, असा निरोप आला. आवली पटकन पाटावरून उठली. उठल्यावर तिनं कनकाईच्या पायावर डोकं टेकवून तिला नमस्कार केला. तिच्या आईनं तिला तसं बजावलंच होतं. कनकाईनं तिच्या पाठीवर मायेनं हात फिरवत तोंड भरून आशीर्वाद दिला. पुन्हा गुणाबाईच्या हाताला धरून आवली बैठकीत आली. बैठकीत सगळी मंडळी बसली होती. तुकारामही त्यात होताच. संकोचून बसला होता. सगळे जण त्याची थट्टामस्करी करत होते. त्यांच्या त्या थट्टेला तुकाराम गालातल्या गालात हसून प्रतिसाद देत होता. एवढं मात्र खरं की, त्यांच्या थट्टामस्करीमुळे का होईना, पण तुकारामाच्या मनात उठू पाहणारी अपराधीपणाची भावना मूळच धरू शकत नव्हती. आवली बैठकीत आली. "ये पोरी, ये!" म्हणत अप्पाजींनी तिला पाटावर बसायला सांगितलं. आवली अंग चोरून पाटावर बसली. क्षणभर तुकारामानं मान उचलून

नजर वर करून तिच्याकडं पाहिलं. आणि तो स्तिमित झाला. त्या दिवशी मंदिराच्या उत्सवात खणाचं परकर-पोलकं घालून नाचणारी, बागडणारी आवली आणि आता इथं समोर बसलेली, टोपपदरी नऊवारी लुगड्याचा घोळ सावरत अंग चोरून पाटावर बसलेली आवली यांत जमीन-अस्मानाचा फरक होता. त्या दिवशी चिमुरडी वाटणारी आवली आज अस्फुट कळी वाटत होती. तुकारामाची नजर तिच्यावर खिळून राहिली. तुकारामाच्या शेजारी बोल्होबा बसले होते. त्यांना अतीव आनंद झाला. पण आवलीला बघून भान हरपून नजर खिळवून राहिलेल्या तुकारामालाही सावध करणं गरजेचं होतं. ते हसतहसत खाकरले. तेवढ्यानं तुकाराम सावध झाला. आणि अतिशय संकोचून त्यानं मान खाली घातली. आवलीही तशीच बसली होती. खाली मान घालून. अप्पाजी कोमल आवाजात म्हणाले, "बोल्होबा, ही माझी लेक आवली!" बोल्होबांनी आनंदानं मान डोलावली. बोल्होबांबरोबर त्यांचे लोहगावचे स्नेही बाळाजी मोरेपण आले होते. ते एकदम म्हणाले, "अप्पाजी, छान हाय तुमची लेक. अगदी रखुमाईवाणी चेहरा हाय तिचा. दोघांचा जोडा झकास दिसंल. काय आबा?" बाळाजींनी बोल्होबांना विचारलं. अतीव आनंदानं बोल्होबांच्या तोंडून शब्द फुटत नव्हता. तो आनंद त्यांच्या डोळ्यांतून, चेहऱ्यावरून नुसता ओसंडत होता. ते काहीच बोलले नाहीत. त्यांनी फक्त बाळाजींच्या हातावर हात ठेवला आणि मोठ्या प्रेमानं तो दाबत ते मान हलवत राहिले. तुकारामाचं लक्ष सहज त्यांच्याकडं गेलं आणि त्यांच्या चेहऱ्यावरचे भाव बघून तुकारामाच्या मनात दुसऱ्या विवाहाविषयी असलेलं किंचितसं किल्मिषही पार धुऊन गेलं. साक्षात परमेश्वरप्राप्ती व्हावी असे कृतार्थ भाव बोल्होबांच्या चेहऱ्यावर होते. ओठांवर प्रसन्न हसू होतं. डोळ्यांत धन्यतेचे अश्रू होते. कपाळावर पुसली गेलेली आठी अपेक्षापूर्तीचं द्योतक होती. थरथरणाऱ्या मिशा कृतार्थतेची पावती देत होत्या. कंप पावणाऱ्या नाकपुड्या आनंदानं ऊर भरून आल्याची ग्वाही देत होत्या. बाळाजीकाकांच्या हातावर विसावलेला त्यांचा हात समाधानाची कड गाठत होता. तोंडातून न फुटलेला शब्द, मनात ओसंडणारा आनंद असा प्रत्येक अंगबोलीतून अभिव्यक्त होत होता. आणि प्रथमच, आज प्रथमच, आपण आपल्या आई-बाबांना हे समाधान देऊ शकलो, याचा तुकारामालाही विलक्षण आनंद झाला. तो त्याच्याही चेहऱ्यावर उमटला. त्या आनंदाच्या भरात त्यानं अनवधानानं मान उचलली. डोळे वर करून पाहिलं, तर आवली लुगड्याचा घोळ सावरून उठून उभी राहिली होती. खरंतर तिला ते नऊवारी लुगडं आवरत नव्हतं. त्यातच दोन-तीन वेळा बसून उठल्यामुळं त्याचा बोंगा झाला होता. ती कशीबशी लुगडं सावरत उभी राहिली. आत जाण्यासाठी निघाली. पाऊल पुढं टाकलं आणि लुगड्यात तिचा पाय अडखळला. ती पडणार तोच गुणाबाईनं तिचा हात धरला. ती पडतापडता सावरली. पण ते सगळं दृश्य अकस्मातपणे वर

पाहिलेल्या तुकारामाच्या नजरेनं अचूक टिपलं. आणि अनवधानानं त्याच्या तोंडातून आपसूक शब्द बाहेर पडले, "विठ्ठला, सांभाळ!" ते उद्गार अंमळ मोठ्यानंच उच्चारले गेले आणि मंडळींत पुन्हा खसखस पिकली. तुकाराम चांगलाच संकोचला. संकोचानं खाली नजर वळवण्यापूर्वी त्यानं अनवधानानं एक निसटता कटाक्ष आवलीकडं टाकला, तर आवलीनं नाक उडवून त्याच्याकडं तोऱ्यानं बघितलं आणि ती लुगडं घट्ट सावरून तरातरा आत गेली. तिचा हा आविर्भाव बघून पुन्हा एकदा हशा उसळला. या आनंदी वातावरणानं तुकाराम-आवलीच्या लग्नावर शिक्कामोर्तब झालं. लग्न ठरल्याचा आनंद साखर वाटून साजरा करण्यात आला. त्यानंतर जेवणं झाली. जेवणाची सिद्धता होईपर्यंत तुकाराम बाहेर सगळ्या मंडळींत बोलत बसला होता. त्याचं मृदू बोलणं, शुद्ध भाषा, गीता-ज्ञानेश्वरी, नामदेव, जना, चोखोबा यांच्या अभंगांचं त्याचं पाठांतर, ठाम विचार, ते स्पष्टपणे मांडण्याची पद्धत, तरीही लाघवीपणे सगळ्यांना बोलताबोलता आपलंसं करण्याची त्याची हातोटी... हे सगळं बघून अप्पाजींना जावई लाखमोलाचा मिळाला, यावर सगळ्या मंडळींचं अगदी एकमत झालं. जेवणं झाली. अप्पाजींनी जेवणाचा बेत अगदी फक्कड केला होता. अप्पाजींच्या आणि त्यांच्या घरच्यांच्या आदरातिथ्यानं मोरेमंडळीही खूश झाली. जेवणं झाल्यावर पुन्हा पोटभर गप्पा झाल्या. मध्येच कनकाई माहेराला मोझ्यांच्या घरी जाऊन आली. रुक्मिणीच्या प्रकृतीची सगळी हकिगत आणि तुकारामाच्या सुखासाठी आणि संतूबाळाला माया मिळावी म्हणून तुकारामाच्या दुसऱ्या लग्नाचा घेतलेला निर्णयही सांगून आली. आपल्या लेकीच्या सुखी संसाराची स्वप्नं बघणाऱ्या मोझे कुटुंबीयांवर हा मोठा आघातच होता. पण तिच्या प्रकृतीचे निदान पाहता ती पुन्हा संसार करायला सक्षम होणार नाही, हे सूर्यप्रकाशाइतकं सत्य होतं आणि तिच्याबरोबर तुकारामाच्या जीवनाची होरपळ होऊ देणं कोणत्याच दृष्टीनं संयुक्तिक नव्हतं. त्यामुळे मोझेमामांनी आणि मामींनीही कनकाईनं घेतलेल्या या निर्णयाला हरकत घेतली नाही. त्यामुळं कनकाईलाही बरं वाटलं. तिच्या जिवाला लागलेली रुखरुखही कमी झाली. कनकाई अप्पाजींच्या घरी परत आली ती प्रसन्न चेहऱ्यानंच. आल्यावर तिनं माहेराची सगळी हकिगत बोल्होबांना आणि तुकारामाला सांगितली. त्यांच्याही मनातली रुखरुख कमी झाली. जेवणं झाल्यावर मंडळी परतायला निघाली. गप्पागोष्टीत वेळ कसा आणि किती गेला, हेच समजलं नव्हतं. चंद्र चांगला कासराभर वर आला होता. माथ्यावर होता. तेव्हा अशा अपरात्री पुन्हा देहूला परतणं योग्य नव्हतं. वाटेत चोरा-चिलटांची भीती होती. पण मुक्काम कुठं करायचा, हा प्रश्न होता. कुठंतरी करायलाच हवा होता. मामांच्या घरी मुक्काम करणं तुकाराम आणि बोल्होबांना प्रशस्त वाटत नव्हतं.अप्पाजींच्या घरी मुक्काम करणं जनरीतीला धरून नव्हतं. काय करायचं याचा खल चालला होता. तोच

बाळाजी म्हणाले, "आबा, एवढा काय मोठा प्रश्न लागून राह्यलाय? अहो, माझा वाडा हाय की हितंच! ततं मुक्काम करा की! ते काय दुसऱ्याचं घर हाय काय? आणि आता रात किती शिल्लक राह्यलीय? चांद आलाय न्हवं माथ्यावर! चला बिगीबिगी! घटकाभर अंग टाकू या. मंग जाशीला म्हणं उजंडायला!" बाळाजींनी असं अत्यंत आग्रहानं सांगितलं, तसं सगळ्यांचंच बोलणं खुंटलं. निरोपानिरोपी झाली आणि मंडळी बाहेर पडली. पलीकडच्याच गल्लीत बाळाजींचा वाडा होता. बाळाजींनी घरी माणूस धाडला. आणि ही मंडळी तिथं पोचेपर्यंत अंगणात बाजली टाकून निजण्याची व्यवस्थासुद्धा झालेली होती. बाईमाणसांची निजण्याची व्यवस्था माजघरात केली होती. बाळाजींच्या म्हणण्याप्रमाणं आता निजायचं किती वेळ होतं? चंद्र तर माथ्यावरनं कललाही होता. सगळ्यांनी अंथरुणाला पाठ टेकली. दिवसभराच्या शिणवट्यानं सगळ्यांना झोप लागली. पण तुकाराम मात्र जागाच होता. झाल्या घटनांच्या विचारांच्या आवर्तात त्याचं मन फिरत होतं. गोपाळच्या घरी 'तो' प्रसंग घडतो काय, आपण दुसऱ्या लग्नाला होकार देतो काय, आणि आज आपलं त्या आवलीशी लग्न ठरतं काय! सगळंसगळं कसं स्वप्नवत वाटत होतं. आवली. त्याच्या नजरेसमोर आवलीचा चेहरा तरळू लागला. त्यानं क्षणभर डोळे मिटून घेतले. हे असं का होतंय? खरं म्हणजे रुक्मिणी आपली पत्नी. आपलं तिच्यावर आत्यंतिक प्रेम आहे; पण तिचा आठव आला तर आपल्या नजरेसमोर तिचा दुखणाईत चेहरा येतो. आणि आज आवलीला काही क्षण पाहिल्यावर तिचा चेहरा आपल्या डोळ्यांसमोर तरळतोय. तुकारामानं डोळे उघडले. निरभ्र आकाशात टिपूर चांदणं पसरलं होतं. लुकलुकणाऱ्या प्रत्येक चांदणीत त्याला आवलीचा चेहरा दिसत होता. उत्फुल्ल, टवटवीत, तजेलदार, आरोग्यानं मुसमुसलेला तो सावळा चेहरा, ते अपरं नकटं नाक, त्या फुगीर नाकपुड्या, त्यावरचा तो दिमाख, जाडसर ओठ आणि हनुवटीवरची ती खळी. जो जो तुकाराम विचार करत होता, तो तो आवली अधिकाधिक स्पष्ट, अधिकाधिक ठसठशीत दिसत होती. न राहवून तुकारामानं पुन्हा डोळे मिटले. आणि आता मात्र दुसऱ्या क्षणाला त्याला झोप लागली.

शुक्राची चांदणी अजून लुकलुकत होती, तोच आबाजींना जाग आली. ते बाजल्यावर उठून बसले. त्यांनी तुकारामाला हाक मारली. त्यांच्या हाकेनं सगळीच जागी झाली. बायकामंडळीपण उठली असावीत. गवती चहापत्तीच्या मंद सुगंधानं सगळ्यांचीच झोप उडाली. आणि चहा पिऊन पुन्हा गाड्या जोडल्या गेल्या आणि बाळाजी आणि त्यांच्या घरच्यांचा निरोप घेऊन मंडळी मार्गस्थ झाली.

अजून तांबडं फुटायचं होतं. अजून झुंजूमुंजू व्हायचं होतं. अजून शुक्राची चांदणी लखलखत होती, आणि गाड्या गावाबाहेर आल्या. हवेत सुखद गारवा होता. पक्ष्यांची किलबिल ऐकू येत होती. त्यांची गडबड सुरू झाली होती. आता

थोडंसं उजाडलं. पाखरांची किलबिल वाढली. कोंबड्यांच्या बांगांनी आसमंत दुमदुमला. मोटेची कुईकुई सुरू झाली. त्या तालावर मोटकऱ्यांचं गाणं घुमायला लागलं. मोटेला जोडलेल्या बैलांच्या गळ्यातल्या घुंगरांनी छुनक छुनक ताल धरला. पाटापाटांतून पाणी धावायला लागलं. त्याचा शीतल स्पर्श रोपां-झाडांना, झाला आणि ती आनंदानं डोलायला लागली. सृष्टीच्या दरबारात असा अवघा आनंद पसरला. सृष्टीचं ते प्रसन्न देखणं रूप बघून तुकारामाचंही मन प्रसन्न झालं. पंचमहातेजाचं ते विलक्षण सौंदर्य बघून जणू साक्षात परमेश्वर त्यातून अवतरला होता. किती दिवसांनी मनाला अशी उभारी आली आहे! किती दिवसांनी असं प्रसन्न, अगदी हृदयाच्या तळापासून प्रसन्न वाटतंय! किती दिवसांनी सृष्टीचं नेहमी दिसणारं हे रूप असं देखणं, सुंदर आणि टवटवीत वाटतंय! हा कशाचा परिणाम आहे? आपलं मन प्रसन्न असण्याचा? मग तसं असेल तर आपलं मन इतकं का प्रसन्न आहे? आपलं दुसरं लग्न ठरलं म्हणून? तसं असतं तर मनाला ही प्रसन्नता काही दिवसांपूर्वीच यायला हवी होती? मग ती आजच का आली? की आपलं आवलीशी लग्न ठरलं म्हणून? म्हणजे या सगळ्या प्रसन्नतेच्या मुळाशी आवली आहे तर! तुकारामाच्या मनात अनेक उलटसुलट विचारांचे आवर्त उठत होते. आणि ते सगळे आवर्त आवलीजवळ येऊन थांबत होते. आवलीचा तो फणकारा, नाक उडवण्याचा तो तोरा, मान वळवण्यातला तो दिमाख, चालण्यातला डौल, आणि हनुवटीवरची खळी, हे सारं राहूनराहून त्याच्या नजरेसमोर येत होतं. या सगळ्या तोऱ्यांसह आवलीनं त्याच्या मनात खोल खोल कप्प्यात कुठंतरी जागा मिळवली होती. घर केलं होतं.

मंडळी देहूला परतली. कनकाईच्या तोंडात तर सारखं आवलीचंच नाव होतं. परतलेल्या मंडळींचे खुललेले चेहरे आणि विशेषतः तुकारामाच्या चेहऱ्यावरची प्रसन्नता पाहून रुक्मिणीला वेगळं सांगावंच लागलं नाही. नवऱ्याच्या सुखातच आपलं सुख मानणारी ती भाबडी पोर त्याचा आनंदी चेहरा बघून स्वतःही आनंदित झाली. मात्र राजाक्काला तिनं हळूच 'आवली कशी दिसते, कशी आहे?' असं विचारून घेतलं. कनकाई मात्र लग्नाच्या तयारीला लागली. तरीही रुक्मिणीचं औषधपाणी, काढे, मात्रा, अभ्यंग यांकडे तिचं जराही दुर्लक्ष होत नव्हतं. बोल्होबांची तशी सक्त ताकीदही होती. आणि 'ओढून ताणून चंद्रबळ' आणून काम करण्याची कनकाईची प्रवृत्ती नव्हती. शिवाय तिची मायाही होतीच रुक्मिणीवर. काही असो, पण तुकारामाच्या या लग्नाच्या तयारीबरोबरच रुक्मिणीच्या तैनातीत किंचितही कसूर होत नव्हती. आणि म्हणूनच तुकारामही निश्चिंत होता. उत्साहानं दुकानात जात होता. वसुलीला जात होता आणि तितक्याच उत्साहात मित्रांच्या गप्पागोष्टींतही सामील होत होता. त्याच्या मित्रपरिवारानंही तुकारामाच्या दुसऱ्या विवाहाच्या निर्णयाचं

अत्यंत आनंदानं स्वागत केलं आणि आपण घेतलेल्या निर्णयावर योग्यतेचं शिक्कामोर्तब झालं, असं तुकारामाला वाटलं. त्याचं मन समाधान पावलं. रात्री नेहमीप्रमाणं निजण्यापूर्वी तुकाराम रुक्मिणीला भेटायला तिच्या खोलीत गेला. कंदिलाच्या प्रकाशात त्यानं पाहिलं. रुक्मिणी बाजेवर निजली होती. तिचा चेहरा म्लान दिसत होता. कदाचित रडलीही असावी. अश्रू ओघळून गालावर येऊन थांबले होते. तिचा चेहरा फिकुटला होता. ओठ पांढरे पडले होते. हाता-पायांच्या काड्या झाल्या होत्या. हिरव्या बांगड्या मनगटातून ओघळत होत्या. तिचा दुःखी चेहरा बघून तुकारामाला काहीच उमजेना. आपण लोहगावहून लग्नाचं पक्कं करून आलो, तेव्हा तर तिचा चेहरा आनंदी दिसत होता; मग आता काय झालं? पुन्हा ती रडवेली का झाली? तुकारामानं तिला उठवलं नाही. तो हळूच खोलीच्या बाहेर आला. स्वयंपाकघरात कनकाई ताक घुसळत होती. तुकाराम तिच्या समोर गेला. कनकाईनं मान वर करून पाहिलं. तुकारामाची आईच ती! तिला तुकारामाचा चेहरा स्पष्ट वाचता आला. काहीतरी घडलंय, तुकारामाचं काहीतरी बिनसलंय, हे तिच्या लक्षात आलं. "कारं लेकरा तुका, काय झालं रं बाळा?" तिनं मायेनं विचारलं. बोलू की नको या संभ्रमात तुकाराम क्षणभर घुटमळला. पण मग मात्र मनाचा हिय्या करून त्यानं विचारलंच, "आई, मी दुसरं लगीन करतोय यात माझं काहीतरी चुकतंय काय गं? आपण परवा लगीन पक्कं करून आलो त्या दिवशी रुक्मिणीनं तर आनंद झाल्याचं दाखवलं आणि आज बघतोय तर ती रडतरडत झोपलीय. तिची प्रकृती आणखी बिघडलीय का? तिचा चेहराही म्लान दिसतोय! आई, काय झालं असेल गं? ती तुझ्याजवळ काही बोललीय का?" तुकारामानं मनातली खंत बोलून दाखवली. कनकाईनं ताडलं काय झालं असेल ते; पण तुकारामाच्या प्रश्नालाही काही उत्तर देणं भाग होतं. तिनं घुसळणीची दोरी सोडली. पदराला हात पुसत ती उठली. तुकारामाजवळ आली आणि म्हणाली, "तुका, तुला न्हायी कळायचं ते! त्यासाठी बाईच्या जन्मालाच यावं लागतंया! अरे, बाईला लोण्याचीबी सवत चालत न्हायी. आपल्या आजारपणानं रुक्मिणी खंतावलीय. म्हणूनच तिनं तुझ्या दुसऱ्या लग्नाचा धोसरा घेतला. पन आता ते ठरलंय म्हटल्यावर आपल्या मालकीच्या वस्तूवर दुसऱ्या कुणाचातरी हक्क येणार, ह्ये कुनाला सहन हुईल? बाईला तर न्हायीच न्हायी. त्यात सवत म्हणजे बाईच्या काळजातली कळ! म्हणून तिला वाईट वाटलं असंल. मी काढंन तिची समजूत. तू नको तरास करून घेऊ. रात लयी झालीया. जा आता, झोप जा!" कनकाईनं तुकारामाची समजूत काढत म्हटलं. पण त्याच्या मनातली शंका अजून संपली नव्हती. त्यानं क्षणभर थांबून पुन्हा विचारलं, "आई, परवा आपण लोहगावला गेलो होतो, लग्न ठरवायला. तेव्हा तू मामाच्या घरी जाऊन आलीस ना? मग त्यांना माझ्या दुसऱ्या लग्नाविषयी सांगितलंस काय? त्यांची प्रतिक्रिया काय होती गं? ते

खूपखूप रागावले असतील का? त्यांनाही खूप वाईट वाटलं असेलना गं?'' तुकारामानं मनातली शंका बोलून दाखवली. त्याचा स्वर ओलावला होता. त्यात थोडी अपराधीपणाची भावना होती. थोडीशी हुरहुर होती. थोडी खंत होती, थोडी वेदना होती. बरीचशी संवेदना होती, काहीसं दुःख होतं, खूपशी कणव होती, रुक्मिणीबद्दलचं प्रेम होतं, काळजी होती, करुणा होती. त्याच्या त्या ओलावल्या स्वरातल्या भावनांच्या त्या कल्लोळाची रेघ न् रेघ कनकाईला समजली, उमजली. आपलं हे पोर मनानं किती हळवं आहे, हे ती पुरतं जाणून होती. त्याची समजूत काढणं भाग होतं. तिच्यातली आई जागी झाली, सावध झाली. या पोराची आता नीट समजूत काढली नाही तर तो बिथरेल, अस्वस्थ होईल, हे तिच्या लक्षात आलं. तिनं तुकारामाचा हात धरला. त्याला खाली बसवलं. आपण बसली. म्हणाली, ''तुका लेकरा, चिंतागती होऊ नगंस. मामांचं दडपण घेऊ नकोस. मी बोललेय त्यांच्याशी. त्यांनासुदिक पटलंय समदं. तू जिवाला घोर लावून घिऊ नगंस. आता समदं चांगलं घडणार हाय! जा! तू आता बिनघोरी निजायला जा!'' कनकाईनं तुकारामाच्या चेहऱ्यावरून, केसांतून मायेनं हात फिरवला. त्या वात्सल्याच्या स्पर्शानं तुकारामाला बरं वाटलं. त्याच्या मनाला धीर आला. डोळ्यांतून ओघळणारा अश्रू आईला न दिसेल अशा खबरदारीनं त्यानं पुसला. आणि तिथनं उठून तो अंगणात आला. कनकाईनं त्याला डोळे टिपताना पाहिलं. आपल्या लेकाचं आपल्या बायकोवर किती प्रेम आहे, याची साक्ष त्या अश्रूंनी तिला दिली. दुसऱ्या लग्नाच्या विचारानं आणि होकारानं तो किती घायाळ झाला आहे, हेही त्या अश्रूंनी तिला सांगितलं. मामांच्या मनाच्या विचारानंही तो किती अस्वस्थ झाला आहे, हेही तिनं ओळखलं. आपल्या सोन्यासारख्या लेकाच्या नशिबी ही अशी दुखणाईत बायको आली, याचं तिला अतोनात दुःख झालं. 'विठ्ठला, आतातरी त्याच्या नशिबात सुख येऊ दे! त्याशिवाय मी डोळे मिटायची नाही!' डोळ्यांतलं पाणी तसंच वाहू देत कनकाईनं हात जोडले आणि अस्वस्थ मनानं तीही झोपायला गेली.

डोळ्यांतलं पाणी पुसत तुकाराम अंगणात आला. वैशाखाच्या उष्ण झळा वाहणाऱ्या मंद वाऱ्यातूनही जाणवत होत्या. वैशाखातल्या कडक उन्हानं दिवसभर धरणी भाजून निघत होती. रात्री आपल्यातली सारी उष्णता ती बाहेर फेकत असे आणि दिवसा सूर्याच्या उष्णतेनं आणि रात्री धरणीच्या उष्णतेनं वातावरण तापतच होतं. तुकाराम अंगणात आला. अंगणातल्या मचव्यावर त्यानं अंग टाकलं. मनातली वेदना आईच्या प्रेमळ स्पर्शानं काहीशी कमी झाली असली, तरी उरातला सल अजूनही तसाच होता. खरं म्हणजे गेले दोन दिवस तुकाराम प्रसन्नचित्त होता. आनंदी होता. पण आज रुक्मिणीचा म्लान चेहरा आणि डोळ्यांतून ओघळणारे अश्रू त्यानं पाहिले, त्यामागचं कारण आईच्या तोंडून ऐकलं आणि त्याच्या पायांखालची

जमीनच सरकली. 'आपल्या दुसऱ्या लग्नाला परवानगी देणं हे रुक्मिणीचं वरवरचंच होतं. तसं असेल तर मामांना काय वाटलं असेल? ते काय म्हणतील? जावई म्हणूनच नव्हे तर भाचा म्हणूनही त्यांनी आपले खूप लाड केलेत. त्यांना आपलं खूप कौतुक होतं. सावजीदादा तो तसा, कान्होजी खूप लहान. त्यामुळं मामांच्या घरी लहानपणापासून आपलंच येणं-जाणं जास्त होतं. त्यातच महाजनकी आपण बघायला लागल्यावर तर वारंवार लोहगावला जाणं होई. तेव्हाही आपण त्यांच्याकडेच जायचो, तिथंच राहायचो, मामा-मामी तेव्हाही आपलं कोडकौतुक करायच्या. आणि आता त्यांची मुलगी आपली बायको झाल्यावर आजारी पडली म्हणून आपण दुसरं लग्न करायला निघालो आहोत, हे कळल्यावर त्यांना किती दुःख होईल? काय म्हणतील ते आपल्याला? आपण त्यांचा विश्वासघात केल्यासारखं होणार नाही का? किती प्रेमानं आणि विश्वासानं त्यांनी त्यांची लेक आपल्याला दिली. आणि आपण? ती आजारी पडली म्हणून दुसरं लग्न करायला निघालो! हे योग्य आहे का?' तुकारामाच्या मनात एकापाठोपाठ एक प्रश्न उठत होते. त्यांतल्या एकाचंही उत्तर त्याच्याकडं नव्हतं आणि प्रत्येक प्रश्न मात्र 'मामांच्या मनाला काय वाटेल?' या पालुपदावर येऊन थांबत होता. तुकारामाला झोप लागतच नव्हती. अस्वस्थ मनानं तो या कुशीवरून त्या कुशीवर वळत होता. बराच वेळ असाच गेला. मध्यान्ह रात्र उलटली असावी. चंद्र माथ्यावरूनही कलला होता. तुकारामाचा डोळा लागला. वातावरणही थोडं गार झालं. त्या गार वाऱ्यानं तुकारामाला झोप लागली. आणि त्याच्या त्या गाढ झोपेत एक विलक्षण घटना घडली. मोझेमामांच्या विचारातच झोपलेल्या तुकारामाला भेटायला अचानक मोझेमामाच आले. आल्याआल्या त्यांनी हाक मारली, "तुकोबा, अहो तुकोबा!" तुकाराम दचकून उठला. म्हणाला, "मामा तुम्ही? आणि एवढ्या रात्री?" तुकारामाच्या या प्रश्नावर मोझेमामा हसले. म्हणाले, "तुकोबा, तुमच्या मनाची घालमेल मला नाही कळणार तर कुणाला कळणार? तुमी जावई नंतर झालात. आधी माझा लाडका भाचाच होता. तुकोबा, तुमच्या मनाची खंत मी जाणलीय. माझी लेक तुमची बायकू असली म्हणून काय झालं? ती जर संसार कराय समर्थ नसंल तर तुम्ही तुमचं आयुष्य तिच्या संगं, रोगासंग काढणार हायसा काय? तुकोबा, मला ठाव हाय, तुमचं रुक्मावर लई प्रेम हाय; पण त्याचबरोबर मला खात्री हाय की, तुमी रुक्माला कधीच अंतर देणार न्हायी. तिच्यावरची तुमची माया पातळ करनार न्हायी. पण म्हणून तुम्ही तुमची जिंदगी वाया घालवावी, असं मी कधी म्हणनार न्हायी. तुकोबा, माझी लेक एक दुखणाईत आहे. पण तुम्ही सुखी झालं पायजे. आनंदी झालं पायजे. तुम्हालापण चांगली जिंदगी जगायचा हक्क आहे. आणि एक महत्त्वाचं, तुकोबा. तुम्हाला फक्त स्वतःसाठी जगायचं न्हायीय; तर लोकांसाठी, या समाजासाठी पण कायतरी

करायचंय. त्यांच्यात राहायचंय, मिसळायचंय, समाजाला फुडं न्यायचंय. म्हणून तुम्ही समाजाचे रीतिरिवाज पाळले पायजेत. नीतिनियम पाळले पाहिजेत. तुकोबा, तुम्ही खुशाल दुसरं लगीन करा. आम्ही कुणीच तुमच्यावर अदावत घेनार न्हायी. तुम्ही दुसरं लगीन करा आणि सुखी व्हा! सुखी व्हा तुकोबा, सुखी व्हा!'' बोलताबोलता मोझेमामा गहिवरले. खांद्यावरच्या पंच्यानं डोळे पुसत ते निघून गेले. भान हरपलेला तुकाराम क्षणभर निःशब्द झाला. दुसऱ्या क्षणाला त्याला भान आले. ''मामाऽऽ मामाऽऽ!'' हाका मारत तो उठला. चटकन त्यानं डोळे उघडले. समोर कुणीच नव्हतं. वाड्याचा दरवाजा तसाच आखबंद बंद होता आणि तुकाराम मचव्यावर बसून मामांना हाका मारत होता. 'म्हणजे? म्हणजे हे स्वप्न होतं की काय? म्हणजे मामा आलेच नव्हते? पण मग माझ्या मनातल्या सगळ्या प्रश्नांची उत्तरं त्यांनी कशी काय दिली? माझी घालमेल त्यांना कशी काय समजली? मग हे स्वप्न होतं, सत्य होतं, की माझ्या मनाचा खेळ होता की आभास होता? पण जे काही होतं त्यानं माझ्या जिवाची तगमग शांतवली होती. खंत दूर झाली होती. माझ्या मनाला एक दिलासा, एक सांत्वना, एक आधार दिला होता. जे काही घडलं होतं, त्यानं माझ्या मनातले सगळे प्रश्न उत्तरं देऊन संपवले होते.' सावध झालेला, भानावर आलेला तुकाराम विचार करत होता. जसजसा तो विचार करत गेला, तसतसं त्याचं मन शांत झालं. अगदी शांत शांत झालं. त्याच्या मनावरचं अपराधीपणाचं सावट दूर झालं. तगमग निवाली. आणि असा सर्वार्थानं शांत झालेला, प्रसन्नचित्त तुकाराम आता मात्र खरंच शांतशांत झोपी गेला. काही क्षण ढगाआड गेलेल्या चंद्रानं बाहेर येऊन ते डोकावून पाहिलं आणि तो पुढच्या प्रवासाला लागला.

१५

तुकाराम शांत निजला. त्याच्या मनातला सगळा कल्लोळ शमला आणि आवलीशी लग्न करणारा, नव्या आयुष्याला सामोरा जाऊ पाहणारा, सुखाची अपेक्षा करणारा एक नवा तुकाराम नव्यानं जन्मला. आता तो मोठ्या आनंदानं आणि उत्साहानं लग्नाला सामोरा जाण्यास सिद्ध झाला. तुकारामाच्या चेहऱ्यावर पसरलेल्या आगळ्या आनंदाचं आणि वेगळ्या उत्साहाचं कोडं कनकाईला उलगडलं नाही. पण तुकारामाच्या चेहऱ्यावरचा आनंद बघून तिचा जीव मात्र भांड्यात पडला. आता सगळं छान होणार होतं. सगळं मंगल घडणार होतं. सगळं निर्विघ्न पार पडणार होतं. त्या पांडुरंगाला काळजी होती. आणि तसंच झालं. तुकाराम–आवलीचा साखरपुडा तर अवघ्या पंचक्रोशीत कुणाचा झाला नसेल असा झाला. साखरपुडा वराच्या म्हणजे तुकारामाच्या घरी होता. तुकाराम तर अवघ्या देहू गावाचा लाडका. पार अगदी कीर्तन महोत्सवापासून. त्यातच त्याच्या पहिल्या लग्नाची, रुक्मिणीच्या आजारपणामुळं अशी शोकांतिका झालेली. त्यामुळं गावाचा लाडका तुकाराम सुखी व्हावा, असं आख्ख्या गावाला वाटत होतं. त्यामुळं तुकारामाचं जीवन सुखी करायला येणारी त्याची दुसरी पत्नी आवली आहे तरी कशी, हे बघायला आख्खं गाव लोटलं. आणि ठसठशीत, धट्टीकट्टी, सुदृढ आणि चुणचुणीत आवली बघून आनंदी झालं. आवलीच्या भोकर डोळ्यांनी, तिच्या तेजस्वी सावळ्या रंगानं, तिच्या हनुवटीवरच्या खळीनं जणू त्या सगळ्यांना त्यांच्या लाडक्या तुकारामाच्या सुखाची ग्वाहीच दिली होती. आवलीला बघितलं आणि लोक जणू निश्चिंत होऊन घरी गेले. साखरपुड्यासाठी आलेली आवली हे नवं घर- तुकारामाचा वाडा निरखीत होती. तिची बोलकी नजर सगळीकडे भिरभिर फिरत होती. डाळिंबी रंगाचं जरतारी लुगडं आवलीला मोठं खुलून दिसत होतं; तर बाराबंदी, जरीकाठी धोतर आणि शुभ्र पागोटं घातलेला तुकाराम अगदी राजबिंडा दिसत होता. अगदी विठ्ठलासारखा. त्यातच त्याच्या कपाळावर नाम रेखण्यात आला. त्याखाली बुक्क्याचा टिळा. यामुळं तर तुकाराम अगदीच त्या सावळ्या विठ्ठलासारखा दिसायला लागला. सगळे जण

टकमका बघायलाच लागले. त्यांच्या त्या बघण्यानं तुकाराम संकोचला. त्याच्या चेहऱ्यावर तो उमटला आणि त्या संकोचानं त्याचं देखणेपण आणखी खुललं. त्यांच्यापासून बाजूला व्हावं म्हणून कनकाईच्या पाया पडण्यासाठी तुकाराम माजघरात आला. माजघराच्या दुसऱ्या बाजूला मागची पडवी होती. तिथं आवली आणि तिच्या घरातला स्त्री वर्ग बसला होता. तुकाराम आत येतायेता त्याला एक संवाद ऐकू आला. आवलीच्या घरची आश्रित, तिची दूरची नातेवाईक, जी आवलीच्या घरीच राहायची, आणि घरकामात आवलीच्या आईला मदत करायची ती गुणाबाई आवलीला म्हणत होती, "आवले, तुला नवरा कसा छान मिळालाय ! बघ कसा राजबिंडा दिसतोया !" तिच्या या चिडवण्यानं आवलीच्या नाकावर बहुतेक राग आला असावा. तुकारामानं अंदाज बांधला. कारण आवलीचा फणकाऱ्याचा आवाज आणि तिनं त्याच फणकाऱ्यात दिलेलं उत्तर तुकारामाला ऐकायला आलं. आवली म्हणाली, "मग? असणारच! माझा नवरा हाय तो! तो राजबिंडा असणारच! माझा नवरा हाय म्हणून तो राजबिंडा हाय! समजलं?" आवलीनं दिलेलं उत्तर आणि केलेलं विश्लेषण ऐकून तुकारामाच्याही नकळत त्याच्या ओठांवर हसू उमटलं आणि ते चेहराभर ओघळलं. आणि त्या हास्यानं राजबिंड्या तुकारामाच्या लोभसपणात आणखीच भर पडली. कनकाईला नमस्कार करून तुकाराम बाहेर आला. आपल्या या लोभस चेहऱ्याच्या पोराला बघून कनकाईचे डोळे भरून आले. साखरपुड्याची वेळ झाली. बाळंभटानं मुहूर्त काढून दिला आणि एकच गडबड उडाली. प्रथम तुकारामाची चरणपूजा करून त्याच्या तोंडात सर्वांनी साखर घातली. त्याला अप्पाजींनी मानाचा पेहराव दिला. नंतर आवलीची पाळी होती. तिलाही कुंकू लावून कनकाईनं तिच्या कपाळावर चांदीचा रुपया चिकटवला. तोंडात साखर घातली आणि तिलाही जरतारी लुगडं, आणि खोप्यावरचं सोन्याचं फूल, असा मान केला. सोप्यावर एका बाजूला, लोकांच्या गराड्यात बसून तुकाराम आवलीचा चाललेला हा सोहळा बघत होता. कपाळावर कुंकवाचा मळवट भरून त्यावर चांदीचा रुपया चिकटवलेली आवली त्याला महिषासुर मर्दिनीसारखी भासली. कदाचित.... कदाचित आपल्या आयुष्यातल्या दुःखांच्या राक्षसांचा नायनाट करायला आलेली महिषासुर मर्दिनीच जणू! का कोण जाणे, त्याचे डोळे पाणावले. 'हे आनंदाश्रू होते की आपल्या हळव्या मनाचं प्रतीक?' तुकाराम विचार करत होता. त्याला आपला पहिला साखरपुडा आठवला. रुक्मिणीशी झालेला. आणि त्याला हेही आठवलं की, त्याही वेळी रुक्मिणी सायलीच्या नाजूक फुलासारखी दिसत होती; पण कोमेजलेल्या फुलासारखी. आणि आता आपली दुसरी पत्नी होण्यासाठी सज्ज झालेली आवली दिसतेय टवटवीत, आरोग्यसंपन्न, तेजस. कदाचित आपल्या आयुष्याची धुरा, आपल्या जीवनाचं तारू. आपल्या संसाराचा रथ आवलीच्या हाती सुपूर्त केल्यानंच नीट

चालणार असेल. म्हणूनच पहिली पत्नी आपल्याला अशी रुग्णाइत मिळाली. तुकारामाचं विचारचक्र वेगवेगळ्या दिशांनी फिरत होतं. तोच 'ताटं लावलीत', असा पुकारा झाला आणि तुकाराम भानावर आला. मानाची पानं जेवायला बसली. त्यात बोल्होबा, तुकाराम, कान्होजी, बाळाजी यांच्याबरोबरच अप्पाजींचे काही व्यापारी मित्र यांचाही समावेश होता. जेवताजेवता मग गप्पा निघाल्या व्यापाराच्या. बाळाजी म्हणाले, "औंदा कर्नाटकात मिरचीचं पीक मायंदाळ आलंया म्हणं! मी इचार करतोय औंदा मिरची घ्यावी लिलावात. आणि इकावी पुणे परगण्यात दर बाजारी! कसं बोल्होबा? तुमी काय म्हणताय?" बाळाजींनी बोल्होबांचं मत विचारलं. पण आपण स्वतः काही बोलण्याऐवजी बोल्होबांनी तुकारामाकडे बोट दाखवलं आणि म्हणाले, "बाळाजी, मिरची, सुपारी, नारळ, चुना, एवढंच नव्हे तर समद्याच व्यापाराइषयी तुम्ही तुकारामाला इचारा. आता आमचा समदा व्यापार, महाजनकी त्योच बघतोय. त्यो मला काय बी बगू देत न्हायी आणि मी काय बी बघत न्हायी!" असं सांगून बोल्होबांनी आपण झटकलेली जबाबदारी जणू सर्वश्रुत केली. "मंग आता तुकोबा, तुम्हीच बोला! काय देशीला तुम्ही आम्हाला सल्ला?" बाळाजींनी विचारलं आणि तुकाराम संकोचला. मान खाली घालून म्हणाला, "बाळाजीकाका, आता तुम्ही सगळे जण व्यापारातले एवढे मुरब्बी बसलेले असताना मी काय बोलणार? पण आता आबांनी विश्वास दिलाय म्हणून सांगतो. बाळाजीकाका, कर्नाटकातून मिरची घेताना नीट पारखून घ्यावी. काही वेळेला दर यावा म्हणून मिरचीचा लवकर तोडा करतात. मग अशी मिरची तुरट चवीची लागते. काही वेळा खडखडीत वाळलेली मिरची म्हणून आदल्या वर्षीची मिरची गळ्यात बांधतात. काही वेळेला वाळलेल्या मिरचीवर पाण्याचा हबका मारून तिचं वजन वाढवतात. शिवाय एक राशीची मिरची नसते ते वेगळंच! त्यामुळं कर्नाटकातून मिरची घेताना ओळखीच्या अडत्याकडून आणि खात्री करून घ्यावी; नाहीतर धंद्यात नुकसान होतं!" तुकारामानं सविस्तर उत्तर दिलं आणि त्याचा व्यापारातला अभ्यास बघून सगळ्यांना कौतुक वाटलं. अप्पाजींच्या डोळ्यांत अति कौतुकाची आणि बोल्होबांच्या डोळ्यांत अभिमानाची छटा उमटली. त्यानंतर अनेक विषयांवर चर्चा झाली. पण प्रत्येक विषयातला तुकारामाचा अभ्यास बघून आणि त्याचं सविस्तर पण नेमकं उत्तर देणं, समजावून सांगण्याची त्याची धाटणी, मृदू बोलणं, समोरच्याचा आदर राखून त्याला सन्मान देत बोलणं, हे सगळं बघून अप्पाजींच्या सोबत आलेल्या मंडळींना असा जावई मिळाल्याबद्दल अप्पाजींच्या भाग्याचा हेवा वाटला. मानाची पानं उठली. स्त्री वर्ग जेवायला बसला. सई आणि सावजीची बायको सगळ्यांना काय हवं-नको बघत होत्या. आवलीच्या आईला सईचं कौतुक वाटलं. आवलीच्याच वयाची-थोडीशी मोठी असणारी सई आवली इथं आल्यावर तिची चांगली सोबतीण होईल,

याची तिला खात्री वाटून गेली. इतकं समृद्ध सासर आणि शंभर नंबरी सोन्यासारखा जावई बघून आपली लाडाची लेक आपण दुसरेपणावर देतो आहोत, हा तिच्या मनातला सल मावळला. तिच्या मनाला झालेला आनंद तिच्या चेहऱ्यावर उतरला.

साखरपुडा झाला. मंडळी परतली ते तुकाराम आणि त्याच्या घराचे, घरातल्या माणसांचे, घरातल्या समृद्धीचे, मनाच्या समृद्धीचे गुणगान करीतच. तुकारामाच्या घरात यापेक्षा वेगळं वातावरण नव्हतं. आवलीचं, आवलीच्या गुणांचं, आवलीच्या बोलक्या स्वभावाचं, तिच्या प्रश्न विचारण्याचं, तिच्या आई-वडिलांचं, त्यांच्या संयमी, प्रेमळ वागण्याचं कौतुक ज्याच्यात्याच्या बोलण्यात होतं. कनकाईला तर आवली आणि तिचं दिसणं, वागणं, बोलणं याशिवाय दुसरा विषय नव्हता. तुकारामाचा चेहराही उजळला होता. त्यावरही हास्य उमटत होतं. पण मध्येच ते संकोचानं मावळतही होतं. आबांचं या सर्वांकडं बारीक लक्ष होतं. तुकारामाच्या चेहऱ्यावर उमटणारं अस्फुट हसू त्यांनी टिपलं आणि ते बेहद्द खूश झाले. आवलीबद्दलची आपली निवड चुकली नाही, याची ग्वाही या सगळ्यांच्या बोलण्यातून, सगळ्या वातावरणात पसरलेल्या आनंदानं, तुकारामाच्या उमललेल्या चेहऱ्यानं दिली आणि आबांनी समाधानाचा श्वास सोडला. त्यातच व्यापाराची चर्चा झाली तेव्हा तुकारामानं दाखवलेलं बुद्धिचातुर्य, शहाणपण, बोलण्यातलं लाघव आणि या सगळ्यांचं पाहुण्यानं तोंडभरून केलेलं कवतिक, त्यांच्या सगळ्यांच्या मनावर तुकारामानं ठेवलेली छाप, आबांना हे सगळं स्वप्नवतही वाटत होतं आणि त्या विठ्ठलाची कृपाही! त्या दिवशी रात्री तुकारामाचा वाडा शांत शांत निजला होता. आणि प्रत्येकाला तुकारामाच्या सुखाची स्वप्नं पडत होती. फक्त एक व्यक्ती सोडून- रुक्मिणी! तिच्या हसऱ्या चेहऱ्यामागचं मन मात्र अश्रू ढाळत होतं. वांझोटे अश्रू! साखरपुडा झाला आणि आता सगळ्यांना लग्नाचे वेध लागले. लग्न वधूच्या म्हणजे आवलीच्या घरी होतं. कनकाईच्या कानांत आतापासूनच सनईचे सूर घुमायला लागले होते. तिच्या तुकारामाचं लगीन, दुसरं असलं तरी सुखाचं आणि समाधानाचं! आणि तसंच झालं. अप्पाजींनी, आवलीच्या वडिलांनी, लग्नाचा मोठा थाट केला. सारं गाव जेवायला आलं होतं. पंचपक्वान्नं केली होती. आहेरमाहेर, मानपान, सगासोयरा, रुखवत, सगळंसगळं अगदी दृष्ट लागण्यासारखंच होतं. आवली तर नुसती दागिन्यानं मढली होती. खोपा फूल, चिंचपेटी, गळसरी, सर, टीक, टिक्का, बोरमाळ आणि साज तर तिकडनं कोल्हापूरहून मागवला होता. शिवाय कमरपट्टा, बाजूबंद, पाटल्या, बांगड्या, गोठ, तोडे, पोची, पायात तोरड्या, अप्पाजींनी अगदी सालंकृत कन्यादान केलं होतं. पण या सगळ्या सोन्याच्या अलंकारापेक्षा जास्त लखलखत होतं ते आवलीच्या चेहऱ्यावरचं तेज. तरतरीतपणाचं, टवटवीतपणाचं, आरोग्याचं, बुद्धिमत्तेचं, शालीनतेचं, संस्काराचं. आणि कनकाई-बोल्होबांना त्या

सगळ्या सोन्या-मोत्यापेक्षा तेच जास्त महत्त्वाचं होतं. आवलीच्या तेजस्वी बुद्धिमत्तेत आणि तिच्या निरोगी हातांत त्यांच्या लाडक्या लेकाचं भविष्य, त्यांच्या लेकाच्या संसाराच्या सुखाची रेषा असणार होती. अप्पाजींनी लग्नाचा केलेला थाटमाट, तुकारामाची केलेली हौसमौज आणि त्याची पत्नी म्हणून उभी असलेली तरतरीत, चुणचुणीत आवली. तुकारामाच्या सुखी संसाराची ती जणू ग्वाही होती. नुसत्या त्या विचारानंच कनकाई-बोल्होबांचे डोळे पाणावले. तोच 'बुवा आलेऽ बुवा आले,' असा पुकारा झाला. सगळे जण खाली बसले होते ते उठून उभे राहिले. बोल्होबांना कळेना काय झालंय? कोण आलंय? तोच कान्होजी पळतपळत त्यांच्याकडे आला. म्हणाला, "आबाऽ, आत चला. चला लवकर. अहो, बुवा आलेत. कथेकरी बुवा!" बोल्होबा-कनकाई दोघांच्या चेहऱ्यावर आनंद पसरला. तुकाराम लहान असतानाच्या कीर्तन महोत्सवात तुकारामानं ज्या कीर्तनकारबुवांना टाळांची साथ केली होती, तेच कीर्तनकारबुवा- जनार्दनबुवा मांडवात आले होते. त्यांचं या भागात कीर्तन होतं. तिथं त्यांना समजलं की, तुकारामाचा विवाह इथं आहे. ते ऐकून ते मांडवात आले. कारण कीर्तन महोत्सवाच्या त्या घटनेनंतर तुकारामाचा आणि त्यांचा चांगला स्नेह जमला होता. त्यामुळे जेव्हा जेव्हा ते कीर्तनाच्या निमित्तानं पुणे परगण्यात यायचे, देहूला यायचे, तेव्हा तेव्हा ते बोल्होबांच्या घरी यायचे. तुकारामाची गाठ घ्यायचे. त्याच्याशी खूप बोलायचे. तुकारामाशी त्यांचा ऋणानुबंध चांगला जमला होता. तुकारामालाही त्यांच्याशी बोलायला, चर्चा करायला, प्रश्न विचारायला, प्रश्नांची उत्तरं मिळवायला, शंका विचारायला, शंकांचं समाधान करून घ्यायला आवडायचं. वेद-शास्त्रं, पुराणं, भगवद्गीता, ज्ञानेश्वरी, अमृतानुभव, नामदेवाची गाथा, याचबरोबर इतर संतांचं साहित्य, त्यांचे अभंग बुवांना मुखोद्गत होतेच. त्यांचा रोजीरोटीचा व्यवसायच तो होता. पण त्यांना हे सारं फक्त मुखोद्गतच नव्हतं, तर त्यातलं ज्ञान, अगदी सखोल ज्ञान होतं. आणि या सगळ्याच्या सखोल ज्ञानामुळेच की काय, त्यांना चाणक्याचं अर्थशास्त्रही माहीत होतं. आणि त्याचबरोबर भृगुसंहिता, अगस्ती नाडी, सूर्यसंहिता याही विषयांचा त्यांचा सखोल अभ्यास होता. म्हणूनच जेव्हाजेव्हा त्यांची आणि तुकारामाची भेट व्हायची, तेव्हा प्रत्येक वेळी तुकारामाला त्यांच्याकडून काहीतरी शिकायला मिळायचं. नवं ऐकायला मिळायचं. आणि तुकारामाची ज्ञानाची लालसा माहीत झालेले बुवा त्याच्यासाठी काहीतरी नवीन सांगण्या-शिकवण्यासारखं घेऊन यायचे. तुकाराम मोठा झाला. त्याची ज्ञानलालसा वाढली आणि त्याचबरोबर बुवांचा स्नेहही. त्यांच्याच सहवासाचा, आदेशाचा, आग्रहाचा परिणाम म्हणून तुकारामानं संस्कृतही शिकून घेतलं होतं. तुकारामासाठी ते मित्र होते, मार्गदर्शक होते आणि तत्त्ववेत्तेही. तुकारामावर इतका अकृत्रिम स्नेह करणारे जनार्दनबुवा मांडवात आले आहेत हे तुकारामाला समजलं आणि होमासमोर बसलेला तुकाराम

आनंदाच्या भरात उठून उभा राहिला. भटजीबुवांनी दटावल्यावर पुन्हा खाली बसला. बोल्होबांनी बुवांना हाताला धरून बैठकीवर बसवलं. अप्पाजींशी आणि त्यांच्यासमवेत असलेल्या इतर प्रतिष्ठित लोकांशी त्यांची ओळख करून दिली. बुवा पंचक्रोशीत प्रसिद्धच होते. त्यांना सगळे जण ओळखत होते. बुवांच्या बोलण्यातून, शब्दाशब्दांतून तुकारामाचं कौतुक उमटत होतं. ते बघून, ऐकून अप्पाजींचा अभिमान आणखी वाढला. लग्नाचे विधी संपन्न झाले. वधू-वर नमस्कारासाठी आले. तुकाराम-आवली बोल्होबांच्या पाया पडू लागले. पण बोल्होबांनी त्यांना थांबवलं. म्हणाले, "न्हायी पोरांनो, पहिल्यांदा बुवांच्या पाया पडा. तुकारामा पोरा, बुवांचा तुझ्यावर माझ्यापरास जास्त अधिकार हाय. जन्म देतो तो बाप हे जरी खरं असलं, तरी जगायला शिकवतो तोच खरा बाप. पडा त्यांच्या पाया. बुवा, पोरं पाया पडत्याल, त्यांना आशीर्वाद द्या. त्यांचा संसार सुखाचा होऊ दे! माझ्या पोराच्या नशिबात आता सुखच नांदेल, असा आशीर्वाद द्या!" बोलताबोलता बोल्होबांचा आवाज गहिवरला. त्यांच्या डोळ्यांत पाणी भरलं. बुवांनी नजरेनंच बोल्होबांना दिलासा दिला. ते सुज्ञ तर होतेच. आणि तुकारामाच्या पहिल्या लग्नाच्या शोकांतिकेबद्दल, रुक्मिणीच्या आजारपणाबद्दल त्यांना माहीत होतं. त्यामुळेच बोल्होबांची मनःस्थिती ते जाणून होते. तुकाराम-आवली बुवांच्या पायांवर झुकले. बुवांनी दोघांनाही खांद्याला धरून उठवलं. तुकारामाच्या खांद्यावर हात ठेवून ते म्हणाले, "तुकोबा, आज आयुष्याचा एक नवीन अध्याय तुम्ही सुरू केला आहे. भक्ती-युक्तीनं संसार करा. तो पांडुरंग तुम्हाला सुखी करेल." तुकारामाला असा आशीर्वाद दिल्यानंतर ते आवलीकडे वळले. आवली खाली मान घालून ओठंगून उभी होती. आठ-दहा वर्षांची असलेली सुदृढ आवली तिच्या वयापेक्षा दोन-तीन वर्षांनी मोठीच दिसत होती. "पोरी!" बुवांनी हाक मारली. त्यांच्या आवाजातलं वात्सल्य आवलीच्या मनाला स्पर्शून गेलं. क्षणभर तिनं मान वर केली. आपल्या भोकर डोळ्यांनी बुवांना न्याहाळलं. पुन्हा मान खाली घातली. पण तेवढ्या क्षणभरात बुवांनी तिचा चेहरा वाचला. तिची ललाटरेषा वाचली. एकच क्षण त्यांच्या चेहऱ्यावर विषाद उमटला. दुसऱ्याच क्षणाला त्यांचा चेहरा पुन्हा प्रसन्न झाला. त्यांच्या चेहऱ्यावर प्रसन्नसे हास्य उमटले. "पांडुरंगा! तुझी लीला अगाध आहे हेच खरं! जिथं काही उणीव आहे, जिथं कसली तरी कमतरता आहे, ती उणीव, ती कमतरता तू दुसऱ्या कशानं तरी भरून काढतोस आणि पुन्हा समतोल राखतोस. धन्य आहे तुझी!" असं म्हणत बुवांनी आकाशाकडे बघून हात जोडले. तुकारामाच्या चेहऱ्यावर संभ्रम उमटला. आवलीच्या भोकर डोळ्यांत प्रश्नचिन्ह! बुवांचं लक्ष गेलं. दोघांचेही चेहरे त्यांनी वाचले. दोघांच्याही खांद्यांवर हात ठेवत बुवा म्हणाले, "पोरी, तुकाराम, तुम्ही दोघंही भाग्यवान आहात आणि एकमेकांसाठीच बनला आहात. तुकाराम, तुझ्या ललाटीची रेषा तुझी उज्ज्वल आणि दिगंत कीर्ती

दर्शवते. युगानुयुगे तुझी कीर्ती, तुझं स्मरण, तुझी आठवण, तुझे शब्द लोकांच्या हृदयात राहतील. समाजमनावर अधिराज्य गाजवतील. तू दुनियेचा संसार करशील तुकारामा, पण तुझा स्वतःचा संसार तुला कधीच करता येणार नाही. तो तुझी पत्नी आवली करेल. तू दुनियेचा उद्धारकर्ता होशील, समाजाचा पालक होशील; पण तुझ्या संसाराचा उद्धार तुला जमणार नाही. ते आवलीलाच जमेल. तू तुझ्या मुलांचा पालक कदाचित होणार नाहीस, पण तुझ्या मुलांचं आणि तुझंही पालनपोषण आवली करेल. तुकारामा, तू कीर्तीचा, भक्तीचा विराट वटवृक्ष ठरशील; पण तुझी मुळं घट्ट धरून तुला सतत उभी करणारी धरित्री आवलीच होईल. निरामय भक्ती आणि दिगंत कीर्ती हे तुझ्या आयुष्याचं साफल्य ठरणार असलं, तरी तुला आधार देणारी पायाभूत आधारशीला आवली आणि फक्त आवलीच असेल. पोरी, त्या जगन्नियंत्यानं तुझ्यावर फार मोठी जबाबदारी टाकली आहे. पण ती फक्त तूच पेलू शकशील. शब्दांच्या आणि भक्तीच्या आवर्तातच फिरणाऱ्या या कलंदर अवलियाला आधार देण्याचं काम तुला करायचंच पोरी. हा तुकाराम म्हणजे भक्तीचा सूर्य आणि शब्दांचा चंद्र आहे. तो तुझ्या पदराशी बांधला गेला आहे. सूर्याचे चटके आणि अवसेचा काळोख तुला सोसायचा आहे आणि हे काम तू मोठ्या निष्ठेनं करणार आहेस. आणि आवली, पोरी, तुझ्या या पदरामागच्या कर्तृत्वापुढं लोक युगानुयुगं तुला सलाम करतील. साक्षात परमेश्वर तुझा ऋणी राहील. आणि समाजपुरुषसुद्धा! पण पोरी, तुझं हे ऋण समजून घ्यायला वर्षानुवर्षं जातील. युगं सरतील. तुझा हा पती आकाशाएवढा होईल. त्याच्या कर्तृत्वाला आणि कीर्तीला क्षितिजाचीही मर्यादा राहणार नाही. तुला मात्र तुझ्या संसाराची मर्यादा सांभाळावी लागेल. तुमच्या दोघांची कार्यक्षेत्रं वेगवेगळी आहेत. पण तुकारामा, तुझं कार्य आवलीशिवाय पूर्ण होणार नाही. आणि आवली पोरी, तुला मात्र देवाशी भांडून तुझा संसार करावा लागणार आहे. तुम्हा दोघांनाही माझा मनःपूत आशीर्वाद आहे. सुखानं नांदा. सुखानं संसार करा. शेवटपर्यंत एकमेकांची सोबत करा. ईश्वर तुमचं कल्याण करो.'' बुवा बोलत होते. तुकाराम-आवलीची जणू ललाटरेषा वाचत होते. आणि त्याचबरोबर मनापासून आशीर्वादही देत होते. त्यांनी उच्चारलेलं वाक्यन्‌वाक्य, शब्दन्‌शब्द तुकारामाच्या काळजावर कोरल्यासारखं उमटत होतं. बुवांच्या काही वाक्यांनी त्याला खूप सुखावलं होतं, काही वाक्यांनी त्याच्या काळजात एक वेगळी हुरहुर लागून राहिली होती, तर काही वाक्यं त्याला त्रास देत होती. आवली मात्र या सगळ्यापासून अनभिज्ञ, अज्ञानी, निरागसपणे उभी होती. कधी बुवांकडे तर कधी तुकारामाकडे हळूच नजर उचलून बघत होती. बुवा काय बोलताहेत हे तिला सगळंच्या सगळं कळत नसलं, तरी ते आपल्याबद्दल आणि आपल्या नवऱ्याबद्दल काहीतरी चांगलं बोलत आहेत, हे तिला कळलं आणि आनंद व्हायला तिला तेवढं कारण पुरेसं होतं.

ते सगळं समजलं नाही, पण तिचा चेहरा खुलला. तिनं पुन्हा एकदा मनोभावे बुवांना वाकून नमस्कार केला. "छान छान!" बुवा उद्गारले. "पुत्रवती भव!" त्यांनी आशीर्वाद दिला आणि बोल्होबांचा निरोप घेऊन ते गेले. त्यांच्या पाठमोऱ्या आकृतीकडं टक लावून पाहणारा तुकाराम कितीतरी वेळ त्यांच्या बोलण्याचा, त्यांच्या सांगण्याचा, त्यांच्या वाक्यांचा, त्यांच्या शब्दांचा विचार करत होता.

लग्न उत्तम पार पडलं. आवली पाच दिवसांसाठी सासरी आली. पहिले दोन दिवस बुजून वागणारी, संकोचणारी आवली भीड मोडली तशी वाडाभर बागडायला लागली. सगळ्यांना अदबीनं हाका मारणारी, सगळ्यांशी बोलणारी, खळखळून हसणारी, सगळ्यांना हसवणारी, आपल्या लाघवी बोलण्यानं लाघव पसरवणारी आवली. तिच्या अस्तित्वानं वाड्याला जणू नवीन झळाळी आली आणि तुकारामाच्या आयुष्याला नवीन अर्थ. पाच दिवस कापरासारखे उडून गेले आणि आवली परत माहेरी गेली आणि तिच्या जाण्यानं तिच्या असण्यातला, अस्तित्वातला आनंद तुकारामाला कळला. त्याला आवलीची, तिच्या अस्तित्वाची ओढ लागली. पत्नी म्हणून ओढ लागावी एवढी आवली मोठी नव्हती. पण तिच्या असण्यानं जो आनंद दरवळत होता, तिच्या अस्तित्वानं जे चैतन्य पसरत होतं, तिच्या हसण्यानं जी प्रसन्नता भरून राहत होती, तिच्या बोलण्यानं जी संजीवकता भरून राहत होती, त्याची तुकारामाला ओढ लागली. आवली त्यानंतर अधनंमधनं येतच राहिली. आपल्याबरोबर आनंद, उत्साह आणत राहिली. एक दिवस कायमची राहायला आली. आणि तुकारामाचा दुसरा संसार खऱ्या अर्थानं सुरू झाला. संसार दुसरा होता हे खरंच; पण आनंदानं भरलेला, उत्साहानं रसरसलेला, प्रेमानं भारलेला आणि संजीवके दरवळणारा तो पहिलाच संसार होता. तुकारामाला सुखी जीवनाचा अर्थ आता समजायला लागला. संसार म्हणजे काय आणि संसारसुख म्हणजे काय, याची अनुभूती त्याला सर्वार्थानं आनंदी करून गेली. खरंतर रुक्मिणीशी लग्न, तिचा सहवास, आणि संताजीचं पितृत्व या तीनही पातळ्यांवरून तुकाराम गेला होता. पण लग्नानंतर लगेचच जडलेलं रुक्मिणीचं आजारपण आणि मातृत्वानंतरचं तिचं अंथरुणाला खिळून राहणं, या घटना इतक्या दुःखदायी होत्या आणि त्या इतक्या सातत्यानं होत्या की, संसारातला आनंद तुकाराम विसरूनच गेला होता. पण आवली आली आणि तुकारामाला संसाराचा अर्थ समजला. त्याला जीवनाची ओढ वाटायला लागली. त्याचं नैराश्य कुठल्या कुठं पळालं. उत्साहानं रसरसलेलं आयुष्य त्याला नवनवीन पराक्रमाला आमंत्रण द्यायला लागलं आणि तुकाराम जोमानं, उत्साहानं कामाला लागला. दुकानात खूपच लक्ष घालू लागला. व्यापारासाठी नवनवीन गावं पालथी घालू लागला. नवनवीन वस्तू, नवनवीन बाजारपेठा. तुकारामाला आता नवनवीन कल्पना सुचायला लागल्या. पुणे परगण्यात त्याच्या अनेक खेपा

होऊ लागल्या. सावकारी आणि महाजनकी दोन्ही करण्या-बघण्यात तुकारामाला अनोखं यश लाभलं. त्याचा उत्साह दुणावला. महाजनकी सांभाळताना वजनं, मापं, काटे यांच्या चोखपणाबरोबरच सरकारी कर, जकात, वसुली यांकडेही लक्ष द्यावं लागे; तर सावकारी करताना मुद्दल, व्याज, वसुली यांकडे पाहावं लागे. पण मुद्दल, व्याज, वसुली करतानाही तुकारामाचा कोमल स्वभाव, त्याचं लाघवी बोलणं यांमुळे समोरच्या व्यक्तीला न दुखावता, शक्यतो कुणाशी कटू न बोलता, कुणाचे शिव्याशाप न घेता तो वसुली करत असे. वेळप्रसंगी मुदत वाढवूनही देत असे. साहजिकच तुकाराम सर्वांचा लाडका झाला. सर्वांचा लाडका तुकाशेट झाला. बुद्धीची देवता गणराय प्रसन्न होताच; वाणीतून सरस्वती प्रसन्न होतीच आणि आता लक्ष्मी घरी पाणी भरीत होती. कनकाई-बोल्होबा यांचं हृदय आनंदानं उचंबळत होतं. त्यांच्या लाडक्या लेकानं- तुकोबानं आपल्या हातांनी सगळ्या संसाराचा, वाड्याचा, माणसांचा भार यशस्वीपणे पेलला होता, झेलला होता आणि सांभाळलाही होता. कनकाई-बोल्होबा धन्य धन्य होते, कृतार्थ होते, कृतकृत्य होते. आपलं जीवन सार्थकी लागल्याच्या समाधानात होते. तुकाराम दोन्ही हातांनी मिळवत होता. पण त्या दोन्ही हातांना स्नेह, आदर, खरेपणा, चोखपणा, पुण्याई, करुणा, दातृत्व, कर्तव्य, सहानुभूती आणि व्यवसाय अशी दहा बोटं होती आणि सुख-समृद्धी, यश-कीर्ती, पत-प्रतिष्ठा, समाधान आणि श्रीमंती या सगळ्यांच्या शिखरावर तुकाराम होता, आपल्या सर्व कुटुंबीयांसमवेत.

दिवाळीचा सण आला. तुकारामाच्या घरात तर आनंदीआनंद पसरला होता. सगळा वाडाभर तुपाच्या दिव्यांची रोषणाई केली होती. या रोषणाईच्या एकत्रित प्रकाशानं अवघा वाडा उजळून निघाला होता. फराळाच्या पदार्थांच्या दरवळणाऱ्या सुगंधानं वाड्याच्या भिंतीसुद्धा जणू लालचावल्या होत्या. रांगोळीनं अंगण सजलं होतं. प्रत्येक पणतीच्या तेजाचा प्रत्येक किरण वाड्याच्या सुखसमृद्धीची साक्ष देत होता. भल्या पहाटेच सगळी उठली होती. मात्र अंगणात कसली बोचकी ठेवलीत, याचा कुणालाच उलगडा होत नव्हता. अंगणात एका बाजूला सात-आठ गाठोडी-बोचकं बांधून ठेवावी तशी ठेवली होती. ती गाठोडी कुणाची, कुणी आणली, वाड्यात कधी आणली, कशासाठी आणली, त्यांत काय आहे, ते कुणाचं सामान आहे... एक नव्हे, हजार प्रश्न प्रत्येकाच्या मनात उठत होते. पण कशाचाच उलगडा होत नव्हता. कुणाला विचारावं म्हटलं तर कुणाला विचारायचं, हाही प्रश्नच होता. आबांना त्यातलं काही माहीत नव्हतं. कान्होजीलाही काहीच माहीत नव्हतं. बायकामंडळींना माहिती असायचं कारणच नव्हतं. तुकारामाला विचारावं तर तो भल्या पहाटे सगळ्यांच्या आधीच उठून बाहेर कुठंतरी गेला होता. जाताना आवलीला ‘जरा जाऊन येतो, फराळाची सात-आठ ताटं तयार ठेवा’, म्हणून सांगून

गेला होता. सगळ्यांची अभ्यंग स्नानं झाली. आता काहीसं उजाडलं होतं. थोडंथोडं दिसायला लागलं होतं. तुकाराम अजून आला नव्हता. या कडाक्याच्या थंडीत हा कुठं गेला? सगळ्यांनाच प्रश्न पडला. आता त्याला बघायला कुणालातरी पाठवावं, या विचारात आबा होते. तेवढ्यात तुकाराम आला. "याऽयाऽ! अशी आत या सगळी. संकोच करू नका. या तात्या, या!" असं म्हणत तुकाराम सात-आठ जणांना घेऊन आत आला. कंदील वर करून, कपाळावर हात टेकवून आबांनी पाहिलं. तुकारामाबरोबर काही गावातली माणसं होती. शंकराण्णा, लक्ष्मण गाडे, खरातांचा नाना, सुभद्राअक्का, परटाची चंद्राक्का, रामा खोत, महादेव वंजारी, तात्या माळी, सय्यद मुलाणी ही सगळी गावातली माणसं तुकारामापाठोपाठ वाड्यात आली. कुणाला काहीच कळेना. ही माणसं वाड्यात का आली? तुकाराम या सगळ्यांना घेऊन का आला? कुणालाच याचा उलगडा होईना. "बसा, बसा! टेका जरा!" तुकारामानं सगळ्यांना सांगितलं. सगळे जण बसले. "आई, फराळाची ताटं घेऊन या." तुकारामानं सांगितल्यावर आवली आणि कनकाई फराळाची ताटं घेऊन आल्या. तुकारामानं त्यातलं एकेक ताट त्यांतल्या प्रत्येकाला दिलं. कान्होजीला हाक मारली. त्या पासोड्या बांधून ठेवल्या होत्या, त्यांतली एकेक पासोडी, एकेक गाठोडं प्रत्येकाला दिलं. प्रत्येकाला नमस्कार केला आणि त्या सगळ्यांना निरोप दिला. सगळे जण बाहेर गेल्यावर तुकाराम आबांजवळ गेला. म्हणाला, "आबा, तुमच्या आणि घरातल्या सगळ्यांच्या चेहऱ्यांवर मला अनेक प्रश्न दिसताहेत. त्या सगळ्यांची उत्तरं द्यायला मी बांधील आहे. आणि आबा, पहिल्यांदा मला तुमची क्षमा मागायची आहे. कारण तुम्हाला न विचारता, तुमची अनुमती न घेता, मी पहिल्यांदाच एक गोष्ट केली आहे. अर्थात मी जे केलंय, त्याला तुमची संमती असणार हे गृहीत धरूनच. पण तरीही आबा, मला क्षमा करा. आणि माझं चुकलं असेल तर... तर तुम्ही द्याल ती शिक्षा मला मान्य आहे!" तुकारामानं आबांसमोर मन मोकळं करायला सुरुवात केली. "अरे पण लेकरा, तू असं केलंस तरी काय? आणि हा काय प्रकार आहे? ती माणसं आपल्या वाड्यात का आली होती? आणि त्यांना तू काय दिलंस?" तुकारामानं सुरुवात करताच आबांनी त्याच्यावर प्रश्नांचा भडिमार केला. त्या प्रश्नांच्या भडिमारानं तुकाराम काहीसा गोंधळला. कुठनं आणि कशी सुरुवात करावी, हेच त्याला कळेना. तोच कनकाई म्हणाली, "अवं अवं, जरा दमानं घ्या की! तो समदं बैजवार सांगतो म्हनतोय नव्हं? मंग अशी का त्याच्यावर प्रश्नांची धुळवड उडवतायसा? घ्या जरा बेतानं! तुका, लेकरा, तू सांग समदं नीट!" कनकाईनं मध्ये हस्तक्षेप केला तसे आबा वरमले. "सांग लेकरा, सांग समदं शिस्तीनं!' असं म्हणत ते नीट टेकून बसले. तुकाराम थोडा सावरला होता. त्यानं सांगायला सुरुवात केली. "आबा, आई, हा शंकराण्णा, लक्ष्मण गाडे, नाना

खरात, महादेव वंजारी, खोताचा रामा, सुभद्राक्का, परटाची चंद्राक्का, तात्या माळी ही सगळी आपली सावकारीची कुळं आहेत. या प्रत्येकाचं आपल्याकडं काही ना काही गहाणवट ठेवलेलं आहे. कुणाचं घर, कुणाचं दुकान, कुणाचं शेत, तर कुणाचे सोने दागिने. आपण त्यांच्याकडून व्याज घेतो. पण या प्रत्येकाचं मुद्दल अजून बाकी आहे. डोक्यावर असं सावकाराचं कर्ज असताना आणि दरमहा व्याज भरणंही त्यांना अवघड असताना हा दिवाळीचा सण हे सगळे कसा साजरा करणार? आबा, मला असं वाटतं की, जगात कुणीच दुःखी राहू नये. दिवाळी हा आनंदाचा सण. आपल्या घरामध्ये दागदागिन्यांची, कपड्यालत्त्यांची, खाण्यापिण्याची रेलचेल असताना या लोकांनी दुःखी राहायचं, हे माझ्या मनाला पटेना. म्हणून मी रात्रीच उठलो. जाऊन दुकान उघडलं. सगळा शिधा शेर शेर बांधला. मारवाड्याला उठवून त्याच्या दुकानातून कपडे घेतले. त्याची गाठोडी बांधली. आणि भल्या पहाटे उठून सगळ्यांच्या घरी जाऊन त्यांना बोलावून घेऊन आलो आणि ते सगळं त्यांना दिलं. आबा, आता त्यांची दिवाळी चांगली जाईल ना? त्यांची मुलं-लेकरं पोटभर खातील ना? अंगभर ल्यायतील ना? आता मला दिवाळीचा खरा आनंद होईल. आबा, मला माफ करा. हे सगळं मी तुम्हाला विचारल्याशिवाय केलं. मला माफी करा!'' आपलं मन मोकळं करून, झाल्या घटनेची सविस्तर माहिती सांगून तुकाराम संकोचानं खाली मान घालून बसला. ''तुका बाळा, अरे, माफी कसली मागतोस? हे तर लयी पुण्याईचं काम केलंस तू! या समद्यांचे तुला लयी आशीर्वाद मिळतील बघ! लई लई चांगलं केलंस!'' कनकाईनं आनंदून तुकारामाची पाठ थोपटली. तुकाराम अपेक्षेनं बोल्होबांकडे बघत होता. बोल्होबांनी क्षणभर विचार केला. म्हणाले, ''तुका लेकरा, तू केलंस ते काम पुण्याईचंच हाय हे तर खरंच. तो पांडुरंगही तुला आशीर्वाद देईल बघ. पण एक गोष्ट ध्यानात ठेव, पोरा. चाऱ्याशी दोस्ती केली तर घोडं उपाशी ऱ्हातं! आणि आयतं अन्न घामाची सवय घालवतं! ते काही असू दे; पण पोरा, आज मला तुझा अभिमान वाटला बघ. पैशाच्या राशीत लोळत असतानासुद्धा तू गरिबांना इसरला न्हायीस. लयी बरं वाटलं बग! चला, आता सगळे जण तोंड गोड करू या!'' आबांचे उद्‌गार ऐकून तुकारामालाही बरं वाटलं. आपण आबांना न विचारता हे करतोय, केलंय, ही रुखरुख त्यालाही लागली होती, ती कमी झाली. त्यानं हळूच आवलीकडं एक कटाक्ष टाकला. तिच्या नजरेत त्याच्याविषयीचा अभिमान आणि प्रेम ओसंडून वाहत होतं. ''चला रे पोरांनो, चला, देवघरात चला. देवाच्या पाया पडा. म्हंजी फराळाला बसायला बरं!'' कनकाईनं घाई केली, तशी सगळी देवघरात आली. देवघरात तुळजाभवानीची सालंकृत उभी पितळी मूर्ती होती. समईच्या प्रकाशात तिच्या चेहऱ्यावरचं तेज आणि तिच्या अंगावरच्या दागिन्यांची चमक नुसती लखलखत होती. तुकाराम-आवली जोडीनं नमस्कारासाठी आत गेले.

आवलीसुद्धा दागिन्यानं नुसती मढली होती. गर्भरेशमी लुगडं नेसलेली, ठेंगणीठुसकी, नीटस आवली, त्या समईच्या प्रकाशात अधिक नीटस, सुंदर दिसत होती. दोघंही नमस्कारासाठी तुळजाभवानीच्या मूर्तीसमोर जाऊन उभे राहिले. तुकारामानं हात जोडले. डोळे मिटले. पुन्हा उघडले. मान किंचित वळवून मागचा कानोसा घेतला. घरातली सगळी देवघराच्या बाहेर उभी होती. तुकाराम किंचित आवलीकडे झुकला. आवलीनं डोळे मिटले होते. हात जोडले होते. मनोभावे ती देवाला नमस्कार करीत होती. तिच्या निरागस चेहऱ्यावर तुकारामाची नजर खिळली होती. हलकेच आवलीकडे झुकून तुकाराम हळू आवाजात, कुजबुजत्या स्वरात आवलीच्या कानात म्हणाला, ''कुणाला आणि कुठं नमस्कार करावा, हेच समजत नाहीय! कारण देवी कुठली, समोरची की माझ्या शेजारची हेच कळत नाहीय!'' त्याचं ते पुटपुटणं फक्त आवलीला ऐकायला आलं आणि ती नखशिखान्त मोहरली. देवीला नमस्कार करून दोघं देवघराच्या बाहेर आली तेव्हा आवलीचा चेहरा लालीलाल का झाला होता, याचं कारण काही कनकाईला उमजलं नाही. आवली मात्र सगळ्यांच्या नजरा चुकवत फराळाची तयारी करायला स्वयंपाकघराकडे पळाली. दोन खट्याळ डोळे आपला पाठलाग करत आहेत, हे न बघताही तिनं ओळखलं होतं.

१६

सुखाचे दिवस असे चहूबाजूंनी भरून आले होते. समृद्धी, पत-प्रतिष्ठा, समाधान, धन-धान्य, आरोग्य सर्वार्थानं सगळं काही पूर्णत्वाला गेलेलं होतं. आणि या सर्वांची आधारशिला होती तुकारामाची मेहनत, खरेपणा, कार्यकुशलता आणि तत्त्वनिष्ठा. आपल्या या अंगभूत वैशिष्ट्यांमुळेच तुकाराम यशाच्या, समृद्धीच्या आणि सुखाच्या शिखरावर होता. शिखरावर पोचल्यानंतर पुढे उतरण असते, हा कालचक्राचा सिद्धान्त. तुकाराम तरी याला अपवाद कसा ठरणार होता? चहू अंगांनी सुख बहरत असतानाच, आपल्या लेकाचं व्यवसायातलं यश, सुखाचा संसार आणि समाधानाचं जीवन बघत बोल्होबांनी देह ठेवला. मनाच्या अत्यंत समाधानी अवस्थेत, अत्यंत शांतपणे त्यांना मृत्यू आला. एके दिवशी रात्री त्यांची आवडीची गव्हल्याची खीर आणि पुरी असं फक्कड भोजन करून, सगळ्यांशी पोटभर गप्पा मारून, आवलीच्या पाककौशल्याचं मन भरून कौतुक करून बोल्होबा जे निजले, ते निजलेच. नेहमीप्रमाणे ते सकाळी लवकर उठले नाहीत, विठ्ठल मंदिरातल्या काकड्याला गेले नाहीत, म्हणून कनकाईला नवल वाटलं. काल रात्री जरा पाठ दुखते आहे म्हणत होते, म्हणूनही निजले असतील, असा विचार करून कनकाई त्यांना उठवायला गेली, तो सगळं संपलं होतं. बोल्होबांचा निष्प्राण देह शांतपणे पहुडला होता. चेहऱ्यावर समाधान होतं. ओठांवर अस्फुट हास्य होतं. 'धनीऽऽऽ' म्हणत कनकाईनं फोडलेला टाहो अवघा वाडा भेदत गेला. आईची किंकाळी ऐकताच तुकाराम धडपडत उठला. धावत आबांच्या खोलीत गेला. आणि समोरचं दृश्य बघून आपल्या डोक्यावरचं छप्पर उडतंय की काय, अशी त्याची भावना झाली. लाकडी पलंगावर बोल्होबा- त्याचे आबा निष्प्राण पहुडले होते आणि त्यांच्या पायावर कोसळून कनकाई विलाप करत होती. तुकारामाचा जणू श्वास कोंडला. त्याची पावलं जमिनीला खिळून राहिली. आपण काय बघतो आहोत, काय ऐकतो आहोत, याचं कसलंच भान त्याला राहिलं नाही. तुकारामापाठोपाठ कान्होजी, आवली, वहिनी सगळीच धावली आणि आबांचं निष्प्राण शरीर बघून सगळ्यांनी एकच आकांत केला. तुकाराम मात्र तसाच दाराशी

उभा होता. सुन्न होऊन जाणिवा बधिर झाल्यासारखा. त्याच्या शरीरात जणू कोणतीच चेतना नव्हती. डोळे निश्चल झाले होते. पापण्या अपलक झाल्या होत्या. आबांच्या निष्प्राण देहावर त्याची अविचल नजर खिळली होती. सगळीजणं आकांत करत होती. गहिवर घालून रडत होती. पण तुकाराम निःशब्द, निःस्तब्ध उभा होता. अवघी गात्रं बधिर झाली होती. जाणिवा अचेतन झाल्या होत्या. भान हरवलेला, चैतन्य हरपलेला तुकाराम दाराशीच निश्चल उभा होता. किती वेळ गेला कुणास ठाऊक! दुःखाचा पहिला आवेग ओसरला आणि आवलीचं लक्ष तुकारामाकडे गेलं. वडिलांवर आत्यंतिक प्रेम असलेला, त्यांच्यावर प्रचंड श्रद्धा असलेला, मनानं अत्यंत हळवा असणारा आपला नवरा असा शुद्धबुद्ध हरपल्यासारखा उभा आहे, हे तिला दिसलं. आपलं दुःख आवरून आवली तुकारामाजवळ गेली. त्याला तिनं दोन-चार हाका मारल्या; पण तुकारामानं आबांच्या देहावर खिळलेली नजर ना वळवली, ना आवलीकडे पाहिलं, ना तिच्या हाकांना प्रतिसाद दिला. आवली हाका मारते आहे आणि तुकाराम स्तब्धच उभा आहे, हे कान्होजीच्या लक्षात आलं. आपले वाहणारे डोळे तसेच ठेवून कान्होजी तुकारामाजवळ आला. "दादाऽ! दादाऽऽ! तुकादादा, तुकादादाऽऽ!" त्यानं दोन-तीन हाका मारल्या; पण तुकाराम तसाच निश्चल होता. मग मात्र कान्होजीला राहवेना. त्यानं तुकारामाच्या खांद्याला धरून गदगदा हलविलं आणि त्याचा चेहरा आपल्याकडं वळवून त्यानं टाहो फोडला. "दादाऽऽऽ! दादाऽऽऽ! दादा आपले आबा गेले रेऽऽऽ! दादा, आपले आबा आपल्याला सोडून गेले रेऽऽऽ! दादाऽऽऽ!" आक्रोश करताकरता कान्होजीनं तुकारामाला घट्ट मिठी मारली. इतकी घट्ट की, तुकारामाचा श्वास कोंडला. आणि त्या कोंडलेल्या श्वासानं जणू त्याच्या सगळ्या जाणिवा जाग्या केल्या. सगळ्या चेतना पुन्हा संजीव केल्या. सगळी गात्रं जणू जिवंत झाली आणि तुकारामाला भान आलं. भान येताक्षणी समोर काय घडलंय, याचं त्याला ज्ञान झालं. आणि त्या दरवाजापासून लडखडत धावत येऊन तो बोल्होबांच्या निष्प्राण देहावर कोसळला. त्या क्षणी, भान आल्या क्षणी तुकारामानं "आऽऽबाऽऽ" म्हणून फोडलेला टाहो वाड्याच्या छताला छेदत अवघ्या आसमंतात पसरला. त्या आकांतानं वाड्याच्या भिंती थरारल्या. आसमंतात भरून राहिलेल्या त्या आक्रोशानं अवघ्या देहूगावाला जणू व्यापलं. वाड्याच्या अंगणात रेखलेली रांगोळीची गोपद्मं विस्कटली गेली. अंगणातलं तुळशीवृंदावन थरथरलं. तुळशीच्या रोपट्यानं जणू मान टाकली. अंगणातून उमटणाऱ्या त्या आक्रोशानं अंगणातलं ईशान्य कोपऱ्यातलं विठ्ठलमंदिरही भेगाळलं. त्या आक्रोशाचे प्रतिध्वनी मंदिराच्या गाभाऱ्यात पुन्हापुन्हा उमटत राहिले आणि गाभाऱ्याच्या भिंतीवर पुन्हापुन्हा आदळत राहिले. गाभाऱ्याच्या भिंतीवर आदळणारा तो आक्रोश ऐकून क्षणभर विठ्ठलमूर्तीच्या पायाखालची वीटही थरारली. त्या सावळ्या विठ्ठलाला कळलं, आपला एक निस्सीम भक्त नियतीला शरण गेला आणि नियतीनं

त्याचा घास घेतला. या सगळ्यापासून दूर असणारा तुकाराम मात्र पुन्हापुन्हा आबांच्या अंगावर कोसळत होता आणि पुन्हापुन्हा आबांना हाका मारत होता. पण त्याचे आबा मात्र या सगळ्या जाणिवांच्या पलीकडे गेले होते.

बोल्होबा गेले आणि अवघा वाडा सुन्न झाला. अचेतन झाला. त्यांच्या जाण्यानं जणू वाड्यातलं चैतन्यच हरपलं होतं. मनानं पूर्ण कोसळलेला तुकाराम सुन्नपणे तुळशीवृंदावनाजवळ बसून होता. ना त्याला खाण्याची शुद्ध होती ना भुकेची जाणीव. ना कपड्याची चिंता होती ना झोपेची. आबा गेले, आणि आबांवर अंत्यसंस्कार करून परतल्यापासून तुकाराम असाच बसून होता. चार जणांनी धरून त्याला आंघोळ घातली. पण त्याला काही भानच नव्हतं. "आबा गेले, आबा गेले!" एवढे दोनच शब्द तो राहूनराहून बोलत होता. आवलीनं त्याला बळेबळे दूधभात खायला घालायचा प्रयत्न केला; पण तो यशस्वी झाला नाही. कनकाईची अवस्था याहून वेगळी नव्हती. आवली आणि कान्होजी दोघं जणही आपलं दुःख बाजूला ठेवून या दोघांना सावरण्याचा आटोकाट प्रयत्न करत होते; पण त्यांना यश येत नव्हतं. आबांच्या जाण्यानं कनकाईचा जणू श्वास हरपला होता आणि तुकारामाचं चैतन्य. कान्होजी आणि आवली हरतऱ्हेनं या दोघांना सांभाळत होते. त्यांची समजूत काढू पाहत होते. पण कशाचाच उपाय चालत नव्हता. आता काळ हेच यावर औषध होतं. थोडा काळ जाणं, हाच यावर उपाय होता. कुणाच्याच हातात काहीच नव्हतं.

काळ पुढं सरकला. कनकाई काहीशी सावरली. संताजीच्या बाळलीलांत आपलं मन रंगवू लागली. घराची सगळी जबाबदारी, घरातली सगळी कामं सईच्या मदतीनं आवली नेटकेपणानं सांभाळत होती. तरीपण कनकाई मग कामात वेळ घालवू लागली. आबांचे दिवसही झाले. किंचितही प्रतीक्षा न करता काकस्पर्श झाला. कनकाईच्या मनाला तेवढंच समाधान वाटलं. आबांच्या सगळ्या इच्छा पूर्ण झाल्याची ग्वाही त्या काकस्पर्शानं दिली होती. तिचं मन काहीसं शांत झालं. पण तुकाराम? त्याच्या मनाचा गेलेला ठाव अजून सावरला नव्हता. आबांच्या जाण्यानं तुकारामाच्या मनात निर्माण झालेली पोकळी काळाच्या सरण्यानंही भरली नव्हती. तुकाराम अजूनही व्यथित होता. दुःखी होता. निरुत्साही होता. मरगळलेला होता. ना त्याला दुकानात जायची आठवण होती, ना व्यापार उदिमाची; ना तो सावकारीत लक्ष घालत होता ना महाजनकी सांभाळत होता. आपले आबा गेले म्हणजे आपली ढाल गेली, अशी त्याची भावना झाली होती. आणि म्हणूनच आतापर्यंत आपण जे जे करत होतो, त्यासाठी आपल्याला आबांचं संरक्षण होतं, कोणतीही परिस्थिती आली तरी आबा पाठीशी होते आणि आता आबा नाहीत, ही भावना तुकारामाचं काळीज कुरतडत होतीच. पण त्याला दुकान चालवायला, उद्योग-व्यवसायात लक्ष घालायला, सावकारी, महाजनकी करायला मागे खेचत होती. आबांच्या जाण्यानं अवघं अवसान गळालेला

तुकाराम आवलीला बघवत नव्हता. तिनं किती प्रकारे त्याची समजूत घातली. 'आला जीव जायचाच! पण जगरहाटी चालू राहिली पाहिजे!' ही गोष्ट आवलीनं तुकारामाला खूपखूप समजावून सांगितली. शेवटीशेवटी तर आवलीचाही संयम सुटला. सगळ्या व्यवसायावर मंदीचं सावट आलं आणि तेही केवळ लक्ष न दिल्यानं. आवलीला हे बघवेना आणि सहनही होईना. सगळ्यांनी समजूत काढूनही तुकाराम दुःखातून बाहेर पडेना, हे पाहिल्यावर आवलीनं करवादायला सुरुवात केली. मग मात्र नाइलाजानं तुकाराम दुकानात जाऊ लागला. दुकानाचा व्यवहार सांभाळू लागला. चार गोष्टी बोलू लागला. चार गोष्टी ऐकू लागला. आणि पार धीर खचलेला, निराश झालेला तुकाराम मनाची उभारी धरून पुन्हा उभा राहिला. घरातल्या उदास वातावरणातून बाहेर पडल्यावर त्याच्या मनातली दुःखाची तीव्रता कमी झाली आणि पूर्वीच्या जोमानं जरी नाही, तरी रोजच्या दिनक्रमानं तुकाराम पुन्हा व्यवसाय सांभाळू लागला. दैनंदिन कामकाजात लक्ष घालू लागला. व्यस्त राहू लागला. तुकाराम सावरलेला बघून घरच्या मंडळींनी निश्वास टाकला. आवली आता अधिक जबाबदारीनं वागू लागली. कनकाईची अधिक काळजी घेऊ लागली. संतू बाळालाही सांभाळू लागली. रुक्मिणीचं औषधपाणी बघू लागली. आबांच्या जाण्यानं निर्माण झालेली दुःखाची, निराशेची परिस्थिती आता पूर्वपदावर आली. तरीही दुकानातून रोज संध्याकाळी घरी आल्यानंतर तुकारामाला आबांची प्रकर्षानं आठवण होई. घराच्या पायऱ्या चढताना, पडवीतून आत येताना त्याला सोप्यावर झोपाळ्यावर बसलेले आबा दिसत. तुकारामाला बघितल्यावर ते विचारत असत, "आलास पोरा? काय म्हणतंय दुकान?" आणि त्यांच्या या प्रश्नाला तुकाराम हसून उत्तर देत असे, "आबा कुठं आहेत असं विचारतंय!" रोजचा हा प्रश्न-उत्तरांचा खेळ होता त्यांचा. आबा गेले आणि दुकान बंद करून येणाऱ्या तुकारामाला सतत या प्रश्नाची आठवण अस्वस्थ करायची. दुकानात असेपर्यंत बरं वाटायचं. येणाऱ्या गिऱ्हाइकाशी बोलून मन रमायचं. पण घरी आलं की, आबांची आठवण काळीज कुरतडायची. त्यातच दिवसभर काम करून, सगळ्यांचं करून दमलेल्या आवलीची त्याच्याकडून काही अपेक्षा असायची, त्यानं आपल्याशी बोलावं, आपले चार शब्द ऐकावेत, आपल्याशी मनातल्या गोष्टी बोलाव्यात. पण आबांच्या आठवणीनं घरी आलेला तुकाराम घायाळ असायचा. आबांच्या आठवणीत गुंगून तो गप्पगप्प असायचा किंवा डोळ्यांतून पाणी काढत बसायचा. आवलीला हे अजिबात आवडायचं नाही. तिला वाटायचं, आपल्याबरोबर राहू दे; पण तुकारामानं आईशी- कनकाईशी चार शब्द बोलावेत, रुक्मिणीच्या प्रकृतीची विचारपूस करावी, संताजीच्या बाळलीलांत मन गुंतवावं. पण यांतलं काहीच व्हायचं नाही. आणि मग आवलीची चिडचिड सुरू व्हायची. एरवी लाख गुणांची असलेली आवली चिडली की, तिचा राग अनावर व्हायचा. ती बडबड-

बडबड करायची. दुःखी मनाच्या तुकारामाला आजकाल तेही नकोसं वाटायला लागलं. आपले आबा गेले या दुःखाची सोबतच त्याला बरी वाटायला लागली. दुकानातून घरी परत आलं की, घरातही त्याला आवलीची कटकट वाटायला लागली आणि त्यानं यावर उपाय शोधून काढला. दुकानातून घरी आल्यावर हात-पाय धुऊन, चहा पिऊन न बोलता कपडे बदलून तो विठ्ठल मंदिरात जाऊन बसायला लागला. विठ्ठलाच्या मूक सहवासात त्याच्या मनाला शांतता वाटायला लागली. विठ्ठल मंदिरात रोज संध्याकाळी भजन चालत असे. ज्ञानेश्वर, नामदेव, जनाबाई यांचे अभंग टाळ-चिपळ्यांच्या तालावर म्हटले जात. तुकारामाचं मन त्यात रमायला लागलं. घराच्या आवारातच मंदिर असल्यामुळे तेही बरं पडायला लागलं. त्याचं बघून कनकाईही रोज मंदिरात जाऊन बसायला लागली. तिचंही मन भजनात रमायला लागलं. हे सगळं खरं असलं, तरी आवलीची मात्र चिडचिड वाढली. दिवसभरातल्या कामाचा रामरगाडा उपसणारी आवली तुकारामाच्या या तटस्थ अलिप्ततेनं चिडायला लागली. पण तुकाराम तिकडंही दुर्लक्ष करू लागला. आणि त्यामुळं आवली आणखीच चिडायला लागली.

तरी त्यातल्या त्यात एक जमेची बाजू होती की, तुकाराम सावरला होता. दुकानात, व्यवसायात लक्ष घालू लागला होता. सावकारी, महाजनकी सांभाळायला लागला होता. बोल्होबांच्या जाण्यानं निर्माण झालेली पोकळी विठ्ठलाच्या भजन-कीर्तनातून भरण्याचा प्रयत्न करू लागला. अस्वस्थ मनाला या गोष्टींनी थोडातरी दिलासा मिळत असे. हळूहळू सगळं सावरलं गेलं. सगळं पूर्वपदावर आलंय , असं वाटायला लागलं. बोल्होबांच्या मृत्यूच्या ठसठसणाऱ्या जखमेवर खपली धरली. सारं काही सुरळीत सुरू झालं असं वाटत असतानाच तुकारामावर आणखी एक आघात झाला. गेले चार दिवस कनकाई अस्वस्थ होती. रात्री-बेरात्री ती खोलीतून बाहेर यायची. तुकाराम-आवलीला हाका मारायची, "तुका – अरे तुकोबा, सूनबाईऽ अगं सूनबाई! अरे, कुणीतरी दार उघडा. धनी आलेत! कवाधरनं दार वाजवत्यात. अरं, दार उघडा. धनी आलेत!" असं म्हणत ती अंगणात यायची. तोवर तिच्या हाकांनी जागे झालेले तुकाराम-आवली, आबा गेल्याचं कळल्यामुळे घरी आलेला सावजी किंवा कान्होबा कुणीतरी उठून बाहेर यायचं आणि अंगणात आलेल्या कनकाईला हाताला धरून आत घेऊन जायचं. तिची समजूत काढून पुन्हा तिला अंथरुणावर निजवायचं. गेले तीन-चार दिवस हा नित्यक्रम झाला होता. आणि तीन-चार दिवसांनी एके रात्री अशीच बोल्होबांना हाका मारत अंगणात आलेली "अरं, दार उघडा, धनी आलेत!" म्हणत तुकारामांना हाका मारणारी "आले धनी, जरा दमा, मीच उघडते दार, आले आले!" असा बोल्होबांना प्रतिसाद देऊ पाहणारी कनकाई अंगणातच तुळशी वृंदावनाजवळ कोसळली, ती पुन्हा न उठण्यासाठीच.

तुकाराम-आवली, कान्होजी, वहिनी हाका मारत राहिले. आवलीनं धावत जाऊन पाणी आणलं. कनकाईच्या चेहऱ्यावर शिंपडलं; पण ना तिनं डोळे उघडले ना यांच्या हाकेला ओ दिली. ती खाली पडताक्षणी तुकारामानं तिला सावरलं आणि तिचं डोकं मांडीवर घेऊन तो बसला. एक वेळ डोळे उघडून तिनं तुकारामाकडे डोळे भरून पाहिलं आणि तिनं डोळे मिटले ते कायमचेच. तिचा चेहरा श्रांत होता; पण शांत होता. चेहऱ्यावर समाधानाची छटा होती. आपल्याला धनी बोलवत आहेत, हा ध्यास तिनं गेले काही दिवस घेतला होता. तो ध्यास पूर्ण झाल्याचं समाधान तिच्या चेहऱ्यावर होतं. कदाचित तिचा तो ध्यास, तिचा भास खराही असेल. एकमेकांवर विलक्षण प्रेम असलेलं, एकमेकांशिवाय जराही न राहिलेलं हे जोडपं असं एकमेकांशिवाय जास्त काळ राहूच शकणार नव्हतं. म्हणूनच बोल्होबा कनकाईला बोलवायला आलेही असतील आणि त्यांच्या सादाला प्रतिसाद देत, त्यांच्या हाकेला 'ओ'देत कनकाई बोल्होबांना भेटायला निघून गेली. साता जन्मांची सोबत करण्याचं एकमेकांना दिलेलं वचन बोल्होबांना नियतीमुळं मोडावं लागलं होतं. पण पत्नी या नात्यानं त्या वचनाची पूर्तता करणं कनकाईचं कर्तव्यच होतं. आणि त्याच्याच पूर्तीसाठी बोल्होबा गेल्यानंतर अवघ्या काही महिन्यांत कनकाई त्यांच्याकडे त्यांच्या भेटीला, त्यांच्या सोबतीसाठी निघून गेली. कनकाई गेली; पण या आघातानं तुकाराम मात्र उन्मळून पडला. बोल्होबांचा मृत्यू, त्यांचा वियोग, त्यांचं जाणं, त्यांचं नसणं हे कसंबसं सोसून, पचवून, मोठ्या प्रयत्नानं पुन्हा उभा राहू पाहणारा, मोठ्या मुश्किलीनं स्वतःला सावरण्याचा प्रयत्न करणारा, मोठ्या कष्टांनी त्यातून बाहेर पडून पुन्हा व्यवसायात लक्ष घालू पाहणारा तुकाराम कनकाईच्या जाण्यानं मात्र मुळापासून हादरला. आणि ते साहजिकच होतं. आईचं जिवंत असणं तोपर्यंत महत्वाचं वाटत नाही, जोपर्यंत ती असते. पण तरीही आपली नाळ, आपली मुळं तिच्या गर्भात रुजलेली असतात. आपली, आपल्या जीवनाची आधारशिला असते आई म्हणजे. पण आई मृत्यू पावली की, आपल्या जीवनाची मुळंच तुटतात. आपल्या जीवनाची आधारशिला कोसळते. आई म्हणजे धरणी असते, तर पिता म्हणजे आभाळाची छत्रछाया. एक वेळ डोक्यावरची छत्रछाया नसली तरी चालते; पण पायाखालची, आधार देणारी धरणीची माया नाहीशी झाली, तर माणूस कोसळेल नाही तर दुसरं काय होईल! तुकारामाचं तेच झालं. बोल्होबा म्हणजे आबा गेल्यानंतरही कसंतरी सावरून कनकाईच्या मायेच्या आधारानं तो कसाबसा, धडपडत उभा राहिला होता. पायांखाली असलेल्या मजबूत धरित्रीप्रमाणेच कनकाई त्याच्या आधाराला उभी होती. बोल्होबा गेल्याचं, आपला पती गेल्याचं, कुंकवाचा धनी गेल्याचं दुःख पोटात ठेवून ती तुकारामाला धीर देत होती. त्याला सावरण्याचा आटोकाट प्रयत्न करत होती. त्यानं वडिलांच्या वियोगाचं दुःख विसरून पुन्हा उभं

राहावं म्हणून, त्याचं मन दुसरीकडं गुंतावं म्हणून ती त्याच्याबरोबर भजन-कीर्तनालाही जात होती. पण आज कनकाईच्या जाण्यानं तुकारामाच्या पायांखालची धरणीच डळमळली. त्याची आधारशिलाच गेली आणि नुकताच उभा राहू पाहणारा, स्वतःला सावरू पाहणारा, धरणीच्या मायेच्या आधारानं स्वतःला सावरणारा तुकाराम कोसळून पडला. उन्मळून पडला. एखादं तारुण्याची नव्हाळी मिरवणारं, फळा-फुलांनी बहरू पाहणारं झाड मुळापासून उखडून पडावं, तसा तुकाराम कोसळला. कनकाईचं निष्प्राण शरीर मांडीवर घेऊन तो धाय मोकलून रडायला लागला. आकांत करायला लागला. ईश्वराचा धावा करायला लागला. जणू जोरजोरात धावा केला तर ईश्वर त्याची आई परत पाठवणार होता! पण ते व्यर्थ होतं. आवलीला, कान्होजीला, वहिनीला त्याला कसं आवरावं समजेना. त्याची समजूत कशी घालावी ते उमजेना. तुकारामाचा आकांत साहवेनाही. आख्खं गाव जमलं. जो तो हळहळत होता. तुकारामाचा विलाप बघून अवघं गाव रडत होतं. तुकारामाचे मित्र गोपाळ, दिनकर त्याला सावरण्याचा आटोकाट प्रयत्न करीत होते; पण तुकारामाचे हुंदके थांबतच नव्हते. डोळ्यांतली पाण्याची धार अविरत वाहत होती. आणि आईच्या कलेवराला मिठी मारून तुकाराम आकांत करत होता. कनकाईच्या जाण्याचा, तिच्या मृत्यूचा त्याला किती मोठा धक्का बसला होता, हे सांगायला कुण्या वेगळ्या संकेताची गरज नव्हती. तुकारामाची घायाळ, जखमी पाखरासारखी झालेली अवस्था पुरेशी बोलकी होती. कनकाईचे कलेवर महायात्रेसाठी नेताना तर तुकारामानं फोडलेला टाहो सगळ्यांचे काळीज चिरत गेला. आणि भान हरपलेला, जाणिवे-नेणिवेच्या पलीकडे गेलेला तुकाराम शुद्ध हरपल्यासारखा निपचित पडला. कान्होजी, सावजी आणि इतरांनी कनकाईचं पार्थिव उचललं आणि ते मार्गस्थ झाले. तुकारामाला कशाचंच भान नव्हतं. कशाचीच शुद्ध नव्हती. प्रत्येकाचे डोळे तुकारामाची ही अवस्था बघून पाणावले होते. प्रत्येक जण हळहळत होता. चुकचुकत होता. आणि त्याचबरोबर नवलही करत होता. कनकाईवर अंत्यसंस्कार करून मंडळी परतली. आपापल्या घरी गेली. बाकी सगळ्यांच्या आंघोळी झाल्या. तुकाराम मात्र तिथंच बसून होता. तिथंच जिथं कनकाईचं पार्थिव ठेवलेलं होतं, तिथंच! त्याच जागी! आणि दुसरं काही करत नव्हता, तर कनकाईचं पार्थिव ठेवलेल्या जागी वारंवार हात फिरवत होता. त्या जागेवर त्यानं नजर खिळवून ठेवली होती. सावजी, कान्होजी येऊन हाका मारून गेले होते; पण ना तुकारामानं ओ दिली, ना त्यानं नजर वळवून त्यांच्याकडं पाहिलं. त्या दोघांनाही काय करावं सुचेना. ते दोघं तिथंच जोत्यावर बसून राहिले. रायबा आला. त्यानं तुकारामाला हाक दिली; पण तुकारामानं जणू ऐकलीच नाही. मग मात्र आवलीला राहवेना. पुढं येऊन तिनं रायबाला सांगितलं, ‘‘रायबादादा, आपण त्यास्नी धरून आत नेऊ या. अजून त्यांची आंघोळ राह्यलीया.

त्यास्नी आत नेऊ आणि चार तांबे अंगावर घालू. मग तरी सुद येती का ते बघू या ! चालंल का?'' सगळ्यांनाच आवलीचं म्हणणं पटलं. कान्होजी, सावजी पुढे झाले. रायबानं आणि त्या दोघांनी मिळून तुकारामाला धरून उभं केलं. ढकलत-चालवत आत आणलं. आवलीनं चार तांबे गरम पाणी, दोन तांबे गार पाणी त्याच्या डोक्यावर घातलं; पण तुकारामाला कसलंच भान नव्हतं. तो एखाद्या पुतळ्यासारखा उभा राहिला होता. निःस्तब्ध, अचल, निर्विकार. एखाद्या पाषाणाची मूर्ती असावी तसा. तुकारामाची आंघोळ झाली. आवलीनं बळेबळे त्याला दूध प्यायला लावलं. आणि तिला वाटलं की आता तुकाराम निजेल. ती दुधाची लोटकी ठेवायला आत गेली, तोच तुकाराम पुन्हा पडवीत आला, आणि त्याच जागेवर जाऊन बसला, जिथं कनकाईचं पार्थिव ठेवलं होतं. कुणालाच काय करावं सुचेना. मग रायबानं सांगितलं, ''तितंच बसू दे त्यानला! त्यांच्या जिवाला तितंच बरं वाटतंय नव्हं! मग बसू दे ततंच! जरा भान आलं की, आपल्या आपुन उठतील.'' रायबाचं सांगणं सगळ्यांनाच पटलं. मग मात्र तुकारामाला तिथून कुणी उठवलं नाही. हळूहळू बाकी सगळी पूर्वपदावर आली. घरातलं कामकाज, दैनंदिन कामं पुन्हा सुरू झाली. अर्थात सुरू झाली असली तरी आधीचा उत्साह, आधीचा आनंद, आधीचा उल्हास आणि आधीचा नेटकेपणा त्यात नव्हता. कामं उरकायची म्हणून उरकली जात होती. शरीर जगवायचं म्हणून पोटात चार घास ढकलले जात होते आणि जिवाला शांतता मिळावी म्हणून देवाचं नाव घेतलं जात होतं, एवढंच. मात्र तुकाराम अजूनही भानरहित होता. आवली उठवून न्यायची म्हणून तो दोन तांबे आंघोळ करी. तिनं ताट वाढून पुढे ठेवलं की, दिवसभरात कधीतरी त्यातला एकादा घास खाल्ला तर खाई, नाहीतर ते अन्न तसेच आंबोणात पडत असे; तुकाराम मात्र तसाच बसून राही. आताशा कान्होबा दुकानात जाई. त्याला त्यातली फारशी माहिती नव्हती. पण रोजची कमाई होती ती! ती बंद पडून चालणार नव्हतं. रोजच्या भाकरीचा प्रश्न होता. या सगळ्यांपासून अलिप्त असलेला सावजी कनकाईचं कार्य झाल्यावर चार-आठ दिवसांनंतर पुन्हा साधूंच्या मेळाव्यात निघून गेला. जाताना तुकारामाला चार शब्द सांगून गेला. पण तुकारामानं ते ऐकले की नाहीत कोण जाणे! पंधरा-वीस दिवस असेच गेले. आताशा तुकारामानं एक नवीनच सुरू केलं होतं. इतके दिवस तो कनकाईचं पार्थिव पडवीत जिथं ठेवलं, तिथं बसून राहत होता; आता तो जिथं अंगणात कनकाईचा प्राण गेला तिथं तुळशीवृंदावनाजवळ बसून राही. दिवसदिवसभर तो तिथं बसलेला असे. ना कुणाशी बोलायचा, ना कुणाला काही सांगायचा. आवलीनं ताट वाढून आणून तिथं ठेवलं, तरी दिवसभर ते ताट तसंच राहायचं. कधीकधी बळेबळे तिनं एखादा घास त्याला भरवला, तरच त्याच्या पोटात अन्न जाई. आवलीची पण खूपच तापदा होई. घरचं, दारचं, दुकानाचं, शेतीचं, रुक्मिणीचं,

संताजीचं आणि आता तुकारामाचं हे सगळं सांभाळता सांभाळता तिची पुरेवाट होत असे. थकून जात असे ती. पण तरीही या अशा अवघड परिस्थितीत सगळ्या घराचा आधार, सगळ्या दैनंदिन कामकाजाचा कणा बनून राहिली होती. सगळ्यांना सांभाळून घेत, सगळ्यांना धीर देत, घरातल्या दैनंदिन कामकाजात खंड पडू न देता आवली मोठ्या धीरानं आणि नेटानं स्वतः उभी होती. त्यातही पुन्हापुन्हा तुकारामाला भानावर आणण्याचा प्रयत्न करत होती. येताजाता त्याला साद घालत होती. हाक मारत होती. त्याला जागं करण्याचा पुन्हापुन्हा प्रयत्न करत होती. पण कशाचाच काहीच उपयोग होत नव्हता. आबा गेल्यानंतर तुकारामाची झालेली अवस्था महत्प्रयासानं कशीबशी पूर्वपदावर येऊ लागली होती; पण आता कनकाई गेल्यावर मात्र तुकाराम असा कोसळला, असा उन्मळला की, फिरून तो उभा राहणं अवघड होतं. काळाच्या औषधानं मनाच्या जखमासुद्धा भरून येतात, असं म्हणतात. इतरांच्या बाबतीत ते खरंही होतं. पण तुकारामानं तर काळच तिथं थांबवून धरला होता. दिवस-रात्र, आठवडे, महिने... ऋतुचक्र त्याच्यापुरतं आहे तिथंच थांबलं होतं...आहे तसंच थांबलं होतं. सगळ्यांनी सांगून झालं होतं. आवलीनंही आता हात टेकले. आणि एक दिवस कळसच झाला.

त्या दिवशी देहूच्या ग्रामदेवतेची यात्रा होती. तुकारामाच्या घरातून देवीला महानैवेद्य दिला जाण्याची प्रथा होती. गावचे महाजन या नात्यानं आंबिलेमोरे घराण्याकडं तो मान होता. आणि विशेष म्हणजे तो नैवेद्य गोडाधोडाचा- पुरणपोळीचा असायचा. कनकाईला जाऊनसुद्धा आता दोन महिने झाले होते. सणवार नाही केले तरी ग्रामदेवतेचा नैवेद्य करायलाच हवा होता. आज वहिनींना- सावजीच्या बायकोला- थोडंसं बरं नव्हतं. त्यामुळं ती पडून राहिली होती. आता सगळी जबाबदारी आवलीवर होती. तिनं सईला मदतीला घेतलं आणि ती नैवेद्याच्या तयारीला लागली. पुरणाचा घाट घालायचा होता. इतरही बरेच पदार्थ करावे लागणार होते. येळवणीची आमटी, भाजणीचे वडे, सांडगी मिरची, भोपळ्याचे घारे, तांदळाची खीर, गुळवणी, एक ना दोन. रोजच आवलीला अंग भरून काम असायचं. आज अंगाबाहेर काम होतं. पहाटेपासून तिची धावपळ चालली होती. आज झोपून उठल्यावर तुकाराम अंगणात तुळशीवृंदावनाजवळ बसून होता. आवलीची धावपळ, धडपड, कामाची लगबग, वहिनीचं आजारपण, ग्रामदेवतेची यात्रा, घराण्याकडे असलेला महानैवेद्याचा मान यांपैकी कशाचंच तुकारामाला भान नव्हतं. तुळशीवृंदावनाजवळ भानरहित बसलेला तुकाराम स्थिर नजरेनं तुळशीवृंदावनावर नजर लावून बसला होता. त्याही धावपळीत आवलीनं त्याच्या समोर दुधाची लोटकी आणून ठेवली. "हे एवढं दूध पिऊन घ्या! आज मला लयीच काम हाय! ह्ये एवढं दूध प्या. म्हंजी पोटाला कायतरी आधार हुईल!" असं तीनतीनदा बजावून आवली पुन्हा कामात गुंतली. आवलीचं तीनतीनदा

बजावणं तुकारामाच्या कानावर गेलं की, नाही कोण जाणे! त्याची ना नजर ढळली, ना मान हलली. ना त्यानं आवलीला काही उत्तर दिलं ना दुधाच्या लोटकीकडे बघितलं! तो तसाच बसून राहिला. किती वेळ गेला कुणास ठाऊक! आवलीचा सगळा स्वयंपाक झाला. तात्या गुरव नैवेद्याचं ताट न्यायला आला. आवलीनं त्याला सगळं ताट शिस्तीत वाढून दिलं. काही करायचं राहिलं नाही ना, काही वाढायचं राहिलं नाही ना, हे पुन्हापुन्हा तपासून बघितलं. त्या ताटावर मग शेला झाकला. तात्याला मानाचा पेहराव दिला. देवीसाठी ओटी दिली. तात्या ताट घेऊन गेला. इतर सगळं सामानही घेऊन गेला. मग आवलीनं मागचं सगळं आवरलं. स्वयंपाकाचा सगळा पसारा आवरला! हे होईतो दुपार उलटून गेली होती. कान्होजी दुकान बंद करून जेवायला घरी आला. आवलीनं त्याला आणि संताजीला जेवायला वाढलं. रुक्मिणीला तिचं जेवण नेऊन दिलं. वहिनीला थोडासा दूध-भात नेऊन दिला. आणि तुकारामाचं ताट वाढून घेऊन ती तुकाराम अंगणात जिथं बसून होता तिथं आली. आणि समोरचं दृश्य पाहून आवलीनं किंकाळी फोडली.

तुळशीवृंदावनाला टेकून तुकाराम बसला होता. त्याचे डोळे उघडे होते; पण डोळ्यांत कसलंच भान नव्हतं. कसलीच जाणीव नव्हती. आवलीनं सकाळी दिलेली दुधाची लोटकी तशीच भरलेली होती आणि त्या दुधाला सगळ्या मुंग्या लागल्या होत्या. एवढंच नव्हे तर तुकारामाच्या अंगावरही, हातापायांवर, मानेवर, चेहऱ्यावर मुंग्याच मुंग्या होत्या. लाल मुंग्या, मोठ्या लाल मुंग्या. त्याला चाचड असंही म्हणतात. ते चाचड तुकारामाच्या अंगावर चढलं होतं. पण याही गोष्टीचं तुकारामाला भान नव्हतं. ते बघितलं आणि आवली किंचाळली. तिच्या हातातून ताट खाली पडलं. अन्न सगळं अंगणातल्या मातीवर सांडलं. आवलीची किंकाळी ऐकून जेवायला बसलेला कान्होजी धावत बाहेर आला. आवलीच्या किंचाळण्याचं कारण समजल्यावर तोही भांबावला. तोच रायबाही धावत आला. समोरचं दृश्य बघून रायबाला काय करावं सुचेना. यातून पहिल्यांदा भानावर आली ती आवलीच. तरातरा ती आत गेली. एक डोईवर आणि एक कमरेवर अशा भरलेल्या दोन कळशा घेऊन आली. तिला तसं बघितल्यावर कान्होजी भानावर आला. त्यानं पुढं होऊन आवलीच्या डोईवरची कळशी घेतली. तोच रायबाही सावरला. त्यानं धावत जाऊन डोणीजवळ भरून ठेवलेली पत्र्याची कळशीपण आणली. आवली पुढं झाली आणि तिनं एका पाठोपाठ एक अशा कळशा भडाभडा तुकारामाच्या डोक्यावर ओतल्या. तुकाराम किंचित सावध झाला. एक झाली, दोन झाल्या, तीन झाल्या, चौथ्या कळशीला तुकाराम जागचा उठून उभा राहिला. तरीही आवलीनं आणखी दोन कळशा पाणी त्याच्या डोक्यावर ओतलंच. त्या पाण्यानं तुकारामाच्या अंगावर चढलेलं चाचड वाहून गेलं. त्याच्या अंगावरच्या मुंग्या गेल्या; पण तुकारामाची ही अवस्था बघून

आवलीच्या डोक्याला मात्र मुंग्या आल्या. आता या धन्याचं काय करावं, तिला सुचेचना. तुकाराम मात्र काहीच न घडल्यासारखा पाच-सहा कळशा ओतून झाल्यावर आत गेला. काही न विचारता, काही न बोलता! मी इतका भिजलो कसा... तुम्ही पाणी का ओतलंत... मला अंगणात आंघोळ का घातलीत... आवलीबरोबरच कान्होजी, रायबानंही कळशा का ओतल्या... यांतला एकही प्रश्न त्याला पडला नाही, आणि त्यानं विचारला नाही. तसाच मूकपणे तुकाराम आत गेलेला बघून मात्र आवलीचं अवसान गळालं. या दुःखापायी आपल्या धन्याला वेड लागलं की काय, अशी अभद्र शंका तिला यायला लागली आणि तिथंच मटकन् खाली बसून आवली रडायला लागली. अगदी हमसून, हुंदके देऊन. आणि तिचं हे रडणं अनाठायी नाही हे उमजल्यामुळं कान्होजी आणि रायबालाही काय बोलावं हे समजेना. गावाबाहेर ग्रामदेवतेची मिरवणूक वाजतगाजत निघाली होती. इथं अंगणात मात्र फक्त आवलीच्या हुंदक्यांचा आवाज भरून राहिला होता.

बरेच दिवस असेच गेले. तुकारामाची ही घायाळ अवस्था कमी होण्याचं, तो पूर्वपदावर येऊन नेहमीसारखा वागण्याचं चिन्ह काही दिसेना. कान्होजीला दुकान सांभाळायचंही नीटसं जमेना. सावजीच्या पत्नीच्या प्रकृतीतही काही सुधारणा होईना. तिची प्रकृती दिवसेंदिवस बिघडतच चालली. तिच्या सतत पोटात दुखत असे आणि कधीकधी तिच्या पोटात खूपच दुखायचं. इतकं की तिला सहन व्हायचं नाही. आणि ती अक्षरशः गडाबडा लोळायची. गुरासारखी ओरडायची. मग आवलीची धावाधाव व्हायची. वैद्यांकडून औषध आणूनदेखील तिला फारसा फायदा व्हायचा नाही. तिचा आजार मात्र बळावतच चालला होता. आजकाल तर तिला जागचं उठवतही नव्हतं. दोन घोट पाण्याशिवाय तिच्या पोटात काही ठरत नव्हतं. काहीही घेतलं तरी उलटून पडत होतं. वहिनीची अशी अवस्था बघून कान्होजीनं धावाधाव करून सावजीला शोधून आणलं. तो साधूंच्या तांड्यातून हिमालयात जाण्याच्या तयारीत होता. सावजी घरी आला तेव्हा तिला जास्तच होतं. तिला श्वास घ्यायलाही त्रास होत होता. सावजी आल्यावर तिनं एकवार किलकिले डोळे उघडून सावजीकडे पाहिलं. क्षणमात्र तिच्या चेहऱ्यावर समाधान पसरलं. ओठ किंचित विलग झाले. सावजी तिच्या शेजारी काही न बोलता बसून राहिला. खरंतर त्याला हिमालयात जायची ओढ लागली होती; पण पत्नीचा शेवट जवळ आलाय हे स्पष्ट दिसत होतं आणि तसंच झालं. सावजी घरी आल्याच्या तिसऱ्याच दिवशी त्याच्या पत्नीनं प्राण सोडला. तिचं जाणं इतर कुणाला नाही; पण आवलीला फार जाणवलं. नवऱ्याकडून पहिल्यापासून उपेक्षा केली गेलेली ती साध्वी आपलं उपेक्षित जीवन संपवून निघून गेली. सावजीला घराशी बांधून ठेवणारा, जोडून ठेवणारा शेवटचा दुवा निखळला. आणि पत्नीचे दिवसकार्य झाल्यावर सावजी घरातून निघून गेला ते पुन्हा न

परतण्यासाठीच. काळाच्या औषधानं थोडीशीच जाणीव येऊ घातलेल्या तुकारामावर नियतीनं आणखी दोन घाव घातले. एक वहिनीच्या मृत्यूचा आणि दुसरा थोरल्या भावाचा परागंदा होण्याचा. जखमेवर अजून खपली धरली नव्हती तोच पुन्हा जखमच उघडली गेली आणि भळाभळा रक्त वहायला लागलं. तुकाराम पुरता असा जाणिवेत नव्हताच. किंचितसा होता तो पुन्हा जाण हरवून बसला. सहा-आठ महिन्यांत नांदत्या घराचं वैराण वाळवंट बनलं होतं. गोकुळाचं स्मशान झालं होतं आणि याही परिस्थितीत नियतीशी झुंज देत होते आवली आणि कान्होजी दोघं जण. पण दोघांचे हात अपुरे पडत होते. दोघांचे प्रयत्न कमी पडत होते. दोघांची झुंज वांझोटी ठरत होती. नेमका याच वेळी देहूला मामाकडे राहणारा संताजी– तुकारामाचा जिवलग मित्र- चाकणला आईबापांकडे गेला होता. तो असता तर तोही हे सगळं सावरायला आला असता. खरंतर आणखी दोन सक्षम हात त्यांच्या सोबत होते. आणखी दोन समर्थ बाहू संकट पेलायला समर्थ होते तुकारामाचे. पण त्या हातांनीच सपशेल शरणागती पतकरली होती. आपली ताकद विसरून ते बाहू असहाय बनले होते. आणि म्हणूनच सतत आणि सतत नियतीचाच विजय होत होता. असेच चार महिने गेले. दसरा गेला. दिवाळी गेली. तुकारामाच्या घरात दुःख आणि दुःख यांशिवाय काहीच उरलं नाही. परंपरा मोडायची नाही म्हणून आवलीनं तुळशीवृंदावनात तेवढा दिवा लावला. माघ आला. येताना कडाक्याची थंडी घेऊन आला आणि पाठोपाठ आला फाल्गुन. होळीचा सण घेऊन. तुकारामाचं मित्रमंडळ रोज घरी यायचं. तुकारामाशी बोलण्याचा, त्याला बोलतं करण्याचा प्रयत्न करायचं, त्याला विठ्ठलमंदिरात घेऊन जायचं; पण तुकाराम काही बोलायचा नाही. मंदिरात गेल्यावरही तो विठ्ठलाच्या मूर्तीकडे नजर लावून एकटक बघत बसायचा. जणू विठ्ठलाला जाब विचारत असावा. पण ना विठ्ठल बोलायचा ना तुकाराम. तुकाराम आणि त्याच्या घरच्या मंडळींची मनोवस्था, त्याच्या घरावर आलेलं हे तिहेरी मृत्यूचं संकट, या सगळ्यांचा विचार करून त्या सगळ्या मित्रांनी ठरवलं की, या वेळी आपल्या सगळ्यांची मिळून होळी तुकारामाच्या अंगणात करायची. होळी. दुष्टांचा नाश करणारी, वाइटाची राख करणारी, संकटांना जाळणारी, अरिष्टांचा निःपात करणारी होळी. त्यांनी ही कल्पना आवली आणि कान्होजीला सांगितली. त्या दोघांनाही बरं वाटलं. घरातल्या दुःखी वातावरणात थोडा बदल झाला असता. कदाचित या होळीत घराच्या नष्टचर्याची राखरांगोळी झाली असती. नष्टचर्य संपलं असतं. आवलीला उत्साह आला. खरंतर आनंदी राहावं असेच तिचे दिवस होते. तिला हवं-नको झालं होतं. पण सांगणार कुणाला? आणि कुणाबरोबर हा आनंद वाटून घेणार? ज्याच्याबरोबर घ्यायचा, तो तर एखाद्या निर्जीव पुतळ्यासारखा घरात वावरत होता. कौतुक करणारी सासू, थोरली जाऊ कधीच स्वर्गाच्या वाटेनं गेले

होते. 'ते काही नाही, आता एवढी होळी झाली की, कान्होजीसाठी एखादी मुलगी बघून त्याचं लगीन करून द्यायचं!' आवलीच्या मनानं घेतलं. आणि तिचं मन उत्साहानं भरलं. 'नुसत्या होळीचा सण साजरा करण्याच्या आणि कान्होजीचं लगीन करण्याच्या विचारानं आपल्याला इतकं बरं वाटलं, मनाला इतका उत्साह आला. धन्यांचे मित्र म्हणतायत ते खरंच असेल. होळीचा सण साजरा करू याच. घरावरच्या संकटांचा, दुःखाचा अरिष्टांचा नाश होईल, नक्की होईल!' आवलीच्या मनात आशा उंचावली. आणि वाड्यात होळीचा सण साजरा करायचा नक्की झालं.

होळीपौर्णिमा आली. आवली उत्साहानं तयारीला लागली. तुकारामाचे मित्रही उत्साहात होते. तुकाराम मात्र तटस्थ, अलिप्त होता. निर्विकार होता. गोपाळ, दिनकर, हरी सगळ्यांनी मिळून होळी रचली. आवलीनं पुरणपोळीचा स्वयंपाक केला होता. तिनं नैवेद्य वाढून आणला. तुकारामाला सोबत घेऊन पोरांनी होळी पेटवली. होळीनं पटकन पेट घेतला. तिच्या लवलवत्या ज्वाळा जणू आकाशाला भिडू पाहू लागल्या. पोरांच्या उत्साहाची लागण जणू होळीलाही झाली. आणि वाऱ्यानंही उत्साह आणला. होळी रसरसून पेटली. अंधारलेलं अंगण होळीच्या सोनेरी ज्वाळांनी उजळून निघालं. त्या सोनेरी प्रकाशकिरणांची रेखा वाड्याच्या आतही शिरली. पडवी, सोपा, माजघर, स्वयंपाकघर, देवघर, धान्याचं कोठार, पाठीमागची पडवी या सगळ्यांतून जणू ती प्रकाशरेखा फिरली आणि तुकारामाचा अवघा वाडा लख्ख उजाळून निघाला. त्या होळीच्या सोनेरी प्रकाशानं भिंतीवरची कोळीष्टकं तर काढलीच; पण मनावरची जळमटंही काढली. संताजीबाळ तर होळीभोवती नाचायला लागला. त्याच्या आनंदानं इतरांच्या आनंदात भरच घातली. कान्होजी, आवली, रायबा, राजाक्का, अगदी बाहेर मोठ्या कष्टांनी येऊन बसलेली रुक्मिणीसुद्धा. सगळ्यांच्या चेहऱ्यांवर हास्य पसरलं. जणू पौर्णिमेचं चांदणं वाड्याच्या अंगणात उतरलं. तुकाराम एकटक होळीच्या ज्वाळांकडं बघत होता. त्या लवलवत्या ज्वाळांनी त्याला कसलीतरी आठवण करून दिली. तुकारामाला आठवली आई-आबा असताना साजरी केलेली होळी. त्याचं रुक्मिणीशी लग्न होण्यापूर्वीची आनंदात, उत्साहात साजरी केलेली ती शेवटची होळी. होळीत टाकलेली पोळी मिळवण्यासाठी तुकाराम, सावजी, कान्होजी, संताजी, हरी यांनी केलेली पळापळ. अगदी आबासुद्धा त्यात सामील झाले होते. आणि विशेष म्हणजे होळीतली पोळी काढण्यात आबांनाच यश आलं होतं. तुकारामाच्या नजरेसमोर तो प्रसंग जसाच्या तसा उभा राहिला. तो आनंद, तो उत्साह, तो उल्हास, ती गंमत, ती पळापळ, ते हसणं, तो दंगा, पोळी मिळवण्यातली झटापट, लहान कान्होजीचं ते धडपडणं, पडणं, आबांचं सगळ्यांना उत्तेजन देणं, दाराशी उभं राहून कनकाईचं ते सगळं न्याहाळणं, तिच्या डोळ्यांतलं ते ओसंडून वाहणारं कौतुक, चेहऱ्यावरचा उतू जाणारा आनंद आणि ओठांवरचं ते

प्रसन्न हास्य, आबांना पोळी मिळाल्यावर तिचं ते टाळ्या वाजवणं आणि आबांनी नजरेचा कटाक्ष टाकल्यावर पदर तोंडावर घेऊन लाजणं. तुकारामाला ते सगळं-सगळं आठवलं. नव्हे, तो प्रसंग आत्ता, इथं, आपल्यासमोरच घडतोय, असं त्याला वाटायला लागलं. एकटक नजरेनं तुकाराम होळीकडं पाहत होता. जणू ते सगळं त्याला दिसत होतं.

होळी जशी धडाधडा पेटली तशी विझलीही लगेच. ज्वाळा निमाल्या. खाली राखेत जणू तोंड लपवून बसल्या. आवली जेवण वाढायच्या तयारीला आत गेली. कान्होजी तिच्या मदतीला गेला. इतर सगळी गप्पा मारत बसली. तुकाराम एकटाच होळीजवळ, शांत झालेल्या होळीजवळ बसला होता. नजर होळीवरच होती. त्या वेळीही होळी अशीच शांत झाली होती. आणि होळीतली पोळी मिळवल्यावर आबा आणि त्यांच्या पाठोपाठ कनकाईदेखील अंगणातल्या विठ्ठल मंदिरात गेले होते, त्या पोळीतला एवढासा तुकडा विठोबाला द्यायला. तुकारामाला आठवले, 'आपण सगळेजणसुद्धा त्यांच्या पाठोपाठ मंदिरात पळालो होतो. मंदिरात... आपण... आई-आबांच्या पाठोपाठ... म्हणजे आई... आबा...मंदिरात...मंदिरात गेलेत... मग...मग...आपण इथं काय...करतोय...? आपणही... मंदिरात ...मंदिरात गेलंच पाहिजे! मंदिरात गेलं पाहिजे...गेलं पाहिजे...! मंदिरात गेलं पाहिजे...!!!' हा विचार मनात आला आणि शांत झालेल्या, विझलेल्या होळीशेजारी मूकपणानं बसून एकटक स्थिर नजरेनं होळीकडं पाहत बसलेला तुकाराम झटक्यासरशी उठला आणि कुणाला काही कळायच्या आत, कुणी पहायच्या आत, पोटात त्या ज्वाळा लपवून, राखेत अग्नी लपवून वरवर विझलेल्या होळीतून तरातरा चालत, धावत 'आईऽऽऽ! आबाऽऽऽ! आलोऽऽऽ! मी पण... मंदिरात येतोऽऽऽ!' असं ओरडत पोळलेले पाय घेऊन तुकाराम मंदिराकडे पळाला. धावत मंदिरात शिरला. मंदिरात इतरत्र अंधार होता. फक्त गाभाऱ्यात विठ्ठलमूर्तीसमोर एक समई शांत तेवत होती. तिचा प्रकाश विठ्ठलाच्या चेहऱ्यावर पडला होता. त्याचा काळासावळा चेहरा त्या सोनेरी प्रकाशानं उजळला होता आणि त्या चेहऱ्यावर होती प्रतीक्षा. जणू तो कुणाची तरी वाट पाहत होता. पायाला चटके बसून फोड आले होते पण तुकारामाला त्याचं भान नव्हतं. तसेच पोळलेले पाय ओढत तुकाराम मंदिराच्या गाभाऱ्यासमोर आला. आई-बाबा मंदिरात नाहीत, हे त्यानं पाहिलं. सावळ्या विठ्ठलाच्या चेहऱ्यावरची ती प्रतीक्षा पाहिली आणि दुसऱ्या क्षणाला तुकाराम सावध झाला. त्याला सगळं सगळं जाणवायला लागलं. त्याचं हरपलेलं भान जणू त्या क्षणानं परत आणलं. त्याच्या सगळ्या जाणिवा जणू जाग्या झाल्या. गेल्या वर्षभरातल्या सगळ्या घटना त्याला सुसंगतवार आठवायला लागल्या. आपण काय काय गमावलंय, याची जाणीव त्याचं काळीज कुरतडून गेली आणि 'विठ्ठलाऽऽऽ' अशी भिजल्या आवाजात हाक देत तुकाराम विठ्ठलाच्या मूर्तीसमोर कोसळला. मूर्तीसमोर पालथं पडून ढसाढसा

रडायला लागला. हुंदके द्यायला लागला. डोळ्यांतून घळाघळा अश्रू वाहत होते. हुंदक्यांमुळे श्वास कोंडत होता. तुकारामाचं अवघं अंग गदगदत होतं. थरथरत होतं. मनावर, बुद्धीवर गेल्या वर्षभरात झालेले आघात, जणू हुंदक्यांतून बाहेर पडत होते. अश्रूंतून वाहून जात होते. त्याच्या पाठोपाठ मंदिरात धावत आलेल्या कान्होजीनं हे पाहिलं आणि कुणीतरी सांगितलं तशी धावत मंदिरात आलेल्या आणि तुकारामाकडं झेपावणाऱ्या आवलीला त्यानं अडवलं. बरोबरच होतं ते! तुकारामाच्या डोळ्यांतून वाहणारे अश्रू त्याच्या मनावर दाटलेलं मळभ धुऊन टाकत होते. हे असंच व्हायला हवं होतं. तुकाराम मोकळामोकळा होत होता. विठ्ठलाच्या मूर्तीतच आई-आबांना शोधत होता. आणि सापडत नाहीत म्हणून पुन्हापुन्हा अनावर होत होता. काही वेळ असाच गेला. त्याच्या हुंदक्यांची तीव्रता थोडी कमी झाली. रडण्याचा आवेग जरासा कमी झाला. गदगदणाऱ्या अंगाची थरथर किंचित कमी झाली. हुंदके देतानाची घुसमट कमी झाली. आणि हळूहळू तुकाराम उठून बसला. आवली, रायबा, कान्होजी, सगळ्यांचं लक्ष तुकारामाकडेच लागलं होतं. तुकारामाचे डोळे मिटलेले होते. मिटलेल्या डोळ्यांतून घळाघळा अश्रू वाहत होते. तुकारामानं क्षणभर डोळे उघडले. पण अश्रूंनी दृष्टीला बांध घातला होता. त्याला काहीच दिसलं नाही. त्यानं पुन्हा डोळे मिटले. क्षणभरच. आणि पुन्हा उघडले. समोर विठ्ठलाची मूर्ती दिसताच त्यानं मूर्तीसमोर दोन्ही हात पसरले आणि दुःखाच्या, वेदनेच्या त्या उत्कट अनुभूतीमुळे तुकारामाच्या तोंडून शब्द उमटले...

अगा करुणा करा करितसें धावा । या मज सोडवा लवकरी ।।
ऐकोनिया माझी करुणेची वचने । व्हावे नारायणें उतावीळ ।।
मागे पुढे अवघा दिसे रिता ठाव । ठेवूनि पायी भाव वाट पाहे ।।
उशीर तो आता न पाहिजे केला । अहो, जी विठ्ठला मायबापा ।।
उरले ते एक हेचि मज आता । अवघे विचारिता शून्य जाले ।।
तुका म्हणे आता करी कृपादान । पाऊले समान दावी डोळा ।।
करुणा करा...

आपल्या दुःखावेगातून आपण जे काही उच्चारलं आहे तो विठ्ठलाचा धावा तर आहेच, पण ती एक सुसंगत शब्दरचना आहे, याचं त्याला भानही नव्हतं. आपण विठूरायाजवळ आपलं गाऱ्हाणं ज्या शब्दांत मांडतो आहोत, तो अभंग आहे आणि ते शब्द कालातीत ठरणार आहेत, युगप्रवर्तक ठरणार आहेत, यापासून अनभिज्ञ असलेला तुकाराम आपल्या दुःखाचं गाऱ्हाणं विठ्ठलासमोर मांडत राहिला. टाहो फोडून सांगत राहिला.

१७

उत्कट भावनातिशयाने बेभान झालेला, डोळे पाण्यानं भरलेला तुकाराम आर्त स्वरात आणि गहिऱ्या शब्दांत विठ्ठलाचा धावा करत होता. आपल्यावर एकापाठोपाठ एक कोसळलेल्या संकटांचा तपशील भिजल्या स्वरात विठ्ठलासमोर मांडत होता. पुन्हापुन्हा त्यानं धाव घ्यावी म्हणून साकडं घालत होता. पुन्हापुन्हा आळवत होता–

अगा करुणाकरा करितसे धावा । या मज सोडवा लवकरी ।।
तुका म्हणे आता करी कृपादान । पाऊले समान दावी डोळा ।।
करुणाकराऽऽ।।

पुन्हापुन्हा आर्त स्वरात त्या विठ्ठलाची आळवणी केल्यावर काही क्षण तुकाराम विठ्ठलाच्या मूर्तीसमोर तसाच पडून राहिला. असहाय, गलितगात्र, शक्तिपात झाल्यासारखा. त्याचे ओठ थरथरत होते, नाकपुड्या लालबुंद झाल्या होत्या, डोळ्यांतून घळाघळा पाणी वाहत होतं. ते गालावरून ओघळून ओठावरच्या मिशीत मिसळत होतं आणि विठ्ठलाचा आर्त धावा करणारा तुकाराम त्या विठ्ठलमूर्तीच्या पायाजवळ एखादा लोळागोळा पसरावा तसा पडून आक्रंदत होता. मस्तकीचं पागोटं सुटून घरंगळून कधीच मूर्तीच्या पायाजवळ पडलं होतं. त्याची प्रत्येक हालचाल, त्याची प्रत्येक देहबोली, त्याच्या पापणीची प्रत्येक उघडझाप, त्याचा प्रत्येक श्वास, त्याचा प्रत्येक उच्छ्वास हे सारं तो किती पराकोटीचा घायाळ आहे, हे दर्शवत होता आणि त्याच अवस्थेत तुकाराम उच्चारत होता-

संसारतापे तापलो मी देवा । करिता या सेवा कुटुंबाची ।।
म्हणऊनी तुझे आठविले पाय । येवो माझे माय पांडुरंगे ।।
बहुतां जन्मीचा जालो भारवाही । सुटिजे हे नाही वर्म ठावे ।।
वेढियेलो चोरी अंतर्बाह्यात्कारी । कणव न करी कोणी माझी ।।
बहु पांगविलो, बहु नागविलो । बहु दिस झालो कासावीस ।।
तुका म्हणे आता धाव घाली वेगी । ब्रीद तुझे जगी दीनानाथा ।।

तुकाराम पुन्हापुन्हा आपलेच शब्द आळवत होता आणि त्या शब्दांनीच विठ्ठलाला हाक मारीत होता. त्या तशा निश्चल अवस्थेतच किती वेळ गेला कुणास ठाऊक! तुकाराम उठून बसला. थरथरत्या अंगानं, लटपटत्या शरीरानं, पाणीभरल्या डोळ्यांनी त्यानं विठ्ठलमूर्तीकडे पाहिलं. काय नव्हतं त्या नजरेत? होती आराधना, होती विनवणी, होती अपेक्षा, होती प्रतीक्षा, होती तक्रार, होती याचना, होती मदतीची हाक, होती घायाळ साद, होती वेदना, होती व्यथा, होते दुःख, होता अपेक्षाभंग, होता आग्रह, होता हट्ट, होती असहायता, निराधारता आणि होता निर्धारही! कदाचित या सगळ्या भावना विठ्ठलाला कळल्या असाव्यात. कदाचित् ....! पण तुकाराम उठून बसला. एक अश्रूभरली नजर विठ्ठलाकडे टाकून त्यानं मूर्तीच्या पायाशी पडलेलं मुंडासं उचललं. त्याच्या टोकानं डोळ्यांतले अश्रू पुसले. ते असे पुसले की, आता जणू त्यांना ओघळायची बंदी होती. मोठ्या निग्रहानं अश्रू पुसून तुकाराम मूर्तीसमोर उभा राहिला. मूर्तीसमोर हात जोडले. म्हणाला, 'देवा विठूराया, माझे सगळे दरवाजे तू बंद केलेस. पित्याच्या वात्सल्याचा, आईच्या मायेचा, भावजयीच्या दिलाशाचा, मोठ्या बंधूच्या आधाराचा. सगळे दरवाजे बंद केलेस आणि आता हा.... हा शब्दकळेचा दरवाजा माझ्यासाठी उघडला आहेस. ठीक आहे विठूराया. माझे शब्दच माझा आधार बनणार असतील आणि त्या शब्दांमुळेच तू प्रसन्न होणार असशील, तर मी तेच करेन. विठूराया, माझी आई गेली, वडील गेले, भाऊ सोडून गेला, वहिनी गेली. मला आता तुझ्याशिवाय कुणी नाही. कुणी-कुणी नाही. म्हणून मी इथं आलो. तुझ्या मंदिरात धावलो. आता तूच माझी आई, तूच माझा बाप, माझा बंधू-सखा, सर्व काही तूच आणि तूच! म्हणूनच विठ्ठला, मी आजपासून, आत्ता या क्षणापासून, तुझ्याच पायाशी राहीन. तूच माझा श्वास, तूच माझा आधार आणि तूच माझे शब्द. विठूराया, यापुढे माझी प्रत्येक कृती तुझ्यासाठी असेल, माझा प्रत्येक श्वास तुझ्यासाठी असेल. मी अवघा तुझाच असेन. फक्त तुझा. आता तार अथवा मार. काय करायचं ते तूच ठरव. तू माझा विठ्ठल आणि मी तुझा तुकाराम!'

देवा तू कृपाकरुणासिंधू । होसी मायबाप आमचा बंधू ।
जीवन सिध्दी साधन सिंधू । तोडिसी भवबंधु काळपाश ।।
तुझिया बळे पंढरीनाथा । जालो निर्भर तुटली व्यथा ।
घातला भार तुझिया माथा । न भीं सर्वथा तुका म्हणे ।।

हा अभंग गायिला आणि तुकाराम जणू निश्चिंत झाला. आपला सगळा भार पांडुरंगावर टाकून तो जणू विसावला. निवांतला आणि सावरलादेखील. मागं वळून पाहिलं तर संताजी, हरी, रायबा यांच्या समवेत कान्होजी आणि आवलीसुद्धा उभी

होती. तुकारामाने एकवार सगळ्यांवर नजर टाकली आणि म्हणाला, "मी तुम्हा सगळ्यांना फार फार त्रास दिला ना? पण आता नाही देणार! आता माझा भारही पांडुरंगावर आहे आणि माझा त्रासही त्यालाच आहे. पण आवले, मला माझी दिशा सापडली आहे. मला माझी वाट मिळाली आहे. कान्होबा, अरे, मला माझा मार्ग गवसला आहे आणि मी ठरवलं आहे की, आता मी त्याच मार्गानं जाणार आहे. या मार्गावर पांडुरंग माझ्या सोबत आहे. तोच मला हाताला धरून चालवेल. आवले, चल, मला फार फार भूक लागली आहे. मला जेवण वाढ. अगं, आता त्या पांडुरंगासोबत चालायचं तर अंगात शक्ती नको का? चल! कान्होबा, हरी, चला घरी जाऊ. दोन घास खाऊन घेऊ. चला!" असं म्हणून तुकाराम मंदिरातून बाहेर पडला आणि झपझप चालत अंगण ओलांडून तो पडवीत आला.

आवलीचे डोळे पाण्यानं भरले होते. कितीतरी दिवसांनी, आज कितीतरी दिवसांनी तुकारामानं 'आवले' अशी हाक मारली होती. भूक लागली म्हणून सांगितलं होतं. जेवण मागितलं होतं. आज कितीतरी दिवसांनी! आवलीचे अश्रू अनावर होत होते. "वयनी, येतायसा न्हवं?" रायबानं मागं वळून केलेल्या प्रश्नानं आवली भानावर आली. "व्हयव्हय! आले आले" असं म्हणत गडबडीनं डोळ्यांतले अश्रू पदरानं पुसत आवली गडबडीनं स्वयंपाकघरात गेली. तिनं तुकारामाचं ताट तयार केलं. कान्होबा, हरी आणि संताजीचंही! चौघं पाटावर बसली. आबा नेहमी बसत त्या जागेकडे एक कटाक्ष टाकून सुस्कारा सोडून तुकारामानं खाली बघून जेवायला सुरवात केली. जेवताना तो एक अक्षरही बोलत नव्हता. खाली मान घालून नीट चवीनं जेवत होता. कितीतरी दिवसांनी तो असा जेवत होता आणि त्याला असं शांतपणे जेवताना बघून आवलीचं काळीज मात्र आभाळाएवढं झालं होतं. 'माझी मंगळाईच पावली जणू! तिचं माझ्याकडं लक्ष असणारच! माझी काळजी तिलाच असणार!' आवलीच्या मनानं ग्वाही दिली. आता सगळं नीटच होणार होतं. सगळं सुराला लागणार होतं. नष्टचर्य जणू संपलं होतं. तुकाराम सावरला होता. वस्तुस्थितीचा, वास्तवाचा, घरातल्या प्रिय मंडळींच्या वियोगाचा स्वीकार करण्याइतका सावरला होता. त्याचं कर्तृत्व आभाळाएवढं आहे, हे सगळे जण जाणून होते. त्यामुळेच आता काळजी नव्हती. एकदा का तुकाराम पुन्हा दुकानाचे कामकाज आणि सावकारी-महाजनकीचा व्यवसाय बघू लागला की, कसलीच चिंता राहणार नव्हती. व्यापार-उदिमामध्ये चोख असणारा तुकाराम सगळं सांभाळून नेणार होता. या आनंदातच तो दिवस सरला. रात्रीही तुकाराम शांत निजला. आवलीला तीच काळजी वाटत होती. पण तसं काहीच झालं नाही. मात्र निजण्यापूर्वी अंगणातल्या विठ्ठलमंदिरात जाऊन विठ्ठलाच्या मूर्तीसमोर उभा राहून हात जोडून तुकारामानं विठ्ठलाला सांगितलं,

"पांडुरंगा, तुझ्यावर भार टाकून मी निजतो आहे. आता तूच माझा आधार आहेस!" आणि तो शांतपणे जाऊन निजला. त्याला लगेच झोपही लागली. अगदी गाढ! गेले कित्येक महिने तो एखाद्या जखमी पाखरासारखा तडफडत होता; पण आज विठ्ठलाला संपूर्ण शरण गेल्यावर जणू तो विश्रांतला आणि गाढ निजला. त्याला गाढ झोप लागलेली बघून आवलीलाही बरं वाटलं. तिनं मागची आवरासावर केली. चूल-पोतेरं केलं. रुक्मिणीच्या खोलीत डोकावलं. तिला झोप लागली होती. मग मात्र आवलीला शिणवटा जाणवायला लागला. सहा-सात महिन्यांचं गर्भार पोट घेऊन ही तिची धावपळ होती. ती अंथरुणावर येऊन बसली. मनोमन मंगळाईला हात जोडले. तिला आपल्या संसाराकडे लक्ष ठेवायला सांगितलं आणि आज तिनं विठ्ठलालाही हात जोडले. तिच्या समोरच्या कोनाड्यात त्याची मूर्ती होती. आपल्या नवऱ्याचा सांभाळ करण्याची तिनं विठ्ठलाला विनवणी केली. तिची ती विनवणी मान्य केल्याचा आणि आपल्याला जे पाहिजे होतं ते गवसल्याचा भाव मूर्तीच्या चेहऱ्यावर तरळून गेल्याचा तिला भास झाला. क्षणभरच! दुसऱ्या क्षणी आवलीनं अंथरुणाला पाठ टेकली आणि डोळे मिटून घेतले. विठ्ठलाच्या मूर्तीवरचं अपेक्षापूर्तीचं हास्य बघायला आवली जागी नव्हती. मध्यरात्र उलटून गेली होती. सगळीकडं निरव शांतता होती. आता थोड्याच वेळात पहाटवारा सुटला असता. अचानक तुकाराम उठून बसला, "होय देवा, होय! मी करेन! मी नक्की करेन. मी तुम्हाला शब्द देतो देवा! आपण मला आपलं मानलंत. मला दिशा दाखवलीत. मार्ग दाखवलात. मी धन्य झालो. मी धन्य झालो!" डोळेमिटल्या अवस्थेत हात जोडून तुकाराम बोलत होता. कुणाशी कुणास ठाऊक! आवली दचकून जागी झाली. 'धनी, का आरडतायत? पुन्हा काई झालं तर नाही?'शंकेनं तिचा जीव घाबरा झाला. ती चटकन् आत आली. पाहिलं तर, तुकाराम अंथरुणावर उठून बसला होता. डोळे मिटून हात जोडून कोणाशीतरी बोलत होता, 'आता हे काय बाई नवीन? धन्याना काय येडबीड लागलं काय?' आवली घाबरली. चटकन् तुकारामाजवळ गेली. त्याच्या खांद्याला धरून तिनं त्याला गदागदा हलवलं, "धनीऽ! अवो धनीऽऽ! धनी, अवो जागं व्हा! काय झोपेत बोलताय काय? कुणाशी बोलताय? धनीऽऽ!" आवलीच्या हाकांनी आणि हलवण्यानं तुकाराम जणू जागा झाला. सावध झाला. त्यानं डोळे उघडले. इकडंतिकडं पाहिलं. आपण आपल्या घरात आपल्या अंथरुणावर आहोत, याचं त्याला भान आलं. त्यानं डोळे चोळले. समोर आवली होती. 'म्हणजे? मग नामदेव महाराज कुठं गेले? आणि पांडुरंग? तोही आला होता. तो कुठं गेला? मी माझ्या घरातच आहे, मग ते सगळं स्वप्नं होतं? नाहीऽ नाही! ते स्वप्न नक्की नव्हतं! नामदेव महाराजांनी माझा हात धरला होता आणि मला

हाताला धरून ते विठ्ठलाजवळ घेऊन गेले होते. नंतर दोघंही माझ्याशी बोलले. नामदेव महाराजांनी माझ्याकडून वचनही घेतलं. हे सगळंच स्वप्न असू शकेल?' तुकारामाच्या मनात विचारांचा गोंधळ माजला. डोक्यात प्रश्नांचं मोहोळ उठलं, हृदयात शंकेचं काहूर माजलं. कासावीस होऊन त्यानं आवलीचा हात धरला. घट्टघट्ट धरला. निदान हा आधारतरी त्या स्वप्नातल्यासारखा विरून जाऊ नये. त्याच्या काळजातली कालवाकालव, हृदयातलं काहूर, डोक्यातलं प्रश्नांचं मोहोळ आणि विचारांचा गोंधळ त्याच्या हाताच्या त्या थरथरणाऱ्या स्पर्शात आवलीला जाणवला. ''धनीऽऽ! काय झालं? कुणाशी बोलत होतात? काय झालं? तुम्ही असं घाबरल्याले का? कोण आलं व्हतं? धनी, कोण आलं व्हतं सांगा की!'' आवली तुकारामाला सावध करून प्रश्न विचारत होती. तिच्या त्या प्रश्नांच्या भडिमारानं तुकाराम पुरता सावध झाला. आवलीचे हात तसेच धरून म्हणाला, ''आवलेऽ आवले, अगं काय सांगू? प्रत्यक्ष नामदेव महाराज आले होते. प्रत्यक्ष नामदेव महाराज! आणि एकटेच नव्हे, तर विठ्ठलाला सोबत घेऊन आले होते. साक्षात विठ्ठलाला. आणि नुसतेच ते दोघं आले नव्हते तर माझ्याशी बोललेसुद्धा! माझ्याशी बोलले. प्रत्यक्ष बोलले आणि आवलेऽ आवले, काय सांगू तुला? मला- मला नामदेव महाराजांनी आपला उत्तराधिकारी नेमलं. त्यांनी तेव्हा केलेली शतकोटी अभंग रचण्याची प्रतिज्ञा ते पूर्ण करू शकले नाहीत. तर आवले, त्यांनी ते काम मला पूर्ण करायला सांगितलंय. त्यांनी ती जबाबदारी माझ्यावर सोपवलीय. आवले, शब्दसाधनेचा आणि शब्दसाधनेतून भक्तिसाधनेचा मार्ग प्रत्यक्ष नामदेव महाराजांनी मला सांगितला. तोही साक्षात विठ्ठलाच्या, त्या पांडुरंगाच्या साक्षीनं. आवले, आता मला माझा मार्ग सापडला. मला माझी दिशा सापडली. मला माझं मीपण गवसलं. इतके दिवस मी अंधारात चाचपडत होतो; पण आता, आता माझा रस्ता सापडला आहे. आवले, सगळ्यांना बोलाव. कान्होजीला हाक मार. त्याला म्हणावं, संताजीला बोलाव, हरीला बोलाव. मला हे सगळ्यांना सांगायचं आहे.'' तुकाराम उत्तेजित झाला होता. उत्साहानं बोलत होता. त्याचा आवाज ऐकून कान्होजीला जाग आलीच होती. त्याची दोन-चार वाक्यं कानावर पडल्यावर मग मात्र कान्होजीला राहवेना. तो पळतच संताजीच्या घरी गेला. तुकारामानं बोलावलंय म्हटल्यावर त्याच्यावरच्या प्रेमापोटी काळजीत असलेले संताजी, हरी धावतच आले. पाहतात तो प्रसन्न चेहऱ्यानं तुकाराम त्यांची वाट पाहत आहे. ''काय रे तुकोबा? काय झालं? बरं हाय नव्हं?'' संताजीनं आल्याआल्या विचारलं, प्रसन्न चेहऱ्यानं पुढं येऊन तुकारामानं त्याचा हात धरला. म्हणाला, ''संताजी, हरी, कान्होबा, मला तुम्हाला काही सांगायचंय! अरे, नामदेव महाराज आले होते आणि प्रत्यक्ष पांडुरंगाला घेऊन आले होते.

काय सांगू माझी पुण्याई?''

''नामदेवे केले स्वप्नामाजि जागे । सवे पांडुरंग येवोनिया ।
सांगितले काम करावे कवित्व । वाऊगे निमित्य बोलो नको ।
माप टाकी सळे धरिली विठ्ठले । थापटोनी केले सावधान ।
प्रमाणांची संख्या सांगे शतकोटी । उरले ते शेवटी लावी तुका ।

''संताजी, मला साक्षात्कार झाला, मला माझं ध्येय गवसलं. माझा मार्ग मला सापडला. त्या पांडुरंगाने माझी माणसं माझ्यापासनं दूर नेली. माया-ममतेचा दरवाजा माझ्यासाठी बंद केला, पण हा....हा शब्दसाधनेचा दरवाजा माझ्यासाठी उघडून दिला. आवले... आवले, आता तुम्हा सर्वांचं पालनपोषण, शब्दांची साधना आणि त्या विठ्ठलाची आराधना एवढंच माझं आयुष्याचं ईप्सित असणार आहे. एवढंच माझ्या आयुष्याचं ध्येय असणार आहे!'' तुकाराम बोलत होता. म्हटलं तर सगळ्यांशी, म्हटलं तर स्वतःशीच! पण एवढं खरं की, काही दिवसांपूर्वीचा गोंधळलेला, घायाळ झालेला, मनात कासाविशी घेऊन जखमी हृदयानं वावरणारा, आत्मविश्वास गमावलेला, आयुष्यातलं सगळं हरवून बसलेला तुकाराम कुठंतरी लुप्त झाला होता आणि आता सगळ्यांच्या समोर असलेला, प्रसन्नचित्त, आनंदानं निथळणारा, आत्मविश्वासानं बोलणारा, धन्यतेनं नहालेला, कृतार्थतेनं भारलेला कुणीएक वेगळाच तुकाराम समोर उभा होता. कुणी वेगळाच तुकाराम!

आणि त्यानंतर तुकाराम खरोखरच कुणीतरी वेगळा झाला. त्यानं दुकान आणि महाजनकीत लक्ष घातलं खरं; पण त्यात त्याचं मन रमेना. दुकानात बसला तरी त्याचं लक्ष शब्दांत गुंतलेलं असायचं. त्याला हाका मारून, वाट बघून गिऱ्हाईक निघून जायचं; पण तुकारामाचं लिखाण चालूच असायचं. विठ्ठलभक्तीची आवड आणि शब्दांचं लागलेलं वेड यामध्ये तुकाराम इतका गुंतला, इतका गुरफटला की, आता दुकानातल्या मालाच्या पुड्या बांधणं, ते जिरं, मोहरी, सुपाऱ्या विकणं, डाळ-तांदळाचं वजन करून देणं त्याला आवडेनासं झालं. या व्यापारासाठी, या व्यवहारासाठी, त्या उद्योगधंद्यासाठी जेवढी आस्था त्याच्या मनात होती ती कमी झाली. आई-आबांचा वियोग, भावजयीचा अल्पवयातला चटका लावणारा मृत्यू, थोरल्या बंधूंचा विरह या सगळ्या घटनांनी त्याच्या मनातला उत्साह, त्याच्या मनाची उमेद संपवलीच होती. त्यातच आता शब्दकळेचा फुलोरा त्याला अधिक आवडायला लागला. मुळात तुकारामाचं वाचन खूप होतंच, त्यातच घराण्यात वारकरी परंपरा असल्यामुळे विठ्ठलभक्तीही होतीच आणि त्यातच लहानपणापासून कीर्तनकार, कथेकरीबुवा यांचा भरपूर सहवास त्याला लाभला होता, शिवाय संस्कृत-प्राकृताचाही त्याचा अभ्यास होता. या सर्वांमुळे जसं तुकारामाचं शब्दभांडार विपुल होतं, तसंच

ज्ञानभांडारही. त्यामुळेच अभंग रचण्याचं आव्हान त्यानं जसं लीलया पेललं, तसंच विषयवैविध्याचंही. आणि जळीस्थळी तुकारामाला एकच नाद लागला- विठ्ठलभक्तीचा आणि अभंगरचनेचा. अलीकडे तर असं होऊ लागलं की, सकाळी एकदा तुकाराम लिहायला बसला की, त्याचं देहभान हरपायचं. त्याला वेळकाळाचं भान राहायचं नाही. दुकान बंदच राहायचं. काही नेहमीची गिऱ्हाइकं मग घरी बोलवायला यायची. मग तुकारामाला दहादा हाका मारून त्याच्या विनवण्या करून, त्याच्या हातापाया पडून, त्याला बाबापुता करून आवली कशीतरी त्याला दुकानात पाठवायची. दुकान उघडायला लावायची. त्यासाठी ती स्वतः दुकानापर्यंत जायची. गिऱ्हाइकाला काय हवं ते सामान द्यायला लावायची. तुकाराम एखाद्या आज्ञाधारक बालकासारखं हे सगळं करायचा आणि आवलीची पाठ वळली की, पुन्हा दुकानाची फळी बंद करून आत लिहीत बसायचा. एक दिवस तर असं झालं की, घरातच काही सामानसुमान नव्हतं. जाऊन आणावं तर पैसाही नव्हता. आवली तुकारामाच्या मागे लागली होती "धनी, अवं, असं काय करताय? अवं, घरात काय बी न्हाई, भायेरून आणावं तर पैकं बी न्हाईत. जावा की जरा दुकान उघडा, चार वस्तू विका आणि त्या पैशाचं मीठ आणि मिरची आणून दुकानातलंच एक शेरभर जोंधळं घरी घिऊन या. अवं, हे समदं मागनं लिवलं तर चालणार न्हायी का? जावा की धनी! तुमच्या पाया पडते! अवं, घरातली मानसं भुकेजली हायेत. त्यांच्या पोटात चार घास घालाय हवं! त्याची येवस्था करा आनि मंग मोप दिसभर लिवत बसा म्हनं! अवं धनी, घरातल्या मानसांची, आमची तुम्हाला चिंता न्हाई का?" आवली पोटतिडकीनं बोलत होती. शेवटी तिनं जरासं रागानंच विचारलं. तुकाराम शांत होता. खाली मान घालून लिहीत होता. लिहिणं तसंच चालू ठेवून खाली मान घालूनच त्यानं उत्तर दिलं, "आवले, अगं, त्या विठ्ठलानंच मला हे नामदेव महाराजांचं काम पूर्ण करायला सांगितलं आहे. मग मी त्याचं काम करत असताना तो करेल की आपली चिंता! आता माझा सगळा भार मी त्याच्यावर घातला आहे. त्याला आहे आपली चिंता! तू नको रागवू! शांत राहा!" तुकाराम अशी आवलीची समजूत घालत होता तोच वाड्याच्या दारातून "हायती का तुकोबा शेट?" असा पुकारा आला. आवली पदर सावरत बाहेर गेली. लोहगावचा खंडू पाटील आला होता, "नमस्कार वयनीसायेब. तुकोबाशेट हायत का घरात? गत साली मला शेतसारा भरता आला न्हायी, घरात लयीच अडचण हुती. तवा माझा सारा बोल्होबांनी भरला हुता. औंदा समदं ठीक हाय! तवा तो परत करायला आलोय. पैका परत देता येनार न्हवताच मला. तवा साऱ्यापोटी हे चार मण धान्य आणलंय. जुंधळं आणि तांदूळ. ह्ये एवढं ठिऊन घ्या!" असं म्हणत तो बैलगाडीतून पोती उतरवायला लागला. आवलीचे डोळे लकाकले, तर तुकारामाच्या चेहऱ्यावर आनंद पसरला, "बघितलंस आवले, मी म्हणालो होतो ना, विठ्ठलाला

आपली काळजी आहे म्हणून! चिंता आहे म्हणून! घे त्याचा दाखला!'' असं म्हणून तुकारामानं पुन्हा वहीत डोकं घातलं. आवलीनं कपाळावर हात मारला. बाहेरून आलेल्या कान्होजीनं सगळं धान्य उतरवून घेतलं. गूळपाणी घेऊन, नमस्कार करून खंडू पाटील परत गेला; 'पण आपली, आपल्या घराची, घरातल्या माणसांची चिंता आता विठ्ठलच करणार आहे,' या तुकारामाच्या मनातल्या साक्षीवर मात्र या प्रसंगानं शिक्कामोर्तब झालं. तुकारामानं लिहिलं....

मज अनाथा कारणे । करी येणे केशवा ।।
जीव झुरे तुजसाठी । वाट पोटी पाहतसे ।।
चित्त रंगले चरणी । तुज वाचूनि न राहे ।।
तुका म्हणे कृपावंता । माझी चिंता असावी।।

खरोखरच आपली चिंता विठ्ठलाला आहे याची या प्रसंगानं जणू साक्षच दिली आणि विठ्ठलानं आखलेला आणि नामदेव महाराजांनी दाखवलेला मार्ग आपल्यासाठी किती योग्य आहे आणि त्या मार्गावरून चालताना विठ्ठलही आपल्यासोबत आहे, याची ग्वाही तुकारामाला मिळाली आणि साहजिकच त्याच्या लेखणीला आणखी गती आली. त्याच्या स्फूर्तीला आणखी तेज आलं. त्याच्या विचारांना आणखी खोली आली. त्याच्या भावनांना आणखी उत्तेजना मिळाली. शब्द जणू फेर धरून त्याच्या सभोवती बागडू लागले आणि तुकाराम लिहीत गेला, लिहीत गेला, लिहीत गेला.

अगा पंढरीच्या राया । वेगी येई तू सावया ।।
दीन बंधू तुझे नाम । देई आपुले आम्हा प्रेम ।।
जीवनकळा तू विश्वाची । तूचि माऊली अनाथाची ।।
तुका म्हणे पुंडलिका । ठेवी मस्तकी पादुका ।।

विठ्ठलाच्या कृपेनं आणि नामदेव महाराजांच्या आदेशामुळे तुकारामाच्या प्रतिभेला जणू आकाशगामी पंख फुटले. त्याच्या स्फूर्तीची मर्यादा क्षितिजापार गेली. त्याची शब्दकळा साक्षात सरस्वतीचं रूप घेऊन आपली विविधता मिरवायला लागली. हे जरी खरं असलं, तरी याआधी झालेल्या दुःखाच्या आघातानं आणि आता कवेत आलेल्या या शब्दकळेच्या ध्यासानं तुकारामाचं दुकानाकडे दुर्लक्ष होऊ लागलं. बऱ्याचदा तो दुकानात जातच नसे. गेला तरी त्या देण्याघेण्याच्या रुक्ष व्यवहारात आणि पुड्या बांधण्याच्या नीरस कामात त्याचे लक्ष नसायचे. दुकानातल्या विक्रीचा माल संपला तरी तो आणायला जात नसे. याचा परिणाम असा झाला की, त्याची शब्दोदकाची पुण्याई वाढली; पण घरातली अन्नोदकाची कमाई मंद झाली. पुढे काही दिवस कान्होजीनं ते दुकान चालवून पाहिलं, पण त्यालाही ते जमलं नाही. दुकानाचं

गिऱ्हाईक तुटलं. याचा फायदा दुसऱ्या दुकानदारांनी घेतला आणि घरात येणारी वाहती कमाई बंद झाली. याच दरम्यान आवलीचे दिवस भरले आणि रीतीप्रमाणे ती पहिल्या बाळंतपणासाठी माहेरी गेली जाण्यापूर्वी तिनं एक मात्र केलं. चांगली मुलगी बघून कान्होजीचं लग्न लावून दिलं आणि मगच ती बाळंतपणाला माहेरी गेली. आवली माहेरी गेली आणि 'दुकानात जावा, संसारात लक्ष घाला, माघनं लिवा, जरा जेवून घ्या, शेतावर जाऊन या' असं सांगत तुकारामाला वेळोवेळी सावध करणारा, मागं खेचणारा, त्याचं कर्मकर्तव्य समजावून सांगणारा तुकारामावरचा अंकुश काही दिवसांसाठी तरी नजरेआड झाला आणि विठ्ठलाची भक्ती करायला आणि शब्द-रचनांचे स्रोत कागदावर उतरवायला तुकाराम मोकळा झाला. शब्दकळाही जणू त्याच्यावर प्रसन्न झाली आणि तुकाराम विठ्ठलाच्या भक्तीचे, त्याच्या शक्तीचे, त्याच्या कृपेचे आणि आपल्या शब्दरचनांचे भांडार कागदावर उतरवत राहिला. लिहीत राहिला.

जेथे माझी दृष्टी जाय । तेथे पाय भावीन ।।
असेन या समाधाने । पूजा मनें करीन ।।
अवघा च अवघे देसी । सुख घेवविसी संपन्न ।।
तुका म्हणे बंधन नाही । ऐंसे काहीं ते करू ।।

त्याच्या शब्दकळेला जणू फुलोरा आला. आपली प्रतिभा आणि विठ्ठलाची भक्ती यांच्या संगमातून आपण शब्दांचे वेगळे विश्व उभे करू शकतो, या जाणिवेनं भारलेल्या तुकारामाला मग विषयाचं बंधन राहिलं नाही. मिठाईच्या दुकानात स्वैर सोडलेलं चिमुकलं जसं प्रत्येक मिठाईच्या बरणीला कवेत घेऊ पाहतं, तसं तुकारामांचं होऊ लागलं.

भक्त, सज्जन, दुर्जन, विठ्ठल, भक्ती, जीवन, व्यवहार, फळं, फुलं, काटे, कामकाज, धर्म, कर्म, साक्ष, सावधानता, करुणा, दया, क्षमा सगळे विषय घेऊन तुकाराम असा लिखाणात गुंतलेला असायचा. एके दिवशी कान्होजीनं तुकारामाला येऊन सांगितलं, "दादा, आपलं दुकान बंद पडलंय. एकतर सगळा माल संपलाय आणि आता गिऱ्हाइकंही आपल्याकडं येत न्हायीत. तवा ते दुकान चालू ठेवून उपेग न्हायी. तुजंपन आता दुकानात लक्ष न्हाई. तवा आपण ते दुकान बंद केलेलंच बरं! का तू घालणार हायेस दुकानात लक्ष?" कान्होजीच्या या बोलण्यावर तुकाराम हसला. म्हणाला, "कान्होबा, अरे जिरं-मोहरीच्या पुड्या बांधून विकण्यापेक्षा मी या शब्दांच्या जुड्या करून विठ्ठलाच्या पायाजवळ वाहीन आणि पैक्याची कमाई करून जीव जगवण्यापेक्षा भक्तीची पुण्याई कमवून मी मोक्ष मिळवीन. दुकान बंद केलंस चांगलं झालं, पैशाच्या व्यवहाराचा एक पाश तुटला. कान्होबा....

"आता काही सोस न करी आणीक । धरिन ते एक हेचि दृढ ।।
जेणे भवसिंधू उतरिजे पार । तुटे हा दुस्तर गर्भवास ।।
जोडीन ते आता देवाचे चरण । अविनाश धन परमार्थ ।।
तुका म्हणे बरा जोडला हा देह । मनुष्यपणे इहलोका आलो ।।"

तुकारामानं अभंग ऐकवला आणि पुन्हा तो लिहायला बसला. दुपार उलटून गेली आणि लोहगावास्नं सांगावा आला, "आवली पुत्रवती झाली. आवलीला मुलगा झाला!" सगळ्यांना आनंद झाला. सव्वा महिन्यानं बारसं होतं. रुक्मिणीनं आणि कान्होजीनं नाना प्रकारे सांगून आग्रह करून तुकारामाला लोहगावला बारशाला पाठवलं. अप्पाजींनी आणि आवलीच्या आईनं तुकारामाचं प्रेमानं स्वागत केलं. आई-वडील, भावजय यांच्या चटका लावणाऱ्या मृत्यूनंतर तुकाराम पहिल्यांदाच असा घराबाहेर, गावाबाहेर पडला होता. तुकाराम आल्याचं पाहून आवलीला अत्यानंद झाला. आवलीला बघून आणि बाळाला बघून तुकारामही गहिवरला. त्यानं आवलीला विचारलं, "आवले, हे बाळ अगदी सावळं सुंदर आहे गं! याचं नाव आपण पांडुरंग ठेवू या! आपल्याला मुलगा झाल्याचं कळल्यावर मलाही असंच वाटलं की, साक्षात तो विठ्ठल आपल्या घरी आला. त्याचंच नाव त्याला ठेवू!" तुकारामाचं हे बोलणं ऐकून आवली हसली. म्हणाली, "धनी, दिवसभर त्याचं नाव घेताय, त्याच्या नावानं अभंग लिहिताय, ते पुरं न्हायी का? खरंतर मला मुलगी व्हायला हवी होती. मी तिचं नाव मंगळाई ठेवणार होते; पण मुलगा झालाय. तेव्हा आता त्याचं नाव, माझ्या मंगळाईचा भ्रतार महादेव त्याचंच नाव ठेवू या. म्हणजे त्या पांडुरंगाशिवाय आणखी एखादं दुसरं नाव, दुसऱ्या देवाचं नाव तुमच्या मुखातून यील. याचं नाव महादेवच ठेवायचं!" आवलीचा तो लाडिक हट्ट बघून तुकाराम हसला. "बरं बाई! याचं नाव महादेवच ठेवू. अगं हरि आणि हर एका वेलांटीचाच तर फरक आहे, पण तोही फरक आपल्या मनात, आपल्या नजरेत आहे, हे पांडुरंगानं नरहरी सोनारांना दाखवून दिलंय! असू दे यांचं नाव महादेव!" तुकारामानं संमती दिली आणि आवलीला आनंद झाला. बाळाचं नाव महादेव ठेवलं. आवलीच्या घरी दोन दिवस राहून तुकाराम देहूला परतला. परतण्यापूर्वी अप्पाजींनी- आवलीच्या वडिलांनी- समजुतीच्या चार गोष्टी तुकारामाला सांगितल्या. खाली मान घालून तुकारामानं त्या ऐकल्यादेखील. त्याच्या मनाला त्या पटल्याही. आपण आता बाप झालो आहोत; आता आपली जबाबदारी आणखी वाढली आहे, आपण आपला हा प्रपंच जास्त जबाबदारीनं आणि काळजीपूर्वक सांभाळला पाहिजे, त्यासाठी कष्ट केले पाहिजेत, आपल्यावर आता दोन पत्नी आणि दोन मुलांची जबाबदारी आहे, ती आपण नीटपणे सांभाळली पाहिजे, असे अनेक विचार परतत असताना तुकारामाच्या मनात येत होते

आणि त्यांतला प्रत्येक विचार हा योग्य आणि पटण्यासारखा होता आणि तुकारामाला तो पटलादेखील. लोहगावातून निघून देहूला घरी पोचेपर्यंत 'आपण आता दुकान नीट सांभाळायचं, सावकारी करायची, महाजनकी सांभाळायची, पैसे मिळवून बायका-पोरांना सुखात ठेवायचं आणि त्यासाठी कष्ट करायचे,' या निष्कर्षापर्यंत तुकाराम येऊन पोचला. आपण एक चांगला, योग्य निर्णय योग्य वेळी घेतल्याचं त्याला समाधान वाटलं. याच समाधानात आणि आनंदात त्यानं कान्होजीला बाळाचं वर्णन ऐकवलं. अप्पाजी काय म्हणाले तेही सांगितलं आणि आपण कोणता विचार पक्का केलाय, तेही सांगितलं. कान्होजीला हे सर्व ऐकून अतिशय आनंद झाला.

काही दिवस असेच चांगले गेले. तुकाराम शांत होता. स्वस्थचित्त होता. आपण काय केलं पाहिजे, काय करणार आहोत, याचे बेत सगळ्यांना ऐकवत होता. काही नवीन माल खरेदी करण्याच्या गोष्टी करत होता. अशातच रामनवमी आली. गावातल्या राममंदिरात उत्सवाची मोठी तयारी सुरू झाली. रामनवमीचे नऊ दिवस नुसते उत्साहानं भरलेले आणि भारलेले असायचे. दूरदूरहून चांगले चांगले कीर्तनकार, कथेकरीबुवा बोलावण्याची गावाची परंपरा होती आणि त्यांचं भजन-कीर्तन-कथा ऐकण्यासाठी देहूच्या आसपासच्या खेडेगावांतून खूप मोठ्या संख्येनं लोक येत असत. ते नऊ दिवस गावात मोठं उत्साहाचं वातावरण असे. तुकारामाचे वडील बोल्होबासुद्धा या सगळ्या कार्यक्रमात उत्साहानं सामील होत. येणाऱ्या कीर्तनकारांची, कथेकरीबुवांची राहण्याजेवण्याची व्यवस्था आपल्या वाड्यात करीत असत. याही वर्षी अशा संतसज्जनांची सेवा आपल्या हातून घडावी, असं तुकारामाला वाटत होतं. पण या वेळी त्याची मूठ उघडी होती. रिकामी होती. घरातल्या माणसांचीच खायची वानवा होती; मग इतरांना कुठून घालणार? आपण वर्षभर नुसतं निष्क्रियतेत घालवलं याचा तुकारामाला आता पश्चात्ताप होऊ लागला. आज आपण काही कमाई केली असती, तर ही वेळ आली नसती. पण आता काय उपयोग? विठ्ठल जशी बुद्धी देईल तसे आपण वागत गेलो. आता आपला सगळा भार विठ्ठलावर आहे. तोच बघेल काय ते! आपला दुःखातून आलेला नाकर्तेपणा विठ्ठलावर ढकलून तुकारामाने पुन्हा कागद समोर ओढले. आपण सध्या काही मिळवत नाही. गावात आलेल्या कीर्तनकारांचा, कथेकऱ्यांचा पाहुणचार आपण करू शकत नाही, याचं त्याला वाईट वाटलं खरं; पण आपण फक्त भक्ती आणि भक्तिरचना करायची असा जर पांडुरंगाचा आदेश आहे, तर त्याला आपण तरी काय करणार? तुकारामानं स्वतःची समजूत घातली आणि पुन्हा लिखाणात लक्ष घातलं.

आपला नवरा त्या विठ्ठलाच्या नादाला लागलाय, त्याची भक्ती करतोय, त्याला त्याच्याशिवाय काहीच सुचत नाही, तो एक पैसाही कमावत नाही, नुसतं लिखाणात वेळ घालवून वाया जातोय, या गोष्टीचा आवलीला राग

यायला लागला. माहदेवाला घेऊन ती पाचव्या महिन्यात घरी परतली होती; पण वाड्याची आणि घरातल्या माणसांची नुसती दुर्दशा झाली होती. रुक्मिणी अंथरुणावर तर कान्होजीची बायको लहान. कुणी पाहायचं आणि कुणी करायचं? कसंतरी उधारउसनवार करून, कुणाकुणाचे हिशेब, पत्र लिहून देऊन कान्होजीनं रडतखडत घर चालवलं होतं. आवली घरी आली. आल्यावर तिनं हे सगळं पाहिलं आणि रुद्रावतारच धारण केला. तिचा संताप बघून तुकाराम उठला. मुकाट बाहेर गेला आणि सावकाराच्या घरी जाऊन धान्य घेऊन आला. आवली संतापलेलीच होती. रागाच्या भरात तिनं विचारलंदेखील नाही की, तुकारामानं हे सामानसुमान कुठून आणलं? तुकारामानं मुकाटपणे सामान आणून घरात टाकलं आणि तो पुन्हा लिहायला बसला. आवलीनं दुर्लक्ष केलं. तिनं निगुतीनं सगळा स्वैपाक केला आणि घरातल्या सगळ्यांना पोटभर जेवायला वाढलं. तुकारामाचं ताट त्याच्याजवळ नेऊन ठेवलं. त्याचं लक्षच नव्हतं. तीन-चार वेळा दटावल्यावर लेखणी बाजूला ठेवून तुकारामानं जेवून घेतलं. असं सगळ्यांच्या पोटात अन्न गेल्यावर आवली जेवायला बसली. रामनवमी आली आणि गेली. वैशाखात सूर्यानं डोळे वटारले. ज्येष्ठ आला आणि तुकारामानं आता एक वेगळाच ध्यास घेतला. दिवसरात्र लिखाण करायचं. अभंग लिहायचे. तुकाराम भल्या पहाटे जो लिहायला बसायचा, तो दिवसभर लिहीतच असायचा. ना दुकानात जायचा ना शेतावर. ना सावकारी बघायचा ना महाजनकी. आवली व कान्होबा आपापल्या परीनं राबत होते. काहीतरी काम करून भाजी-भाकरीची व्यवस्था करत होते. बोल्होबांवरच्या निष्ठेपोटी आणि तुकारामाच्या मायेपोटी रायबा आणि सारजा घरात-शेतात राबत होते. शेतातून जे काही पिकत होतं, त्यावर कसंबसं तोंड चालत होतं. गाई-म्हशी होत्या म्हणून पोरांच्या तोंडात दूध-भात तरी पडत होता. पण एके काळी माणसांच्या समृद्धीनं, मनाच्या श्रीमंतीनं आणि पैशाअडक्यानं समृद्ध असलेलं ते घर, तो वाडा आता डबघाईला यायला लागला होता हे खरं! तरीही अजूनही त्या वाड्याच्या लक्ष्मीनं हार मानली नव्हती. आवलीची झुंज चालूच होती. तुकारामाला डिवचणं, त्याला त्या अभंगलिखाणापासून परावृत्त करणं, त्यानं कामात, दुकानात लक्ष घालावं म्हणून प्रवृत्त करणं, तो उठत नाही हे पाहून करवादणं, हे आणि त्याचबरोबर घराकडे, घरातल्या माणसांकडे, अंथरुणाला खिळलेल्या रुक्मिणीकडे, पोराबाळांकडे लक्ष देणं चालूच होतं; पण तिच्याही या संघर्षाला मुळीच यश द्यायचं नाही, असा नियतीचा डाव असावा. गेली दोन वर्षं तसा पाऊस कमीच होता. शेतातलं खरिपाचं धान्यही जेमतेम हाताला आलं होतं. आडातलं पाणी तळाला गेलं होतं. विहिरी आटल्या होत्या. 'या वर्षी तरी पाऊस पडू दे, पीक-पाणी

भरपूर येऊ दे' म्हणून लोकं देवाला साकडं घालत होती. पण देवही ऐकण्याच्या मनःस्थितीत नव्हता. गेली दोन वर्षं पडलेल्या दुष्काळावरही मात करेल अशा पावसाची लोक वाट बघत होते. पण ज्येष्ठ, आषाढ, श्रावण, भाद्रपद अगदी कोरडे गेले. पाण्याचा थेंबही आकाशातून पडला नाही आणि सगळीकडे हाहाकार माजला. गुरंढोरं अन्नपाण्यावाचून तडफडून मेली. आपल्या जिवलगांच्या मृत्यूचं दुःख पचवून शेतकरी उभा राहू पाहत होता; पण नियतीला तेही मान्य नव्हतं. घरातली म्हातारी माणसं, लेकरं-बाळं यांचंही मरण उघड्या आणि कोरड्या डोळ्यांनी पाहण्याशिवाय माणसांच्या हातात काहीच राहिलं नाही. एक दिवस रायबा शेतावरून आला तो ऊर बडवतच. शेतावर असणारी राजा-लक्ष्या ही खिलारी बैलांची जोडी एका पाठोपाठ एक दुष्काळाची बळी ठरली. वाड्यातल्या दावणीच्या गुरांपैकी २ म्हशी, एक गाय यांनी तडफडून प्राण सोडले. दुष्काळानं संपूर्ण महाराष्ट्रात हाहाकार माजवला. गावंच्या गावं ओस पडू लागली. काही गावं मृत्यूनं स्मशानं बनवली, तर काही गावं लोकांनी स्थलांतर केल्यामुळं स्मशानं बनली. आवली कोंड्याचा मांडा करून कसंबसं दोन घास सगळ्यांच्या मुखात घालत होती; पण तिच्याही हाताला यश आलं नाही. पैका नाही म्हणून औषध नाही, पाऊसपाणी नाही म्हणून अन्न नाही, गुरंढोरं नाहीत म्हणून दूध नाही, या अशा भीषण परिस्थितीमुळे तुकारामावर नियतीनं आणखी एक घाला घातला. औषधपाण्यावाचून, सकस अन्नावाचून रुक्मिणीनं प्राण सोडला. आधीच जर्जर झालेलं, जीर्णशीर्ण झालेलं, दुखण्यानं पोखरलेलं तिचं शरीर या दुष्काळाला, या दुर्लक्षाला, या अवहेलनेला तोंड देऊ शकलं नाही आणि एके दिवशी तिनं प्राण सोडला. त्या दिवशी दुपारी आवली तिच्यासाठी थोडीशी पेज शिजवून घेऊन गेली, तर रुक्मिणीनं डोळे फिरवले होते. श्वास घेण्यासाठी ती धडपडत होती; पण शरीराची मुळातली संपलेली, दुखण्यानं जीर्ण झालेली ऊर्जा आणि दुष्काळामुळं, निष्कांचनपणामुळे औषधाची उणीव या सगळ्याचा परिणाम तिच्या शेवटच्या धडपडीत झाला. आवलीला तिची तडफड बघवेना. हातातली पेजेची थाळी बाजूला ठेवून ती रुक्मिणीकडं धावली. तिला गदागदा हलवून तिनं जोरजोरात हाका मारल्या– "बाईऽऽ बाईऽऽ!" या हाकांना ती प्रतिसाद देत नाही म्हटल्यावर आवलीनं तुकारामाला हाका मारायला सुरवात केली. "धनीऽऽ धनीऽऽऽ!" तुकाराम लिखाणात मग्न होता. आवलीची हाक त्याच्या कानापर्यंत पोचलीच नाही; पण आवलीच्या आवाजातलं भय, अधीरता, वेदना कान्होजीला कळली. तो धावत रुक्मिणीच्या खोलीकडं आला. समोरचं दृश्य बघून त्यानं पुन्हा बाहेर धाव घेतली. लिहीत बसलेल्या तुकारामाला दंडाला धरून उठवलं. "दादाऽऽ दादा! लवकर चला, वहिनींची प्रकृती बिघडलीय." असं म्हणत त्यानं हाताला

धरून तुकारामाला रुक्मिणीच्या खोलीत आणलं. तोवर तुकारामाला भान आलं होतं. समोर तडफडणारी रुक्मिणी बघितल्यावर त्याच्या हातातली लेखणी गळून पडली. तो धावतच रुक्मिणीजवळ गेला. तिचा धपापणारा उर, अडकलेला श्वास, विस्फारलेले डोळे पाहून तुकाराम तिच्याजवळ बसला. तिचं डोकं उचलून आपल्या मांडीवर घेतलं. त्याच्या तेवढ्या स्पर्शानंही रुक्मिणी सावध झाली. तिनं एकवार डोळे वळवून समोर पाहिलं. समोरचा तुकारामाचा चेहरा तिनं क्षणात ओळखला. तिच्या निर्जीव होणाऱ्या डोळ्यांत क्षणभर चेतना आली. तिनं त्या क्षणभरात तुकारामाकडे पाहिलं. त्याचा डोळ्यानंच निरोप घेतला आणि दुसऱ्या क्षणी तिची मान कलंडली. सुंदर संसाराची स्वप्नं डोळ्यांत घेऊन तुकारामाच्या संसारात प्रवेश केलेली, पहिला मुलगा झाला म्हणून आनंदित झालेली रुक्मिणी आजाराशी झुंजताना मात्र पराभूत झाली. तुकारामाची तिच्यावर विलक्षण माया होती. आई-बाबा गेले, वहिनी गेल्या, सावजी परागंदा झाला. तुकारामाच्या हृदयातला एकेक कोपरा भावनांचा ओलावा सोडून देऊन पत्थराचा- निर्जीव पत्थराचा बनत चालला होता. आणि आता रुक्मिणीही गेली. आणखी एक कोपरा दगडाचा बनला. काळजातल्या आणखी एका कोपऱ्यातला ओलावा कोरडा झाला. व्याकुळलेल्या तुकारामाला मात्र कळत नव्हतं की, हा नियतीचा खेळ की दैवाचा दुर्विलास? पहिल्या पत्नीच्या मृत्यूचं दुःख उराशी बाळगून काळजाच्या एका कोपऱ्यात ते साठवून तुकारामानं पुन्हा विठ्ठलाकडं धाव घेतली. विठ्ठलभक्तीचा आधार घेऊन शब्दांच्या कुबड्या घेऊन तो पुन्हा लटपटत उभा राहिला. पण नियतीला तेही मंजूर नव्हतं. दुष्काळानं शेती संपवली, गाई-गुरं मेली आणि याच नियतीनं दुष्काळाचं निमित्त करून तुकारामाच्या घरावर पहिला घाव घातला, रुक्मिणीचा. आणि त्यातून आवली-तुकाराम, कान्होजी अजून सावरतायत न सावरतायत तोच नियतीनं दुसरा बळी घेतला- संतूबाळाचा. आईविना पोरकं झालेलं ते पोर जसं आईच्या मायेला पारखं झालं होतं, तसंच दूधभाताच्या घासालाही. आणि दूधभात राहू दे, पण निदान आईची माया तरी मिळेल या आशेनं ते पोर आईच्या पाठोपाठ देवाच्या घरी निघून गेलं. तुकारामाच्या घरात सुरू झालेलं मृत्यूचं हे पंचक पूर्ण झालं आणि आपल्याला मिळालेल्या या विजयावर नियती खदाखदा हसत राहिली. मृत्यूचं भीषण तांडव गावभर, आसपासच्या परिसरात तर पसरलेलंच होतं; पण तुकारामाच्या घरातही त्यानं आपलं पाच जणांच्या मृत्यूचं ध्येय पूर्ण केलं. शेती संपलीच होती. दुकान केव्हाच बंद झालं होतं. दुष्काळानं सावकारी पूर्ण बुडवली होती आणि एकापाठोपाठ एक माणसंही मृत्युमुखी पडत होती. एके दिवशी तिन्हीसांजेला तुकाराम विमनस्क मनानं वाड्याच्या दारात बसला होता. मनात वाईट वाईट विचार येत होते. क्षणात

मृत्यूचे तर क्षणात आत्मघाताचे. क्षणात संसाराचे तर क्षणात वैराग्याचे. क्षणात अभंगाचे तर क्षणात फोलपणाचे. डोळ्यांतून घळाघळा पाणी ओघळत होतं. ते पुसायचंही भान तुकारामाला नव्हतं.

बरे जालें आजिवरी । नाही पडलो मृत्याचे आहारी ।
वांचोन आलो एथवरी । उरले ते हरी तुम्हा समर्पण ।।
दिला या काळे अवकाश । नाही पावले आयुष्य नाश ।
कार्या कारण उरले शेष । गेलें ते भूस जावों परतें ।।
बुडणे खोटे पावतां थडी । स्वप्नी जाली ओढाओढी ।
नासली जागृतीची घडी । साच जोडी शेवटी गोड घास ।।
तुम्हासि पावविली हाक । तेणे निरसला धाक ।
तुमचे भाते हे कवतुक । जे शरणागत लोक रक्षावे ।।
रवीच्या नावे निशीचा नाश । उदय होता चि प्रकाश ।
अता कैचा आम्हा दोष । तू जगदीश कैवारी ।।
आता जळो देह सुख दंभ मान । न करी याचे साधन ।
तू जगदादि नारायण । आलो शरण तुका म्हणे ।।

आवली आली. तुकारामाला असं बसलेलं बघून तिच्या काळजात कालवलं. म्हणाली, "धनी उठा! उठा बघू! उठा आनी त्या काळ्याची गाणी म्हणा. उठा आणि कायतरी लिवत बसा! उठा! तिन्हीसांजंला असं दाराशी रडत बसू नये. कायतरी वाईट होतं! उठा!" आवलीचे ते शब्द ऐकून तुकाराम खिन्नपणे हसला. म्हणाला, "आवले, अगं, आणखी काय वाईट व्हायचं राह्यलंय? सगळं तर वाईट झालंय!" त्याचं हे बोलणं ऐकून आवलीचेही डोळे भरून आले, पण निग्रहानं त्या अश्रूंना परतवून लावत ती म्हणाली, "बरोबर हाय धनी तुम्ही म्हणताय ते! आता आणखी काई वाईट व्हायचं राह्यल्यालं न्हाई! आता समदं चांगलंच व्हनार आहे. आता या इतक्या वाईट-वंगाळापलीकडं अजून काई वाईट असणार न्हाई. आता असंल ते समदं चांगलंच असंल. तवा आता उठा आणि त्या काळ्याचं काई कामकाज करा! उठा!" आवलीनं बळेबळे तुकारामाला उठवलं. तिच्या आग्रहानं असेल, तिच्या दिलाशानं असेल किंवा तिच्या आशेनं भरल्या स्वरामुळं असेल; पण तुकाराम उठला आणि तडक मंदिरात शिरला.

१८

तिन्हीसांजेची वेळ. तुकाराम मंदिरात शिरला. मंदिरात विठ्ठल-रुक्मिणीची मूर्ती सांजवातीच्या प्रकाशात प्रसन्न चेहऱ्यानं उभी होती. तुकारामाला वाईट वाटलं. आपल्यावर एवढे संकटांचे पहाड कोसळताहेत आणि हा मात्र शांत निश्चल, स्तब्ध उभा आहे. आपल्यावरच्या संकटांचं याला काहीच वाटत नाही? आणि मी मात्र यालाच माय-बाप, बंधू-सखा मानतोय. असं तर नाही ना की, हा माझाच भ्रम आहे. याचे भक्त शेकडो असतील. हा तरी कुणाकुणाच्या मदतीला धावणार आहे? मला मात्र उगीचच वाटतंय की, हा माझा आहे आणि मी याचा! पण ते तरी किती सत्य आहे तोच जाणे! नामदेव महाराजांनी स्वप्नात येऊन सांगितलं आणि आपण लिहिते झालो. शब्दांची गंगा आपल्या मुखातून स्त्रवू लागली आणि आपण लिहीत गेलो. तो शब्दब्रह्माचा साक्षात्कार आपल्याला झाला, हे आपलं सद्‌भाग्य. पण या विठ्ठलाचं काय? त्याचं आपल्यावर प्रेम आहे की नाही? हे कोण आणि कसं ठरवणार? आणि असलं तरी ते आपल्याला कसं कळणार? आणि नसलंच तर? नसलंच तर मग आपल्या जगण्याला काय अर्थ उरला!' तुकारामाच्या मनात प्रश्नांचं, शंकांचं नुसतं वादळ घोंघावत होतं. अनंत प्रश्न होते; पण उत्तर एकाचंही नव्हतं. 'कुणाला विचारावं? कुणाकडून मिळतील या प्रश्नांची उत्तरं? कोण देईल... कोण शंकानिरसन करेल... कोण या प्रश्नांच्या वादळातून आपल्याला सोडवेल... आपला पांडुरंग; की पुन्हा स्वप्नात येऊन नामदेव महाराज? की आणखी कोणी... कोण दाखवेल आपल्याला मार्ग... कोण सोडवेल या प्रश्नांच्या पाशातून आपल्याला?' तुकारामाचं डोकं नुसतं भणभणलं! काय करावं, कुठं जावं, कुणाला विचारावं काहीच सुचेना. त्या सांजवातीच्या मिणमिणत्या प्रकाशात, विठ्ठलाच्या मूर्तीच्या पायाजवळ दुःखी मनानं, विमनस्क अवस्थेत तुकाराम बसून राहिला, कितीतरी वेळ! कितीतरी वेळ गेला- सांजवातीतलं तेल संपलं, समई विझून गेली. मंदिरात आता पूर्ण- अगदी पूर्ण अंधार पसरला. त्या अंधारात विठ्ठलाची काळी मूर्ती दिसेनाशी झाली. तुकाराम आणखी दुःखी झाला. त्याला वाटलं, आपल्या मनाला जसं

प्रश्नांच्या अंधारानं ग्रासलंय, तसंच आपल्या मनातल्या अंधारानंच या पांडुरंगालाही ग्रासलंय. त्याला वेढून टाकलंय. पण मनाच्या त्या निराश अवस्थेत, मनाच्या त्या अंधारलेल्या अवस्थेत तुकाराम तिथंच, तसाच विठ्ठलाच्या पायाशी पडून राहिला...कितीतरी वेळ.

बरीच रात्र झाली. आवलीचं सगळं कामकाज आटोपलं. चूलपोतेरंही झालं. तुकारामाचं ताट वाढून तिनं केव्हाच मंदिरात ठेवलं होतं. त्याचं जेवण झालं असलं तर ताट आणावं आणि त्यालाही तिथून घेऊन यावं, या विचारानं तिनं सुंद्री घेतली आणि ती मंदिरात गेली. मंदिरात गुडुप अंधार होता. आवली हातात सुंद्री घेऊन प्रकाशाचे किरण घेऊन आत गेली. त्या प्रकाशाच्या किरणांत पहिल्यांदा उजळला तो विठ्ठलाचा चेहरा. त्याच्याकडे लक्ष जाताच आवली ठिस्कारली, "हात् मेल्या! सगळ्या दुनियेचा अंधार दूर करणारा म्हणे तू! तुला स्वतःभवतालचा अंधार दूर करता यीना; तोंड बघ!" त्या सुंद्रीच्या प्रकाशात हळूहळू ते अवघं लहानसं मंदिर उजळलं आणि आवलीला दिसला विठ्ठलमूर्तीच्या पायापाशी पडलेला तुकाराम. आवलीचं काळीज लक्क झालं. 'धनी असं का पडलेत? त्यानला काही झालं तर न्हायी!' आवली झपाट्यानं पुढं आली. हातातली सुंद्री तिनं विठ्ठलमूर्तीच्या प्रभावळीवर ठेवली. "जरा ध्यान दे! मला धन्याकडं बघायचंय! निदान तेवढा तरी उजेड पडू दे तुझा!" असं त्याला दटावत आवली खाली बसली आणि तिनं तुकारामाला गदागदा हलवलं. त्याला हाका मारायचा सपाटा लावला. सगळ्या प्रसंगानं कावलेला, सगळ्या दुःखानं खचलेला आणि मनात उठणाऱ्या भयशंकांनी ग्रासलेला तुकाराम गलितगात्र होऊन पडला होता. आवलीच्या हलवण्यानं आणि हाकांनी तो भानावर आला. उठून बसला. त्याचे डोळे मलूलले होते. चेहऱ्यावर दुःख दाटून आलं होतं. शरीर निस्त्राण झालं होतं. आवलीनं बघितलं- जेवणाचं वाढून दिलेलं ताट तसंच होतं. म्हणजे तुकाराम जेवलाही नव्हता. "आता काय म्हणावं या कर्माला? अवं, तुम्ही येक घाससुदिक खाल्ल्याला न्हायी. मोठ्या मुश्किलीनं समद्या कणग्या झाडून मिळालेल्या भाताच्या कण्या करून, अंगणातली नखभर मिळालेली पात्रीची भाजी खुडून, चार भाकरी करून सगळ्यांचं जेवण वाढून तुमचं ताट वाढून आणून ठेवलं, तर तुम्ही ते खाल्ल्यालं पन न्हायी? ह्यो एक दगडाचा हाय आणि त्याचं काळीज पन दगडाचं हाय; पन आपण जितीजागती माणसं हाओत. चार घास पोटाला खाल्ल्याबिगर शरीरपन चालणार न्हायी आणि बुद्धीपण! चला, अदुगर जेवून घ्या आणि चला घरात. उठा आधी!" आवलीनं तुकारामाला उठवलन्, जेवायला लावलन् आणि पुन्हा हाताला धरून घरात घिऊन आली. काही न बोलता तुकाराम तिच्याबरोबर आला. अंथरुणावर बसला. आवलीनं सुंद्री बाजूला ठेवली आणि तीही तुकारामाजवळ बसली. त्याचा घायाळ चेहरा तिला बघवेना, त्याची जखमी पाखरासारखी

विद्ध नजर तिच्या काळजाचा ठाव घेऊन गेली आणि आवलीचे डोळे भरून आले. ती तुकारामाजवळ बसली आणि त्याच्या पाठीवरून हात फिरवत राहिली. तिच्या त्या स्पर्शानं तुकारामाचा बांध फुटला. काय नव्हतं त्या स्पर्शात? पत्नीचा स्नेह, आईची माया, वडिलांचं वात्सल्य आणि त्याचबरोबर एक भक्कम आधार. तुमच्या कुठल्याही संकटात मी तुमच्या सोबत आहे हा दिलासा, तुमच्यावर माझा पूर्ण विश्वास आहे हे वचन, तुमच्यासाठी मी काहीही करायला तयार आहे हे आश्वासन, तुम्ही आणि मी वेगळे नाही आहोत ही एकरूपता, तुमच्या प्रत्येक निर्णयात मी आहे याची निश्चिती आणि तुम्ही माझे आहात आणि मी तुमची आहे ही एकतानता. त्या क्षणी... त्या क्षणी तुकारामाला आवलीचा तो स्पर्श... तो स्पर्श साक्षात विठ्ठलाचा असावा, असा वाटला. विठ्ठलाचा स्पर्श त्याला माहीत नव्हता, त्यानं अनुभवला नव्हता. त्याला काय, कुणालाच तो माहीत असायचं कारण नव्हतं. पण तिच्या स्पर्शात असं काहीतरी होतं की, त्याला त्या स्पर्शाचा एकदम आधार वाटला आणि त्याला गहिवरून आलं. इतकं की, तुकाराम एखाद्या लहान बाळासारखा ओक्साबोक्शी रडायला लागला. गदगदून, हुंदके देऊन रडायला लागला. आपले धनी का रडतायत... कशासाठी रडतायत... त्यांना काय दुःख झालंय... याची कोणतीही कल्पना आवलीला नव्हती. तिनं विचारलंही नाही. ती फक्त निःशब्दपणे तुकारामाच्या पाठीवरनं हात फिरवत राहिली. कितीतरी वेळ! आणि कितीतरी वेळ तुकाराम स्फुंदत राहिला. हुंदके देत राहिला. त्याच्या रडण्याचा आवेग ओसरला. भरून आलेलं आभाळ मोकळं झालं. तुकाराम सावरला. त्यानं डोळे पुसले. भिजल्या डोळ्यांनी आवलीकडे बघितलं. आवली त्याच्याकडेच बघत होती. तिच्या नजरेत होता विश्वास, दिलासा, आधार, आश्वासन, वचन, काळजी, प्रेम आणि वात्सल्य. तुकारामानं व्याकूळ होऊन तिचा हात धरला, अगदी घट्ट... जणू तो तिचा आधार मागत होता. त्यानं धरलेल्या हातावर आवलीनं आपला दुसरा हात ठेवला, अगदी घट्ट... जणू ती तुकारामाला वचन देत होती. काही क्षण असेच गेले आणि गहिवरल्या आवाजात तुकाराम बोलायला लागला "आवलेऽ आवले, मला काय झालंय ते माझं मलाच कळत नाही. माझं कशातच लक्ष लागत नाही. काय करावं ते मला सुचत नाही. आता मला कुणी नाही, असं मला सारखं वाटतंय. मला कुणाचा आधार नाही, मी निराधार आहे, अनाथ आहे, असं मला वाटतंय. आवले, मला सांग कोण आहे माझं? कोण आहे मला?" तुकारामाचा स्वर कातर होता. डोळ्यांतून घळाघळा पाणी ओघळत होतं. तो भावविवश झाला होता; पण आवली सावध होती. तुकारामाची घायाळ अवस्था तिच्या लक्षात आली होती; पण आधीच मनानं दुबळा झालेला, पाठोपाठ झालेल्या आघातानं खचलेला तुकाराम, आपण आता त्याला आंजारलं-गोंजारलं तर तो आणखीच दुबळा बनेल, हे तिनं ओळखलं

होतं. काही काही वेळा डिवचल्यामुळेसुद्धा आत्मसन्मान जागा होतो, हे मानसशास्त्र ती जाणून होती. म्हणूनच तुकारामानं पाणीभरल्या डोळ्यानं आणि भिजल्या आवाजात तिला जेव्हा विचारलं की माझं कोण आहे, तेव्हा चेहऱ्यावर किंचित रुसवा आणि स्वरात लटका राग आणून आवली ताड्कन म्हणाली, ''का? त्यो काळ्या हाय की! त्योच बघणार हाय ना तुमचं सगळं? मग हाय की त्यो तिथं कमरेवर हात ठेवून उभारलेला! हाय नव्हं? का तुमचं दुःख बघून त्यानं पण इंद्रायणीत उडी मारली?'' आवलीच्या या प्रश्नांचा अपेक्षित परिणाम झाला. पांडुरंगाबद्दल असं बोलल्याचा तुकारामाला राग आला. त्या रागात तो काही बोलणार तोच त्याच्या लक्षात आलं की, 'तो तरी आपल्या पाठीशी आहे की नाही?' अशी शंकाच आपल्या मनाला उद्ध्वस्त करून गेली आहे. हे लक्षात आल्याबरोबर तुकारामाच्या मनातला राग निवळला आणि त्याची जागा पुन्हा घायाळपणानं घेतली आणि त्या घायाळ अवस्थेत तो पुन्हा म्हणाला, ''तेच तर! आवले तेच तर मला समजत-उमजत नाहीय की, तो पांडुरंग माझ्या पाठीशी आहे की नाही? त्याच्यावर सगळा भार टाकून मी मोकळा झालो खरा; पण माझा भार तो उचलणार आहे की नाही? त्याची स्तुती करणारे, त्याचे गुणगान करणारे अभंग मी लिहितोय; पण ते त्याच्यापर्यंत पोचताहेत का? मी करत असलेला धावा त्याला ऐकू येतोय का? माझा आकांत त्याच्यापर्यंत पोचतोय का? माझा टाहो त्याच्या काळजापर्यंत जातोय का? या प्रश्नांनी आवले, मी घायाळ झालोय. गोंधळून गेलोय. मला काहीच सुचत नाहीय. अगदी लिहायला पण सुचत नाहीय. मी काय करू? आवले, मी काय करू?'' तुकारामानं मनातल्या प्रश्नांना आवलीसमोर वाट करून दिली. आपण जिच्याजवळ बोलतोय ती आपली पत्नी आहे, ती अडाणी आहे. तिचा पांडुरंगावर राग आहे, यांतली कुठलीही गोष्ट तुकारामाच्या लक्षात आली नाही. इतकी त्याची मन:स्थिती गोंधळलेली होती. पण कुणाजवळ तरी बोलणं गरजेचं होतं. मनातला गोंधळ मनातच राहिला की, तो आणखी गोंधळ घालतो आणि माणसाला आणखी गोंधळून टाकतो. त्यापेक्षा मनातला गोंधळ उच्चारलेला बरा. निदान तो मनातून बाहेर तरी पडतो. तुकारामाचं तसंच झालं. आपण अडाणी आवलीजवळ बोलतो आहोत, पांडुरंगाचा रागराग करणाऱ्या आपल्या पत्नीजवळ बोलतो आहोत, याचा विचारही न करता तुकारामानं मनातला गोंधळ उच्चारला आणि त्याला थोडं बरं वाटलं. त्याच्या चेहऱ्यात, आवाजात फरक पडला. खरंतर त्याच्या मनातल्या प्रश्नांच्या उत्तरांची आवलीकडून अपेक्षा नव्हतीच; पण तिनं उत्तर दिलंच. म्हणाली. ''धनी, आई-आबा, वहिनी, रुक्मिणीबाई आणि संतूबाळ यांना मरण आलं म्हणून तुम्हाला निराधार वाटतंय. त्यातच दुष्काळानं समद्यांचीच वाताहत झालीय. पण या समद्या गोष्टींत तुमचा तो पांडुरंग काय करणार? तसंतरी तो काय करतोय म्हना? कमरेवरनं हात काढले तर

तो कायतरी करंल, पण तरी या गोष्टींना त्यो काय करणार? अवो, या ज्याच्यात्याच्या नशिबाच्या गोष्टी हायेत. धनी, रामाला वनवास चुकला न्हायी, श्रीकृष्णाला बंदिवासात जलम घ्यावा लागला! त्ये कशाला? तुमचा काळतोंड्याच घ्या की! त्यालापन देव असून इटेवरच उभा राह्यला लागलंय ना? त्याला काय आसन मिळालं नसतं? का घेता आलं नसतं? ह्ये ज्याचेत्याचे भोग हायेत धनी! ह्ये देवाला चुकले न्हाईत तिथं मानसांची काय कथा? ज्याला जेवढं आयुष्य होतं तेवढं जगून जो तो देवाघरी गेला! आता या धरणीच्या कपाळी दुष्काळाचं संकट लिवलंय. ते भोग तिला भोगलेच पाहिजेत. पर म्हणून मरणाऱ्यांसोबत बाकीच्यांनी मरायचं नसतं धनी! तसं झालं तर मरणाऱ्यांना पाणी कोण पाजणार? आता तुमच्या नशिबी असलं दुःख लिवलंय त्याला तो पांडुरंग काय करणार? आणि त्याच दुःखात बुडून जाऊन तुम्ही टाहो फोडत राहिलात तर ज्या प्रश्नांचं त्याच्याजवळ उत्तरच नाही, त्या प्रश्नांचा टाहो त्यानं तरी का ऐकावा? तुम्ही त्या दुःखातनं भायेर पडलात तरच तुम्हाला कळंल की, त्यो तुमच्या पाठीशी आहे की नाही! त्येच दुःख उराशी कवटाळून बसलात तर तो काळ्या तुमच्याकडं का बघेल? आणि त्यानं बघितलं तरी त्ये तुम्हाला कळेल का? धनी, माणसाचं आयुष्य कंदिलाच्या काचेवाणी असतंय बघा. कंदिलाची काच जेवढी स्वच्छ, घासल्याली, पुसलेली, तेवढा उजेड जास्त. कंदिलाची काच जेवढी घाण, अस्वच्छ, धुळकटलेली, तेवढा उजेड कमी. आपल्या मनावर, डोक्यावर, बुद्धीवर अशी अडचणींची, संकटांची धूळ बसली की, समदाच अंधार होतो बघा. आणि ही अडचणींची, संकटांची धूळ झटकली की, समदा साफ उजेड पडतो. हितंतर धनी तुम्ही तुमच्या बुद्धीवर, मनावर, नजरेवर दुःखाचा, संकटांचा चिखल लावून बसलायसा आनि मला कायी समजत न्हायी आनि कायी दिसत न्हायी म्हणत बसलायसा. झटका ती धूळ, धुऊन काढा तो चिखल. म्हंजी तुम्हाला समदं सुधरंल. आता तुमचं दुःखाचं आख्यानबी पुरं आणि माझं कीर्तन बी! निजा आता गपगुमान. मला उद्या लयी कामं हायेत! मी निजते आता. आनी तुम्हाला नीज येत नसली, तर त्यो काळ्या हायच की! बोलवा त्याला!'' म्हणत आवलीनं विषय संपवला आणि ती उठलीच. दोन लेकरं आत झोपवली होती, तिकडं निजायला गेली. ती गेली त्या दिशेकडं तुकाराम विस्फारल्या नजरेनं पाहतच राहिला. आहे तरी कोण ही? आवली की रखुमाई? आणि अडाणी कोण? ती की आपण? आपल्या मनातल्या घालमेलीचं, विचारांच्या गोंधळाचं किती नेमकं विश्लेषण केलंन् हिनं? कुठं शिकली हे सगळं? चार भिंतींबाहेर हिचं जग नाही! आणि आपण मारे पोथ्या, पुराणं, गीता-ज्ञानेश्वरी वाचून स्वतःला विठ्ठलाचे भक्त समजणारे; पण आयुष्य म्हणजे नक्की काय, हे आपल्यापेक्षा हिलाच समजलंय. पांडुरंगा, धन्य आहे तुझी! माझ्या अडाणी आवलीच्या रूपात येऊन तू मला वाट दाखवलीस. आवली म्हणते

ते खरंच आहे. मला माझ्या मनावर, बुद्धीवर, नजरेवर चढलेला संकटाचा, अडचणींच्या चिखलाचा लेप धुऊन काढायलाच हवा आणि त्यासाठी पहिल्यांदा मला स्वतःला स्वतःतच शोधलं पाहिजे. आणि हा शोध इथं राहून घेता येणारच नाही. त्यासाठी मला दूर गेलं पाहिजे. कुठंतरी लांब! जिथं कुणीही असणार नाही, जिथून कुणी मला ऊठ म्हणणार नाही, जिथं कुणी मला असा का बसलायस म्हणणार नाही. ठरलं माझं पांडुरंगा! मी येतोय! मला शोधायला आणि तुला शोधायला. पांडुरंगा,

अल्प माझी मती । म्हणोनि येतो काकुळती ।।
आता दाखवा दाखवा । मज पाऊले केशवा ।।
धीर माझ्या मना । नाही नाही नारायणा ।।
तुका म्हणे दया । मज करा अभागिया ।।

अशी काकुळती येऊन तुकारामानं विठ्ठलाची आळवणी केली आणि–

विठ्ठल माझा जीव विठ्ठल माझा भाव । कुळधर्म देव विठ्ठल माझा ।।
विठ्ठल माझा गुरू विठ्ठल माझा तारू । उतरील पारु भवनदीचा ।।
विठ्ठल माझी माता विठ्ठल माझा पिता । विठ्ठल चुलता बहिणी बंधू ।।
विठ्ठल हे जन विठ्ठल माझे मन । सोयरा सज्जन विठ्ठल माझा ।।
तुका म्हणे माझा विठ्ठल विसावा । नश्वरित गावा जाईन त्याच्या ।।

असा तुकोबांनी विठ्ठलाजवळ सगळा कबुलीजबाब दिला. त्याच्याजवळ मन मोकळं केलं. त्याला पुन्हापुन्हा आपल्याला त्याच्याशिवाय कोणी नाही याची आठवण करून दिली आणि आपण त्याला शोधायला येत असल्याचा संकेतही दिला.

मध्यरात्रीची वेळ, सगळीकडे नीरव शांतता. आवलीलाही झोप लागलेली आणि एकाएकी तुकारामाच्या आवाजानं ती जागी झाली. अंथरुणावर उठून बसली. कान देऊन ऐकू लागली आणि तिला ऐकू आलं तुकाराम अभंग गातोय. ते तिनं ऐकलं आणि तिच्या चेहऱ्यावरचं चिंतेचं सावट दूर होऊन तिथं एक हलकं स्मित उमटलं आणि पुन्हा आवली शांत मनानं निजली. गाढ, अगदी गाढ.

सकाळी आवली जरा उशिराच उठली. बाहेर येऊन तिनं पाहिलं तर तुकारामाचं अंथरूण रिकामं होतं, 'गेले असतील त्या काळ्याच्या मंदिरात' तिनं विचार केला आणि कामाला लागली. पण आवलीला कुठं माहीत होतं की, तुकाराम स्वतःला शोधायला गेलाय! पांडुरंगाची आळवणी करणारा तो अभंग म्हणून झाल्यावरही तुकाराम बराच वेळ म्हणण्यापेक्षा पहाटेपर्यंत जागाच होता. रात्रभर विचार केल्यानंतर त्याच्या मनाचा निश्चय पक्का झाला होता. आता आपण स्वच्या शोधात आणि

पांडुरंगाच्या शोधात निघायचंच, असं त्यानं मनाशी पक्कं ठरवलं आणि झुंजूमुंजू व्हायच्या आतच तो उठला. कालपर्यंतच्या मरगळलेल्या शरीराला आणि मनाला आज एक नवीन अंकुर फुटला होता. उत्साहाचा, आशेचा, उल्हासाचा! तुकारामानं अजिबात आवाज न करता सगळं आवरलं. आपल्या टाळ, चिपळ्या आणि वीणा घेतली. दोन्ही मुलांना जवळ घेऊन शांत निजलेल्या आवलीकडे एक प्रेमाची आणि निरोपाची नजर टाकली, 'आवले, मला माफ कर! पण माझ्या मनावरचा चिखल झटकायला चाललोय. तू सांगितल्याप्रमाणे कंदिलाची काच पुसायला चाललोय. तुला न सांगता जातोय. मला खात्री आहे, तू शोधून काढणार आणि तिथपर्यंत येणार. पण मी पांडुरंगाचाही शोध घेणार आहे. सांभाळ!' मनातल्या मनात आवलीला असं सांगताना तुकारामाला क्षणभर गहिवरून आलं. एकदा वाटलं, तिला उठवून सांगावं; पण नकोच. तिनं एकतर सोडलंच नसतं आणि सोबत पांडुरंगाचाही उद्धार केला असता. तुकाराम काही न बोलता बाहेर पडला. झपझप पावलं टाकत गावाबाहेर पडला. गाव अजून साखरझोपेत होतं. अजून पक्षीही उठले नव्हते, तिथं माणसांची काय कथा! तुकाराम चालत राहिला. गावाबाहेर पडला. अजून माती ओलसर होती. तिच्यावर दवाचे थेंब पडून बारीकबारीक असे मातीचे गोळे तयार झाले होते. तुकारामानं वहाणा काढून बाजूला ठेवल्या आणि त्या ओल्या भुसभुशीत मातीवर अनवाणी पायांनी तो चालत राहिला. त्या मातीचा ओला, हळुवार स्पर्श! त्या स्पर्शाने तुकारामाचं मन सुखावलं. त्यानं चिपळ्या हातात घेतल्या आणि त्याच्या मुखातून शब्द पाझरायला लागले–

भेटी लागी पंढरीनाथा । जीवी लागली तळमळ व्यथा ।।
कै कृपा करिसी नेणे । मज दीनाचे धावणे ।।
शिणले रे माझे मन । वाट पाहता लोचन ।।
तुका म्हणे भूक । तुझे पाहावया मुख ।।

मनातली व्यथा, कासाविशी तुकाराम अशी शब्द बांधून व्यक्त करत होता.

भेटी वाचूनिया दुजे नाही चित्ती । येणे काकुळती याजसाठी ।।
भेटोनिया बोले आवडीचे गुज । आनंदाचे भोजे जेवू संगे ।।
मायलेकरासी नाही दुजी परि । जेऊ बरोबरी बैसोनिया ।।
तुका म्हणे ऐसे अंतरीचे आर्त । यावे जी त्वरित नारायणा ।।

अजून उजाडायचं होतं. पहाटेपूर्वीची ती नीरव शांतता. इतकी नीरव, की त्या शांततेला एकप्रकारचं गूढरम्य वलय होतं. अनवाणी पावलांनी मऊ, ओलसर मातीत चालणाऱ्या तुकारामाच्या पावलांचाही आवाज येत नव्हता. मात्र तुकारामानं अभंग गायला सुरवात केली आणि त्या गूढरम्य शांततेलाही एक स्वर मिळाला.

अभंग गाण्याच्या नादात, झपझप पावलं टाकत तुकाराम भामनाथाच्या डोंगरावर पोचला, तेव्हा नुकतंच उजाडलं होतं. भामनाथाच्या डोंगरावर गर्द झाडी होती. उजाडणाऱ्या सूर्याचे किरण अजून आतपर्यंत पोचत नव्हते; तोच पक्ष्यांची गडबड सुरू झाली होती. त्यांच्या मंजूळ आवाजानं आणि पंखांच्या फडफडाटानं अवघ्या डोंगराला जणू जाग आली होती. झाडांची वरची पानं आपल्या अंगावरून निथळणारं ओलं दव खालच्या पानांना थेंबाथेंबानं देत होती. दवाच्या त्या थेंबांचाही टपटप असा अलवार आवाज पक्ष्यांच्या स्वरलहरींना जणू ताल देत होता. स्वतःच्या आणि पांडुरंगाच्या शोधात झपाटल्यासारखा घरातून बाहेर पडलेला तुकाराम डोंगरमाथ्यावर येऊन पोचला आणि इथलं वातावरण, इथली प्रसन्नता, इथला निसर्ग आणि इथली ती सारी निसर्गचित्रं बघून त्याला खात्रीच पटली की, आपला शोध इथंच संपेल आणि आपण जे काही शोधायला आलो, ते इथंच गवसेल. निसर्गाच्या त्या प्रसन्नतेनं तुकारामाचं मनही प्रसन्न झालं. निसर्गातल्या त्या स्वरलहरींमध्ये त्याच्या मनाची ही एकतानता सामावून गेली. कित्येक दिवसांत, कित्येक महिन्यांत तुकारामानं मनाची अशी प्रसन्नता अनुभवली नव्हती. मनाची अशी एकतानता अनुभवली नव्हती. तुकारामानं इकडंतिकडं पाहिलं. एका मोठ्या झाडाखाली एक मोठीशी पसरट शिळा होती. तिच्या सभोवती वेली, झुडपं वाढलेली होती. तुकारामानं हातातल्या चिपळ्या क्षणभर बाजूला ठेवल्या, गळ्यातली वीणा काढून बाजूला ठेवली आणि त्यानं ती शिळा साफ केली. आजूबाजूच्या वेली, झुडपं काढून मोकळी केली. पुन्हा चिपळ्या आणि वीणा उचलून तो त्या शिळेला सामोरा झाला. त्या शिळेवर बसण्यापूर्वी तीवर मस्तक टेकवून त्यानं वंदन केलं आणि प्रसन्न चित्तानं तो शिळेवर बसला. तो तिथं बसताक्षणी पक्ष्यांचा कोलाहल शांत झाला. जणू ते तुकाराम तिथं बसण्याचीच वाट बघत होते. पक्ष्यांचा कोलाहल शांत झाला. सगळे आवाज बंद झाले आणि त्या शांततेला छेदत तुकारामानं वीणेची तार छेडली, तिचा झंकार विरतो न विरतो तोच त्यानं विठ्ठलाचा गजर सुरू केला. "विठ्ठल-विठ्ठल-पांडुरंग, विठ्ठल-विठ्ठल-पांडुरंग." त्या नीरव, गूढरम्य शांततेला त्या विठ्ठलनामाच्या गजरानं आरपार छेद दिला आणि तो गजर आसमंतभर पसरला. त्या गजरानं आसमंत भरून गेला. त्या गजराचे लक्षावधी प्रतिनाद उमटले आणि झाडांच्या शेंड्यांवर आदळले. तिथून ते प्रतिनाद ओघळत खाली आले आणि पानापानांवर उतरले. पानापानांवर तो गजर पसरला आणि त्या प्रतिनादाची कंपनं पानांवर उतरली. पानांना कंप सुटला आणि ती पानं एकमेकांवर आपटली जाऊ लागली. त्या आपटण्यातूनही एक नाद उमटला– विठ्ठल-विठ्ठल! आणि पानांनी भरलेल्या फांद्या-डहाळ्या, फांद्यांनी भरलेली झाडं आणि झाडांनी भरलेलं, वेढलेलं ते जंगल एका लयीत, एका स्वरात गायला लागलं– विठ्ठल-विठ्ठल-पांडुरंग, विठ्ठल-विठ्ठल पांडुरंग! नादाचा प्रतिनाद, ध्वनीचा

प्रतिध्वनी, स्वराचा प्रतिस्वर! अवघं जंगल यानं व्यापलं आणि आपणही त्या विठ्ठलाचं नाव घेऊ शकतो या भावनेनं पुलकित झालं, रोमांचित झालं, थरारलं, शहारलं. ती झाडं, ती पानं, ते जंगल, तो आसमंत, तो भामगिरी सगळा सगळा विठ्ठलमय झाला आणि त्या विठ्ठलगजरातच तुकारामाच्या मनातला कल्लोळ, डोक्यातला प्रश्नांचा गोंधळ आणि बुद्धीवर साठलेला मळ शब्दरूपानं, अभंगरूपानं उमटला आणि त्या अवघ्या आसमंताला सोबत घेऊन तुकारामानं विठ्ठलाला प्रश्न केले. मनातले, डोक्यातले, विचारातले–

करिसी की न करिसी माझा अंगिकार ।
हा मज विचार पडिला देवा ।।
देसी की न देसी पायांचे दर्शन ।
म्हणऊनी मन स्थिर नाही ।।
बोलसी की न बोलसी मजसवे देवा ।
म्हणोनिया जीवा भय वाटे ।
होईल की न होय तुज माझा आठव ।
पडिला संदेह हाचि मज ।।
तुका म्हणे मी कमाईचे हीण ।
म्हणऊनि सीण करी देवा ।।

तुकारामाच्या मुखातून अभंग स्रवत होते. सोबत चिपळ्यांचा नाद आणि वीणेचा झंकारही उमटत होता आणि त्या शब्द-स्वरमंडळात ते अवघं जंगल भिजत होतं. डोलत होतं, रंगत होतं, दंगत होतं आणि नाचतसुद्धा होतं. तुकारामाची शब्दसमाधी लागली होती आणि अवघ्या आसमंताची भावसमाधी लागली होती. माध्यान्ह उलटली. तिन्हीसांज मावळली, रात्र सरली. ना त्या शब्दसमाधीतून तुकाराम बाहेर आला ना त्या भावसमाधीतून तो आसमंत भानावर आला. आतातर तुकारामाचे शब्द, विठ्ठलाची भक्ती आणि आसमंताची भावसमाधी यांची एवढी एकरूपता झाली की, कोण कुणावर गारुड करतं, तेच कळत नव्हतं.

आवलीनं सकाळी बघितलं, तुकाराम अंथरुणावर नाही. घरातही कुठंच नाही. मंदिरातही नाही. क्षणभर तिला काळजी वाटली; पण नंतर त्याची रात्रीची मनःस्थिती आणि मध्यरात्रीचं त्याचं ते अभंग म्हणणं तिला आठवलं. तुकाराम अभंग गात होता म्हणजे त्याची मनःस्थिती ताळ्यावर असण्याचं ते लक्षण होतं. ते आठवल्यावर तिला वाटणारी काळजी दूर झाली. 'आता कुठंतरी जाऊन लिवत बसले असतील!' तिनं मनाशी विचार केला आणि कामात लक्ष घातलं. तिला रग्गड कामं होती. ती संपवायला तिला अख्खा दिवस पुरायचा. त्या कामाच्या रामरगाड्यात तुकारामाचा

विचार ती विसरूनही गेली. संध्याकाळ झाली. रात्र झाली. तिला आता मात्र तुकारामाची काळजी वाटायला लागली. तिनं कान्होजीला तुकारामाच्या दोन-तीन मित्रांच्या घरी धाडलं. ते मित्रही घरात नव्हते. त्यामुळे त्यांच्यासोबतच कुठंतरी गेले असतील, येतील चार दिवसांनी, असा विचार करून ती निश्चिंत झाली. चार दिवसांचे आठ दिवस झाले. तुकाराम परतला नाही. त्या भामगिरीवरून घरी परतावं असं तुकारामाला वाटतही नव्हतं. तिथंच राहावं निसर्गाच्या सान्निध्यात, पशू-पक्ष्यांच्या सहवासात, वन्य प्राण्यांच्या सोबतीनं आणि दुसरं काही करू नये; तर फक्त विठ्ठलाचं नामस्मरण करावं, त्याचं गुणगान गावं, त्याचा धावा करावा, त्याला बोलवावं, त्याचे अभंग लिहावेत, ते गावेत आणि त्या शब्दब्रह्मासवे नाचावं.

जन विजन झाले आम्हा । विठ्ठल नामाप्रमाणे ।।
पाहे तिकडे बापमाय । विठ्ठल आहे रखुमाय ।।
वन पट्टण एक भाव । अवघा ठाव सरता जाला ।।
आठव नाही सुखदुःखा । नाचे तुका कौतुके ।।

आणि खरोखर तुकाराम नाचायचा. गायचा आणि नाचायचा. स्वत:ही कौतुकानं नाचायचा आणि तो नाचत असताना भवतालचा सारा आसमंत ते कौतुकानं न्याहाळायचा. सुरवातीला तुकारामाच्या अस्तित्वानं घाबरलेले, सैरभैर झालेले पक्षिगण तुकारामाला बिचकून असायचे. 'हा कोण आपल्या जगात आलाय? त्याच्यापासून आपल्याला काही धोका तर नाही ना?' अशा भावनेनं बघत होते. पण एकदा त्यांच्या लक्षात आलं की, याच्यापासून आपल्याला काही धोका नाही. हा आपल्याच नादात दंग आहे; एवढंच नव्हे तर त्याच्या शब्दांनी, स्वरांनी, चिपळ्यांच्या तालानं आणि वीणेच्या झंकारानं या आसमंतात, आपल्या जगात एक चैतन्य भरतो आहे, हे कळल्यावर मात्र त्या सगळ्यांची भीड चेपली, भीती मोडली आणि तुकाराम अभंगलिखाण करत असताना ते प्राणी-पक्षी त्याच्या अवतीभवती नाचू-बागडू लागले. हिंडू-फिरू लागले. एवढंच नव्हे तर तुकाराम नाचू-गाऊ लागला की, तेही त्याच्या स्वरात आपला कोमल स्वर मिसळू लागले. तो नाचू लागला की, त्याच्यासोबत नाचूही लागले. तुकाराम गात असायचा, नाचत असायचा–

आळवीन स्वरें । कैशा मधुरा उत्तरें ।
ये वो ये वो पांडुरंगे । प्रेमपान्हा मज दें गे ।।
पसरूनी चोंची । वचने ही करुणेची ।।
तुका म्हणे बळी । आम्ही लडिवाळे आळी ।।

आणि त्याच्यासोबत सगळा आसमंतही गाऊ-नाचू लागायचा. रात्र झाली की सगळे प्राणी-पक्षी झोपी जायचे. मग तुकाराम मनोमन विठ्ठलाचं चिंतन करायचा.

आकाशातले तारे न्याहाळायचा. त्यात विठ्ठल शोधायचा. त्यांतला उत्तरेला दिसणारा, आपलं अढळपद कायम राखणारा आणि आपल्या अस्तित्वानं उत्तर दिशेची ओळख देणारा ध्रुव तारा त्याला फार आवडायचा. आपल्याला पण त्या ध्रुव ताऱ्यासारखं अढळपद मिळवायचं आहे, अशी इच्छा धरायचा आणि ते मला मिळवून दे म्हणून पुन्हा विठ्ठलाची आळवणी करायचा. घराच्या कटकटींपासून दूर; पुरलंय, सरलंय, उरलंय, आणायचंय, करायचंय यांपासून दूर; लोकांच्या प्रश्नांपासून, शंकांपासून, टोमण्यांपासून दूर; समाजाच्या रीतीभाती-बंधनांपासून दूर या एकांतात तुकारामाच्या प्रतिभेला मोहोर आला. आसमंतात पसरलेल्या निसर्गाच्या संगीताच्या सोबतीनं त्याच्या लिखाणाला गती मिळाली. तिथून जाऊच नये, परतू नये, इथंच राहावं, असं तुकारामाला वाटायला लागलं. त्याला आता इथं येऊन दहा-बारा दिवस झाले होते. तुकाराम तिथं चांगलाच रमला होता. दंगला होता. गुंगला होता, फुलला-उमलला होता. पण बारा दिवस झाले; धन्याचा पत्ता नाही म्हटल्यावर आवली मात्र अस्वस्थ झाली. मित्रांच्या बरोबर कुठंतरी गेले असतील, चार दिवसांनी येतील, आणखी चार दिवसांनी येतील, आणखी दोन दिवस वाट पाहू, असं करताकरता बारा दिवस झाले तरी धन्यांचा पत्ता नाही म्हटल्यावर आवली सैरभैर झाली. तिचं कामात लक्ष लागेना. तिला अन्न गोड लागेना. रात्री डोळ्याला डोळा लागेना. जरा कुठं खुट्ट झालं की, तिला वाटायचं, धनी आले. उठून दार उघडायची, आवाज द्यायची. तिनं जेवण सोडलं. तिची ही वेडीपिशी अवस्था कान्होजीला बघवेना. त्यानं गावात हिंडून चार ठिकाणी चौकशी केली, तेव्हा लिंब्या भिल्लानं त्याला सांगितलं, "मी भामगिरीवर गेलो असताना मला टाळ-चिपळ्यांचा आवाज ऐकू आला. मी जाऊन बघणार हुतो, पर वाघराची चाहूल लागली म्हटल्यावर मी माघारी आलो!" लिंब्या भिल्लाचं बोलणं ऐकून कान्होबाला खात्री पटली की, तो दादाच असणार! त्यानं लगेच घरी येऊन आवलीला सांगितलं. आवली रडत बसली होती. कान्होबाचं बोलणं ऐकून तिच्या जिवात जीव आला. फाटक्या पदरानं खसाखसा डोळे पुसून ती उठली. कालच दुधाच्या रतिबाच्या आलेल्या पैशातून तिनं जोंधळे आणले होते. तिनं ते सरासरा दळले. धबाधबा भाकरी थापल्या. मेथीची भाजी परतली. पाच/सहा भाकरी, दोन कांदे, मेथीची भाजी, दुधाचा गडवा असं सगळं बुट्टीत भरलं. बुट्टीवर कपडा झाकला. बुट्टी डोईवर घेतली आणि कान्होजीला म्हणाली, "भाऊजी चलाऽ! चला त्या डोंगरावर तिथं कुठं धनी बसलेत तिथं जाऊ या. बारा दिस झालं, त्यांच्या पोटात कायबी नसंल. त्यो काळ्या काय रांधून वाढणार हाय व्हय? चला बिगीबिगी!" कान्होजी अवाक् होऊन बघत राहिला. गेले बारा दिवस दादाची आतुरतेनं वाट बघणारी, दादा आला नाही म्हणून काळजी करणारी, दादा येईल म्हणून उपाशी राहिलेली, दादाची काहीच बातमी नाही म्हणून वेडीपिशी झालेली, मरगळून पडलेली

आवली वैनी ती हीच का, असा त्याला प्रश्न पडला. स्त्रीला आदिमाया का म्हणतात, याचा त्याला आता उलगडा झाला. काही न बोलता त्यानं कोपऱ्यातली काठी उचलली आणि तो बाहेर पडला. आवली कधीच अंगणात जाऊन उभी राहिली होती. कान्होजी अंगणात आला तोवर वाड्याच्या बाहेर पडून ती रस्त्याला लागलीसुद्धा!

आज तुकारामाला मोठं प्रसन्न वाटत होतं. पावसाची एक हलकीशी सर येऊन गेली होती. आसमंताच्या प्रसन्नतेत मृद्‌गंधानं आणखी प्रसन्नता आणली होती. तुकाराम डोळे मिटून विठ्ठलाचं ध्यान करीत बसला होता. एवढ्यात त्याला कुठूनशा हाका ऐकायला आल्या, "धनीऽऽऽ! धनीऽऽऽ!" 'आवलीचा आवाज? छे! आपल्याला भास झाला! आवली इथं कशाला येईल? पण एवढं खरं की, आज सकाळपासून आवलीची, मुलांची आठवण होते आहे.' तुकारामाच्या मनात विचार आला. तोच पुन्हा "धनीऽऽऽ" अशी हाक तुकारामाला ऐकू आली. पाठोपाठ "दादाऽऽऽ दादाऽऽऽ!" अशीही हाक ऐकू आली. 'अरे, हा तर कान्होबाचा आवाज! म्हणजे आवली आणि कान्होबा दोघंही आलेत की काय मला शोधत? बरोबर आहे आज चौदा दिवस झाले आपल्याला घर सोडून! कुणालाही न सांगता आपण इथं निघून आलो. त्या दोघांनी किती शोधलं असेल? किती काळजी केली असेल? आवलीनं तर रडूनरडून डोळे सुजवून घेतले असतील. देहूतलं प्रत्येक घर शोधलं असेल. पांडुरंगाचा उद्धार केला असेल! विठूराया, कारे माझ्यापायी तू असे बोल लावून घेतोस? मुळात मला असं बेजबाबदारपणे वागायलाच कशाला लावतोस? मी तसा वागतो आणि शिव्यांचा धनी मात्र तू होतोस पांडुरंगा!' तुकाराम स्वतःशी आणि पांडुरंगाशी बोलत होता, तोच चढणीचा चढ चढून दमलेली, धापा टाकणारी, घामेजलेली, अनवाणी चालत आलेली आणि त्यामुळं पायात काटा रुतलेली, त्या वेदनेनं विव्हळणारी आवली समोर आली. तुकारामाला समोर बघताच तिचा चेहरा आनंदानं उजळला. जणू त्यावर पौर्णिमेचं चांदणं भर दुपारी पसरलं. पण तुकाराम विठ्ठलाशी बोलत असलेला बघून मात्र आधीच तिचा दुखरा पाय आणखीच ठणकायला लागला. डोईवरची भाकरीची बुट्टी कशीतरी खाली ठेवत ती बडबडली, "हितंपण हायच का तो काळ्या? मला वाटलं हुतं, त्याला कंटाळून तुम्ही हितं आलायसा! पर त्याला सोबत घेऊन आलायसा, ह्ये कुठं माहीत होतं? जाऊ दे मेलं! काही खाल्लंय का इक्त्या दिवसांत? रुक्मिणीनं काही रांधून घातलं का?" असं करवादून बोलत आवली खाली बसली. बसताच पायातल्या काट्यानं सल दिला. "आई गं!' ती विव्हळली. तिच्या रागावर, तिच्या बडबडण्यावर, तिच्या तिथपर्यंत चढून येण्यावर तुकारामाला अतीव माया दाटून आली. त्यानं मायेनं विचारलं, "आवले, काही दुखतंय का गं? का कण्हते आहेस?" पण आवली अजून रागातच होती. "आमचं काही दुखलं-खुपलं तरी तुम्हाला काही हाय का त्याचं? न सांगतासवरता हितं

येऊन बसलायसा. चौदा दिस झालं. बायको-पोरं हाईत का न्हाईत, याची चौकशी केली न्हाईत तुम्ही. त्यो काळतोंड्या जगाचा संसार करतोय; पर तुमचा संसार तुम्हालाच करायचाय न्हवं? आई गं!'' आवलीच्या पायातल्या काट्यानं पुन्हा सल दिला. ती पावलावरून हात फिरवीत होती. तुकारामानं पाहिलं. त्यानं हळुवारपणे तिचा पाय हातात घेतला. तितक्याच हळुवारपणे पायात रुतलेला तो बाभळीचा काटा काढला. तिथलाच दगडीपाला खुडून हातावर चोळला आणि काटा काढल्यामुळे भळभळणाऱ्या जखमेवर दाबून धरला. आवलीनं हूं की चूं केलं नाही. तिला दुखत नव्हतंच मुळी. तुकारामानं पाय उचलून धरल्यावर त्या प्रेमळ स्पर्शात तिची जणू समाधी लागली. तुकारामानं काटा काढला. दगडी पाला लावला; पण आवलीची भावसमाधी लागलेलीच होती. ''आवले, कसं वाटतंय आता?'' तुकारामाच्या हाकेनं आवली भानावर आली. तिच्या डोळ्यांतून झरझर पाणी ओघळत होतं. ते आपल्या हातानं पुसून तुकारामानं विचारलं, ''आवले, मी फार वाईट आहे गं! तुम्हाला सगळ्यांना मी खूप त्रास देतो. पण मी काय करू गं? तो विठ्ठल मला तसं वागायला लावतो. मला समजतंय, मी चुकीचा वागतोय; कळतंय पण वळत नाही बघ! आवले, आज तू आलीस, अनवाणी पायानं मला इथवर शोधत आलीस. धन्य आहे तुझी. तुझ्याइतकं प्रेम मला करता आलं असतं, तर इथं असा उपाशी येऊन बसलो नसतो!'' बोलताबोलता तुकारामाचा स्वर गहिवरला. त्याच्या तोंडून उपाशी शब्द ऐकला आणि आवलीला भान आलं. ''माझं ऱ्हाऊ दे आता. किती दिसाचं उपाशी असाल. कंदमुळं खाऊन राहिला असाल. दोन घास खाऊन घ्या.'' असं म्हणून आवलीनं भाजी-भाकरी काढून तुकारामाच्या हातात दिली. त्यातला एक घास तोडून त्यानं आधी आवलीला भरवला; मग आपण खाल्ला. त्याच्या चेहऱ्यावर अतीव समाधान उमटलं होतं. म्हणाला, ''आवले, तुझ्या हाताला अमृताची गोडी आहे बघ! किती दिवसांनी मी हे खातोय. ते काही नाही; आवले, आता मी ठरवलंय, मी असा आता कुठं जाणार-येणार नाही. मी तिथंच घरी राहणार. तुम्हा सगळ्यांच्या जवळ!'' तोच ''खरं सांगतोस दादा'' म्हणत कान्होजी आला. ''दादा, तुला किती शोधलं? वयनीनं तर जेवण टाकलं होतं. सगळीकडं जाऊन शोधून आलो!'' म्हणत दमलेला कान्होजी तुकारामाजवळ बसला. ''भलं होओ त्या लिंब्या भिल्लाचं! त्यानं चिपळ्यांचा आवाज ऐकला, म्हणून आमाला समजलं तुम्ही हितं आहात ते! आता अजून दोन/चार दिवस तुम्ही सापडला नसतात, तर मी जाऊन त्या काळ्याचं तोंडच फोडणार होते!'' आवलीनं कान्होजीला दुजोरा दिला. तिनं नक्की तसं केलं असतं, याबद्दल तुकारामाला काहीच शंका नव्हती. ''असू दे! असू दे! मी सापडलोय ना आता? जेवा बघू पोटभर. कान्होबा, बघितलंस ना आवलीनं मेथीची भाजी कशी छान बनवली आहे! तिच्या हाताला वेगळीच चव आहे बघ!'' तुकाराम आनंदानं जेवत

होता. कान्होबा जेवता जेवता तुकाराम-आवलीला न्याहाळत होता. 'किती जीव आहे या दोघांचा एकमेकांवर! तो विठ्ठल, प्रत्यक्ष परमेश्वर मध्ये येतोय तरी यांचं प्रेम कमी झालेलं नाही!'' तिघंही पोटभर जेवली. तुकारामाला पुढं घालून आवली आणि कान्होबा घरी आले. घरी आल्यावर चार लोकं भेटायला आली. तुकाराम चौदा दिवस नव्हता, हे त्यांना माहीत होतं. एकानं विचारलं, ''काय तुकारामा, सापडला का देव? शोधलास का त्याला जंगलात?'' तुकाराम हसला. म्हणाला,

''पंधरा दिसामांजी साक्षात्कार जाला । विठोबा भेटला निराकार ।
भांबगिरीपाठारी वस्ति जाण केली । वृत्ती थिरावली परब्रह्मी ।।
निर्वाण जाणोनि आसन घातले । ध्यान आरंभिले देवाजीचे ।।
सर्प, विंचू, व्याघ्र आंगासी झोंबले । पीडू जे लागले सकळिक ।।
दीपकी कर्पूर कैसा तो विराला । तैसा देह जाला तुका म्हणे ।।

विठ्ठलाचा शोध ही माझी स्वाभाविक वृत्ती आहे. ती लपवून मला जगायचं नाही आणि ती लपवताही येणार नाही!'' लोकांच्या प्रश्नांना तुकारामानं असं चोख उत्तर दिलं.

त्यानंतर मात्र तुकाराम रोज आपल्या अंगणातल्या मंदिरात जाऊन बसू लागला. त्यानं आपल्या लिखाणाची साधनसामग्री तिथंच नेऊन ठेवली. म्हणजे त्याचा आवलीलाही त्रास नको आणि ते कागद मुलांच्याही हाताला लागायला नकोत. पण तुकाराम जसा रोजरोज मंदिरात जाऊन बसायला लागला, तसंतसं त्याचं लक्ष मग मंदिराच्या अंतर्भागाकडं जायला लागलं. अभंग लिहिताना, विठ्ठलाच्या नामाचं स्मरण करताना त्याची नजर इथंतिथं वळायची आणि मग त्याच्या लक्षात आलं की, मंदिराचा आतला भाग चिराळला होता. त्याला भेगा पडल्या होत्या. भिंतींना छेद गेले होते. जाळी-जळमटानं मंदिर भरलं होतं. या सगळ्याकडं लक्ष न देता आपण मात्र स्वतःला विठ्ठलाचे भक्त म्हणवतो, त्याचं गुणगान करतो, त्याचे अभंग लिहितो. तुकारामाला स्वतःचा राग आला.

खेळो मनासवे जीवाच्या संवादे । कौतुके विनोदे निरांजनी ।।
पची पडिले ते रूचे वेळोवेळा । होतसे डोहळा आवडीस ।।
एकांताचे सुख जडले जिव्हारी । वीट परिचारी बरा आला ।।

मग मात्र तुकारामानं आपला एक दिनक्रमच ठरवला. नामदेवांबरोबर विठ्ठल स्वतः आपल्याला आदेश द्यायला आला आणि आपण त्याचं मंदिर नीट करू शकलो नाही; इतके दिवस आपण लक्षही दिलं नाही, याबद्दल त्याला स्वतःचाच राग आला. तुकारामानं आता मंदिराचं कामच मनावर घेतलं. विठ्ठलाची ही मूर्ती तुकारामाच्या पूर्वजांना- विश्वंभरबुवांना दृष्टान्त होऊन सापडली होती. त्या मूर्तीची

प्राणप्रतिष्ठा त्यांनी आपल्या वाड्यात केली होती. बोल्होबा होते तोवर मंदिराची निगराणी होत होती; पण घराचे वासे फिरले की, घरातल्या देवांचेही दिवस फिरतात की काय, कुणास ठाऊक? पण विपन्नावस्था आल्यावर त्या मंदिराकडे दुर्लक्ष झालं होतं हे खरं! तुकाराम याआधीही मंदिरात जात होता, पण भानविरहित अवस्थेत. पण आता भानावर आल्यानंतर पुन्हा मंदिरात जायला लागल्यापासून तुकारामाला त्या मंदिराची दुर्दशा दिसायला लागली. लक्षात यायला लागली. मंदिराच्या भिंतींना टवके गेले होते. छताला भेगा पडल्या होत्या. घुमटीचे काठ तुटले होते. फक्त बऱ्यापैकी शाबूत होती विठ्ठल-रखुमाईची मूर्ती. पण मूर्तीखालचा चौथराही भेगाळला होता. तुकारामाच्या घरातल्या सुखासारखा. हे सगळं जसं पाहिलं, जसं लक्षात आलं तसे तुकारामाचे डोळे पाण्यानं भरले, "अरेरे! देवा, काय ही तुझी अवस्था? अरे तू सगळ्यांचा वाली, पण तुझा वाली कोण रे?'' तुकारामाला गहिवर आला. त्यानं ठरवलं ज्येष्ठ लागतोय. पुढचा महिना आषाढ. आषाढी एकादशीपूर्वी आपण या मंदिराची डागडुजी करायची. स्वतः कष्टायचं, स्वतः खपायचं आणि आषाढी एकादशीदिवशी मंदिराचा जीर्णोद्धार पूर्ण करून इथंच महाएकादशी करायची. त्यानं आवलीला आपला हा विचार बोलून दाखवला. लिहिण्याचं काम थोडं बाजूला ठेवून तुकाराम दुसरं काहीतरी करतोय, याचाच तिला आनंद झाला. तिनं मोठ्या आनंदानं सहमती दर्शवली. तिला माहीत होतं, तुकाराम मनाचा जितका हळवा आहे तितकाच तो निग्रही, निश्चयीही आहे. तो हे काम पूर्णत्वाला नेल्याशिवाय राहायचा नाही. आणि तसंच झालं. तुकाराम झपाट्यानं कामाला लागला. तहान-भूक तर विसरलाच; पण दिवसा लिखाणसुद्धा विसरला. चौथऱ्यावरून मूर्ती उचलून बाजूला ठेवल्या आणि काम सुरू केलं. मंदिराची एकेक भिंत उभी राहत गेली. कधी लोकांनी आपणहून मदत केली तर कधी तुकारामानं सावकाराकडे हात पसरला. बघताबघता मंदिर उभे राहिले. मंदिराच्या गर्भागारात त्या स्वयंभू विठ्ठल-रुक्मिणीच्या मूर्तींची प्राणप्रतिष्ठा केली. तुकारामानं स्वतः दगड-माती-पाणी आणून मंदिराचं बांधकाम केलं आणि आषाढी एकादशीदिवशी मंदिरात विठ्ठल-रुक्मिणीच्या मूर्ती प्रतिष्ठित झाल्या. तुकारामाचा आनंद गगनात मावत नव्हता. लोकांनीही आश्चर्य केलं. गेलं वर्षभर दिवसभर लिखाणात घालवून निष्कामपणे राहणारा तुकाराम किती निश्चयी आहे, हे जणू त्या मंदिरामुळे लोकांना समजलं. विठ्ठल-रुक्मिणीच्या मूर्तींची प्राणप्रतिष्ठा झाली. तुकाराम मूर्तीसमोर हात जोडून उभा होता. डोळे मिटलेले. पण मिटल्या डोळ्यांतून ओसंडून वाहणारा आनंद अवघ्या चेहऱ्यावर पसरला होता. डोळ्यांतून वाहणारे आनंदाश्रू अवघ्या गालांवरून ओघळत होते आणि तो आनंद मिशांतून पाझरून तुकारामाच्या ओठांवर हास्यरूपानं पसरत होता. मंदिरात गर्दी जमली होती. विठ्ठल-रखुमाईचा गजर दुमदुमत होता. एकाएकी मूर्तीकडे तोंड करून उभा असलेला

तुकाराम लोकांना सामोरा झाला. हात जोडलेलेच होते. तुकारामानं आपल्याकडे तोंड केलं म्हटल्यावर लोक शांत बसले. तुकारामानं लोकांनाही हात जोडले. क्षणभर, क्षणभर सगळीकडे नीरव शांतता पसरली आणि हात जोडलेला, डोळे मिटलेला तुकाराम गायला लागला,

देवाचे देऊळ होत जे भंगले । चित्तासी ते आले करावेसे ।।
आरंभी कीर्तन करी एकादशी । नव्हते अभ्यासी चित्त आधी ।।
काही पाठी केली संतांची उत्तरे । विश्वासे आदरे करोनिया ।।
संतांचे सेविले तीर्थ पायवणी । लाज नाही मनी येऊ दिली ।।
ठाकला तो काही केला परउपकार । केले हे शरीर कष्टवूनी ।
वचने मानिली नाही सुहृदांची । समूळ प्रपंची वीट आला ।।
सत्य असत्यासी मन केले ग्वाही । मानियेले नाही बहुमता ।।
सर्वभावे आलो तुजसि शरण । काया वाचा मन सहित देवा ।।
आणिक दुसरे न ये माझ्या मना । राहिली ही वासना तुझ्यापायी ।।
तुका म्हणे तुज वाणू कैशापरी । एक मुख हरि आयुष्य थोडे ।।

तुकाराम गात होता. एकामागून एक अत्यंत देखणी अशी शब्दकळा, त्यातलं आर्त आर्जव, भावनेचा गहिवर, विचारातलं मार्दव, अभिव्यक्तीतली प्रांजळता, संसारातली निराशा, चुकांची कबुली, विठ्ठलापुढची संपूर्ण शरणागती, ओलावलेला स्वर, निखळ, निरागस आवाज, ते मंदिर, तो गाभारा, ती गर्दी, त्या मूर्ती, तो मंदिराचा कळस या सगळ्यांनी तो आर्त स्वर ऐकला. मंदिराच्या भिंती थरारल्या, गर्भागारात तो आर्त गहिवर प्रतिध्वनित झाला, पार कळसापर्यंत पोचून पुन्हा विठ्ठलमूर्तीच्या चरणांजवळ आला. त्या गहिवराच्या स्पर्शानं जणू विठ्ठलही हेलावला. लोकांचे डोळे पाणावले. त्यांचं भान हरपलं. सगळा भवताल जणू अदृश्य झाला होता आणि त्या मंदिराच्या गर्भागारात भरून राहिलेला, तुकारामाच्या आर्त स्वरात गुंजणारा विठ्ठलऽऽविठ्ठलचा नाद अवघ्या आसमंतभर पसरला. अवघ्या आसमंतभर...त्या नादाच्या तालात तुकाराम नाचायला लागला. भान हरवून, जाणीव हरपून. किती वेळ गेला कुणास ठाऊक! बेभानपणे नाचणाऱ्या तुकारामाचा हात वर बांधलेल्या घंटेला लागला आणि त्यातून मोऽठा टणत्कार उमटला. टण्णऽऽ टण्णऽऽ! आणि सगळे भानावर आले! तुकारामसुद्धा! लोकांना जाण आली, भान आलं. ते पांगू लागले. घरी परतायला लागले. तुकाराम नतमस्तक होऊन हात जोडून उभा होता. लोक म्हणत होते, ''तुकाराम आता आपला, पूर्वीचा तुकाराम राह्यला नाही! तो आता तुकाराम महाराज झाला. आता त्याला तुका, तुक्या, तुकाराम काही म्हणायचं नाही. तुकाराम महाराज म्हणायचं, नाहीतर तुकोबा म्हणायचं, तुकोबा!'' तुकारामाचं

हे नवीन नामकरण मनाशी घोळवतच लोक घरोघरी परतले. जाताना त्यांच्या ओठांवर उमटत होते तुकारामाचे अभंग आणि मनात रुंजी घालत होतं तुकारामाचं कीर्तन आणि त्याचे अभंग. लोकांना त्याचं अप्रूप वाटत होतंच, पण मंदिरातल्या त्या काळ्या मूर्तीलाही या अप्रूपाचं अप्रूप वाटत असावं. कारण आज कीर्तनात दंग होऊन गाणाऱ्या, नाचणाऱ्या तुकोबांना बघून विठ्ठलाच्या दगडी चेहऱ्यावरही आनंद पसरला होता. त्याचेही विटेवरचे पाय थिरकायला लागले होते. त्यानं स्वतःला सावरलन्, पण त्याच्या लाडक्या तुकारामचं हे नवीन नाव त्याला फारफार आवडलं. इतक्या दिवसांचा तुक्या, तुका, तुकाराम आता तुकोबा बनला होता. तुकोबा. खरं तर आबा त्याला कधीकधी तुकोबा म्हणायचेही. पण आता हे नाव गावानं दिलं होतं. आणि अभंग आणि कीर्तनाच्या संदर्भात ते नाव माउलीच्या नावासारखं होतं. ज्ञानोबा आणि तुकोबा!

१९

या घटनेनंतर तुकोबांचा दैनंदिन कार्यक्रम जणू ठरून गेला. सकाळी उठावं. आपलं सगळं आटोपून मंदिरात जावं. मंदिराची झाडलोट करावी. स्वच्छता करावी. विहिरीतनं पाणी शेंदावं. मंदिर स्वच्छ धुऊन घ्यावं. मंदिराच्या आवारात पाणी मारावं. स्वतःच्या खांद्यावरच्या पंच्यानं ते पुसून काढावं. मंदिर कोरडं करावं. मग परसदारी जावं. फुलं तोडावीत, तुळशीदलं खुडावीत. त्यांवर पाणी शिंपडून ठेवावं. मग विहिरीवर जाऊन स्वच्छ आंघोळ करावी. मग कळशी घेऊन नदीवर जावं. पाणी भरून घ्यावं. त्या पाण्यानं विठ्ठल-रुक्मिणीच्या मूर्तींना स्नान घालावं. मूर्ती कोरड्या कराव्यात. त्यांची साग्रसंगीत पूजा करावी. तुळशीदलाच्या माळा करून विठ्ठलमूर्तीच्या गळ्यात घालाव्यात. अनेक प्रकारच्या फुलांची आरास करून देवाला सजवावं आणि हे सारं करत असताना अत्यंत तल्लीन होऊन, समर्पित भावनेनं, बेभान होऊन विठ्ठलाला आळवावं. नवनवीन अभंग रचून त्याच्या समोर, त्याच्या साक्षीनं, त्याच्यासाठी गावेत. त्याच्या साधनेत, त्याचं वर्णन करण्यात, त्याचं गुणगान करण्यात स्वतःला झोकून द्यावं. गावं, नाचावं, आनंदानं बेहोष व्हावं. सकाळपासून संध्याकाळपर्यंत तुकोबांना एवढं आणि फक्त एवढंच व्यवधान असायचं. दुपार टळून गेली की, आवली जेवण वाढलंय म्हणून सांगायला यायची. काही न बोलता तुकोबा जेवायला जायचे. जाताना पांडुरंगाला सांगून जायचे. जेवण झालं की हात धुऊन पुन्हा पांडुरंगाच्या सेवेला हजर व्हायचे. त्याच्याशी तास न् तास बोलत बसायचे. त्याला सगळं सांगत बसायचे. त्याला प्रश्न विचारायचे, मनातल्या शंका विचारायचे आणि त्या प्रश्नांची, त्या शंकांची उत्तरं आपण स्वतःच द्यायचे. कधीकधी त्या प्रश्नांना, त्या शंकांना खूप अर्थ असायचा. फार मोठा वैचारिक अर्थ. तर कधी ते प्रश्न अगदी साधे-सोपे असायचे आणि तुकोबा दोन्ही प्रकारच्या प्रश्नांची उत्तरंही तितक्याच सहजपणे द्यायचे. तेही अभंगातून. अभंग रचायचे, गायचे आणि विठोबाला ऐकवायचे. दिवसभर तुकोबांचा हाच आणि हाच ध्यास होता. हे आणि हेच काम होतं. हे आणि हेच निधान होतं. हे आणि हेच व्यवधान होतं.

या सगळ्यात एक गोष्ट मात्र तुकोबांनी नवीन सुरू केली. ती म्हणजे विठ्ठलाच्या त्या मंदिरात रोज संध्याकाळी कीर्तन सुरू केलं. रोज संध्याकाळी ५ वाजले, की तुकोबा कीर्तनाला उभे रहात. विठ्ठलाच्या नामघोषात, विठ्ठलनामाच्या गजरात ते कीर्तनाची सुरवात करत. गळ्यात वीणा, हातात चिपळ्या घेऊन तुकोबा कीर्तनाला उभे राहत. हाती गवसलेले शब्दांचे वैभव, ज्ञानेश्वरादी संतांविषयीचा परिपूर्ण अभ्यास, संतांच्या ओवी-अभंगांचे अचूक पाठांतर, लाघवी वाणी, स्पष्ट उच्चारणी, सुस्पष्ट विचारसरणी, संतांच्या उद्धृतांचा नेमका वापर, आपल्याला अवगत असलेल्या ज्ञानाचा, माहितीचा नेटका उपयोग, प्रसंग-गोष्ट रंगवून सांगण्याची विलक्षण हातोटी, बोलीभाषेतलं रसाळ बोलणं, कथा-पुराणांतलं तत्त्वज्ञान लोकांच्या मानसिक पातळीपर्यंत उतरून रंगवून सांगण्यातली माधुरी.... हे सारंसारं कुणालाही, अगदी दगडालाही, वेड लावणारं. मग माणसांची काय कथा? पहिल्या दिवशी चार, दुसऱ्या दिवशी आठ, तिसऱ्या दिवशी बारा आणि बघताबघता मंदिराचा गाभारा, गाभाराच नव्हे सभामंडप, आणि सभामंडपच नव्हे तर मंदिराचं आवार माणसांच्या गर्दीनं फुलायला लागलं. भरायला लागलं आणि तुकोबांच्या शब्दाशब्दांवर डोलायला लागलं.

कथा त्रिवेणी संगम । देव भक्त आणि नाम ।
तेथीचे उत्तम । चरणरज वंदिता ।।
जळती दोषांचे डोंगर । शुद्ध होती नारी नर ।
गाती ऐकती सादर । जे पवित्र हरिकथा ।।
तीर्थे तया ठाया । येती पुनीत व्हावया ।
पर्वकाळ पाया । तळी वसे वैष्णवा ।।
अनुपम्य हा महिमा । नाही द्यावया उपमा ।
तुका म्हणे ब्रह्मा । नेणे वर्णू या सुखा ।।

तुकोबांच्या अंगणातल्या त्या मंदिरात भक्तीची पाठशाळा जणू भरायला लागली. त्या शाळेत नामाची मुळाक्षरं होती, विठ्ठलाची गाणी होती, आयुष्याचे पाढे होते, सुखदुःखाची बेरीज-वजाबाकी होती, त्या पाठशाळेत मुख्य गुरुजी होता विठ्ठल आणि तुकोबा होते सगळ्या विषयांचे शिक्षक. त्या पाठशाळेत इतिहासाबरोबर पुराणे शिकवली जायची. गणिताबरोबर आयुष्याची उजळणी, कवितांबरोबर भक्ती आणि दैनंदिन कामासोबत मुक्ती शिकवली जायची. तुकोबांचं कीर्तन, तुकोबांचं विवेचन, तुकोबांचं निरूपण, तुकोबांचं विश्लेषण, तुकोबांचं संश्लेषण, तुकोबांची वाणी, तुकोबांची गाणी. तुकोबांचे शब्द, तुकोबांचे अभंग, तो विठ्ठल, ते विठोबाचं मंदिर, त्या मंदिराचं गर्भागार, मंदिराचा सभामंडप, मंदिराचा परिसर अवघा तुकोबामय व्हायचा. विठोबाचं गारूड तुकोबांच्या मनावर आणि तुकोबांचं गारूड लोकांच्या मनावर.

समर्पिली वाणी । पांडुरंगी घेते धणी ।।
पूजा होते मुक्ताफळी । रस ओविया मंगळी ।।
धार अखंडित । ओघ चालियेला नित ।।
पूर्णाहुति जीवें । तुका घेऊनि ठेला भावें ।।

आपली वाणी पांडुरंगाला समर्पित करून तुकोबा धन्य होत होते. पाटीलबाबा तर रोज कीर्तनाला येत असत. अगदी सुरवातीलाच येत आणि शेवटी सगळ्यांच्या नंतर जात असत. तुकोबांच्या वाणीनं, शब्दांतल्या माधुरीनं ते मंत्रमुग्ध होत. तुकोबा त्यांच्या समोरच लहानाचे मोठे झाले होते. तुकोबांवर आलेल्या प्रत्येक संकटाचे पाटीलबाबा साक्षीदार होते. त्यामुळेच लहानपणी कथेकरीबुवांच्या मागे टाळ वाजवायला उभा राहिलेला, कीर्तन महोत्सवाची सांगता अवीट मधुर कीर्तनानं करणारा, बाळू सुताराची चोरी पकडून देणारा, सचोटीनं दुकान चालवणारा, घरातल्या माणसांच्या मृत्यूनं हतबल झालेला आणि त्या हतबलतेमुळे का असेना; पण भक्तिमार्गाला लागलेला, अभंगरचना करणारा, अवीट गोडीचं कीर्तन करणारा तुकाराम. तुकोबांची ही स्थित्यंतरं पाटीलबाबांनी जवळून पाहिली होती. निरखली होती. त्यामुळं त्यांना तुकोबांबद्दल विशेष आस्था वाटायची. पण तरीही कालपरवापर्यंत हतबल, उदासवाणा, गलितगात्र असा बसलेला हा तुकोबा एकाएकी अभंग कसे रचायला लागला? एक वेळ त्याला असलेल्या पाठांतराच्या जोरावर तो कीर्तन उत्तम करेल; पण एवढी सकस अभंगरचना? एवढं शब्दसामर्थ्य? पाटीलबाबांना आश्चर्य वाटत होतं ते याचंच आणि त्यांचं रोज कीर्तनाला येणं, सगळ्यांच्या आधी येणं, सगळ्यांच्या नंतर जाणं ठरलेलं असायचं. तुकोबांच्या मुखातून उमटणारा प्रत्येक शब्द ते अत्यंत लक्षपूर्वक ऐकत असत. तपासत असत. टीकाकाराच्या नजरेनं आणि समीक्षकाच्या कानानं तुकोबांचा शब्द ऐकत असत. त्यांना वाटे, ज्ञानदेव, नामदेव, जनाबाई, चोखोबा या संतांच्या विचारांचा अभ्यास, त्यांच्या ओवी-अभंगांचं पाठांतर यांचा उपयोग तुकोबा करतो आहेच; पण कुठंतरी त्यांचेच शब्द थोडाफार फेरफार करून तुकोबा सांगत नाही ना, हे अगदी बारकाईनं बघत. कारण तुकोबांनी तसं केलं असतं तर त्यांचा कान धरण्याचा अधिकार पाटीलबाबांना होताच आणि त्यांनी तसं केलंही असतं. म्हणूनच अत्यंत बारकाईनं आणि सजगतेनं ते तुकोबांचं कीर्तन ऐकायला यायचे. पण इतके दिवस, इतके महिने कीर्तनाला येऊनही तुकोबांच्या कीर्तनात कुठेही त्यांना अशी लबाडी, शब्दांचा पुनर्वापर दिसला नाही. न राहवून त्यांनी तुकोबांना एके दिवशी विचारलंच– ''तुकोबा, अरे, कथा-पुराणं ठीक हाय रे! अगदी माउली, नामदेव काय म्हणतात हेही सांगणं ठीक हाय; पर तू ते नवीननवीन अभंग कुठनं आणतोस बाबा? मी लयी शोधलं; पण ना हे अभंग मला माउलीच्या पोथीत

मिळाले, ना नामदेवाच्या गाथेत! मग कसे सांगतोस हे अभंग?'' पाटीलबाबांच्या विचारण्यातली स्पष्टता तुकोबांना आवडली आणि अर्थात त्यांचा तुकोबांवर तेवढा अधिकारही होता. तुकोबा किंचित हसले. पण पाटीलबाबांना उत्तर देणं, त्यांच्या मनात उद्भवलेल्या शंकेचं निरसन करणं भाग होतं. तुकोबांनी क्षणभर डोळे मिटले. जणू विठ्ठलाला साकडे घातले आणि पाटीलबाबांसमोर हात जोडून म्हणाले, ''पाटीलबाबा, तुम्ही तुमच्या मनातली ही शंका विचारलीत. मला बरं वाटलं! त्यातही तुम्ही हा प्रश्न या कीर्तन ऐकायला आलेल्या सर्वांसमोर विचारलात, तेही छान केलंत. कारण पाटीलबाबा, मला लहानपणापासून ओळखणाऱ्या लोकांच्या मनात हा प्रश्न येणारच! पण पाटीलबाबा, तुम्ही जाणताच की, मला लहानपणापासून कथा-कीर्तनाची आवड आहे. माउली, नामदेव, जनाबाई, मुक्ताबाई यांचे अभंग, ओव्या यांचं पाठांतर करण्याचा मला लहानपणापासूनच छंद आहे. पण पाटीलबाबा, मध्ये माझ्यावर, माझ्या घरावर संकटांवर संकटं कोसळली. माझ्या पायांखालची जमीन सरकली. माझे सगळे आधार तुटले बाबा, आणि तेव्हाच मला हा भक्तीचा मार्ग सापडला. दैवानं माझ्यासाठी सगळे दरवाजे बंद केले; पण माझ्या देवानं, विठूरायानं, माझ्यासाठी हा भक्तीचा दरवाजा उघडला. सगळीकडून अंधारानं घेरलेलं असताना भक्तिमार्गाची ही ज्योत मला त्या अंधारातून बाहेर घेऊन आली. भौतिक आयुष्यानं मला इतकं दुःख दिलं, इतकं दुःख दिलं की, मला त्या सगळ्याचा वीट आला आणि बाबा, हा भक्तीचा मार्ग मला गोड वाटू लागला आणि मी दिवसरात्र या भक्तीचा, विठूरायाच्या कृपेचाच विचार करू लागलो. आणि... आणि... काय सांगू पाटीलबाबा? प्रत्यक्ष नामदेव महाराज, स्वतः नामदेव महाराज माझ्या स्वप्नात आले. एकटेच नव्हे तर सोबत पांडुरंगही होता. पाटीलबाबा... पाटीलबाबा... नामदेव महाराजांनी माझ्यावर... माझ्यावर एक कामगिरी सोपवलीय. त्यांचं... त्यांचं अपूर्ण राहिलेलं काम मी पूर्ण करायचंय.'' तुकोबा गहिवरून बोलत होते. त्यांचे डोळे भरून आले होते. ओठ कापत होते. नाकपुड्या थरथरत होत्या. त्यांचा प्रत्येक शब्द, त्यांची प्रत्येक देहबोली त्यांच्या प्रांजळपणाची साक्ष देत होती. ''कोणतं काम तुकोबा? कोणतं काम?'' पाटीलबाबांनी उत्सुकतेनं विचारलं. ''सांगतो बाबा, सांगतो!'' म्हणत तुकोबांनी डोळे मिटले. चिपळीचा एक ठेका दिला आणि गायला लागले आणि त्यांनी पुन्हा तो अभंग गायला

नामदेवे केले स्वप्नामाजी जागे । सवे पांडुरंगे येवोनिया ।।
सांगितले काम करावे कवित्व । वाऊगे निमित्य बोलो नको ।।
माप टाकी सळे धरिली विठ्ठले । थापटोनि केले सावधान ।।
प्रमाणांची संख्या सांगे शतकोटी । उरले शेवटी लावी तुका ।।

द्याल ठाव तरी राहेन संगती । संतांचे पंगती पायापाशी ।।
आवडीचा ठाव आलोसें टाकून । आता उदासीन न धरावे ।।
सेवटील स्थळ नीच माझी वृत्ती । आधारे विश्रांती पावईन ।।
नामदेवापायी तुक्या स्वप्न भेटी । प्रसाद हा पोटी राहिलासे ।।
नव्हती माझे बोल । अवघे करितो विठ्ठल ।।
काहीं न धरावी खंती । हित होईल धरा चित्ती
खोटी ते अहंता । वाट टाकिली सांगता
ज्याचे तो चि जाणे । मी मापाडे तुका म्हणे ।।

गहिवरल्या आवाजात तुकोबा गात होते. नामदेवानं प्रत्यक्ष स्वप्नात येऊन आपल्याला दृष्टान्त द्यावा, या घटनेनं त्यांना वाटलेली धन्यता त्यांच्या आवाजातून, शब्दांतून प्रतीत होत होती. स्वप्नात झालेला दृष्टान्त तुकोबांनी शब्दांत बांधून सांगितल्यावर तर पाटीलबाबांची पूर्ण खात्रीच पटली. आपल्या नजरेसमोर लहानाचा मोठा झालेला हा पोर उत्तम प्रकारची अभंगरचना स्वतःच करू शकतो, हे समजल्यावर पाटीलबाबाही गहिवरले. तुकोबांना त्यांनी पुढं होऊन जवळ घेतलं. हृदयाशी धरलं. म्हणाले, “लेकरा, नामदेव महाराजांनी तुझ्यावर दाखवलेला विश्वास तू सार्थ ठरवशील. माझी खात्री आहे.” पाटीलबाबांचा तो आशीर्वाद तुकोबांना मोठंच बळ देऊन गेला. पाटीलबाबांच्या मिठीतून बाजूला होऊन त्यांचे दोन्ही हात आपल्या हातांत धरून तुकोबा म्हणाले,

झरा लागला सुखाचा । ऐसा मापारी कइंचा ।।
जो हे माप तोंडे धरी । सळे जाली ते आवरी ।।
जाले बहु काळ । कोणा नाही ऐसे बळ ।।
तुका म्हणे तळ । नाही पाहे सा सकळ ।।

असे शब्दाशब्दांत, प्रसंगाप्रसंगांत, वेळसापेक्ष, व्यक्तिसापेक्ष, प्रसंगसापेक्ष असे अभंग तुकोबा बघताबघता करायचे. त्यांतील भावमाधुरी, शब्दसामर्थ्य, तरीही सोपी रचना आणि ४ ओळींचा छंद असे अभंग गोमुखातून तीर्थ स्त्रवावे तसे तुकोबांच्या मुखातून उमटू लागले. पाटीलबाबांच्या मनाची, प्रेमाची साक्ष तुकोबांना मिळाली होतीच; पण दुसऱ्या एका विलक्षण प्रसंगातून आपले मित्रही आपल्यावर किती प्रेम करतात, याचीही साक्ष तुकारामांना मिळाली. तुकोबा स्वतःही आपले अभंग लिहीत असतच; पण एक दिवस असं झालं की, त्यांनी क्रम घालून लिहिलेल्या अभंगाच्या कागदांतील एक मधलाच कागद कुठंतरी गहाळ झाला. तुकोबांनी तो घरभर शोधला. तो शोधण्यासाठी त्यांनी घरातल्या सामानाची उलथापालथ केली. म्हाद्याच्या पाठोपाठ झालेली काशी आणि तिच्या पाठची भागीरथी आता

घरभर धावायला लागल्या होत्या. त्यांनी तो कागद घेतला असण्याची शक्यता होती. पूर्वी महादेव तुकोबांच्या मागंमागं असायचा. त्यांचे लिहिलेले कागदही तो विस्कटायचा; पण एक दिवस त्यापायी तुकोबा त्याला रागे भरले. त्यावर आवलीला त्यांचा राग आला. ती तुकोबांवरच करवादली "माझं लाडाचं लेकरू हाय ते! उगा त्याला रागं भरू नका. तुमास्नी कामधंदा सोडून सारखंसारखं लिवायला सुचत असंल, तर तुमचे कागुद तुमचं तुम्हीच ठेवत जावा. माझं पोर हाय. ते घरभर हुंदडणार!" त्या प्रसंगापासून तुकोबा आपले कागद आवरून ठेवत असत. पण अलीकडं भागीरथी सगळ्या घरभर रांगायची. दुडूदूडू धावायची. तिनं कागद हरवला असता तर सापडणं कठीणच होतं. आवलीला विचारायची सोय नव्हती. तरीपण तुकोबांनी तिला विचारलंच. "आवले, तू रागावू नकोस; पण माझा अभंगांचा एक कागद मला सापडत नाहीये. तू पाहिलास का? की काशीनं खेळायला घेतलाय? तुला केर काढताना कुठं सापडला का?" तुकोबांनी विचारलं तेव्हा आवली जोंधळे पाखडत होती. तिला बहुधा त्या सुपाच्या आवाजात ऐकायला गेलं नसावं. तुकोबांनी पुन्हा विचारलं, "आवले, पाहिलास का माझा कागद? त्यात रामचरित्राचे अभंग होते. महत्त्वाचे आहेत गं ते! पाहिलेस का?" तुकोबांनी किंचित मोठ्या आवाजात विचारलं. "व्हय तर! मला काई कामच न्हायी. तुम्ही लिवा आणि मी सांभाळते. ह्येच करू या दिसभर! आणि पोरांच्या पोटालापण कागुदच घालू या खायला! रामाचं चरित्र लिवलंय न्हवं त्यात? मग रामालाच इचारा की! न्हायीतर तुमच्या विठ्याला इचारा. दोस्त हायत न्हवं दोघं?" तुकोबा काहीच बोलले नाहीत. आवलीकडून सरळ उत्तराची त्यांना अपेक्षाच नव्हती. पण तिचं अजब अध्यात्म बघून आणि ऐकून मात्र ते थक्क झाले. "खरंच! आपण कीर्तनात सांगतो, 'त्याच्या इच्छेशिवाय पान हलत नाही.' मग त्यालाच विचारलं पाहिजे, हे आवलीचं म्हणणं अगदी बरोबर आहे. काहीकाही बाबतीत, विशेषतः प्रपंच आणि परमार्थ या बाबतीत तरी आवलीला आपला गुरू करावा लागणार!" तुकोबा स्वतःशीच म्हणाले. या विचारानं त्यांच्या चेहऱ्यावर प्रसन्न हसू उमटलं. कागद हरवल्याची चिंता कुठल्याकुठे पळाली. तोच आत गेलेली आवली पुन्हा बाहेर आली. म्हणाली, "धनी, ते काय रामचरित्र का काय, ते तुम्ही दुसऱ्या कुणाला इचारून लिवलं होतंत काय?" तिचा प्रश्न ऐकून तुकोबांना नवल वाटलं. "अगं आवले, काहीतरीच काय बोलतेस? अगं, मी दुसऱ्याला विचारून कशाला लिहीन. त्या पांडुरंगाची माझ्यावर कृपा आहे. त्यानं तेवढी बुद्धी मला दिली आहे!" तुकोबांनी उत्तर दिलं. "व्हय ना? म्हंजी रामचरित्र का काय म्हणताय ते तुम्हीच लिवलेलं, तुम्हीच रचून लिवलेलं हाय ना? मग ते डोक्यात तरी असंलच की! कागद हरवंल, कागदावर लिवलेलं पुसलं जाईल; पन डोस्क्यातलं तसंच असतंय नव्हं? ते काय हरवत न्हाई आणि पुसलंबी जात न्हायी!

मंग कशाला एवडा जिवाचा आटापिटा करतायसा त्यो एक कागुद शोधायला? पडला असंल इकडंतिकडं कुटंतरी? त्यो तुमचा जाड, चामड्यासारखा कागुद हाय! त्यो काय वाऱ्यानं उडायचा न्हायी आणि चुलीत जळायचा पन न्हायी! बघा असंल हितंच कुठंतरी!'' असं पुन्हा हातभर आख्यान ऐकवून आवली आत गेली. तुकोबांनी कपाळावर हात मारून घेतला. तोच संताजी आला. ''तुकोबा, काय झालं? कपाळ कशापायी बडवताय?'' संताजीनं विचारलं. त्याला बघून तुकोबांना बरं वाटलं. ''अरे संताजी, बरं झालं तू आलास ते! अरे, माझा अभंगाचा एक कागद सापडत नाहीये. मी पुन्हा लिहीन म्हणा! पण रामचरित्र आहे रे त्याच्यावर! पाटीलबाबांनी सांगितलं म्हणून मुद्दाम लिहिलं होतं. तो कागदच सापडत नाहीये. आवलीला विचारलं तर त्या रामालाच विचारा म्हणतेय. आता काय सांगायचं हिला?'' तुकोबांनी घडला प्रसंग संताजीला सांगितला. संताजीनं क्षणभर काहीतरी आठवलं. म्हणाला ''रामा वनवास । तेणे वसे सर्व देश । केले नामाचे जतन । समर्थ तो नव्हे भिन्न ।। अशी कायतरी सुरवात हाय ना? मला आता समदं आठवत न्हायी, पण कायतरी चौदा/पंधरा अभंग हायत ना?'' आता मात्र तुकोबांना पुन्हा नवल वाटलं! 'काय चाललंय काय आज? आज माझ्या सभोवती सगळेच माझे गुरू आणि मार्गदर्शक आहेत की काय?' मनातला हा विचार तुकोबा उघड बोलले नाहीत. पण संताजीला विचारलं, ''काय रे, तू वाचलंस का ते रामचरित्र? तुला कशी त्याची सुरवात माहीत?'' तुकोबांच्या या प्रश्नावर संताजी हसला. म्हणाला. ''मी वाचलं पण आणि लिवलं पण!'' संताजीच्या या उत्तरानं तुकाराम गोंधळले, ''म्हणजे? काय म्हणतोस काय तू?'' तुकारामांनी गोंधळलेल्या स्वरात संताजीला प्रश्न केला. ''हाय का आता? अवो, तुम्ही एवढे शब्दप्रभू आनि मी काय बोललो ते तुम्हाला समजंना? अवो, मी म्हणालो मी वाचलं पण आणि लिवलं पण! न्हायी कळालं? दमा जरा! असा जातो आणि लगोलग येतो. हितंच थांबा. आलोच!'' असं सांगून कसलंही स्पष्टीकरण, तुकोबांच्या कोणत्याही प्रश्नाचं उत्तर न देता संताजी गेलासुद्धा! तुकोबा विचार करत तिथंच उभे राहिले. हा असं काय म्हणाला? का म्हणाला? त्यानं वाचलं इथपर्यंत ठीक आहे; पण लिहिलं असंही म्हणाला याचा अर्थ काय असावा?'' तुकोबांच्या मनात अनेक प्रश्न उभे राहिले. ते त्या प्रश्नांची उत्तरं शोधत होते, तोवर संताजी आलाच. धावत आल्यामुळं त्याला दम लागला होता. त्याच्या हातात कसलंतरी बाड होतं. कापडात बांधलेलं. ''वहिनी, वाईच पाणी आणाऽ!'' म्हणत संताजीनं बैठकीवर बसकण मारली. हातातलं बाड खाली ठेवलं. त्यावर बांधलेलं कापड अलगद सोडलं. आत लाकडी आवरणाखाली कागद होते. एकावर एक नीट रचून ठेवलेले. त्यांतले वरचेच चार/पाच कागद संताजीनं अलगद उचलले आणि डोळ्यांसमोर ठेवून वाचायला सुरवात केली.

"रामा वनवास । तेणे वसे सर्व देश ।
केले नामाचे जतन । समर्थ तो नव्हे भिन्न ।।
वनांतरी रडे । ऐसे पुराणी पवाडे ।
तुका म्हणे ऋषी नेम । ऐसा कळोनि का भ्रम ।।
राम म्हणे ग्रासोग्रासी । तोचि जेविला उपवासी ।
धन्य धन्य ते शरीर । तीर्थांव्रताचे माहेर ।।

संताजी वाचत होता आणि डोळे विस्फारून तुकोबा बघत होते. त्यांचा स्वतःच्या कानांवर विश्वास बसत नव्हता. आपणच लिहिलेलं संताजी कसं काय वाचतोय? कीर्तन करताना आपण काही अभंगरचना करतो आणि कीर्तन संपल्यावर त्या लिहून काढतोच. अर्थात त्या सगळ्याच लिहिल्या जातात असं नाही, पण बहुतेक सगळ्या आपण लिहितो. पण हे रामचरित्र आपण रामनवमीच्या कीर्तनात सांगितलं खरं आणि घरी येऊन लिहिल्याचंही आठवतंय; पण तो कागद कुठं गेला कुणास ठाऊक! आणि तेच रामचरित्र संताजी वाचतोय. त्याच्या जवळच्या कागदावरून? काय प्रकार आहे हा?" तुकोबा आधीच गोंधळले होते. आणखी गोंधळून शेवटी न राहवून त्यांनी संताजीला विचारलंच, "संताजी? काय प्रकार आहे हा? हे लिखाण तुझ्याकडं कसं आलं? माझे लिहिलेले अभंग तुझ्याकडे कसे? बघू बघू?" असं म्हणत तुकारामांनी संताजीजवळचं ते कागदाचं बाड उचललं आणि पाहू लागले. त्यांना नवल वाटलं. त्यांनी आतापर्यंत लिहिलेले सगळे अभंग त्या पोथीत एकामागोमाग एक असे नीट लिहिलेले होते- संताजीच्या हस्ताक्षरात. जणू तुकोबांच्या अभंगांची ती दुसरी सत्यप्रतच होती! तुकाराम म्हणाले, "संताजी, काय हे? तू धन्य आहेस! अरे! माझे आतापर्यंतचे सगळे अभंग तू जसेच्या तसे लिहून काढलेस! कधी केलंस हे? आणि कधी करतोस तरी कधी?" संताजी काही बोलणार तोच गूळपाणी घेऊन आवली बाहेर आली. तिनं तुकोबांचं बोलणं ऐकलं असावं. "छान! चांगलं काम करतायसा भाऊजी! ह्यास्नी एक त्याशिवाय काम सुचत न्हायी. आता तुम्ही पण त्यांच्या रांगेत जाऊन बसलासा. चांगलं व्हतं की चाकणला ऱ्हात होतात. ते कायतरी कामधंदा तरी बघितला असतात. आता चाकणात कमी आणि देहूत जास्त असतायसा. धनी एकसारखं कायतरी लिवत असतात. आता तुम्ही त्यांचेच दोस्त. मी काय बोलणार कपाळ?" असं बडबडत गूळपाणी तिथंच ठेवून आवली आत गेली. तुकोबांचं तिकडं लक्षच नव्हतं. संताजीनं नेटक्या अक्षरांत लिहून काढलेले आपलेच अभंग ते वाचत होते. हिऱ्यासारखा अर्थ आणि रत्नांसारखी शब्दरचना असणाऱ्या त्या अभंगांना संताजीनं सुरेख अक्षरांचं, नीटसपणाचं जणू कोंदण दिलं होतं. तुकोबा भारावले. आई-वडील चाकणला पण देहूला मामाकडं राहणारा हा

त्यांचा मित्र संताजी. संताजीचं आपल्यावरचं, आपल्या अभंगांवरचं प्रेम, आपल्या लिखाणावरची, मैत्रीवरची निष्ठा, आणि हे सगळं जपण्या-जोपासण्यासाठी त्यानं केलेले प्रयत्न, त्याची चिकाटी, परिश्रम हे सगळंसगळं तुकोबांना संताजीच्या त्या अभंगांच्या प्रतलिखाणात जाणवलं आणि त्यांच्या डोळ्यांत पाणी उभं राहिलं. गालांवरून ते ओघळलं. तुकोबा गहिवरले. त्यांनी भारावून जात संताजीला मिठी मारली. म्हणाले, "संताजी, अरे, माझ्या वेड्यावाकड्या शब्दांना तू आकार दिलास. माझ्या अक्षरांना तू कोंदण दिलंस संताजी! आपल्या मैत्रीला तू आकाशाएवढं मोठं केलंस! आपल्या दोस्तीची आब राखलीस. अशीच निखळ मैत्री कायम ठेव. तुला माहीत नाही तू मला केवढं मानसिक बळ दिलंयस ते! तुझ्या-माझ्या मैत्रीची ही अखंडता अशीच अभंग राहू दे. तुझ्या या कामामुळं संताजी, हा कोलमडून पडलेला तुकाराम आता तर सावरला आहेच; पण तुझ्या या निखालस, निरपेक्ष मैत्रीमुळं यापुढंही तो सावरला जाईल संताजी! तू धन्य आहेस! विठ्ठला, हा सारा तुझाच तर खेळ! तूच संताजीला अशी बुद्धी दिलीस!" तुकोबा भावविवश होऊन बोलत होते. संताजी म्हणाला, "तुकोबा, मी एवढं काय न्हाई केल्यालं! बाबारे, तुझ्या अक्षरांना मी कोंदण दिलं म्हणतोस त्ये खरंच हाय; कारन कोंदण रत्नाला देतात. तुझे अभंग म्हंजी लखलखत्या रत्नासारखे हायेत. मग त्यानला कोंदण तर हवंच!" संताजीचं वाक्य संपतासंपता आवली चहाचा पेला घेऊन आली. ती आलेली पाहून तुकोबांना तिची चेष्टा करायची लहर आली. संताजीनं आणून दिलेल्या अभंगांमुळे ते प्रसन्नचित्त झालेच होते. आवली बाहेर आलेली बघताच तिच्याकडं बघत तुकोबा म्हणाले, "काय सांगू बाबा संताजी तुला? तू म्हणतोस माझे अभंग लखलखत्या रत्नासारखे आहेत; पण आमच्या घरी त्या अभंगांचे कागद चूल पेटवायला घेतले जातात! ज्याच्यात्याच्या समजुतीचा प्रश्न आहे!" म्हणत तुकोबांनी सुस्कारा सोडला. आवलीच्या ते लक्षात आलं. आधीच सकाळपासून तुकोबांचे हरवलेले कागद शोधून ती वैतागली होती. त्यात हा आहेर! तिनं फणकाऱ्यानं उत्तर दिलंच. "पण भाऊजी, ते कागद चुलीत घातले तरी त्यानं चूल पेटत न्हायीच आणि ती लखलखती रत्नं हार करून गळ्यातही घालता येत नाहीत!" असं म्हणत चहाचा पेला तिथं आपटून ती बाहेर गेली. त्या दोघांच्या खळखळून हसण्याचा आवाज मात्र तिला आला.

संध्याकाळची वेळ. तुकोबा विठ्ठलमंदिरात लिहीत बसले होते. तोच कान्होजी धुसफुसत तिथं आला. त्याला आलेला राग त्याच्या चेहऱ्यावर स्पष्टपणे दिसत होता. रागाच्या भरात तो काहीतरी पुटपुटतही होता. बराच वेळ तो तसाच पुटपुटत तुकोबांच्या समोर उभा राहिला. पण तुकोबांचं लक्ष नव्हतं. शेवटी न राहवून कान्होजी तुकोबांसमोर फतकल मारून बसला. म्हणाला, "आता हे लयीच झालं हं दादा! आता मला हे सहन होत नाही आणि हे सगळं तुझ्यामुळं. तुझ्या मऊ आणि

साध्या स्वभावामुळंच हे सगळं होतंय. तूच त्याला जाऊ दे, जाऊ दे म्हणून डोक्यावर चढवलंस. दुर्लक्ष केलंस. आता त्यो लयीच करायला लागलाय. दादा, मी काय बोलतोय? आता तूच कायतरी लक्ष घाल!'' कान्होजीचा स्वर आता तीव्र झाला होता. इतका की, तुकोबांना लिखाण बाजूला ठेवावंच लागलं. आपला समंजस असलेला हा धाकटा भाऊ इतका का चिडलाय, हे त्यांना कळेना! बरं, तो कुणाबद्दल बोलतोय हेही कळेना. शेवटी त्यांनी त्याला थांबवलं आणि विचारलं, ''कान्होजी, बाळा शांत हो! आधी शांत हो! काय झालं? कोण लयीच करायला लागलाय? कोणाबद्दल बोलतोय तू?'' तुकोबांनी निदान हे विचारलं म्हणून कान्होबाला जरा बरं वाटलं. ''काय सांगू दादा तुला? तू बसतोस सदान् कदा तुझ्या अभंगलिखाणात. अलीकडं-पलीकडं काय चाललंय, याचा तुला ना पत्ता असतो ना फिकीर! पण इतरांना लईच तरास होतो ना! आता तो शेजारचा मंबाजी, देवानं तोंड दिलंय म्हणून काय वाट्टेल ते बोलत सुटलाय! आणि दादा, तुझ्याबद्दल तर तो लयीच वाईट बोलतो. काय वाट्टेल ते बोलतो आणि चारचौघांत बोलतो!'' कान्होबानं गाऱ्हाणं मांडलंच! तुकोबांना आता त्याचं गाऱ्हाणं संपूर्ण ऐकणं भाग होतं. त्यांनी लेखणी बाजूला ठेवली. म्हणाले, ''कान्होजी, आता काय झालं बाबा? आता काय बोलला तो मंबाजी माझ्याबद्दल? आणि दुसरं म्हणजे बोलेना का तो काहीही! त्यानं माझ्या अंगाला काय भोकं पडणार आहेत का? कान्हू, अरे लोकांनी आपल्याबद्दल काय बोलावं हे आपण कोण ठरवणार? हे त्यांनीच ठरवायचं! आणि मला सांग, मारणाऱ्याचा हात धरता येतो; बोलणाऱ्याचं तोंड धरता येतं का? बोलू दे त्याला काय वाट्टेल ते!'' तुकोबांनी कान्होजीची समजूत काढायचा प्रयत्न केला. ''पण दादा, का? का त्यानं काय वाट्टेल ते बोलावं? आणि सगळ्यात महत्त्वाचं म्हणजे आपण का ते ऐकून घ्यावं? अरे, आपण भ्याड आहोत का? त्याचे चार चव्वल देणं लागतो का? दादा, तो काय म्हणतो ते ऐक! तो म्हणतोय, 'हा तुक्या स्वतःला काय ज्ञानेश्वर, नामदेवांच्या तोडीचा समजतो की काय? त्यांच्या पायाजवळ बसायची तरी याची लायकी आहे काय? त्यांनी अभंगरचना केल्या म्हणून हाही काहीतरी रटफ जोडून अभंग लिहितोय आणि सर्वांत कळस म्हणजे त्या अभंगात शेवटी 'तुका म्हणे' अशी नाममुद्राही घालतोय. कुठे ज्ञानेश्वर माउली, कुठे नामदेव महाराज आणि कुठे हा तुक्या वाणी? चार अक्षरं काय लिहिली, निघाला त्यांच्या पंक्तीत बसायला!' दादाऽ दादा, तो मंबाजी असं सगळीकडं सांगत बडबडत हिंडतोय. दादा, मला ते सहन होत न्हाई. त्याचा बंदोबस्त तू करणार हायेस की मी करू?'' कान्होबानं निर्वाणीचं विचारलं. आपल्या दादावर अतिशय प्रेम असणारा, त्याचा निरतिशय आदर करणारा कान्होबा खरोखरच संतापला होता. एरवी मितभाषी, सौजन्यशील स्वभावाच्या कान्होजीला आलेला सात्त्विक संताप योग्यच होता.

मंदिरात कीर्तन सुरू केल्यापासून तुकोबांनी गावकऱ्यांच्या हृदयात स्थान मिळवलं होतं. त्यांचे अभंग गावकऱ्यांच्या, आया-बायांच्या ओठांवर होते. घराघरांतून 'तुका म्हणे, तुका म्हणे'चं पालुपद ऐकायला येत होतं. पण गावात जशी तुकारामांचे अभंग आवडणारी, त्यांचे कीर्तन ऐकायला आसुसलेली, तुकोबांना मानणारी, त्यांना मान देणारी, त्यांचं कौतुक करणारी माणसं होती, तशीच 'हा कानामागून आला आणि तिखट झाला' अशी भावना बाळगणारी, 'हा स्वतःला कोण शहाणा समजतो?' असा विचार करणारी, 'पुड्या बांधायच्या सोडून कीर्तन करत बसलाय' असं म्हणणारी, 'जगाला शहाणपण शिकवतोय, आधी बायकोपोरांच्या पोटाला घाल म्हणावं', असं हिणवणारीही अनेक माणसं होती. त्यांतलाच एक मंबाजी! तो कीर्तन-प्रवचन करत असे. पण तुकोबांच्या कीर्तनाला होणारी गर्दी, गावात आया-बायांच्या, गडीमाणसांच्या तोंडात घोळणारे त्यांचे अभंग आणि कानावर सतत ऐकू येणारं 'तुका म्हणे'चं पालुपद यामुळे मंबाजी तुकोबांचा द्वेष करत असे. त्यांना सतत पाण्यात पाहत असे. त्यांचा अपमान करायची, नावं ठेवायची एकही संधी तो सोडत नसे. नव्हे, तो तशी संधी हुडकत असे. त्या दिवशी असंच झालं. मंबाजी राममंदिरातून बाहेर आला. पुढे रस्त्यावर आला तर एक गावकरी मंदिराच्या पायरीवर बसलेला त्याला दिसला. त्याच्या तोंडात तुकारामांचाच अभंग होता. तो म्हणत होता,

क्षणभंगुर हा येथील पसारा । आलीया आकारा अवघे नासे ।
तुका म्हणे येथे सकळ विश्रांति । आठवावा चित्ती नारायण ।।

हे ऐकलं आणि मंबाजीचं डोकं फिरलं. त्यानं त्या गावकऱ्यावरच तोंडसुख घेतलं. ''काय रे शिंच्या? काय उठल्यापासून निजेपर्यंत 'तुका म्हणे, तुका म्हणे' करत असताय? कोण तो असा तुक्या लागून गेलाय? हा काय स्वतःला ज्ञानेश्वर माउलीचा पट्टशिष्य आणि नामदेवांचा बंधू समजतो काय? त्या माउलीनं लिहिलं 'ज्ञानदेव म्हणे', नामदेवांनी लिहिलं, 'नामा म्हणे', जनाबाईंनी लिहिलं 'जनी म्हणे,' म्हणून हाही लिहितोय काय 'तुका म्हणे'? कुठं ज्ञानेश्वर माउली, कुठं नामदेव महाराज, कुठं संत जनाबाई आणि कुठं हा तुक्या? याला शोभतं तरी का हे? आपल्याला शोभेल ते करावं माणसानं! एकीनं सरी घातली म्हणून दुसरीनं दोरी घालण्याचा मूर्खपणा आहे हा! जा सांग जा त्या तुकारामाला! हे बंद कर म्हणावं 'तुका म्हणे, तुका म्हणे' लावायचं! अरे, कुणीही सोम्यागोम्यानं अशी नाममुद्रा लावायची नसते. समजलं?'' मंबाजीनं एवढं त्या गावकऱ्याला ऐकवलं आणि रागानं पुटपुटत तो निघून गेला. त्या गावकऱ्याला कळेना, आपलं काय चुकलं? तो आपला अभंग म्हणत घरी गेला, पण झालेला हा सगळा प्रकार मंबाजीच्या

शब्दाशब्दांसह त्यानं कान्होजीला सांगितला. अगदी जसाच्या तसा. आणि ते सहन न होऊन कान्होजी दादाकडे गाऱ्हाणं घेऊन आला होता. कान्होजीचं सगळं बोलणं तुकोबांनी शांतपणे ऐकलं. मंबाजीच्या मनातला द्वेष घालवणं कदाचित शक्य नव्हतं; पण त्याच्या त्या उद्‍गारांमुळे गावकऱ्यांच्या मनात आलेल्या शंका, संदेह मिटवणं गरजेचं होतं. म्हणून तुकोबांनी ठरवलं, मंबाजीला सगळ्या गावकऱ्यांसमोरच या प्रश्नाचं उत्तर द्यायचं; म्हणजे त्यालाही चांगली चपराक बसेल आणि लोकांच्या मनातला संदेहही नाहीसा होईल. तुकोबांनी क्षणभर विचार केला आणि कान्होबाला सांगितलं, "कान्होबा, उद्या मंदिरातल्या कीर्तनासाठी मंबाजीला आवतण दे. त्याला म्हणावं, तुला या तुक्यानं कीर्तनाला बोलावलं आहे आणि त्या कीर्तनात तुझ्या मनातल्या सगळ्या प्रश्नांची उत्तरं तो देणार आहे." तुकोबांनी असं सांगताच कान्होजीला फार आनंद झाला. त्याचा चेहरा एकदम उजळला. पण पुन्हा काळवंडला. शंकित स्वरात कान्होबा म्हणाला, "दादा, पण तो मंबाजी लयी लबाड हाय. तो तुला कायतरी भलते प्रश्न इचारंल नि चारचौघांत त्या प्रश्नांची उत्तरं तुला देता आली न्हाईत, तर गावभर बदनामी व्हईल नि शिवाय त्या मंबाजीचं फावेल त्ये येगळंच!" कान्होबाची शंका रास्तच होती. पण तुकोबा आपल्या निश्चयावर ठाम होते. त्याच निश्चयी स्वरात ते म्हणाले, "कान्होबा, तू मंबाजीला बोलव तर खरं! मग बघू काय होतंय ते." कान्होबानं होकारार्थी मान हलवली. पण पुन्हा विचारलंच, "दादा, पर आपल्या बोलावण्यावर मंबाजी यील का? मला न्हाई वाटत तो यील!" कान्होबाचा हा मुद्दा मात्र पटण्यासारखा होता. तुकोबांनी क्षणभर विचार केला. त्यांना मंबाजीचा स्वभाव माहीत होता. तीव्र बुद्धीचा, ज्ञानानं विद्वान असलेला मंबाजी तर्कटी तर होताच, पण तो तुकारामाचा कमालीचा द्वेष करत असे. त्याला कीर्तनाला आणण्यासाठी काहीतरी करावं लागणार होतं. तुकोबांनी थोडा विचार केला आणि ते कान्होजीला म्हणाले, "कान्होजी, तू एक काम कर. मंबाजीला उद्याच्या कीर्तनाचं आमंत्रण तर देच; पण त्याला म्हणावं, 'तुझ्या मनातल्या शंकांचं निरसन उद्या तुकाराम करणार आहे. तुला काही शंका असतील तर त्या उद्या उघड विचार आणि कीर्तनाला आला नाहीस तर तुझ्या मनात काहीच शंका नाहीत, असं तुकाराम समजेल!' " तुकोबांनी कान्होजीला ही युक्ती सांगितली आणि ही मात्रा मात्र बरोबर लागू पडली. कान्होजीचा निरोप ऐकताच मंबाजीला आतनं उकळ्या फुटायला लागल्या. आता तुकारामाची चांगलीच फजिती होणार होती. सगळ्या गावासमोर, गावकऱ्यांसमोर त्याची नाचक्की होणार होती. देवभक्तीचं त्याचं ढोंग उघडकीला येणार होतं आणि हे सगळं व्हायला हवं असेल, तर मंबाजीला त्याच्या कीर्तनाला जाणं भाग होतं आणि मंबाजी जाणार होता. नाहीतरी हा तुक्या जरा डोईजडच झाला होता. मंबाजीनं ठरवलं, "जायचं! उद्या त्या तुकारामाच्या कीर्तनाला जायचं! जायचं म्हणजे काय, जायचंच! आणि

गावकऱ्यांसमोर, जनसमुदायासमोर त्याची चांगली फजिती करायची. नाचक्की करायची. अशी की, तो तुक्या तोंड लपवून पळाला पाहिजे आणि पळाला नाही तर गावकऱ्यांनी त्याला पळवला पाहिजे.''

मंबाजी मनात मांडे खात होता. आता उद्या तुकारामाची फजिती होणार होती. मंबाजीला कधी एकदा उद्याचा दिवस उजाडतोय, मावळतोय आणि संध्याकाळी विठ्ठल मंदिरात तुकाराम कीर्तन सुरू करतोय आणि कधी एकदा आपण त्याची फजिती करतोय, असं झालं होतं आणि ती वेळ येऊन ठेपली.

तुकोबा मंदिरात कीर्तनाला उभे राहिले. त्यांनी विठूनामाचा गजर सुरू केला. विठ्ठल-विठ्ठल-विठ्ठल, विठ्ठल-विठ्ठल, विठ्ठल-विठ्ठल! त्यांच्याबरोबर लोकांनीही त्यात आवाज मिसळला. आज कीर्तनाला खूपच गर्दी झाली होती. खरी गोष्ट अशी होती की, 'आज आपण तुकारामाची फजिती करणार आहोत ती बघायला या,' अशी बातमी कर्णोपकर्णी, षट्कर्णी जाईल अशी मंबाजीनंच व्यवस्था केली होती. मंबाजीसारखे दुष्टबुद्धीनं वागणारे त्याचे मित्र यात पुढं होते. गावकऱ्यांच्या मनात तुकारामाबद्दल प्रेम होतं. त्यांच्या कीर्तनावर श्रद्धा होती. त्यांना हे सारं तितकंसं पटलं नव्हतं. पण नक्की काय होतंय हे बघायलाही बरेच जण आले होते. तुकोबांच्या कीर्तनाला नेहमी येणारे गावकरी, मंबाजीच्या मित्रपरिवारातले गावकरी, नक्की काय घडतंय ते बघण्यासाठी आलेले, या प्रकरणात मंबाजीच तोंडघशी पडणार या विश्वासानं तुकारामावर श्रद्धा ठेवून असणारे, तर तुकोबा या प्रसंगाला तोंड देऊ शकतील का, या भीतीनं धास्तावलेले, मंबाजी तुकोबांची कशी फजिती करणार या उत्सुकतेनं आलेले, तर तुकाराम त्या मंबाजीला कसं उत्तर देणार या शंकेनं ग्रासलेले, तुकोबांना लहानपणापासून बघितलेले, एक ना दोन! अनेक भावना, अनेक प्रश्न, अनेक शंका-कुशंका आणि अनेक प्रकारची धास्ती घेऊन गावकरी विठ्ठलमंदिराच्या पटांगणात जमले होते. तुकोबांच्या वाड्याचं अंगण, पटांगण, मंदिरासमोरचा रस्ता, मंदिराबाहेरचा परिसर सगळं-सगळं नुसतं माणसांनी फुललं होतं. मंदिरात कीर्तनाला जाण्यापूर्वी तुकोबा आवलीला म्हणाले, ''आवले, आज त्या मंबाजीला मी त्याच्याच शब्दांत उत्तर देणार आहे. त्याच्या मनात माझ्याबद्दल, मी लिहितो त्या अभंगांबद्दल काही शंका आहेत. त्यांचं निरसन करणं माझं कर्तव्य आहे. आजच्या कीर्तनात मी हे करीन. माझा पांडुरंग माझ्या पाठीशी आहेच.'' आवली भाकरी थापत होती. चुलीतल्या ज्वाळांचा सोनेरी प्रकाश तिच्या सावळ्या तजेलदार चेहऱ्यावर पसरला होता. सावळ्या तेजस रंगाची ठसठशीत आवली एखाद्या सुवर्णकन्येसारखी दिसत होती. तुकोबा कीर्तन करायला लागल्यापासून पोरांच्या पोटात दोन घास पडत होते. तुकोबा बोलत होते आणि भाकरी थापताथापता आवली ऐकत होती. खरंतर तुकारामांना आवलीकडून उत्तराची कोणतीच अपेक्षा नव्हती. पण आवलीनं उत्तर

दिलंच. भाकरी थापताथापता ती म्हणाली, "धनी, त्यो मंबाजी काय म्हणतोय आणि तुम्ही त्याला काय उत्तर देणार हाय, ते काय मला कळत न्हायी! पर मला एक कळतंय, भाकर चांगली व्हायची असेल तर तिला चांगली थापटावी लागतीया, चांगली थापल्याबिगर भाकर फुगत न्हायी आणि खरपूस चटके देऊन निखाऱ्यावर भाजल्याशिवाय ती चवीला पन गोड लागत न्हायी. मानसाचं पन तसंच हाय. चांगल्या थापट्या मारल्याबिगर मानसांना अक्कल येत न्हायी. आनि त्या थापट्या कशा मारायच्या, हळू की जोरात आनि कुनी मारायच्या, ते त्या त्या मानसाच्या शहानपनावर ठरवावं! ते जाऊ दे! कीर्तनाला निघालयसा न्हवं? मंग गरम भाकरी आणि झुणका खाऊन जावा. यायला लयी रात हुतीय! आणि आज आता किती थापट्या मारायला लागतायत काय जाणे?" म्हणत आवलीनं ताट पुढं ओढलं. त्यात टम्म फुगलेली, निखाऱ्यावरची गरम गरम भाकर घातली. त्यावर एवढा झुणका वाढला आणि ताट तुकारामांसमोर सरकवलं. 'आपल्या कुठल्याही प्रश्नाला, किंबहुना आपल्या कुठल्याही सांगण्याला हिच्याकडं स्पष्टीकरण तयार कसं असतं? आणि तेही अगदी रोजच्या, दैनंदिन जीवनातली उदाहरणं देऊन? ही एवढी उदाहरणं हिच्याकडं असतात तरी कशी? हिशोब येण्यापलीकडं हिचं शिक्षण नाही. काही वाचते म्हणावं तर तेही दिसत नाही.' तुकारामांच्या मनातले विचार जणू आवलीनं ओळखले. तोच तुकारामांनी विचारलंच, "आवले, तुला एवढी उदाहरणं कशी येतात गं? तू काही वाचताना तर दिसत नाहीस!" तुकारामांच्या या प्रश्नावर आवलीनं फणकाऱ्यानं मान डोलावली. "मी कागुद वाचत न्हायी; पन मानसांचे चेहरे वाचते! त्यांचं मन वाचते! पन ते तुम्हाला जमायचं पन न्हायी आणि समजायचं पन न्हायी. मानसांचे चेहरे तुमाला वाचाय येत न्हाईत. आणि... त्या काळ्याचा दगडी चेहरा बघत बसतायसा! त्यो काय तुम्हाला वाचता येनार कप्पाळ? दगड निसता! जाऊ दे! आनि भाकर घ्या. पोटभर जेवा. कीर्तनात लयी बडबडायला लागतंय म्हनं. मध्येच भूक लागली तर त्यो काळ्या काय भाकर देनार न्हायी! खावा निवांत!" काटवटात हात धुऊन आवलीनं विषय संपवला. 'आपल्या जिभेला एवढी चव कशामुळं आली? आवलीच्या हाताच्या चवीमुळं की तिच्या शहाणपणामुळं?' या प्रश्नांचं उत्तर शोधत शोधतच तुकोबांनी भाकर संपवली.

२०

तुकाराम कीर्तनाला उभे राहिले, तेव्हा समोर गर्दी उसळली होती. लोक उत्सुकतेनं तुकोबांची वाट बघत होते. महादजीपंत, अण्णाजी, पाटीलबाबा- तुकारामांना लहानपणापासून ओळखणारी माणसं- अगदी पुढती बसली होती. संताजी, गंगाराम, हरी, दिनकर, गोपाळ ही तुकारामांची मित्रमंडळीही पुढंच बसली होती. अण्णाजी, पाटीलबाबांच्या चेहऱ्यावर काळजी दाटून आली होती, तर तुकारामांचं मित्रमंडळ 'होऊन जाऊ दे!'च्या जोशात बसलं होतं. तुकोबा नारदपीठाकडे निघाले. जमलेल्या लोकांनी त्यांचा जयजयकार केला. त्यांना अदबीनं नमस्कार केला. पीठावर चढण्यापूर्वी तुकोबांनी नारदपीठावर मस्तक टेकवून नमस्कार केला. त्या आद्य मुनिराजाचे जणू आशीर्वाद मागितले. नारदपीठावरच एका बाजूला मंबाजी आपल्या दोन अनुयायांसमवेत बसला होता. मंबाजी मारुतीचा भक्त होता. व्यायामानं त्याचं शरीर पीळदार झालं होतं. गडद केशरी रंगाच्या बाराबंदीत गोरापान मंबाजी मोठा रुबाबदार दिसत होता. त्यातच तो मोठा ऐटीत बसला होता. त्याच्या चेहऱ्यावर अहं स्पष्ट दिसत होता. तुकाराम नारदपीठावर आले, तेव्हा मंबाजीच्या चेहऱ्यावर तुच्छ भाव उमटले. तुकोबा काहीच बोलले नाहीत. त्यांनी किंचित मान झुकवून मंबाजीला नमस्कार केला. मंबाजीनं प्रत्युत्तरादाखल तुच्छता दर्शवली. तुकोबा किंचित हसले. लोकांना सामोरे झाले. विठूनामाचा गजर सुरू केला. लोकांनी तुकोबांच्या स्वरात आपला स्वर मिसळला आणि विठ्ठलनामाच्या त्या गजराने अवघ्या दिशा दुमदुमून गेल्या. त्या सामूहिक ध्वनीनं अवघं आकाश व्यापलं आणि आधीच साऱ्या चराचरांत भरून राहिलेला तो विठ्ठल, ध्वनीच्या आवर्तनाच्या रूपात सृष्टीच्या कणाकणांतून जणू प्रतिबिंबित होत राहिला. गजर संपला. तुकोबा क्षणभर थांबले आणि त्यांनी बोलायला सुरवात केली. ''मायबाप हो! सज्जन हो! मी तुमचा तुकाराम. तुमच्या नजरेसमोरच लहानाचा मोठा झालो. तुमच्या नजरेसमोरच संकटांच्या आवर्तात सापडलो आणि विठ्ठलकृपेनं थोडासा सावरलो. आता त्या विठ्ठलानं मला आपल्या कवेत घेतलं आहे. त्याचं रूप, त्याचे गुण, त्याची कृपा यांचं अभंगांत वर्णन करण्याचं भाग्य

मला लाभत आहे. संत शिरोमणी नामदेव महाराजांनी मला त्यांची राहिलेली शतकोटी अभंगांची प्रतिज्ञा पूर्ण करण्यास सांगितलं आहे आणि मी त्यांच्या आदेशाचं पालन करतो आहे, इतकंच! पण या मंबाजींची माझ्याबद्दल काहीतरी तक्रार आहे. त्याच्या मनात माझ्याबद्दल काही शंका आहेत. त्या तक्रारींचं निवारण करण्याची, त्या शंकांचं निरसन करण्याची माझी जबाबदारी आहे, असं मी मानतो. पांडुरंगाच्या आशीर्वादानं आणि तुम्हा सगळ्यांच्या शुभेच्छांमुळे मी ते करू शकेन, असा मला विश्वास आहे. मी....!'' तुकोबा पुढं काही बोलणार तोच मंबाजी उठून उभा राहिला. कपाळावर आठ्या घालून चिरक्या आवाजात ओरडून म्हणाला, ''एऽ तुक्या! थांबव तुझी बाष्कळ बडबड! काय पाल्हाळ लावले आहेस? तुला पातक्याला कुठला आलाय रे पांडुरंगाचा आशीर्वाद? म्हणे पांडुरंगाचा आशीर्वाद! म्हणे नामदेव महाराजांचा आदेश पाळतोय! तुझी ती भुक्कड शब्दरचना माझ्या कानावर आली आहे! सगळं झूठ आहे ते! काय रे, तुझ्या त्या बाष्कळ बडबडीला आणि रटफ जोडून लिहिलेल्या शब्दांना तू अभंगरचना म्हणतोस? म्हणजेच घाणेरीच्या फुलानं स्वतःला कमळ म्हणवून घेण्यासारखंच आहे. तू एक शहाणा आणि हे अडाणी गावकरी दीडशहाणे. या अडाण्यांपुढे चार ओळी काय लिहून दाखवल्यास, स्वतःला काय ज्ञानेश्वर माउलींचा भाऊ आणि नामदेव महाराजांचा सखा समजायला लागलास काय? काय लिहितोस तरी काय असं? दे की आता उत्तर!'' मंबाजी कडाडणाऱ्या आवाजात बोलत होता. त्याचा एकूणच स्वर तुकोबांना जाब विचारणारा होता. मंबाजीनं प्रश्न फेकला आणि एक विजयी नजर आपल्या अनुयायांकडे टाकली. लोकांत निःशब्द शांतता पसरली होती. कुणीच काहीच बोलत नव्हतं. बऱ्याच जणांना मंबाजी जे बोलला ते पटलं होतं. आता तुकोबा काय उत्तर देतात, याकडे सगळ्यांचं लक्ष होतं. शांतता इतकी नीरव होती की, हलक्याशा झुळकीनं झाडाचं एक कोवळं पान उडून खाली, मातीत पडलं तरी त्याचा आवाज स्पष्टपणे सगळ्यांना ऐकायला आला. सगळ्यांच्या नजरा तुकोबांकडे लागल्या होत्या. कान तुकोबांचं उत्तर ऐकायला आतुरले होते. मंबाजीच्या त्या प्रश्नावर क्षणभर तुकोबा काहीच बोलले नाहीत. पण तेवढा क्षणही तुकोबांवर प्रेम आणि भक्ती करणाऱ्यांना खूप मोठा वाटला, तर तो तेवढा क्षणही मंबाजीला विजयाची जणू खात्री देणारा वाटला. त्यानं एकदा सगळीकडं गर्वानं नजर टाकली, तोच तुकोबांनी बोलायला सुरुवात केली. ''मंबाजी, तू मघापासून बोलत होतास. एक शब्दही मध्ये न बोलता मी ते सारं ऐकून घेतलं. आता मी बोलणार आहे. तुझ्या प्रत्येक प्रश्नाचं उत्तर देणार आहे. तुझ्या प्रत्येक शंकेचं निरसन करणार आहे. तुझ्यासारख्या खटाशी महाखट होण्यासाठीच मला एकेरीवर यावं लागतंय. आता ऐक! एक शब्दही मध्ये बोलायचा नाही. ऐक मंबाजी, नीट ऐक! मला स्वतः नामदेव महाराजांनी विठ्ठलासवे येऊन अभंगरचना

करण्याचा आदेश दिला आहे, ही गोष्ट मी साऱ्यांनाच सांगितली आहे. तुला ती खोटी वाटते आहे; ठीक आहे. त्यासाठी साक्षी-पुरावे मी देत बसणार नाही. पण मी रटफ जोडून जी शब्दरचना करतो ना, ती शब्दरचना म्हणजे -

''मानियेला स्वप्नी गुरूचा उपदेश । धरिला विश्वास दृढनामी ।।
या वरि या झाली कवित्वाची स्फूर्ती । पाय धरिले चित्ती विठोबाचे ।
नव्हे हे कवित्व टांकसाळी नाणे । घेती भले जन भले लोक ।।
लागलासे झरा पूर्ण नवनीते । सेविलिया हित फार होय ।।

''तेव्हा मंबाजी, मी जे काही लिहितो ना, ते टांकसाळीतनं नाणी पाडणं नाहीये. कारण

''आपुलिया बळे नाही मी बोलत । सखा भगवंत वाचा त्याची ।।
साळुंकी मंजुळ बोलतसे वाणी । शिकवता धणी वेगळाचि ।।
काय म्या पामरे बोलावी उत्तरे । परि त्या विश्वंभरे बोलविले ।।
तुका म्हणे त्याची कोण जाणे कळा । चालवी पांगळा पायाविण ।।

''समजलं मंबाजी? मी जे लिहितो त्यातलं अक्षर न् अक्षर हे त्याचा आशीर्वाद आहेत. त्यातला शब्द न् शब्द त्याचे वरदान आहे. मी अडाणी, अज्ञानी, पामर; माझ्याकडे एवढं ज्ञान कुठून येणार? पण तरीही मी लिहितो याचाच अर्थ तो विश्वंभर सांगतो आणि मी लिहितो. आता त्या विश्वंभराचं सामर्थ्य मी तुला वेगळं सांगायची गरज नाही मंबाजी! मला वाटतं, मी जे लिहितो ते निव्वळ रटफ नसून, त्यात काहीतरी अर्थ भरलेला असतो हे तुला समजलं असेल आणि म्हणूनच मी जे लिहितो त्याला अभंग म्हणतो. तुझ्या एका प्रश्नाचं उत्तर तुला मिळालंय मंबाजी! आता तुझा दुसरा प्रश्न- मी स्वतःला माउलीचा बंधू किंवा नामदेव महाराजांचा सखा समजतो काय? ते लिहितात म्हणून मी लिहितो काय? मी त्या श्रेष्ठ भगवद्‌भक्तांची बरोबरी करतो काय? तर मंबाजी, या प्रश्नाचं उत्तर खुद्द माउलीनंच दिलंय. मला वाटतं मंबाजी, तुला ज्ञानदेवी माहीत आहे. त्यात माउलीनं जे काही सांगितलंय, ते तू नीट वाचलेलं असतंस तर असा प्रश्न, अशी शंका मला विचारली नसतीस. पण मला वाटतं, ज्ञानदेवी तू नीट वाचलेलीच नाहीस. श्रीमद्‌भगवद्‌गीतेवर 'देशिकार लेणं' म्हणून भाष्य करून झाल्यानंतर १८ व्या अध्यायात माउली म्हणते -

''पांख-फुटे पाखिरूं । नुडे तरी नभींच स्थिरु ।
गगन आक्रमी सत्वरु । तो गरुडही तेथ ।।
राजहंसाचे चालणे । भूतळी जालिया शाहाणे ।
आणिक काय कोणे । चालावेचि ना ।।

“मला वाटतं मंबाजी, माउलीच्या या ओवींचा अर्थ मी तुला सांगायला पाहिजे असं नाही. एवढी वाईट वेळ तुझ्यावर आली नसावी. तेव्हा आता तुझी ही शंकाही मी निरसली की माउलीनं लिहिलं म्हणून मी लिहितो असं नाही. आणि आता सर्वांत महत्त्वाचं म्हणजे मी माझ्या अभंगात माझी 'तुका म्हणे' ही नाममुद्रा घालतो त्याला असलेला तुझा आक्षेप. तर मंबाजी, माउली 'ज्ञानदेव म्हणे' लिहीत होती किंवा नामदेव महाराज 'नामा म्हणे' लिहीत होते किंवा जनाबाई 'जनी म्हणे' लिहीत होत्या म्हणून फक्त मी लिहितोय, असं नव्हे. माउलीनं समाधी घेऊन ३०० वर्षं होऊन गेली. नामदेवांच्या समाधीलाही जवळपास तेवढीच वर्षं उलटली. विठ्ठलानं आणि नामदेव महाराजांनी आदेश दिला म्हणून म्हण, नाहीतर मलाच वाटतंय म्हणून म्हण; पण मी जे लिहितोय त्यात 'तुका म्हणे' अशी नाममुद्रा घालतोय. कारण माझ्यानंतर 'हे कुणी लिहून ठेवलंय?' असा प्रश्न लोकांना पडायला नको आणि मी लिहिलेल्या अभंगांवर दुसऱ्याच कुणी हक्क सांगायला नको. कारण मंबाजी, तुझ्यासारखे कली या कलियुगात असणारच आहेत आणि माझ्या अभंगात स्वत:ची नाममुद्रा घालण्याचं कारस्थान ते करतीलच. मंबाजी असं आहे, हे मी जे काही लिहितोय ते चांगलं नसेल कदाचित, वाईटही असेल; पण जे काही चांगलं-वाईट आहे ते माझं, या तुकारामाचं आहे आणि ते या तुकारामाचंच, त्याच नावावर राहिलं पाहिजे. भले ते मी लिहिलं असो किंवा त्या पांडुरंगानं माझ्याकडून लिहून घेतलेलं असो. आता नीट ऐक मंबाजी –

“करितो कवित्व म्हणाल हे कोणी । नव्हे माझी वाणी पदरीची ।।
माझिये युक्तीचा नव्हे हा प्रकार । मज विश्वंभर बोलवितो ।।
काय मी पामर जाणे अर्थ भेद । वदवी गोविंद तेचिं वदें ।
निमित्त मापासी बैसविलो आहे । मी तो काही नव्हे स्वामी सत्ता ।।
तुका म्हणे आहे पाईकचि खरा । वागवितो मुद्रा नामाची हे ।।

“मला वाटतं मंबाजी, तुझ्या सगळ्या प्रश्नांची, तुझ्या शंकांची उत्तरं मी दिलेली आहेत. आणिक काही शंका असतील तर विचार. त्यांचीही उत्तरं द्यायला मी समर्थ आहे!”

मंबाजीच्या सगळ्या प्रश्नांची अगदी चपखल उत्तरं, तीसुद्धा अत्यंत आत्मविश्वासाने देऊन तुकोबा क्षणभर थांबले. त्यांनी एक दीर्घ श्वास घेतला आणि त्या आत्मविश्वासानं लोकांना सामोरं जाऊन म्हणाले, “माय-बाप-बंधू हो! मी तुमचा तुकाराम, जे काही बोलतो, लिहितो ते त्या विठ्ठलाच्या सांगण्यावरूनच लिहितो. तो मला सांगतो; मी लिहितो. तरीही त्यातलं जे गोमटं आहे, सुंदर आहे ते त्यानं सांगितलेलं आहे आणि जे चुकीचं आहे ते माझं करंटेपण आहे. कारण –

''बोलविले जेणे । तोचि याचे गुह्य जाणे ।।
मी तो काबाडाचा धनी । जेवू मागावे थिंकोनी ।।
मजुराच्या हाते । माप जाले गेले रिते ।
जाला पुरविता । पांडुरंग माझा पिता ।।
मायबापासवे । बाळ कौतुके खेळावे ।
जैसा करिती धंदा । तैसा पडोनिया छंदा ।।
त्याच्या साच गाई म्हैसी । येणे खेळावे मातीशी ।
तुका म्हणे बोल । माझा बोलतो विठ्ठल ।।

''तो विठूराया मला बोलवतो, माझ्याकडून लिहून घेतो. मी अडाणी, पामर, मी काय स्वतःहून लिहिणार, पण मंबाजीसारख्या लोकांना हे कळत नाही किंवा कळूनही ते न कळल्यासारखं करतात. झोपलेल्या माणसाला उठवता येतं; पण झोपेचं सोंग घेतलेल्या माणसाला कसं उठवणार? अशा झोपेचं सोंग घेतलेल्यांना माझं एकच सांगणं आहे की –

''वचनाचा अनुभव हाती । बोलविती देव मज ।।
परी हे न कळे अभाविकां । जड लोकां जीवासी ।।
अश्रुत हे प्रासादिक । कृपा भीक स्वामींची ।।
तुका म्हणे वरावरी । जातो तरी सांगत ।।

''हे पांडुरंगाचं लेणं आहे. त्याचं देणं आहे. माझ्या पूर्वपुण्याईनं ते तो माझ्याजवळ देतोय आणि मी ते तुमच्यापर्यंत पोचवतो आहे.'' तुकोबा आणखी खूप सांगत राहिले. कीर्तन संपलं. मंबाजीचं तोंड काळंठिक्कर पडलं होतं. लोक त्याच्याकडं रागानं बघत होते. मंबाजी मनातल्या मनात नुसता रागानं धुसफुसत होता. सगळ्या गावकऱ्यांसमोर त्याची फजिती झाली होती आणि तीही तुकोबांमुळे. हा अपमान तो आता विसरणार नव्हता. त्याची लालेलाल मुद्रा, त्याचे आग ओकणारे डोळे, त्याच्या थरथरणाऱ्या नाकपुड्या, करकर वाजणारे दात, हाताच्या आवळलेल्या मुठी या सगळ्यांतून हेच दिसत होतं, पण ना तुकोबाचं तिकडं लक्ष होतं ना लोकांचं. त्या कीर्तनसभेतून मंबाजी आपले दोन अनुयायी घेऊन रागारागानं निघून गेला. तो गेल्यावर लोकांनी त्याची हुर्यो केली आणि तुकोबांचा जयजयकार! लोकांना वाटलं, चांगली फजिती झाली मंबाजीची; आता गप्प बसेल. पण तसं होणार नव्हतं. जाताजाता मंबाजीनं तुकोबांकडे जो संतापाचा जळजळीत कटाक्ष टाकला होता, त्यावरून तुकोबांच्याही ते लक्षात आलं होतं. पण सध्या निदान आजतरी त्याचा विचार करण्याची गरज नव्हती. तुकोबांनी मंबाजीचा विचार झटकून टाकला आणि विठूच्या गजराला सुरुवात केली. लोकांनी उत्स्फूर्तपणे त्यांच्या

आवाजात आपला आवाज मिसळला आणि तो गजर क्षितिजापार पोचला.

कीर्तन संपवून अत्यंत समाधानात तुकोबा घरी आले. आवली त्यांची वाट बघत जागत बसली होती. त्यांना आलेलं पाहताच आवली पुढं झाली. त्यांच्या हातातून चिपळ्या, वीणा घेऊन तिनं त्या कोनाड्यात ठेवल्या. त्यांना प्यायला पाणी आणून दिलं आणि दूध गरम करून त्यांच्यासाठी घेऊन आली. माहेराहून आणलेली आवलीची मंगळाई म्हैस आता आवलीचा आधार बनली होती. मंगळाई दोन्ही वेळा भरपूर दूध द्यायची. एक वेळचं दूध रतिबाला घालून दुसऱ्या वेळचं आवली घरी वापरायची. जेवायला, रांधायला ४ प्रकार नसले तरी दूध आणि दुधामुळं तूप दोन्ही असायचं. पोराबाळांच्या पोटात पडायचं. आताही आवली गरम दूध घेऊन आली. तुकोबांच्या डोळ्यांत तिच्याबद्दल कौतुक उमटलं. त्यांच्या हातात दुधाचा पेला देऊन आवलीनं विचारलं, “आलासा थापट्या मारून? चांगल्या थापट्या मारल्या न्हवं?” आवलीच्या त्या प्रश्नानं तुकोबांच्या चेहऱ्यावर हसू उमटलं. खरंतर त्यांनी आवलीच्या उपदेशाप्रमाणेच केलं होतं. त्या मंबाजीला चांगलंच थापटलं होतं. त्यांच्या हसऱ्या चेहऱ्यावरून आवलीनंही ओळखलं. तिला बरं वाटलं. इतके दिवस तुकाराम महाराज म्हणजे मऊ स्वभावाचे, गरीब, सगळं सहन करणारे आणि आवली म्हणजे भांडखोर, कजाग, उत्तराला उत्तर देणारी अशी लोकांची खात्री होती; पण आता मंबाजीला तुकाराम महाराजांनी तोडीस तोड उत्तर दिलं होतं आणि लोकांच्या समोर दिलं होतं. आवलीच्या ते लक्षात आलं आणि तिचा चेहरा प्रसन्न झाला. तुकोबा म्हणाले, “आवले, अगं, आज तर पौर्णिमा नाही आणि तुझ्या चेहऱ्यावर चांदणं का पसरलंय?” आवली चक्क लाजली. पण तोंडाला पदर लावून गोड हसली आणि म्हणाली, “लई इ्याक! म्हंजी आता गुलाबाला पन काटे फुटले म्हणायचे!” असं म्हणाली आणि दुधाचा रिकामा पेला घेऊन आत गेली. ती गेली तिकडे तुकोबा पाहत राहिले. ‘फुलाला सुगंध मातीचा लागला की, मातीला सुगंध फुलांचा लागला?’ त्यांच्या मनात आले. ती रात्र आवलीच्या चांदणं पसरलेल्या चेहऱ्यावर संपली.

या प्रसंगानंतर तुकोबांचे नाव सर्वतोमुखी झाले. ज्या पद्धतीनं, ज्या आत्मविश्वासानं आणि ज्या बुद्धिचातुर्यानं, ज्ञानेश्वरीचे दाखले देऊन त्यांनी मंबाजीला निरुत्तर केलं होतं, ते पाहून तुकोबांचं ज्ञान हे वरवरचं नाहीये, हे लोकांच्या लक्षात आलं आणि ज्या तुकोबांची फटफजिती करण्यासाठी जो मंबाजी आला होता, त्याच मंबाजीमुळे त्याच तुकोबांचं कर्तृत्व आणखी उजळून निघालं. मंबाजी तसा विद्वान म्हणून पंचक्रोशीत प्रसिद्ध होता. त्याला तोडीस तोड उत्तरं तुकोबांनी दिली आणि आधीच आपल्या उत्तम कीर्तनामुळे पंचक्रोशीत नाव मिळालेल्या तुकोबांना आता पंचक्रोशीत मानही मिळायला लागला. तुकोबांची फजिती करायला गेलेल्या मंबाजीमुळे तुकोबांना आणखी नाव मिळालं. आता तर तुकोबांचा सगळा ओढा अभंगरचनेकडे आणि विठ्ठलभक्तीकडे गेला.

अहोरात्र ते अभंग लिहिण्यात दंग राहू लागले. आधीच महाजनकीकडे, दुकानाकडे, सावकारकीकडे त्यांचं दुर्लक्ष झालेलं होतंच; आतातर त्या सगळ्याचं त्यांनी नावच टाकलं. आता त्यांना विठ्ठलभेटीची आस लागली. 'आपण अभंग लिहायला बसलो की, कुणी ना कुणी येतं; काशी, महादेव, भागीरथी येऊन आपले कागद पळवतात. बाहेरून आलेली माणसं काहीबाही बोलत राहतात. हिशेब विचारतात. मागतात. जुनंपानं काहीतरी देणं, व्याज, मुद्दल असलं काहीतरी बडबडत राहतात. महाजनकीबद्दल विचारतात. कर किती, दंड किती, याची चर्चा करायला येतात. आपण विठ्ठलनामात दंग असलो की, लक्ष दिलं नाही म्हणून पुन्हा बोटं मोडतात. आपण अभंगलिखाणात मग्न असलो की, कसलातरी शिक्का विचारायला येतात; मग आपलं लक्ष विचलित होतं. एकाग्रता भंग पावते. मनात उत्स्फूर्तपणे तयार झालेली शब्दरचना विस्कळीत होते. आलेली माणसं म्हातारी असतील तर या गोष्टींचा फारच त्रास होतो. ती वयानं वडीलधारी असतात. त्यात तोंडाचं बोळकं झालं असलं म्हणजे ती काय बोलतात, ते आपल्याला कळत नाही आणि त्यांचे कान बहिरे झाले असल्यामुळे आपण काय बोलतो, ते त्यांना ऐकायला येत नाही आणि मग उगाचच कितीतरी वेळ जातो. त्यातच अशा लोकांना जुने कुठलेतरी संदर्भ हवे असतात. आपण तर काहीच जतन केलेलं नाहीये. या सगळ्या गोष्टींचा आपल्याला त्रास होतो. आपलं व्यवधान जातं. अवधान तुटतं आणि लिखाणात व्यत्यय येतो तो वेगळाच. यावर काहीतरी उपाय करायला हवा. आपल्याला विठ्ठलभक्ती आणि अभंगलिखाण हे सावचित्तानं, शांतपणे, अवधानपूर्वक आणि एकाग्रचित्तानं करता आलं पाहिजे. यासाठी काहीतरी करायला हवं. काय करावं? काय करावं?' तुकोबांना सुचत नव्हतं. पण काहीतरी करायला हवं होतं हे नक्की! त्यांनी विठ्ठलालाच साकडं घातलं.

तुजविण काही । स्थिर राहे ऐसे नाही ।।
कळो आले बहुता रीती । पांडुरंगा माझ्या चित्ती ।।
मोकलिली आस । सर्व भावे झालो दास ।।
तुका म्हणे तूचि खरा । येर वाऊगा पसारा ।।

आता त्यांना पूर्णपणे हा विश्वास मनाशी होता की, आता आपल्यापुढं पडलेल्या या समस्येचं उत्तर तो पांडुरंगच देईल. हा दृढ विश्वास मनाशी धरून तुकोबांनी स्वतःला पुन्हा अभंगलेखनात गुंतवलं. भक्तानं असा पराकोटीचा विश्वास देवावर टाकला की, देवालासुद्धा त्याची विश्वासार्हता सार्थ करावी लागते. कारण तुकोबांच्या या समस्येवर आपसूक तोडगा निघाला. झालं असं की, गावात एक लक्ष्मण पाथडी- पाथरवट- होता. बोल्होबांकडून यानं पैसे कर्जाऊ घेतले होते. बोल्होबा असेपर्यंत तो रीतसर व्याज आणि काही मुद्दल अशी हप्त्यानं परतफेड करत असे.

पाथड्याची कर्जाऊ रक्कम मोठी होती. तिचं व्याजही जास्त होत असे. बोल्होबा स्वतः सावकारीत नीट लक्ष घालायचे. त्यांनी तो व्यवहार तुकारामावर सोपवल्यावर बोल्होबा असेपर्यंत तुकारामही सगळं लक्षपूर्वक बघायचा. हिशेब चोख ठेवायचा. पण बोल्होबा गेले, पाठोपाठ तुकोबांच्या घराची सगळीच वाताहत झाली. त्यातच तुकोबांना भक्तीचा आणि अभंगरचनेचा ओढा लागला आणि घराच्या सगळ्याच व्यवसायाकडे त्यांचं पूर्ण दुर्लक्ष झालं. कान्होजी अधनंमधनं जाऊन व्याजाच्या काही रकमा, काही धान्य घेऊन यायचा. त्या दिवशी तो असाच लक्ष्मण पाथड्याकडे व्याज मागायला गेला. शब्दानं शब्द वाढत गेला आणि पाथड्यानं कान्होबावर तोंड सोडलं. ''सावकार म्हणून ज्यानं व्याज घ्यायचं तो तुझा भाऊ टाळ-चिपळ्या घिऊन भजनं गात बसतोया! आनि तू कोन रे टिकोजीराव व्याज मागायला आलायस?'' असं विचारत तो पाथड्या कान्होबाच्या अंगावर धावून गेला. या प्रकारामुळे कान्होबा व्यथित झाला. 'दादाचं घरात, कामकाजात, व्यापारधंद्यात लक्ष नाही. कमाई काहीच नाही. खाणारी तोंडं दहा. दादाला कीर्तनात जे काही मिळतं ते तो वाटून टाकतो. महिन्याभरात कसंबसं पायलीभर धान्य घरापर्यंत येतं; तेसुद्धा कुणी थेट घरात आणून दिलंच तर! अशा परिस्थितीत जुन्या हिशोबातल्या लोकांनी घेतलेल्या कर्जाऊ रकमा, त्यांचं व्याज मागून आणावं, तेवढंच मीठ-मिरचीला होईल म्हणावं, तर लोकं असं बोलायला लागलेत. आबांनी सगळं दादाकडं सोपवल्यानं यातला कोणताच व्यवहार करायचा अधिकार मला नाही. मी त्यात थोडंफार लक्ष घालून घर चालवावं म्हटलं, तर ती माणसं मला दाद देत नाहीत. आता काय करावं?' कान्होबाला विचार पडला. काय करावं काही सुचेना. दोन दिवस अगदी अस्वस्थतेत गेले. कान्होजीच्या बायकोनं त्याला कारण विचारलं. कान्होजीनं सगळी परिस्थिती सांगितली. तेव्हा तिनं सुचवलं, ''दादांकडे काही अधिकार मागा. काही कर्जाची कुळं, काही खतावण्या तुमच्या अधिकारात घ्या. वसुली करण्याचे हक्क मागा. त्यांतली वाटणी मागा. म्हणजे मग तुम्हाला त्यात काहीतरी करता येईल.'' बायकोचा हा विचार कान्होजीला पटला आणि दुसऱ्या दिवशी तुकोबा विठ्ठलमंदिरात बसले असताना त्यानं दादाजवळ हा विषय काढला. आवलीला किंचित धक्का बसला; पण तुकोबा स्थितप्रज्ञ होते. त्यांच्या चेहऱ्यावरची शांतता किंचितही ढळली नाही. आपण वाटणी का मागतो आहोत याचं समर्थन कान्होबा करायला लागला, तर तुकोबांनी त्याला तेही करू दिलं नाही. म्हणाले, ''कान्होबा, अरे, तू चुकीचा विचार करणार नाहीस, याची मला खात्री आहे. तुझ्या बोलण्याचा मला अजिबात राग आलेला नाही. कान्होबा, अरे....

''आता बरे जाले । माझे माथांचे निघाले ।।
चुकली हे मरमर । भार माथांचे डोंगर ।।

नसता काही जोडी । करिती बहुतें तडातोडी ।।
जाला झाडापाडा । तुका म्हणे गेली पीडा ।।
''कारण तुला खरं सांगू मला काय वाटतं ते.....
''संचिते चि खावे । पुढे कोणाचे न घ्यावे ।।
आता पुरे हे चाकरी । राहो बैसोनिया घरी ।।
नाही काम हाती । आराणूक दिसराती ।।
तुका म्हणे सत्ता । पुरे पराधीन आता ।।

''तेव्हा कान्होबा, तू करतोयस ते अगदी योग्य करतोयस. तू असं कर; आपली सावकारीची सगळी कर्जखतं आण. त्यांतली तुला हवी ती तू ठेवून घे. उरलेली मला दे!'' तुकोबांचं हे बोलणं ऐकून कान्होजीलाही नवल वाटलं. 'दादा आणि कर्जखतं? काय करणार ती घेऊन? आबा गेल्यापासनं एकही कर्जखत त्यानं वाचलेलं किंवा बघितलेलं नाही. कुणाकडून किती पैसे यायचे आहेत, कुणाकडून किती व्याज, किती मुद्दल यायचं आहे, यावर त्यानं एकदाही नजर टाकलेली नाही आणि आता हा काय करणार ती कर्जखतं घेऊन?' पण मनात उद्भवलेल्या या प्रश्नांचं उत्तर कान्होजीकडं नव्हतंच. तो काहीच बोलला नाही. मुकाट उठला. आबांचं सगळं कागदपत्रांचं बाड काढलं. त्यांतली काही निवडक कर्जखतं बाजूला केली आणि उरलेलं बाड पुन्हा बांधून ठेवलं.

दुपारची वेळ. सगळ्यांची जेवणं झाली. कान्होबा म्हणाला, ''दादा, मी कर्जखतं बाजूला काढून ठेवली आहेत तेवढी मी घेतो. उरलेली बांधून ठेवली आहेत. जेवणं झाली की तुला दाखवतो.'' तुकोबा काही बोलले नाहीत. त्यांनी नुसती मान हलवली. कान्होबा उठला. हात धुऊन आबांच्या खोलीत गेला. तिथं जाऊन त्यानं दादांसाठी ठेवलेलं कर्जखताचं बांधून ठेवलेलं बाड बाहेर आणलं. दादासमोर ठेवलं. तुकोबांनी त्यावर एक नजर टाकली. म्हणाले, ''कान्होबा, हे काय आहे रे?'' ''दादा ती तुझ्या वाटणीची ठेवलेली कर्जखतं आहेत. तू म्हनाला व्हतास ना, तुला हवी ती काढून घे आनी उरल्याली मला दे म्हनून! ती हितं घेऊन आलोय. दादा, आता याचं काय करायचं त्ये तू ठरव.'' कान्होबानं आपली बाजू मांडली. तुकोबांनी एकदा त्या बांधलेल्या बाडाकडं नजर टाकली. क्षणभर विचार केला. दुसऱ्या क्षणी त्यांना काहीतरी स्फुरलं, त्यांनी लेखणी बाजूला ठेवली. झटक्यात उठले. कान्होजीला म्हणाले, ''कान्होजी, ती सगळी कर्जखतं घे आणि चल माझ्या बरोबर. त्याचं काय करायचंय ते मी ठरवलंय. चल लवकर!'' असं म्हणत तुकोबा झटपट वाड्याबाहेर पोचलेसुद्धा. कान्होजीला कळेना, दादा कुठं जायचं म्हणतोय ते. त्याला वाटलं, कदाचित चावडीवर जाऊन या कर्जखताच्या कर्जदारांना चावडीवर बोलावून त्यांचा

काय तो न्यायनिवाडा करणार असेल. त्यानं या विचारानं ते बाड झटकन उचललं आणि तो तुकोबांच्या पाठोपाठ बाहेर पडला. तुकोबा झपझप चालत होते. चालताचालता त्यांनी गावाबाहेरचा रस्ता पकडला. कान्होबाला नवल वाटलं. त्यानं दादाला हाक मारली, "दाऽदा! अरं, इकडं गावाबाहेर कुटं चाललास? अरं, चावडी तर तिकडं राहिली. दादाऽऽ! अरं, ऐक माझं! तुझ्या लक्षात न्हायी का? अरं, हा रस्ता नदीकडं जातो. ए दादाऽऽ! अरं, चावडी उलट दिशेला हाये. दादाऽऽ, अरं थांब!" कान्होजी हाका मारत होता. त्याला वाटलं विठ्ठलभक्तीच्या नादात दादा रस्ता चुकलाय आणि चावडीकडं जायचं सोडून तो गावाबाहेर निघालाय. तुकोबा मात्र मागं वळून न बघता झपाझप चालत होते. जणू कान्होबाच्या हाका त्यांना ऐकायला येतच नव्हत्या. पण कान्होबानं मारलेल्या हाका गावातल्या काही रिकामटेकड्या माणसांना, जी रस्त्यावर बिनकामाची उभी होती त्यांना, ऐकायला आल्या. तुकोबा तरातरा पुढं, गावाबाहेर नदीच्या दिशेनं चालले आहेत आणि त्यांचा धाकटा भाऊ कान्होबा त्यांच्या मागे हातत कसलंतरी बाड घेऊन 'दादाऽऽ! दादाऽऽ!' अशा हाका मारत चालला आहे हे बघितल्यावर लोकांना वाटलं, तुकोबा बहुतेक जीव द्यायला निघाले असावेत. तीही १०/१५ माणसं कान्होजीच्या मागून तुकोबांना हाका मारत निघाली. बघताबघता पाचाची पंचवीस, पंचवीसची पन्नास, पन्नासची शंभर झाली आणि तुकोबांच्या पाठोपाठ जाणाऱ्या कान्होबाच्या मागून शंभर माणसांचा घोळका निघाला. या सगळ्यापासून अनभिज्ञ असलेले तुकोबा मात्र झपाझप चालत नदीकडं चालले होते. आपल्या मागं माणसांचा घोळका जमलाय, तो आपल्या पाठोपाठ येतोय, आपण जीव देणार आहोत, अशी लोकांत बातमी पसरली आहे, यांतल्या कुठल्याच गोष्टीची तुकोबांना कल्पना नव्हती. चालताचालता तुकोबा नदीकाठावर आले. इंद्रायणी संथ वाहत होती. आज आपल्या साक्षीनं एक अप्रूप घडणार आहे याची तिला काय कल्पना? तुकोबा नदीच्या घाटावर आले. पाठोपाठ कान्होबा आणि त्याच्या पाठोपाठ माणसांचा मोठा घोळका. तुकोबा नदीच्या घाटावर आले. क्षणभर थांबले. एक नजर त्यांनी इंद्रायणीवर टाकली. तरंगांची नक्षी अंगावर लेऊन इंद्रायणी संथ वाहत होती. तुकोबांनी हात जोडून इंद्रायणीला नमस्कार केला. म्हणाले, "माते, माझ्या पापाचा लेखाजोखा तुझ्या तीर्थात मी अर्पण करतो आहे. त्याचा स्वीकार कर. माझ्या माथ्यावर हे ओझे होते. ते मी उतरवले. आता हा तुकाराम मोकळा झाला!" पुन्हा एकवार इंद्रायणीला नमस्कार करून तुकोबा चार पायऱ्या चढून जिथं कान्होबा उभा होता, तिथं आले. कान्होबाच्या हातातलं कर्जखतांचं बाड त्यांनी आपल्या हातात घेतलं. पुन्हा चार पायऱ्या उतरून खाली आले. खालच्या पायरीवरून इंद्रायणीचं पाणी वाहत होतं, त्या पायरीवर तुकोबा उभे राहिले. वरच्या पायरीवर त्यांनी ते बाड ठेवलं. त्याच्या कापडाची गाठ सोडली आणि त्यातला एकेक कागद काढून तो

इंद्रायणीत सोडू लागले. कान्होजी धास्तावला. धावत खाली आला. तुकोबांचा हात धरून म्हणाला, "दादाऽऽ दादाऽ? अरं, ह्ये काय करतोयस? कर्जखतं बुडवतोयस? दादा, तुझं पोट विठ्ठलभक्तीनं भरत असंल रं; पण पोरांच्या तोंडची ही भाकरी कशाला काढून घेतोयस? दादा, वयनीला कळलं तर आकाशपाताळ एक करंल! अरं, तिनं पोरांच्या पोटाला काय घालायचं? दादा, अरं, तुझ्या पोटची पोरं हायेत ती! त्यांच्या तोंडचा घास असा काढून घेऊ नगं रं!" कान्होबा काकुळतीला येऊन विनवणी करत होता; पण तुकोबा स्थितप्रज्ञ होते. एकेक कागद पाण्यात सोडत होते; चेहऱ्यावरची रेषही न हलवता! सगळे कागद पाण्यात सोडून झाले. तुकोबांनी ते कागद बांधलेलं कापडही नदीत सोडलं. तसेच पायऱ्या उतरून नदीत शिरले. दोन डुबक्या मारल्या. ओलेत्यानं वर आले. हात जोडून उभे राहिले. म्हणाले,

"आशा हे समूळ खाणोनि काडावी । तेव्हाचि गोसावी व्हावे तेणें ।।
नाहीं तरी सुखे असावे संसारी । फजिती दुसरी करू नये ।।
आशा मारुनिया जयवंत व्हावे । तेव्हाचि निघावे सर्वातूनि ।।
तुका म्हणे जरी योगाची तांतडी । आशेची बीबुडी करी आधी ।।"

घाटावर लोकांची हीऽऽ गर्दी जमली होती. सगळ्यांचं लक्ष तुकोबा काय करतात, इकडं होतं. तुकोबांनी इंद्रायणीत कर्जखतं बुडवली हे पाहिल्यावर अनेकांच्या डोळ्यांत पाणी आलं. त्यांतले काही तुकोबांचे कर्जदार होते. ते तर स्फुंदूनस्फुंदून रडायला लागले. त्यांच्या घराण्यावरच्या वर्षानुवर्षांच्या कर्जावर आणि व्याजावर तुकोबांनी अक्षरशः पाणी ओतलं होतं आणि त्यांना कर्जमुक्त केलं होतं. काहींना तुकोबांच्या मनाचा मोठेपणा बघून भरून आलं. काहींनी कपाळावर हात मारून घेतला, म्हणाले, "मुलानं बापाच्या कमाईत भर घालायची असती. हा तर बापाची कमाईच बुडवून मोकळा झाला!" असं म्हणत तुकोबांना नावं ठेवली. तर काही जणांना मात्र 'या तुकोबाला वेड लागलंय, याच्या डोक्यावर परिणाम झालाय,' याबद्दल खात्री वाटली. वारंवार झालेल्या आघातानं हा तुकोबा वेडा झालाय, म्हणूनच हा असं करतोय, असं खूप जणांना वाटलं. त्यांतल्या एक-दोघांनी ही बातमी धावत जाऊन आवलीला सांगितली. ते कर्जरोखे पाण्यात सोडताना तुकोबा स्थितप्रज्ञ होतेच; पण आवली त्याहूनही स्थितप्रज्ञ निघाली. तिला ही बातमी सांगायला आलेल्या लोकांना वाटलं, आता हे ऐकून आवली संतापणार, थयथयाट करणार व धावत नदीच्या घाटावर येणार आणि तिथं येऊन तुकोबांशी कडाकडा भांडणार आणि आपल्याला छान तमाशा बघायला मिळणार. विठ्ठलमंदिरात रोज कीर्तन करणाऱ्या तुकोबांच्या आयुष्याचा आणि संसाराचा असा तमाशा बघायला मजा येणार होती; पण त्या करंट्यांचा अंदाज सपशेल चुकला. तुकोबांनी कर्जखतं

नदीत बुडवली, म्हणजे आता मुद्दलही गेलं आणि व्याजही अशी बातमी जेव्हा आवलीला सांगितली, तेव्हा आवली भांडी घासत होती. ती बातमी ऐकून क्षणभरही विचलित न होता आवलीनं उत्तर दिलन्– "बेस झालं! भांड्याला लागलेलं खरकटं काढलं की भांडं स्वच्छ घासता येतं आणि चकचकीत होतं. खरकटं गेलं; आता भांडं चकचकीत व्हईल!" आवलीकडनं आदळआपटाची आणि अद्वातद्वा तोंड सोडण्याची अपेक्षा धरून आलेल्यांना मात्र चांगलीच चपराक बसली. इंद्रायणीच्या घाटावरून परतणाऱ्या तुकोबांना कुणीतरी विचारलं, "तुकोबा, हे असं का केलंत? काय साधलंत हे करून?" तुकोबांनी क्षणभर विचार केला. म्हणाले,

"क्षणभरी आम्ही सोसिले वाईट । साधिले अवीट निजसुख ।।
सांडी मांडी मागे केल्या भरोवरी । अधिकचि परी दुःखाचिया ।।
तुका म्हणे येणे जाणे नाही आता । राहिलो अनंताचिये पायी ।।"

अभंग गातगात तुकोबा घाटावरून मागे वळले. वळण्यापूर्वी इंद्रायणीला नमस्कार केला. म्हणाले, "माते, माझ्या आयुष्यावरचं ओझं तुझ्यावर टाकून मी मोकळा झालोय. रागावू नकोस. माझं हे कर्ज तुझ्याकडं देतोय. ते सांभाळून ठेव. माझी ही ठेव आहे. ती तुझ्याकडंच असू दे. मला जेव्हा पाहिजे असेल तेव्हा मी मागायला येईन. तेव्हा नाही म्हणू नकोस. माते, माझी ठेव तुझ्याजवळ असू दे. तुझ्याकडं ती सुरक्षित राहील. माते, मला लोक विचारत आहेत -

जन्मा येऊनि काय केले । तुवां मुदल गमाविले ।।
का रे न फिरसी माघारा । अझुनि तरी फजित खोरा ।।
केली गाठोळाची नासी । पुढे भिकेचि मागसी ।।
तुका म्हणे ठाया । जाई आपल्या आलिया ।।

"माते, एका परीनं त्यांचं खरंही आहे. पण त्यांना काय कळणार या तुकारामानं काय मिळवलं ते?

"आता न म्हणे मी माझे । नेघे भार कांही ओझे ।।
तू चि तारिता मारिता । कळो आलासी निरुता ।।
अवघा तूचि जनार्दन । संत बोलती वचन ।।
तुका म्हणे पांडुरंगा । तुझ्या रिगालो वो संगा ।।"

अभंग गात तुकोबा घरी आले. त्यांच्या पाठोपाठ बरीच माणसं होती. तुकोबांना थोडी धास्ती वाटली. 'घरी आवलीपर्यंत ही बातमी गेली असेल. आपण कर्जखतं बुडवली हे आवलीला आवडणार नाही. आता ती संतापेल, तोंड सोडेल... आपला आणि विठूरायाचा उद्धार करेल... आपल्याबरोबर काही गावकरी आले आहेत,

त्यांच्यासमोर आवली थयथयाट करेल... बोटं मोडेल... आपल्यावर तोंड सोडेल... पांडुरंगाला शिव्याशाप देईल... आता काय करावं?' तुकोबा असा विचार करतच घरात शिरले. आवली माजघराच्या दारात उभी होती. तुकोबा अंगणातून आत आले. त्यांना समोर बघून आवली करवादली, "आलासा? पाणी काढलंया. आंघुळ करून घ्या, त्या कर्जखतांच्या नावाची. बरं झालं पीडा गेली. उगीच कुनाचे शिव्याशाप नगत आणि कुनाचे तळतळाटबी नगत. आता आंघुळ करा आनि ताटावर या. मघाशी आला होता त्या मंबाजीचा गडी! म्हणाला, 'तुकोबांनी व्याजपन घालीवलं आनी मुद्दलपण!' मी म्हटलं, 'बेस झालं! भांड्यातलं खरकटं काढल्याशिवाय भांडं घासता बी येत न्हाई आनि स्वच्छपन होत नाही. आता खरकटं गेलं म्हंजी भांडं चकचकीत व्हईल!' असं ठणकावून सांगितलं मी त्याला." आवलीनं सांगितलं. तुकोबा तिच्याकडे बघत राहिले. "आवले, तू असं सांगितलंस त्याला? धन्य आहे तुझी! आवले, माझ्या या सगळ्या उद्योगाचे अर्थ तुला कसे बरोबर कळतात गं? आवले, कुठल्या मातीची बनली आहेस गं तू! तुला सगळं कळतं म्हणावं, तर तू कधीकधी अगदी अडाण्यासारखी वागतेस आणि तुला काही कळत नाही म्हणावं, तर तू कधीकधी सर्वज्ञ असल्यासारखी वागतेस. आवले, तू नक्की आहेस तरी कोण, हे काही मला कळत नाही!" तुकोबांच्या या बोलण्यावर आवलीनं फणकाऱ्यानं मान हलवली आणि म्हणाली, "पुरं माझं कौतिक! पर मी कोण आहे, हे तुम्हालाच काय पन तुमच्या त्या काळतोंड्यालाही कळणार न्हायी! चला आता. पानी कवाचं काढलंय!" म्हणत आवली आत गेली. ती गेली त्या दाराकडं तुकोबा बघतच राहिले. त्यांच्या चेहऱ्यावर प्रसन्नता होती. "खरंच गं बाई! त्या पांडुरंगालासुद्धा कळणार नाही!" म्हणत तेही आत वळले. आता आवली चिडणार, दंगा करणार, तमाशा करणार, तिचं आणि तुकोबाचं मोठं भांडण होणार आणि आपल्याला तमाशा बघायला मिळणार, या आशेनं आलेले लोक निराश होऊन परत फिरले. ना त्यांना तुकोबाचं वागणं समजलं होतं, ना आवलीचं! अर्थात ते समजण्याची त्यांची योग्यता नव्हती. पण तरीही तुकोबांनी कर्जाच्या सगळ्या नोंदी पाण्यात बुडवल्या याची चर्चा देहूगावात बरेच दिवस चालली होती.

यानंतर एक दिवस तुकोबा उठले. आपलं सगळं आवरलं; आवलीला म्हणाले, "आवले, मी जरा प्रांताकडं जाऊन येतो. आवले, कर्जरोखे पाण्यात फेकल्यावर माझं एक ओझं कमी झालंय; पण मला आता ही महाजनकीसुद्धा नकोय. मी ती रीतसर परत करून येतो. आवले, आपण स्वतः वागण्या-बोलण्यात चोख नाही, आपण स्वतः आपल्या आयुष्याचा हिशोब ठेवायला असमर्थ आहोत, आपण स्वतः निरपेक्ष बुद्धीनं राहत नाही; मग ही महाजनकी करण्याचा आपल्याला तरी काय अधिकार? मी जाऊन ती परत करून येतो!" तुकोबांच्या या बोलण्याचं आवलीला

नवल वाटलं. ती म्हणाली, “धनी, महाजनकी परत देऊन या तुम्ही! मी कोन आनी कशाला न्हायी म्हणणार? पन धनी, तुम्ही असं का म्हणतायसा? आम्ही एक अपेक्षा ठेवून सगळं करतो; पण तुमची तर बुद्धी निरपेक्ष हाय ना? मग असं का म्हणता? किती निःस्वार्थी आणि निरपेक्ष बुद्धीनं तुम्ही त्या काळ्याची भक्ती करता! त्याचे अभंग लिवता! मग असं का म्हणता?” आवलीचा हा प्रश्न बिनतोड होता. पण तुकोबांकडे याचंही उत्तर होतंच! “आवले, कुणी सांगितलं तुला मी निःस्वार्थी आणि निरपेक्ष बुद्धीनं त्या पांडुरंगाची सेवा करतो म्हणून? अगं, माझाही त्यात काही स्वार्थ आहेच की! माझ्याही काही अपेक्षा आहेतच की! मीही त्या पांडुरंगाला सांगतो आहेच की!

“तुज पहावे हे धरितो वासना । परि आचरणा नाही ठाव ।।
करिसी कैवार आपुलिया सत्ता । तरिच देखता होईन पाय ।।
बहिरल्या वेषे उत्तम दंडले । भीतरी मुंडले नाही तैसे ।।
तुका म्हणे वाया गेलोच मी आहे । परि तुम्ही साहे न व्हा देवा ।।

“हा माझा स्वार्थ आहे गं आवले! म्हणून म्हणतो, मी जातो आणि माझ्या मनावरचं हे आणखी एक ओझंही- महाजनकी- परत करून येतो.” आवली काहीच बोलली नाही. क्षणभर तिला वाटलं, धन्यांना अडवावं; पण तिला खात्री होती की तुकोबा थांबणार नाहीत. त्यांचा निश्चयी, निग्रही स्वभाव ती जाणून होती. एकदा त्यांच्या मनानं घेतलं की, त्यात कालत्रयीही बदल होणार नाही, हे तिला माहीत होतं आणि महाजनकीचा जो व्यवसाय केला जात नाही, ज्यात लक्ष घातलं जात नाही, तो असला काय आणि नसला काय, दोन्ही सारखंच. आवली काहीच बोलली नाही. तिचं मौन ही तिची मूक संमती मानून महाजनकीचा मिळालेला हुकूम, त्याची मोहर सगळं घेऊन तुकोबा बाहेर पडले. जाता जाता गात होते.

“तामसाची तपे पापाची शिदोरी । तमोगुणे भरी घातले ते ।।
राज्यमदा आड सुखाची संपत्ती । उलंघूनी जाती निरयगावा ।।”

तुकोबा चालले होते. त्यांच्या पाठमोऱ्या आकृतीकडे आवली डोळे भरून बघत होती. ‘या विठ्ठलापायी वेडा झालेला, या विठ्ठलाच्या भक्तीपायी घर-संसार, पत्नी-मुलंबाळं विसरलेला, कमाईची सगळी साधनं आपल्या हातांनी नष्ट करू पाहणारा, बोलता बोलता, चालता चालता अभंग रचणारा आपला हा घरधनी कसल्याही परिस्थितीत, कोणत्याही परिस्थितीत असा तटस्थ, असा शांत कसा राहू शकतो? आणि त्याच्या मनाचा निग्रह इतका निरलस असेल तर इतकी संवेदनशील अभंगरचना तो कशी करू शकतो?’ आवलीच्या मनात प्रश्नांचे भोवरे उठत होते आणि त्यांत गरगर फिरत राहण्याशिवाय तिच्या हातात काहीच नव्हते.

२१

महाजनकी परत करून तुकोबा दोन दिवसांनी घरी परतले, तेव्हा त्यांची मुद्रा प्रसन्न दिसत होती. आल्यावर पुन्हा त्यांनी आपला दैनंदिन कार्यक्रम सुरू केला. विठ्ठलमंदिरात जाऊन बसणे, लिखाण करणे, विठ्ठलाचे आणि इतर काही अभंग लिहिणे, संध्याकाळी मंदिरात कीर्तन करणे. पण आता एक मात्र झालं, तुकोबांनी सावकारकीची कर्जखतं पाण्यात सोडली आणि महाजनकी परत केली, याचा पंचक्रोशीत गवगवा झाला आणि तुकोबांना थोडंसं मानणारे, त्यांचे कीर्तन आवडीनं ऐकायला येणारे, त्यांचे अभंग गाणारे जे लोक होते त्यांच्या मनात तुकोबांनी आदराचं, सन्मानाचं स्थान मिळवलं. या सगळ्या व्यापातून मुक्त झालेले तुकोबा म्हणाले,

''जाली होती काया । बहु मळीन देवराया ।।
तुमच्या उजळली नामे । चित्त प्रक्षाळिले प्रेमे ।।
अनुतापे झाला झाडा । प्रारब्धाचा केला तोडा ।।
तुका म्हणे देह पायी । ठेवूनि झालो उतराई ।।''

आपल्या माथ्यावरचं हे ओझं तुकारामांनी उतरवलं असलं, तरी 'महाराष्ट्रभू'च्या मस्तकावरचं दुष्काळाचं ओझं मात्र एवढं वाढलं की, अवघा महाराष्ट्र करपून गेला. गेली दोन वर्षं पुरेसा पाऊस पडला नव्हताच. जो काही थोडाफार पडला होता, तो स्वीकारून त्यातून कसातरी मार्ग काढून लोक जगले होते. जनावरं तगली होती. पोरंटोरं तरली होती. पण यंदा मात्र पावसानं पुरती पाठ फिरवली आणि 'महाराष्ट्रभू'त हाहाकार माजला. धरणीला पडलेल्या भेगांनी आणखी डोळे वटारले. पोटच्या पोरांना भुकेनं तडफडून मरताना बघायचं आई-बापांच्या नशिबी आलं आणि पोटच्या पोरापेक्षा जास्त माया करून वाढवलेली जित्राबं अन्न-पाण्यावाचून तडफडताना बघायचं शेतकऱ्यांच्या नशिबी आलं. कित्येकांनी आपली पोरं-बाळं विकली, तर कित्येक जण या गाईगुरांना तसंच गोठ्यातून मोकळं सोडून, त्यांना त्यांच्या नशिबावर सोडून ती तडफडत मरताना बघण्यापेक्षा गाव सोडून निघून गेले.

पावसाचा टिपूस पडला नव्हता म्हणून शेतजमीन तर उजाड, ओसाड होतीच; पण माणसांच्या निघून जाण्यानं, गुराढोरांच्या मरण्यानं आता गावंच्या गावं ओसाड पडली. सगळ्या परगण्यांचं जणू स्मशान बनलं. ओसाड, भकास, उजाड. जिथं लेकराबाळांचा किलबिलाट ऐकू यायचा, जिथं गाय-वासरांच्या हंबरण्याचे आवाज घुमायचे, जिथं आया-बायांची जात्यावरची गाणी, झिम्मा-फुगडीची गाणी, हादग्याची गाणी कानात रुंजी घालायची, जिथं शेतकरी-कामकऱ्यांची लगबग, त्यांनी मारलेल्या हाका यांची गडबड ऐकू यायची, जिथं बैलांच्या गळ्यातले घुंगरू छळ्ळक-छुन् करत निनादायचे, जिथं वाघ्या-मोतीला दूध-भाकरी मिळायची आणि जो भूभाग हिरव्या-पिवळ्या लेण्यांनी, मोतियाच्याच कणसांच्या दाण्यांनी, भल्लरी दादाच्या मोटेवरच्या गाण्यांनी आणि झुळझुळ वाहणाऱ्या पाण्यानं देखणा व्हायचा, समृद्ध व्हायचा, साज-शृंगारांनी नटलेल्या, अलंकारानं सजलेल्या नववधूसारखा सुंदर दिसायचा, तोच भूभाग एखाद्या केशवपन केलेल्या, मुंडन केलेल्या, जीवनातला सगळा आनंद, सगळं प्रेम, सगळा ओलावा संपलेल्या विधवेसारखा दिसायला लागला होता. हा निसर्गाचा क्षोभ होता, देवाचा कोप होता की, दैवाचा शाप होता कुणास ठाऊक! पण काहीही असलं तरी धरणीचं आणि माणसाचं पाप आलं होतं एवढं नक्की. सगळा महाराष्ट्र या दुष्काळात होरपळून निघाला. सगळे जण देव विसरले, भक्ती विसरले, भजन विसरले, कीर्तन विसरले. लोकाच्या काही म्हणून लक्षात येईना. ते 'ज्ञानदेव म्हणे' विसरले, 'नामा म्हणे' विसरले, आणि तुका म्हणेसुद्धा! अवघ्या महाराष्ट्राच्या होरपळ्यातून तुकोबांचेही घर सुटले नाही. दुकान आधीच बंद झाले होते. सावकारी, महाजनकी सोडून दिली होती. दुष्काळामुळे शेतात काही पिकायचा प्रश्नच नव्हता. त्यातच तुकोबांच्या घरी असलेली गाई-गुरं, बैल यांनाही दुष्काळाची लागण झाली आणि त्यांनीही माना टाकल्या. रायबानंही राम म्हटला आणि देवाच्या दरबारात आपली गाय-बैलं राखण्यासाठी तो त्यांच्या पाठोपाठ निघून गेला. माहीत नाही कशी, पण आवलीची मंगळाई तेवढी तग धरून राहिली. आधीच मंगळाई आवलीची लाडकी होती. आता बाकीची जित्राबं उरली नाहीत म्हटल्यावर आवलीचं मंगळाईवरचं प्रेम आणखी वाढलं. या दुष्काळानं सगळ्यांच्या तोंडचं मात्र पाणी पळवलं. गावातले बरेच लोक गाव सोडून निघून गेले. दुष्काळाची भयानकता सगळ्यांना जाणवत होती. कान्होजी, त्याची पत्नी यांनीही गाव सोडण्याची तयारी केली; पण तुकोबांना यातल्या कशाचंच भान नव्हतं. ते, त्यांचा पांडुरंग आणि त्यांचं अभंगलिखाण... त्यांच्यापुरतं हे एवढंच जग होतं. एवढंच विश्व होतं. विठ्ठलाची भक्ती करणं, त्याची पूजाअर्चा करणं, त्याचं गुणगान करणं आणि अभंग लिहिणं. तुकोबांच्या जगात या एवढ्याच घडामोडी होत्या, ही एवढीच हालचाल होती, पण आवलीचा जीव मात्र पोरांसाठी तीळतीळ तुटत होता.

गावातली बरीचशी घरं रिकामी पडली होती. शिवारं ओसाड, उजाड झाली होती. काम करायची तयारी असूनही आवलीच्या हाताला काम नव्हतं. काम नाही म्हणून पैसा, धान्य काही मिळत नव्हतं आणि काही मिळत नव्हतं म्हणून पोरांच्या पोटाला अन्न मिळत नव्हतं. जात्याला घास मिळत नव्हता. चुलीला निखारा मिळत नव्हता आणि हे सगळं ज्यानं बघायचं तो तिच्या कुंकवाचा धनी, तिच्या लेकरांचा बाप आणि या वाड्याचा मालक निवांत होता. खरंतर त्याच्याही पोटाला कित्येक दिवस पुरेसं अन्न नव्हतं; पण त्याला त्याचीही तमा नव्हती. विठ्ठलाच्या भक्तीनं त्याचं पोट भरत होतं. त्याचं गुणगान गाऊन त्याची तहान भागत होती आणि अभंग लिहायला बसला की, त्याला भूकच लागत नव्हती. पावसानं तोडलं आणि नवऱ्यानं सोडलं तर बाईला एकच घर उरतं; बापाचं घर! नाना परीनं सांगून, विनवण्या करून, रागावून, आदळआपट करून, तोंड सोडून, अपमान करूनसुद्धा तुकोबांच्यात फारसा फरक पडत नाही म्हटल्यावर आवलीनं आपला मान गुंडाळून अप्पाजींकडे धाव घेतली. आवलीचं बोलणं ऐकून तुकोबांनी एवढाच फरक केला की, त्यांनी जेवणंच सोडलं आणि आवलीला म्हणाले, "आवले, तुझं म्हणणं, तुझं सांगणं, तुझं संतापणं, तुझं बडबडणं बरोबर आहे; पण मी तरी काय करू? माझा हा विठ्ठल मला काही सुचूच देत नाही. काही करूच देत नाही. काही करायला गेलो की, हा मला बोलवायला येतो आणि त्याला मी नाही गं टाळू शकत. त्यामुळं माझ्या हातात काहीच करण्यासारखं राहत नाही म्हणून मी आता माझ्या हातात आहे तेवढंच करतो. आवले, मी असं करतो, मी माझं जेवण बंद करतो. म्हणजे काय होईल की, माझ्या वाटचं जेवण पोरांना देता येईल आणि त्यांचं अर्ध का होईना पोट भरेल. माझं काय गं; मला त्या विठ्ठलाची भक्ती आणि माझं अभंगलिखाण एवढ्या दोनच गोष्टी माझी तहानभूक हरपायला पुरेशा आहेत. कारण आवले

"देह मृत्याचे भातुके । कळो आलें कवतुकें ।।
काय मानियेले सार । हेचि वाटते आश्चर्य ।।
नाना भोगांची संचिते । करुनि ठेविले आइतें ।।
तुका म्हणे कोडीं । उगवून न सकती बापुडी ।।

"तेव्हा आवले, मला आजपासून तू दोन्ही वेळचं जेवण देऊ नको!" तुकोबांचे हे उद्‌गार ऐकले आणि आवली आणखीच सैरभैर झाली. पोरंतर अर्धपोटी होतीच होती; पण आता तुकोबा? त्यांच्याही पोटात अन्न जाणार नव्हतं. आवलीच्या जिवाचा ठाव सुटला. आता परिस्थिती अशी झाली की, तिच्या हातात काही राहिलं नाही. मग मात्र आवलीचा धीर खचला. काहीच न सुचून तिनं अप्पाजींकडं धाव घेतली.

दुष्काळाच्या या फेऱ्यात अप्पाजीही भरडले जात होतेच; पण व्यवहारात,

व्यापारात मूळचेच हुशार आणि चलाख असणारे अप्पाजी या दुष्काळातही उत्तम प्रकारे तग धरून होते. चार पैसे गाठीशी ठेवून होते. शक्य तेवढं आल्या-गेल्यासाठी, उपाशीतापाशी लोकांसाठी काहीतरी करत होते. समाजावर आलेल्या या संकटाच्या वेळी समाजाचं ऋण काही प्रमाणात उतरवण्याचा प्रयत्न करत होते आणि अशा वेळी त्यांची लाडकी लेक आवली त्यांच्याकडे मदत मागायला आली. मदत कसली? हक्कच होता तिचा तो. एके काळची एका सधन सावकाराची, लाडाची, कौतुकाची लेक, एके काळच्या एका सधन व्यापाऱ्याची, श्रीमंत सावकाराची लाडकी सून, त्याच्या घरची लक्ष्मी असलेली आवली, तिची अशी कंगाल अवस्था बघून अप्पाजींना भडभडून आलं. लक्ष्मीसारखी दिसणारी आवली लंकेची पार्वती झाली होती. दागिन्यांनी मढलेली, आनंदानं निथळणारी, सुखानं ओसंडणारी आवली आणि आत्ताची कंगाल, दैन्यावस्था आलेली, परिस्थितीनं नाडलेली, गरिबीनं गांजलेली आवली. अप्पाजींचा आपल्या डोळ्यांवर विश्वास बसेना. आपण पाहतोय ते सारं सत्य आहे की आभास, त्यांना कळेना. दुष्काळानं सगळा महाराष्ट्र भरडून काढला होता, हे जरी खरं असलं, तरी बोल्होबांच्या घराची इतकी दैन्यावस्था झाली असेल किंवा होईल, असा विचार त्यांनी स्वप्नातही केला नव्हता. पण आवलीकडून त्यांना सगळी खरी परिस्थिती समजली आणि त्यांना वाईट वाटलं. त्यातच आपला जावई, बोल्होबांचा कर्तबगार पुत्र, काहीच न करता नुसते अभंग लिहीत बसतो आणि पांडुरंगाची भक्ती करत बसतो, हे ऐकल्यावर त्यांना धक्काच बसला. तुकोबा कीर्तन करतात हे त्यांना माहीत होतं, पण ते इतर काहीच कामधंदा न करता नुसतंच कीर्तन करतात, हे त्यांना आत्ता समजलं. आपल्या कर्तबगार, चलाख, चुणचुणीत लेकीची अशी अवस्था बघितल्यावर अप्पाजींना खूपच वाईट वाटलं. आता आपण काहीतरी केलं पाहिजे, यात आपणच लक्ष घातलं पाहिजे, तुकोबांना सांगणारं, मार्गदर्शन करणारं वडीलधारं कुणीच राहिलं नाही म्हणून हे असं होत असेल, असंही त्यांना वाटलं. त्यांनी आवलीला दोन दिवस ठेवून घेतलं. तिला माघारपण केलं. खायलाप्यायला घातलं. ल्यायला दिलं. पोरांना खाऊ-पिऊ घातलं. कपडे केले आणि तुकारामांना देण्यासाठी तिच्यासोबत एक पत्र दिलं आणि त्याचबरोबर एका आडत्याकडून बरंचसं मीठ खरेदी करून आवलीला आणि पोरांना त्या मिठाच्या गाडीसोबत दुसऱ्या गाडीतून धाडून दिलं.

आवली घरी पोचली तेव्हा दुपार कलली होती. तुकोबा मंदिरातच होते. पोरं बैलगाडीतून खाली उतरून पळतच वाड्यात गेली. मंदिरात गेली. पोरं आलेली बघून तुकोबांना आनंद झाला आणि हेही समजलं की, आवली आली आहे. ते प्रसन्न झाले. आवली-मुलं वाड्यात नव्हती तर कसं चुकल्यासारखं वाटत होतं. घर धन-धान्यानं रिकामं असलं तरी आवलीच्या बोलण्यानं, हाका मारण्यानं, पोरांच्या किलबिलाटानं

कसं भरलेलं वाटायचं. तुकोबा पोरांच्या बरोबर उठून वाड्यात आले. आवलीला डोळे भरून बघितलं. २-४ दिवसांच्या सुखानं, आई-वडिलांच्या भेटीनं आवलीची गेलेली रया जणू परत आली होती. ती प्रसन्नचित्त दिसत होती. तिची प्रसन्न चर्या बघून तुकोबाही प्रसन्न झाले. "आवले, आलीस? तुला बघून बरं वाटलं बघ! आवले, तू आहेस तर घर आहे. घराला घरपण आहे. बघ! तू नाहीस तर मला सगळं घर खायला उठलं बघ. आवले काहीतरी खायला देशील? खूप भूक लागलीय गं!" तुकोबांच्या स्वरातून आवलीबद्दलचं प्रेम, माया ओसंडत होती. त्यांच्या शब्दाशब्दांतून तिच्याबद्दलचा विश्वास, तिच्याबद्दलचा जिव्हाळा प्रतीत होत होता. आवलीनं ते ओळखलं. तिचा चेहरा फुलला, खुलला. तिनं तुकोबांकडं एक प्रेमाचा कटाक्ष टाकला. गाठोडं सोडलं. फडक्यातून बांधून आणलेल्या, आईनं प्रेमानं बांधून दिलेल्या दशम्या काढल्या. त्यांतल्या दोन दशम्या त्यांवर ठेचा ठेवून तिनं तुकोबांसमोर केल्या. तुकोबांनी त्या घेतल्या आणि खाऊ लागले. प्रत्येक घासागणिक त्यांच्या चेहऱ्यावर आनंद परसत होता. आज कितीतरी दिवसांनी ते अशी पोटभर दशमी खात होते. दशम्या खाऊन झाल्या, पाणी पिऊन झालं आणि समाधानानं तुकोबा म्हणाले, "आवले, किती बरं वाटलं म्हणून सांगू! अगं, ४ दिवसांचा उपाशी होतो मी! दोन दिवस मंगळाईचं दूध प्यालो. नंतर तिनं दूधच दिलं नाही बघ. तिलाही तुझी आठवण येत असावी. आवले, तू नसलीस की या घराचे सगळे व्यवहार थांबतात बघ. अगदी माझ्या पोटाचेसुद्धा." तुकोबांचं बोलणं ऐकून आवलीनं फणकाऱ्यानं मान उडवली. म्हणाली, "का हो? त्या रखुमाईनं रांधून वाढलं न्हाई का? मला वाटलं, त्या काळ्यासोबत तुम्ही रोज त्याच्या पंक्तीला बसत असाल. रखुमाई पाच पक्वान्नं रांधून वाढत असंल आनि तो काळ्या तुम्हाला आग्रह करून खाऊ घालत असेल. मग तुम्हाला कशाला आमची आठवण येईल? म्हटलं ऱ्हाऊ देत विठ्ठल-रुक्मिणीसोबत! पोटभर खातील, खिळभर निजतील आणि यीळभर लिवत बसतील. ना कसली चिंता ना कसला घोर!" आवलीच्या स्वरातला उपहास तुकोबांच्या लक्षात आला. तुकोबा हसून म्हणाले, "आवले, आत्ता मला बरं वाटलं बघ! आणि त्या विठोबालासुद्धा! आत्ता तू घरी आलीस याची खात्री पटली. अगं, तू नव्हतीस तर मलाच काय, पण त्या विठ्ठलालाही चुकल्याचुकल्यासारखं वाटत होतं. तुझ्याकडनं रोज एकदा तरी उद्धार करून घेतल्याशिवाय त्याला चैनच पडत नाही बघ! इतकी तुझी महती आहे बघ आवले! अगं, कीर्तनाला आलेले ८/१० लोकसुद्धा म्हणाले की, आज तुकोबांच्या कीर्तनाला काही रंग चढत नाहीये. आता तू आलीस, आता सगळं नीट होईल बघ!" तुकोबांचं हे अतिशयोक्तीचं बोलणं आवलीला ऐकवेना. ती एकदम म्हणाली, "व्हय तर! आता मी आलेय म्हटल्यावर ह्यो दुष्काळबी हटेल आनी पाऊसपन पडेल बदाबदा! मोप धान्य पिकंल आनि समद्यांची लेकरं पोटभर

खातील आनि अंगभर ल्यायतील!'' तुकोबा चमकले. म्हणाले, ''आवले, अगं त्या पांडुरंगाच्या मनात असेल तर तसंच होईल!'' मग मात्र आवलीला राहवेना. ती उसळून म्हणाली, ''त्या पांडुरंगाच्या मनात समद्या परगण्यानं उपाशी तडफडून मरावं, असं असलं तर तसंच होईल! कारण त्याच्या मनात हाये ना? त्याच्या मनात आपली पोरंबाळं उपाशी मरावीत असं असल्यावर त्यांच्या पोटात कोरभर घास कुठनं पडणार? आपण कायतरी हातपाय हलवावेत म्हटलं तर मला काय येत न्हायी आणि ज्यानला येतंय त्यानला त्यो करू देत न्हायी!'' आवलीचा संताप तिच्या उरातच काय पण तोंडातही मावेना. संतापानं तिच्या तोंडातून शब्द फुटेना. तिचा तो रुद्रावतार बघून तुकोबा सर्द झाले. काहीच बोलले नाहीत. आवली नुसतीच धुसफुसत होती. काही क्षण तिच्या जोरदार श्वासोच्छ्वासाचाच फक्त आवाज येत होता. काही क्षण तसेच गेले. मग तुकोबा हळूच म्हणाले, ''आवले, मला कळतंय की, माझं चुकतंय! आता तू सांग मी काय करू? तू सांगशील तसं मी करतो. अगदी खरंच! त्या पांडुरंगाची शपथ!'' तुकोबांच्या आवाजातलं मार्दव, शब्दांतलं आर्जव, डोळ्यांतली अजिजी, स्वरातली विनवणी आणि पांडुरंगाची घेतलेली शपथ या सगळ्यांचा मिळून एकत्रित परिणाम असा झाला की, आवली विरघळली. तिचा राग कुठल्याकुठं पळाला. लटक्या रागानं ती म्हणाली, ''त्या काळ्याची शपथ घिऊ नगा! त्यो एक थापाड्या हाय! त्याची शपथ घेऊन तुम्हीपण थापाडे होऊ नका. आनि आता माझं ऐकणार हायसा न्हवं? मग उठा! उठा! ते लिवायचं बाजूला ठिवा! अप्पाजींनी तुमच्यासाठी पतूर लिवून दिलंया, ते उघडून बघा. वाचा आनि मला सांगा. उठा!'' आवलीचा राग गेल्याचं बघून तुकोबा प्रसन्न हसले. म्हणाले, ''आवले, तू श्रावणासारखी आहेस बघ! कधी ऊन तर कधी पाऊस!'' त्यावर आवलीनं उत्तर दिलंच, ''व्हय तर! मी सरावनासारखी हाय खरं! पर वैशाखवणवा माझ्या नशिबाला आलाय त्याचं काय? ते जाऊ दे! हे पतूर घ्या!'' म्हणत आवलीनं अप्पाजींचं पत्र तुकोबांना दिलं. तुकोबांनी ते पत्र वाचलं. ते पत्र वाचून तुकोबांच्या डोळ्यांत पाणी उभं राहिलं. एका प्रेमळ पित्यानं आपल्या लेकीच्या काळजीपोटी लिहिलेलं ते पत्र होतं. एका वत्सल वडिलांनी आपल्या लेकाला चार चांगले शब्द सांगणारं ते पत्र होतं. एका अनुभवी व्यापाऱ्यानं आपल्या अनुभवाची शिदोरी आपल्या स्नेह्याला देणारं ते पत्र होतं. ते पत्र वाचलं आणि तुकोबा अक्षरशः गहिवरले. आपलं किती पराकोटीचं चुकत होतं, याची त्यांना जाणीव झाली. ते पत्र वाचत असताना, त्यांच्या चेहऱ्यावरचे बदललेले भाव निरखत आवली तिथंच उभी होती. तुकोबांच्या डोळ्यांतून पाणी ओघळताना बघून तिलाही वाईट वाटलं. 'हळव्या मनाचा, प्रेमळ हृदयाचा, संवेदनशील काळजाचा आपला धनी, खरोखरच लाखगुणाचा आहे. त्या काळ्याच्या नादाला लागला नसता, तर आपल्यासारख्या

नशीबवान आपणच होतो. पण त्या काळ्यानं यांच्यावर काय गारूड केलं कोण जाणे? आता आपल्यासारख्या दुर्दैवी आपण, असं म्हणायची वेळ आपल्यावर आली आहे! ते काही नाही. आता अप्पाजींच्या सांगण्यावरनं कुटंतरी कामकाजाला लागले की, त्या काळ्याचा अदुगर बंदोबस्त करायचा. धन्याला त्याच्या तावडीतून सोडवायचंच!' आवलीनं मनोमन निश्चय केला आणि तिला बरं वाटलं. ती पुढं झाली. आपल्या पदरानं तिनं तुकोबांचे डोळे पुसले. तिचा हात धरून तुकोबा म्हणाले, "आवले, अप्पाजींचं हे पत्र वाचलं आणि माझे डोळे उघडले. माझं किती चुकत होतं, हे मला आत्ता उमगलं बघ! आता मी माझ्या चुका सुधारायचा प्रयत्न करीन आवले. तू मला साथ देशील ना?" तुकोबांनी प्रांजळपणानं विचारलं. आवलीनं त्यांच्या डोळ्यांत रोखून पाहिलं. तिथं तिला सच्चेपणा दिसला. प्रसन्नपणे हसून ती म्हणाली, "धनी, ह्ये काय इचारणं झालं? अवो, मी न्हेमीच तुमच्या सोबत असते. पण तुम्ही कुटं माझ्या सोबत असताय? तुम्ही त्या काळ्या इट्यासोबत असताय! त्याची सोबत सोडा. म्हंजी समदं ठीक व्हईल!" आवलीनं आश्वासन दिलं आणि उपायसुद्धा सांगितला. तुकोबा हसले. म्हणाले, "आवले, तुजं घोडं अरूनफिरून त्या पांडुरंगावर का गं घसरतं? तो काय करतोय तुला? बिचारा कमरेवर हात ठेवून उभा आहे नुसता! त्याचा का रागराग करतेस?" तुकोबांच्या या प्रश्नावर मात्र आवली उसळलीच. "तेच तर दुःख हाय धनी की, त्यो नुसताच कमरेवर हात ठेवून उभा आहे आणि तेच तर दुःख आहे की, तो काहीच करत न्हायी. स्वतः काई करत न्हाई आणि तुम्हाला करू देत न्हायी. ते न्हाऊ दे मेलं! अप्पाजींनी थोडं मीठ घेऊन दिलं हाये. ते दूरवरच्या परगण्यात जाऊन विकून या. चार पैकं मिळतील. मग आणखी मीठ घिऊ. आत्ता मिठाचा व्यापार चांगला आहे. दुसऱ्या परगण्यात ते विकलंपन जाईल. तुम्ही उद्याच येरवाळी निघा आणि मिठाचा व्यापार करून या!" आवलीनं सांगितलं. तुकोबांनी मुकाटपणे मान हलवली. आत्ता काहीतरी करणं भागच होतं. सासरेबुवांनी एवढी मदत केली होती, ती सार्थकी लावायलाच पाहिजे होती. तुकोबांना बाकी सगळं पसंत होतं; पण दूरवरच्या परगण्यात जाऊन व्यापार करायचा हे पसंत नव्हतं. कारण त्यामुळं विठ्ठलापासून दूर जावं लागणार होतं. ते त्यांना नको होतं. पण आता नाइलाज होता. तुकोबांनी विठ्ठलाला सुनावलं,

"तुझा भरवसा आम्हां । फार होता पुरुषोत्तमा ।।
भवसागर संकटी । तारिशील जगजेठी ।।
नाम आदित्याचे झाड । त्याचा न पडे उजड ।।
सिलंगणीचे सोने । त्यासी गाहाण ठेवी कोण ।।
तुका म्हणे देवा । ब्रिद सोडूनियां ठेवा ।।

आवलीनं ते ऐकलं. ती मनोमनी आनंदली. तिला वाटलं, 'बरं झालं. त्या काळ्याचं खरं रूप काय ते धन्यांना कळून आलं. आता त्यांचे डोळे उघडतील!' दुसऱ्या दिवशी खरंच तुकोबा उठले आणि भल्या पहाटे त्या मिठाच्या गोण्या बैलगाडीत भरून व्यापाराला निघाले. आवलीनं माहेराहून आणलेल्या सामानातून त्यांना बरोबर शिदोरी करून दिली आणि 'चांगला व्यापार करून या' म्हणून तुकोबांना निरोप दिला. तुकोबा गावाच्या वेशीबाहेर पडले आणि बैलांचे कासरे त्यांनी सोडून दिले. त्यांनी त्यांचे लेखनसाहित्य बरोबर घेतले होते; आवलीला न दाखवता. तिच्यापासून चोरून. कारण तिनं पाहिलं असतं तर तिनं ते सगळं विहिरीत फेकूनच दिलं असतं. बैलं मुकाट गाडी ओढत होती. तुकोबा व्यापार करायला चालले होते. त्यांच्या मनाविरुद्ध! मनातले विचार कागदावर उमटत होते -

विती येवढेंसे पोट । केवढा बोभाट तयाचा ।।
जळो याची विटंबना । भूक जना नाचवी ।।
अभिमान सिरीं भार । जाले खर तृष्णेचे ।।
तुका म्हणे नरका जावे । हा चि जीवे व्यापार ।।

वाट सरत होती आणि तुकोबांच्या मनातले विचार, उच्चारांचं रूप घेऊन शब्दांचे अलंकार घालून कागदावर उतरत होते. अभंग गात, अभंग लिहीत व्यापार करायला जाणाऱ्या तुकोबांकडे बघून नियती मात्र हसत होती.

त्या दूरच्या परगण्यात मिठाचा व्यापार चांगला झाला. अप्पाजींनी दोनशे रुपयांचं मीठ दिलं होतं ते विकून अडीचशे रुपये मिळाले. केलेल्या प्रवासाचं, श्रमांचं सार्थक झालं होतं. अप्पाजींची दूरदृष्टी कामाला आली होती. असंच होत गेलं तर नष्टचर्य संपणार होतं. वाईट दिवस सरणार होते. उपासमार थांबणार होती आणि सर्वांत महत्त्वाचं म्हणजे आवलीची बडबड, कटकट बंद होणार होती. ते अडीचशे रुपये कनवटीला लावून तुकोबा परतत होते.

आपुले आपण जाणावे स्वहित । जेणे राहे चित्त समाधान ।।
बहुरंगे माया असे विखरली । कुंटि तचि चाली होता बरी ।।

तुकोबांच्या मनात विचारांचे प्रवाह वाहत होते आणि अभंगरूपाने जन्मत होते. वाट सरत होती. माध्यान्हीची वेळ, उन रणरणत होतं. जमिनीतून येणाऱ्या झळा हवेला आणखी गरम करत होत्या. फुफाटा तापला होता. तुकोबा तहानले तर होतेच, पण बैलांच्या तोंडालाही कोरड पडली होती. जरा दूरवर एक पाणवठा दिसत होता. तुकोबांनी बैलांना तिकडं वळवलं. तोंड फिरल्यावर बैलांनाही ते पाणी दिसलं असावं. त्या ओढीनं आपोआपच त्यांची गती वाढली. पाणवठा आल्यावर तुकोबांनी बैलांना मोकळं सोडलं. बैल पाणी प्यायला गेले. तुकोबांनी तिथंच एका झाडाखालची

सावली गाठली. बसून राहिले. उन्हाच्या कडाक्यात ती झाडाची गर्द सावली थंडावा देत होती. डोळे मिटून तुकोबा बसले होते. मनात विठोबाचे नाव होते. विचार व्यापाराचे होते. एकाएकी कुणाच्या तरी आवाजानं त्यांची तंद्री भंग पावली. त्यांनी डोळे उघडले. समोर एक याचक उभा होता. त्याच्यासोबत एक बाई आणि दोन अगदी लहान लेकरं उभी होती. ''मालक, गरिबाच्या पोटाला कायतरी द्या. मी, माझी बायकू, माझी तान्ही पोरं तीन दिसाचं उपाशी आहोत. समदीकडं दुष्काळ पडलाय. कुणी कोरभर भाकर दीना झालंय. कुणी काम बी देत न्हाई. तीन दिस झालं निसतं पानी पिऊन ऱ्हातोय. काय तरी पोटाला द्या देवा. एवढी दया करा. कृपा करा. न्हाईतर ही तान्ही लेकरं उपाशी मरतील.'' एवढं बोलेपर्यंत त्या माणसाला रडू आलं. त्या दोन तान्ह्या लेकरांना उराशी कवटाळून तो ढसढसा रडायला लागला. त्याची बायको फतकल मारून खाली बसली आणि तीही रडायला लागली. तुकोबांनी पाहिलं, त्या चौघांची पोटं खपाटीला गेली होती. ती तान्ही बाळं तर ग्लानीत असल्यासारखी केविलवाणी दिसत होती. एक प्रकारची मरणकळा त्या चौघांच्या चेहऱ्यांवर पसरली होती. तुकोबांच्या डोळ्यांत पाणी भरलं, ''आत्ता थोडा वेळ आपल्याला पाणी मिळालं नाही, तर आपले प्राण कंठाशी आले होते. या चौघांना बिचाऱ्यांना तीन दिवस झाले अन्नाचा घास मिळाला नव्हता. काय झालं असेल त्यांच्या जिवाचं?'' तुकोबांच्या काळजात हा विचार रुतून बसला. त्या विचारानं त्यांच्या मेंदूचाही ताबा घेतला आणि काय होतंय, आपण काय करतोय, हे समजण्याच्या आत तुकोबा उठून उभे राहिले. कडोसरीचे अडीचशे रुपये त्यांनी काढले आणि क्षणार्धात त्या याचकाच्या पसरलेल्या ओंजळीत टाकले. त्याला एकवार डोळे मिटून त्यांनी नमस्कार केला आणि तो याचक काय म्हणतोय, काय सांगतोय, त्याची काय प्रतिक्रिया आहे, हे पाहण्याच्या फंदात न पडता तुकोबा त्यांच्याकडं पाठ वळवून झपाट्यानं चालायला लागले. हातात पडलेले अडीचशे रुपये बघून तो याचक रडता रडता हसत होता आणि हसता हसता रडत होता. पुन्हापुन्हा तो तुकोबांना नमस्कार करत होता आणि 'देव तुमचं भलं करेल, देव तुमचं कल्याण करेल' असा आशीर्वाद देत होता. पुन्हापुन्हा धरणीवर डोकं टेकवून त्यांना नमस्कार करत होता. पण हे बघायला, ऐकायला तुकोबा तिथं थांबलेलेच नव्हते. ते झपाट्यानं गाडीजवळ येऊन उभे राहिले. पोटभर पाणी पिऊन बैल रवंथ करत गाडीजवळ येऊन थांबले होते. तुकोबांनी जू उचलून त्यांच्या मानेवर ठेवलं. कासरा ओढला आणि गाडी हाकली. त्या याचकाला दिलेल्या पैशापासून, त्याला मदत केलेल्या विचारापासून, ते पैसे त्याला देऊन टाकलेल्या आचारापासून परावृत्त होण्याआधी तिथून ते दूर जाऊ पाहत होते. आपल्या विचारात, आचारात बदल होण्याआधी ते तिथून निघून जाणार होते. त्याला आपण मदत केली या गोष्टीचा

पश्चात्ताप नव्हता; पण आवलीच्या भीतीनं, अप्पाजींच्या विचारानं आणि आपल्या या कृतीच्या होणाऱ्या परिणामानं तुकोबा गांगरले होते. पण आता तीर हातातून सुटला होता. दुडक्या चालीनं बैल रस्ता कापत होते. त्याहीपेक्षा वेगानं तुकोबांचं मन धावत होतं त्यांच्या विठ्ठलाकडे आणि त्याचबरोबर तुकोबा गात होते -

आम्हा विष्णूदासा हेचि भांडवल । अवघा विठ्ठल धन वित्त ।।
वाणी नाही घ्यावे आपुलिया हाते । करोनिया चित्ते समाधान ।।
तुका म्हणे द्रव्य मेळविले मागे । हे तो कोणासंगे आलें नाही ।।

तुकोबा घरी परतले. त्यांनी आवलीला घडलेला सगळा वृत्तान्त खराखरा कथन केला. आवलीनं कपाळावर हात मारून घेतला. संतापली नाही. बडबडली नाही. फक्त दुःखानं एवढंच म्हणाली, "धनी, चला, निदान एवढं तरी कळलं की, तुमच्यातला चांगला माणूस अजून संपलेला न्हायी. त्या काळ्यानं संपवलेला न्हायी. कारण त्या काळ्याच्या नादापायी तुमच्यातला नवरा, बाप ही नाती कवाच संपलीत; पर मानूस अजून शिल्लक हाय. धनी, तुम्ही लिवता ते अभंग मला काय वाचायला येत न्हाईत. पर ते लिवत असताना तुम्ही गातसुदिक असतायसा. ते शबूद कानावर पडतात. धनी, आतापातुर तुमी लिवलेल्या एकाही अभंगात हा जीवघेणा दुष्काळ, हे मरणाचं थैमान, ही ओस पडल्याली गावं, भुकेजलेली पोटं, हे कधी कुटं आलं न्हायी. मला वाटलं हुतं धनी, तुमच्यातला चांगला मानूसपन त्या काळ्यानं संपवला की काय? पर न्हायी, जरी तुमच्या अभंगांत त्यो सापडत नसला तरी तो तुमच्यात अजून शिल्लक हाय. त्या गरिबाला पैसं देऊन तुम्ही ते दाखवून दिलंत. फकस्त मला एवढंच म्हणायचंय की, आपण एक भाकर आधी कमवावी, मग त्यातली कोरभर दुसऱ्याला द्यावी." आवली बोलत होती, शांतपणानं, शहाणपणानं. आणि तुकोबा स्तिमित होऊन हे सारं ऐकत होते. आवलीचं हे रूप त्यांना नवीन होतंच; पण कोड्यात पाडणारंही होतं. आपण अभंग म्हणतो, म्हणत लिहितो, आपण आपल्याच नादात असतो; पण अडाणी, निरक्षर, त्या विठ्ठलाचा रागराग करणाऱ्या, आपल्या अभंग लिहीत बसण्यावर रागवणाऱ्या आवलीचं आपल्या अभंग रचण्याकडे इतकं बारीक लक्ष असेल, असं तुकोबांना कधीच वाटलं नव्हतं. आणि त्यातही आपल्या अभंगलिखाणाच्या विषयाकडे तिचं इतकं बारकाईनं लक्ष असेल, असंही त्यांना वाटलं नव्हतं. त्यामुळंच तिचं बोलणं, तेही इतक्या शांतपणे आणि तेही आपल्या अभंगलिखाणाबद्दल हे ऐकल्यावर तुकोबा बघतच राहिले; पण त्यांच्या तशा डोळे विस्फारून बघण्याकडंही आवलीचं लक्ष नव्हतं. आपलं बोलणं संपल्यावर निर्विकार चेहऱ्यानं ती तिथनं उठली आणि मंगळाईला चारा घालायला गेली. ती गेली त्या दिशेकडे तुकोबा बघतच राहिले. तिच्या पाठमोऱ्या आकृतीकडे पाहताना,

नेहमी पडतो तोच प्रश्न तुकोबांना पडला होता– 'ही कुठल्या मातीची बनली आहे?'

अप्पाजींनी एकदा सुरवात करून दिलेल्या मिठाचा व्यापार असा सुरू होण्याआधीच संपला. तुकोबा पुन्हा विठ्ठलाची भक्ती करायला आणि अभंग लिहायला मोकळे झाले. पण त्यांना असं इतकं मोकळं सोडायचं नाही, असा आवलीनं जणू चंग बांधला होता. त्यांना व्यापारासाठी उद्युक्त करण्याच्या, त्यांनी चार पैसे मिळवावेत यासाठीच्या प्रयत्नांत ती सतत असायची. तुकोबांनी निदान त्या काळ्याचा नाद सोडावा आणि काहीतरी कामधंदा बघावा म्हणून ती सतत कुठल्या ना कुठल्या युक्त्या योजत असायची. मिठाचा व्यापार फसल्यावर तिनं पुन्हा अप्पाजींकडून काही पैसे आणले. अप्पाजींच्याच सल्ल्यानं तुकोबांनी मिरची खरेदी केली आणि कोकण प्रांतात नेऊन विकली. विकली खरी, चार पैसे मिळाले असते हेही खरं; पण खंबीर असले तरी सरळ मनाच्या तुकोबांना काही फसवे लोक भेटले आणि त्यांनी गोड बोलून तुकोबांना फसवले. तरी तुकोबांनी त्यांतले काही पैसे वसूल केले. त्या पैशाचं धान्य घेऊन परतत असताना, बैलाचा पाय घसरून घाटात धान्याच्या गोणी पडून गेल्या आणि त्या क्षणीच तुकोबांचा व्यापारही संपला आणि व्यापाराचा प्रयत्नही खुंटला. तुकोबा घरी परतले. सगळं वर्तमान आवलीला समजल्यावर तिनं कपाळावर हात मारला. या वाऱ्याला खोडा घालणाऱ्या आपणच अडाणी, अशी तिनं मनाची समजूत काढली. तुकोबांना बोल लावण्यापेक्षा स्वतःलाच बोल लावून घेतला. आणखी दोन घरचं दळण दळून घेण्याचं काम घेतलं. तुकोबा मात्र अभंग गात होते–

"काय करु जी दातारा । काहीं न पुरे संसारा ।।
जाली माकडाची परि । येतो तळा जातो वरी ।।
घाली भलते ठायी हात । होती शिव्या बैस लात ।।
आदि अंती तुका । सांगे न कळे झाला चुका ।।
लाज वाटे पुढे तोंड दाखविता । परि जाऊ आता कोणापाशी ।।
चुकलिया काम मागतो मुशारा । लाज फजितखोरा नाही मज ।।
पाय सांडूनिया फिरतो बासर । स्वामिसेवे चोर होऊनिया ।।
तुका म्हणे मज पाहिजे दंडिले । पुढे हे घडले न पाहिजे ।।"

अभंग ऐकला आणि आवलीनं कपाळावर जोरात हात मारून घेतला. तुकोबांचा मात्र पुन्हा होता तसा दैनंदिन कार्यक्रम सुरू झाला. रोज संध्याकाळी विठ्ठलमंदिरात कीर्तन करण्याचा त्यांचा कार्यक्रमही पुन्हा सुरू झाला. या दरम्यान एक झालं- तुकोबांनी केलेल्या अयशस्वी व्यापाराची गोष्ट कर्णोपकर्णी झाली आणि तुकोबांना आता विठ्ठलभक्ती आणि अभंगरचना यांशिवाय इतर काही काम सुचणार नाही, सुचतच नाही याबद्दल जणू सगळ्यांची खात्री पटली. आणि एका परीनं सगळ्यांची

ती पटलेली खात्री तुकोबांच्याही सोयीचीच ठरली. कारण आता पुन्हा त्यांच्या आणि विठ्ठलाच्या, त्यांच्या आणि अभंगलिखाणाच्या मध्ये कोणी येणार नव्हतं. अगदी कोणीच, अगदी आवलीसुद्धा! हा विचार सुचला आणि तुकोबा नव्या जोमानं अभंगलिखाणास लागले आणि नव्या जोमानं विठ्ठलाचीही भक्ती करू लागले. अभंग लिहायला ते बसले आणि त्यांना आवलीचे शब्द आठवले. "धनी, तुमच्या अभंगलिखाणात भवतालच्या या दुष्काळाबद्दल एक शबुद बी न्हायी!" आणि तुकोबांनी मनोमन कबूल केलं की, ती म्हणाली ते खरंच आहे. पण त्यांचं वैचारिक मन त्यांना स्वस्थ बसू देईना. खरंच असं का झालं असेल? कसं झालं असेल? याचा विचार ते करू लागले आणि जसजसा ते विचार करायला लागले, तसतसं त्यांना त्याचं कारण सापडत गेलं. 'आई-आबांचा लाडका लेक असलेला, लहान वयातच आबांच्या व्यवहाराची, व्यापाराची जबाबदारी उचललेला, लहान वयातच अत्यंत समजूतदारपणे आणि संयमानं महाजनकी आणि सावकारी सांभाळणारा, दुकानातही नेटकेपणानं लक्ष घालणारा तुकोबा खरोखर भवतालच्या सामाजिक परिस्थितीचं भान असणारा होता; पण नियतीनं घरच्यांच्या मृत्यूचे एकापाठोपाठ एक असे काही तडाखे दिले की संयमी, विचारी, धाडसी तुकाराम कुठेतरी लुप्त झाला. संपून गेला आणि त्या ठिकाणी उरला तो विषादानं भरलेला, खचलेला, सर्वस्व गमावून बसलेला आणि दुसरं कुणीच नाही म्हणून विठ्ठलाला सर्वस्वानं शरण गेलेला तुकाराम! या तुकारामाला मग कसलंच भान नव्हतं. स्वतःचं नाही, कुटुंबाचं नाही; तिथं समाजाचं भान कुठलं असायला? आज हा कीर्तन करणारा, अभंग लिहिणारा तुकाराम मनानं अजून खचलेलाच आहे. विषादानं भरलेला आणि भारलेलाच आहे. म्हणूनच माझ्या अभंगात धावा असतो तो विठ्ठलाचा, तक्रार असते ती विठ्ठलाची आणि विठ्ठलाकडंच. कृपेची अपेक्षा असते ती विठ्ठलाकडूनच आणि शरण जातो तेही विठ्ठलालाच. त्यातही माझ्या मनाला दुखावणारे, मनाला डाचणारे काही प्रसंग मी कीर्तनातून सांगतो, लोकांचं वागणं कसं नसावं आणि कसं असावं, हे सगळं मी वेगवेगळ्या प्रसंगांतून अनुभवलेलं आहे. ते सारं मी माझ्या अभंगांतून मांडतो. नव्हे, ते माझ्या अभंगांत आपोआपच उतरतं. पण याच्या पलीकडं जाऊन तो विठोबा मला दुसरं काहीच सुचू देत नाही. त्याला मी काय करू?

'हेचि थोर भक्ति । आवडती देवा ।।
संकल्पावी माया । संसाराची ।।
ठेविले अनंते । तैसे चि राहवे ।।
चित्ती असो द्यावे । समाधान ।।
वाहिल्या उद्वेग । दुःख चि केवळ ।।

भोगणे ते फळ । संचिताचे ।।
तुका म्हणे घालू । तयावरी भार ।।
वाहू हा संसार । देवा पायी ।।

'अशी माझ्या मनाची अवस्था झाली आहे. आता माझ्या जगण्याचं उद्दिष्ट आणि जीविताचं संचित म्हणजे विठ्ठलाची भक्ती आणि अभंगरचना. हे आणि केवळ हेच!' तुकोबांनी स्वतःलाच प्रश्न विचारले, स्वतःच विचार केला आणि स्वतःच त्यांची उत्तरं दिली. त्यांचा हा 'स्व'शी चाललेला वाद-संवाद बरेच दिवस चालला होता. आता जणू संसाराच्या दोन वाटण्या झाल्या होत्या. आवलीनं पडेल ते काम आणि मिळेल ते कामकाज करून संसार चालवायचा, मुला-लेकरांना आणि तुकोबांनासुद्धा जेवू घालायचं आणि तुकोबांनी भजन, कीर्तन आणि अभंगलिखाणात आपला वेळ घालवायचा. त्या विठोबाची भक्ती करायची. कीर्तन-भजनात काहीबाही गावकरी आणून देत. ते वाटून संपलं नाही, तर घरापर्यंत येई. तुकोबा आणि आवली दोघांचीही दोन पातळ्यांवर झुंज चालू होती. तुकोबांची विठ्ठलाला आपलंसं करून घेण्यासाठी आणि आवलीची लेकरांच्या तोंडात दोन घास पडण्यासाठी.

अशातच एके दिवशी तुकोबांनी कीर्तन आटोपलं आणि ते घरी यायला लागले. आज कीर्तन संपायला थोडा उशीरच झाला होता. अंधार पडला होता. आजचं कीर्तन देहूजवळच्या एका लहानशा गावात होतं. कीर्तन संपवून तुकोबा घरी येत होते. वाटेत महारवस्ती संपल्यावर थोडासा ओसाड भाग होता. एरवीही तो रस्ता सुनसान असे. त्यात आता परिसरात दुष्काळी वातावरण होते. त्यातच अंधार पडला होता. तुकोबा चिपळ्या वाजवत अभंग गात येत होते. अचानक त्या सुनसान रस्त्यावर त्यांना एक माणूस आडवा आला. त्यानं तोंडावर फडकं बांधलं होतं. त्याच्या हातात फरशी होती. तुकोबांना आडवा जाऊन त्यानं दरडावलं, "थांऽब! जागचा हलू नकोस. तुझ्याजवळ काय काय हाय ते काढ! आणि गपगुमान मला दे! न्हाईतर या फरशीनं तुझं मुंडकं उडवतो! दे लवकर! सांग काय काय हाय ते!" तुकोबा हसले. त्याला म्हणाले, "अरे वेड्या, माझ्याजवळ तर काहीच नाही, पण भवताली पुष्कळ काही आहे. परंतु तुला त्याचा काय उपयोग? त्यातलं जे मौल्यवान आहे, त्याची तुला हाव नाही; मग तुला देऊन तरी उपयोग काय?" तो दरोडेखोर संतापला. "मौल्यवान? काय हाय मौल्यवान तुझ्याजवळ? काढ ते लवकर. आणि भवती काय हाय? काय खजिना पुरून ठेवल्याला हाय काय? काढून दे लवकर!" त्या चोरानं पुन्हा दरडावलं. आता मात्र तुकोबा मन भरून हसले. म्हणाले, "अरे वेड्या -

सोन्याचे पर्वत करवती पाषाण । अवघे रानोरान कल्पतरू ।।
परि या दुर्लभ विठोबाचे पाय । तेथे हे उपाय न सरती ।।

अमृते सागर भरवे ती गंगा । म्हणवेल उगा राहे काळा ।।
भूत भविष्य कळो येईल वर्तमान । करवती प्रसन्न रिद्धी सिद्धी ।।
स्थान मान कळो येती योगमुद्रा । नेववेल वारा ब्रह्मांडासी ।।
तुका म्हणे मोक्ष राहे अलिकडे । इतर बापुडें काय तेथे ।।

"टाक ती फरशी! अरे, या फरशीनं तू मुंडकी तोडशील; पण त्यामुळं साठलेली पापं कशानं तोडशील रे? अरे, या जगात त्या विठ्ठलाच्या पायाशिवाय काहीच शाश्वत नाही बघ. यांतलं तुला काय पाहिजे बोल!" तुकोबांचं बोलणं आधी त्या दरोडेखोराला काहीच कळलं नाही; पण जेव्हा समजलं, तेव्हा त्याचे डोळे खाडकन उघडले. त्यानं तुकोबांच्या पायांवर लोळण घेतली. त्याच्या हातातली फरशी बाजूला पडली. "क्षमा महाराज! माफी करा! तुकाराम महाराज, तुकाराम महाराज म्हनतात ते तुमीच काय! मी तुमास्नीच शोधत होतो. परवा मीच मारलेल्या एका मानसानं मरताना सांगितलं, 'तुला तुकाराम महाराज भेटतील तवाच तुझे डोळे उघडतील.' महाराज, आता तुम्ही भेटलात. आता मला मार्ग दाखवा." तो तुकोबांच्या पायांजवळ बसत म्हणाला. तुकोबांनी त्याला उठवलं. म्हणाले, "मी कोण तुला मार्ग दाखवणार बाबा? मार्ग दाखवणारा तो वरती बसलाय! तोच सगळ्यांना मार्ग दाखवतो. पण तुला दाखवण्यासाठी माझ्याकडं एक मार्ग मात्र आहे, तू तुझ्या गुन्ह्याची कबुली पाटलाकडं दे आणि त्यासाठी जी होईल ती शिक्षा घे. म्हणजे तुझी पापं संपतील आणि मोक्षासाठी तुझा देह आणि मन योग्य होईल. कारण मला माहिती आहे, हे गुन्हे सगळे हे पापी पोट करवतं.

"पोट लागले पाठीशी । हिंडवीते देशोदेशी ।।
पोटा भेणे जिकडे जावे । तिकडे पोट येते सवे ।।
जप तप अनुष्ठान । पोटासाठी जाले दीन ।।
पोटे सांडियली चवी । नीचापुढे ते नाचवी ।।
पोट काशियांने भरे । तुका म्हणे झुरुझुरू मरें ।।
पण त्याच बरोबर तू आणखी एक गोष्ट लक्षात ठेव -
पाप ताप दैन्य जाय उठाउठी । जालिया भेटी हरिदासांची ।।
ऐसे बळ नाही आणिकांचे अंगी । तपे तीर्थे जगी दाने व्रते ।।
चरणीचे रज वंदी शूळपाणी । नाचती कीर्तनी त्यांचे माथा ।।
भव तरावया उत्तम हे नाव । भिजो नेदी पाव हात काहीं ।।
तुका म्हणे मन झाले समाधान । देखिले चरण वैष्णवांचे ।।

"तेव्हा आता हे सगळे दुष्कर्म सोड आणि त्या पांडुरंगाला शरण जा! आता चल माझ्या घरी. दोन घास खा आणि जा!" असं म्हणून तुकोबा त्याला आपल्या

घरी घेऊन आले. तुकोबांना एवढा वेळ का झाला म्हणून आवली चिंतित होती. तुकोबा आलेले आणि येताना एका भयानक दिसणाऱ्या माणसाला घेऊन आलेले बघून तिनं कपाळावर हात मारला. काही न बोलता तिनं दोघांना गूळ-पाणी दिलं. जेवायला वाढलं. तो माणूस मान खाली घालून अपराध्यासारखा जेवत होता. न राहवून आवलीनं विचारलं, "कोण गाव बाबा तू? आणि काम काय करतोस?" तो माणूस खाता खाता थांबला आणि मग डोळ्यांत पाणी आणून म्हणाला, "माई, मी एक दरोडेखोर हाय. महाराजांना लुटणार व्हतो; पर त्यांनी मला विठ्ठलभक्तीचा मार्ग दाखवला. आता मी माझ्या गुन्ह्यांची शिक्षा घेणार आणि मग विठ्ठलाची भक्ती करणार!" आवलीनं तोंड वाकडं केलं. म्हणाली, "बाबा, तू तुझ्या गुन्ह्याची शिक्षा घेणार हायेस ते योग्यच हाय; पर त्या काळ्याची भक्ती करण्यापरीस कायतरी कामधंदा कर! न्हायीतर भक्ती तुझी व्हईल आनि शिक्षा तुझ्या बायका-पोरानला व्हईल. देवाची अशी भक्ती म्हंजी सोन्याचा सूळ हाय बघ. सोनं भक्ताला आणि सूळ कुटुंबाला!" असं म्हणत दोघांच्या पानात भात घालून त्यावर थोडं थोडं दूध घालून आवली आत गेली. ती गेली त्या दिशेकडे दोघंही बघत राहिले. तुकोबा आणि तो दरोडेखोर. आणि तिच्या बोलण्याचा अर्थ लावत राहिले आपापल्या परीनं!

२२

तुकोबांना व्यापार काढून द्यायचा प्रयत्न दोन वेळा फसल्यानंतर मात्र आवलीनं तो नाद सोडून दिला. आता हा संसार, ही पोरंबाळं आपली आहेत. आणि हा संसार पार पाडण्याची जबाबदारी आपली आहे, अशी खूणगाठ तिनं मनाशी बांधली आणि तुकोबांना विठ्ठलावर सोपवून तिनं स्वतःला कामात गुंतवून घेतलं. मात्र त्याचबरोबर घरात जे काही शिजलं असेल त्यातलं घासभर का होईना, तुकोबांच्या पोटात पडेल याची ती कटाक्षानं काळजीही घेत होती. तुकोबांचा दिनक्रम मात्र आता ठरून गेला होता. विठ्ठलाच्या मंदिरात जाऊन स्वच्छता, पूजा करणं, तिथंच बसून मनन-चिंतन करणं, एकदा का मनावर शब्दरचना उमटली की, तिथंच बसून अभंग लिहिणं, दुपारी आवलीनं उठवून जेवायला नेल्यावर चार घास खाणं आणि संध्याकाळी कीर्तन करून लोकांना चार समजुतीच्या गोष्टी सांगणं. एक मात्र होतं की, कीर्तन झाल्यानंतर लोक काहीबाही देत. धान्य, भाजीपाला, असं काहीतरी देत आणि चार लोकांत वाटून झाल्यावर उरलं तर आणि उरलेलं तुकोबा घरी आणत असत. त्याचा नाही म्हटलं तरी आवलीला थोडासा हातभार लागत असे. पण तरीही तुकोबांच्या कीर्तन सांगण्यावर प्रसन्न असणारे गावकरी देत असत पसाभर; पण घरी येईपर्यंत ते शिल्लक राही चिमटभर, अशी अवस्था होती. त्यामुळंही आवली चिडत असे. गावाचा विचार करणाऱ्या आपल्या नवऱ्याला स्वतःच्या लेकरांचा विचार कसा सुचत नाही, याचं तिला नवलही वाटायचं आणि खंतही. त्याचं दुःखही वाटायचं आणि संतापही. असं काही झालं की, तिच्यातली आई तिच्यातल्या पत्नीवर मात करायची आणि मग आवली संतापानं बडबडायची. पण तिच्या संतापण्याचा, बडबडण्याचा आपल्यावर काहीही परिणाम होऊ न देता तुकोबा मात्र स्वतःला पटायचं तेच करायचे. आपल्याला जे काही मिळतंय ते गावकऱ्यांचं आहे; जे काही देतात ते गावकरीच देतात; मग ते त्यांना वाटून टाकलं तर कुठं बिघडलं, अशी त्यांची धारणा होती. आपल्या आणि आपल्या मुला-लेकरांच्या नशिबात जे काही आणि जेवढं काही आहे, तेवढंच आपल्याला मिळणार; तेवढ्यावरच आपला

अधिकार आहे आणि तेवढंच आपल्या घरापर्यंत येणार या गोष्टीवर त्यांचा विश्वास होता. जे आपलं आहे ते विठू दुसऱ्या कोणाला घेऊच देणार नाही आणि जे दुसऱ्याचं आहे, त्याची आशा आपण का करायची, असा त्यांचा प्रश्न असे आणि या आपल्या प्रश्नाला आवलीकडंच काय पण कुणाकडेच उत्तर नाही, याची त्यांना खात्री होती. आणि म्हणूनच जोपर्यंत या प्रश्नाचं उत्तर मिळत नाही तोपर्यंत आपला हा बाणा सोडायचा नाही, ही तुकोबांची स्पष्ट धारणा होती आणि अशातच तो प्रसंग घडला. त्या दिवशी तुकोबांचं कीर्तन गावाबाहेर असलेल्या रामाच्या पारावर होतं. कधीकधी प्रसंगोपात्त एकादशी, शिवरात्र अशा प्रसंगी कीर्तनाला खूप गर्दी जमत असे. मग त्यांच्या वाड्यात असलेल्या विठ्ठलमंदिराची जागा लहान असल्यानं ती कमी पडत असे. मग गावाबाहेरच्या राममंदिराच्या पारावर तुकोबा कीर्तनाला उभे राहत असत आणि मग तिथं अलोट गर्दी जमत असे. त्या दिवशी असंच झालं. तुकोबांचं कीर्तन रामाच्या पारावर होतं. गर्दी खूप जमली होती. त्या दिवशी तुकोबांनी कीर्तनात

घेई माझे वाचे । गोड नाम विठोबाचे ।।
तुम्ही घ्या रे डोळे सुख । पाहा विठोबाचे मुख ।।
तुम्ही ऐका रे कान । माझ्या विठोबाचे गुण ।।
मना तेथे धाव घेई । राहे विठोबाचे पायी ।।
तुका म्हणे जीवा । नको सोडू या केशवा ।।

असा लोकांना उपदेश केला. तुकोबांची देखणी अभंगरचना, गोड आवाज, स्पष्ट विचार आणि सुस्पष्ट उच्चार, लोकं गुंगली नसती तरच नवल! त्या दिवशीचं कीर्तन खूपच रंगलं. कीर्तन संपायला उशीर झाला. तुकोबा घरी निघाले. वाटेत कोंडाजी शेतकऱ्यानं तुकोबांना उसाची मोळी दिली. मोळीत चांगले शंभर उस होते. एकेक ऊस चांगला दंडाएवढा जाड होता. मोळी खांद्यावर घेऊन तुकोबा घराकडं परतू लागले. वाटेत पोरंटोरं खेळत होती. तुकोबांच्या खांद्यावर ऊस बघून पोरं त्यांच्या मागेमागे लागली. "काका, मला ऊस; काका, मला ऊस" म्हणत त्यांच्या अंगाशी झोंबू लागली. तुकोबा थांबले. "अरे अरेऽऽ! थांबा ऽ थांबा! देतो हं!" म्हणत ते मोळीतला एकेक ऊस काढून पोरांना देऊ लागले. बघता बघता मोळी रिकामी झाली. मोळीत दोनच ऊस शिल्लक राहिले. मोळी बांधलेली दोरी लोंबकळू लागली. ते शिल्लक राहिलेले दोन ऊस घेऊन तुकोबा घरी आले. घरी येताच काशी, म्हाद्या, भागीरथी धावत पुढे गेली. "बाबा आले, बाबा आले!" म्हणत तुकोबांना बिलगली. आवली पाण्याचा तांब्या घेऊन पुढं आली. तुकोबांच्या खांद्यावर उसाची मोळी बांधलेली मोठी दोरी लोंबकळत होती आणि तुकोबांच्या खांद्यावर मात्र दोनच ऊस

होते. आवलीनं विचारलं, “ऊस कुणी दिले जनू?” तिच्या हातातून तांब्या घेऊन पाणी पीत तुकोबा म्हणाले, “होय! अगं कीर्तन संपल्यावर कोंडाजीनं उसाची मोळी दिली होती. भलीमोठी.” आवलीनं बघितलं. तुकोबांच्या खांद्यावरून उसाची मोळी बांधलेली मोठी दोरी लोंबकळत होती, पण त्यात दोनच ऊस दिसत होते. “उसाची मोठी मोळी दिलीवती? मग कुठं हाय ती मोळी? तुमच्या खांद्यावर तर दोनच ऊस दिसत्यात? आनि दोरी नीस्ती लोंबकळतीया. बाकीचं ऊस कुटं गेलं?” आवलीनं विचारलं. एव्हाना तुकोबांचं पाणी पिऊन झालं होतं. रिकामा तांब्या आवलीकडं परत देत तुकोबा म्हणाले, “अगं, मोठी मोळी दिली होती गं! पण गल्लीतली पोरं मागं लागली, ‘काका, ऊस द्या; काका, ऊस द्या.’ मग त्यांना नाही कसं म्हणणार? दिले त्यांना काढून! अगं, मुलं म्हणजे विठोबाची लेकरं! ती मुलं माझ्या भवताली ‘ऊस द्याऽ ऊस द्याऽ’ म्हणून नाचत होती. मला विठ्ठलच माझ्या सभोवती नाचतोय असा भास होत होता बघ. त्या पोरांना ऊस दिल्यावरच शांत झाली बघ!” तुकोबा कौतुकानं सांगत होते. त्यांच्या प्रत्येक शब्दागणिक आवलीच्या संतापाचा पारा मात्र चढत होता. तुकोबांच्या शेवटच्या वाक्यासरशी ती उसळलीच. “व्हय तर! तुमच्या भवताली नाचत ऊस मागणारी पोरं म्हणजे विठ्याची लेकरं आणि माझी पोरं म्हणजे काय सैतानाची लेकरं हायत की काय? आणि त्या पोरानला ऊस दिल्यावर ती शांत झाली, पर माझ्या पोरांच्या पोटात आग पडली त्याचं काय? माझ्या उरात आग पेटलीय त्याचं काय? अवघं दोन ऊस घिऊन तुम्ही घरी आलासा? आनि म्हणं तो विठ्ठलच तुमच्या भवती नाचत होता ऊस मागत! आता त्या काळतोंड्याला माझ्या पोरांच्या घासातबी वाटा पायजे झालाय की काय? आधी मेला त्यांच्या तोंडात पोटभर अन्न पडू देत न्हायी आणि कुटंतरी चार घास पडत्याल तर त्यातले आनि वाटे मागतोय मुडदा! तळपट व्हईल त्याचं! माझं सगळं त्यानं काढून घेतलं. मी काई बोलले न्हायी, पर माझ्या लेकरांच्या घासातला घास त्यो जर काडून घेत असंल तर माझ्यातली आई गप्प बसनार न्हायी. सांगून ठेवते, तुम्हाला बी आन त्या काळ्याला बी! आनि माझा हा निरोप त्या काळ्याला पन जाऊन सांगा!” आवली संतापानं नुसती फणफणत होती. तुकोबांना काय बोलावं समजेना. एवढ्याशा उसाची बाब ती काय आणि आवली कुठल्यकुठं पोचलीय. ते काहीच बोलले नाहीत. त्यांनी चिपळ्या आणि वीणा काढून बाजूला ठेवली. तोवर पोरं ऊस खात बाहेर पळालीही होती. संतापानं धुसफुसतच आवलीनं बसकण घेतली. कपाळाला हात लावून बसली. तुकोबा क्षणभर तसेच गप्प उभे राहिले. मग तिच्या जवळ गेले आणि हळूच म्हणाले, “आवले, मला खूप भूक लागली आहे गं! त्या पांडुरंगाला शिव्या देऊन झाल्या असल्या तुझ्या, तर मला जेवायला वाढतेस? तुझ्या हातची भाकरी खाल्ल्याशिवाय माझं पोटच भरत नाही बघ.” आवलीनं डोळे उचलून मान वर

करून तुकोबांकडे पाहिलं. एक क्षणभर तिच्या डोळ्यांत संताप मावत नव्हता. दुसऱ्या क्षणी ते डोळे स्निग्ध झाले. त्यांतून प्रेम पाझरायला लागलं. एका क्षणी त्यांतून रागाच्या ठिणग्या बाहेर पडत होत्या; दुसऱ्याच क्षणी त्या ठिणग्यांचं रूपांतर प्राजक्ताच्या फुलांत झालं आणि थोड्याशा रागानं आणि पुष्कळशा प्रेमानं आवली म्हणाली, "भूक लागंल न्हायीतर काय व्हईल? कीर्तनात घसा ताणून अभंग गायचे, लोकानला शाणपणा शिकवायचा, त्ये येत्यात ऐकायला भरल्या पोटी, पान-सुपारी चघळत, आनि आपण मात्र उपाशी पोटानं आरडत ऱ्हायचं. येळ बघायचा न्हायी, वखूत बघायचा न्हायी. दिस बघायचा न्हायी की, रात बघायची न्हायी. भूक बघायची न्हायी, तहान बघायची न्हायी. बायकू म्हनायची न्हायी का पोरं म्हनायची न्हायीत. त्यो इठ्या दगडाचा म्हनून त्याला भूक लागत न्हायी, आनी तुमचं काळीज दगडाचं म्हणून तुम्हास्नी बायको-पोरांची सय येत न्हायी. त्याला रुक्मिणी सांभाळती आणि तुम्हाला मी. चला आता, दोन घास खाऊन घ्या. काल बाजरी दिली व्हती पाटलिणीनं. दळून भाकरी केल्यात. चला!" आवली फणकाऱ्यानं बोलत होती, पण तुकोबांना त्यातली फक्त मायाच कळत होती. "वा:! वा:! बाजरीची भाकरी? आवले, तू साक्षात अन्नपूर्णा आहेस बघ! चल चल, नुसतं ऐकूनच माझी भूक वाढली बघ!" म्हणत तुकोबा उठलेसुद्धा. बाजरीची भाकरी हातावर घेऊन तिचा तुकडा मोडून चटणीबरोबर खाणाऱ्या तुकोबांकडे आवली एकटक बघत होती; पण तुकोबांचं आवलीकडे लक्षच नव्हतं. भाकरी खाण्यात ते रंगून गेले होते. तल्लीन झाले होते. 'अशा साध्यासाध्या गोष्टींत रममाण होणाऱ्या या कलंदराला आपण उगीचच पैसे आणि हिशेब यांत बांधायला बघतो आहोत,' आवलीच्या मनात आलं. तोच तुकोबांचं तिच्याकडं लक्ष गेलं, तिला तसं एकटक बघताना बघून ते म्हणाले, "वाऽवाऽ! आवले, बाजरीची भाकरी विठ्ठलाच्या नावाइतकीच गोड आहे बघ!" एवढं बोलले आणि त्यांना आपली चूक कळून आली. पण बाण सुटला होता आणि आवलीनं ते ऐकलंच होतं. ती लगेचच फणकारली. "व्हय तर! गोड लागंल न्हायी तर काय? ही भाकरी मिळवायला ना तुम्ही गेलात, ना तुमचा विठ्या! कुठलीबी आयती गोष्ट गोडच लागतीया जिवाला. शिवाय बाजरी दळली म्हणून गोड झाली. तुमी त्या इठ्याचं नाव सारखं दळताय, म्हणून तुम्हाला ते गोड लागतंय. शिवाय फुकट! ते नाव घ्यायला पैकं पडायला लागलं म्हंजी ते गोड लागणार न्हायी. खावा आता गप-गुमान!" तुकोबांच्या एका वाक्यावर आवलीनं हातभर सुनावलं. आता मात्र तुकोबा काही न बोलता भाकरी खाऊ लागले.

का कोण जाणे, पण या प्रसंगानं तुकोबा दुखावले गेले एवढं खरं! ते घरात फारसे बोलेनात. आवलीला चिडवेनात. आपण बरं, आपलं लिखाण बरं, असंही वागायला लागले. कित्येकदा तर काही न लिहिताच ते तास न् तास बसून राहायचे.

त्यांचं जेवणातही लक्ष नव्हतं.

नको ऐसे जालें अन्न । भूक तान ते गेली ।।
गोविंदाची आवडी जीवा । करीन सेवा धणीवरी ।।
राहिले ते राहो काम । सकळ धर्म देहीचे ।।
देह धरिला त्याचे फळ । आणीक काळ धन्य हा ।।
जाऊ नेदीं करिता सोस । क्षेमा दोष करवीन ।।
तुका म्हणे याच पाठी । आता साटी जीवाची ।।

तुकोबा लिहीत होते; पण म्हणावं तसं लक्ष लागत नव्हतं. आवलीजवळ काही बोलायची सोय नव्हती. आधी तिनं ऐकूनच घेतलं नसतं आणि आता तर तिला पाटलिणीच्या घरी ढीगभर काम होतं. तिची लेक बाळंतपणाला आली होती. तिला क्षणाची फुरसत नव्हती. दुसऱ्या कुणाजवळ बोलणं शक्य नव्हतं. या क्षणी तुकोबांना आवलीची उणीव प्रकर्षानं जाणवली. अडाणी, संतापी असली तरी ती एकटीच अशी होती, जी तुकोबांना समजावून घेऊ शकत होती. पण आतातर तिला सवडच नव्हती. मग आता राहता राहिला पांडुरंग. पण त्याच्याशी बोलायचं तर एकांतात जाणं गरजेचं होतं. तरच त्याच्याशी संवाद साधता आला असता. पण कुठं जायचं? भामनाथाच्या डोंगरावर मागे एकदा गेलो होतो तसं जावं, तर आता तिथं एकांत मिळणं कठीण होतं. तुकोबा तिथं जाऊन राहून आल्यापासून त्या डोंगरावरची वर्दळ वाढली होती. मग कुठं जायचं? तुकोबांना तर एकांताची आस लागली होती. लिखाणात लक्ष लागत होतंही आणि नव्हतंही. मन मोकळं करायला आवली मोकळी नव्हती आणि आता तिला कामही पुष्कळ दिवस होतं. तुकोबांनी रात्रभर विचार केला. टाळ, चिपळ्या, वीणा घेतली; एक बसकूर खाकोटीला मारलं आणि ते घराबाहेर पडले. घरात कुणी नव्हतंच आणि असतं तरी त्यांना सांगून ते थोडेच जाणार होते? वाटेत लोकांचे रामराम घेत तुकोबा झपझप चालत निघाले. तोंडात विठ्ठलाचे अभंग होते, मनात एकांताचा विचार होता. उरात विठ्ठलाशी संवादाची आस होती. नेत्रांत त्याच्या दर्शनाची तळमळ होती. पायांना गती होती, हातात चिपळ्यांचा नाद होता आणि तुकोबा झपझप चालत होते. एकांताच्या ओढीनं. शांततेच्या, शांतीच्या ओढीनं,

शांतीपरते नाही सुख । येर अवघेची दुःख ।।
म्हणऊनी शांती धरा । उतराल पैर तीरा ।
खवळलिया कामक्रोधी । अंगी भरती आधिव्याधी ।।
म्हणे त्रिविध ताप । जाती मग आपोआप ।।

तुकोबा गात होते आणि झपझप चालतही होते.

देवे जीव धाला । संसार तो कडू झाला ।।
तेचिं येतील ढेकर । आनंदाचे हरिहर ।।
वेधी आणीकांस । ऐसा जया अंगी कस ।।
तुका म्हणे भूक । येणे न लगे आणीक ।।

दिवस मावळतीला तुकोबा भंडाऱ्याच्या डोंगरावर पोचले. गर्द रानझाडींनं वेढलेला, असंख्य पशू-पक्ष्यांच्या रहिवासाने भरलेला, माणसांच्या वस्तीपासून, त्यांच्या चाहुलीपासून दूर असलेला तो भंडाऱ्याचा डोंगर. दिवस मावळतीला झुकला होता. पाखरं आपापल्या घरट्यांकडे परतली होती. त्यांची किलबिल शांत झाली होती. पशु-पक्षी सारेच शांत होते. झाडेही स्तब्ध होती. अशा नीरव शांततेसह तो भंडारा डोंगर जणू तुकोबांची वाट बघत होता आणि त्याच नीरव शांततेसह तो तुकोबांना सामोरा गेला. ती निःस्तब्ध शांतता बघून तुकोबा प्रसन्नचित्त झाले. आता इथं आपल्याला आपल्याशी संवाद करता येईल. आता इथं आपल्याला विठ्ठलाशी बोलता येईल. तुकोबा त्याच उन्मादात डोंगर चढू लागले. दोन-चार कवड्यांनी त्यांच्या येण्याची दखल घेतली तेवढीच; नंतर तो भंडारा पुन्हा शांत झाला. तुकोबांनी त्या संधिप्रकाशात बसण्यासाठी जागा शोधली. भवताली असलेल्या गर्द झाडीच्या मध्यात एका खणाची जागा रिकामी होती. तिथंच तुकोबांनी बसकूर अंथरलं, त्यावर बसले. वीणा गळ्यात अडकवली आणि चिपळ्या हातात घेतल्या. पुन्हा काय वाटलं कोण जाणे! चिपळ्या बाजूला ठेवून वीणा मांडीवर आडवी घेतली आणि तिच्या तारेवरून बोट फिरवले. तारेचा झंकार साऱ्या आसमंतात भरून गेला आणि त्या भंडाऱ्याला, त्या भंडाऱ्यावरच्या आसमंताला, त्या झाडाझुडपांना, त्यांच्या पानापानांना, त्या झाडावरच्या पक्षिगणांना, त्यांच्या पिलांना, त्या जंगलातल्या पशुगणांना सगळ्यासगळ्यांना कळलं की, कुणीतरी इथं आलंय आणि त्याच्या शब्दांनी, त्याच्या आवाजानं, त्याच्या वीणेच्या झंकारांनी, त्याच्या चिपळ्यांच्या ठेक्यांनी अवघा भंडारगिरी आणि त्याचा आसमंत भरून जाणार आहे. भरून गेला आहे.

वैराग्याचा अंगी जालासे संचार । इच्छी वनांतर सेवावया ।।
का, जी याचे करू नये समाधान । वियोगानें मन सिणतसे ।।
नयेचि यावया पंढरीचे मूळ । न देवे चि माळ कंठीची ही ।।
तुका म्हणे जालें अप्रीतीचे जिणें । लाजिर हे वाणें सेवाकरी ।।

चिपळ्यांच्या नादात, शब्दांची लय बांधून तुकोबा अभंग रचत होते, गात होते, लिहीत होते, अनुभवत होते. जणू उपभोगत होते. तो अवघा एकांत असा सार्थकी लावत होते. भंडारा डोंगराच्या पश्चिम दिशेला असलेली एक गुहा तुकोबांनी शोधून

काढली. त्या गुहेजवळच एक पाण्याचा झरा वाहत होता. ती प्रसन्न जागा तुकोबांना फार आवडली. त्यांनी तिथंच मुक्काम केला. जवळून वाहणाऱ्या झऱ्याचा मंजूळ आवाज तुकोबांच्या शब्दाला, रचनेला, अभंगगायनाला, वीणेच्या तारांना, चिपळ्यांच्या ठेक्याला आपल्या अविरत वाहण्याची लय देत होता. तुकोबा मुक्त होते, निश्चिंत होते, प्रसन्नचित्त होते. शब्दांचा विचारांशी, विचारांचा भक्तीशी, भक्तीचा रचनेशी, रचनेचा उच्चाराशी, उच्चाराचा मनाशी, मनाचा हृदयाशी आणि या सर्वांचा विठ्ठलाशी संवाद सुरू होता. भवतालचा परिसर, निसर्ग, वनचर, प्राणी-पक्षी या सर्वांसोबत तुकोबांची एक भावगर्भ तार जुळली होती. एक भावानुबंध जुळला होता. म्हणूनच भंडारा डोंगरावरच्या त्या एकांतात तुकोबांच्या शब्दांना पालवी फुटली. विचारांना मोहोर आला. रचनांना बहर आला आणि सगळंसगळं विसरून तुकोबा लिहीत गेले.

वृक्षवल्ली आम्हा सोयरी वनचरें । पक्षी ही सुस्वरें आळविती ।।
येणे सुखे रुचे एकांताचा वास । नाही गुण दोष अंगा येत ।।
आकाश मंडप पृथुवी आसन । रमे तेथे मन क्रीडा करी ।।
कंथा कुमंडलु देह उपचारा । जाणवितो वारा अवश्वरु ।।
हरिकथा भोजन परवडी विस्तार । करोनि प्रकार सेवूं रुची ।।
तुका म्हणे होय मनासी संवाद । आपुलाचि वाद आपणांसी ।।

विठ्ठलाचे नाम घ्यावे, विठ्ठलाचे नाम गावे, विठ्ठलाचे नाम लिहावे, विठ्ठलाचे नाम गुंफावे, विठ्ठलाला प्रश्न विचारावेत, उत्तरं आपणच द्यावीत, कारण ती विठ्ठलानंच सुचविलेली असतात... असं अवघं विठ्ठल विठ्ठल व्हावं.

बोलावा विठ्ठल पहावा विठ्ठल । करावा विठ्ठल जीवभाव ।।
येणे सोसें मन जाले हांवभरी । परती माघारी घेत नाही ।।
बंधनापासूनि उकलली गांठी । देता आली मिठी सावकाशें ।।
तुका म्हणे देह भारिला विठ्ठले । काम क्रोधें केले घर रितें ।।

आणि श्वासात, उच्छ्वासात, डोळ्यांत-दृष्टीत, कानांत-श्रवणात, जिभेवर-उच्चारात, मनात-विचारात, हृदयात-भावनांत सगळा सगळा विठ्ठल भरून घ्यावा, भरून ठेवावा. तुकोबांना दुसरं काही म्हणजे काही सुचत नव्हतं. कळत नव्हतं, उमगत नव्हतं. समजत नव्हतं, आठवत नव्हतं, दिसत नव्हतं. भासत नव्हतं, जाणवत नव्हतं. तुकोबातर अवघे विठ्ठलमय झाले होतेच, पण भंडाऱ्याचा तो डोंगरही आपल्या सर्व चराचरांसह, सर्व आसमंतासह, सर्व वनचरांसह, सर्व झाडाझुडपांसह विठ्ठलमय झाला होता आणि तुकोबांसह तोही विठ्ठलभजनी लागला होता.

आवली घरी आली तेव्हा तुकोबा घरी नव्हते. 'गेले असतील कुठंतरी!', असा

मनाशी विचार करून आवली कामाला लागली. तिची झाडलोट, स्वैपाक-पाणी, मंगळाईची स्वच्छता, सगळं झालं, तोवर संध्याकाळ झाली होती. आवलीनं पोरांना जेवायला वाढलं. थोडा वेळ तुकोबांची वाट बघितली आणि पाणी पिऊन ती निजली. अलीकडं तुकोबांचा छांदिष्टपणा वाढला होता. त्या विठोबाच्या नादात ते जास्तच गुंतत होते. तासन्‌तास, नव्हे दिवसेंदिवस ते त्याच्याच नादात असायचे. कधीकधी घरीही यायचे नाहीत. तेही आता आवलीच्या सवयीचं झालं होतं. तुकोबा घरी आले तर ते आपले आणि नाही आले तर त्या विठ्याचे, अशी आवलीनं आपल्या मनाची समजूत घातली होती. त्यामुळंच तुकोबा घरी आले नाहीत तरी तिनं आताशा फार काळजी करायचं सोडून दिलं होतं. चार दिवस जातात, त्या विठ्ठलाची भक्ती करतात, काहीतरी लिहितात आणि परत येतात, हे तिच्या आता सवयीचं झालं होतं. तरीही तुकोबा जेवल्याशिवाय ती जेवायचीही नाही. कुठं मूठभर पोहे खा, कुठं लाह्या खा, असं ती काहीबाही खाऊन राहायची. नपेक्षा तशीच उपाशी झोपायची. पण एवढं खरं की, तुकोबांची अति काळजी करायची नाही. आताही तसंच झालं. तुकोबा घरी परतले नाहीत म्हणून तिनं पूर्वीसारखी धावाधाव केली नाही. आरडाओरड केली नाही. मुलांची जेवणं झाल्यावर चूल-पोतेरं करून ती शांत निजली. तुकोबा कुठं गेले असतील, कधी येतील याचा विचार तिनं केला नाही. आता आपण आणि आपली पोरं, हाच आपला संसार आहे, असा तिनं मनाशी ठाम निर्णय घेतला होता. कदाचित तिच्या आणि तिच्या पोरांच्या दृष्टीनं ते योग्य असावं. मात्र तुकोबा या सगळ्यापासून अनभिज्ञ तर होतेच, पण आनंदातही होते. त्या भंडाऱ्याच्या डोंगरावर ते आणि त्यांचा विठ्ठल यांच्यामध्ये कोणीच नव्हतं. अगदी आवलीसुद्धा. त्यामुळंच त्यांचं लिखाण, त्यांचा विठ्ठलाशी आणि स्वतःशीही संवाद सुखेनैव सुरू होता.

भागल्यांचा तू विसावा । करीं नावा निंबलोण ।।
परमानंदा पुरुषोत्तमा । हरी या श्रमापासूनि ।।
अनाथांचा अंगीकार । करितां भार न मनिसी ।।
तुका म्हणे इच्छा पुरे । ऐसे धुरगे विठ्ठल ।।

तुकोबा तिथं त्या भंडाऱ्यावर असे रमले होते. भंडाऱ्यावरचा एकांत सार्थकी लागत होता. वाचन, मनन, चिंतन होत होते. माउलीचे विश्वव्यापकत्व, नामदेवांचे प्रचारकत्व, चोखा-जना इत्यादींचा भक्तिरस या सगळ्यांचा अभ्यास मनाप्रमाणे करता येत होता. पण हे सगळं करत असताना मनाला एक वैषम्य वाटत होतं, एक खंत लागून राहिली होती, एक उणीव जाणवत होती, एक अभाव जाणवत होता, एक त्रुटी जाणवत होती, काहीतरी कमतरता जाणवत होती आणि सारखं जाणवत

होतं की, आपल्याला मार्ग दाखवणारं, मार्गदर्शन करणारं, ज्ञान देणारं, समजावून सांगणारं कुणी नाही. आपला कुणी गुरू नाही. आपल्याला कुणीच गुरू नाही. आपल्याला कुणी गंडा बांधलेला नाही, कुणी शिष्य मानलेलं नाही. शिष्यत्व बहाल केलेलं नाही. त्यातच माउलीचे शब्द तुकोबांना पुन्हापुन्हा आठवत होते. नुसते आठवत नव्हते तर काळजात कळ उठवत होते. डिवचत होते. आपले ज्ञान, आपले अनुभव, आपले लिखाण, आपले शहाणपण कसे फोल आहे, याची पुन्हापुन्हा आठवण करून देत होते. १०व्या अध्यायात माउलीनं सांगितलं आहे,

''कां इंद्रिये वाचा प्राण । यां जालियांचे तैंचि सार्थकपण ।
जें चैतन्य येऊनी आपण । संचरे माजी ।।
तैंसे शब्दजात ओलांडिले । अथवा योगादिक जे अभ्यासले ।
तें तैंचि म्हणो ये आपुले । जैं सानुकूळ श्री गुरू ।।''

माउलींचे हे बोल तुकोबांना सतत आपल्याला कुणीच गुरू नाही याची आठवण करून देत होते आणि या सगळ्या वाचन, मनन, चिंतन आणि लिखाणासोबतच तुकोबांना ध्यास लागला गुरूचा. नुसत्या गुरूचा नव्हे, तर सद्‌गुरूचा. कारण

ज्ञानियांचे घरी चोजवितां देव । तेथे अहंभाव पाठी लागे ।
म्हणोनिया ऐसे सांडिले उपाय । धरियेले पाय दृढ तुझे ।।
वेदपारायण पंडित वाचक । न मिळती एक एकांमधीं ।।
पाहो गेलो भाव कैसी आत्मनिष्ठा । तेथे देखे चेष्टा विपरीत ।।
आपुलिया नाही निवाले जे अंगे । योगी करीती रागे गुरगुरू ।।
तुका म्हणे मज कोणाचा पांगिला । नको बा विठ्ठला करू आता ।।

हे तुकोबा पूर्णथा जाणून होते. म्हणूनच गुरू नाही म्हणून शिक्षण नाही, असं न मानता त्यांनी विठ्ठलालाच आपला गुरू मानला. एवढंच नव्हे तर आपल्या ज्ञानाला योग्य दिशा मिळण्यासाठी गुरू शोधून देण्याची जबाबदारी आणि कामगिरीसुद्धा त्यांनी विठ्ठलावर टाकली. त्यांना विश्वास होता की, आपला विठूराया आपल्यासाठी नक्की एखादा गुरू धाडेल आणि याच विश्वासानं तुकोबा त्या भंडारा डोंगरावर, पशु-पक्ष्यांच्या सहवासात विठ्ठलाकडं मागणं मागत होते.

न कळतां काय करावा उपाय । जेणें राहे भाव तुझ्या पायी ।।
येऊनिया वास करिसी हृदयी । ऐसें घडे कईं कासयाने ।।
साच भावें तुझें चिंतन मानसी । राहे हे करिसी कैं गा देवा ।।
लटिके हे माझे करुनिया दूरी । साच तू अंतरी येऊनि राहे ।।
तुका म्हणे मज राखावे पतिता । आपुलिया सत्ता पांडुरंगा ।।

गुरू भेटावा, विठूरायाने तो भेटवावा, त्याने आपल्याला शिष्यत्व बहाल करावे, आपल्या मोडक्यातोडक्या, ओबडधोबड ज्ञानाला त्याने आकार द्यावा, कधी आपल्या मनात प्रश्नांचा कल्लोळ उठतो तो त्याने दूर करावा, यासाठी तुकोबा धडपडत होते. कासावीस होत होते. दिवस-रात्र त्यांना तो एकच ध्यास लागला होता.

ऐका जी देवा माझी विनवणी । मस्तक चरणी ठेवितसें ।।
सन्निध पातलों सांडूनिया शंका । सन्मुख चि एकाएकी पुढे ।।
जाणविलें कोठे पावे पायांपाशी । केली या जिवासी साटी म्हूण ।
तुका म्हणे माझे हाती द्या उद्धार । करी करकर म्हणवूनि ।।

पण काहीही असो, गुरूचा शोध असो, मनाशी संवाद असो, विठूरायाची आळवणी असो, विनवणी असो किंवा गुरुकृपेची मागणी असो; त्या भंडाऱ्याच्या डोंगरावरचा तो एकांत तुकोबा सार्थकी लावत होते. विठ्ठलाला कधी आई म्हणत होते, कधी माउली म्हणून हाक घालत होते. संतांची चरित्रे, संतांची व्यक्तित्वे, संतांची कवित्वे, संतांची शब्दकळा, संतांचे अभंग, संतांचे वाङ्मय, त्यांची सृष्टी, त्यांची दृष्टी या साऱ्यासाऱ्याचं चिंतनमनन करताना तुकोबा भारावून जात होते. संतांची जीवनदृष्टी अभ्यासताना त्यांच्या अंगावर रोमांच उभे राहत होते. माउलीची ज्ञानदेवी वाचताना तर त्यांच्या डोळ्यांतून घळघळा पाणी येत असे आणि ज्ञानदेवी वाचताना त्यातल्या प्रत्येक ओळीचा प्रत्येक वेळी एक वेगळा अर्थ, एक वेगळा अन्वयार्थ त्यांच्या ध्यानी येत असे आणि ज्ञानाच्या त्या सामर्थ्यापुढे ते नतमस्तक होत.

ज्ञानियांचा गुरू राजा महाराव । म्हणती ज्ञानदेव ऐसें तुम्हा ।।
मज पामरा हे काय थोरपण । पायीची वहाण पायी बरी ।।
ब्रह्मादिक जेथे तुम्हा वोळगणे । इतर तुळणे काय पुरे ।।
तुका म्हणे नेणे युक्तीची ते खोली । म्हणोनि ठेविली पायी डोई ।।

तुकोबा तिथं त्या भंडाऱ्यावर असे रमले होते, पण तुकोबांना जाऊन आता आठ दिवस होऊन गेले तशी आवली काळजीत पडली. सैरभैर झाली. मागच्या वेळचा अनुभव आठवून तिनं भामनाथावरही कुणाकुणाला पाठवलं. पण तुकोबा तिथंही नाहीत म्हटल्यावर तिचा जीव थाऱ्यावर राहीना. तिनं इथंतिथं चौकशीला सुरुवात केली. अनवाणी पायानं गावभर हिंडली. त्यातच तिच्या जिवाला दुसराच घोर लागला. गेले दोन दिवस महादेव तापानं फणफणत होता. काही खात नव्हता, पीत नव्हता. बळेबळेच दूध पाजलं तर उलटी करत होता. तिनं काशीला वैद्याकडं चाटण आणायला पाठवलं. वैद्यानं चाटण आणि मात्रा दिलीन्; पण अजूनही महादेवाला उतार पडत नव्हता. या काळजीत आवली होती. त्यातच तुकोबांचा कुठंच पत्ता

नव्हता. आवलीला काय करावं सुचेना. दिसेल त्याला, येईल जाईल त्याला, समोर असेल त्याला "धनी कुटं बघितलं का?" असं विचारायचा तिनं सपाटा लावला. कान्होजीला चार/चार वेळा इथं-तिथं बघायला पाठवलं; पण तुकोबांचा कुठंच पत्ता नव्हता आणि इकडं भंडाऱ्यावर तुकोबा मात्र अतीव आनंदात होते. त्यांच्या आनंदालाही तसंच कारण होतं. त्या दिवशी रात्रीची गोष्ट. विठ्ठलाचं भजन करून, नामस्मरण करून त्या गुहेत बसकूर पसरून तुकोबा शांतपणे निजले. छान चांदणी रात्र होती. चंद्राचा प्रकाश, किरणांचं रूप घेऊन गुहेत आला होता आणि त्या प्रकाशानं ती छोटीशी गुहा उजळली होती. तो प्रकाशकिरणांचा कवडसा डोळ्यांत साठवत तुकोबा विठ्ठलाचं नामस्मरण करत निजले होते. विठ्ठलाचं नामस्मरण करताकरता आपल्याला केव्हा झोप लागली, हेही त्यांना कळले नाही. पण त्या निजलेल्या अवस्थेतच तुकोबांना एक साक्षात्कार जाला. तो कवडशात असलेला चंद्रप्रकाश त्या संपूर्ण गुहेत पसरला. इतका की ती संपूर्ण गुहा प्रकाशमान झाली. प्रकाशाची शुभ्र तरल अशी भिंत तिथं तयार झाली. त्या शुभ्र, तरल भिंतीत एक मानवी आकृती उमटली. त्या आकृतीच्या मस्तकाभोवती असलेलं तेजोवलय त्या तरल प्रकाशमान भिंतीवरही रेखांकित होत होतं. त्या मानवीय अवताराची उंच-धिप्पाड आकृतीही त्या प्रकाशमान पटलावर रेखांकित झाली होती. त्या तेजस्वी आकृतीमुळं प्रकाशाचं ते पटल आणखीच तेजस्वी दिसत होतं. जणू तेजानंच तेजाची आरती. त्या तेजानं आता मानवी आकृती धारण केली. पण का कोण जाणे, तुकोबांना मात्र त्या मानवी आकृतीला चार हात दिसत होते. डोक्यावर मुकुट होता. ते काय आहे हे जाणून घेण्यासाठी तुकोबा अगदी अधीर झाले होते. त्यांचे डोळे, कान, अवघं शरीर आतुरलं होतं, आसुसलं होतं. आणि त्या मानवरूपी आकृतीलाही जणू वाचा फुटली आणि तुकोबांना ओळख पटली. त्या शब्दनादातून त्या आकृतीचं नाव 'बाबाजी' असं समजलं. त्या आकृतीनं राघवचैतन्य केशवचैतन्य ही आपली गुरुपरंपरा सांगितली. 'राम कृष्ण हरी' या मंत्राचे तू उच्चारण करीत राहा, असा आदेश तुकोबांना दिला आणि त्या आकृतीनं पुढं झुकून क्षणभर तुकोबांच्या मस्तकावर हात ठेवला. त्या स्पर्शानं... त्या स्पर्शानं तुकोबा शहारले, रोमांचले, गहिवरले, थरारले, भारावले आणि भांबावलेसुद्धा. क्षणभर त्यांना कृतार्थही वाटलं आणि एक अनामिक भयही! या दोन्ही भावनांपोटी त्यांनी डोळे मिटून घेतले. मस्तकावरचा बाबाजींचा हात केव्हाच दूर झाला होता, पण तुकोबा अजूनही त्याच अवस्थेत होते. मुखातून शब्द उमटत होते–

होते बहुत हे दिवस मानसी । अजि नवस हे फळते नवसी ।।
व्हावी भेटी ते जाली गोविंदासी । आता सेवा करीन निश्चयेसी वो ।।

उदयी उदय सधिला अवकाश । निश्चिंतीने निश्चिंती सावकाश ।
धरिये गोडी बहुत आला रस । तुका म्हणे हा मागुता न ये दिवस वो ।।

तुकोबांच्या तोंडून हे शब्द उमटले आणि तुकोबा खाड्कन भानावर आले. त्यांनी चटकन् डोळे उघडले. आपण कुठं आहोत, याची त्यांना जाणीव झाली. ते गुहेत होते. चंद्रकिरणांच्या कवडशांनी गुहा भरली होती. चंद्रकिरण गुहेत तरलपणे पसरत होते. त्यांचा धूसर, धवल प्रकाश गुहेत तरंगत होता. समोर दिसणारी धूसर धवल मानवी आकृती विरल-विरल होत नाहीशी झाली होती आणि नीरव शांतता असणाऱ्या, चंद्रप्रकाश दरवळणाऱ्या त्या गुहेत तुकोबा एकटे, अगदी एकटे होते. तुकोबा आता पूर्ण भानावर आले. त्यांना भवतालाची जाणीव झाली. आपण पाहिलं ते स्वप्न की सत्य, भास की आभास, या प्रश्नांचं उत्तर शोधत राहिले. त्यांनी सभोवार पाहिलं. गुहेच्या बाहेर आले. चंद्र माथ्यावर होता. पण तो पूर्णचंद्र नव्हता. दशमी असावी, पण तरीही मघाशी गुहेत चंद्राचा प्रकाश पौर्णिमेसारखा पडला होता. त्या क्षणी तुकोबांना तो स्पर्श आठवला. आपल्या मस्तकावर ठेवलेला तो हात आठवला. त्या हाताच्या स्पर्शानं आलेला रोमांच आठवला. मनाची, शरीराची ती कृतार्थतेची भावना आठवली. ते गहिवरणं आठवलं, ते थरारणं आठवलं, ते भारावणं आठवलं आणि ते भांबावून जाणंसुद्धा! आणि 'मनाच्या आणि शरीराच्या भावनांची इतकी आंदोलनं, इतकी स्थित्यंतरं आपण एकाच वेळी अनुभवली, त्या अर्थी तो भास नव्हता; ते स्वप्न नव्हते नक्कीच!' तुकोबांना या सगळ्याची सुसंगती उमगली आणि ते पुन्हा अंतर्बाह्य थरारले. म्हणजे....म्हणजे ते सारं सत्य होतं तर! तो भासही नव्हता, आभासही नव्हता आणि स्वप्न तर नव्हतंच नव्हतं! ते सगळं सत्य होतं. साक्षात होतं. प्रत्यक्षात होतं. म्हणजे ते सत्पुरुष, बाबाजी नाव सांगणारे, प्रत्यक्षात आले होते. त्यांनी मला प्रत्यक्ष येऊन 'राम कृष्ण हरी' हा मंत्र सांगितला. माझ्या मस्तकावर हात ठेवून मला शिष्य करून घेतलं. आपण स्वतः माझे गुरू झाले आणि मला आशीर्वाद दिला आणि हे सगळंसगळं प्रत्यक्षात घडलंय. खरंखरं घडलंय! या चरम सत्याची जाणीव झाली आणि तुकोबांच्या डोळ्यांतून घळाघळा अश्रू वाहायला लागले. अत्यानंदाचे, अपूर्वाईचे, कृतार्थतेचे, अपेक्षापूर्तीचे, धन्यतेचे कढ एका पाठोपाठ एक येत होते आणि तुकोबा हुंदके देऊन रडत होते. त्यांचा तो अश्रूंतून वाहणारा आनंद झाडांनी पाहिला, पानांनी ऐकला, फुलांनी अनुभवला, पक्ष्यांनी जाणला, वाऱ्यानं वहावला, सूर्यकिरणांनी स्पर्शला आणि शब्दांनी उच्चारला.....

सद्‌गुरुराये कृपा मज केली । परि नाही घडली सेवा काहीं ।।
सापडविले वाटे जाता गंगा स्नाना । मस्तकी तो जाणा ठेविला कर ।।
राघवचैतन्य केशवचैतन्य । सांगितली खूण मालिकेची ।।

बाबाजी आपुले सांगितले नाम । मंत्र दिला राम कृष्ण हरी ।।
माघशुद्ध दशमि पाहुनि गुरुवार । केला अंगिकार तुका म्हणे ।।
आवडीचा मंत्र सांगितला सोपा । जेणे गुंपा नाही कोठे ।।
तुका म्हणे मज दावियेला तारू । कृपेचा सागरू पांडुरंग ।।

गुरूला वंदन करणारे, गुरूची महती गाणारे, गुरू भेटल्याचा आनंद व्यक्त करणारे एकामागे एक अभंग तुकोबांच्या मुखातून स्रवत होते आणि आनंदानं बेभान होऊन तुकोबा नाचत होते आणि त्यांच्या समवेत नाचत होती पानं-फुलं, वृक्ष-लता, पशू-पक्षी-प्राणी, तो अवघा चराचर, ती अवघी सृष्टी, तो भंडाऱ्यावरचा अवघा निसर्ग तुकोबांच्या त्या आनंदात सहभागी झाला होता आणि तुकोबांचा आनंद त्यांच्या सहभागी होण्यामुळे शतगुणित होत होता. अत्यानंदानं भारावलेले, गहिवरलेले तुकोबा जरासे सावरले. त्या उत्कट आनंदाच्या क्षणी त्यांना आवलीची आठवण झाली. आपली तडफड, आपली अस्वस्थता, आपली कासाविशी आवलीला माहीत झाली होती. त्याचा तिला अर्थ कळला नाही, कारण उमगलं नाही, तरी आपण अस्वस्थ आहोत, हे तरी ती जाणून होती. त्यामुळे आता ती कासाविशी दूर झाली हे जेव्हा तिला कळेल, तेव्हा तिची काय प्रतिक्रिया होईल, या विचारानं त्यांच्या चेहऱ्यावर हसू उमटलं. आधी आपण इतके दिवसांनी घरी गेलो की ती काय म्हणेल, याचाही त्यांना अंदाज होता. पण तिची ती प्रतिक्रिया, तिची ती संतापातली बडबडही तुकोबांवरच्या प्रेमाचीच साक्ष होती, हेही तितकंच खरं होतं. तुकोबा घरी परत जायला निघाले, 'पांडुरंगा, माफ कर बाबा! आता मी घरी पोचलो की, आधी माझा उद्धार होईल; मग तुझा! माझ्यामुळे तुला बोलणी खावी लागतात देवा, मला क्षमा कर! पण काय करू रे? तुझ्यामुळे मलाही बोलणी खावी लागतातच की! तेव्हा चला देवा, आता उद्धार ऐकण्याच्या तयारीनं घरी परतू या!' म्हणत तुकोबांनी सोबत आणलेलं सामान उचललं. होतं काय त्यात? एक बसकूर, लिखाणाचं सामान, ज्ञानेश्वरी, नामदेवांची गाथा, इतर काही संतांचं लिखाण आणि टाळ, चिपळ्या आणि वीणा. हे सगळं घेऊन तुकोबा भंडारा उतरू लागले. त्यांनी पाना-फुलांचा, वृक्ष-वेलींचा, पशू-पक्ष्यांचा निरोप घेतला आणि ते झपझप पावलं टाकत डोंगर उतरू लागले. आता त्यांना घरी जायची ओढ होती. आवलीला भेटण्याची ओढ होती. तिला घडलेलं सगळं सांगण्याची ओढ होती. त्या ओढीपायी तुकोबा भरभर चालत होते. दिवसमावळतीला ते गावात आले. त्यांना पाहताच गावकरी पुढे होऊन त्यांना नमस्कार करत होते. सांजवातीची वेळ होती. घराघरांतून 'तुका म्हणे...तुका म्हणे' ऐकायला येत होतं. तुकोबांना भरून आलं. ''विठूराया, मला काही देऊ नकोस, लोकांचं असं प्रेम तेवढं मला दे!'' त्यांनी मनोमन देवाला

विनवलं. तोच त्यांना वाटेत गंगाक्का भेटली. तुकोबांना बघताच तिनं बोलायला सुरवात केली, "तुकोबा, आता आलास बाबा! कुटं व्हतास इक्ते दिस? अरं, त्या आवलीनं गल्ली डोक्यावर घेतली. तुला शोधायला गावभर फिरली. त्यात म्हादाला लयीच बरं नव्हतं. तिनं चार दिस औषध पन आनलं. तरी बी त्याला उतार पडंना. त्यात तू बी कुठं गायब व्हतास. लयीच करवादली बघ ती! लयी म्हंजी लयीच हाय घेतली तिनं. आनि म्हादाला लयीच बरं न्हाईसं झालं म्हनताना त्या इठोबाला शिव्या देत, चपली घिऊन, म्हादाला वढत नेऊन मंदिरात गेली. इठोबाला चेपलीनंच मारते म्हनत बडबडत हुती बघ! तिथं मूर्तीम्होरं म्हादाला टाकलंन् आनि इठोबाला मारायला धावली, तोवर ते बेशुद्ध असल्यालं पोर सुद्धीवर आलं बघ. तुकोबा, अरं त्यो इठू कुटं पळून जातूया काय? त्यो हाईच की मंदिरात. पर आता जरा बायको-पोरांकडं लक्ष दे बाबा. असा धा धा / पंधरा दिस कुटंतरी बेपत्ता होऊ नगंस बघ! अरं, तिनं एकलीनं तरी किती झडती घ्यायची रं लेकरा?" गंगाक्का बोलत होती आणि तुकोबांच्या डोक्यात घणाचे घाव बसत होते. "आपल्या विठूरायावर आवलीनं हात उगारला? अरेरे! देवा, तुला माझ्यापायी काय काय सहन करावं लागतंय रे?" तुकोबांना काय बोलावं समजेना. "कुणाचं चुकत होतं? विठ्ठलाचं, आपलं की आवलीचं? विचार केला तर एक आक्रस्ताळेपणा सोडला तर आवलीचंच बरोबर होतं. तिनं तरी काय करावं? पण मी तरी काय करू? मलाही विठ्ठलाशिवाय दुसरं काही सुचत नाही. मग चूक कोण आणि बरोबर कोण? पांडुरंगा, तूच यातनं काहीतरी मार्ग काढ!" तुकोबा या विचारानं धास्तावले. 'आता घरी गेल्यावर आवली काय म्हणेल? म्हादा कसा असेल? आणि आपण या सगळ्याला कसं तोंड द्यायचं?' तुकोबा अशा धास्तावलेल्या मनानंच घरी परतले. घरी आले तर आवली म्हादाच्या उशाशी बसून त्याला दूध पाजत होती. तो ठसकत, कण्हत दूध पीत होता. काशी रडवेल्या चेहऱ्यानं जवळ बसली होती. भागीरथी आवलीच्या मांडीवर होती. तिघांचेही चेहरे रडवेले होते. उदास होते. आवलीच्या अंगावरच्या लुगड्याच्या चिंध्या झाल्या होत्या. तिची नुसती हाडं आणि काडं राहिली होती. तुकोबांना भरून आलं. या विठ्ठलानं आपल्यावर कसलं हे गारूड केलंय की आपण आपला संसार, आपली सोन्यासारखी बायको-पोरं विसरतो? आणि देवाची काय खेळी आहे? एकाच वेळी तो आपल्याला उत्कट आनंद देतो आणि त्याच उत्कट आनंदाच्या क्षणी तो हे असलं पाहायला लावतो. एकाच वेळी आपल्याला गुरूची साक्ष देतो, गुरुमंत्र देतो आणि त्या आनंदात बेभान झालेले आपण त्या उत्कट आनंदाच्या क्षणी असं काही पाहतो की, तो सगळा सगळा आनंद नासून जातो. या तुकोबानं करायचं तरी काय? त्यानं आनंदीही व्हायचं नाही आणि दुःखीही व्हायचं नाही. पांडुरंगा, तूच सांग आता -

कोण्या काळे येईल मना । नारायणा तुमचिया ।।
माझा करणे अंगिकार । सर्व भार फेडूनि ।।
लागली हे तळमळ चित्ता । तरी दुश्चित्ता संसारी ।।
सुखाचीच पाहें वास । मागे दोष सांभाळी ।।
तुका म्हणे माझें वेळे । न कळे का हे उफराटे ।।

तुकोबांनी गायलेला अभंग आवलीला ऐकायला आला आणि तिनं मान वळवली. समोर तुकोबांना पाहून एकाच वेळी तिला संताप-संताप आला आणि भडभडून आलं. इतर काही न बोलता तिनं साद घातली ‘‘धनीऽऽऽ!’’ आणि तुकोबा गहिवरले. काय नव्हतं आवलीच्या त्या हाकेत? म्हादाची काळजी, त्याच्या जिवाची भीती, त्या अशुभाच्या शंकेनं होणारा तिच्यातला आईचा थरकाप, त्यामुळंच काळजाला लागलेला घोर, आणि आईच्या काळजातली कासाविशी, तुकोबा इतके दिवस नव्हते त्याबद्दलचा राग, म्हादा आजारी असतानाही ते नव्हते त्याबद्दलचा सात्त्विक संताप, त्यांचा काहीच ठावठिकाणा नव्हता म्हणून वाटणारी चिंता, ज्याच्यामुळे तुकोबा असे वागतात त्या विठोबाचा राग, गेले चार/पाच दिवस कामाला न गेल्यामुळं स्वतःची झालेली उपासमार आणि पोरांच्या पोटात आपण अन्न घालू शकलो नसल्याची अपराधीपणाची भावना, इतक्या दिवसांनंतर तुकोबांना समोर बघून आलेला गहिवर आणि आता धनी आले आहेत, आता कायतरी नीट व्हईल म्हणून मनाला मिळालेली आश्वस्तता. आवलीच्या त्या एका हाकेतून तुकोबांना हे सगळंसगळं जाणवलं आणि त्यांनी धाव घेतली. पुढं होऊन आवलीला जवळ घेतलं. इतक्या दिवसांच्या सगळ्या मनस्तापानं भ्यालेली, कावलेली, अस्वस्थ झालेली, एकटी, एकाकी पडलेली आवली, तुकोबांनी जवळ घेताच त्यांना बिलगली आणि हुंदके देऊन रडायला लागली. काही न बोलता निःशब्दपणे तुकोबा तिच्या पाठीवरून हात फिरवत राहिले. पहिला आवेग ओसरला. आवलीनं डोळे पुसले-फाटक्या पदरानं. आपले आणि तुकोबांचेसुद्धा. काही न बोलता तुकोबा पुढे झाले त्यांनी वाकळीवर निजलेल्या म्हादाला उचलून आपल्या मांडीवर घेतलं. एका हातानं काशीला आणि दुसऱ्या हातानं भागीरथीला जवळ घेतलं आणि ते मूकपणानं बसून राहिले. त्यांचा ऊर भरून आला होता. काळजात गहिवर दाटला होता. डोळ्यांतून अश्रू वाहत होते आणि बाजूला उभी राहिलेली आवली तुकोबांचं पोरांवरचं हे प्रेम भरल्या डोळ्यानं बघत होती. मधनंच डोळे पुसत होती आणि तुकोबांना बिलगल्यानंतर त्यांचा आपल्या पाठीवरनं फिरणारा, मायेनं ओथंबलेला, प्रेमानं ओसंडणारा, आश्वस्त करणारा, आधाराचं अभिवचन देणारा, आपल्यावर असलेलं त्यांचं निरतिशय प्रेम व्यक्त करणारा, तुकोबांचा तो प्रेमळ स्पर्श पुन्हापुन्हा आठवत होती. हृदयात

साठवत होती. त्याचबरोबर आपण समोर पाहतोय ते स्वप्न की सत्य, याचाही मेळ घालत होती. समोरचं दृश्यही डोळ्यांच्या बाहुल्यांत, काळजाच्या शिंपल्यात, हृदयाच्या कुपीत आणि मनाच्या गाभाऱ्यात साठवत होती आणि एकीकडे मनात त्या काळ्याला जरा आईपणाचा हिसका दाखवला म्हणून धनी घरी परत आले, असं वाटून समाधान मानत होती. तुकोबा मात्र-

त्रासला हा जीव संसारीच्या सुखा । तुजवीण सखा नाही कोणी ।।
ऐसे माझे मनी वाटे नारायणा । घालावी चरणावरी मिठी ।।
कई ते सुंदर देखोनि रुपडें । आवडीच्या कोर्डे आळंगीन ।।
नाही पूर्व पूण्य मज पामरासी । म्हणोनी पायासी अंतरलो ।।
अलभ्य लाभ कैंचा संचिता वेगळा । विनवी गोपाळा दास तुका ।।

असं म्हणत त्या विठ्ठलाला, त्या पांडुरंगाला आळवत होते. काशी आणि भागीरथी निपचितपणे बाबांना बिलगून बसली होती. म्हादा मधनंच कण्हत होता. एकाच घरात राहणाऱ्या त्या लोकांच्या मनातले भावनांचे कल्लोळ मात्र वेगवेगळे होते.

२३

चार दिवसांत म्हादा बरा झाला, पण त्या दरम्यान एक घटना घडली. धनी घरी आले, म्हादा बरा झाला या आवलीच्या आनंदावर फार मोठा घाला पडला. एके दिवशी सकाळी आवलीनं नेहमीप्रमाणं लवकर उठून झाडलोट केली. अंगण स्वच्छ झाडलं. तुळशीपुढे रांगोळीची चार बोटं ओढली. अंगणात सडा घालून रांगोळी काढायला बसली तोच, "हायत का तुकाराम महाराज घरात?" असा बाहेरून प्रश्न आला. फाटका का होईना पण आवलीनं डोईवरचा पदर सावरला. रांगोळी, हळद-कुंकवाचं त्रिदळ तिथंच ठेवून ती वाड्याच्या दाराशी गेली. दाराजवळ एका बाजूला आडोशाला उभं राहून तिनं प्रश्न केला, "कोन आलंय म्हणायचं?" तिच्या या प्रश्नाला बाहेरून उत्तर आलं, "आम्ही लाला सावकार. बुवा आहेत का घरात?" सावकार शब्द ऐकल्यावर क्षणभर आवलीच्या पोटात खड्डा पडला, पण कदाचित धन्यांना भेटायला, त्यांचं कीर्तन ठरवायला कुणीतरी आलं असेल असं तिला वाटून गेलं. मग मात्र 'दमा हं! बोलिवते!" म्हणत आवली आत गेली. ती आत गेली आणि बाहेर उभा असलेला लाला सावकार आत आला. त्याच्यासोबत आणखी दोन माणसं आणि चावडीतला शिपाई होता. आवली आत गेली. तुकोबा पहाटेच उठून लिहित बसले होते. आवलीनं बाहेर लाला सावकार आल्याचं सांगितलं! "पांडुरंग, पांडुरंग! अखेर तो आलाच. विठूराया ही तुझीच इच्छा आहे बाबा!" असं म्हणत लेखणी बाजूला ठेवून तुकोबा उठले. खुंटीवर ठेवलेलं मुंडासं घेऊन डोईवर ठेवत ते बाहेर आले. "नमस्कार महाराज, मी लाला सावकार! मला ओळखलं असेलच! हा चावडीवरचा शिपाई. तुम्हाला सूचना द्यायला आलोय. असं आहे बुवा, तुम्ही वेळोवेळी माझ्याकडून उधार रक्कम घेतलीत ती हा वाडा गहाण टाकून. आता ती रक्कम व्याजासह या वाड्याच्या किमतीएवढी झाली आहे! म्हणून म्हटलं, तुम्हाला सूचना द्यावी आणि चार दिवसांत वाडा सोडण्यास सांगावं म्हणजे तुम्हाला आणखी चार दिवस मुदत मिळेल आणि तुम्हाला सूचना न देता मी वाडा ताब्यात घेतला अशी अदावत माझ्यावर यायला नको! कसं? तेव्हा वाडा कधी सोडताय सांगा!"

लाला सावकार मोठ्या मानभावीपणे मिठास बोलत होता. तो अंगणात उभा राहून बोलत होता. तुकोबा पडवीत उभे राहून ऐकत होते आणि माजघरात उभं राहून हे सगळं ऐकणाऱ्या आवलीच्या हृदयात मात्र आग पेटली होती. वाडा त्या सावकाराकडं गहाण आहे? म्हणजे आता हे डोक्यावरचं हक्काचं छप्परही जाणार? ही वाडवडिलार्जित वास्तू- जिच्या आधारानं आपण जगत होतो, तीही जाणार? इथं, या घरात, या छपराखाली उपाशी-तापाशी, अर्धपोटी कसंही निजलं तरी कुणी ऊठ म्हणणार नव्हतं! सरक म्हणणार नव्हतं! एक हक्काचं छप्पर, एक हक्काची जागा, आपलं, स्वतःचं म्हणावं असं काहीतरी होतं, तेही गहाण पडलंय? आणि तो सावकार ताबा मागतोय? आवलीच्या उरात आग पेटली होती. आपल्या कानात कोणीतरी तापलेला रस ओततंय असं तिला वाटलं. तिच्या मनावर फार मोठा आघात झाला. तिनं आत नजर टाकली. तिन्ही लेकरं शांत निजली होती. त्यांच्या घरात. त्यांच्या हक्काच्या घरात. त्यांना कुठं माहीत होतं की, हे घर आता त्यांचं नाही. ती आता बेवारशी झालीत, निराधार झालीत ते! आवलीचं काळीज जळत होतं आणि बघता बघता ती आग आवलीच्या डोक्यात गेली. डोक्यात शिरली. तोंडात उतरली आणि त्या सावकाराला, त्या विठोबाला आणि तुकोबांनासुद्धा शिव्या देत, तोंड टाकून बोलत आवली तिरासारखी बाहेर आली. तिनं अंगणातला तुळशी वृंदावनाजवळचा दगड उचलला आणि ती सावकाराच्या अंगावर धावून गेली. सावकार घाबरला. त्यानं वाड्याबाहेर पळ काढला, पण तरीही ‘‘चार दिवसांनी वाड्याचा ताबा घ्यायला येतोऽऽ!’’ असं ओरडून सांगायला तो विसरला नाही. सावकार बाहेर पळाला तसा आवलीनं आपला मोर्चा तुकोबांकडं वळवला. तुकोबा निश्चल उभे होते. त्यांचं सर्वांग थरथरत होतं. डोळ्यांतून घळाघळा अश्रू वाहत होते. ते दुःखाचे होते, पश्चात्तापाचे होते, निराशेचे होते की पराजयाचे होते, कोण जाणे! आवलीलाही ते समजलं नाही, पण तुकोबांच्या डोळ्यांतले अश्रू बघून मात्र ती काहीशी सावरली. सावरली म्हणण्यापेक्षा तिच्या संतापाची जागा असहायतेनं घेतली आणि ती खचली. मट्कन खाली बसली. आणि हातातला दगड आपल्या डोक्यावर बडवून घ्यायला लागली. रडायला लागली, आकांत करायला लागली. तिच्यातली आई जखमी झाली होती. तिचं मातृत्व घायाळ झालं होतं. आपली पोरं आता उघड्यावर पडणार या विचारानं तिच्यातली माता सैरभैर झाली होती. गहिवर घालून, ऊर बडवून घेऊन तिनं आकांत मांडला. तिच्या रडण्याच्या आवाजानं पोरं जागी झाली. आपली आई अंगणात बसून रडते आहे हे बघून ती कावरीबावरी झाली. काशी-म्हादानं आईकडं धाव घेतली, भागीरथी तुकोबांजवळ गेली. पोरं जवळ आलेली बघून आवलीला आणखीनच गहिवर आला. आता तर ती पांडुरंगाला जोरजोरात शिव्या द्यायला लागली. तुकोबा निश्चल उभे राहून तिचा हा आकांत बघत होते. तिला काय सांगावं, तिला कसं आवरावं, कशी तिची

समजूत घालावी हेच त्यांना समजत नव्हतं. आपल्या हातून हा मोठा अपराध घडलाय, याची त्यांना जाणीव झाली होती; पण आवलीचं काय करायचं हे त्यांना उमगत नव्हतं. शेवटी त्यांनी भागीरथीला तिच्याकडं धाडलं. आत जाऊन त्यांनी पाण्यानं भरलेली कळशी आणली आणि भडाभडा आवलीच्या डोक्यावर ओतली. त्या गार पाण्याच्या धारेनं आवलीचा बेफामपणा कमी झाला. ती थोडीशी सावरली, आवरली, शांत झाली आणि आरडाओरडा, आकांत थांबवून तीनही पोरांना पोटाशी घेऊन हुंदके देऊन रडायला लागली. तिच्या त्या हुंदके देण्याकडे, थरथरणाऱ्या शरीराकडे, डोळ्यांतून वाहणाऱ्या पाण्याकडे विमनस्कपणे, अविचलपणे, खिन्न नजरेनं तुकोबा बघत होते. नाहीतरी आता बघत बसण्यापलीकडं पांडुरंगानं त्यांच्या हातात काय ठेवलं होतं? टाळता न येण्यासारखं दुर्दैव त्यांच्या वाट्याला आलं होतं आणि याला कारणीभूत होते ते स्वतः, त्यांचा पांडुरंग, त्याची ते करत असलेली भक्ती, त्या भक्तीतून आलेली मी-माझं-मलापासूनची विरक्ती आणि त्या विरक्तीतून अपरिहार्यपणे आलेली संसाराबाबतची, उदीम-व्यापाराबाबतची निष्क्रियता, पैशाबाबतची निरिच्छता. हे सगळं जरी खरं असलं तरी त्याचा परिणाम आपल्या पत्नीला आणि मुलांना भोगावा लागतोय, याचं तुकोबांना वैषम्य वाटत होतं आणि त्यांच्या पांडुरंगाला ते विचारीत होते -

काय तुज मागे नाही जाणवलें । माझें नाही केले हित काहीं ।।
डोळे झाकुनिया होसी अबोलणा । तेव्हा नारायणा आता कैसा ।।
न कळे उचित न संगता स्पष्ट । ऐसा क्रियानष्ट काय जाणे ।।
तुका म्हणे माझा घात तुम्हां ठावा । तरि का आधी देवा वारू नयें ।।

विठ्ठलाला असं विचारून तुकोबा आता स्वतःच रडायला लागले. हुंदके द्यायला लागले. मनातला कोंडमारा हुंदक्यांतून बाहेर पडला. आवलीनं तुकोबांचा तो हुंदका ऐकला. क्षणभर तिच्या मनाचा पुन्हा संताप संताप झाला. पण दुसऱ्या क्षणी तिचं मन द्रवलं. उरात काहीतरी कालवलं, 'न्हाई, न्हाई. दुनियेचा संसार करू पाहणाऱ्या माझ्या धन्याला असं रडताना मला बघवणार न्हाई. ते नेहमी म्हणतात, 'आवले तू माझी शक्ती आहेस.' आन् मी अशी कोसळले म्हणून धनी असं करतायत. मला असं कोसळून चालणार न्हाई आणि मी धन्याला पन असं कोसळू देणार न्हाई आणि त्यासाठी मलाच उभं राहिलं पाहिजे.' आवलीच्या मनात विचारांचा कल्लोळ उठला. तिनं मन घट्ट केलं. निग्रहानं डोळे पुसले. लेकरांचे चेहरे आपल्या फाटक्या पदरानं पुसले. त्यांच्या चेहऱ्यावरनं हात फिरवला. त्यांना बाहेर खेळायला पाठवलं आणि उठून तुकोबांपाशी आली. तुकोबा गुडघ्यांत मान घालून बसले होते. आवलीनं जवळ जाऊन त्यांची मान वर केली. तुकोबांचा चेहरा विदीर्ण झाला होता.

डोळे पाण्यानं काठोकाठ भरले होते. आवलीला समोर बघून त्यांनी हात जोडले. गहिवरल्या आवाजात म्हणाले, "आवले, मी तुझा आणि मुलांचा शतशः अपराधी आहे गं! मी तुम्हाला पोटाला घालू शकत नाही. पुरेसे कपडे देऊ शकत नाही आणि आता तर माझ्या नाकर्तेपणामुळं तुमच्या डोक्यावरचं छप्परही गेलं. मी तुझा, मुलांचा गुन्हेगार आहे. मला क्षमा कर आवले. मी तुमचा अपराधी आहे. मी अपराधी आहे. वाड-वडिलांनी मिळवलेलं धन वाढवायचं राहू दे बाजूला, पण मी ते राखूही शकलो नाही. राखायचं राहू दे; पण मी उलट ते घालवलं. सगळं घालवलं. धन, पत, प्रतिष्ठा, नाव, इज्जत-अब्रू. माझ्या पूर्वजांनी जे मिळवलं, माझ्या वाडवडिलांनी जे कमावलं ते मी सगळं गमावलं आवले! सगळं गमावलं! आणि मिळवलं काय तर हा फाटका संसार, हे उजाड आयुष्य, ही केविलवाणी मुलं, ही लंकेची पार्वती झालेली पत्नी आणि ज्याच्यासाठी मी असा बनलो, ज्याच्यापायी हे सगळं घडलं, त्या विठोबाची भक्ती! आणि आता यांतलं माझ्या हातात काय उरलं तर त्या विठ्ठलाची भक्ती. आणि खरं सांगू, आता तेच तेवढं माझ्या हातात राहिलं आहे आणि मी आता फक्त तेवढंच करू शकतो." तुकोबांचं ते बोलणं आवलीच्या मनाच्या चिंध्या करून गेलं. त्यांचा त्या भावनोत्कट अवस्थेत उच्चारलेला प्रत्येक शब्द आवलीच्या काळजावर, मनावर ओरखडे उठवत होता. आवलीला ते ऐकवतही नव्हतं आणि तुकोबांची ती अवस्था बघवतही नव्हती. आवलीनं तुकोबांच्या तोंडावर हात ठेवला. म्हणाली, "गप्प बसा धनी! काईबाई बोलू नगासा! ह्ये खरं हाय की आपली धन-दौलत, पैसाअडका सगळं गेलंय; हे खरं हाय की वाडवडिलांनी मिळवलेली आपली पत-प्रतिष्ठा गेलीय आणि ह्येबी खरं हाय की हे समदं त्या काळ्याच्या पायात झालंय. पर धनी, त्याचबरोबर ह्येबी खरं हाय की आज गावागावांत, पंचक्रोशीत तुमच्या नावाचा झेंडा लागलेला हाय. त्याचबरोबर ह्येबी खरं हाय की आज घराघरांत 'तुका म्हणे' 'तुका म्हणे' हे नाव घेतलं जातंय. गायलं जातंय आणि वाडा गेला हे जरी खरं असलं तरी त्यात येगळं काय झालं धनी? इतकं समदं गेलं त्यासोबत वाडाबी गेला, पण आपण दोघं तर एकमेकांसोबत आहोत ना? आपण दोघं तर आपल्या पोरांसोबत आहोत ना? या धरित्रीचं हंथरुण आणि आभाळाचं पांघरुण तर कुटं गेलेलं न्हाई ना? धनी, तुम्ही लयी वाईट वाटून घिऊ नकोसा. ही तुमची आवली मस्स खंबीर हाय. आनी चार घरची कामं धरीन मी. आनि तुमच्या आनि लेकरांच्या पोटाला घालीन. पर आता डोळ्यांतनं पानी काढायचं न्हायी. धनी, तुम्ही तुमच्या काळ्याचे अभंग लिवा, कीर्तन-भजन करा. त्याचं माझ्याशी वाकडं हाय ना, माझीच परीक्षा बघतोय ना; मंग बघू दे! धनी, आपल्या घरावर संकटामागं संकटं घालून तो तुमची भक्ती जोखतोय आणि माझी हिम्मत! पर त्या तुमच्या काळ्याला जाऊन सांगा- आवलीचे हात तुझ्या हातासारखे दगडाचे बी न्हाईत आणि

निसते कमरेवर बी ठेवल्याले न्हाईत. उठा धनी! तुम्ही मला आनि मी तुम्हाला जोवर सोबत हाय, तोवर त्यो काळ्याबी काय करू शकणार न्हाई. उठा! आपल्याला आता दुसरा निवारा शोधाय पाहिजे! उठा!'' आवली बोलत होती आणि तिच्या प्रत्येक शब्दागणिक तुकोबांना तिच्या हिमतीची, कर्तृत्वाची साक्ष मिळत होती. आवलीच्या बोलण्यानं, तिच्या सांत्वनानं त्यांच्या मनातली अपराधीपणाची भावना थोडीशी कमी झाली. ते काही बोलणार तोच आवली पुन्हा म्हणाली, ''धनी! तुम्ही मनाला लावून घिऊ नगा. तुम्ही न्हायी; त्यो-त्यो काळतोंड्या माझा अपराधी आहे. तो माझा गुन्हेगार आहे. तो माझं देणं लागतोय आणि जोवर तुम्ही हाईसा, आणि जोवर मी जिती हाय, तोवर तो माझा अपराधीच असणार आहे. माझा आणि माझ्या मुलांचा! आणि मी असंन किंवा नसंन; पर जोवर त्याचं नाव या जगात गाजतंय, जोवर तुमचं नाव या दुनियेत गाजंल, तोवर समदी दुनिया त्याला माझा अपराधीच मानंल. भक्तांचा पाठीराखा म्हणून मिरवतोय न्हवं; आता त्याबरोबर आवलीचा अपराधी असंही त्याला म्हणून घ्यावं लागंल. धनी! चला आता आपल्याला दुसरा आसरा शोधायला हवा. उठा!'' आवलीचा शब्दन्‌शब्द खरा होता, करपलेल्या काळजातून निघालेला होता. आवलीनं तुकोबांना हाताला धरून उठवलं. तुकोबा उठले. त्यांनी आपलं मुंडासं उचललं. टाळ, चिपळ्या, वीणा घेतली आणि आवलीचा डोळ्यांनीच निरोप घेऊन ते बाहेर पडले. त्यांनी सरळ विठ्ठलाचं मंदिर गाठलं. त्यांना त्याच्याशी बोलायचं होतं. काही प्रश्न विचारायचे होते. काही उत्तरं मागायची होती. काही कारणं विचारायची होती, काही कारणं शोधायची होती. त्याला काही सांगायचं होतं. मन मोकळं करायचं होतं. बाबाजी गुरूस्वरूपात भेटले, पण तो सगळा आनंद नासूनच गेला होता. त्यानंतर पुन्हा एकापाठोपाठ एक असे काही प्रसंग घडत गेले की आपल्याला गुरू लाभला आहे, त्या गुरूनं आपल्याला काही मंत्र सांगितला आहे, याचंही भान तुकोबांना राहिलं नव्हतं. खिन्न मनःस्थितीतच तुकोबा मंदिरात पोचले. समोर विठोबा कमरेवर हात ठेवून निश्चल उभा होता. त्याच्या चेहऱ्यावर आमंत्रण होतं. ते बघून तुकोबांना भडभडून आलं.

न बोलावे परि पडिला प्रसंग । हाकलिते जग तुझ्या नामें ।।
लटिके चि सोंग मांडिला पसारा । भिखारी तू खरा कळो आले ।।
निलाजिरी आम्ही करोनिया धीर । राहिलो आधार धरुनिया ।।
कैसा नेणो आता करिसी शेवट । केली कटकट त्याची पुढे ।।
तुका म्हणे काहीं न बोलसी देवा । उचित हे सेवा घेसी माझी ।।

विठ्ठलाच्या मूर्तीसमोर बसून तुकोबा विलाप करत होते. शब्दांच्या अश्रूंनी त्याला आळवत होते. मनातली तळमळ, तडफड सांगत होते. त्याच्यावर रागवत

होते. त्याला जाब विचारत होते. काळजातली आग, उरातली तडफड, मनाला झालेले क्लेश, बुद्धीला पडलेले प्रश्न, हृदयाच्या झालेल्या चिंधड्या, अपेक्षांचा झालेला चुथडा, आकांक्षांची झालेली राख, स्वप्नांचे पडलेले तुकडे, वास्तवाचे बसलेले चटके, पै-पाहुण्यांत झालेली मानहानी, भावकीत झालेला अपमान, आवलीचं भळभळणारं दुःख, पोरांची उघडीवाघडी शरीरं, खपाटीला गेलेली पोटं, सुकलेले चेहरे, या सगळ्यांमुळे होणाऱ्या यातना आणि त्या यातनांमुळे आलेली घायाळ कासाविशी शब्दाशब्दांतून विठोबा समोर मांडत होते. कविता हा वेदनेचा हुंकार आहे हे खरंच! कारण तुकोबांच्या शब्दरचना, अभंगरचना त्या वेदना आणि त्यांच्या जखमा अंगभर लेऊन घायाळ अवस्थेत विठ्ठलासमोर सादर होत होत्या.

आता तुझा भाव कळों आला देवा । ठकूनिया सेवा घेसी माझी ।।
टाकूनि सांकडे आपुलिये माथा । घातला या संतावरी भार ।।
स्तुती करवूनि पिटिला डांगोरा । ते कोण दातारा साच करी ।।
जातीचें वाणी मी पोटींचे कुडे । नका मजपुढें ठकाठकी ।।
तुका म्हणे नाही आले अनुभवा । आधीच मी देवा कैसें नाचो ।।

तुकोबा मोठमोठ्याने विठ्ठलाला विचारत होते. तुकोबांचा वाडा सावकारानं घेऊ केला ही बातमी वाऱ्यासारखी गावभर पसरली होतीच. तुकोबांवर प्रेम करणारे गावकरी वाड्याकडे धावून आले. त्यांनी पाहिले, विठोबाच्या मंदिरात मूर्तीसमोर बसून तुकोबा गहिवर घालताहेत. विठ्ठलाला काहीं विचारताहेत. त्याची आळवणी करताहेत. आपल्यावर आलेल्या प्रसंगातून, अनुभवातून लोकांना चार चांगले शब्द सांगणारे, आपल्याला लागलेल्या ठेचा कुणा दुसऱ्याला लागू नयेत म्हणून कीर्तनातून चार शहाणपणाच्या, चांगल्या गोष्टी सांगणारे तुकोबा आज स्वतः आपणच धीर सोडल्यासारखं करत होते. देवाला विचारत होते -

आमची का नये तुम्हासी करुणा । किती नारायणा आळवावे ।।
काय जाणा तुम्ही दुर्बलाचे जिणे । वैभवाच्या गुणे आपुलिया ।।
देती घेती करीती खटपटा आणिके । निराळा कौतुके पाहोनिया ।।
दिवस बोटीं आम्ही धरियेले माप । वाहातो संकल्प स्वहिताचा ।।
तुका म्हणे मग देसी कोण्या काळें । चुकुर दुर्बळे होतो आम्ही ।।

मंदिराबाहेर आता गर्दी जमायला लागली होती. तुकोबांच्या तोंडून उच्चारला जाणारा प्रत्येक शब्द अश्रू सोबत घेऊनच येत होता. बोलताबोलता त्यांना स्वत:चा राग, दु:ख अनावर झालं आणि तुकोबा आता विठ्ठलावर राग व्यक्त करायला लागले.

तुम्हा आम्हां तुटी होईल या वरी । ऐसे मज हरी दिसतसे ।।
वचनाचा काहीं न देखो आधार । करावा हा धीर कोठवरी ।।
सारिले संचित होतें गाठीं काहीं । पुढे ऋण तेही ने दी कोणी ।।
जावे चि न लगे कोणाचिंया घरा । उडाला पातेरा तुझ्या संगे ।।
तुका म्हणे आम्हा हा चि लाभ झाला । मनुष्यधर्म गेला पांडुरंगा ।।

बेभान अवस्थेत तुकोबा गात होते. तिन्हीसांज झाली. अंधार पडला. सावकारानं चार दिवस दिलेत; तेव्हा काय करावं हे न कळून काहीबाही चर्चा करत लोकं आपापल्या घरी गेली. हातात ठावकं घेऊन आवली आली. तुकोबा देवासमोर बसले होते. तिनं त्यांना सावध केलं. हाताला धरून उठवलं. वाड्यात घेऊन गेली. मंदिरातून बाहेर पडतापडता विठ्ठलमूर्तीकडे एक जळता कटाक्ष टाकायला ती विसरली नाही. बाबापुता करून आवलीनं तुकोबांना जेवायला घातलं. त्यांच्या पोटात चार घास गेल्यावर तिला बरं वाटलं आणि तुकोबांनाही. मग मात्र आवली तुकोबांना म्हणाली, ''धनी, सावकारानं चार दिसांची मुदत दिलीया. या चार दिसांत काय करता येतंय का ते बघू या. कुणाकडनं तरी चार पैकं घेऊन त्याच्या डोंबलावर घालू या. पर धनी हा वाडा वाचवू या. ऐकाल न्हवं माझं एवढं? कराल न्हवं काहीतरी?'' आवली केविलवाणी होऊन विनवण्या करत होती. तरी त्यातल्या त्यातल्या त्यात एक बरं होतं. कान्होजी आपला वाटा घेऊन बाजूला झाला होता. नाहीतर एकाऐवजी दोन संसार उघड्यावर पडले असते. आवलीच्या या विनवणीवर तुकोबांनी खिन्नतेनं मान डोलावली. त्यांना माहीत होतं की, यातलं काही होणार नाही. आपल्या हातानं ते होणार नाही. आपण ते करणार नाही. ते उठले आणि मंदिराच्या पायरीवर जाऊन बसले. आता त्याचाच काय तो आधार होता.

सुटायाचा काहीं पाहातो उपाय । तो हे देखें पाय गोवियेले ।।
ऐसिया दुःखाचे सांपडलो संदी । हारपली बुद्धी बळ माझे ।।
प्रारब्ध क्रियमाण संचिताचे । वोढत ठायींचे आले साचे ।।
विधिनिषेधाचे सापडलो चपे । एके एक लोपे निवडेना ।।
सारावे ते वाढे त्याचिया चि अंगे । तृष्णेचिया संगे दुःखी जालो ।।
तुका म्हणे आता करी सोडवण । सर्व शक्तीहीन जालो देवा ।।

मनानं, शरीरानं, शिणलेली, थकलेली आवली निजली; पण नंतर कितीतरी वेळ तुकोबा जागेच होते. मंदिराच्या पायरीवर, विठोबाच्या दारात बसून होते.

चार दिवस असेच गेले. ना तुकोबांनी काही केलं, ना विठोबानं त्यांना करू दिलं आणि एके दिवशी सकाळी सावकारलालाजी दारात आला. आवलीच्या मनात धाकधूक होतीच. पण हा वडिलार्जित वाडा वाचवण्यासाठी तुकोबा काहीतरी

करतील ही अंधूकशी आशा तिच्या मनाला वाटत होती. सकाळी- सकाळी सावकार दारात आला, तेव्हा आपली आशा किती वेडी होती हे तिला उमगलं. सावकार आला तेव्हा तुकोबा मंदिरातच होते. नेहमीप्रमाणे लिहीत बसले होते. इतकं सगळं समोर घडतंय आणि हे असे निश्चिंत कसे राहू शकतात, हा आवलीला नेहमी पडणारा प्रश्न आताही पडला होता; पण आता त्याचा काही उपयोग नव्हता. आता संताप करूनही उपयोग नव्हता. आकांततांडव करूनही फरक पडणार नव्हता. कारण हे सगळं चार दिवसांपूर्वीच करून झालं होतं. सावकार आल्यावर तुकोबा सामोरे गेले. त्याला हात जोडले. म्हणाले, ''लालाजी, शेवटी वाडा घ्यायला तुम्ही आलातच. मला वेळोवेळी तुम्ही जी मदत करत होता, त्यापाठीमागे माणुसकीची भावना नसून तुमचा व्यवसाय होता, आणि आमच्या या वाड्यावर तुमची नजर होती हे मला आत्ता कळतंय, लालाजी! ठीक आहे! पांडुरंगाचीच जर हीच इच्छा असेल तर तसंही होईल! तरीही आमच्या बाबतीत जे सौजन्य तुम्ही दाखवलंत, त्याबद्दल मी तुमचा आभारी आहे. आम्ही हा वाडा सोडतो आहोत. पण लालाजी, हे विठ्ठलाचं मंदिर जे आमचं खासगी, वडिलार्जित आहे; त्यावर आता गावकऱ्यांचाही हक्क आहे. कारण त्या मंदिराचा जीर्णोद्धार करण्यासाठी गावकऱ्यांनीच मदत केली आहे. तेव्हा या मंदिरावर तुमचा नसून गावकऱ्यांचा हक्क आहे. हे मंदिर वगळता हा वाडा तुम्ही ताब्यात घ्या.'' असं बोलून तुकोबा आत गेले. आवलीला म्हणाले, ''आवले, चल. तुझं काय किडूकमिडूक असेल ते घे, पोरांना घे आणि बाहेर पड. आपण वाडा सोडतो आहोत. चल आता. अश्रू ढाळू नकोस. तुझ्या आणि माझ्या आसवांची ना त्या लालाजी सावकाराला तमा आहे ना देवाला. चल लवकर!'' आवलीनं एकदा डोळे भरून वाडा पाहिला. याच वाड्यात तिच्या सुखाची सुरवात झाली होती. याच वाड्याच्या भिंतींनी दागिन्यांनी मढलेली आणि कौतुकानं फुललेली आवली बघितली होती आणि याच वाड्याच्या भिंतींनी आवलीच्या सुखाची आणि संसाराची फरफट पाहिली होती. याच वाड्यानं हसतंखेळतं गोकुळासारखं घरकुल अनुभवलं होतं आणि याच वाड्यानं पाठोपाठ झालेले मृत्यूही अनुभवले होते. याच वाड्यानं कर्तृत्ववान तुकारामही बघितला होता आणि याच वाड्यानं घरातल्या माणसांच्या मृत्यूनं खचलेला तुकारामही बघितला होता. आवलीनं डोळे पुसतपुसत सामान घेतलं. असं घेण्यासारखं होतंच काय सामान! चार मातीच्या घागरी, दोन पातेली, एक सतेलं, चार चेपलेली ताटं, चार फुटक्या वाट्या आणि चिंध्या झालेले चार कपडे आणि मंगळी म्हैस! आवलीनं ते सगळं घेतलं. एकवार वाड्याला नमस्कार केलान् आणि मुलांच्या हाताला धरून त्यांना घेऊन ती बाहेर पडली. तुकोबा कधीचे बाहेर येऊन थांबले होते. त्यांनी त्यांचं लेखनाचं सामान, टाळ, चिपळ्या आणि वीणा एवढंच बरोबर घेतलं होतं; पण आवलीनं मात्र आपल्या सामानाबरोबर त्यांच्या

अभंगांच्या वह्याही बरोबर घेतल्या होत्या. तुकोबांचं तिकडं लक्ष गेलं आणि क्षणभर त्यांच्या काळजात कळ उठली. डोळ्यांत पाणी भरलं. पण त्यांनी ते निग्रहानं मागं परतवलं. हा वाडा म्हणजे आवलीची मिरास होती. आपण जर आता खचलो किंवा तसं दाखवलं, तरी आवली कोसळून पडेल आणि ती कोसळली असती तर कुणीच उभं राहू शकलं नसतं! तुकोबा हे जाणून होते. सगळी वाड्याबाहेर आली. तुकोबांनी एकदा मागं वळून वाड्याला नमस्कार केला. म्हणाले, "मला क्षमा कर! मी नाही तुझी निगराणी करू शकलो, नाही सांभाळणूक! तू मात्र आम्हाला सांभाळत आलास. माझे आई-बाबा जर अजून तुझ्यामध्ये वावरत असतील तर त्यांना माझा एक निरोप सांग. त्यांना सांग, 'त्यांचा तुकाराम निष्क्रिय, कर्तृत्वहीन नव्हता आणि नाही; फक्त त्यानं आपल्या कर्तृत्वाची दिशा बदलली आहे. आपलं कार्यक्षेत्र बदललं आहे. सांगशील ना एवढं?" डोळ्यांतून वाहणारं पाणी पुसून तुकोबा निग्रहानं वळले. पाठोपाठ आवली होतीच. तिनं विचारलं, "धनी, आता कुठं जायचं? या ऐन वक्ताला कोण आपल्याला आसरा दील?" तुकोबांच्या चेहऱ्यावर हास्य पसरलं. म्हणाले, "आवले, संकटात आपल्याला वाचवायला कोण धावून येतो म्हणतात?" आवलीला क्षणभर वाटलं आपल्या नवऱ्याला वेड लागलं, पण त्यांनी विचारलेला प्रश्न ऐकून तिची ती शंका दूर झाली. "अहो कोण म्हणजे? देव! देव येतो म्हणतात! मला काय त्याचा अनुभव न्हायी. पर माझी मंगळाई येतीया!" आवलीनं निरागसपणे उत्तर दिलं. "बरोबर बोललीस आवले! संकटातून देवच सोडवतो ना? मग आपण त्याच्याकडंच जायचं! आवले, आपण दोन दिवस आपल्या मंदिरात राहू! दोन दिवसांत तो आपली काहीतरी व्यवस्था करेल! नव्हे, त्याला ती करावीच लागेल!" तुकोबांनी सांगितलं. आवलीसमोर पर्याय नव्हता; पण तरीही ती म्हणालीच, "त्या काळ्या विठ्याच्या मंदिरात? मला न्हायी त्याचं तोंड बघायचं! त्याचा मुडदा बसवला! त्याच्याच पायी ह्ये समदं झालंय!" हे ऐकून तुकोबांना हसू आलं आणि त्याचबरोबर आनंदही झाला! आवली विठोबाला बोल लावते आहे म्हणजे ती खचलेली नाही, याचं ते द्योतक होतं. "बरोबर आहे तुझं आवले! त्याच्या पायीच हे घडलंय सगळं. तेव्हा त्यालाच जाऊन विचारू या आणि आपल्यावर आलेलं हे संकट त्यानंच आणलंय ना; मग त्यालाच त्याचं निवारण करायला सांगू या! चालेल तुला?" तुकोबांनी थोडं वेगळं वळण देऊन विचारलं आणि आवलीला ते पटलं. "बरोबर हाय धनी तुमचं! मला पण त्याला जाब विचारायचाच हाय! आनि त्याला काही गोष्टी बजावून सांगायच्याच हायत! आता तरी आपण तिथंच जाऊं. दोन दिवसांत त्यानं काही येवस्था केली न्हाई तर त्याची माझ्याशी गाठ हाय, हे पन त्याला सांगायचंय! चला धनी, चला!" तुकोबांना नवल वाटलं आणि त्याचबरोबर विठोबाची काळजीसुद्धा! पण या गोष्टीला काही इलाज

नव्हता. ही वेळ त्यानंच आणली होती आणि आवली म्हणत होती ते खरंच होतं. तो तिचा अपराधी होता. त्यामुळं तिच्या रोषाला त्याला तोंड देणं भाग होतं. आता पुढं काय होणार होतं, त्याचं आणि तुकोबांचंसुद्धा, एक तोच जाणे!

सगळी मंदिरात आली. मंदिर तसं मुळचं लहान होतं. पण तुकोबांनी जीर्णोद्धार करताना गावकऱ्यांच्या मदतीनं गाभाऱ्यासमोर एक सभामंडपही बांधला होता, ४०/५० माणसं बसू शकतील एवढा आणि त्याला लागूनच दोन ओवऱ्यादेखील काढल्या होत्या. सुरवातीला मंदिरात जाण्यासाठी तुकोबांच्या वाड्याच्या अंगणातूनच दरवाजा होता, पण मंदिराच्या जीर्णोद्धारात गावकऱ्यांनी उत्स्फूर्त सहभाग घेतला आणि मंदिराचं रूपच पालटलं. म्हणून मग तुकोबांनी अंगणातून मंदिरात जाण्याचा दरवाजा कायमचा बंद केला आणि मंदिरात जाण्यासाठी बाहेरूनच एक दरवाजा केला, ज्या योगे ते मंदिर गावकऱ्यांसाठी खुलं झालं. मंदिरात तुकोबांचं रोजचं वास्तव्य असायचं. त्या दोन ओवऱ्यांपैकी एका ओवरीत देवाचं सामान ठेवलं जात असे, तर दुसऱ्या ओवरीत तुकोबा अभंगलिखाण करीत असत. आता त्याच ओवरीत तुकोबांनी घरातून बाहेर पडताना आणलेलं किडूक-मिडूक सामान ठेवलं. तुकोबांपाठोपाठ आवली मंदिरात आली. तशी ती याआधीही झाडलोट करायला कधीकधी मंदिरात येई; पण झाडलोट करून विठ्ठलाकडं न बघता मोठ्या तोऱ्यानं निघून जाई. पण आजची गोष्ट वेगळी होती. आज आवली त्याच्या मंदिरात आली होती निराधार म्हणून. आश्रित म्हणून. मुलांच्या कपड्यांचं बोचकं कडेवर घेऊन भागीरथीचं बोट धरून आवली सभामंडपात आली आणि अनपेक्षितपणे, अगदी अनवधानानं तिची नजर गाभाऱ्यातल्या विठ्ठलमूर्तीवर पडली. त्या क्षणी तिला विठ्ठलाच्या मूर्तीच्या चेहऱ्यावर एक खोडकर हसू दिसलं आणि आवलीच्या अंगाची लाहीलाही झाली. "हास तू मेल्या! हास! हास माझ्या कर्माला आणि हास माझ्या नशिबाला. पण एक तुला सांगते, आवली हितं आलीया ती तुज्या दारात पडून राह्यला नव्हं. ती आलीय तुला जाब विचारायला. ज्ञानोबाचा, चोखोबाचा, जनाबाईचा छळ करून तुझं पॉट भरल्यालं न्हाई, म्हणून माझ्या धन्याचा छळ करतोयस व्हय? अरं, भक्तांचा पाठीराखा म्हणून मिरवायला चोखोबाच्या बायकोचं बाळंतपण करायला गेलाच व्हतास ना? जनाबाईला सुळावरनं वाचवलीसच ना? मग आता कुटं गेलं तुझं पाठीराख्याचं रूप? माझी समदी मान्सं नेलीस, माझं समदं वैभव नेलंस आणि सर्वांत महत्त्वाचं म्हणजे माझ्या धन्यालापण तुझ्या नादी लावलंस! माझ्या संसाराचा इस्कोट केलास तू! पुढं भविष्यातसुदिक जेव्हाजेव्हा तुजं नाव निघंल, माझ्या धन्याचं नाव निघंल, तेव्हा तेव्हा तू माझ्या संसाराचा इस्कोट करणारा हाईस, हेच तुला ऐकून घ्यावं लागंल! दोन दिवस! दोन दिवस देते तुला! या दोन दिवसांत माझ्या लेकरांची काही सोय केली न्हाईस, तर या आवलीशी गाठ हाय! तुला वाटलं असंल

आता आवली खचली असंल, रडेल, भेकेल, माझ्या पाया पडेल, पर तसं काही व्हनार न्हायी. या दोन दिवसांत आम्हाला छप्पर दिलं न्हाईस तर तुजं काही खरं न्हायी. आमाला दुसरा निवारा शोधायची वेळ आणलीस न्हवं तू? दोन दिवसांत आमाला निवारा मिळाला न्हाई तर तुला दुसरा निवारा शोधावा लागंल सांगून ठेवते!'' आवलीनं खणखणीत आवाजात बजावलं आणि भागीरथीला घेऊन ती ओवरीत गेली. तिला आता बसून चालणार नव्हतं. मुलांच्या भुकेची काहीतरी व्यवस्था करायला हवी होती. वाडा गेला म्हणून पोटातली भूक थांबणार नव्हती. विठ्ठलाच्या मूर्तीसमोर उभं राहून विठ्ठलाला खणखणीत आवाजात स्पष्ट शब्दांत जाब विचारणाऱ्या आवलीकडं तुकोबा बघतच राहिले. आवली सगळं भडाभडा बोलून फणकाऱ्यानं निघून गेली आणि तुकोबांची नजर विठ्ठलाकडं वळली. ''विठूराया, मी तुझ्याजवळ तुझ्याबद्दल काहीतरी तक्रार करायची असेल, गाऱ्हाणं मांडायचं असेल तर चाचरतो. दहा वेळा विचार करतो. ही एरवी तर तुला तोंड टाकून बोलतेच; पण ते तुझ्या माघारी. पण आता ती तुझ्या तोंडावर तुला बजावून गेली, धमकावून गेली आणि तू ते चालवून घेतलंस? मग नक्कीच तू तिचा अपराधी आहेस. पण तरीही विठूराया, ही कुठल्या मातीची बनली आहे हा प्रश्न मला नेहमीच सतावतो. आता तूच एकदा याचं उत्तर दे! का तूच तिला तशी बुद्धी देतोयस? का मुद्दाम तिच्याकडून बोलून घेतोयस? तसंच असेल! हीसुद्धा तुझीच खेळी असेल काहीतरी! तू आहेसच तसा खेळीया!

''चरणाचा महिमा । हा तो तुझ्या पुरुषोत्तमा ।।
अंध पारखी माणिके । बोलविशी स्पष्ट मुके ।।
काय नाही सत्ता । हाती तुझ्या पंढरीनाथा ।।
तुका म्हणे मूढा । मज चेष्टविलें जडा ।।

''म्हणूनच म्हणतो विठूराया, ही तुझीच खेळी आहे. माझ्या नशिबाशी आणि संसाराशी असाच खेळत आला आहेस! तुझी इच्छा! पण तुला वाटेल की असं करून तू मला तुझी भक्ती करण्यापासून परावृत्त करू शकशील, तर ते शक्य नाही विठूराया! आता माझ्याजवळ तुझ्या भक्तीशिवाय दुसरं काहीच उरलेलं नाही आणि माझ्या हातात असलेली ही एकमेव गोष्ट मी कशी सोडू?'' विठ्ठलाला असं विचारून तुकोबांनी लिखाणाचं साहित्य काढलं आणि अभंग लिहायला बसले.

तुकोबा कुटुंबासहित वाड्यातून बाहेर पडलेत ही बातमी वाऱ्यासारखी गावात पसरली. काही चार मंडळी सोडली तर गावकऱ्यांच्या मनामनांत तुकोबांनी स्थान मिळवलं होतं. त्यांचे अभंग घराघरांत गायिले जात होते. त्यांचे कीर्तन, कीर्तनातून त्यांचं अभंग सांगणं, त्या अभंगांतून दैनंदिन आयुष्यातल्या गोष्टी

लोकांना समजावून सांगणं, आपल्याला आलेल्या अनुभवातील, चांगल्या-वाईट गोष्टींचा आलेख लोकांसमोर मांडणं आणि आपल्याला आलेल्या अनुभवातून जे काही आपल्या हातून चुकलं, तसं लोकांच्या हातून होऊ नये यासाठी तळमळीनं उपदेश करणं, 'पुढच्यास ठेच मागचा शहाणा' या उक्तीप्रमाणे आपल्याला आलेल्या अनुभवांतून लोकांनी शहाणपण घ्यावं म्हणून लोकांना प्रसंग सांगून शहाणपण येण्यासाठी काही सल्ले देणं, हे काम तुकोबा आत्तापर्यंत करत आले होते. त्यामुळेच त्यांनी लोकांच्या मनात स्थान मिळवलं होतं. तुकोबांचं कुणी असेलनसेल; पण तुकोबा सगळ्या गावाचे होते आणि याचा दाखला आवलीला लगेचच मिळाला. 'आपला वाडा गेला, सावकाराने तो ताब्यात घेतला. आता आपण काय करायचं? कुठं जायचं? कुठं राहायचं? कुठं संसार मांडायचा? कुठं चूल मांडायची? का आता जीव जाईस्तो हितंच, या काळ्याच्या मंदिरात राहायचं? ज्याच्या नावानं बोटं मोडतो, त्याच्याच आसऱ्याला येऊन राहायचं... त्याचं काळं तोंड बघत?' आवलीच्या मनात हजारो प्रश्न होते आणि त्यांतल्या एकाचंही उत्तर तिच्याजवळ नव्हतं आणि सर्वांत महत्त्वाचं म्हणजे ज्यांच्याजवळ उत्तर होतं किंवा असलं असतं, ते तुकोबा मात्र निवांत होते. अभंग लिहिण्यात गुंग होते. आवलीच्या काळजात तुफान उसळत होतं; पण तुकोबा स्थिरचित्त होते. आवली मात्र मनातले प्रश्न घेऊन डोक्याला हात लावून बसली होती. एवढ्यात मंदिराबाहेर एकेक करून माणसं जमायला लागली. प्रत्येकाच्या हातात काही ना काही होतं. एकेक करून प्रत्येक जण आपण आणलेलं सामान मंदिराच्या समोर ठेवू लागला. आवलीला कळेना, हे काय चाललंय? तिनं तुकोबांना हाक मारली. आवलीच्या चार हाका झाल्यावर तुकोबांना भान आलं. लिखाण बाजूला ठेवून ते उठले. बाहेर आले. आवली मंदिराच्या पायरीवर बसली होती. विठ्ठलाकडे पाठ करून. तिला तसं बसलेलं बघून तुकोबांच्या चेहऱ्यावर हास्य उमटलं. एवढ्यात त्यांचं लक्ष समोर गेलं. समोर लोकांची गर्दी उसळली होती आणि सामानाचा ढीग पडला होता. "मंडळी, हे काय? हे सामान इथं कशाला रचून ठेवलंय?" तुकोबांनी विचारलं. लोकं एकदम गलका करायला लागले. काहीच समजेना. तोच महादजीपंत पुढे झाले. त्यांनी हात वर करून लोकांना शांत केलं आणि तुकोबांसमोर हात जोडून म्हणाले, "महाराज, आपणाला वाडा सोडावा लागला असं कळलं. सगळ्यांना कळलं आणि मग प्रत्येकानं फूल ना फुलाची पाकळी म्हणून काही सामान आणलं आहे. त्याचा स्वीकार करावा," महादजींचं बोलणे ऐकून तुकोबा गहिवरले; पण स्वतःवर ताबा ठेवत शांतपणे म्हणाले, "महादजीपंत, तुम्ही मंडळींनी उगा तोशिस घेतलीत. अहो,

"फळकट तो संसार । तेथे सार भगवंत ।।
ऐसे जागवितो मना । सरसें जनासहित ।।
अवघे निरसूनी काम । घ्यावे नाम विठोबाचे ।।
तुका म्हणे देवाविण । केला सीण तो मिथ्या ।।

"मंडळी, जो चोच देतो तोच चाराही देतो. त्या पांडुरंगाच्या मनात जसं असेल तसंच व्हईल. हे सगळं तुम्ही परत घेऊन जा. मला यातलं काही नको!" तुकोबा म्हणाले. पण आवलीचा उतरलेला चेहरा, पोरांची सुकलेली तोंडं कदाचित तुकोबांना दिसली नसतील; पण महादजीपंतांना दिसली. त्यांनी तर आवलीला लेक मानली होती. वडीलकीच्या नात्यानं ते म्हणाले, "तुकोबा, तुम्हाला काहीं नको असेल, कारण तुमचं मन आणि पोट विठ्ठलभक्तीनं भरतंय; पण मुला-लेकरांचं काय? या पोटुशी असलेल्या माउलीचं काय? आणि आम्ही हे तुम्हाला द्यावं असं मुळी त्या विठ्ठलाच्याच मनात आहे; म्हणूनच त्यानं आम्हाला तशी बुद्धी दिलीय. त्यानं चोच दिली आहे, तसा हा चाराही त्यानंच दिलाय असं म्हणा हवं तर!" महादजीपंतांच्या या युक्तिवादावर तुकोबांना काहीच बोलता येईना. ते निरुत्तर झाले. मंदिरासमोरचा सामानाचा ढीग मात्र वाढतच होता. काही वेळानंतर तुकोबा म्हणाले, "खरं आहे तुमचं! पण आता हे एवढं सामान कुठं ठेवायचं? सध्यातरी खाली धरित्री आणि वर आकाश हाच आमचा निवारा आहे. हे इतकं सामान मी कुठं ठेवून घेऊ? महादजीपंत, माझ्यावर कृपा करा आणि हे सर्व सामान ज्याचं त्याला परत करा. अहो, हे सामान ठेवायचं कुठं?" "माझं घर हाय ना, ततंच ठेवायचं!" पाठीमागून आवाज आला. माणकू होता तो. सईचा नवरा. बोल्होबा आणि कनकाई असतानाही सई तुकोबांच्या घरी कामाला होती. तिचं आणि आवलीचं चांगलं गूळपीठ होतं. तोच हा माणकू "अरे माणकू, तुजं घर आहे रे; पण तू कुठं राहणार आपलं कुटुंब घेऊन?" तुकोबांनी विचारलं. त्यावर माणकू पुढं झाला. तुकोबांच्या आणि आवलीच्या पाया पडून म्हणाला, "महाराज, तुम्ही मार्ग दाखवलात म्हणून मी माणसासारखा जगतोय. तुमच्यासाठी जीव पण ववाळीन म्या! तुमी काय बी काळजी करू नगा. अवं, मी, माझी बायकू सई आनि माझं आई-बा आमी गावातल्या घरात ऱ्हातोया. पर आमचं गावठानातलं एक घर हाय ना! लयी मोठं हाई! चार अंकणाचं आय. वाईच मोडकं झाल्यालं हाय! पर त्ये दुरुस्त करून घेऊ. ततं ऱ्हावा म्हाराज तुमी. माज्यावर, माझ्या कुटुंबावर तुमचे लयी उपकार हायत. त्याची उलीशी परतफेड करू दे मला. एवडं ऐका गरिबाचं!" माणकू अजिजी करून विनवत होता. लोकांनाही ते पटलं असावं. "व्हय, व्हय! बराबर हाय! महाराज ततंच ऱ्हातील!" असं म्हणत त्यांनी माणकूच्या म्हणण्याला दुजोरा दिला. नुसता दुजोराच दिला असं

नाही, तर प्रत्येकानं आपण आणलेलं सामान उचललं आणि गावठाणातल्या माणकूच्या घराच्या दाराशी नेऊन ठेवलंसुद्धा! चार जणं पुढं सरसावली. त्यांनी खापऱ्या दुरुस्त करून नीट लावल्या, जे मोडलं होतं ते दुरुस्त केलं आणि संध्याकाळ होईपर्यंत सामान आत नेऊन ठेवलंसुद्धा! डोळ्यांतून वाहणारं पाणी न पुसता तुकोबा विठ्ठलासमोर बसले होते. आवलीचा आपल्या डोळ्यांवर आणि कानांवर विश्वास बसत नव्हता. आपला नवरा विठ्ठलाची भक्ती करतो म्हणजे नक्की काय करतो, हे तिला कळतही नव्हतं आणि पटतही नव्हतं. पण त्यानं केलेल्या भक्तीचा हा असा परिपाक असेल, असं तिला वाटलं नव्हतं. एक मात्र खरं की, लोकांचं आपल्या धन्यावरचं प्रेम बघून तिचा ऊर अभिमानानं भरून आला. मंदिरासमोरचा सामानाचा ढीग संपला, तशी पोरांना घेऊन आवली निघाली. जाताजाता तिची नजर विठ्ठलमूर्तीवर पडली. मूर्तीच्या चेहऱ्यावर तेच हसू होतं. तिला पुन्हा संताप आला. "लयी तेगार करू नकोस. यात तुझी कामगिरी कायी न्हायी! ह्ये माझ्या धन्याचं कर्तृत्व हाये आणि गावकऱ्यांचं त्यांच्यावरचं प्रेम! तुझं कायी न्हायी यात! असलंच तर त्यो वाडा सोडायला लावण्यातच हाये. समजलं? न्हायीतर उगा मिरवशील आवलीचा संसार मीच उभा करून दिला म्हणून आणि दिलाच असलास तर काय उपकार केलेले न्हायीस! तुला दोन दिवसांची मुदत दिली होतीच मी! तेवढ्यात काई केलं नसतंस तर तुजं काई खरं नव्हतं! बस आता एकटाच!" असं म्हणत मुलांना घेऊन आवली तरातरा गेलीसुद्धा! मंदिरात राहिले तुकोबा आणि पांडुरंग दोघंच! विठ्ठलाला आवलीनं दम दिलेला तुकोबांनी ऐकला आणि विठोबाला म्हणाले, "का तू असलं काहीतरी करतोस की, ज्यामुळं तुला आवलीची बोलणी खावी लागतात? तुझं आणि आवलीचं काय नातं आहे ते तुझं तुला माहीत; पण मला मात्र कायम ते एक कोडंच वाटतंय एवढं खरं!" आवली आणि मुलं गेल्यावर तुकोबांनी पुन्हा लेखनात लक्ष घातलं.

पराधीन माझे करुनिया जीणे । सांडी काय गुणे केली देवा ।।
उदार हे कीर्ती असे जगामाजी । कां ते ऐसें आजि पालटिलें ।।
आळवितो परी न पुरे चि रीग । उचित तो त्याग नाही तुम्हां ।।
तुका म्हणें कां बा मुळीच व्यालासी । ऐसे का नेणसी पांडुरंगा ।।

आवली पोरांना घेऊन माणकूच्या घराजवळ पोचली. तोवर गावकऱ्यांचे १०० हात काम करून मोकळे झाले होते. आवलीनं पदर खोचला आणि तीही कामाला लागली. पहिल्यांदा तिनं तीन दगडांची चूल मांडली. पालापाचोळा गोळा करून ती पेटवली आणि सामानातून आणलेल्या गाडग्यात, सामानातूनच आलेले तांदूळ वैरायला घातले आणि मगाच ती कामाला लागली.

तुकोबा मंदिरात लिहीतच बसले होते. त्यांना वाडा सोडावा लागला ही बातमी जशी गावाला समजली होती, तशीच मंबाजीलाही समजली. तो तर तुकोबांची फजिती बघायला टपलेलाच होता. सगळी माणसं, सगळं सामान घेऊन पांगली आणि तुकोबा मंदिरातच बसलेत हे बघून मंबाजी तिथं आला. तुकोबांकडे एक कुत्सित दृष्टिक्षेप टाकून म्हणाला, "अरेरे, कुटाळक्या करून, चार माणसं जमा करून, चार अक्षरं लिहिली म्हणजे भक्तीही होत नाही आणि शहाणपणाही होत नाही, हे पुन्हा एकदा सिद्ध झालंय. अशी खोटी भक्ती करून सोंग केलं की, देवसुद्धा पाठीशी उभा राहत नाही म्हणतात ते काही खोटे नाही. शेवटी केलंच ना बेघर त्यानं? ही खोट्या भक्तीचीच शिक्षा हो! अरे तुक्या, आता तरी शहाणा हो! अरे, हे सगळं करणं तुझ्यासारख्या पातक्यांचं काम नव्हे! काय समजले? असो, काही गरज पडली तर भीक माग हो माझ्याकडे!" मीठ चोळण्याच्या इराद्यानं मंबाजी म्हणाला. त्याला वाटलं होतं तुकोबा गप्प बसतील. शरमेनं खाली मान घालतील. त्याच्याजवळ अजिजी करतील; पण त्याचा तो अंदाज साफ चुकला. ना तुकोबांनी खाली मान घातली, ना त्याची अजिजी केली. मंबाजीचं बोलणं ऐकून तुकोबांनी लिखाण थांबवलं आणि म्हणाले, "मंबाजी, वांझोटी स्वप्नं बघू नकोस. अरे, माझा एक वाडा गेला; पण शेकडो गावकऱ्यांच्या हृदयांत माझे शेकडो वाडे आहेत. तेव्हा मी बेघर झालो हा भ्रम मनातून काढून टाक आणि भीक मागायचंच म्हणशील तर तुझ्याकडं मला भीकसुद्धा मागायला लागू नये याची माझ्या पांडुरंगानं आधीच व्यवस्था करून ठेवली आहे. दुसरं असं मंबाजी, खऱ्या आणि खोट्या भक्तीच्या गोष्टी तू मला सांगू नको आणि तू तर भक्तीविषयी बोलूच नको. तुझी भक्ती म्हणजे मंबाजी -

"तुळसी वृंदावनी उपजला कांदा । नावडे गोविंदा काहीं केल्या ।।
तैसें वंशामध्ये जाले जे मानव । जाणावे दानव अभक्त ते ।।
केवड्यामधली निर्गंध कणसे । तैशी ती माणसें भक्तीहीन ।।
तुका म्हणे जेवी वंदनातील आळी । न चढे निढळी देवाचिया ।।

तुकोबांचं हे सडेतोड उत्तर ऐकून तोंडात मारल्यासारखा मंबाजी गप्प बसला आणि दातओठ खात, चरफडत तिथनं निघून गेला. मग मात्र तुकोबांनी लिखाण आवरतं घेतलं आणि ते घराकडं परतले. घराकडं, त्यांच्या नवीन घराकडं, माणकूच्या घराकडं.

आवली कामाला वाघीण होती. तिचे हात चटचट कामाला लागले आणि माणकूच्या त्या मोडक्यातोडक्या घराचं जणू रूपच पालटलं. त्या घरानं जणू कातच टाकली आणि इतके दिवस गावठाणात एका बाजूला असलेलं ते घर आवलीच्या

वावरण्यानं, मुलांच्या हसण्यानं जणू गजबजून गेलं. तुकोबा घरी आले आणि घराचं ते पालटलेलं रूप बघून थक्क झाले. आवलीनं त्या पडक्या घराचं जणू नांदतं गोकूळ बनवलं होतं. सामान सगळं जागच्या जागी नीटनेटकं लागलं होतं. शिजलेल्या भाताचा आणि लसणाच्या फोडणीचा वास घरभर दरवळत होता. मागं छोटं परसू होतं, तिथंच शेवग्याच्या झाडाखाली मंगळीची व्यवस्था झाली होती. तिथंच मांडलेल्या तीन दगडांच्या चुलीत वैल रसरसून पेटला होता. आवली भाकरीला बसली होती आणि मुलं तिच्याभोवती भाकरीची वाट बघत बसली होती. त्या घराच्या दारातून तुकोबांना हे दृश्य दिसलं आणि त्यांचे डोळे भरून आले. ''आवलीशिवाय आपल्या अस्तित्वालाही अर्थ नाही आणि आपल्या भक्तीलाही अर्थ नाही.'' तुकोबांनी मनोमन आवलीच्या प्रेमाला, कर्तृत्वाला वंदन केलं आणि घरात प्रवेश केला. त्यांची चाहूल लागून आवलीनं वर पाहिलं. तुकोबा आलेले बघून तिनं विचारलं, ''आलासा? सोडलं वाटतं त्या काळ्यानं? मला वाटलं, तितंच जेवायला थांबवून घेतोय का काय! रुक्मिणीदेवी गरम गरम पुरणपोळ्या करून घालंल आणि तुमी पोटभर जेवाल! पण काय जमलेलं दिसत न्हायी. तोंड तर सुकलेलं दिसतंय! भूक लागली असंल तर जेवायला या!'' असं म्हणून आवलीनं तव्यावरची भाकरी परतली आणि वईलाला लावली. ती टम्म फुगली. तुकोबांचं तिकडं लक्ष गेलं. ते आवलीला म्हणाले, ''आवले, मला आत्ता समजलं की तुझ्या भाकरी अशा काठोकाठ फुगतात का ते? आणि तुझ्या हातचं जेवण असं खमंग आणि झणझणीत का होतं ते? माणसाचा स्वभाव त्याच्या हातात आणि केलेल्या कामात, पदार्थात उतरतो म्हणतात; ते खरंच आहे!'' त्यांच्या या बोलण्यावर आवलीनं फणकाऱ्यानं मान उडवली आणि म्हणाली, ''पुरं आता शब्दांचा खेळ. गप जेवायला या!'' मग मात्र तुकोबा मनापासून हसले आणि भाकरी खायला बसले.

तुकोबांचं राहतं घर गेलं म्हणून महादजीपंतांनी काही विचार केला आणि बाळाजी पाटलाकडे तुकोबांसाठी शब्द टाकला. बाळाजीलाही तुकोबांचा प्रामाणिकपणा, धार्मिक आणि पापभीरू स्वभाव माहीत होता. त्यांच्यावर आलेला प्रसंगही तो जाणून होता. तुकोबांच्या या विठ्ठलभक्तीपायी त्यांच्या कुटुंबीयांवर उपाशी राहण्याची वेळ येते, हेही त्याला माहीत होते. तुकोबांसाठी काहीतरी करावे अशी त्याची मनापासून इच्छा होती. पण त्यांना आपल्याकडे किंवा आपल्या शेतात कामाला कसे ठेवावे? त्याला संकोच वाटत होता. पण आता महादजीपंतांनी सुचवले म्हटल्यावर बाळाजी लगेचच तयार झाला आणि तुकोबांनी बाळाजीच्या शेतावर राखोळी म्हणून राहायचं असं ठरलं. आपल्या बायकोमुलांवर गुदरलेला प्रसंग बघून तुकोबाही तयार झाले आणि त्याच दिवसापासून बाळाजीच्या शेतावर राखोळी म्हणून जाऊ लागले. आवलीला आनंद झाला. वाडा गेला ते गेला; पण त्यामुळंच धन्यांना शहाणपण

सुचलं. 'वाइटातून काही चांगलं होतं ते असं' असंही तिला वाटून गेलं. दोन दिवस बरे गेले. बाळाजीच्या शेताची जमीन काळीभोर व सुपीक होती. शेतात दोन विहिरी होत्या. दिवसभर रहाटाचं पाणी शेताच्या बांधातून खेळत असे. बाळाजीनं शेतात जोंधळा पेरला होता. दृष्ट लागण्यासारखं पीक शेतात आलं होतं. ओंजळीत मावणार नाही असं एकेक कणीस- तेही ज्वारीच्या सोनेरी दाण्यांनी गच्च भरलेलं. कणसं काढणीला आली होती. बाळाजी माणसांची जोडणी करण्याच्या नादात होता. त्यातच त्याच्या भाचीची तब्येत बिघडल्याचा सांगावा आला; म्हणून तो टाकोटाक बहिणीच्या गावाला गेला. जाताना तुकोबांना नीट लक्ष ठेवायला सांगून गेला. रात्री जेवणं आटोपून तुकोबा राखोळीला आले. टाळ, चिपळ्या आणि वीणा घेऊन मचाणावर चढले. वातावरण शांत होतं. थंडगार वारं वाहत होतं. चांदणी रात्र होती. आकाशात दिसणाऱ्या चंद्रात तुकोबांना विठोबा दिसायला लागला. एवढंच नव्हे तर तो इथंही आपल्या सोबतीलाच आला आहे, असं त्यांना वाटायला लागलं. या शेतावर आपण एकटे आहोत, या अंधारात आपण एकटे आहोत, ही त्यांची भावना कुठल्याकुठं दूर पळाली. आपला विठूराया आपल्या सोबत आहे, आपण जिथंजिथं जातो तिथंतिथं तो आपल्या सोबत येतो, या भावनेनं त्यांचा ऊर भरून आला. चिपळ्यांचा ठेका धरून ते गाऊ लागले.

जेथे जातो तेथे तू माझा सांगाती । चालविसी हाती धरुनियां ।।
चालों वाटे आम्ही तुझाचि आधार । चालविसी भार सवे माझा ।।
बोलो जाता बरळ करिसी ते नीट । नेली लाज धीट केलो देवा ।।
अवघे जन मज जाले लोकपाळ । सोइरे सकळ प्राणसखे ।।
तुका म्हणे आता खेळतो कौतुकें । जाले तुझे सुख अंतर्बाही ।।

गातागाता तुकोबांची समाधी लागली. स्वतः विठ्ठल जणू त्यांच्या समवेत, त्यांच्यासोबत बसून नाचू-गाऊ लागला. रात्र अशीच संपली. उजाडलं. तुकोबा डोळे मिटून 'राम कृष्ण हरी'चा जप करत बसले होते. एवढ्यात गलका ऐकायला आला. त्या गलक्यानं तुकोबांनी डोळे उघडले. मचाणासमोर माणसं जमली होती. हातवारे करून ओरडून बोलत होती. तुकोबांनी सभोवार पाहिलं आणि त्यांना धक्काच बसला. उभं पीक आडवं झालं होतं. गुरांनी पिकाची नासाडी केली होती. कणसं मातीत पडली होती. धाटांनी माना टाकल्या होत्या. पिकाची ती अवस्था बघून तुकोबांच्या डोळ्यांत पाणी भरलं. ते मचाणावरून खाली उतरले. तोच लोकं त्यांच्या भोवती जमले. जो तो तुकोबांना दोष देऊ लागला. कुणीतरी ही बातमी बाळाजीपर्यंत पोचवली. बाळाजी लगोलग आला. गावात आला ते सरळ शेतात आला. पिकाची अवस्था बघून कपाळ बडवून घ्यायला लागला. तुकोबांना राखोळीसाठी ठेवल्याबद्दल

स्वतःलाच दूषणं देऊ लागला. बाळाजीचा भाऊ मात्र तुकोबांना बोल लावायला लागला. झालेल्या नुकसानीची भरपाई तुकोबांनीच करून दिली पाहिजे, त्यासाठी पंचांच्यासमोर मी दाद मागणार, असं म्हणायला लागला आणि तसंच झालं. तुकोबा राखोळीला असताना गुरं शेतात शिरली आणि त्यांनी उभ्या पिकाची नासाडी केली, तुकोबांच्या बेजबाबदारपणामुळं हे घडलं, असा आरोप तुकोबांवर शाबीत झाला आणि धान्याची मोजणी झाल्यानंतर बाळाजीचं जे काही नुकसान होईल त्याची भरपाई तुकोबांनी करून द्यावी, असा निकाल पंचमंडळींनी दिला. आपलं दुर्लक्ष झाल्यामुळं, आपण विठ्ठलभजनात दंग झाल्यामुळं शेतात गुरं शिरलेली आपल्याला कळली नाहीत, हे तुकोबांनी मान्य केलं. गुन्हा कबूल केल्यामुळं नुकसानभरपाई देण्याची शिक्षाही कबूल करावी लागली आणि पुन्हा एकदा विठोबामुळं अपमानित होऊन तुकोबा घरी परतले. हे सगळं समजल्यावर तर आवलीनं गहजब केला. पण आता दिलेली शिक्षा निमूटपणे भोगणं क्रमप्राप्त होतं. आता मोजणी झाल्यावरच पुढचं भवितव्य ठरणार होतं. आवलीचं म्हणणं होतं, गावातल्या चार लोकांना सांगून तुकोबांनी रदबदली करून घ्यावी; पण तुकोबा मात्र विठ्ठलाशी भांडत बसले होते.

आता माझ्या दुःखा कोण हो सांगाती । रखुमाईचा पती पावे चि ना ।।
काय विधात्याने घातलीसे रेखा । सुटका या दुःखा न होय चि ।।
तुका म्हणे माझी विसरू नको चिंता । अगा पंढरीनाथा पाव वेगी ।।

त्याला निर्धाराने विनवीत राहिले

आइक नारायणा वचन माझे खरें । सांगतो निर्धारें तुज पासी ।।
नाही भाव मज पडिली लोककाज । राहिलेंसे काज तुझे पायी ।।
जरि तुज काहीं करणे उचित । तारी तू पतित तुका म्हणे ।।

त्यांना खात्री होती की, या संकटातून त्यांचा पांडुरंगच त्यांना वाचवेल. आता कसोटी होती तुकोबांच्या भक्तीची आणि देवाच्या शक्तीची. आता परीक्षा होती तुकोबांच्या ध्यासाची आणि देवावरच्या विश्वासाची. आता कस लागणार होता तुकोबांमधल्या भक्ताचा आणि देवाच्या भक्तवत्सलतेचा. आता घडणार होतं तुकोबांचं भवितव्य आणि ठरणार होतं देवाचं सामर्थ्य. मोजणीला सुरवात झाली. पंचमंडळी बसली होती. बाळाजी आणि त्याचा भाऊ बसले होते. तुकोबा एका बाजूला खाली मान घालून उभे होते. अभंग तोंडातून शब्द उमटत होते–

माता कापी गळा । तेथे कोण राखी बाळा ।।
हे का नेणां नारायणा । मज चाळवितां दिना ।।

नागवी धावणे । तेथे साह्य व्हावे कोणे ।।
राजा सर्व हरी । तेथे दूजा कोण वारी ।।
तुझ्या केल्याविण । नव्हे स्थिर वश जन ।।
तुका म्हणे हरी । सूत्र तुम्हा हाती दोरी ।।

आणि काय होतंय, काय घडतंय, काय ठरतंय हे बघायसाठी अख्खा गाव लोटला होता. मोजणी करणारे मोजणी करत होते. त्याआधी त्यांनी बाळाजीला विचारलं, ''दर वर्षी तुमच्या शेतात किती खंडी धान्य येतं?'' बाळाजी काही बोलण्यापूर्वीच त्याचा भाऊ उत्तरला तीन ते चार खंडी!'' आता मोजणी सुरू झाली. बघता बघता खळ्यात मोजलेल्या जोंधळ्याची रास लागली. मोजणी करणारे थकले; पण मोजणीचं धान्य संपेना. तुकोबांनी एक वेळ नजर उचलून खळ्याकडं पाहिलं. कमरेवर हात ठेवून उभी असलेली एक तरल आकृती त्यांना तिथं दिसली. न राहवून त्यांनी हात जोडले आणि मोजणी संपली. बाळाजीच्या शेतात जिथं जास्तीत जास्त चार खंडी धान्य येत होतं, तिथं सहा खंडी धान्य भरलं होतं. गुरांनी नुकसान करूनही धान्य नेहमीपेक्षा जवळजवळ दीडपट जास्त भरलं होतं. तुकोबांनी ते ऐकलं आणि हात जोडून, डोळे मिटून ते उभे राहिले. त्यांच्या मिटल्या डोळ्यांतून आसवांच्या धारा लागल्या होत्या. देहाला थरथर सुटली होती. लोकांनाही नवल वाटलं. तुकोबांचा, तुकोबांच्या भक्तीचा आणि विठूरायाचा गजर करत लोक पांगले. पंचांनी चढ आलेलं धान्य तुकोबांच्या घरी पोचवण्याची आज्ञा केली. बाळाजीनं पुढं येऊन तुकोबांचे हात धरले. म्हणाला, ''तुकोबा माफ करा. तुमची योग्यता आम्हाला कळली नाही!'' तुकोबा शांत उभे होते. त्यांनी बाळाजीच्या हातावर थोपटलं. आपली वीणा, टाळ, चिपळ्या घेतल्या आणि घराची वाट धरली. पाठमोऱ्या दिसणाऱ्या तुकोबांकडे पंचमंडळी मात्र नवलानं पाहत होती. अगदी ते दिसेनासे होईपर्यंत. तुकोबा हळूहळू दूरदूर गेले. त्यांचे शब्द मात्र भक्तीचा गंध घेऊन मागे दरवळत होते, खळ्याच्या आसपास.

काय पुण्य ऐसें आहे मजपाशी । तातडी धावसी पांडुरंगा ।।
काय ऐसा भक्त वाया गेलो थोर । तू मज समोर होसी वेगा ।।
काय कष्ट माझे देखिली चाकरी । तो तू झडकरी पाचारिशी ।।
कोण मी नावांचा थोर गेलों मोटा । अपराधी करंटा नारायणा ।
तुका म्हणे नाही ठाऊके संचित । येणे जन्महित नाही केले ।

२४

बाळाजीच्या शेतात घडलेला सगळा प्रकार आवलीला समजला आणि आपलं आणि आपल्या कुटुंबाचं रक्षण आपल्या मंगळाईनं केलं म्हणून तिनं मंगळाईला साखरफुटाण्याचा नैवेद्य दाखविला. पण तुकोबांना मात्र खात्री पटली की, हे काम विठ्ठलाचंच आहे. या प्रसंगानं तर विठ्ठल त्यांच्या पाठीशी आहे, याची ग्वाहीच त्यांना मिळाली.

आम्ही विठ्ठलाचे दास जालो आता । न चले हे सत्ता आणिकांची ।।
नावरे तयासी ऐसे नाही दुजे । करिता पंढरीराजे काय नव्हे ।।
कोठें तुज ठाव घ्यावयासी धावा । मना तू विसावा घेई आता ।।
इंद्रियांची वोढी मोडिला व्यापार । ज्या अंगे संचार चाळी तुज ।।
तुका म्हणे आम्ही जिंकोनिया काळ । बैसलों निश्चळ होऊनियां ।।

एक मात्र झालं. या प्रसंगानं लोकांच्या मनातली तुकोबांची प्रतिमा आणखीच दृढ झाली. एवढंच नव्हे, तर जे काही लोक मंबाजीच्या नादी लागून तुकोबाचा द्वेष करत असत, त्यांनाही तुकोबांची योग्यता कळली. आणि त्यांच्याही मनात तुकोबांनी स्थान मिळवले. एवढंच नव्हे, तर मंबाजीचा खोटेपणा, त्याच्या मनात खदखदत असलेला तुकोबांबद्दलचा मत्सरही त्यांच्या लक्षात आला आणि उघडपणे ते तुकोबाजी बाजू घेऊन बोलायला लागले. या गोष्टीचा साहजिकच मंबाजीवर परिणाम झाला. आणि त्याच्या मनातल्या तुकोबांच्या द्वेषाची धार आणखी वाढली. त्यातच तुकोबांची विद्वत्ता बघून महादजीपंतांसारखे ब्राह्मणही त्यांना मानू लागले. हे बघून मंबाजीचं डोकं आणखीच फिरलं. तुकोबांची फजिती कशी करावी, त्यांना गावातून कसं हाकलून द्यावं, याचा विचार तो सतत करू लागला. आणि त्याला रामेश्वरभटांची आठवण झाली. रामेश्वरभट वाघोली गावचे महाविद्वान, कर्मनिष्ठ, धर्मनिष्ठ ब्राह्मण. त्यांच्या कानावर तुकोबांची ही कीर्ती आली होती. तुकाराम नावाचा कुणी कुणबी वाणी भजन-कीर्तन करतो, हे त्यांना समजलं होतं. त्याबद्दल त्यांची काहीच हरकत

नव्हती. पण मंबाजी त्यांना भेटायला आला आणि त्यानं जे सांगितलं ते ऐकून रामेश्वरभटाच्या अंगाचा तिळपापड झाला. मंबाजीनं सांगितलं, ''तुकोबा हा जातीनं शूद्र असूनही आपल्या अभंगांतून सारा श्रुत्यर्थ सांगतो. खालच्या वर्गातील लोकांना धर्माचे मर्म समजावून सांगतो. चौथ्या वर्गातल्या लोकांना, ज्यांना धर्मानं कोणतेच अधिकार दिलेले नाहीत, त्यांना ब्रह्मज्ञान सांगतो. वेद-उपनिषदांचा अभ्यास करण्याचा, वाचन करण्याचा, त्यातील धर्मार्थ समजावून सांगण्याचा अधिकार फक्त ब्रह्मवृंदाचाच असताना हा तुक्या त्या वेद-उपनिषदांचाही अभ्यास करतो आणि त्यांतला अर्थ इतरेजनांना समजावून सांगतो. वेदाचार्य, हा तुक्या म्हणतो–

''वेदाचा तो अर्थ आम्हासीच ठावा । येरांनी वाहावा भार माथा ।।
खादल्याची गोडी देखिल्यासी नाही । भार धन वाही मजुरीचे ।।
उत्पत्तिपाळणसंहाराचे निज । जेणे नेले बीज त्याचे हाती ।।
तुका म्हणे आले आपणचि फळ । हातोहाती मूळ सापडले ।।

''तुक्याच्या या शब्दांत अवघ्या ब्रह्मवृंदाची बेअदबी आहे. एवढंच नव्हे, तर यात धर्माची, धर्माच्या कायद्याची, धर्मपीठाची पायमल्ली आहे. हा तुक्या असाच करत राहिला तर ब्रह्मवृंदाला जगणं अशक्य होईल. तो सगळ्यांना डोईजड होऊन बसेल. धर्मपीठाचा हा अपमान आपण सहन करता कामा नये. त्या तुक्याला चांगलाच धडा शिकवायला हवा. त्याच्या या अभंगवाणीला फसून, भुलून देहूतले अनेक ब्राह्मणही त्याच्या नादाला लागलेत. त्याच्या भजनी लागलेत. अहो, हा कुणबी म्हणजे शूद्रच. तरीही अनेक शास्त्री, पंडित, पुराणिक या तुक्याला वंदन करत आहेत. हळूहळू सगळ्या ब्रह्मवृंदाला याच्या पायाशी झुकावं लागेल. वेदाचार्य, काहीतरी करा; या बंडखोर तुक्याला आवरा. नाहीतर सगळी वर्णाश्रम व्यवस्था कोलमडून पडेल. आणि समाजात सगळा भ्रष्टाचार माजेल. अनाचार माजेल.'' मंबाजीचं हे बोलणं ऐकून रामेश्वरभटांना खूप संताप आला. ''तुकाराम भजन-कीर्तन करत होता तोवर ठीक होतं; पण आता हा वर्णाश्रम व्यवस्थेवर घाला घालायला निघाला आहे. तीनशे वर्षांपूर्वी ज्ञानेश्वर माउलीनंही बहुजन समाजाला असंच जवळ केलं होतं. जातिभेदापलीकडं असलेल्या भागवत धर्माच्या झेंड्याखाली त्यांना एकत्र केलं होतं. त्यांना भक्तीचा मार्ग खुला करून दिला होता. पण त्यांच्या भवताली जमलेल्या त्या ब्राह्मणेतर संतांपैकी कुणीच वेदशास्त्र, उपनिषद यांच्या अर्थ-अन्वयार्थात हस्तक्षेप केला नव्हता. पण हा तुकाराम कुणबी असूनही याचं हे धाडस? वर आणखी–

''वेद अनंत बोलिला । अर्थ इतका चि शोधिला ।।
विठोबासी शरण जावे । निजनिष्ठ नाम गावे ।।

सकळ शास्त्रांचा विचार । अंती इतकाचि निर्धार ।।
अठरा पुराणी सिद्धान्त। तुका म्हणे हा चि हेत ।।

असंही म्हणतो. हद्द झाली याच्या उद्दामपणाची. याला पायबंद घातलाच पाहिजे. याला काहीतरी अद्दल घडवलीच पाहिजे. याला जबर शिक्षा केली म्हणजे दुसरा कुणी वर्णाश्रम व्यवस्थेवर ओरखडा उठवायला धजावणार नाही. चातुर्वर्ण्य व्यवस्था ही समाजाची घडी नीट बसावी, समाजाचं व्यवस्थाचक्र नीट चालावं, त्याला काहीतरी व्यवस्थेचं, रीतिरिवाजाचं, परंपरांचं अधिष्ठान असावं म्हणून बनविण्यात आली. आपल्या पूर्वजांनी चातुर्वर्ण्य समाजव्यवस्था ही समाजाच्या कल्याणाचा विचार करूनच आखली आहे. त्या व्यवस्थेचे काही नियम आहेत. काही कायदे आहेत. धर्माधिष्ठित आचरण आणि धर्माधिष्ठित जीवनक्रम हा या व्यवस्थेचा पाया आहे. या पायावरच समाजमंदिराची इमारत उभी आहे. आणि असं असताना हा कोण, कुठला तुकाराम स्वतःला वाणी म्हणवतो. म्हणजे हा वर्णव्यवस्थेच्या तिसऱ्या वर्गात येतो आणि पहिल्या वर्गाला नेमून दिलेलं काम करून धर्मबाह्य वर्तन करतो? त्याला याचा जाबही विचारला पाहिजे आणि सजाही फर्मावली पाहिजे.'' रामेश्वरभटांचा निर्णय पक्का झाला आणि त्यांनी देहूला येऊन या तुकारामप्रकरणाचा न्याय-निवाडा करण्याचं आश्वासन मंबाजीला दिलं. आता त्या तुक्याची चांगली जिरणार, असे मांडे मनाशी खात मंबाजी देहूत परतला.

रामेश्वरभटाच्या कानावर याआधीही तुकोबाबद्दलची कीर्ती आली होती. करत असेल कोणीतरी भजन-कीर्तन, असं म्हणून त्यांनी दुर्लक्ष केलं होतं. पण मंबाजीनं येऊन सगळं सांगितल्यावर मात्र रामेश्वरभटांना संताप आला. त्यांनी देहूच्या पाटलास निरोप पाठवला. ''धर्मभ्रष्ट करणाऱ्या, आणि भोळ्याभाबड्या जनांना नादाला लावणाऱ्या या तुकोबाला गावाबाहेर घालवावे. त्याला हद्दपार करावे.'' धर्मपंडितांचीच ती आज्ञा! पाटलानं तुकोबांना जाऊन सांगितली. चांगली समज दिली. तुकोबा रामेश्वरभटांना भेटायला वाघोलीला गेले. रामेश्वरभटांनी तुकोबांना सांगितलं, ''तुला वेद-शास्त्र, पुराणं सांगण्याचा अधिकार नाही. तुझी वाणी-लेखणी धर्मशास्त्राविरुद्ध काम करते आहे. ते ताबडतोब बंद कर; अन्यथा गावाबाहेर घालवून तुझ्यावर ग्रामण्य घालावे लागेल. यावर तुझे काय म्हणणे आहे?'' क्षणभर तुकोबांना वाटले की, काही बोलूच नये. पण मूक राहून अन्याय का सोसायचा? त्यांनी रामेश्वरभटांना उत्तर दिलं, ''भूदेव, आपण सर्वज्ञानी आहात. आचार्य आहात. वेदाचार्य आहात. आपणाविरुद्ध बोलण्याची माझी प्राज्ञा नाही; पण तरीही आपली आज्ञा आहे म्हणून सांगतो. मी हे जे काही बोलतो, सांगतो, लिहितो, ते माझे नाहीच आहे.

''बोलिलो जैसे बोलविले देवे । माझे तुम्हा ठावे जातिकुळ ।।
करा क्षमा काही नका धरू कोप । संत मायबाप दीनावरी ।।
वाचेचा चाळक जाला दावी वर्म । उचित ते धर्म मजपुढे ।।
तुका म्हणे घडे अपराध नेणता । द्यावा मज आता ठाव पायी ।।

असं आहे आचार्य! देव जे मला सांगतो तेच मी बोलतो. मग यात माझा काय गुन्हा आहे?'' तुकोबांचं हे बोलणं ऐकलं आणि रामेश्वरभटांना आणखीच संताप आला. जो पाटील तुकोबांसोबत आला होता त्याला रामेश्वरभटांनी आज्ञा केली, ''हा असा ऐकणार नाही. याला चांगली समज येईल असे काहीतरी केले पाहिजे. तुम्ही याला गावाबाहेर हाकला आणि याच्यावर ग्रामण्य घाला. म्हणजेच याचं डोकं ठिकाणावर येईल!'' रामेश्वरभटांनी आज्ञा केली आणि त्या गावपाटलांनी ती आज्ञा पाळण्याचं वचन रामेश्वरभटांना दिलं. हे सगळं ऐकून तुकोबा अस्वस्थ झाले. 'आपल्याला गावाबाहेर हाकललं तर आपण काय करायचं? त्या पांडुरंगाशिवाय कसं राहायचं? त्याला बघितल्याशिवाय आपला एक दिवस जात नाही. आपल्या भक्तीला, भजन-कीर्तनाला गावकऱ्यांशिवाय शोभा नाही. आणि याच गावकऱ्यांच्या प्रेमावर आपला आणि आपल्या कुटुंबाचा उदरनिर्वाह होतो आहे. आता काय करायचं?' तुकोबांचं मन घायाळ झालं. बावरलं. त्यांच्या मुखातून त्या बावरल्या मनाचं प्रतीक शब्दांतून उमटलं.

''काय खावे आता कोणीकडे जावे । गावात रहावे कोण्या बळे ।।
कोपला पाटील गावचे हे लोक । आता घाली भीक कोण मज ।।
आता येणे चवी सांडिली म्हणती । निवाडा करीती दिवाणात ।।
भल्या लोकी यास सांगितली मात । केला माझा घात दुर्बळाचा ।।
तुका म्हणे याचा संग नव्हे भला । शोधीत विठ्ठला जाऊ आता ।।

तुकोबांचा हा अभंग ऐकला आणि रामेश्वरभटांचा संताप अनावर झाला. ते म्हणाले, ''तुझ्यावर ग्रामण्य घातलं म्हणजेच तुला अक्कल येईल आणि हे तुझं कवित्व बंद होईल. तुक्या, तुझं हे कवित्व हे सगळ्या पापांचं मूळ आहे. ते आधी ताबडतोब बंद कर. नपेक्षा पापाचा धनी तर तू झालेला आहेसच; पण मोठ्या शिक्षेचाही धनी होशील. तुझं हे कवित्व, ती अभंचरचना हे सगळं आत्ता, या क्षणापासून थांबवलंस तर ठीक आहे. बोल, काय करतोस?'' रामेश्वरभटांच्या या प्रश्नाला तुकोबांजवळ दुसरा पर्याय नव्हता. तुकोबांनी मान डोलावली. म्हणाले, ''भूदेव, ठीक आहे. मी अभंग रचणे थांबवतो; पण त्या विठ्ठलाची भक्ती करण्याची मला मुभा द्यावी.'' तुकोबांनी हात जोडून विनंती केली. रामेश्वरभट काही बोलणार तोच तिथे आलेल्या मंबाजीनं मध्येच तोंड घातलं. ''तुला रे पातक्याला काय

करायचीय त्या विठ्ठलाची भक्ती? म्हणजे विठ्ठलभक्तीच्या नावाखाली तू पुन्हा अभंग रचणार. पुन्हा वेदांच्या अर्थाशी खेळणार आणि सगळ्या कर्मकांडाचा बट्ट्याबोळ करणार. आणि काय रे, आत्ता यापुढं अभंगरचना करणार नाही, कवित्व करणार नाही म्हणून वर तोंड करून सांगतोस? पण आतापर्यंत जे काही खरडलंयस त्याचं काय? त्यातच तर तू वेद-उपनिषदांचा आणि कर्मकांडाचा अधिक्षेप केला आहेस. त्याचं काय? वेदाचार्य, तुम्ही याच्या भोळ्या चेहऱ्यावर आणि सालस बोलण्यावर जाऊ नका. जे काही पातक करायचंय ते आधीच त्यानं त्याच्या रचनांतून करून ठेवलंय. मग आता यापुढं त्यानं कवित्व केलं काय वा नाही केलं काय! तेव्हा याच्या त्या पातकाचाही काही बंदोबस्त करायला हवा!'' मंबाजीचं हे बोलणं रामेश्वरभटांनाही पटलं. ही विषवल्ली मुळापासूनच उखडली पाहिजे, याबद्दल त्यांचा विचार पक्का झाला. आणि ते म्हणाले, ''मंबाजी, तुम्ही म्हणता आहात ते योग्यच आहे. यानं आतापर्यंत केलेलं कवित्वही नष्ट केलं पाहिजे. तेव्हा तुकोबा, मी वेदाचार्य रामेश्वरभट तुला अशी आज्ञा देतो आहे की, तू आतापर्यंत लिहिलेलं सर्वकाही नदीत बुडवून टाक! आणि यापुढं कसलंच कवित्व करू नकोस. हे जर तू पाळशील तरच तुला गावात राहता येईल; अन्यथा तुझ्यावर कायमस्वरूपी ग्रामण्य घातलं जाईल!'' रामेश्वरभटांचं बोलणं ऐकून तुकोबांच्या डोळ्यांत पाणी उभं राहिलं. 'पण आपण जर ऐकलं नाही तर आपल्या पत्नीचं, मुलांचं पुढं कसं होणार? ज्ञानेश्वर माउलीनं सोसलेले हाल त्यांच्या नशिबी येतील. पण म्हणून काय अभंग नदीत बुडवायचे?

'खेळतो ते खेळ पायांच्या प्रसादे । नव्हती ही छंदे नासिवंते ।।
माझा मायबाप उभा विटेवरी । कवतुके करी कृपादान ।।
प्रसादाची वाणी वदे ती उत्तरे । नाही मतांतरे जोडियेली ।।
तुका म्हणे रस वाढितीया अंगे । छाया पांडुरंगे केली वरी ।।

'विठ्ठला, मला हिंमत दे! साहस दे! धाडस दे की मी या गोष्टीला कबूल होईन.' तुकोबांच्या डोळ्यांतून अश्रुधारा वाहायला लागल्या. खाली मान घालून त्यांनी रामेश्वरभटांना होकार दिला. आणि हात जोडून नमस्कार करून ते जायला निघाले तोच पुन्हा मंबाजी म्हणाला, ''वेदाचार्य, हा तुक्या मोठा लबाड आहे. तुमच्यासमोर इथं सगळं हो हो म्हणेन, सारं काही कबूल करेल आणि तिकडे देहूला गेल्यावर त्याचे पहिले उद्योग तर आहे तसे राहतीलच; पण नवीनही काही उपद्व्याप तो करून ठेवेल. त्यामुळं जे काही घडायचं ते तुमच्या समक्षच घडलं पाहिजे. तुम्ही, मी, हे पाटील आणि समस्त गावकरी यांच्यासमोरच या तुक्यानं त्याच्या त्या खरडवह्या इंद्रायणीत बुडवल्या पाहिजेत. त्यासाठी तुम्हाला देहूला यावं लागेल.

पण ही अधिक्षेपी वृत्ती या शूद्रांमधून समूळ नष्ट होणं गरजेचं आहे. तेव्हा आपण एक दिवस निश्चित करावा आणि देहूला यावं. त्याच दिवशी आपल्या समक्षच यानं याच्या खरडवह्या नदीत बुडवाव्यात. कसे?" मंबाजी कोणतं उट्टं काढत होता कोण जाणे? पण तुकोबांचा समूळ नायनाट करायचा त्यानं जणू चंगच बांधला होता. आणि दुर्दैव असं की, त्यानं सांगितलेली प्रत्येक गोष्ट रामेश्वरभटांना पटत होती आणि ते होकार देत होते. याही गोष्टीला त्यांनी होकार दिला आणि आपण चार दिवसांनी देहूला येऊ, त्या दिवशी तुकोबांनी त्यांच्या वह्या रामेश्वरभटांसमक्ष इंद्रायणीत बुडवाव्यात, असा आदेश दिला. त्या आदेशाचा स्वीकार करून तुकोबा उदास मनानं गावात परतले. मंबाजीला मात्र हे मधले चार दिवस कधी संपतात आणि तो दिवस कधी उजाडतो, असं झालं.

आणि तो दिवस उजाडला. तोवर आपली फुशारकी सांगण्यासाठी मंबाजीनं साऱ्या गावभर ही बातमी पोचवली होती. पसरवली होती. वाघोलीहून आल्यापासून तुकोबा उदास होते. गप्प गप्प होते. ते ना नीट जेवत होते ना नीट झोपत होते. कशातच त्यांचं लक्ष लागत नव्हतं. मंदिरात विठ्ठलाच्या मूर्तीसमोर जणू त्यांनी स्वतःला खिळवून ठेवलं होतं. त्यांची नजर विठ्ठलमूर्तीच्या चेहऱ्यावर एकटक लागून राहिली होती. जणू विठ्ठलासमोर ते गाऱ्हाणं मांडत होते. त्याला कसला तरी जाब विचारत होते. त्याच्याकडून कसलंतरी उत्तर मागत होते.

नाही उल्लंघिले कोणाचे वचन । मज का नारायण दुरी जाला ।।
अशंकिते मने करी आळवण । नाही समाधान निश्चिंतीचे ।।
दासांचा विसर हे तों अनुचित । असे सर्व नीत पायापाशी ।।
तुका म्हणे तुम्हां लाज येत नाही । आम्हां चिंता डोही बुडवितां ।।

तुकोबा आळवत होते, विनवत होते, टाहो फोडत होते. त्याचा धावा करत होते, त्याला बोल लावत होते. आणि त्याचा दगडी चेहरा बदलत नाही म्हटल्यावर पुन्हा पुन्हा निराशेच्या भोवऱ्यात जात होते आणि परत पुन्हा पांडुरंगाला साकडे घालत होते.

पांडुरंगा आता ऐका हे विनंती । बहु माझे चित्ती भय वाटे ।।
नाही आइकले संतांचिया मुखे । ते या मज लोकें भडसाविले ।।
विष्णूदासां गति नाही तरावया । म्हणती गेले वाया कष्टत ही ।।
धिक्कारिती मज करिता कीर्तन । काय सांगो शीण ते काळिचा ।।
तुका म्हणे मज वाटते उदास । काय करू यांस पांडुरंगा ।।

आवलीला काहीच माहीत नव्हतं. आपले धनी काहीतरी कारणामुळं उदास आहेत. एवढंच तिला समजलं. तिनं एकदोनदा त्यांना कारणही विचारलं. पण "ते

माझ्यापेक्षा पांडुरंगाला विचार!'' असं तुकोबांनी उत्तर दिलं. म्हटल्यावर आवलीनं नाद सोडून दिला. धनी उदास का आहेत याचं कारण त्या काळ्याला विचारायची तिची अजिबात इच्छा नव्हती. पण ज्या अर्थी तुकोबा 'पांडुरंगालाच विचार' असं म्हणताहेत, त्या अर्थी त्यानंच काहीतरी केलं असणार, अशी तिची खात्रीच पटली. तिनं आपलं लक्ष कामात घातलं. आज तिनं सारवण काढलं होतं. तिला त्या काळ्याला विचारण्यापेक्षा बक्कळ काम होतं. ती कामाला लागली. तुकोबा मात्र मंदिरात विठ्ठलाच्या मूर्तीसमोर बसून होते. किती वेळ गेला कुणास ठाऊक! गुरवाचा शिवा पळतपळत तुकोबांकडं आला आणि तुकोबांना हाका मारू लागला. तुकोबा मंदिरातून उठून बाहेर आले. शिवा म्हणाला, ''काका, तुमास्नी बलिवलंय. तिकडं रामाच्या पारावर, लगोलग!'' तुकोबांचे डोळे पुन्हा वाहू लागले. क्षणभर ते आत आले. खाली ठेवलेलं डोईचं मुंडासं डोईवर ठेवलं. एक घायाळ कटाक्ष विठ्ठलाच्या मूर्तीकडं टाकला. आणि ते बाहेर पडले. आपल्या शरीरात जीव नाहीच अशी त्यांची अवस्था झाली होती. पाय ओढत चालत तुकोबा रामाच्या पाराजवळ आले. रामाचा पार माणसांच्या गर्दीनं फुलून गेला होता. रामाच्या पारावर बैठक घातली होती. बैठकीवर रामेश्वरभट, मंबाजी, पाटील आणि इतर बरेच लोक बसले होते. तुकोबा आले आणि पारासमोर हात जोडून उभे राहिले. जमलेल्या सगळ्या लोकांचं लक्ष आता रामाच्या पाराजवळ एकवटलं होतं. बहुतेकांच्या डोळ्यांत आसवं होती. बाया-बापड्या तर वारंवार पदरानं डोळे पुसत होत्या. काहींचे चेहरे दुःखी होते, चिंतातुर होते; तर काहींच्या चेहऱ्यांवर उत्सुकता होती. तुकोबा समोर आलेले बघून रामेश्वरभटांनी बोलायला सुरवात केली. ''लोकहो, आज इथं तुकाराम आंबिले याचा न्यायनिवाडा करण्यासाठी ही धर्मसभा आयोजित केली आहे. हा तुकाराम वाणी, तुमच्या गावचा, देहूचा. हा भजन-कीर्तन करतो; कथा-पुराणं सांगतो. राम, कृष्णाच्या, संतांच्या कथा सांगतो, इथपर्यंत ठीक होतं. हा जातीनं कुणबी म्हणजे चातुर्वर्ण्य व्यवस्थेमधला तिसऱ्या वर्णाचा. याला वेद-उपनिषदांच्या अर्थ-अन्वयार्थाशी खेळ करण्याचा, त्या वेद-उपनिषदांच्या उच्चारणाचाही अधिकार नाही. असं असताना चातुर्व्यर्ण व्यवस्थेचं उल्लंघन करून हा तुकाराम वाणी वेदांचे अर्थ सांगतो.

''वेदविहीत तुम्ही आइका हो कर्मे । बोलतो ती वर्मे संतांपुढे ।।
चारी वर्ण जाले एकाचिये अंगी । पापपुण्य भागी विभागीले ।।
प्रथम पाऊली पावविला पंथ । आदि मध्य अंत भेद नाही ।।
आंबे बोरी वड बाभुळा चंदन । गुणागुणे भिन्न अग्नि एक ।।
तुका म्हणे मन उन्मन जो होय । तोवरि हे सोय विधि पाळी ।।

असे म्हणतो. त्याचा हा अभंगच तो वर्णाश्रम व्यवस्थेचा अपमान करतोय

याचा पुरावा आहे. हा वर्णाश्रमव्यवस्थेचा, ती स्थापन करणाऱ्या आपल्या पूर्वजांचा, ती परंपरा जपणाऱ्या या धर्मसभेचा अपमान आहे. वर्णव्यवस्थेमध्ये हस्तक्षेप करण्याचा, वर्णव्यवस्थेचे संकेत तोडण्याचा, वर्णव्यवस्थेविरुद्ध जाण्याचा कोणालाही अधिकार नाही. आणि जो कोणी हे करेल तो धर्मसभेचा गुन्हेगार आहे. वर्णव्यवस्थेचा अपराधी आहे. त्यामुळे हा तुकाराम वाणी धर्मसभेचा अपराधी आहे. म्हणून ही धर्मसभा या तुकाराम आंबिले याला शिक्षा सुनावत आहे. ती शिक्षा अशी की, यापुढे या तुकाराम वाण्यानं कोणतंही कवित्व करायचं नाही. कोणतीही अभंगरचना करायची नाही. शिवाय आजपर्यंत त्यानं जे काही कवित्व किंवा अभंगरचना केली असेल ती सगळी नष्ट करायची आहे; त्याच्या अभंग लिहिलेल्या सगळ्या वह्या त्यानं इंद्रायणीत सोडायच्या आहेत. हीच त्याच्या अपराधाची शिक्षा आहे.'' रामेश्वरभटांनी शिक्षा फर्मावली आणि जमलेल्या लोकांतून हुंदक्यांचा कल्लोळ उठला. ज्या अभंगानी आपल्याला मार्ग दाखवला, 'ज्या अभंगांनी आपली सकाळ, आपली सायंकाळच नव्हे तर आपला अख्खा दिवस सुंदर केला, ज्या अभंगांमुळे आपले श्रम हलके झाले, ते अभंग इंद्रायणीत बुडवायचे?' जिथं त्या जमलेल्या, तुकोबांवर प्रेम करणाऱ्या लोकांच्या मनात या प्रश्नांनी वादळं उठवली, तिथं तुकोबांची अवस्था तर अत्यंत वाईट होती. 'आपल्या वह्या इंद्रायणीत बुडवायच्या? पाण्यात सोडून द्यायच्या? या अभंगांशिवाय, या कवित्वाशिवाय, या शब्दरचनांशिवाय आपल्याजवळ काय आहे आहे दुसरं? आणि या अभंगांतल्या विठ्ठलभक्तीशिवाय, या अभंगांतल्या अनुभवाच्या बोलांशिवाय, आणि या अभंगांतल्या थोड्याफार ज्ञानाशिवाय आपलं असं काय आहे दुसरं? या वह्या इंद्रायणीत बुडवायच्या? या शब्दरचनांवर अक्षरशः पाणी सोडायचं? या अभंगांना आपल्यापासून दूर करायचं? मग आपल्याजवळ काय राहणार? आपलं जगणं हेच आहे आणि जगण्याचं कारणही हेच आहे. मग जगणंही नाहीसं करायचं आणि जगण्याचं कारणही नाहीसं करायचं; मग राहिलं काय आपल्या हातात? तुकोबा खाली मान घालून उभे होते. जोडलेले हात थरथरत होते. मिटल्या डोळ्यांतून अश्रूंच्या धारा वाहत होत्या आणि तुकोबांबरोबर रडत होतं अवघं देहू गाव. तुकोबांचं शब्दांवरचं प्रेम आणि विठ्ठलावरची भक्ती पाहून अवघा गाव हेलावला. क्षणभर वारा वाहायचा थांबला. रामाच्या पारावर असलेल्या पिंपळाची सळसळ क्षणभर थांबली. सूर्यही क्षणभर ढगाआड गेला आणि त्यानं आपले अश्रू लपवले. अभंगांच्या वह्या पाण्यात बुडवायच्या या विचारांनी तुकोबांचा श्वास क्षणभर अडकला आणि जणू ते सगळ्या चराचर सृष्टीला कळलं. पारावरच्या बैठकीवर बसलेल्या मंडळींपैकी रामेश्वर भटानांही ते जाणवलं. आपलं काही चुकत तर नाही ना? क्षणभर त्यांच्या मनात विचार चमकून गेला. त्या विचारानं त्यांच्या मेंदूवर अंमल करायला सुरवात केली ना केली, तोच मंबाजी उठून उभा राहिला. म्हणाला,

"हे छान झालं. या शिक्षेची अंमलबजावणी लगेचच झाली पाहिजे. अगदी वेदोनारायण रामेश्वरपंडितांसमोरच!'' असं म्हणून त्यानं त्या गुरवाच्या पोराला हाक मारली. "एऽ ए पोरा, इकडं ये! या तुक्याच्या घरी जा आणि त्याच्या बायकोकडनं त्याच्या अभंगाच्या वह्या मागून आण. म्हणावं, रामेश्वरभटांनी मागितल्यात. वाचायला नव्हे, नदीत बुडवायला! जा लवकर! जाऽऽ!'' गुरवाचं ते पोर शिवा क्षणभर तसच बावचळून उभं राहिलं. आणि शेवटी मंबाजी ओरडल्यावर पळत सुटलं. सगळी जमलेली गर्दी असहायपणे, केविलवाण्या नजरेनं जे चाललंय ते बघत होती. तुकोबा मात्र उभे राहिलेल्या ठिकाणी तसेच उभे होते. निश्चल, अविचल, मणामणांचं ओझं पायाला बांधल्यासारखे, पायाला खिळे ठोकून जमिनीत रुतवल्यासारखे, त्या ख्रिस्तासारखे. आपलं, आपल्या विठ्ठलभक्तीचं, आपल्या कवित्वाचं, आपल्या अभंगांचं भवितव्य त्यांच्या नजरेला दिसत होतं. अगदी डोळे पाण्यानं काठोकाठ भरलेले असले तरी. मन आतल्या आत आक्रंदत होतं. त्या पांडुरंगाचा धावा करत होतं.

हेचि वेळ देवा नका मागे घेऊ । तुम्हाविण जाऊ शरण कोणा ।।
नारायणा ये रे पाहे विचारून । तुजवीण कोण आहे मज ।।
रात्र ही दिवस तुज आठवून आहे । पाहतोसि काये सत्त्व माझे ।।
तुका म्हणे किती येऊ काकुलती । काही माया चित्ती येऊ द्यावी ।।

परिस्थिती अशी विचित्र होती की विठ्ठलाला आळवतानाही कवित्वाशिवाय मुखात काही येतच नव्हतं. कितीही नाही म्हटलं तरी अभंग रचला जातच होता. कितीही नको म्हटलं तरी शब्द एकापाठोपाठ एक ओळीनं येतच होते. कितीही नाकारलं तरी अभंगरचना होतच होती. कळीनं अलगद उमलावं, फुलांचा परिमळ जसा अलवार दरवळावा, तसं या जखमी मनाच्या घायाळ अवस्थेतही तुकोबांच्या मनातले शब्द, कवित्वाचे रूप घेऊनच रुंजी घालत होते.

गुरवाचा पोर शिवा तिथून जो पळाला तो थेट त्यानं तुकोबांचं घर गाठलं. तेच घर जे माणकूनं त्यांना राहायला दिलं होतं. ते पोरगं पळत आलं आणि धापा टाकत दाराशी उभं राहिलं. आवली भिंती सारवत होती. त्याला दारात बघून तिनं विचारलं, "का रे शिवा? असा का पळत आलायस वाघरू मागं लागल्यासारखा? ऑ? काय काम हाये? धन्यांकडं आला असशील तर धनी घरात न्हाईत! मागनं ये!'' आवलीचं एवढं बोलून होईपर्यंत त्याची धाप कमी झाली होती. तो म्हणाला, "न्हाई काकी! तुकाकाका तिथंच हाईत. रामाच्या पाराजवळ. ततं लयी माणसं जमलीत. कुणीतरी लयी मोठा माणूस बी आल्याला हाय, शेंडी राखल्याला! मला तुकाकाकांच्या अभंग लिवलेल्या वह्या आनायला धाडलंय मंबाजीबाबानं! त्या न्यायला आलोय!'' त्यानं एका दमात आपल्या येण्याचा उद्देश सांगितला. आवलीनं कपाळावर हात मारला.

“आता माझ्या कर्माला काय म्हनू? आता त्या शेंडीवाल्याला कशापायी पायजेत यांच्या वह्या? चार दिवसांपूर्वी संताजीभावजीपन येऊन वह्या घेऊन गेलेवते. त्यांनी कालच आणून दिल्या. आणि आता हा कोण बामन आलाय? काय रे, कशाला पायजेल हायत धन्यांच्या वह्या? काय तिथं वाचायच्या हायत काय?” आवलीनं विचारलं. “न्हायी काकी, त्या वह्या पाण्यात, म्हंजी इंद्रायणी नदीत बुडवायच्या हायेत म्हनं! तुकाकाकांना कसलीतरी शिक्षा झालीय म्हनं! आणि ती शिक्षा म्हणजे या अभंगांच्या वह्या पान्यात, म्हंजी नदीत बुडवायच्या हायेत!” ते ऐकलं आणि आवलीच्या अंगाचा नुसता तिळपापड झाला. हातातली शेणाची पाटी तिथंच आदळून ती वसकन् म्हणाली, “कार्ट्या, जातोस का हितनं आता? वह्या आणायला आलेला तू एक शाणा आणि तुला पाठवणारा त्यो बामन दीडशहाणा! ह्ये पाटीभर शेण दे जा त्या मंबाजीबाबाला आणि त्या रामेश्वरभटाला. पान्यात बुडवायला वह्या मागतोय! माझ्या धन्यानं रक्ताचं पानी करून, नव्हं, रक्तानंच लिवलेत ते अभंग! त्यापायी बायकू बघितली न्हायी, पोरं बघितली न्हायीत, संसार बघितला न्हायी; इतकंच कशाला, सोताची तहानभूक पन बघितली न्हायी, का राती डोळ्याला डोळा लागला न्हायी. इतकं करूनशान ते अभंग लिवलेत ते काय नदीत बुडवायला? काय लाजशरम इकून आलाय का त्यो मंबाजी? का अक्कल गहाण टाकून आलाय? देत न्हायी जा वह्या. मी वह्या देत न्हायी असं सांगितलंय म्हणून सांग जा! चल चालता हो इथनं!” आवलीचा तो रुद्रावतार बघून तो पोर शिवा घाबरला. उलटपावली तसाच पळत माघारी वळला. त्यानं पळत थेट रामाचा पार गाठला. तिथं जाऊन आवली जे म्हणाली, त्यातला शब्द न् शब्द त्यानं जसाच्या तसा सांगितला. आवलीचं ते उत्तर ऐकून तशाही परिस्थितीत लोकांच्या चेहऱ्यावर हसू उमटलं. आणि तुकोबांच्या मनाचं बळ वाढलं. धीर वाढला. कोणी काहीही म्हणो, आणि आवली कितीही चिडो, पण आपल्या अभंगरचनांचं आवलीला कौतुक आहे, ही भावना त्यांना ताकद देऊन गेली. इतके दिवस असं त्यांना केवळ वाटत होतं. कदाचित तो भ्रमही असेल, अशी त्यांची भावना होती; पण आवलीनं शिवाला दिलेल्या उत्तरामुळं ते आता लख्खपणे सिद्ध झालं होतं. त्यांना खूप बरं वाटलं. पण शिवानं सांगितलेला आवलीचा निरोप ऐकून मंबाजीचं मात्र पित्त खवळलं. “पाहिलंत? पाहिलंत वेदाचार्य? कशी मुजोर आणि बेमुर्वत बाई आहे ती? अहो, मुलखाची कजाग आणि भांडखोर आहे ती. तिनं तुमचा, माझा आणि या धर्मसभेचाही अपमान केला आहे. धर्मसभेची आज्ञा मोडण्याची हिची हिंमत तरी पाहा! साहजिकच आहे म्हणा ते! नवरा हा असा, मग बायको तशीच असणार! असल्या बेमुर्वत बाईसमोर धर्मसभा काही करणार आहे की नाही?” मंबाजीनं थयथयाट करत विचारलं. आवलीनं दिलेलं उत्तर ऐकून रामेश्वरभटांचा आधीच संताप झाला होता. मंबाजीनं

त्यात आणखी तेल ओतलं. आणि संतापलेल्या रामेश्वरभटांनी तुकोबांना आज्ञा केली, "तुकाराम, तू स्वतःच जा आणि घरी जाऊन तुझ्या वह्या घेऊन ये! जा ताबडतोब! ही आमची आज्ञा आहे." तुकोबानी खिन्नपणे मान डोलावली. 'आपल्याला आवलीसारखं बोलता आलं असतं तर किती बरं झालं असतं!' इतके दिवस तिच्या अशाच बडबडण्यावर त्यांना आक्षेप होता; पण आज त्यांना तिचा हेवा वाटला. क्षणभर त्यांच्या मनात येऊन गेलं. काही न बोलता ते ते घरी आले. आवलीचं सारवणं अजून संपलं नव्हतं. तुकोबा घरी आलेले बघून तिनं गडबडीनं हात धुतले. ओच्याला पुसले आणि पुढं होऊन म्हणाली, "त्यो गुरवाचा शिवा आलावता, वह्या मागायला! मी देत न्हायी म्हणून सांगितलं त्याला! वह्या नदीत बुडवायच्यात म्हणं! अवो, त्या वह्या म्हंजी तुमचं श्वास हाईती. त्या बरं मी दीन?" आवली तुकोबांच्या मागं मागं येत बोलत होती. पण तुकोबांचं लक्षच नव्हतं. खिन्न मनानं, जड पावलानं ते फडताळाजवळ गेले. जडशीळ हातांनी त्यांनी फडताळ उघडलं. समोर एकावर एक आवलीच्या जुनेरात बांधून ठेवलेल्या वह्या होत्या. तुकाराम त्या वह्यांकडे बघत राहिले. एकटक, अगदी एकटक. जणू त्या वह्यांना ते नजरेत साठवत होते. हृदयात भरून घेत होते. काळजात भरत होते. बघताबघता त्यांच्या डोळ्यांतून पाणी ओघळू लागलं. त्या वह्या मागंमागं सरकताहेत असा त्यांना भास होऊ लागला. त्या वह्या उचलण्यासाठी हात उचलायचा धीर त्यांना होईना. त्यांचे हात जणू खांद्यापासून लुळेच पडले. एवढ्यात त्यांच्या कानांवर शब्द आदळले, "नाहीतर तुझ्यावर ग्रामण्य घातलं जाईल!" तुकोबा भानावर आले. तो ग्रामण्य शब्द जणू त्यांच्या काळजावर घाव होता. त्यांनी जड हातानं, आणि उद्ध्वस्त मनानं त्या वह्या उचलल्या. त्यावरची वस्त्रं काढली. त्या सगळ्या वह्या एकावर एक ठेवून एकाच जाडसर वस्त्रात बांधल्या. ताडपत्रासारखं असलेलं ते जाड कापड मंदिरात जप करताना बसायला घालायचं होतं. त्यात त्यांनी त्या वह्या बांधल्या. एकदा त्याकडे डोळे भरून बघितलं. त्यांना कवटाळून हृदयाशी धरलं आणि त्यावर डोकं टेकवून तुकोबा हुंदके द्यायला लागले. अगदी गदगदून हुंदके द्यायला लागले. आवलीला कळेना हे काय चाललंय; पण धन्यांना रडताना पाहून, तिचाही स्वर ओलावला. डोळे पाण्यानं भरले. ती पुढं झाली. पुढं होऊन तिनं तुकोबांच्या खांद्यावर हात ठेवला. तिच्या त्या स्पर्शात तिच्या काळजातली सगळी माया जणू एकवटली होती. त्या स्पर्शानं तुकोबा उन्मळून पडले. एका हातानं त्या वह्या पेलत दुसऱ्या हातानं त्यांनी आवलीला घट्ट मिठी मारली. आणि ते आकांत करायला लागले. त्यांचे हुंदके वाढले. अवघं शरीर गदगदायला लागलं. आवलीला काहीच उमजेना. काही न बोलता त्यांच्या पाठीवरून ती मूकपणे हात फिरवत राहिली. काय नव्हतं तिच्या त्या स्पर्शात? काम करून खरखरीत झालेल्या आवलीच्या हाताच्या त्या स्पर्शात होती

तुकारामांबद्दलची उदंड माया, त्यांच्यावरचं अपरंपार प्रेम, त्यांच्याविषयी वाटणारा प्रचंड अभिमान, त्यांची भरून राहिलेली काळजी, 'चिंता करू नका, ही आवली हाय तुमच्यासोबत' ही ग्वाही, ती सोबत निभावण्याचं आश्वासन, ते आश्वासन पूर्ण करण्याचं वचन, सांत्वना, दिलासा, सामर्थ्य, पाठबळ. आणि खरोखरच आवलीच्या त्या स्पर्शानं तुकोबा सावरले. आवलीच्या कुशीत दुःख मोकळं केल्यावर त्यांना बरं वाटलं. गेले चार दिवस मनात चाललेला संघर्ष, प्रवाहाविरुद्ध पोहण्याचं केलेलं धाडस, त्यापायी समाजव्यवस्थेशी घेतलेलं वाकुडपण, त्यामुळे त्या व्यवस्थेशी चाललेला झगडा, वर्णव्यवस्थेमुळे पदरी पडलेली असहायता, त्या असहायतेमुळे झालेला कोंडमारा, मनाला झालेली जखम, हृदयाची झालेली घुसमट, बुद्धीची झालेली तडफड, भावनेला आलेली घायाळ अवस्था, चार दिवसांची मानसिक आंदोलनं, विठ्ठलाचा केलेला धावा, त्यानं न ऐकणं, यापायी झालेलं अपरंपार दुःख आणि या सगळ्यांवर मात करणारा वह्या इंद्रायणीत बुडवण्याचा आदेश, तुकोबांच्या मनाच्या गाभाऱ्यात हे सगळं सगळं कोंडून राहिलं होतं. आवलीच्या स्पर्शानं जणू त्यांच्या मनाचं भरून आलेलं आभाळ मोकळं झालं, रितं झालं आणि तुकोबा सावरले. त्यांना जाण आली. भान आलं. धीर आला. धाडस आलं, बळ आलं, उभारी आली. मनाला एक प्रकारची स्थितप्रज्ञता आली. आणि तुकोबा उठले. अभंगांच्या वह्यांचं बांधलेलं बोचकं त्यांनी उचललं. आवलीला म्हणाले, "आवले, वेदांचा मी अर्थ सांगितला, मला वर्णव्यवस्थेनं तो अधिकार दिलेला नसतानाही मी सांगितला, म्हणून मी लिहिलेले सगळे अभंग नष्ट करायचे आणि पुन्हा अभंग रचायचे नाहीत, अशी शिक्षा मला फर्मावली आहे. आवले, हे अभंग मी आता घेऊन जातो आहे. माझ्या नशिबाबरोबरच त्यांचं नशीब नको बांधलं जायला. त्यांचं जे नशीब असेल तसं होईल. त्यांच्या नशिबी पाण्यात बुडणं लिहिलं असेल तर ते बुडतील आणि तरणं लिहिलं असेल तर ते तरतील. त्या पांडुरंगाच्या मनात असेल तसं होईल." तुकोबांची घायाळ अवस्था बघून आवलीचं काळीज तुटत होतं. धर्मसभेची आज्ञा पाळलीच पाहिजे हे तिलाही कळत होतं. पण तुकोबांचं शेवटचं वाक्य ऐकलं आणि आवली उसळली. "आता काय म्हणावं या कर्माला? अवं, ही वेळ त्या काळ्यानंच तुमच्यावर आणलीया. त्याचेच गोडवे गाण्यासाठी ह्ये समदं लिवलंत ना? मंग काय त्याला त्ये आवडल्यालं न्हायी का? की आता त्याला कुणी दुसरा गाठ पडलाय? तुमचं आणि तुमच्यासंगं आमचं वाटुळं करून झालं; आता आणखी काय शिल्लक राह्यल्यालं न्हायी! तवा आता भेटला असंल कुणीतरी दुसरा! म्हणून तर ह्ये तुमच्याजवळ आता एवढंच उरलंय त्येबी एकदा बुडवलं की हा रिकामा दुसऱ्यावर गारुड घालायला. नाटकी मेला! आता त्याच्या मनात ह्येच असंल तर हे अभंग बुडणारच! आनी ह्ये बुडले की तुकाराम संपणार असं त्यो

म्हणणार! ठावं हाय त्याला. धनी, एक करा. ह्ये अभंग बुडले की त्या काळ्याला पण नेऊन बुडवा त्या इंद्रायणीत. म्हंजी तिथं बसून वाचू दे तुमचे अभंग! आणि त्यो एकदा बुडला की बाकीची तरी वाचतील. आपलं एक वाटुळं झालंय, आनि आता दुसऱ्या कुणाचं व्हायला नगं! कसं?'' आवलीनं सगळा संताप बोलून घेतला. तिच्या या बोलण्यावर काही न बोलता तिच्याकडं एक उदास कटाक्ष टाकून अभंगांच्या वह्यांचं ते बोचकं घेऊन तुकोबा बाहेर पडले.

प्रत्येक पावलागणिक हृदयाचा ठोका थांबतो की काय, असं वाटत होतं. पावलांनी पुढं जायचं नाकारलं होतं. पायात मणामणांच्या बेड्या घातल्यासारखे पावलं ओढत तुकोबा चालत होते. प्रत्येक पावलागणिक आता या पुढच्या पावलावर धरणीनं दुभंगावं आणि आपण या वह्यांसकट त्यात गुप्त व्हावं, असं तुकोबांना वाटत होतं. ओढत का होईना पण पावलं पुढं पडत होती. मन मात्र आक्रंदत होतं–

का रे माझा तुज न ये कळवळा । असोनि जवळा हृदयस्था ।।
अगा नारायणा निष्ठुर निर्गुणा । केला शोक नेणा कंठ स्फोट ।।
काहे चित्त नाही पावले विश्रांती । इंद्रियाची गती कुंटे चि ना ।।
तुका म्हणे का रे धरियेला कोप । सरले नेणो पाप पांडुरंगा ।।

रामाच्या पारावर सगळे जण प्रतीक्षा करत होते. मंबाजीला तर आनंदाच्या उकळ्या फुटत होत्या. आता एकदा का त्या तुक्याचे अभंग पाण्यात बुडवले की, तुक्या संपणार होता आणि मग लोकांना मंबाजीचं मोठेपण समजणार होतं. पुन्हा पुन्हा तो रामेश्वरभटांचे आभार मानत होता. पण नजर मात्र तुकोबांच्या वाटेकडे लागली होती. कधी एकदा तुकोबा अभंगाच्या वह्या घेऊन येतात आणि कधी एकदा त्या वह्या इंद्रायणीत बुडतात, असं त्याला झालं होतं. तुकोबांच्या पायात मात्र जणू मणामणांच्या साखळ्या बांधल्यासारखं झालं होतं. हातांत वह्यांचं ओझं होतं आणि पायांत निराशेचं. डोळ्यांत असहायतेचं पाणी होतं आणि मनात भावनांचा उसळलेला सागर. लांबून तुकोबांची आकृती येताना दिसली आणि जमलेल्या लोकांच्यात कुजबूज वाढली. ''तुकोबा आलेऽ तुकोबा आले!'' ती कुजबूज मंबाजीच्या कानावर पडली. त्याचे डोळे चमकले. तुकोबा वह्या घेऊन पाराजवळ आले. पारावर वह्या ठेवून हात जोडून म्हणाले, ''वेदाचार्य, मी अभंगांच्या वह्या घेऊन आलो आहे!'' रामेश्वरभट काही बोलणार तोच मंबाजी चिरक्या आवाजात ओरडला, ''मग मी काय त्या डोक्यावर घेऊन नाचू? का रामेश्वरभट नाचू देत? आणि तो कचरा इथं कशाला घेऊन आलायस? तुला ती घाण नदीत टाकायला सांगितली होती ना? मग टाक जा की! आलाय इथं मिरवत ते बाड घेऊन!'' मंबाजीनं किंचाळून विचारलं. तुकोबा काहीच बोलले नाहीत. त्यांनी एक नजर रामेश्वरभटांकडं टाकली. रामेश्वरभटांनी

होकारार्थी मान डोलावली. तुकोबांनी मान लववून तो आदेश मानल्याची ग्वाही दिली आणि त्या वह्यांचं बोचकं उचलून ते नदीपात्राकडं वळले. नदीपात्राकडे त्यांची पावलं वळली आणि जमलेले सगळे लोक त्यांच्या पाठोपाठ निघाले. ''नको महाराज, न्हाई महाराज, नको तुकोबा, असं करू नगा, असं करू नका!'' असं म्हणत तो सगळा समुदाय तुकोबांच्या मागून निघाला. या सगळ्यांना बाजूला ढकलत मंबाजी पुढे धावत आला. तुकोबा खिन्न मनानं, उदास चेहऱ्यानं, जड पावलानं चालत होते. मंबाजी त्यांच्यासमोर आला. मोठ्या गर्वानं म्हणाला, ''मला अक्कल शिकवत होतास ना? माझ्यापेक्षा वरचढ बनत होतास ना? अधिकार नसताना वेदांचा अभ्यास करून लोकांना वेदांचा अर्थ सांगण्याचा अगोचरपणा केलास ना? भोग आता आपल्या कर्मांची फळं! मोठा अभंगरचनाकार म्हणून मिरवत होतास ना? आता गेलं ना सगळं पाण्यात. आता कुठं गेलं रे पातक्या, तुझं सगळं ज्ञान? आता कुठं गेला रे तुझा सगळा शहाणपणा? आणि आता कुठं गेली तुझी अक्कल, जी या भोळ्याभाबड्यांसमोर पाजळत होतास? म्हणे लोकांच्या मनात जागा मिळवलीस; आता कुठं गेली तुझी त्यांच्या मनातली जागा? आँ?'' मंबाजी तुकोबांना डिवचत होता. तोच–

''मुखे सांगे ब्रह्मज्ञान । जन लोकाची कापितो मान ।।
ज्ञान सांगतो जनासी । नाही अनुभव आपणासी ।।
कथा करितो देवाची । अंतरी आशा बहु लोभाची ।।
तुका म्हणे तो चि वेडा । त्याचे हाणूनि थोबाड फोडा ।।''

जमलेल्या लोकांमधून कुणीतरी तुकोबांचा अभंग गायला सुरवात केली. एकानं केली म्हटल्यावर सगळ्यांनी त्याला साथ दिली.

''या रे नाचो अवघे जण । भावे प्रेमें परिपूर्ण ।।
गाऊ पंढरीच्या राणा । क्षेम देऊनि संतजना ।।
सुख साधू सुखासाठी । नाम हरिनाम बोभाटी ।।
प्रेमासाठी तो उदार । देता नाही सानाथोर ।।
पापें पळाली बापुडीं । काळ झाला देशधडी ।।
तुका म्हणे धन्य काळ । आजि प्रेमाचा सुकाळ ।।''

एका मागोमाग असे तुकारामाचे अभंग गायिले जाऊ लागले. आणि अवघं वातावरण 'तुका म्हणे'नं भरून गेलं. फजित झालेला मंबाजी तिथून परतून जायला लागला तोच तुकोबा म्हणाले, ''ऐकलंस मंबाजी, तुला दिसली ना माझी लोकांच्या मनातली जागा? तुम्ही माझे लिहिलेले कागद पाण्यात बुडवायला सांगितले. ते कदाचित नष्ट होतीलही; पण लोकांच्या मनातले माझे अभंग तुम्ही कसे नष्ट कराल?

क्षणभर मी खूप निराश झालो होतो; पण मंबाजी, या लोकांनी मला सावरलंय, या लोकांच्यामुळे मला धीर आलाय.

''होऊ शब्दस्पर्श नये माझा तुम्हां । विप्रवृंदा तुम्हां ब्राह्मणासी ।।
म्हणोनिया तुम्हा करितो विनंती । द्यावे शेष हाती उरले ते ।।
वेदी कर्म जैसे बोलिले विहीत । करावी ते नीत विचारूनी ।।
तुमचा स्वधर्म, माझा अधिकार । भोजन उत्तर तुका म्हणे ।।

''समजलं मंबाजी? तेव्हा आता तू तुझं काय करायचं ते बघ!'' तुकोबांनी असं सांगितलं आणि मंबाजीचं तोंड उतरलं. क्षणभर तुकोबांना बरं वाटलं; पण पुन्हा त्यांचं मन निराशेनं ग्रासलं. इंद्रायणीचा डोह आता अगदी २५ पावलांवर येऊन ठेपला होता. तुकोबांना वाटत होतं की, 'आपला विठ्ठल आपल्या मदतीला धावून येईल. काहीतरी असं होईल की, ज्यामुळे आपल्या या वह्या नदीत बुडवण्याचं थांबेल. ज्ञानेश्वरमाउली, नामया, जना, चोखोबा यांच्या काळात घडलेले चमत्कार त्यांना अपेक्षित नसले तरी त्यांना असं वाटत होतं, की या वह्या नदीत बुडवण्याची शिक्षा योग्य नाही म्हणून. पण तसं काहीच झालं नाही. परवा बाळाजीच्या शेतात दुपटीनं धान्य आलं तेव्हा तुकोबांना वाटलं की, आपला विठूराया आपल्या पाठीशी आहे आणि कोणत्याही प्रसंगात तो आपल्या पाठीशी राहील; पण आता मात्र तसं घडलं नाही. धर्मसभेनं सजा फर्मावली. ती कबूल करणं आपल्याला भाग पडलं आणि आता आपण हे अभंग पाण्यात सोडायला चाललो आहोत. कदाचित, कदाचित वर्णाश्रमव्यवस्थेतला आपला हस्तक्षेप विठ्ठलालासुद्धा आवडला नसेल. त्यामुळंच आपल्याला जी शिक्षा झाली ती योग्यच आहे, असं त्याचं म्हणणं असेल. आणि म्हणूनच तो आपल्या मदतीला धावून आला नसेल. असंच असेल. म्हणजे आपले अभंग नदीत बुडवण्याला त्या विठूरायाचीही मान्यता असेल. म्हणजे आता पर्यायच नाही.

'उचिताचा दाता । कृपावंत तू अनंता ।।
का रे न घालिसी धांव । तुझे उच्चारिता नांव ।।
काय बळ युक्ती । नाही तुझे अंगी शक्ती ।।
तुका म्हणे तू विश्वंभर । ओस माझे का अंतर ।।'

'कितीही नाही म्हटलं तरी मन त्या विठ्ठलाकडे धाव घेत होतं. त्याला हाका मारीत होतं. त्याचा धावा करत होतं. आणि कितीही नाही म्हटलं तरीही हे सगळं बांधीव शब्दांमधनंच उमटत होतं. अभंगरचनेमधनंच व्यक्त होत होतं. आणि रामेश्वरभटांनी सांगितलं होतं यापुढे कवित्व करायचं नाही. त्यांनी यापुढे श्वास घ्यायचा नाही, असं का नाही सांगितलं? एक वेळ मला ते जमलं असतं; पण

कवित्व करायचं नाही? हे मला कसं जमणार?

> ***'कळेल हे तैसे गाईन मी तुज । जनासवे काज काय माझे ।।***
> ***करीन मी स्तुती आपुले आवडी । जैसे माझ्या गोडी वाटे जीवा ।।***
> ***सांडूनि कीर्तन न करी आणीक काज । नाचेन निर्लज्ज तुझ्या रंगी ।।***
> ***आवडीचे आर्त पुरवी पंढरीराया । शरण तुझ्या पाया या चि लागी ।।***
> ***टाळी वाहूनिया विठ्ठल म्हणेन । तेणे निवारीन भवश्रम ।।***
> ***तुका म्हणे देवा नुपेक्षावे आंम्हा । न्यावे निजधामा आपुलिया ।।***

'पांडुरंगा! काय मी करू? तुझं नाव माझ्या मुखी येतं तेच मुळी शब्दांचे फेर धरून! हा शब्दांचा गोतावळा माझाच आहे. तो मी कसा टाळू? आतापर्यंत जे केलंय तेही इंद्रायणीला अर्पण करायचं आणि पुन्हा कवित्व करायचं नाही. अभंग रचायचे नाहीत आणि आतापर्यंत जे केलेत ते इंद्रायणीत सोडायचे. आलीच ही इंद्रायणी. माते, माझे हे अभंग तुझ्यात अर्पण करण्यासाठी मी येतो आहे.' तुकोबा भावविव्हल झाले होते. इतका वेळ अविचल झालेलं चित्त आता पुन्हा सैरभैर झालं होतं. पाय पुन्हा जडशीळ झाले होते. मनावर पुन्हा निराशेचं, उदास मळभ दाटलं होतं. हातात धरलेल्या वह्या जडशीळ झाल्या होत्या. तुकोबा पुढं होते. त्यांच्या पाठोपाठ रामेश्वरभट, मंबाजी, आणि गावातला इतर प्रतिष्ठित ब्रह्मवृंद होता. आणि पाठोपाठ होता देहूगाव. बघताबघता इंद्रायणीचा घाट आला. इंद्रायणीचं विस्तीर्ण पात्र समोर पसरलं होतं. संथ पाण्यावर सूर्याची किरणं नाचत होती. त्या किरणांच्या स्पर्शानं पाण्यावर तरंग उठत होते. देहू गावाची भाग्यदायिनी असलेली इंद्रायणी आपल्या समृद्धीचा दिमाख मिरवत होती. पुढच्या क्षणाला आपल्यामध्ये काय सामावलं जाणार आहे, याची तिला यत्किंचितही कल्पना नव्हती. आपल्यावर काय प्रसंग ओढवणार आहे, यापासून ती पूर्णपणे अनभिज्ञ होती. पण तिला ते जेव्हा कळणार होतं तेव्हा आपला नदी असण्याचा, आपल्यात डोह असल्याचा तिला पश्चात्ताप होणार होता. इंद्रायणीचा घाट आला. तुकोबा क्षणभर घाटाच्या वरच्या पायरीवर उभे राहिले. त्यांनी इंद्रायणीकडे नजर टाकली. इंद्रायणीला डोळे असते तर तुकोबांची ती नजर बघून तिचाही थरकाप उडाला असता. काय नव्हतं त्या नजरेत? पाण्यानं भरलेल्या त्या नजरेत होती असहायता, होती निराशा, होती याचना, होती विनवणी, होतं आर्जव, होता हट्ट, होतं काही मागणं, होता आग्रह, होता आश्वासकतेचा विश्वास. तुकोबांच्या त्या नजरेतल्या भावना जणू इंद्रायणीलाही कळल्या असाव्यात. तिचं पाणी एकदम शांत झालं, स्थिर झालं, त्यावरची तरंगांची नक्षी लुप्त झाली. तरंग उठायचे थांबले. वह्या घेऊन तुकोबा घाटाच्या पायऱ्या उतरले. घाटाच्या डाव्या बाजूला डोह होता. खोल, अगदी खोल. जाळीनं, गाळानं भरलेला. पट्टीचे पोहणारेदेखील

त्या डोहात पोहायचं धाडस करायचे नाहीत. तो डोह जसा खोल होता, तसाच तो अनेक वनस्पतींनी भरलेला, अनेक झाडांनी, त्यांच्या मुळांनी वेढलेला होता. तुकोबा डोहाकडे वळले. डोहाजवळ गेले. डोहातलं खोल पाणी स्थिर राहून त्याची सखोलता दर्शवत होतं. अतिशय खोल, पाणवनस्पतींनी भरलेल्या त्या डोहातलं पाणी वर निळं आकाश असूनही काळंशार दिसत होतं. इंद्रायणीच्या बाकीच्या पात्रातलं पाणी नितळ, निवळशंख; पण या डोहातल्या पाण्याला मात्र ते आरसपानीपण लाभलं नव्हतं. तुकोबा तिथं डोहाजवळ उभे राहिले. त्यांच्या पायाजवळच्या पायरीवरून इंद्रायणीचं पाणी खेळत होतं. ते शीतल, थंड पाणी पायाला स्पर्श करताना हळुवारपणे स्पर्शत होतं. पण तुकोबांचं तिकडं लक्षच नव्हतं. त्यांची नजर हातातल्या वह्यांवर खिळली होती. खिळली नव्हती तर तिथंच अडकली होती. रुतून बसली होती. जणू नजरेनं त्या वह्यांतलं अक्षर न् अक्षर ते टिपून घेत होते. वह्यांवरच्या त्या जाड ताडपत्राच्या आवरणातून, त्याच्या आत असलेल्या त्या वह्यांवर असलेल्या लाकडी फळीतून ती नजर त्या वह्यांमधल्या अक्षरांवरून फिरत होती. आणि त्या अक्षरांना आपल्यात सामावून घेत होती. जणू त्या अक्षरांचं प्रतिबिंब आपल्या नजरेत टिपायचा प्रयत्न करत होती. पण तेही सुख तुकोबांना फार वेळ घेऊ देण्याचा मंबाजीचा विचार नव्हता. तुकोबा हातात वह्या घेऊन तिथं, डोहाच्या पायरीवर, रेंगाळलेले, थबकलेले पाहताच इंद्रायणीच्या काठावर उभा राहिलेला मंबाजी ओरडला, "हं! पुरे झाला शोक आता! लवकर आटपा. आम्हालापण आणि इतरांनापण कामं आहेत. तुझ्यासारखं कोणी रिकामटेकडं नाहीये. तू काय रे काम ना काजाचा, धरणीच्या ओझ्याचा! वडिलोपार्जित धंदा बुडवला, वसूल करता आली नाहीत म्हणून देणी बुडाली. आता ना नोकरी ना धंदा! तिकडं बायको चार घरची कामं करून लेकरांच्या आणि नवऱ्याच्या पोटाला घालते आणि सगळ्या गावाशी भांडते. आणि हा जे काय खरडतो, त्याला अभंग म्हणतो आणि गावातल्या चार अडाणी लोकांना सांगतो. ते फसतात आणि याच्या नादी लागतात. म्हणून हा लगेच स्वत:ला तुकाराममहाराज म्हणवून घ्यायला लागला. पण आता या वह्या बुडाल्या ना की समजेल तुला तुझी जागा! बघत काय उभा राहिलास? टाक ते वह्यांचं बोचकं पाण्यात!" मंबाजी गरजला. त्याच्या या बोलण्याला रामेश्वरभटांनीही दुजोरा दिला. तुकोबानं एकदा त्या वह्यांवर मस्तक टेकवलं. डोळ्यांसमोर विठ्ठलाची सावळी मूर्ती आणली. डोळ्यांतून वाहणाऱ्या अश्रूंचा अभिषेकच जणू त्या बोचक्यावर केला. जणू त्या शब्दांच्या सोबतीसाठी, त्या अभंगाला सोबत म्हणून तुकोबा आपले अश्रू धाडत होते, त्यांच्यासोबत. त्याच अश्रूंचे थेंब त्या वस्त्रांवर मोत्यांसारखे चमकत होते. ते अश्रू, ते मोत्यांचे थेंब तसेच त्यावर ठेवत, जपत, हळुवारपणे, अलगद तुकोबांनी त्या वह्यांचं बोचकं इंद्रायणीच्या डोहात सोडलं. ते काही वेळ, काही क्षण तरंगलं

आणि मग हळूहळू, अगदी अलवारपणे, त्यातल्या अक्षरांना, त्यातल्या कागदांना, त्यावर बांधलेल्या वस्त्राला शक्यतो स्पर्श होणार नाही इतक्या हळुवारपणे इंद्रायणीनं त्याला आपल्यात सामावून घेतलं. एक क्षण, एकच क्षण तिच्या त्या डोहातल्या पाण्यावरही एक लाट उसळली, त्या लाटेचं पाणी तुकोबांच्या चरणाजवळ आलं. त्यांना चरणस्पर्श करत क्षणभर तिथंच रेंगाळलं. जणू ते तुकोबांना दिलासा देत होतं चिंता सोड म्हणून... ग्वाही देत होतं मी तुझी ठेव नीट सांभाळीन म्हणून... आश्वासन देत होतं त्यातल्या एकाही शब्दाला धक्का लागणार नाही म्हणून... वचन देत होतं ते शब्द, ते कवित्व कुठंही हरवणार नाही म्हणून... विश्वास देत होतं माझ्यावर विश्वास ठेव म्हणून... आणि तुकोबांनाही जणू त्या पाण्याची, त्या लाटेची, त्या तरंगाची भाषा समजली. त्यांनी ती मानली, आणि तीवर विश्वासही ठेवला. त्या जळाला, त्या तीर्थाला हात जोडून नमस्कार केला. त्यातले चार थेंब घेऊन डोळ्यांना लावले. आणि ते मागं वळले. रामेश्वरभट आणि मंबाजी कधीच निघून गेले होते. गावकरी डोळे पुसून परत फिरले. काही जण मात्र तुकोबांबरोबर तिथंच थांबले. बघताबघता सायंकाळ झाली. रात्र झाली. तुकोबा तिथंच, त्या इंद्रायणीच्या घाटावर तसेच बसून राहिले. पहिला दिवस सरला, दुसरा दिवस सरला. तिसरा दिवसही मावळला. आणि मावळणाऱ्या तिसऱ्या दिवसानं जशी तुकोबांच्या जिवाची काहीली वाढवली, तशीच त्यांची घायाळ अवस्थाही. आणि याच घायाळ अवस्थेनं तुकोबा भूतकाळात गेले होते. आणि आठवणींचा सारीपाट त्यांच्यासमोर उलगडला होता. आठवणींचा तो पट आठवत तुकोबा तिथंच, तसेच, इंद्रायणीच्या काठावर बसून राहिले होते- नजरेत प्रतीक्षा घेऊन... प्रतीक्षा!

२५

तिसरा दिवस संपला. चौथा उजाडला आणि भूतकाळात रमलेले, गतजीवनाच्या आठवणीत गुंतलेले तुकोबा सावध झाले. आपण कुठं होतो आणि कुठं आहोत, याचं त्यांना भान आलं. नुकतीच पहाट झाली होती. त्या पहाटेच्या धूसर प्रकाशात इंद्रायणीच्या पाण्यावर तरंगणाऱ्या धुक्यानं इंद्रायणीचं अवघं पात्र व्यापलं होतं. धूसर असं धुकं पाण्यावर तरंगत होतं आणि पाण्यालाही एक गूढता आली होती. तुकोबांना क्षणभर वाटलं की, त्या धुक्यात आता विठूराया दिसेल- कटीवर हात ठेवून उभा असलेला. ते एकटक त्या धूसर प्रकाशाकडे बघत राहिले. पण सूर्याची किरणं इंद्रायणीच्या पाण्यावर अलगद उतरली आणि पाण्यावरचं ते धुकं नाहीसं झालं. त्याची धूसरता नाहीशी झाली होती. त्याची धवलता कमी झाली आणि इंद्रायणीचं पाणी, पाण्यावरचे तरंग आता स्पष्ट दिसू लागले, तशी तुकोबांच्या मनात पुन्हा निराशा पसरली.

प्राण समर्पिला आम्ही । आता उशीर का स्वामी ।।
माझे फेडावे उसणे । भार न मना या ऋणें ।।
जाता कंठस्फोट । जवळी पातलो निकट ।।
तुका म्हणे सेवा । कैसी बरी वाटे जीवा ।।

कितीही नाही म्हटलं तरी पुन्हापुन्हा शब्द एकमेकांच्या हातांत हात घालूनच येत होते. कितीही नाही म्हटलं तरी शब्दांच्या रचना गुंफल्या जातच होत्या. तुकोबांची एकटक नजर मात्र इंद्रायणीच्या पाण्यावरून ढळली नाही. अनेक जण येत होते; तुकोबांशी चार शब्द बोलून जात होते. कुणी थोडा वेळ थांबत. मग हळहळत. तुकोबांना तिथून उठण्याचा आग्रह करीत आणि परतून जात. चौथा दिवस तसाच सरला. पाचवाही असाच सरला. रात्र झाली; मग मात्र, तुकोबाचा धीर खचला-खचला कसला संपलाच. आवलीनं त्यांची समजूत काढली त्याप्रमाणे त्यांना वाटत होतं की, पाचव्या दिवशी तरी विठूराया काही तरी करेल. पण तसं काहीच घडलं नाही. पाच दिवस आज उलटून गेले तरी असं कुठलंही चिन्ह दिसत नव्हतं की,

ज्यातून कळावं की, विठूराया त्यांच्या पाठीशी आहे. असं काहीच घडत नव्हतं की, ज्यातून कळावं की त्यांचा पांडुरंग त्यांच्या सोबत आहे. आणि हीच गोष्ट त्यांच्या मनाला खात होती. त्यांचं काळीज कुरतडत होती. त्यांच्या काळजाला भोकं पाडत होती. त्यांचा धीर खचत होता. त्यांचं अवसान ढळत होतं. त्यांचं ध्यान चुकत चाललं होतं. बुद्धी मंद व्हायला लागली होती. मनाचा ठाव सुटायला लागला होता. आणि घडत तर काहीच नव्हतं. तगमग वाढत होती. कासाविशी आणिकच दाटून येत होती.

काय करू जीव होतो कासावीस । कोंडलिये दिस गमेचि ना ।।
पडिले हे दिसे ब्रह्मांड चि वोस । दाटोनि उच्छ्वास राहातसे ।।
तुका म्हणे आगा सर्वजाणतिया । विश्वंभरे काया निववावी ।।

ज्या अभंगरचनेपायी हे सगळं घडलं होतं, ज्या अभंगरचना पुन्हा करणार नाही असा शब्द दिला होता, कितीही नाही म्हटलं तरी शब्द मनात रुंजी घालतच होते. हातांत हात घालून एकामागोमाग एक येतच होते. ओवीबद्ध शब्दरचना, अर्थाची बांधिलकी, यमकांची जोडणी असं सगळंसगळं एका सोबत दुसरा, दुसऱ्या सोबत तिसरा असं येतच होतं. जणू कुणीतरी मनात मोत्यांची लड उलगडावी आणि त्या लडीतले मोती एकामागोमाग एक घरंगळून पाठोपाठ ओंजळीत पडावेत, तसे शब्द एकामागोमाग येत होते. फुलांचं उमलणं जितकं सहज होतं, तितकी सहज शब्दरचना होत होती. आणि फूल उमलल्यावर गंधाचं दरवळणं जितकं स्वाभाविक, तसा अन्वय अर्थासहित दरवळत होता.

विठ्ठला विठ्ठला । कंठ आळविता फुटला ।।
कई कृपा करिसी नेणे । मज दीनाचे धावणे ।।
जाल्या येरझारा । जन्मा बहुतांचा फेरा ।।
तुका म्हणे नष्टा । अबोलण्या तुझ्या चेष्टा ।।

आणि मनात जुळणाऱ्या आणि उगम पावणाऱ्या त्या अभंगाच्या रचना तुकोबांना आणखीच त्रास देत होत्या. आणि त्या नाकारणं, ते टाळणं तुकोबांच्या हातात नव्हतं. म्हणूनच तुकोबांना या गोष्टीचा जास्त त्रास होत होता. त्यातच पाच दिवस उलटून गेले होते आणि अजून काहीच घडत नव्हतं. गावातले तुकोबांना मानणारे लोकसुद्धा निराश झाले होते. त्यांना वाटत होतं तुकोबा ज्या विठ्ठलाचे इतके निस्सीम भक्त आहेत, ज्याच्यासाठी त्यांनी अवघा संसार सोडला आहे, तो विठोबा तरी त्यांच्या मदतीला धावून येईल; पण आज पाच दिवस उलटले तरी तसं काहीच दिसत नव्हतं. उलट, त्याला हाका मारून, त्याचा धावा करून, तुकोबा शिणले होते, पण त्याला पाझर फुटत नव्हता. काय कारण होतं? तुकोबांची भक्ती कमी पडत होती? विठ्ठलाला त्यांची अजून परीक्षा पाहायची होती की, धर्मसभेनं तुकोबांना

दिलेली शिक्षा योग्य आहे असंच त्या पांडुरंगाला वाटत होतं? की तोही वर्णाश्रम व्यवस्थेचा कैवारी होता? त्याला सुद्धा ही वर्णाश्रम व्यवस्था मान्य होती? मग माउली, नामदेव, चोखोबा, जनाबाई याचं काय? काय ते कळत नव्हतं! पण इथं तुकोबांची घायाळ अवस्था बघवत नव्हती हे खरं! पाच दिवस उलटून गेले होते. आता कसोटी होती तुकोबांच्या भक्तीची, परीक्षा होती त्यांच्या विठ्ठलावरच्या श्रद्धेची. प्रश्न होता त्यावरच्या विश्वासाचा, ग्वाही होती त्याच्या भक्तवत्सलतेची, दिलासा होता त्याच्या आधारभूत असण्याचा, वचन होतं त्याच्या संकटनिवारणतेचं, अपेक्षा होती त्याच्या धावत येण्याची, पणाला लागले होते तुकोबांचे शब्द, आणि या सगळ्याला, या सगळ्याला साक्ष होती इंद्रायणीची. हे सगळं जरी खरं असलं, तरी काहीच घडत नव्हतं. म्हणून तुकोबा अस्वस्थ होते. कुठंतरी काहीतरी चुकत होतं खास! काहीतरी राहून जात होतं. हातातून, नजरेतून, मनातून, बुद्धीतून, हृदयातून काहीतरी निसटत होतं. काहीतरी कमी पडत होतं. आणि याच प्रश्नाचं उत्तर शोधत तुकोबा इंद्रायणीच्या काठावर बसले होते. कधी विठ्ठलाला प्रश्न टाकत होते... कधी इंद्रायणीला; पण उत्तर कुणीच देत नव्हतं.

पाचवा दिवसही सरला. निराश होऊन तुकोबा तिथंच दगडावर कलंडले. अंधारानं आपले हातपाय पसरले. इंद्रायणीचं पाणी आता काळसर दिसत होतं. त्यामुळं त्या पाण्याचा गहिरेपणा आणखीच वाढला होता. हवेतही गारवा वाढला होता. तुकोबांच्या पायापाशी अवघडून बसलेल्या आवलीला तशीच अवघडल्या अवस्थेत झोप लागली होती. हवेतल्या गारव्यानं इंद्रायणीच्या काठावरचा तो दगडही गार गार झाला होता. त्यावर कलंडलेल्या तुकोबांना त्या गारव्यानं, आणि मनाच्या थकव्यानं जणू ग्लानी आली. आणि क्षणभर तुकोबांना झोप लागली. ती प्रतीक्षेची डुलकी असेल, निराशेची ग्लानी असेल किंवा थकव्याची झोप- काही असो, तुकोबांना काही वेळ झोप लागली हे खरं! आणि त्या झोपेत त्यांना भेटायला आले नामदेव. त्यांनी तुकोबांना हाक मारली आणि म्हणाले, "तुकोबा! असे निराश होऊ नका. तुमच्या श्रद्धेला सामर्थ्य यायचं असेल तर चित्त शुद्ध हवं. आणि चित्ताची शुद्धता ही पाच महातेजं, पाच ज्ञानेंद्रियं, बुद्धी आणि मन अशा बारा स्तरांवरून व्हायला हवी. याचा एक स्तर म्हणजे सृष्टिचक्राचं एक वर्ष आणि हे बारा स्तर म्हणजे बारा वर्षं म्हणजे एक तप. यांतल्या प्रत्येक स्तराला तुमचा एक दिवस दिलात म्हणजे झाले बारा दिवस. आणि तुकोबा, हे बारा दिवस तुमच्या चित्ताच्या, अंतःकरणाच्या शुद्धीचे आहेत. ते सरले की, तुमचे तुम्हालाच कळेल आपले शब्दभांडार कुठे आहे ते! येतो मी!" असं बोलून नामदेव निघून गेले आणि तुकोबांना जाग आली. ते दचकून उठले. इकडंतिकडं पाहू लागले. आपण इंद्रायणीच्या काठावर आहोत, एका दगडावर बसलेलो आहोत, याचं त्यांना भान आलं. पायाशी

आवली निजली होती. तुकोबा भानावर आले आणि त्यांना ते स्वप्न आठवलं. नामदेवांनी सांगितलेला शब्द न् शब्द आठवला. त्यांना क्षणभर वाटलं आवलीला उठवावं, जागं करावं, आणि हे स्वप्न सांगावं. पण पुन्हा त्यांनी विचार बदलला. आवलीला यातलं काही सांगणं म्हणजे तिच्या संतापाला आमंत्रण देण्यासारखं होतं. रामेश्वरभटांचाही उद्धार करून झाला होता. आता नामदेवाचं स्वप्न सांगावं तर कोण जाणे त्यालाही तिनं बोल लावला असता. तिचं एक तत्त्व होतं; आणि ते एकमेव तत्त्व होतं- तिच्या धन्याला म्हणजे तुकोबांना जो कोणी त्रास देईल, तो तिचा शत्रू होता. मग तो अगदी देव असला तरी! त्यामुळं तुकोबांनी हे स्वप्न आवलीला सांगण्याचा मोह आवरला. पण तरीही त्यांच्या मनातलं नैराश्य काही गेलं नाही. 'आपल्या चित्ताची, अंतःकरणाची शुद्धी व्हायला हवी, असं नामदेव म्हणाले. म्हणजे अजून ती झाली नाही. विठ्ठला, अरे माझं सर्वस्व, माझे पंचप्राण मी तुझ्या पायी वाहिले तरीही माझं अंतःकरण शुद्ध नाही का रे?

'कां जी आम्हा होते दोषाचे दर्शन । तुज समर्पून देहभाव ।।
पांडुरंगा कृपाळूवा दयावंता । धरसील सत्ता सकळ ही ।।
कां जी आम्हांवरी आणिकांची सत्ता । तुम्हांसी असता जवळिकें ।।
तुका म्हणे पायी केले निवेदन । उचित ते दान करी सत्ता ।।'

पुन्हापुन्हा तुकोबा प्रश्न विचारत होते- स्वतःला, विठ्ठलाला, आणि कुणाकुणाला! उत्तराची अपेक्षा होती; पण उत्तर मिळत नव्हतं. त्यामुळंच काय करावं सुचतच नव्हतं. सहावा दिवस संपला. सातवा उजाडला. तोही संपला. आठवाही संपला. तसाच नववा आणि दहावाही. दहा दिवस उलटून गेले. ना तुकोबाच्या पोटात अन्नाचा कण होता ना पाण्याचा थेंब. आणि आवलीच्या पोटातही ना अन्नाचा कण होता ना पाण्याचा थेंब. नैराश्यामुळे आणि पोटात अन्न, पाणी काहीच नसल्यामुळे दोघांनाही ग्लानी येत होती. तुकोबा त्या दगडावर आणि आवली त्यांच्या पायाशी पडून राहिली होती. येता-जाता लोक बघत होते. हळहळत होते, चुकचुकत होते. डोळ्यांतून पाणी काढत होते. हुंदके देत होते. घोळक्याघोळक्यानं जमून चर्चा करत होते. काय उपाय करावा, काय मार्ग काढावा कुणालाच सुचत नव्हतं. या दोघांचीही, विशेषतः तुकोबांची अवस्था बघवत नव्हती. त्यांचा म्लान झालेला चेहरा, खोल गेलेले डोळे, निराशेनं काळवंडलेलं मुख, असहायतेमुळे झुकलेली मान, उपासामुळे कृश झालेलं शरीर, थकव्यामुळं लटपटणारी काया, दुभंगलेलं मन आणि दुःखातिशयानं वारंवार भरून येणारे डोळे. तुकोबांची ही अवस्था कुणालाच बघवत नव्हती. महादजीपंत, पाटीलबाबा, कान्होबा, बाळकोबा ही सगळी मंडळी त्या इंद्रायणीच्या घाटावर जमली होती. तुकोबा यातून सावरले नाहीत तर काय करायचं, अशी चिंता

साऱ्यांच्या मनात होती. कान्होबा म्हणाला, "काय करायचं या दादाला? असा किती दिस हा हितं बसून ऱ्हाणार आहे काई कळत न्हायी. कसं का असेना; पण बरं चाललं होतं. तोवर मधेच हे संकट आलं! कसं यातनं पार व्हायचं काई कळंना झालंय?" कान्होबाच्या या बोलण्यावर सगळ्यांनी मान डोलावली. तोच महादजीपंत म्हणाले, "खरंच! काय म्हणावं या संकटाला? काय अवस्था झालीय दोघांची? त्या देवाला तरी कशी दया येत नाहीय हेच काही कळत नाही. कुठल्या जन्मीचे हे भोग आहेत कोण जाणे! आणि ते भोगल्याशिवाय गत्यंतर नाही!" महादजीपंतांच्या डोळ्यांत बोलता बोलता पाणी भरलं. काळजात हुंदका दाटला. तोच बाळकोबा म्हणाला, "काय व्हणार म्हाराजांचं त्येच समजत न्हायी! एकीकडं

"आलिया भोगासी असावे सादर । देवावरी भार घालूनिया ।।
मग तो कृपासिंधू निवारी सांकडें । येर ते बापुडे काय रंके ।।
भयाचिये पोटी दुःखाचिया रासी । शरण देवासी जातां भले ।।
तुका म्हणे नव्हे काय त्या करितां । चिंतावा तो आता विश्वंभर ।।

असं महाराजच सांगतात आणि एकीकडं हे दुःखाचं हुमान घालून बसलेत. काय म्हणावं आता?" बाळकोबांचं हे सांगणं सगळ्यांनाच पटलं. तोच धागा धरून पाटीलबाबा म्हणाले, "या पोराला लहानाचा मोठा होताना बघितलाय मी! आई-बाप गेले तेव्हा एकदा असाच कोसळला होता आणि आत्ता! याला कुणी समजवायचं?"

भोग तो घडे संचितावांचूनि । करावे ते मनी समाधान ।।
म्हणऊनी मनी मानू नये खेद । म्हणावा गोविंद वेळोवेळा ।।
आणिकां रुसावें न लगे बहुतां । आपुल्या संचिता वांचुनियां ।।
तुका म्हणे भार घातलिया वरी । होईल कैवारी नारायण ।।

–असं सांगणारा हा तुकोबा स्वतः मात्र असा गलितगात्र होऊन, डोळ्यांतनं पाणी काढत बसलाय. महादजीपंत, तुम्ही तरी समजवा त्याला! आता त्या अभंगांच्या वह्या पाण्यात बुडल्या; पण याची बुद्धी तर बुडली न्हायी ना? ती तर शाबूत हाये ना? मग काय तर? गेले ते गेले अभंग! पुन्हा नवीन कर म्हनावं. गेलं त्याचं दुःख करत बसण्यात काय अर्थ हाये?" पाटीलबाबा बोलत होते. त्यांचं बोलणं ऐकताऐकता महादजीपंतांचे डोळे चमकले. आतापर्यंत पाण्यानं भरलेल्या डोळ्यांत चैतन्य उमटलं. मलूल झालेला चेहरा उजळला. ते पटकन म्हणाले, "पाटीलबाबा, अहो अभंग गेलेत कुठं? कोण म्हणतंय ते पाण्यात बुडाले म्हणून? अहो अभंग तर इथंच आहेत. इथंच. तुमच्या, माझ्या, कान्होबाच्या, या बाळकोबाच्या एवढंच नव्हे, तर सगळ्या देहूगावाच्या मुखात आहेत. मुखोद्‌गत आहेत. पाठ आहेत. पाटीलबाबा, आपल्या सगळ्यांना, आपल्या सगळ्यांनाच नव्हे, तर जवळपास

सगळ्या देहू गावातल्या लोकांना तुकोबाचे अभंग पाठ आहेत, मुखोद्‌गत आहेत. मग ते जातीलच कसे? बुडतीलच कसे? इंद्रायणीच्या डोहात बुडली ती एक प्रत होती. अशा असंख्य प्रती आपल्याजवळच आहेत. आपल्या मुखात आहेत. आपल्या मनात आहेत. हृदयात आहेत. आपण त्या कागदावर उतरवू या. आणि तुकोबाला देऊ या.'' महादजीपंतांचं बोलणं ऐकून सगळ्यांचेच डोळे चमकले. सगळ्यांचे रडवेले झालेले चेहरे पुन्हा उजळले. तोच पाटीलबाबा म्हणाले, ''पंत, ही नामी शक्कल आहे. आणि खरेच आहे ते. तुकोबांचे सारे अभंग देहू गावातल्या प्रत्येकाच्या मनात आहेत, मुखात आहेत. पंत, आपण असं करू. संताजी जगनाडेला बोलवू या. त्याच्याकडेही काही लिहिलेले असेल!'' कान्होबांना पाटीलबाबांचं म्हणणं पटलं. अगदी मनापासून पटलं. तो म्हणाला, ''अगदी योग्य बोललात पाटीलबाबा. अहो, संताजी तर दादाचे अभंग लिहूनही घ्यायचा. आपण त्याला लगोलग सांगावा धाडू आणि बोलावून घेऊ! आता यातनं काहीतरी नक्की चांगलं निघेल!'' आता सगळ्यांनाच उत्साह आला. यातलं तुकोबांना काही आता लगेच सांगायचं नाही असं ठरलं. आणि चौघं जण कामाला लागले. त्यातच सांगावा पोचल्यावर लगोलग आलेल्या संताजीमुळे तर या सगळ्यांचा उत्साह आणखी दुणावला. कारण इंद्रायणीत बुडवण्यासाठी तुकोबांच्या वह्या नेल्या जाणार आहेत ही कुणकुण मंबाजीच्या फुशारकीमुळे संताजीला आधीच लागली होती. म्हणून चार दिवस आधी वह्या आवलीकडनं मागून नेऊन रातभर जागून संताजीनं त्यांतले अभंग उतरवून काढले होते. पण त्यानंतर मात्र त्याची आई आजारी पडल्यामुळे त्याला चाकणहून देहूला येता आलं नव्हतं. रामेश्वरभटांच्या आज्ञेवरून तुकोबांचे अभंग इंद्रायणीच्या डोहात बुडवले ही गोष्ट त्याच्यापर्यंत पोचली होती. आणि आईला बरं वाटले की त्या अभंगांची प्रत आपण तुकोबांना द्यायची असंही त्यानं ठरवलं होतं. अर्थात वह्या बुडवल्यापासून तुकोबा इंद्रायणीच्या घाटावरच बसून आहेत हे त्याला समजलं नव्हतं. आता कान्होबाचा सांगावा आल्यावर आणि देहू गावची ही सगळी बातमी समजल्यावर संताजी लगोलग देहूला आला. तो आल्यामुळे या सगळ्यांचा उत्साह आणि आनंद वाढला. त्यात संताजीनं त्या वह्या दाखवल्यावर तर या सगळ्यांचा आनंद गगनात मावेना. तोवर दोन दिवसांत सगळ्यांना जेवढे आठवतील तेवढे, सगळ्यांना जेवढे पाठ असतील, मुखोद्‌गत असतील तेवढे अभंग विचारून विचारून या सगळ्यांनी लिहून काढले. आणि बघताबघता तुकोबांच्या अभंगांचं बाड तयार झालं. तोवर बारा दिवस उलटून गेले होते. तेरावा दिवस उजाडला होता. तुकोबा आणि आवली अजूनही इंद्रायणीच्या घाटावरच बसून होते म्हणण्यापेक्षा त्या दगडावर पडून होते. आणि तुकोबाच्या मुखातून अभंग स्रवतच होते–

तेरा दिवस जाले निश्चक्र करिता । न पावसी अनंता मायबापा ।।
पाषाणांची खोळ घेऊनि बैसलासी । काय हृषीकेषी जाले तुज ।।
तुजवरी आता प्राण मी त्यजीन । हत्या मी घालीन पांडुरंगा ।।
फार विठाबाई धरिली तुझी आस । करीन जीवा नास पांडुरंगा ।।
तुका म्हणे आता मांडिले निर्वाण । प्राण हा सांडीन तुजवरी ।।

संताजी जगनाडे, महादजीपंत, पाटीलबाबा, कान्होबा हे सगळ्या गावकऱ्यांना घेऊन इंद्रायणीच्या वाळवंटात जमले. दुपारची वेळ. इंद्रायणीचं शांत पाणी सूर्यप्रकाशात चमकत होतं. त्या पाण्यावर नाचणारे तरंग सूर्यकिरणांचे मोती अंगावर घेऊन नाचत होते. तरीही त्या पाण्यावर एक प्रकारची उदासीनता पसरली होती. जणू आपल्या अंतर्भागात तुकोबांच्या वह्या आहेत या भावनेचा अपराधीपणा घेऊन इंद्रायणी वाहत होती. महादजीपंत आणि मंडळी इंद्रायणीच्या वाळवंटात जमली. संताजीच्या हातावर वह्या दिमाखानं मिरवत होत्या. संताजी, महादजीपंत आणि मंडळी वह्या घेऊन इंद्रायणीच्या पाण्यात गेली. पाऊलभर पाण्यात उभं राहून त्यांनी त्या वह्या जणू इंद्रायणीला दाखवल्या. त्या वह्यांचं प्रतिबिंब इंद्रायणीच्या पाण्यात पडलं. आणि इंद्रायणीचं इतका वेळ शांत असलेलं पाणी जणू आनंदानं उसळलं. तिच्या त्या चमकणाऱ्या तरंगांचं उसळणाऱ्या लाटांत रूपांतर झालं आणि बघताबघता इंद्रायणीचं अवघं पात्र लाटांनी भरून गेलं. जणू अभंगांच्या त्या वह्या बघितल्यावर झालेला अपरंपार आनंदच इंद्रायणी व्यक्त करत होती. आणि आपल्या अपराधी भावनेचं असं परिमार्जन झाल्याचं बघून, आपण त्या भावनेतून मुक्त झाल्याच्या जाणिवेनं तिला आनंदाची भरती आली होती. संताजी प्रभृतींनी इंद्रायणीत आपले पाय धुतले. हातातल्या वह्या मस्तकी लावून एकवार त्या शब्दब्रह्माला अभिवादन केलं. आणि सगळ्यांनी विठ्ठलाचा गजर सुरू केला. "विठ्ठलऽ विठ्ठल, विठ्ठल, विठ्ठल, विठ्ठल, विठ्ठल, विठ्ठल, विठ्ठल!!!" शेकडो मुखांतून उमटलेला तो गजर इंद्रायणीच्या वाळवंटात शिरला. वाळवंटातून तो वेगाने पाण्यात घुसला. आपल्या मुक्ततेचा आनंद मिरवून काहीशा शांत झालेल्या इंद्रायणीच्या पाण्याला त्या गजरानं पुन्हा नवचैतन्य बहाल केलं. पाणी पुन्हा उसळलं. उंचउंच लाटा त्या गजराच्या तालावर नाचू लागल्या. अचानक कुठूनसा वारा आला. इंद्रायणीत घुसला आणि लाटांबरोबर हिंदकळणारा तो नाद आपल्यासवे घेऊन तो अवकाशात गेला. त्याबरोबर त्या गजरानं अवघं आकाश व्यापलं. अवकाशातून तो गजर पुन्हा भूतलावर उतरला आणि देहू गावाचा सारा आसमंत त्या गजरानं भरून गेला. इंद्रायणीच्या काठावरच्या एका विस्तीर्ण दगडावर ग्लानीत पडून राहिलेल्या तुकोबांच्या कानावर तो गजर पडला. क्षणभर आपण तो नाद खरंच ऐकतोय की आपल्याला भास होतोय, हे

त्यांना उमजेना. त्यांनी पुन्हा श्वास रोधून, कान देऊन तो गजर ऐकला! खरंच 'विठ्ठल, विठ्ठल' असा गजर ऐकायला येत होता. कुणीतरी मोठ्या समूहानं हा गजर करत होता. धडपडत तुकोबा उठून बसले. त्यांनी डोळे उघडले. सूर्यप्रकाशाची तिरीप धस्‌कन डोळ्यांत घुसली. त्यांनी पुन्हा डोळे मिटले. पुन्हा उघडले. कपाळावर हाताचा आडोसा केला. आणि किलकिले डोळे करून समोर पाहिले. पाहतापाहता त्यांची नजर इंद्रायणीच्या वाळवंटाकडे गेली आणि त्यांनी पाहिलं- इंद्रायणीच्या वाळवंटातून माणसांचा जमाव चालत येत होता. तो जमाव जवळ आला तसं त्यांना दिसलं, त्या जमावाच्या पुढं संताजी, महादजीपंत, पाटीलबाबा होते. आणि... आणि संताजीच्या हातांत होत्या अभंगांच्या वह्या. होय! अभंगांच्याच वह्या होत्या त्या! इंद्रायणीच्या त्या पाऊलं बुडतील एवढ्या पाण्यातून चालत, हातावर अभंगाच्या वह्या पेलत संताजी येत होता. आणि त्याच्या प्रत्येक पावलागणिक विठूनामाचा गजर होत होता. तुकोबांचा स्वतःच्या डोळ्यांवर विश्वास बसेना. आपण पाहतो आहोत ते सत्य की स्वप्न, हे त्यांना कळेना. आपण जागे आहोत की झोपेत आहोत, हे त्यांना उमगेना. आपल्याला ग्लानीमुळे भास होताहेत असं त्यांना वाटलं. खात्री करून घ्यावी म्हणून त्यांनी आवलीला हाक मारली. आवलीही ग्लानीतच होती. पण धन्यांच्या हाकेनं अवसान गोळा करून ती उठून बसली. तोच तुकोबा म्हणाले, "आवलेऽ आवले! समोर बघ! अगं, इंद्रायणीच्या वाळवंटात बघ. जे मला दिसतंय तेच तुलापण दिसतंय का? की मला भास होताहेत? अगं, बघ बघ. समोर बघ!" धन्यांच्या आवाजातली आतुरता समजून आवली पूर्ण सावध झाली. डोळ्यांवर हाताचा आडोसा धरून तिनं समोर पाहिलं. इंद्रायणीच्या पाऊलभर पाण्यातून संताजी चालत येत होता आणि... आणि त्याच्या हातात होत्या अभंगांच्या वह्या! आवली धडपडत उठून उभी राहिली. पुन्हा एकदा नीट न्याहाळून तिनं बघितलं. तुकोबा तिच्या उत्तराकडे, तिच्या प्रतिक्रियेकडे मोठ्या अपेक्षेनं बघत होते. आणि 'देवा, हा निव्वळ भास असेल तर पुन्हा असली चेष्टा करू नकोस!' असं मनोमन देवाला विनवत होते. तोच... तोच आवली ओरडली, "धनीऽऽधनीऽऽ अवं अभंगांच्या वह्या! अभंगांच्या वह्या! संताजीभाऊजींच्या हातात हायेत. धनी, वह्या इंद्रायणीमातेनं परत दिल्या जणू! व्हय! व्हय! व्हय! तिनंच परत केल्या असतील. न्हाईतरी तिला त्या वह्यांचा उपेग काय? म्हणून दिल्या असतील परत! धनी, बगा बगा! तुमचे अभंग तुम्हाला परत मिळाले. तुमचे अभंग तुम्हाला परत मिळाले. माझी मंगळाई पावली गं बाई! धनी, उठा उठा! अवं, इंद्रायणीमातेनं वह्या परत दिल्यात! उठा!" आवलीच्या आनंदाला पारावार नव्हता. तेरा दिवसांची उपाशी होती ती. पण अभंगांच्या वह्या परत आलेल्या बघून जणू तिची ग्लानी कुठल्या कुठं पळाली. तुकोबांची अवस्था यापेक्षा वेगळी नव्हती. सुरवातीला हा भास असेल असं मानणारे

तुकोबा आवलीची प्रतिक्रिया बघून ताडकन उठून बसले. बाकी कुणीही करेल, प्रत्यक्ष परमेश्वरसुद्धा; पण आवली आपली चेष्टा करणार नाही, याची त्यांना खात्री होती. ते उठून बसले आणि त्यांनी वाळवंटाकडे नजर टाकली. एखाद्या जलदूतासारखा संताजी वह्या हातात घेऊन इंद्रायणीच्या पाण्यातून चालत बाहेर वाळवंटात येत होता. त्याच्यासोबत महादजीपंत होते. पाटीलबाबा होते. कान्होजी होता, आणखी कोण कोण होते. पण तुकोबांची नजर मात्र संताजीवर, त्याच्या हातातल्या वह्यांवर खिळली होती. आवली म्हणाली तसं खरंच झालं असेल? की विठ्ठलालाच माझी कीव आली असेल? काय झालं असेल? काहीही होऊ दे; पण माझे अभंग मला परत मिळाले. माझं शब्दभांडार परत माझ्याकडं आलं. या विचारानं उल्लसित झालेले तुकोबा उठले. धडपडत उभे राहिले. एकवार त्यांनी इंद्रायणीकडे नजर टाकली. कृतकृत्य झाल्यासारखी ती शांत स्थिर वाहत होती. पुन्हा तुकोबांनी समोर पाहिलं. विठ्ठलनामाचा गजर वाळवंटात दुमदुमत होता. तुकोबा दगडावरून धावतच वाळवंटात गेले. तोच आवलीनं तिथं धावत आलेल्या महादेवाला ओरडून सांगितलं, "म्हादा अरं, तुझ्या बाबांच्या अभंगाच्या वह्या इंद्रायणीनं परत दिल्यात. जाऽ जा! समद्यांना सांगून ये!" आवलीनं सांगितलेलं ऐकून म्हादा आला तसा उलट पावली परत फिरला तो आनंदानं ओरडतच. आणि वाळवंटातून अनवाणी पायानं अडखळत, धडपडत बेभान होऊन पळत संताजीकडे धावणाऱ्या तुकोबांपाठोपाठ आवलीनंपण धाव घेतली.

तुकोबा संताजीजवळ पोचले. संताजीनं मोठ्या भक्तिभावानं त्या वह्या तुकोबांच्या हातात दिल्या. आणि त्यानं हात जोडले. तोच महादजीपंत म्हणाले, "तुकोबा, लोकगंगेच्या उगमातून गोळा केलेली, श्रद्धेच्या, भक्तीच्या उदकातून परत मिळवलेली ही तुमची ठेव तुमच्याकडे सुपूर्त करत आहोत." तुकोबांनी वह्या हातात घेतल्या. त्यांवर एक नजर टाकली. आणि त्या वह्यांवर आपलं मस्तक ठेवून तुकोबा लहान मुलासारखे ढसाढसा रडू लागले. त्यांच्या डोळ्यांतून वाहणारे अश्रू त्या वह्यांवर पडत होते. जणू त्या वह्यांवर नेत्रगंगेचं प्रोक्षण होत होतं. तुकोबांचं अवघं अंग गदगदत होतं. हातांत घेतलेल्या अभंगांच्या वह्यासुद्धा थरथरत होत्या. जणू त्या तुकोबांच्या हातांत येण्यासाठी, तुकोबांच्या हृदयाजवळ पोचण्यासाठी आतुर होत्या. भावनेचा आवेग ओसरला आणि तुकोबांनी मान वर केली. भिजल्या डोळ्यांनी त्यांनी संताजी, महादजीपंत, या सर्वांकडे नजर टाकली. म्हणाले, "संताजी, महादजीपंत मी तुमचा शतशः ऋणी आहे. आजन्म ऋणी आहे. माझे श्वास, माझे प्राण, माझं जगण्याचं कारण आणि जगण्याचं साधन तुम्ही मला परत दिलंत. या इंद्रायणीच्या स्पर्शानं पावन झालेलं माझं हे धन तुम्ही मला परत दिलंत. माझ्या पांडुरंगानं लोकगंगेच्या जलात माझ्या या शब्दसंपत्तीचं रक्षण केलं. या तीर्थजलात, या उदकात माझे शब्द सांभाळून ठेवले. मी धन्य आहे. कृतार्थ आहे. कृतकृत्य आहे. माझे अभंग मला परत मिळाले. संताजी, या इंद्रायणीतून तू अभंगांच्या

वह्या घेऊन आलास; जणू माझे पंचप्राणच तू परत घेऊन आलास. तुझ्या-माझ्या मैत्रीची तू बूज राखलीस संताजी. मित्र कसा असावा याचंच तू उदाहरण घालून दिलंस. संताजी, तुझ्यासारखा मित्र मला लाभला, ही त्या पांडुरंगाची कृपा. संताजी, हा तुकाराम आज तुला शब्द देतोय- मी आधी मृत्यू पावलो तर तू माझ्या अंत्यसंस्काराला यायचंस आणि तू आधी गेलास तर मी जिथं असेन तिथून तुझ्या अंत्यसंस्कारासाठी येईन. हा या तुकारामाचा शब्द आहे.'' तुकोबांचं बोलणं ऐकून सगळ्यांना गहिवरून आलं. तोच पाठीमागून पळत आलेली आवली धापा टाकत तिथं पोचली. क्षणभर दम घेऊन म्हणाली, ''भावजी, बरं झालं तुम्ही नदीतून या वह्या घिऊन आलासा ते! आता तरी तुमचे मित्र अन्नाचा घास खातील. आनि दुसरी एक गोष्ट आताच बजावून ठेवते, धनी तुमास्नी. आता ह्ये अभंग समदे तुमीच पाठ करून ठेवा. म्हणजे पुन्हा कुणी वह्या टाकून द्या म्हंटलं तर पंचाईत नको. आनि उपाशीपन ऱ्हायला नको. आता या इंद्रायणीमातेनं तुमच्या वह्या परत दिल्या नव्हं? मग आत्ता इथंच घोटभर पानी प्या, आनि उपास सोडा. दोस्तांशी भेटून झालं की लगोलग घरी या. दहा-बारा दिवस झाले पोटात अन्न न्हायी. घराकडं जाऊन भाकरी आनी कोरड्यास करते. पोटभर खावा येऊन!'' तुकोबांच्या मनावरचं मळभ गेलं तशी आवलीतली गृहिणी जागी झाली. तिच्याकडं कौतुकानं बघत तुकोबा म्हणाले, ''आवले, अगं, मी जसं काही खाल्लेलं नाही, तशी तूही उपाशीच आहेस की! घरी जा. थोडं दूध पी आणि मग चुलीशी बैस. अगं, आज सणाचा, आनंदाचा दिवस. आज भाजी-भाकरी, कोरड्यास कसलं करतेस? काहीतरी गोड कर. ही सगळीच मंडळी येतील सोबत.'' तुकोबांच्या कौतुकाच्या स्वरानं आवली चक्क लाजली. तोच कान्होबा म्हणाला, ''वयनी, माझ्या कारभारणीला बोलवून घ्या. आम्ही येतोच मागोमाग!'' डोईवरचा फाटका पदर सारखा करत आवलीनं आनंदानं मान डोलावली आणि ती जायला निघाली. ती घाट चढून जाईपर्यंत ती गेल्या दिशेकडं सगळेच पाहत होते. ती वळणावर दिसेनाशी झाली. महादजीपंत म्हणाले, ''मोठी प्रेमळ पोर आहे ही आवली!'' तुकोबांनी मान हलवली आणि म्हणाले, ''पंत, श्वास, उच्छ्वास आणि दोन्हीच्या मध्ये असणारा क्षण म्हणजे लय. माणसाला जगण्यासाठी श्वास-उच्छ्वास आणि लय या तिन्ही चेतना गरजेच्या आहेत. पंत, माझा श्वास विठ्ठल आहे. माझा उच्छ्वास म्हणजे माझे हे अभंग आहेत आणि माझी लय म्हणजे माझी आवली आहे. या तिन्हीशिवाय हा तुकाराम म्हणजे निव्वळ पार्थिव आहे. अचेतन कलेवर आहे.'' तुकोबांचा आवाज गहिवरला होता. तोच गावाकडून येणाऱ्या रस्त्यावर गलका ऐकायला आला. सगळ्यांचं लक्ष तिकडं होतं. पाहतात तो काय? शेकडो लोकांचा समुदाय आनंदानं नाचत-गात येत होता. त्यातल्या काही लोकांच्या खांद्यावर एक पालखी होती. मंडळींना कळेना, हा काय प्रकार आहे? पण ते लोक जवळ आले. इंद्रायणीच्या वाळवंटात आले आणि तुकोबांभवती जमले. तुकोबांच्या पायावर डोकं

ठेवण्यासाठी जो तो धडपडू लागला. त्यातली जी नेहमीची मंडळी होती त्यांनी येऊन तुकोबांना मिठी मारली आणि हा सगळा सोपस्कार झाल्यावर तर त्यांनी तुकोबांना उचलून घेतलं. सगळे जण एकमुखानं 'विठ्ठल विठ्ठल'गजर करत होते. लोकांच्या आनंदाला आणि उत्साहाला नुसतं उधाण आलं होतं. आणि त्यांचा तो आनंद जणू इंद्रायणीतही शिरला आणि इंद्रायणीच्या पाण्यालाही उधाण आलं. लाटा उचंबळू लागल्या. लोकांच्या 'विठ्ठल विठ्ठल' गजराला इंद्रायणीतल्या लाटांच्या गाजेची साथ मिळाली आणि पुन्हा तो गजर जणू आकाशगामी झाला. क्षितिजव्यापक झाला. त्या गजरात मग तुकोबाही नाचायला लागले आणि नाचतानाचता गायलाही लागले. त्यांच्या मुखातून शब्द उमटायला लागले आणि लोक शांत शांत झाले. तुकोबांच्या मुखातून स्रवणारी अभंगवाणी ऐकायला लागले.

थोर अन्याय केला । तुझा अंत म्या पाहिला ।
जनाचिया बोलासाठी । चित्त क्षोभविले ।।
भागविलासी केला सीण । अधम मी यातिहीन ।।
झाकूनी लोचन । दिवस तेरा राहिलो ।।
अवघे घालूनिया कोडे । तान भुकेचे सांकडे ।।
योगक्षेम पुढे । तुज करणे लागेल ।।
उदकी राखिले कागद । चुकविला जनवाद ।।
तुका म्हणे ब्रीद । साच केले आपुले ।।
कापों कोणी माझी मान । सुखे पीडोत दुर्जन ।
तुज होय सीण । ते मी न करी सर्वथा ।।
चुकी जाली एक वेळा । मज पासूनि चांडाळा ।।
उभे करोनिया जळा । माजी वह्या राखिल्या ।।
नाहीं केला हा विचार । माझा कोण अधिकार ।
समर्थासि भार । न कळे कैसा घालावा ।।
गेले होऊनिया मागे । नये बोलों ते वाऊगे ।
पुढिलिया प्रसंगे । तुका म्हणे जाणावे ।।

तुकोबांचा प्रत्येक शब्द त्यांच्या कोमल मनाची साक्ष देत होता. त्यांच्या आनंदाची ग्वाही देत होता. पांडुरंगावरचा त्यांचा अधिकार सांगत होता. पांडुरंगाचे आणि त्यांचे सख्य सांगत होता आणि त्यांच्या मुखातून स्रवणारा प्रत्येक शब्द लोक कान देऊन ऐकत होते. तृप्त होत होते. विठ्ठलाचे आभार मानणारे तुकोबांचे अभंग म्हणून झाले आणि लोकांनी पुन्हा एकदा विठूनामाचा गजर केला. मग तुकोबांनी अभंग गाताना, नाचताना बाजूच्या शिळेवर ठेवलेल्या अभंगांच्या वह्या संताजीनं

उचलल्या आणि लोकांनी पालखी आणली होती त्या पालखीत मोठ्या भक्तिभावानं ठेवल्या. पालखी उचलली गेली. पालखीपाठोपाठ तुकोबाही चालत होते. आणि पुन्हा लोकांच्या आनंदाला उधाण आलं. लोक आनंदानं नाचू लागले. हलगी, ताशा, झांज यांच्या आवाजाबरोबरच लोकांचाही आवाज टिपेला पोचला होता. सगळ्या गावातून मिरवणूक फिरवून पालखी विठ्ठल मंदिराजवळ आली. तिथं पुन्हा तुकोबांचं कीर्तन झालं आणि तुकोबांची वाणी, तुकोबांची अभंगरचना किती शाश्वत आहे, कुणी मिटवू पाहिली तरी ती मिटणार नाही, याचा लोकांना पुन्हा प्रत्यय आला. कीर्तन संपलं. हरिनामाचा गजर सुरू झाला. एवढ्यात पाठीमागून एकच गलका ऐकायला आला. लोक मागं वळून बघू लागले. विठ्ठल मंदिराच्या समोर एक पालखी येऊन थांबली. त्यातून रामेश्वरभट खाली उतरले. उतरले कसले? दोन जणांनी धरून त्यांना उतरवलं आणि दोन्ही बाजूला धरून चालवत मंदिरात आणलं. ते येतील तशी लोकांनी वाट करून दिली. रामेश्वरभट आजारी दिसत होते. ''आगऽआग'' असं काहीतरी ओरडत कण्हत होते. मंदिरात येताच ते तुकोबांच्या पायाशी कोसळले. आणि गयावया करून म्हणाले, ''तुकोबा वाचवा! तुमच्यासारख्या सज्जन माणसाला मी त्रास दिला. माझ्या पहिल्या वर्णाच्या अभिमानात मी राहिलो आणि तुमचा छळ केला. मी विसरलो की, ज्ञान हे सर्वांसाठी असतं. मी विसरलो की, माउलीनं सांगितलं होतं की ज्ञानाचा प्रकाशच अज्ञानाचा अंधकार दूर करू शकतो. मी विसरलो की समाजनियम माणसांसाठी असतात न की माणसं समाजनियमासाठी. तुकोबा, तुमच्यासारख्या संतसज्जनाला त्रास देण्याचं पाप माझ्या हातून घडलंय. आणि त्याची शिक्षा मला मिळते आहे. माझ्या सर्वांगाची आग होते आहे तुकोबा. मला यातून मुक्त करा. मला वाचवा.'' रामेश्वरभट पश्चात्तापदग्ध आवाजात बोलत होते. तुकोबांची क्षमा मागत होते. त्यांच्या डोळ्यांतून घळाघळा आसवे वाहत होती. तुकोबा गहिवरले. त्यांनी रामेश्वरभटांना खांद्याला धरून उभं केलं. त्यांना हाताला धरून मंदिराच्या गाभाऱ्यात घेऊन गेले. मंदिरात विठ्ठलमूर्तीसमोरच्या गंधपात्रात चंदनाची उटी उगाळून ठेवली होती. तुकोबांनी तिथलं पाणी घेतलं. चंदनाची उटी घेतली. हातातल्या पाण्यात कालवली आणि तो हात रामेश्वरभटांच्या अंगाखांद्यावरून फिरवला. पाठीपोटावरून फिरवला. तुकोबांचा तो स्नेहल स्पर्श आणि त्यात चंदनाच्या उटीची शीतलता; रामेश्वरभटांच्या अंगाची होणारी आग क्षणार्धात थांबली. त्यांना बरं वाटायला लागलं. डोळे पाण्यानं भरले. ते पाणी तसंच वाहू देत ते पुन्हा तुकोबांच्या पायाशी वाकले. पण तुकोबांनी त्यांना वरच्यावर उठवलं. त्यांना हृदयाशी धरलं. गळामिठी घातली. कितीतरी वेळ, कितीतरी वेळ दोघं जण एकमेकांच्या मिठीत होते. भानावर आले तुकोबा. रामेश्वरभटांच्या पाठीवर थोपटून त्यांनाही सावध केलं. हाताला धरून बाहेर आणलं. आसनावर बसवलं.

म्हणाले, "भूदेव, माझ्या पाया पडून आपण मला पापाचा धनी करू नका. आपण ब्राह्मण. मी शूद्र वाणी. मी तुमच्या चरणांवर डोकं ठेवलं पाहिजे. आणि भूदेव आपण माझी क्षमाही मागू नका. त्यामुळं मलाही पाप लागेल!" "पण तुकोबा, मी तुमचा अपराधी आहे. मी वर्णाश्रमाचा वृथा अभिमान बाळगून तुम्हाला त्रास दिला. त्या अपराधाची क्षमा मी मागितलीच पाहिजे. मला माहिती आहे की, माझा अपराध अक्षम्य आहे. पण आपण उदार मनाचे आहात. मला क्षमा कराल, असा विश्वास वाटतोय. कराल ना?" तुकोबांचं बोलणं मध्येच थांबवून रामेश्वरभट म्हणाले. त्यांच्या या बोलण्यावर तुकोबांनी मान हलवली. म्हणाले, "आचार्य, तुम्ही स्वतःला अपराधी म्हणू नका. तुम्ही काहीच चुकला नाहीत. वर्णाश्रमामध्ये जी काही तत्त्वे सांगितली आहेत, जे काही कायदे केलेले आहेत, त्याचंच तुम्ही पालन केलंत एवढंच! खरंतर वर्णाश्रमव्यवस्थेच्या तत्त्वांचा मीच अवमान केला. त्यांचं उल्लंघन केलं. पण मी हे हेतुपुरस्सर केलं नाही. माउलीनं घालून दिलेल्या मार्गावरून, नामदेवांनी बनवलेल्या पाऊलवाटेवरून, संतांच्या पाऊलखुणांचा मागोवा घेत मी चाललो आहे. हे करत असताना अनवधानानं हे घडलं. पण जे घडलं त्याची मीच क्षमा मागतो. पण आचार्य, ज्या ज्ञानाची कवाडं माउलीनं बहुजन समाजासाठी खुली केली, त्या कवाडांच्या सभोवती मधल्या तीनशे वर्षांत जो काही अज्ञानाचा, जातिभेदाचा, धर्मदंभाचा कचरा साठला आहे, तो साफ करण्याचं काम मी करतोय. आचार्य, आपण सर्वज्ञ आहात, व्यासंगी आहात, ज्ञानानं परिपूर्ण आहात, वेदशास्त्रसंपन्न आहात. आपणच आम्हा अज्ञानी जनांना ज्ञानाच्या मार्गानं घेऊन चला. वेदाचार्य, माउलीनं सांगितलं, 'ज्ञान धर्म-जात बघत नाही. ज्याचं चित्त शुद्ध, त्याच्यासाठी ज्ञानाची कवाडं उघडली जातात. त्याचं कुणाशीच वैर राहत नाही.

चित्त शुद्ध तरी शत्रु मित्र होती । व्याघ्र हे न खाती सर्प तया ।।
विष हे अमृत अघाते हित । अकर्तव्य नीत होय त्यासी ।।
दुःख ते देईल सर्व सुख फळ । होतील शीतळ अग्निज्वाळा ।
आवडेल जीवां जीवाचे परी । सकळा अंतरी एक भाव ।।
तुका म्हणे कृपा केली नारायणे । जाणियेते येणे अनुभवे ।।

तुकोबांनी अभंग उच्चारला आणि रामेश्वरभट म्हणाले, "धन्य धन्य! धन्य आहात तुकोबा तुम्ही! आणि कृतार्थ झालो आहोत आम्ही, ज्यांना ही ज्ञानगंगा प्रत्यक्ष तुमच्या मुखातून ऐकायला मिळते आहे. तुकोबा, तुमचं हे अक्षरवाङ्मय नदीत बुडवायला सांगणं हा अक्षरशः मूर्खपणाच नव्हे, तर करंटेपणा होता आमचा. अहो, तुमचा प्रत्येक शब्द, तुमचा प्रत्येक अभंग देहूतल्या मातीच्या कणाकणांवर, गावातल्या प्रत्येकाच्या मनावर आणि देहू गावाच्या वर्तमानाच्या क्षणाक्षणांवर कोरला गेलेला आहे. तुमचे

अभंग म्हणजे तुकोबा, तुमचा आत्मस्वर आहे. आणि म्हणूनच तो आत्म्यासारखा आहे.

'नैनं छिन्दन्ती शस्त्राणि । नैनं दहति पावकः । न चैनं क्लेदयन्त्यापो न शोषयति मारुतः।' असंच त्याचं रूप आहे. असंच त्याचं अस्तित्व आहे. ना तो जळानं नामशेष होईल, ना अग्नीनं. आणि म्हणूनच जलार्पण करूनही तुमच्या अभंगांची ही गाथा जशी आहे तशी पुन्हा अबाधित राहिली. लोकगंगेच्या धारेत जे वाङ्मय तरून राहतं, ते अक्षर वाङ्मय असतं तुकोबा. आणि तुमची ही अभंगवाणी कालातीत आहे. युगातीत आहे, भविष्यापार आहे. शाश्वत आहे. चिरंतन आहे. तुकोबा, तुमच्या ज्ञानसागरातला एक थेंब होण्याची मला अनुज्ञा द्या. मी तुमच्या सोबत, तुमचा होऊन राहू इच्छितो!'' रामेश्वरभटांनी तुकोबांना गळ घातली. तुकोबा प्रसन्नपणे हसले. म्हणाले, ''आचार्य, क्षमा असावी. पण एकतर मी ज्ञानाचा सागर नाही. सागर जाऊ दे पण मी ज्ञानाचा झराही नाही, जो भूगर्भातून उगम पावतो. ज्याचा उमाळा भूगर्भाचं उदर फाडून वाहतो. मी तर तेच बोलतो, जे संतांनी सांगितलं.

''संतांची उच्छिष्टे बोलतो उत्तरे । काय म्यां गव्हारे जाणावें हे ।।
विठ्ठलाचे नाम घेता नये शुद्ध । तेथे मज बोध काय कळें ।।
करितों कवतुक बोबडा उत्तरी । झणी मजवरी कोप धरा ।।
काय माझी याति नेणां हा विचार । काय मी ते फार बोलो नेणे ।।
तुका म्हणे मज बोलवितो देव । अर्थ गुह्य भाव तोचि जाणे ।।

''तेव्हा आचार्य, मला ज्ञानाचा सागर म्हणू नका. हां! संतांनी निर्माण केलेल्या ज्ञानसागरातला मीसुद्धा एक थेंबच आहे. आणि हे माझं सद्भाग्य आहे.'' तुकोबांचं बोलणं आचार्य लक्षपूर्वक ऐकत होते. त्यांच्या शब्दाशब्दांतून प्रांजळपणा प्रतीत होत होता. 'या सज्जन आणि प्रांजल माणसाला आपण आपल्या जातीच्या अहंकारापोटी उगीचच छळलं. तेही त्या दांभिक मंबाजीच्या सांगण्यावरून.' आचार्यांच्या मनात आलं. आता बोलायचं काही शिल्लक राहिलं नव्हतं. रामेश्वरभटांनी मूर्तीसमोर ठेवलेल्या अभंगांच्या वह्या उचलल्या. मस्तकी लावल्या. डोळे मिटले. आचार्यांच्या मिटलेल्या डोळ्यांतून घळाघळा अश्रू वाहत होते. त्या अभंगाच्या वह्यांवर पडत होतं. जणू आपल्या आसवांनी आचार्य त्या वह्यांना अभिषेक घालत होते. आणि आपल्या आसवांचं प्रोक्षण त्या वह्यांवर करून आपल्या पापाचं परिमार्जन करू पाहत होते. कीर्तनाला जमलेले शेकडो लोक अचंबित चेहऱ्यानं आणि विस्फारल्या नजरेनं समोरचं दृश्य बघत होते. तुकोबांना अपमानास्पद बोलणारे, त्यांना शिक्षा फर्मावणारे, अहंकाराने बोलणारे, आपल्या ज्ञानाचा, विद्वत्तेचा ताठा मिरवणारे हेच ते रामेश्वरभट, जे तुकोबांसमोर लीन झाले होते. आणि ज्या वह्या इंद्रायणीच्या पाण्यात बुडवण्याची त्यांनी आज्ञा दिली होती त्याच वह्या उचलून पुन्हापुन्हा कपाळावर टेकवून त्या वह्यांसमोर, त्या अभंगांसमोर

नतमस्तक होत होते, हेच ते रामेश्वरभट. मंबाजीनं उपहासानं विचारलं होतं 'त्या वह्या काय आचार्य डोक्यावर घेऊन नाचू देत?' आणि तेच खरं झालं होतं. या प्रसंगामुळे लोकांच्या मनातली तुकोबांची जागा आणखी पक्की झाली. नव्हे, लोकांच्या हृदयात तुकोबांनी अढळ स्थान प्राप्त केलं आणि परमार्थाचा हा मेरुमणी आपल्या गावात राहतो आहे, इथल्या मातीतला आहे या गोष्टीचा गावकऱ्यांना अत्यंतिक अभिमान वाटला. आपण तुकोबांच्या गावात राहतो आहोत, आपण तुकोबांच्या गावचे आहोत, आपण तुकोबांचे गाववाले आहोत, आपण तुकोबांच्या भावकीतले आहोत, या विचारानं सगळ्या देहूकरांवर मूठमूठ मांस चढलं. पण यालाही एक अपवाद होताच– मंबाजी! तुकोबांच्या अभंगांच्या वह्या इंद्रायणीत बुडवल्यानंतर मंबाजीला अतिशय आनंद झाला होता. एवढंच नव्हे, तर पुन्हा कवित्व करायचं नाही, अशी आज्ञाही रामेश्वरभटांनी तुकोबांना केली होती. तेरा दिवस तुकोबा आणि आवली अन्नपाण्याशिवाय नदीच्या काठावर बसले होते. काहीतरी चमत्कार होईल आणि वह्या पाण्यावर येतील या आशेनं. पण तेरा दिवस काहीच झालं नव्हतं. अन्नपाण्यावाचून तुकोबा आणि आवली दोघं जण मात्र गलितगात्र झाले होते. आणि हे सगळं बघून मंबाजीला आनंदाच्या उकळ्या फुटत होत्या. 'नाहीतरी आता अभंग बुडवले होतेच, ते काही पुन्हा वर येणार नव्हते! इथून पुढं कवित्व करायचं नाही, अशीही रामेश्वरभटांनी आज्ञा केली होती. म्हणजे अर्धा तुकाराम संपला होता आणि आता अन्नपाण्यावाचून उपासानं उरलेला अर्धा तुकारामही मरणार होता. म्हणजे तुकाराम संपणार होता. म्हणजे आपल्याला नामोहरम करणारी ही विषवल्ली मुळासकट उपटली जाणार होती. मग देहूवर मंबाजीचंच राज्य असणार होतं, या मंबाजीचं!' मंबाजी मनातल्या मनात मांडे खात होता. 'तेरा दिवस तर झालेच होते. अन्नपाण्यावाचून तुकाराम आणखी फारतर चार दिवस जगेल आणि नंतर मरून जाईल. एकदा का तो मेला की, आपण त्याची मोठी अंत्ययात्रा काढू. प्रायोपवेशनानं देहत्याग केला म्हणून त्याला योगी, महात्मा म्हणू. आणि मग टाकू जाळून! त्याच्याबरोबर त्याची ती तोंडाळ बायको तीही मरेल. तिचीही अंत्ययात्रा काढू. सती म्हणून तिला मान देऊ. एकदा का दोघंही मेली की, गावातलं हे तुका म्हणे-तुका म्हणे कमी होईल. आणि बोले मंबाजीचा प्रसार होईल. त्या रामेश्वरभटांचाही सन्मान करू. त्यांनी वर्णव्यवस्थेची, वर्णाश्रमाची, ब्रह्मवृंदाची आणि धर्मसभेची बूज राखली म्हणून!' मंबाजीच्या कल्पनेच्या भराऱ्या थांबतच नव्हत्या. आणि ढोल-ताशांसह वह्यांची निघालेली मिरवणूक पाहून तो खाड्कन भानावर आला. 'म्हणजे या वह्या खरोखरच परत वरती आल्या की काय? छे छे! हे कसं शक्य आहे? तेरा दिवस पाण्याखाली राहिलेले कागद जसेच्या तसे शाबूद राहून वर कसे येतील? पण मग मघाशी ते आवलीचं कार्टं काय ओरडत सांगत सुटलं होतं? ते मूर्ख आहे म्हणून आपण दुर्लक्ष केलं. पण मग ते खरंच होतं की काय?' मंबाजीला काही सुचेना. सगळी मिरवणूक विठ्ठल मंदिराजवळ पोचली, तसा

तो बाहेर पडला. घराघरांच्या आडोशानं मंदिराजवळ पोचला आणि समोर जे घडत होतं ते पाहताना त्याचा स्वतःच्या डोळ्यांवर विश्वास बसेना. आपण हे जागेपणी पाहतोय की झोपेत पाहतोय, हेच त्याला कळेना. रामेश्वरभट तुकोबाच्या पायाशी बसले होते. त्यांची क्षमा मागत होते. तुकोबांनी त्यांना उठवून मिठी मारली होती. आणि त्यानंतर रामेश्वरभटांनी त्या अभंगांच्या वह्या उचलून त्यांवर मस्तक टेकवलं होतं. ''छे छे! हे काय भलतंच? या रामेश्वरभटाची बुद्धी फिरली की काय? की याची सगळी विद्वत्ता धुळीला मिळाली, की याच्या डोक्यावर परिणाम झाला; का त्या तुकारामाच्या भ्रष्टाकारात रामेश्वरभटही सामील झाला? शीः शीः! काय म्हणावं आता? सगळी समाजव्यवस्था बिघडणार अशानं! सगळीकडे भ्रष्टाचार माजणार आता! हा तुक्या मेलाही नाही आणि त्याचे अभंगही नष्ट झाले नाहीत. हा काहीतरी जादूटोणा करत असणार. त्याविना हे शक्य नाही! याचा बंदोबस्त करण्यासाठी आता दुसरा काहीतरी मार्ग शोधला पाहिजे. काय करावं आता?' समोरचं दृश्य बघून मंबाजीच्या अंगाची लाहीलाही झाली. त्याचा संताप त्याच्या उरात मावेना. तो तुकाराम एक शहाणा आणि हा रामेश्वरभट अतिशहाणा! मंबाजीला संतापानं काही सुचेना. त्याच तिरीमिरीत तो उठला. मंदिरासमोर जाऊन उभा राहिला. संतापानं त्याचा तोल सुटला. चिरक्या आवाजात तो रामेश्वरभटांना अद्वातद्वा बोलायला लागला. त्याला कसं आवरावं हे कोणाला कळेना. मंबाजी बोलबोल बोलला आणि आपल्या बडबडण्याचा कुणावरच काही परिणाम होत नाही हे कळल्यावर गप्प बसला. रागारागानं नुसताच एकदा तुकोबांकडे आणि एकदा रामेश्वरभटांकडे बघू लागला. तुकोबांना त्याचा रागही आला आणि त्याची फजिती बघून हसूही आलं. रामेश्वरभट बिचारे केविलवाणे होऊन उभे होते. त्यांच्या खांद्यावर हात ठेवून तुकोबा म्हणाले, ''वेदाचार्य, असे अस्वस्थ होऊ नका आणि त्या मंबाजीकडे लक्षही देऊ नका.''

''भुंकती ती द्यावी भुंको । आपण त्यांचे नये शिको ।।
भाविकांनी दुर्जनांचे । मानू नये काही साचे ।।
होईल तैसे बळ । फजित करावे ते खळ ।।
तुका म्हणे त्यांचे । पाप नाही ताडणाचे ।।

''तेव्हा ऐकलंस का मंबाजी, आता तुझं हे भुंकणं बंद कर. नाहीतर तुला वेगळ्या भाषेत सांगावं लागेल. आम्हाला तू दुर्बळ, निर्बल, असहाय समजू नकोस. आम्ही दशावतारी विष्णूचे भक्त आहोत. दुष्टांचं निर्दालन करण्यासाठीच जो वेळोवेळी जन्म घेतो, त्याचेच आम्ही दास आहोत. तुला भगवद्‌गीतेतलं भगवान श्रीकृष्णानं आम्हा सामान्य माणसाला दिलेलं वचन माहीत आहे ना?

''परित्राणाय साधुनां विनाशाय च दुष्कृताम् ।
धर्मसंस्थापनार्थाय संभवामि युगे युगे ।।

"आम्ही त्याचेच भक्त आहोत. त्याचेच दास आहोत. आम्हाला तू अपशब्द बोलून स्वतःचं ज्ञान आणि कुळ सिद्ध करू नकोस. तुला वाटत असेल की, तुझ्या अपशब्दांच्या आणि शिवीगाळीच्या भडीमारापुढे आम्ही हतबल आहोत; पण तसं समजून तू चूक करतोयस मंबाजी. अरे, आम्हा विष्णुदासांना तू ओळखत नाहीस.

"मऊ मेणाहुनी आम्ही विष्णूदास । कठिण वज्रास भेदू ऐसे ।।
मेले जित असो निजोनिया जागे । जो जो जे जे मागे ते ते देऊ ।।
भले तरी देऊ गांडीची लंगोटी । नाठ्याळा चि गाठी देऊ माथा ।।
मायबापाहुनी बहु मायावंत । करू घातपात शत्रूहूनि ।।
अमृत ते काय गोड आम्हांपुढे । विष ते बापुडे कडू किती ।।
तुका म्हणे आम्ही अवघेचि गोड । ज्याचे पुरे कोड त्याचे परी ।।

"तेव्हा मंबाजी, तू जे हे काही चालवलंयस ना, ते ताबडतोब थांबव." तुकोबांनी मंबाजीला स्पष्ट भाषेत समज दिली. तेव्हा स्वतःशी चरफडत मंबाजी तिथून निघून गेला. रामेश्वरभट तुकोबांचं हे रूप पाहतच राहिले. त्यांनी तुकोबा पाहिले होते ते मवाळ स्वभावाचे, मऊ बोलणारे, आक्रमकतेचा लवलेश नसणारे. पण आज तुकोबांनी मंबाजीला ज्या पद्धतीनं फटकारलं ते बघून मात्र रामेश्वरभट स्तिमित झाले. मंबाजी गेला तसे तुकोबा रामेश्वरभटांना म्हणाले, "आचार्य, त्या मंबाजीनं तुम्हाला अपशब्द वापरले, त्याला असा न तसा मीच कारणीभूत आहे. मी त्याबद्दल आपली क्षमा मागतो. आणि माझी आपल्याला एक विनंती आहे- आपण सर्वज्ञ आहात, आचार्य आहात, वेदशास्त्रसंपन्न आहात, आपण माझ्यासारख्या कुणबी आणि अर्धवट ज्ञान असणाऱ्याच्या सोबत राहिलात तर तो आपला, आपल्या ज्ञानाचा उपमर्द तर असेलच; पण अवघा ब्रह्मवृंद आणि धर्मसभा पुन्हा आपल्याला बोल लावेल; आपल्यावर रोष धरेल. तेव्हा माझ्यासोबत राहावे की नाही, याचा आपण पुनर्विचार करावा!" तुकोबांचं बोलणं पटण्यासारखं होतं; पण तरीही ते रामेश्वरभटांना पटलं नाही. ते म्हणाले, "नाही तुकोबा! दिवाभिताला प्रकाशात राहायला आवडत नाही; पण म्हणून प्रकाश वाईट कधीच होत नाही. उलट, प्रकाश आवडत नाही, हा दिवाभिताचा दोष ठरतो. नजरेवर जातिधर्माच्या उच्चतेची आणि वर्णाश्रमाच्या कठोर तत्त्वांची झापडे लावून जगणारे हे सगळे दिवाभितासारखे आहेत. त्यांना ज्ञानाचा प्रकाश तर दिसत नाहीच, पण माणसांसाठी तत्त्वं असतात, तत्त्वांसाठी माणसं नसतात हे साधं तत्त्व, हा साधा दाखलाही यांना मान्य नाही. तुकोबा, तुमच्या अभंगांमध्ये, तुमच्या भक्तीमध्ये, तुमच्या श्रद्धेमध्ये मला तो ज्ञानाचा प्रकाश दिसला. मी तुकाराम आंबिले या कुणबी माणसासोबत नाहीये, तर मी तुकोबा या प्रकाशाच्या साधकासोबत आहे. तुम्ही प्रकाशाचे दूत आहात तुकोबा!

अज्ञानाच्या अंधकारात चाचपडत चालणाऱ्या माणसाला, समाजाला तुमची ही अभंगवाणी ज्ञानाचा प्रकाश दाखवणारी आहे. आणि मी तुमच्यातल्या या प्रकाशदूतासोबत राहणार आहे तुकोबा; मग धर्मसभा काहीही म्हणो!'' रामेश्वरभटांनी ठामपणे सांगितले. आणि तुकोबा प्रसन्न हसले. त्यांच्या हास्यात आनंद होता, प्रसन्नता होती, अपेक्षापूर्तीचं समाधान होतं. रामेश्वरभटांच्या सोबतीमुळं मिळालेला दिलासा होता. विठ्ठलावरचा विश्वास होता. आपला मार्ग योग्य आहे, याचा ठामपणा होता. कुणी काहीही म्हटलं तरी आपण आपला मार्ग सोडायचा नाही, हा निग्रह होता. लोकांबद्दलची कृतज्ञता होती. रामेश्वरभटांनी आपली योग्यता ओळखली याबद्दल त्यांच्याविषयी वाटणारं कौतुक होतं. रामेश्वरभटांनी प्रवाहाविरुद्ध पोहण्याचं धाडस दाखवलं त्याबद्दल शाबासकीची थाप होती. रामेश्वरभटांची तेजस्वी नजर तुकोबांवर खिळली होती. तिकडे लक्ष जाताच कान्होबा म्हणाला, "तुकादादा, तुला देहूतून घालवायला आलेला हा बामन आता तुझा शिष्य झाला. मंग याला आता बामन म्हणायचा की न्हाई?'' कान्होबाचा प्रश्न ऐकून रामेश्वरभट हसले आणि तुकोबाही! रामेश्वरभट म्हणाले, "तुकोबा, आता द्या याचं उत्तर!'' तुकोबांनी मान डोलावली. म्हणाले, "कान्होबा, अरे, ब्राह्मणत्व जन्मानं ठरत नाही बाबा! आणि ठरूही नये. ब्राह्मणत्व कर्मानं ठरावं. ते कर्माधिष्ठित असावं. ब्रह्म जाणतो तो ब्राह्मण हे जरी खरं असलं, तरी

''कल्पतरु अंगी इच्छीले ते फळ । अभागी दुर्बळ भावें सिद्धी ।।
धन्य त्या जाती धन्य त्या जाती । नारायण चित्ती साठविला ।।
बीजा ऐसा द्यावा उदके अंकुर । गुणाचे प्रकार ज्याचे तया ।।
तुका म्हणे कळे पारखिया हिरा । ओझे पाठी खरा चंदनाचे ।।

"तेव्हा कान्होबा, अरे जन्मावरून जात न ठरवता ती कर्मावरून ठरवली तरच समाजाचं भलं होणार आहे, कारण

''ब्राह्मण तो नव्हे ऐसी ज्यासी बुद्धी । पाहा श्रुतीमधी विचारुनि ।।
जयासी नावडे हरिनाम कीर्तन । आणीक नृत्य न वैष्णवांचे ।।
सत्य त्याचे वेळे घडला व्यभिचार । मातेसी वेव्हार अंत्यजाचा ।।
तुका म्हणे येथे मानी आनसारिखे । तत्काळ तो मुखे कुष्ट होय ।।

"म्हणून मंडळी, रामेश्वरभट आजपासून आपले झाले. विष्णुभक्त झाले. वैष्णव झाले. वारकरी झाले.'' तुकोबाचं बोलणं ऐकून सगळ्यांना आनंद झाला. परमावधीचा आनंद झाला. सगळ्यांनी एकच गजर केला. "विठ्ठल विठ्ठल विठ्ठल विठ्ठल!'' त्या गजरात आपण कधी नाचायला लागलो हे ना तुकोबांना कळले, ना रामेश्वरभटांना! गजर होतच राहिला– "विठ्ठल विठ्ठल विठ्ठल विठ्ठल!!''

२६

तुकोबांचे श्रेष्ठत्व, तुकोबांच्या गाथेची महानता, त्यांचं, त्यांच्या अभंगांचं जनमानसातलं स्थान हे पुन्हा एकदा सिद्ध झालं आणि आतातर स्वतः खुद्द रामेश्वरभट आणि त्यांच्याबरोबर असलेले त्यांचे अनुयायी यांनीही तुकोबांचं मोठेपण जाहीरपणे सर्वथा मान्य केलं. आणि तत्कालीन वर्णाश्रमव्यवस्थेला मानणाऱ्या समाजात तुकोबांची प्रतिमा आणखीच उजळली आणि जनमानसातलं त्यांचं स्थान आणखी पक्कं झालं. तुकोबांचं श्रेष्ठत्व, त्यांचं शब्दप्रभुत्व वादातीत ठरलं, ठरू लागलं. अवघा देहू गावच नव्हे, तर अवघी पंचक्रोशी तुकोबांना मानू लागली. त्यांचा मोठेपणा, त्यांचे अभंग गावागावांत, घराघरांत, माय-भगिनींच्या मुखांत, कामकरी, शेतकऱ्यांच्या तोंडांत रुंजी घालू लागले. अवघ्या पंचक्रोशीत 'तुका म्हणे - तुका म्हणे' हे पालुपद लोकांच्या श्वास-उच्छ्वासांबरोबरच भिनायला लागलं. तुकोबा मोठे झाले... खूप मोठे, अगदी आभाळाएवढे- तरीही मातीशी ऋणी असलेले.

अणुरणीयां थोकडा । तुका आकाशाएवढा ।।
गिळूनि सांडिले कळिवर । भव भ्रमाचा आकार ।।
सांडिली त्रिपुटी । दीप उजळला घटी ।।
तुका म्हणें आता । उरलो उपकारापुरता ।।

हे जरी खरं असलं तरी कधीकधी तुकोबांना हे सगळं नकोनको वाटायचं. असं वाटायचं, आपण नुसतेच तुकोबा, तुकाराम, तुक्या होतो ते बरं होतं. निदान आपल्या आगेमागे सतत कुणी नसायचं. विठ्ठलाची भक्ती करायला, नामस्मरण करायला एकांत मिळायचा. कधीकधी आवलीची कटकट वाटली तर भामनाथावर किंवा भंडाऱ्यावर जाऊन राहता यायचं; पण आताशा ते शक्य नव्हतं. तुकोबा आता तुकाराम महाराज म्हणून जनमानसाच्या हृदयावर विराजमान झाले होते. आता अवतीभवती सतत माणसांचा गराडा असायचा. काही सांगायला, काही विचारायला,

काही नाहीतर पाया पडायला आणि तेही नाही तर एखाद्या अभंगाचा अर्थ विचारायला सतत कुणी ना कुणी येतच असायचं. त्यामुळंही आवली चिडायची. आधी त्या काळ्यामुळे आणि आता या माणसांमुळे तुकोबा आपल्या आणि मुलांच्या वाट्याला येत नाहीत, अशी तक्रार करायची. आता रोजच्या भाजी-भाकरीची चिंता फारशी नव्हती. अगदी पोटभर जरी नाही, तरी अर्धपोटी राहता येईल इतपत मिळत होतं. खरंतर मिळत होतं बक्कळ; पण तुकोबा ते सगळं वाटून टाकत असत. त्यातून जे उरे, ते घरापर्यंत येई. किंवा कोणीकोणी, तुकोबांचा हा स्वभाव माहीत असल्यामुळे जे काही द्यायचं ते घरातच आवलीजवळ आणून देत असत. पण तरीही तुकोबा सदा न् कदा माणसांनी वेढलेले असत, ही आवलीची तक्रार होतीच. कधीकधी तुकोबांनाही ते नकोसं वाटे. पण समोर आलेल्या माणसांचं प्रेम अव्हेरणंही शक्य होत नसे. त्यांना तसं सांगणंही शक्य होत नसे; मग तुकोबा विठ्ठलालाच सांगत,

"कोठे देवा आले अंगा थोरपण । बरे होते दीन होतो तरी ।।
साधन ते सेवा संतांची उत्तम । आवडीनें नाम गाईन तें ।।
न पुसते कोणी कोठे ही असता । समाधान चित्ताचिया सुखे ।।
तुका म्हणें जन अव्हेरिते मज । तरी केशीराज सांभाळिता ।।"

आणि मग त्यालाच साकडं घालीत, "पांडुरंगा, अरे, हा व्याप माझ्या मागं लावला आहेस; मग निदान मला दर्शन तरी दे. मला पंढरपुरास येऊ दे." आणि मग तुकोबांना तोच ध्यास लागला. पंढरपूरला जायचं आणि जाऊन प्रत्यक्ष पांडुरंगालाच भेटायचं, त्याला डोळे भरून बघायचं, त्याच्याशी बोलायचं, त्याला कडकडून मिठी मारायची, आणि त्याच्या पायावर लोळण घ्यायची. मग तुकोबा रोजच पंढरपूरला जायचे बेत आखू लागले. येणाऱ्या-जाणाऱ्याला ऐकवू लागले, सांगू लागले. आपण आता पंढरपूरला जाणार, त्या पांडुरंगाला प्रत्यक्ष भेटणार, बोलणार या विचारानंच जणू त्यांच्या मनावर गारूड केलं. आणि मग त्यांना दुसरं काहीच सुचेना. या सगळ्याचा परिणाम एकच झाला- तो म्हणजे आवली आणखीच वैतागली. तिला अजून बाहेरूनच समजत होतं की, तुकोबा पंढरपूरला जाणार आहेत. तुकोबा तिला प्रत्यक्ष बोलले नव्हते तोवर गप्प बसायचं, असं तिनं ठरवलं. पण एक दिवस तुकोबांनी तिला सांगितलंच. "आवले, आषाढी एकादशी जवळ आली आहे. मी पंढरपूरला जाईन म्हणतो. अगं आत्तापर्यंत त्या पांडुरंगाचं नाव घेत आलो; त्याच्यामुळे अनेक संकटांतून तरून गेलो. आता त्याला एकदा प्रत्यक्ष बघेन, भेटेन, त्याच्याशी बोलेन म्हणतो. तूही चल. आपण दोघं जाऊ. चालेल?" तुकोबांनी विचारलं आणि त्यांच्या या विचारण्याची वाटच बघत असल्यासारखी आवली म्हणाली, "धनी, दिनरात त्या काळ्याचं नाव घेता, त्याच्यावर अभंग लिहिता, त्याच्या नादाला लागून

समदा संसार उधळला. आणि आता त्याला भेटायचंय पण? म्हंजी धनी, इतकं समदं करूनसुद्धा तो काळ्या अजून तुम्हाला भेटलेला न्हायी? काय हाईक म्हनायचं का हुईक? आनि त्यो काय तरी, काय त्ये भक्तांचा सखा हाय न्हवं? मग तो तुम्हाला भेटाय येऊ दे की! अवं ततं गेल्यावर काय त्यो कुणालाबी भेटेल. पर तुम्ही त्याचे भक्त हाईसा; मग त्यो येऊदी की तुम्हास्नी भेटायला! आनि मी म्हणते देवाच्या भक्तानं देवाला भेटलंच पायजेल, बघितलंच पायजेल असं हाय का? तुमच्या मनांत, हृदयात, विचारात, वागण्यात, शब्दांत, लिवण्यात, बोलण्यात, भजनात, कीर्तनात त्यो हायेच की! मंग आनि वेगळी भेट कशापायी?'' आवलीनं आपला विचार शांतपणे ऐकला या आश्चर्याच्या धक्क्यातून तुकोबा सावरताहेत तोच हे प्रश्न विचारून आवलीनं त्यांना दुसरा धक्का दिला. 'आहे तरी कोण ही?' अद्वैताचं हे ज्ञान, परमार्थाची ही जाण, हिला कुठून आली? आणि तिनं विचारलेले प्रश्न इतके बिनतोड आहेत की, भल्याभल्यांना मार्ग दाखवणारे, त्यांच्या प्रश्नांची उत्तरे देणारे, आपल्या अनुभवाच्या शहाणपणातून त्यांच्या समोरचा प्रश्न सोडवणारे आपण; हिच्या एकाही प्रश्नाचं उत्तर आपल्याला देता येत नाही! पांडुरंगा, खरंच ही आहे तरी कोण? ही माझी अडाणी बायको आवलीच आहे की प्रत्यक्ष रुक्मिणीमाता? आणि तीच तर हिच्या तोंडून बोलत नसेल? का पांडुरंगा, तूच बोलतो आहेस आवलीच्या तोंडून?' आवलीचे प्रश्न ऐकून तुकोबांच्या मनात प्रश्नांची वादळं उठली. तिच्या एकाही प्रश्नाचं उत्तर न देता ते तिथून उठले आणि अभंग लिहायला बसले.

''कळले माझा तुज नव्हे रे आठव । काय काज जीव ठेवू आतां ।।
तू काय करिसी माझिया संचिता । धिक् हे अनंता जाले जीणें ।।
पतित पावन राहिलो या आशा । आइकोनी ठसा कीर्ती तुझी ।।
आता कोण करी माझा अंगीकार । कळतें निष्ठूर जालासी तू ।।
तुका म्हणे माझी मांडिली निरास । करितो जीवा नास तुजसाठी ।।

तुकोबा अभंग लिहीत बसले होते खरं, सवयीनं मनात शब्द जुळवले जात होते. सवयीनं अक्षरं लिहिली जात होती; पण त्यांच्या मनात आवलीचे प्रश्न पिंगा घालत होते. आणि त्या प्रश्नांची उत्तरं त्यांच्याकडे नव्हती, या गोष्टीचा त्यांना आत्यंतिक त्रास होत होता. आवलीनं जणू त्यांच्या भक्तीची, त्यांच्या श्रद्धेची, त्यांच्या समर्पणाची कसोटीच पाहिली होती. त्यांच्यातल्या भक्ताची, त्यांच्यातल्या श्रद्धावंताची, त्यांच्या शब्दप्रभुत्वाची आणि पांडुरंगाच्या भक्तवत्सलतेची सत्त्वपरीक्षा मांडली होती तिनं. आणि आपण याची उत्तरं देऊ शकलो नाही, या गोष्टीचाच तुकोबांना त्रास होत होता. नुसता त्रास नाही तर मनस्ताप होत होता. दिवसरात्र त्यांच्या मनात, विचारात, डोक्यात ते आवलीचे प्रश्नच घुमत होते. आणि याचा

परिणाम असा झाला की, ऐन वारीच्या तोंडावर तुकोबा आजारी पडले आणि तापानं फणफणलेल्या अवस्थेत वारीला जाणं शक्य नव्हतं. तुकोबांना अतिशय वाईट वाटलं. त्यांच्या मनात आलं, 'मी पंढरपूरला यावं' अशी पांडुरंगाचीच इच्छा दिसत नाही. लहानपणी वडिलांच्या समवेत आणि तरुणपणीची पहिली काही वर्षं आपण वारीला जात राहिलो. त्या विठ्ठलाला पाहत राहिलो. मनात व डोळ्यांत साठवत राहिलो. पण त्या वेळचं जाणं हा केवळ उपचार होता. त्याच्याबद्दल एवढी भक्ती, एवढी श्रद्धा, इतकी पराकोटीची ओढ आपल्याला तेव्हा लागली नव्हती. मधला काही काळ अत्यंत वाईट गेला. तेव्हा मनात असूनही जाता आलं नाही. आणि आता त्याच्याविषयी ओढ वाटते; त्याला पाहावं आणि शब्दांत, रचनेत, अभंगांत त्याचं रूप, त्याचं दिसणं, त्याचं असणं उतरवावं असं राहूनराहून वाटतंय, तर हे तापाचं विघ्न मध्येच उपटलं,' असा विचार करत मग तुकोबांनी, विठ्ठलालाच गाऱ्हाणं घातलं.

बहु कृपावंते माझी मायबापे । मी माझ्या संकल्पे अंतरलो ।।
संचिताने नाही चुको दिली वाट । लाविते अदट मज सवे ।।
आता मी रुसतो न कळता वर्म । परी ठावे धर्म सर्व देवा ।।
तुका म्हणे उभा राहिला न बैसे । आमची माय असे उद्वेग त्या ।।

आपल्याला पंढरपुरास जायला मिळत नाही; आणि त्या विठ्ठलाचं प्रत्यक्ष दर्शन मिळत नाही, या गोष्टीचा त्यांच्या मनाला अत्यंत विषाद वाटला. विठ्ठलालाच आई-बाप-बंधू-सखा मानणारे तुकोबा त्याची भेट होत नाही म्हणून हिरमुसले. आईनं जवळ घेतलं नाही की लहान बाळाची जशी अवस्था होते, तशी त्यांची झाली. एकीकडे आवलीचे प्रश्न त्यांच्या डोक्यात पिंगा घालत होते, तर दुसरीकडे पंढरपूरलाही जाणं शक्य नव्हतं. बरं हा खेद, हे दुःख, ही नाराजी आवलीजवळ बोलून दाखवणं शक्य नव्हतं. कारण याच मुद्द्यावर तर तिनं आक्षेप घेतला होता. नुसता आक्षेपच घेतला नव्हता, तर त्याबद्दल तिनं काही शंकाही उपस्थित केल्या होत्या. एकीकडे पंढरपूरला जायला मिळत नव्हतं आणि दुसरीकडे आवलीच्या प्रश्नांची उत्तरं देता येत नव्हती. कोंडमारा झाल्यामुळं येणारी हतबलता काय असते, हे तुकोबा अनुभवत होते. जिवाची कासाविशी शब्दांत बांधण्यात मात्र यशस्वी होत होते.

वायां ऐसा जन्म गेला । हे विठ्ठला दुःख वाटे ।।
नाही सरता जालो पायीं । तुम्ही जईं न पुसा ।।
कां मी जीतों संवसारी । अद्यापवरी भूमी भार ।।
तुका म्हणे पंढरीनाथा । सबळ व्यथा भवरोग ।।

अशी घायाळ अवस्था होत होती. मनाची, भावनांची तडफड होत होती. आणि असा सारखा भावनांचा कल्लोळ चालला होता. आणि या कल्लोळात तहान-भूक सगळी हरपली जात होती. आधीच त्यांचं संसारात काडीचं लक्ष नाही म्हणून आवली करवादायची. पण कितीही आदळआपट केली, भांडणतंटा केला, तरी त्यांच्यात काहीच फरक पडत नसे. या अनुभवानं ती आता जराशी शहाणी झाली होती. आता बडबड, आदळआपट करून फारसा नव्हे, काडीचा उपयोग होत नाही हे तिला अनुभवानं उमजलं होतं. उलट, तिच्या संतापाचा, भांडणतंट्याचा, कटकट करण्याचा बोभाटा तुकोबांनी आपल्या अभंगांतून, कीर्तनांतून केल्याचं तिला जेव्हा समजलं, तेव्हा खरंतर आवली कोसळली होती. काडीकाडी जमवून घरटं बांधणाऱ्या चिमणीच्या जिद्दीनं तिनं संसार केला होता. एक नाही दोन नाही, पाचपाच घरची दळणाची, सारवणाची, झाड-लोटीची, पाणी शेंदण्याची काम करून तिनं पोरं-बाळंच काय, पण नवऱ्यालाही जगवलं होतं. त्याच्या तोंडात निदान भाकरीचा घास पडावा म्हणून धडपडत राहिली होती. पण तिच्या कष्टांकडे डोळेझाक करून, स्वतःच्या निष्कामतेकडे दुर्लक्ष करून तुकोबांनी आपल्या अभंगांतून तिचा भांडखोर स्वभाव लोकांपुढं मांडला होता. आणि संसारातून आपलं लक्ष उडायला, आणि आपण परमार्थाच्या मार्गाला लागायला आपल्या पत्नीचा आवलीचा हा भांडखोर स्वभाव कारणीभूत आहे, अशी आपल्या आणि लोकांच्या मनाचीही त्यांनी धारणा करून दिली होती. आणि हे जेव्हा आवलीला समजलं, तेव्हा आपलं घायाळ झालेलं मन, चिंध्या झालेलं हृदय कसंबसं आवरून, सावरून, मुलांकडं बघून तिनं स्वतःला संसारात झोकून दिलं होतं. आपला संसार आपल्याला, फक्त आपल्यालाच करायचा आहे ही खूणगाठ तिनं मनाशी बांधली होती. आणि संसाराचा गाडा एकहाती बिनतक्रार ओढायला सुरुवात केली होती. याच दरम्यान तुकोबांच्या बाबतीत अनेक अतर्क्य अशा घटना घडल्या आणि अवघ्या पंचक्रोशीत तुकोबांचा बोलबाला झाला. तुकोबांची कीर्ती अशी पसरलेली पाहिल्या-ऐकल्यावर आपण केलेल्या कष्टांचं सार्थक झालं असं आवलीला वाटायला लागलं. त्यातच तिनं घेतलेल्या कष्टांची, केलेल्या त्यागाची, आपल्यावरच्या प्रेमाची दखल घेण्याइतकी सवड तुकोबांनाही मिळाली आणि आवली आहे म्हणूनच आपण आहोत, अशी भावना तुकोबांनी बोलून दाखवली. तेही चार लोकांकडून ऐकल्यावर आपले कष्ट कारणी लागले, अशी आवलीची भावना झाली. तुकोबांनी अवघ्या पंचक्रोशीत नाव मिळवलं असलं, तरी त्यामुळे पोटं कुणाचीच भरत नव्हती. कारण त्या कीर्तीचा पोट भरायला काही उपयोग नव्हता. पोट भरण्यासाठी, दोन वेळच्या जेवणासाठी धनाचीच गरज असते; पण तुकोबांनी धन कधीच मिळवलं नाही. उलट,

धन मिळवोनी कोटी । सवे न येरे लंगोटी ।।
पाने खाशील उदंडे । अंती जाशील सुकल्या तोंडे ।।
पलंग न्याहाल्या सुपती । शेवटी गोवऱ्या सांगाती ।।
तुका म्हणे राम । एक विसरता श्रम ।।

असाच त्यांचा उपदेश असायचा. त्यातच त्यांची काही ठाम मतं होती. त्यांपैकी

प्रपंच परमार्थ संपादोनी दोन्ही । एकही निदानी न घडे त्यासी ।।
दोहीं पेवावरी ठेवू जाता हात । शेवटी अपघात शरीराचा ।।
तुका म्हणे तया दोहींकडे धका । शेवटी तो नरका माजी पडे ।।

त्यामुळे संसार करणं हे आपलं कामच नाही, हे त्यांच्या मनानं पक्कं घेतलं होतं. अर्थात आपली हीच धारणा आपल्याला संतपदापर्यंत नेणार आहे, या भविष्यापासून ते पूर्णतः अनभिज्ञ होते. त्यातच आता पंढरपूरला जाण्याचे, पांडुरंगाचं सगुण साकार रूप नव्यानं, जाणतेपणानं अनुभवण्याचे, अजमावण्याचे वेध त्यांना लागले होते. आणि प्रकृती बिघडल्यामुळे पंढरपूरला तर जाणं अशक्य झालं होतं. म्हणून जिवाची नुसती तळमळ होत होती. ना तहान लागत होती ना भूक, ना झोप येत होती ना इतर काही सुचत होतं. त्या पांडुरंगाचं दर्शन घ्यायचं होतं. त्याला भेटण्याची, त्याची ती सगुण साकार सावळी मूर्ती डोळे भरून पाहण्याची, विटेवर ठेवलेल्या त्याच्या पावलांना मिठी मारण्याची आस लागली होती. त्यासाठी जिवाची नुसती तगमग, तडफड चालली होती. मग

पंढरीची वाट पाहे निरंतर । निडळावरी कर ठेवोनिया ।।
जातियां निरोप पाठवी माहेरा । कां मन सासुरा सांडियेले ।।
पैल कोण दिसे गरुडाचे वारिकें । विठ्ठलासारिके चतुर्भुज ।।
तुका म्हणें धीर नाही माझ्या जीवा । भेटसी केधवा पांडुरंगा ।।

तुकोबांचं हे असं चाललं होतं म्हणून आवलीला काळजी वाटून राहिली होती. त्यातच आवलीला गेला महिनाभर चांगलं काम होतं. बाळाजीच्या लेकीचं लगीन होतं. बाळाजी देहूतली बडी आसामी. त्याच्या एकुलत्या एक लेकीचं लगीन म्हणजे मोठंच काम होतं. तीन दिवस तर अख्ख्या गावाला जेवण होतं. गेला महिनाभर आवली बाळाजीच्या लग्नघरात राबत होती. अंगभर काम होतं. हाताखाली काशी-भागीरथी होत्या आणि बाळाजींची बायको आवलीच्या आणि पोरांच्या पोटाला पोटभरून वाढत होती. आणि लग्नाचे ते तीन दिवस तर खाण्याची नुसती चंगळच चंगळ होती. बाळाजीनं लेकीच्या लग्नाचा नुसता बार उडवून दिला होता. जावईसुद्धा तसाच मातब्बर होता. शिवाजीराजांच्या सैन्यात चांगल्या हुद्द्यावर होता म्हणे.

बाळाजीनं गावजेवण तर घातलंच होत- जिलेबीचं. पण पाहुण्यांच्या जेवणासाठी पाच पक्वान्नं केली होती आणि आवली बाळाजीच्या बायकोबरोबरच राबणुकीला होती; त्यामुळे ते पाच पक्वान्नांचं जेवण तिच्या आणि तिच्या सगळ्या लेकरांच्या नशिबात आणि मुखात पडलं होतं. आज बाळाजीच्या घरातल्या कामाचा शेवटचा दिस होता. लगीनघाई संपली होती. पाव्हणेरावळे आपापल्या घरी गेले होते. बाळाजीची लेक नांदायला गेली होती. लग्नाचा पसारा आवरत आला होता. सामानसुमान जागच्या जागी लागलं होतं. आहेरमाहेर सगळं झालं होतं. आता आज फक्त शेवटची झाडलोट बाकी होती. ती झाली की, कामाचे पैसेही मिळणार होते. उरलंसुरलं सामानही मिळणार होतं. बाळाजी आणि त्याची बायको भली माणसं होती. काहीतरी आहेर त्यांनी नक्कीच केला असता. आवलीनं घरातलं काम पटकन आवरलं. तुकोबांपुरत्या दोन भाकरी आणि कालवण करून ठेवलं. त्यांनी खाल्लं असतं की नाही, हा भाग वेगळा. खरंतर बाळाजीच्या घरीही त्यांना तीनही दिवस बोलावणं होतं. पण विठ्ठलाच्या आळवणीत गुंतलेले आणि पंढरपूरला जाता येत नाही म्हणून दुःखी असलेले तुकोबा आपल्याच दुःखात बुडालेले होते. त्यामुळं त्यांच्या येण्याचा प्रश्नच नव्हता. आवलीनं सगळं आवरलं. आणि एकच असलेलं धडकं लुगडं बाजूला ठेवून तुकोबांच्या जुन्या धोतराचा फाटका धडुता आडवा लावून घेऊन ती अंघोळीला गेली. तेवढं एकच धड लुगडं होतं तिच्याकडं. आणि बाळाजीच्या घरातल्या, लग्नघरातल्या कामाला जाताना फाटकं लुगडं नेसून जाणं योग्य नव्हतं. म्हणून ते एकच धडकं लुगडं रात्री निजताना धुऊन वाळत टाकून सकाळी कामावर जाताना तेच लुगडं नेसून ती जात होती. आताही तिचा तोच विचार होता. तुकोबा बाहेरच्या दाराजवळ बसलेले होते, आपल्याच नादात. आवली अंघोळीला गेली. तिनं काशी आणि भागीरथीला सकाळी लवकर पुढं, बाळाजीच्या घरी पाठवलं होतं. आणि आता अंघोळ आटोपून तीही जाणार होती. तुकोबा घराच्या दाराशीच बसले होते. नजर शून्यात होती. हाताजवळ लिखाणाचं साहित्य पडलं होतं. दुःखी मनानं ते बसले होते. त्यांच्या कानावर हाक आली, ‘‘म्हाराज, अवं म्हाराज, तुमी देवमानूस दिसतायसा. या गरीब भैनीवर दया करा म्हाराज. मी तकडं लांबच्या मुलखातनं आलेया. माझं समदं सामान, माझं गाठोडं चोरीला गेलं. आता माझ्याकडे धड कपडे न्हाईत. अंगावरच्या लुगड्याच्या चिंध्या झाल्यात. लयी दिस झालं ह्ये एकच लुगडं मी कसंबसं गुंडाळतीया. मला अंग झाकायपुरतं एखादं धडुतं द्या म्हाराज. या भैनीची लाज राखा. एवढे उपकार करा माझ्यावर. देव तुम्हाला आशीर्वाद दील. या गरीब भैनीचा दुवा तुम्हाला लागंल. माझ्यावर दया करा.’’ ती बाई दीनवाणीपणानं विनवण्या करत होती. गयावया करत तिनं तुकोबांच्या पायावर डोकं ठेवलं. तिच्या डोळ्यांतून घळाघळा आसवं वाहत होती. डोळ्यांत अत्यंत

दीनवाणे भाव होते. तुकोबांनी पाहिलं. तिच्या अंगावरच्या वस्त्राच्या अगदीच चिंध्या झाल्या होत्या. त्यातल्या राहिलेल्या वीतवीतभर धड वस्त्रानं तिनं कशीबशी लाज झाकली होती. तुकोबा गहिवरले. त्यांच्याही डोळ्यांत पाणी उभं राहिलं. ते लगबगीनं उठून आत गेले. तिथं खुंटीवर आवलीचं जुनं पण नेसूचं लुगडं पिळा करून ठेवलं होतं. तुकोबांनी कानोसा घेतला. आवलीची चाहूल लागत नव्हती. त्यांनी ते लुगडं दांडीवरून काढलं आणि तसेच ते बाहेर आले आणि समोर उभ्या असलेल्या त्या बाईपुढं ते लुगडं धरून ते म्हणाले, "घे ताई! हे घे लुगडं. जुनंच आहे; पण तुझं अंग झाकायला पुरेसं आहे. घेऊन जा!" त्या बाईचा चेहरा आनंदानं उजळला. ती लगबगीनं पुढं आली. तुकोबांच्या हातातून लुगडं घेऊन तिनं तुकोबांच्या पायावर डोकं ठेवलं. आणि ते लुगडं उराशी कवटाळून ती लगबगीनं निघून गेली. तुकोबा पुन्हा दाराशी येऊन बसले. पण आता त्यांच्या चेहऱ्यावर समाधान दिसत होतं. डोळ्यांत निराशा होती, पण थोडी कमी झाली होती. त्यामुळेच असेल कदाचित; पण मनात शब्द आकार घेत होते, जुळत होते. तुकोबांनी लेखणी उचलली. मसीपात्रात बुडवली आणि लिहू लागले.

माझे विषयी तुज् पडता विसर । नको धरू दूर पांडुरंगा ।।
तुझा म्हणवितो हेचि लाज तुला । आता झणी मला विसरेसी ।।
तुका म्हणे तुझी माझी नाही उरी । आता केली खरी देवराया ।।
सांडियेली काया । वरी ओवाळूनी पाया ।।
शरण शरण नारायणा । मज अंगीकारा दीना ।।
आलो लोटांगणी । रुळे तुमचे चरणी ।।
तुका म्हणे कई । डोई ठेवीन हे पायी ।।

मनाच्या कमी झालेल्या निराशेनं जणू प्रतिभेला चालना मिळाली आणि एकापाठोपाठ एक अभंग लिहिले जाऊ लागले. किती वेळ गेला कुणास ठाऊक! आतून काहीतरी शोधाशोधीचे, उचकपाचक केल्याचे आवाज येत होते. आणि काही वेळातच आवलीची हाक आली, "धनीऽऽ! अवं धनी! मी हितं धुऊन ठेवलेलं लुगडं कुटं गेलं? भाईर हाय का? असलं तर जरा आणून द्या! धनीऽऽ आईकलं का?" आवलीच्या हाकेनं तुकोबा भानावर आले. आणि आवलीनं पुढं जे काही विचारलं ते ऐकल्यावर तर ते खाड्कन जागे झाले. "अरे पांडुरंगा! मी हे काय करून बसलो? तेवढं एकच तर धडकं लुगडं होतं आवलीचं. आणि तेही तू मला त्या भिकारणीला द्यायला लावलंस? अरे नवीन तर मी तिला काहीच घेऊ शकत नाही. जुनंच लुगडं ती जपूनजपून वापरत होती, तेही मी देऊन टाकलं. आता मी काय करू? मी काय करूपेक्षा आता माझी आवली काय करेल? ती काय नेसेल? आणि

मी तिला काय सांगू? खोटं सांगणं मला जमणार नाही आणि खरं सांगण्याचं धाडस होणार नाही. पण खरं तर सांगावंच लागेल. विठ्ठला, वाचव रे बाबा!'' असं विठ्ठलाला मनोमन सांगून तुकोबांनी आवलीला सांगितलं, ''आवले मी इथं आहे. बाहेर दाराशी! अगं, मला नाही जाता येत पंढरीला; मग वारकरी जाताहेत त्यांनाच नमस्कार करतोय आणि त्यांच्याबरोबर पांडुरंगाला निरोप धाडतोय की, मला बरं नाहीय म्हणून मी येत नाहीय! माझ्यावर रागवू नको. मला येता येत नाही तर तूच ये माझ्या भेटीला आणि माझ्या भक्तीची, तुझ्या या भक्ताची लाज राख!'' तुकोबांचं बोलणं ऐकून आतल्या बाजूला असणाऱ्या आवलीला समजेना आपण काय विचारलंय आणि धनी काय सांगतायत? तिला वाटलं, कदाचित त्यांना आपण विचारलेलं ऐकायला आलं नसावं. म्हणून तिनं पुन्हा विचारलं, ''ते असू दे धनी; पन माझं खुंटाळ्यावरचं लुगडं काय झालं? भाईर हाय का?'' आता मात्र तुकोबांना तिच्या प्रश्नाचं योग्य उत्तर द्यावंच लागलं. ते म्हणाले, ''आवले, अगं ते लुगडं गेलं तर जाऊ दे. नाहीतरी ते कुठं नवं होतं? मी तुला नवीन लुगडं आणून देईन हो! तू आतापुरतं दुसरं नेस! मी ते लुगडं एक भिकारीण आली होती, अगदीच गरीब होती गं, अंगावरच्या लुगड्याच्या अगदी चिंध्या झाल्या होत्या, तिला देऊन टाकलं. तिला इतका आनंद झाला म्हणून सांगू. तिच्या अंगावरचं लुगडं अगदी फाटकं होतं, कशीबशी लाज झाकेल असं! मी तुझं लुगडं देऊन टाकलं.'' तुकोबांनी सांगितलं आणि आवलीनं कपाळावर हात मारून घेतला. ''आता काय म्हणावं या कर्माला? अवं, या भिकारणीची लाज झाकाया तुमी माझं लुगडं दिलंत. पण आता मी काय नेसू? धनी, अवं माझ्याकडं तेवढं एकच धड लुगडं होतं. बाकी सगळ्यांच्या चिंध्या झाल्यात. आता मला पाटलाकडं कामाला जायचंय म्हणून ते धडकं लुगडं नेसायचं होतं. कामावर जाताना फाटलेलं, चिंध्या झालेलं, गाठी मारलेलं लुगडं कसं नेसणार? म्हणून ते एकच धड लुगडं मी नेसत होते. आता तुम्ही तेही देऊन टाकलंत. धनी, आता मी कामाला कशी जाऊ? आणि काय नेसू? त्या भिकारणीची लाज झाकण्याच्या नादात तुम्ही तुमच्या बायकोला उघड्यावर आणून ठेवलंत धनी! आता मला काय तुमचा तो काळतोंड्या लुगडं आणून देणार हाय का तुमची रुकुमाई मला माघारपण करणार हाय? आता काय करू मी? आई मंगळाई, आता तूच काय तरी कर! आता तूच माझी लाज राख!'' आवलीला तुकोबांच्या या गोष्टीचा अतिशय राग आला. ''काय म्हणावं माझ्या नशिबाला? स्वतः काय कमवत न्हाई. कमवायचं म्हटलं तर तो काळ्या कमवू देत नाही. बायकोला कधी बोटभर चिंधुकलं आणल्यालं न्हायी, का पोरास्नी एखादा बोटभर नवा कपडा आणल्याला न्हायी. इतके दीस घरातलं धान्य, सामान देऊ टाकत होतासा धनी; पर आता बायकोचे, पोरांचे कपडे पन देऊन टाकताय? अवं, कुठल्या दगडाचं काळीज हाय तुमचं; की त्याला

कशानंच पाझर फुटत न्हायी! धनी, तुम्ही माझं लुगडं त्या भिकारणीला दिऊन दानाचं पुण्य गाठीला बांधून रिकामं झालासा! अवं, पन तुमच्या लक्षात येत न्हायी मला लुगड्याविना भायेर पडता येणार न्हायी. मी भायेर पडले न्हायी तर मला कामावर जाता येणार न्हायी. आनि मी कामाला गेले न्हाई तर पोरांच्या पोटात काय घालू? तुमच्या पोटाला कुठनं घालू? आता मी काय करू... कसं करू... कशी कामाला जाऊ? माझ्या नवऱ्याच्या, माझ्या लेकरांच्या पोटाला काय घालू? आई मंगळाई तुझ्या या लेकीला वाचव! आता तुझ्यावरच सगळा भरवसा हाय! माझी, माझ्या लेकरांची, माझ्या धन्याची, माझ्या घराची काळजी घे. यातनं मला बाहेर काढ. माझ्यावर दया कर.'' आवलीचा गहिवर दारात बसून तुकोबा ऐकत होते. आपण त्या भिकारणीला लुगडं देऊन बसलो खरं; पण ही पुढची गोष्ट, आपल्या त्या दानशूरपणाचा हा पुढचा परिणाम आपल्या लक्षातच आला नाही. विठ्ठला, काय केलंस तू हे माझ्या हातून? मला अशी कशी बुद्धी देतोस परिणामांचा विचार न करता कृती करण्याची? आणि त्यातूनच ही असली संकटं येतात. असल्या अडचणी उभ्या राहतात. आता मी तरी काय करू? आवलीला कुठून आणि कसं आणून देऊ लुगडं? माझ्याकडं तर दमडी नाही. काय करू मी आता? तूच कर काहीतरी. माझा सगळा भार आता तुझ्यावरच आहे.'' तुकोबा आता विठ्ठलाशी बोलत होते. फाटकं धडुतं आडवं लावून आत उभ्या असलेल्या आवलीनं कपाळावर हात मारून घेतला. फडताळ उघडलं. फडताळात एक अगदी जुनं, अक्षरशः चिंध्या झालेलं, ठिकठिकाणी गाठी मारलेलं लुगडं होतं. चार लेकरांच्यावर आवलीला आता पुन्हा दिवस गेले होते. बाळंतपणाच्या वेळी त्याचा उपयोग होईल, निदान बाळाला गुंडाळायला तरी येईल म्हणून आवलीनं ते जपून ठेवलं होतं. पण आता तेच नेसणं भाग होतं. ते इतकं फाटकं होतं की, ते नेसून कामावरही जाणं शक्य नव्हतं. आता कामाला जाताच येणार नव्हतं. तरी बरं, जवळपास सगळंच काम झालेलं होतं. डोळ्यांतून वाहणाऱ्या पाण्याला साक्ष ठेवून आवलीनं ते फाटकं, चिंध्या झालेलं लुगडं कसंबसं गुंडाळलं. आता तुकोबांना बोलण्यातही काही अर्थ नव्हता. लुगडं गुंडाळून आवली चुलीकडं वळली. निदान दोन/चार भाकरी तरी करायला हव्या होत्या. आज आता कामावर जाणं शक्य नव्हतं म्हटल्यावर जेवण घरीच बनवावं लागणार होतं. आवलीनं चुलीला जाळ घातला. चुलीतला जाळ चांगलाच पेटला. तिच्या काळजातल्या आगीसारखा. आवली भाकरीला बसली. ४/५ भाकरी धबाधबा थापल्या. त्याच तव्यात तिनं कोरड्यास केलं. स्वैपाकाचं काम झाल्यावर तिनं सगळं आवरून ठेवलं. तोच बाहेरून काशीनं मारलेल्या हाका तिला ऐकायला आल्या, "आये, ए आये! अगं लवकर भाईर ये! माझ्या डोस्क्यावर वझं झालंय! लवकर ये!'' काशीचा आवाज ऐकून आवली दाराजवळ आली. काशी

दाराबाहेर उभी होती. आवलीला बाहेर जाणं शक्य नव्हतं. काशी आणि भागीरथीच्या डोक्यांवर सामानानं भरलेल्या बुट्ट्या होत्या. दोघींच्या अंगात नवीन परकर-पोलकी दिसत होती. आवलीनं तुकोबांना हाक दिली. त्यांना दोघींच्या डोक्यांवरची ओझी उतरवून घ्यायला सांगितली. आवलीच्या रागावण्यानं कानकोंडे झालेले तुकोबा आता मात्र लगेच उठले. पोरींच्या डोक्यांवरची ओझी त्यांनी उतरवून आत आणून ठेवली. लेकी पळत येऊन आईला बिलगल्या. दोघींच्या डोळ्यांत आनंद मावत नव्हता. आवलीला मध्ये ठेवून दोघी तिच्याभवती नाचायला लागल्या. आवली "काय झालं? काय झालं?" विचारत राहिली. शेवटी नाचून दमल्या. धपकन खाली बसल्या तेव्हा थांबल्या. मग मात्र आवली त्यांच्याजवळ बसली. आई खाली बसली म्हटल्यावर दोघींनी तिचे दोन्ही हात धरले आणि आनंदानं बोलायला लागल्या, "आये, आये, अगं ह्ये बघ पाटीलमामानं काय दिलंय? अगं, आज तू कामाला आली न्हाईस तर मामी म्हणाल्या, 'दमली असंल गं! म्हैना झाला राबराब राबलीय पोर!' आनी ह्ये बघ, आम्हाला दोघींना नवीन परकर-पोलकी घेतली. म्हादा आणि विठोबासाठी ह्ये सदरे दिलेत. बाबांसाठी ह्ये धोतर ह्यो सदरा आनी हे मुंडासं दिलंय. आनी हे बघ तुझ्यासाठी ह्ये टोपपदरी नवीन लुगडं आनी ही दोन जुनी पन धडकी लुगडी दिलीत. अगं आई, आज मामा-मामीला त्यांच्या लेकीच्या सासरगावला जायचं हुतं. गोंधळ हाय म्हनं तिकडं! म्हनून ह्यो सगळा आह्यार-माह्यार आमच्याबरुबर पाठवला. न्हाईतर पाटीलमामी येनार होत्या. तू आली असतीस तर तुला पाटावर बसवून चोळी-बांगडी करणार व्हत्या; पन तू आली न्हाईस म्हनून ह्ये समदं घरी पाठवलंय. आनी या दुसऱ्या बुट्टीत लाडू-चिवडा, दशम्या आनी लयी काय काय दिलंय. अजून बी काय काय देनार हाईत म्हनं. परं आता गावाला जाऊन आल्यावर देतो म्हनाल्या. त्या वक्ताला तुलाच यायला सांगितलंय!" पोरी नुसत्या भडाभडा बोलत होत्या. किती सांगू आणि किती नको, किती दाखवू आणि काय काय दाखवू, असं त्यांना झालं होतं. आणि पोरींच्या तोंडातून बाहेर पडणाऱ्या प्रत्येक शब्दागणिक आवलीचा चेहरा उजळत होता. तिच्या डोळ्यांतल्या वाहणाऱ्या आसवांचं आनंदाश्रूंत कधी रूपांतर झालं, हे तिचं तिलाही उमगलं नाही. तिनं महिनाभर केलेल्या राबणुकीचं हे बक्षीस होतं. नव्या कपड्यांत तिच्या लेकी तिला नक्षत्रासारख्या सुंदर दिसल्या. लेकींच्या कानशिलांवरून हात फिरवून तिनं आपल्या कानांवर बोटं मोडली. मंगळाईनंच आपली लाज राखली म्हणून दहा-दहा वेळा मंगळाईला हात जोडलेन. आणि पाठवलेलं सामान नीट लावून ठेवण्यासाठी ती उठली. पुन्हा तिच्या काय मनात आलं कोण जाणे! नवं कोरं टोपपदरी लुगडं मांडीवर घेऊन तिनं त्यावरून हात फिरवला. मग ते लुगडं बाजूला ठेवून तिनं त्या दोन जुन्या घड्या उचलल्या. त्या घेऊन ती भिंतीजवळ गेली. त्यांतलं एक लुगडं उलगडून तिनं ते

नेसलं. अगदी कुठंही न फाटलेलं, चांगलं भक्कम असं ते लुगडं. दुसरंही तसंच होतं. आता आवलीला ती लुगडी कितीतरी दिवस पुरली असती. लुगडं नेसून ती बाहेर आली. तुकोबा दाराला टेकून बसले होते. लेकींच्या तोंडातून बाहेर पडणारा शब्द न् शब्द त्यांनी ऐकला होता. आणि त्यातल्या प्रत्येक शब्दागणिक ते विरघळत होते. डोळ्यांतून घळाघळा अश्रू वाहत होते. आणि देव भक्ताची लाज राखतो हे पुन्हा एकदा सिद्ध झालेलं बघून तुकोबांना गहिवर अनावर झाला. "विठ्ठला, राखलीस, माझी लाज राखलीस! या भक्ताची लाज राखलीस, आणि सिद्ध केलंस की तू भक्तांचा पाठीराखा आहेस. काय म्हणू मी तुला?"

"काय तुझे उपकार पांडुरंगा । सांगो मी या जगामाजी आता ।।
जतन हे माझे करुनि संचित । दिले अवचित आणूनिया ।।
घडल्या दोषांचे न घली च भरी । आली यास थोरी कृपा देवा ।।
नव्हते ठाऊक आईकले नाही । न मागता पाही दान दिले ।।
तुका म्हणे याच्या उपकारासाटी । नाही माझे गाठी काहीं एक ।।

त्या पांडुरंगाचे उपकार आणि आभार किती मानू आणि कितीदा मानू असं त्यांना झालं होतं.

तुज ऐसा कोणी न देखे उदार । अभय दानशूर पांडुरंगा ।।
शरण येती त्यांचे न विचारिसी दोष । न मागता त्यांस अढळ देसी ।।"
धांवसी आडणी ऐकोनिया धावा । कइवारे देवा भक्तांचिया ।।
दोष त्यांचे जाळी कल्पकोटीवरी । नामासाटी हरि आपुलिया ।।
तुका म्हणे तुज वाणूं कैशा परी । एक मुख हरी आयुष्य थोडे ।।

डोळ्यांतून वाहणाऱ्या अश्रूच्या प्रत्येक थेंबाबरोबर एकेक शब्द कागदावर उमटत होता. आणि मुखातूनही उच्चारला जात होता. दाराशी आलेल्या आवलीनं ते ऐकलं आणि म्हणाली, "काई नको त्या काळ्याचे उपकार मानायला. माझ्या मंगळाईनंच माझी लाज राखली. राबराब राबले मी, ते जाणलं पाटलिणीनं, तिला बुद्धी दिली मंगळाईनं, आणि श्रेय उपटायला तेवढा तुमचा काळ्या व्हय?" आवलीनं विचारलं आणि डोळ्यांतून वाहणारं पाणी न पुसताही तुकोबांच्या चेहऱ्यावर हसू उमटलं. ते बाकी काहीच बोलले नाहीत. फक्त एवढंच म्हणाले, "आवले, या लुगड्यातसुद्धा तू छान दिसतेस हं!" त्यांच्या या म्हणण्यावर मुरका मारून आवली म्हणाली, "पुरे पुरे! चला आता जेवायला या! पुरं झालं त्या काळ्याचं आणि माझं कौतिक!" आणि फणकाऱ्यानं ती आत गेलीसुद्धा. तुकोबा प्रसन्नपणे हसले. लेखणी बाजूला ठेवून म्हणाले, "पांडुरंगा, तुझी रुक्मिणी अशीच वागते का रे?" आणि आपल्या या विचारांचंही त्यांना हसू आलं. त्या दिवशीचं जेवण अन्न म्हणून तर

चांगलं होतंच; पण स्वादालासुद्धा अतिशय गोड लागलं हे खरं! त्या लुगडे देऊन टाकण्याच्या प्रकरणाचा असा गोड शेवट झाल्यामुळे तुकोबांनाही बरं वाटलं. घरातही आनंदीआनंद पसरला. नवीन कपडे मिळाले म्हणून पोरीही आनंदात होत्या. पण पोरींना त्या नवीन कपड्यांत बघितल्यापासून आवलीच्या जिवाला मात्र पुन्हा घोर लागला होता. काशी आणि भागीरथी दोघी जणी आता लग्नाला आल्या होत्या. काशी असेल १२ वर्षांची आणि भागीरथी १०. पण आता त्यांची लग्नं व्हायला हवी होती. त्यांच्यासाठी स्थळं बघायला हवी होती. स्थळं तर बघायची होती, लग्नं तर करायची होती; पण गाठीशी एक फुटकी दमडी नव्हती. दुसरं महत्त्वाचं म्हणजे विठ्ठलभक्तीत रमलेले तुकोबा त्या दृष्टीनं काही प्रयत्न करतील, काही हातपाय हलवतील म्हणावं, तर त्याचीही सुतराम शक्यता नव्हती. खरंतर आता पंचक्रोशीत तुकोबांचं चांगलं नाव झालं होतं. त्यांची कीर्ती आसपासच्या गावात पसरली होती. कोणाकडेही शब्द टाकला असता तर कुणीही तुकाराम महाराजांची मुलगी म्हणून करून घ्यायला तयार झालं असतं. शिवाय देहू काय, लोहगाव काय किंवा आसपासची गाव काय, तिथं कुणबी समाज भरपूर होता. आणि कुणबी समाजाला तुकोबांचा अभिमानही खूप होता. तुकोबांना पूजणारे, मानणारे, त्यांचे शिष्य म्हणून स्वतःला सुदैवी समजणारे खूप होते. त्यांतले कुणीही काशीला, भागीरथीला करून घेण्यास तयार झाले असते. पण तुकोबांना हे चालणार नव्हतं. आपल्या मोठेपणाला भुलून त्या दडपणाखाली कुणी आपल्याशी नातं जोडावं, हे त्यांना मान्य होणार नव्हतं. एकीकडे मुलींची वयं वाढत होती आणि त्यांच्या लग्नाच्या दृष्टीनं काहीच हालचाल होत नव्हती. एके दिवशी न राहवून आवलीनं तुकोबांजवळ हा विषय काढला. "धनी, अवं तुमचं अभंग लिवून झालं असेल आणि त्या काळ्याचं नाव घेऊन संपलं असेल, तर जरा माझं ऐका. आता आपल्या दोन्ही लेकी लग्नाच्या झाल्या आहेत. आता त्यांच्यासाठी जागा शोधायला पाहिजे. कुठंतरी चांगली मुलं, चांगली स्थळं, चांगली घरं शोधायला हवीत. आपल्या लेकींची लग्नं आता करायला हवीत. धनी, तुम्ही चार लोकांकडं शबुद टाका. त्यानला म्हणावं, दोन चांगली स्थळं बघून द्या आपल्या लेकींसाठी. आपल्याकडं पैका, धन न्हायी; पन आपल्या लेकी गुणाच्या हायेत, चारचौघांत उठून दिसण्यासारख्या हायेत. वळणाच्या हायेत. त्यास्नी मी समदं काम शिकवलेलं हाय. ज्या घरी जातील, तिथं सुखाचा संसार करतील. ज्या घरी पडतील, त्या घराचं कोटकल्याण करतील. पैशाकडनं नसलं तरी सुखाकडनं नक्की करतील. तुमच्या लयी ओळखी हायेत. आपल्या लेकींसाठी चांगला जागा बघायला सांगा की त्यानला! बघा काय हुतंय का! माझ्या जिवाला लयी घोर लागलाय हो! रात रात माझा डोळ्याला डोळा लागत न्हायी. लेकींच्या लग्नाच्या काळजीनं मला भाकर गोड लागत न्हायी. धनी, त्या काळ्याचा

नाद जरा सोडा आणि लेकींच्या लग्नाचं बघा!''

आवलीनं सगळ्या प्रकारानं तुकोबांना समजावून सांगितलं. तिच्या त्या बोलण्यावर क्षणभर विचार करून तुकोबा म्हणाले, ''तू म्हणते आहेस ते सगळं बरोबर आहे आवले. आपल्या मुली आता लग्नाला आल्या आहेत. त्यांच्यासाठी स्थळं शोधायला हवीत; पण तू उगीचच काळजी करते आहेस. अगं माझा पांडुरंग आहे ती काळजी करायला. तो सगळं नीट करेल. मला खात्री आहे. तो सगळं नीट करेल.'' तुकोबांनी विठ्ठलाचा दाखला दिला आणि आवलीला वाटलं, तुकोबा आपल्यावरची जबाबदारी झटकून टाकताहेत आणि देवावर भरोसा ठेवायला सांगताहेत. तिला एकदम संताप आला. एकतर तुकोबा स्वतः काही करत नव्हते, करण्याची तयारी दाखवत नव्हते आणि शिवाय त्या काळ्यावर भरोसा ठेवायला सांगत होते. आवली संतापानं उसळलीच. ''त्या-त्या काळ्याचा भरोसा देऊ नगा मला. त्यो काय डोंबलं करतोय? त्याचं सोताचं सोवळं त्याला बदलायला यीना! त्यो कमरेवरचे हात काढंल तवा कायतरी काम करेल! त्यो स्वतः काय करत न्हायी आणि तुमी मला त्याच्यावर भरवसा ठेवायला सांगताय? त्याच्यावर भरवसा ठिवूनठिवून तर इस्कोट झालाय समद्या संसाराचा. धनी, आज एक गोष्ट तुम्हाला बोलते. त्या काळ्याची भक्ती करताय, त्याच्यावर अभंग लिवताय, तुम्ही संतपदाला पोहोचलात, तुकाराम महाराज झालात, समद्या देहू गावाचंच नव्हं तर समद्या परिसराचे लाडके झालात, देव झालात, तुम्हाला मोठेपणा मिळाला, पर मला काय मिळालं? सांगा की धनी, मला काय मिळालं? ही चार कच्चीबच्ची पोरं, ही चिंध्या झालेली, सतरा ठिकाणी गाठी घातलेली लुगडी, हे न संपणारे कष्ट, हे अर्धपोटी जेवण, हे दोन खणांचं, दुसऱ्याच्या मेहरबानीनं मिळालेलं घर, हे राबणं, तुमचा संसार करताना होणारी फरफट आणि त्यापायी कपाळी बसलेला कजागपणाचा, भांडखोरपणाचा शिक्का! जाऊ दे! माझं आयुष्य सरत आलं आता. पर आपल्या लेकींची लग्नं वेळेवर झाली पायजेत धनी! आणि त्यापायी त्या काळ्यावर मला विसंबून न्हायाचं न्हायी! तुमचा असंल पन माझा त्याच्यावर भरोसा न्हायी. तुम्हाला शाप सांगते- लेकींसाठी जागा तुम्हीच बघायचा!'' तुकोबांच्या जवळ आतापर्यंतच्या आयुष्याची झालेली परवड बोलून दाखवून, त्यांना निक्षून बजावून आवली आत निघून गेली. आवली गेली तिकडं तुकोबा बघतच राहिले, सुन्न होऊन! काय चुकलं होतं आवलीचं? अक्षरन् अक्षर सत्य होतं, बरोबर होतं. आणि तुकोबांना आत्मपरीक्षण करायला लावणारंही होतं.

तुकोबांनी आत्मपरीक्षण केलं म्हणून असेल, आवलीच्या बोलण्याला नियतीनं दिलेला दुजोरा असेल, तुकोबांना जबाबदारीतून मुक्त करण्याचं विठोबाचं नियोजन असेल किंवा काशी आणि भागीरथीचं नशीब असेल; पण त्या दोघींची लग्नं अशी

चुटकीसरशी ठरली आणि तीसुद्धा तुकोबांनी ठरवली! नुसतीच ठरवली नाहीत तर ती लगोलग झालीसुद्धा. झालं ते असं– रावजी पाटलाच्या बायकोनं आवलीला नवं टोपपदरी लुगडं पाठवलं, पोरींना नवे कपडे केले आणि आवलीच्या मनानं दोन्ही लेकींच्या लग्नाचा धोसरा घेतला. बोलता बोलता तिनं तुकोबांना चार शब्द सुनावले. आणि तेव्हा तिला बरं वाटावं म्हणून तुकोबा बोलून गेले, "आवले, अगं पाटलिणीनं तुला नवीन टोपपदरी लुगडं दिलंय ना, मग आता ते लेकींच्या लग्नातच नेस. तसा तुला तो रंग खुलून दिसेल!" कदाचित तुकोबांच्या मुखातून नियतीच बोलली असावी. कारण त्यानंतर काही दिवसांनी तुकोबा मंदिरातून घरी परतत असताना दोन तरुण त्यांना भेटले. ते दोघं जण विठ्ठलाचं दर्शन घेऊन मंदिरातून बाहेर पडले. तुकोबांना समोर पाहिल्यावर तुकोबांना ओळखून ते दोघं त्यांच्या पाया पडले. तुकोबांनी तोंड भरून आशीर्वाद दिला आणि त्यांची वास्तपुस्त केली. त्यांतल्या एकाचं नाव मालाजी गाडे तर दुसऱ्याचं नाव रावजी मोझे असं होतं. तुकोबांनी आणखी चौकशी केली असता ते दोघं जण कुणबी वाणी असल्याचं समजलं. दोघं तरुण भल्या घरचे दिसत होते. त्यांच्या वागण्या-बोलण्यावरून सुसंस्कारित वाटत होते. सज्जन दिसत होते. तुकोबा त्या दोघांना घरी घेऊन आले आणि त्यांचा आदरसत्कार करून त्यांना अत्यंत नम्रपणानं विचारलं, "तुम्ही दोघे जण माझे जावई व्हाल का?" त्या दोघांना हा प्रश्न अनपेक्षित होता. तुकोबांचं मोठेपण ते जाणून होते. तुकोबांची कीर्ती त्यांच्या कानावर पडली होती. एवढ्या मोठ्या घरातल्या मुली आपल्याला पत्नी म्हणून लाभतील, असा स्वप्नातही त्यांनी विचार केला नव्हता. 'नाही' म्हणायचा प्रश्नच नव्हता. तुकोबांनी आवलीला बाहेर बोलावलं. त्या दोघांची ओळख करून दिली. काशी आणि भागीरथीलाही बाहेर बोलावलं. दोघी लेकी नाकीडोळी नीटस होत्याच. त्या दोघांनाही या तुकोबांच्या लेकी पसंत पडल्या. तुकोबांनी आपल्या मित्रमंडळींना बोलावणं धाडलं. त्यांतल्या दोघांनी घाई करून दोघा तरुणांच्या आई-वडिलांना बोलावून आणलं. साधी, पापभीरू, तुकोबांना मानणारी, त्यांची योग्यता जाणणारी माणसं होती ती! त्यांनाही तुकोबांच्या लेकी पसंत पडल्या. आणि तिथल्या तिथं अंगणात काशीचं रावजी मोझे या तरुणाशी आणि भागीरथीचं मालाजी गाडे या तरुणाशी लगीन लावण्यात आलं. तुकोबांच्या दोन्ही लेकींची लग्नं म्हटल्यावर गावकऱ्यांनाही उत्साह आला. आणि प्रत्येकानं काहीबाही कामकाज उचललं, थोडाफार खर्चाचा भारही उचलला आणि तुकोबांच्या दोन्ही लेकींची लग्नं झाली. लग्नं झाली. लेकी सासरी गेल्या आणि तुकोबा आवलीला म्हणाले, "बघ आवले, मी तुला सांगितलं होतं. पाटलिणीनं दिलेल्या या टोपपदरी लुगड्यावरच तुझ्या लेकींची लग्नं होतील म्हणून. अगं, पांडुरंगाच्या मनानं घेतलं की, क्षणभरसुद्धा लागत नाही घडायला!" तुकोबांच्या या बोलण्यावर

मात्र आवली काही बोलली नाही. कारण पांडुरंगाच्या मनात आलं म्हणून असेल; पण तसं घडलं होतं खरं! तिच्या दोन्ही लेकी नांदत्या घरात पडल्या होत्या.

दोन लेकींच्या जबाबदारीतून तुकोबा मोकळे झाले. आणि आतातर त्यांचा अधिकाधिक वेळ विठ्ठलभक्तीत आणि अभंगलिखाणात जाऊ लागला. त्याचबरोबर रोज संध्याकाळी मंदिरात त्यांचं कीर्तनही ठरलेलं असायचं. तुकोबांच्या कीर्तनाचं वैशिष्ट्य हे की, त्यांच्या त्या कीर्तनात नुसतीच विठ्ठलभक्ती नसायची, नुसताच विठ्ठलाचा धावा नसायचा, तर त्यात लोकांसाठी शहाणपणाच्या चार गोष्टी असायच्या, स्वतःच्या अनुभवातून आलेलं शहाणपण लोकांना सांगायचं असायचं, स्वतःवर आलेल्या प्रसंगांच्या, कटू अडचणींच्या, छळवादाच्या अनुभवांची शिदोरी असायची. आणि त्याचबरोबर तुकोबांचा तरल पण खडा आवाज, प्रासंगिक शब्दरचना, रोजच्या अनुभवातल्या, रोजच्या जीवनातल्या गोष्टींची उदाहरणं, रोजच्या आयुष्यातले दाखले, ज्ञानेश्वरमाउली, नामदेव, जनाबाई यांच्या अभंगांचे उल्लेख, त्या अभंगांचे अर्थ, अन्वयार्थ आणि निरूपण, तुकोबांचं भजन-कीर्तन असं सर्वांगानं, सर्वार्थानं, रंगत जायचं. आणि त्यांचं कीर्तन म्हणजे गावकऱ्यांना मेजवानी असायची. मग त्यात

पापाची वासना नको दावू डोळा । त्याहूनि आंधळा बराच मी ।।
निंदेचे श्रवण नको माझे कानी । बधिर करोनि ठेवी देवा ।।
अपवित्र वाणी नको माझ्या मुखा । त्याजहूनी मुका बराच मी ।।
नको मज कधी परस्त्री संगति । जनातुन माती उठता भली ।।
तुका म्हणे मज अवध्याचा कांटाळा । तू एक गोपाळा आवडसी ।।

असं प्रांजल आणि पापभीरू मागणं असायचं, तर कधी आयुष्याला दिशा देणारा बोध असायचा

पय दधि घृत आणि नवनीत । तैसे दृश्य जात एकपणे ।।
कनकाचे पाही अलंकार केले । कनकत्वा आले एकपणे ।।
मृतिकेचे घर जाले नानापरी । मृत्तिका अवधारी एकपणे ।।
तुका म्हणे एक एक ते अनेक । अनेकत्वी एक एकपणा ।।

असा एकात्मभाव असायचा. कधी

उपदेश किती करावा खळासी । नावडे तयासी बरें काही ।।
शुद्ध कां वासना नव्हे चांडाळाची । होळी संचिताची केली तेणे ।।
नाही भाव मनी नाइके वचन । आपला आपण उणे घेतो ।।
तुका म्हणे त्यासी काय व्याली रांड । करी बडबड रिती दिसे ।।

असा स्पष्टवक्तेपणानं केलेला उपदेश असायचा, तर कधी

ढेकणाचे संगे हिरा जो भंगला । कुसंगे नाडला तैसा साधू ।।
ओढाळाच्या संगे सात्त्विक नासली । क्षण एक नाडली समागमे ।।
डांकाचे संगती सोने हीन जाले । मोल ते तुटले लक्ष कोडी ।।
विषाने पक्वान्ने गोड कडू जाली । कुसंगाने केली तैसी परी ।।
भावे तुका म्हणे सत्संग हा बरा । कुसंग हा फेरा चौऱ्याशीचा ।।

असं सत्संगाचं महत्त्व सांगितलेलं असायचं. हे सगळं सांगताना तुकोबांचं दाखले देणं, उदाहरणं देणं, प्रसंग सांगणं, उपमा देऊन मुद्दा पटवून देणं...हे सगळंसगळं लोकांना भारावून टाकणारं असायचं, कधी तुकोबा

पंढरीचा महिमा । देता आणीक उपमा ।।
ऐसा ठाव नाही कोठे । देव उभा उभी भेटे ।।
आहेति सकळ । तीर्थे काळें देती फळ ।।
तुका म्हणे पेठ भूवरि हे वैकुंठ ।।

असा पंढरीचा महिमा सांगायचे आणि लोकांच्या नजरेसमोर चंद्रभागेतीरी वसलेलं अवघं पंढरपूर उभं राहायचं आणि त्यानंतर

सावळे रूपडे चोरटे चित्ताचे । उभे पंढरीचे विटेवरी ।।
डोळियांची धणी पाहाता न पुरे । तया लागी झुरे मन माझे ।।
आन गोड कांही न लगे संसारी । राहिले अंतरी पाय तुझे ।।
प्राण रिघों पाहे कुडी हे सांडुनी । श्रीमुख नयनी न देखता ।।
चित्त मोहियेले नंदाच्या नंदने । तुका म्हणे येणे गरुडध्वजे ।।

असं त्या सावळ्या विठ्ठलाचं वर्णन असायचं. आणि ते वर्णन ऐकताना लोकांचं देहभान हरपायचं. पंढरीच्या त्या सावळ्याचं दर्शन त्यांना तिथल्या तिथंच व्हायचं. तुकोबांचं कीर्तन डोळस असायचं, त्यांची श्रद्धाही डोळस होती. त्यामुळे त्यांची उदाहरणं, त्यांनी दिलेले दाखले, उपमा, दृष्टान्त हे समाजातल्या ढोंगीपणावर, अंधश्रद्धेवर जणू आसुडाचे फटके असायचे. समाजातल्या, परमार्थातल्या दांभिकपणावर कोरडे ओढताना, ढोंगी साधूंचे वाभाडे काढताना तुकोबा सांगायचे –

लांब लांब जटा काय वाढवूनि । पावडें घेऊनि क्रोधें चाले ।।
खायाचा वोळसा शिव्या दे जनाला । ऐशा तापशाला बोध कैंचा ।।
सेवी भांग अफू तमाखू उदंड । परि तो अखंड भ्रांतिमाजी ।।
तुका म्हणे ऐसा सर्वस्वे बुडाला । त्यासी अंतरला पांडुरंग ।।

लोकांना लगेचच ढोंगी साधूचं लक्षण समजायचं. तर कधी

सदा सर्वकाळ अंतरि कुटिल । तेणे गळा माळ घालू नये ।।
ज्यासी नाही दया क्षमा शांती । तेणे अंगी विभूती लावू नये ।।
जयासी न कळे भक्तीचे महिमान । तेणे ब्रह्मज्ञान बोलो नये ।।
ज्याचे मन नाही लागते हातासी । तेणे प्रपंचासी टाकू नये ।।
तुका म्हणे ज्यासी नाही हरिभक्ती । तेणे भगवे हाती धरू नये ।।

विठ्ठलभक्ताचं, वारकऱ्याचं हे लक्षण तुकोबा सांगत आणि लोकांना ते सर्वार्थानं पटायचं, आवडायचं. कधीकधी मग तुकोबा माउलीची आठवण काढून म्हणायचे,

चला आळंदीला जाऊ । ज्ञानदेवा डोळा पाहू ।।
होतिल संताचिया भेटी । सुखाचिया सांगो गोष्टी ।।
ज्ञानेश्वर ज्ञानेश्वर । मुखी म्हणता चुकती फेर ।।
तुम्हा जन्म नाही एक । तुका म्हणे माझी भाक ।।

माउलीची अशी आठवण निघाली की आपोआप संतांची आठवण होई. मग–

संत आले घरा । तो मी अभागी दातारा ।।
कासयाने पूजा करू । चरण हृदयी च धरूं ।।
काया कुरवंडी । करून ओवाळून सांडी ।
तुका म्हणे भावे । हात जोडी असो ठावें ।।

असा संतमहिमा गात असत. आयुष्यातला प्रत्येक अनुभव, जीवनाबद्दलचा प्रत्येक विचार, भक्तिमार्गातला प्रत्येक मुक्काम, ज्ञानमार्गातली प्रत्येक पायरी, परमार्थातली प्रत्येक साधना, उपदेशाची प्रत्येक मात्रा, प्रबोधनाचा प्रत्येक वळसा, संचिताचा प्रत्येक क्षण, कर्माचा प्रत्येक कण, कार्यकर्तृत्वाची प्रत्येक दिशा, उज्ज्वलतेची प्रत्येक आशा, साधनमार्गातली प्रत्येक उपासना, आणि देव, संत, सत्-असत्, सत्त्व-रज-तम या सगळ्यांतील मर्मरस तुकोबा समजावून सांगत आणि म्हणत –

विष्णूमय जग वैष्णवांचा धर्म । भेदाभेद भ्रम अमंगळ ।।
आइका जी तुम्ही भक्त भागवत । कराल ते हित सत्य करा ।।
कोणाही जिवाचा न घडो मत्सर । वर्म सर्वेश्वर पूजनाचे ।।
तुका म्हणे एका देहाचे अवयव । सुखदुःख जीव भोग पावे ।।

कधीकधी तुकोबा देवाचा भक्ताशी, तीर्थाचा परमार्थाशी, भक्ताचा भक्तीशी, भागवतधर्माचा जातिभेदाशी, चित्ताचा निर्मळतेशी आणि जीवनाचा भवसागराशी खेळ खेळून दाखवताना म्हणत –

खेळ मांडियेला वाळवंटी घाई । नाचती वैष्णव भाई रे ।।
क्रोध अभिमान केला पावटणी । एक एका लागतील पायी रे ।।
वर्णाभिमान विसरली याती । एक एका लोटांगणी जाती ।
निर्मळ चित्ते झाली नवनीते । पाषाणा पाझर सुटती रे ।।

परमार्थाच्या, भक्तीच्या, श्रद्धेच्या, विश्वासाच्या आणि त्याचसोबत संतत्वाच्या एकेक पायऱ्या तुकोबा मोठ्या सामर्थ्यानं, विठ्ठलावरच्या विश्वासानं, उत्कट कवित्वाच्या आधारानं, शब्दरचनेच्या शक्तीनिशी चढत होते. वारकऱ्यांच्या मनात, लोकांच्या हृदयांत, भक्तांच्या जीवनात, जनसामान्यांच्या आयुष्यात आणि लोकांच्या दैनंदिन जीवनात अढळ स्थान प्राप्त करत होते. त्या सावळ्या विठ्ठलाला हेच तर हवं होतं. आपण लोकांच्या मनात स्थान मिळवलं याचा एकीकडे आनंद होत असतानाच तुकोबांचं हृदय मात्र आतल्या आत जळत होतं. हे बघायला, आपलं कौतुक ऐकायला आज आई-आबा हवे होते, ही भावना त्यांच्या डोळ्यांत पाणी उभं करत होती. लहानपणी आपण कीर्तन महोत्सवाची सांगता केली तेव्हा अभिमानानं ओसंडून वाहणारा आबांचा चेहरा त्यांना आठवत होता. अलाबला घेणारी कनकाई आठवत होती. देवानं एका हातानं दिलं; पण त्याआधी दहा हातानं आपलं सगळंच काढून घेतलं, असं त्यांच्या मनात आलं. आपण नकळत, क्षणभर का होईना, आवलीच्या विचारांशी सहमत झालो, असं त्यांना वाटलं आणि त्यांच्या चेहऱ्यावर हसू उमटलं आणि मनांत शब्द!

मृगाचिये अंगी कस्तुरीचा वास । असे ज्याचा त्यास नसे ठाव ।।
भाग्यवंत घेती वेचुनिया मोलें । भारवाही मेलें वाहता ओझे ।।
चंद्रामृते तृप्ती पारणे चकोरा । भ्रमरासी चारा सुगंधाचा ।।
अधिकारी येथे घेती हातवटी । परीक्षावंता दृष्टी रत्न जैसे ।।
तुका म्हणे काय आंधळिया हाती । दिले जैसे मोती वाया जाय ।।

२७

लेकींची लग्नं झाली. तुकोबांनी पुन्हा स्वतःला नेमून दिलेल्या कामात गुंतवून घेतलं. तरीही कुठंतरी काहीतरी सलत होतं. खटकत होतं. काहीतरी राहून गेल्यासारखं वाटत होतं. आषाढी एकादशी कधीच उलटून गेली होती. वारकरी वारीला गेले होते. अंगात ताप असल्यामुळे तुकोबांना जाता आलं नाही. म्हणून तर त्यांनी त्या वारकऱ्यांसोबत विठ्ठलाला निरोपही पाठवला होता. त्यांना खात्री होती की, ते वारकरी परत येतील तेव्हा आपल्यासाठी काहीतरी नक्की निरोप घेऊन येतील. त्यांना विश्वास होता की, आपण पंढरपूरला गेलो नाही म्हणून विठ्ठलाला नक्की वाईट वाटलं असेल आणि त्यानं वारकऱ्यांकडे आपल्याला देण्यासाठी काहीतरी निरोप नक्की दिला असणार! वारीहून परतणाऱ्या वारकऱ्यांची ते अगदी आतुरतेनं वाट बघत होते. आणि तेवढ्यासाठी दारातच बसून होते. आवलीनं चारचारदा हाका मारल्या. ते ओ देत नाहीत म्हटल्यावर आवली बाहेर आली. तुकोबांना दारात बसलेलं बघून म्हणाली, ''अवो धनी, उठा आता! काय दिसभर दारातच बसून ऱ्हाताय? कोन येनार हाय असा पाव्हणा? का तुमचा काळ्या यायचाय? त्यो कुटला येतोय; भक्तांच्या गराड्यातून सुटला तर त्याला तुमची सय यायची!'' आवलीनं नेहमीप्रमाणे आपलं तत्त्वज्ञान मांडलं. तुकोबांच्या डोळ्यांत खरंच प्रतीक्षा होती. नजर वारकऱ्यांच्या वाटेकडे लागली होती. आवलीच्या बोलण्यावर तुकोबा म्हणाले, ''आवले, खरंच मी वाट पाहतोय. मला निरोप यायचाय आवले...

''आता माझे सखे येती वारकरी । जीवा आस थोरी लागली ते ।।
सांगतील माझ्या निरोपाची मात । सकळ वृत्तान्त माहेरीचा ।।
काय लाभ झाला काय होते केणे । काय काय कोणें साटविलें ।।
मागणे ते काय धाडिले भातुके । पुसेन तें सुखे आहेतसी ।।
तुका म्हणे काय सांगती ते कानी । ऐकोनिया मनी धरूनि राहें ।।

तुकोबांनी आपल्या दाराशी बसण्याचं कारण, आपली प्रतीक्षा करण्यामागची

आतुरता, आपल्या मनाला लागलेली विठ्ठलाच्या दर्शनाची ओढ, त्याला भेटण्यात वाटणारी उत्कटता, मनाला लागलेली त्याची आस सारं काही अभंगांतून सांगितलं. आवलीनं कपाळावर हात मारला. मान डोलावली. आणि ती कामाला गेली. जाताजाता 'भाकर खाऊन घ्या!'' असं तुकोबांना सांगायला ती विसरली नाही. तुकोबांनी ऐकलं की नाही कुणास ठाऊक! वारकरी परतले. सगळेच परतले. पंढरपूरची सगळी यात्रा परतली; पण तुकोबांना कुणी विठ्ठलाचा निरोप सांगितला नाही की त्याचा सांगावा कुणी कळवला नाही. तुकोबा अस्वस्थ झाले, दुःखी झाले, हताश झाले. त्यांनी जेवण सोडलं. त्यांचा चेहरा पूर्ण सुकून गेला, चेहऱ्यावरचं हास्य लोपलं, त्यांचं लिखाणात लक्ष लागेना, जेवण जाईना, तहान-भूक हरपली, रात्री क्षणभर नीज येईना, तास न् तास, दिवसचे दिवस तुकोबा खिन्न होऊन बसू लागले. सुन्न होऊन बसू लागले. छिन्न हृदयानं, उद्ध्वस्त बुद्धीनं, अश्रुभरल्या डोळ्यांनी, हुंदकदाटल्या उरानं, थरथरणाऱ्या ओठानं, कापणाऱ्या शरीरानं आणि कोसळलेल्या मनानं तुकोबा कोसळले.

आता केशिराजा हेचि विनवणी । मस्तक चरणी ठेवितसें ।।
देह असो माझा भलतिये ठायी । चित्त तुझ्या पायी असों द्यावें ।।
काळाचे खंडण घडावे चिंतन । धनमानजनविन्मुख तो ।।
कफ वात पित्त देह अवसानी । ठेवावी वारूनि दुरितें ही ।।
सावध तो माझी इंद्रिये सकळें । दिली एका वेळें हाक आधी ।।
तुका म्हणे तू या सकळांचा जनिता । येथे ऐकता सकळांसी ।।

विठ्ठलाच्या दर्शनाचा असा ध्यास लागला, त्या सावळ्याच्या दर्शनाची अशी तळमळ लागली की, तुकोबांना दुसरं काही सुचेना. त्यांचा ध्यास, त्यांचा श्वास, त्यांचा भास, त्यांचा आभास, त्यांचा प्रयास, त्यांचा विश्वास, त्यांचा प्रवास अवघा विठ्ठल-विठ्ठल आणि विठ्ठल झाला. आणि तुकोबा सारखे, सतत, विठ्ठलाला आळवायला लागले, त्याची विनवणी करायला लागले, त्याचा धावा करायला लागले.

भेटीलागी जीवा लागलीसे आस । पाहे रात्री दिवस वाट तुझी ।।
पूर्णिमेचा चंद्र चकोराचे जीवन । तैसे माझे मन वाट पाहे ।।
दिवाळीच्या मुळा लेकी आसावली । पाहतसे वाटुली पंढरीची ।।
भुकेलिया बाळ अति शोक करी । वाट पाहे परि माउलीची ।।
तुका म्हणे मज लागलीसे भूक । धावूनि श्रीमुख दावी देवा ।।

असं म्हणत, गात, लिहीत विठ्ठलाला त्याच्या वात्सल्याची, त्याच्या मातृत्वाची, त्याच्या भक्तवत्सलतेची ग्वाही द्यायला लागले आणि आपल्या तान्हेपणाचा, त्याच्याबद्दल वाटणाऱ्या ओढीचा, त्याच्या केल्या जाणाऱ्या प्रतीक्षेचा दाखला द्यायला लागले. त्या सावळ्या विठ्ठलाच्या दर्शनाची त्यांना लागलेली आस, त्यांना

वाटणारी तळमळ इतकी शिगेला पोहोचली की, ते देवाला जाब विचारू लागले.

सांग पांडुरंगा मज हा उपाव । जेणे तुझे पाव आतुडति ।।
न कळे हा निर्धार ब्रह्मांदिका पार । कायसा विचार माझा तेथे ।।
तुका म्हणे आता धरूनिया धीर । राहू कोठवर माय बापा ।।

देवाला आळवून झालं, त्याला विनवून झालं. त्याचा धावा करून झाला, त्याला ग्वाही देऊन झाली. टाहो फोडून विनवून झालं, त्याला जाबही विचारून झाला; पण त्या पंढरीनाथाला अजून दया येत नव्हती. हळूहळू तुकोबांचा संयम संपत आला. आता जणू ते हट्टाला पेटले. विठोबाला म्हणू लागले –

वेडे वाकडें गाईन । परि मी तुझाचि म्हणवीन ।।
मज तारी दीनानाथा । ब्रीदें साच करी आता ।।
केल्या अपराधांच्या राशी । म्हणऊनी आलो तुजपाशी ।।
तुका म्हणे मज तारी । सांडी ब्रीद नाहीतरी ।।

असं देवाला त्याचं ब्रीद राखण्याचं आव्हान देऊ लागले. पण अजूनी तो प्रसन्न होत नव्हता. मग तुकोबा त्याच्याजवळ त्याचीच तक्रार करू लागले.

आम्ही देतो हाका । का रे जालासी तू मुका ।।
न बोलसी नारायणा । कळलासी क्रियाहीना ।।
आधी करूं चौघाचार । मग सांडू भीडभार ।।
तुका म्हणे सेवटी । तुम्हां आम्हा घालू तुटी ।।

तरीही तो येत नाही, ऐकत नाही म्हटल्यावर तुकोबांना वाटलं, आपलंच काहीतरी चुकतंय, आपलीच भाव-भक्ती कमी पडते आहे म्हणून विठ्ठल येत नाही आणि दर्शन देत नाही.

कळो आला भाव माझा मज देवा । वायांविण जीवा आठविले ।।
जोडूनि अक्षरें केली तोंडपिटी । न लगे सेवटी हाती काही ।।
तुका म्हणे माझे गेले दोन्ही ठाय । सवसार ना पाय तुझे मज ।।

स्वतःकडे कमीपणा घेऊन, पुन्हा त्याची विनवणी केली, तरीही तो पावेना. आता काय करायचं? कुणाकडं जायचं? कुणाला सांगायचं? आपलं आता कोण आहे ते विठ्ठलाकडं आपल्यासाठी शब्द टाकतील? तुकोबांना प्रश्न पडले. पण मग या प्रश्नांची उत्तरं त्यांनी स्वतःच शोधली आणि संतांना विनवणी केली.

तुम्ही संतजनी । माझी करावी विनवणी ।।
काय तुक्याचा अन्याय । त्यासी अंतरले पाय ।।

भाका बहुत रीती । माझी कीव काकुलती ।।
न देखे पंढरी । तुका चरण विटेवरी ।।
तरीही त्याचा निरोप येईना... मग...
आता धरितो पदरी । तुजमज करीन सरी ।।
जालो जीवासी उदार । उभा ठाकलो समोर ।।
तुका विनवीतसे संता । ऐसे सांगा पंढरीनाथा ।।

संतांनाही विनवून झालं. पण तो विठ्ठल बघतही नव्हता आणि बधतही नव्हता. आता मात्र तुकोबांना राग येऊ लागला. आता विठ्ठल बधत नाही म्हटल्यावर ते त्याच्याशी भांडायला लागले आणि भांडताभांडताच आपण त्याला शरण आलो असूनही तो आपल्याकडे बघत नाही अशी तक्रार करू लागले. आणि तक्रार करताकरता त्याची स्तुतीही करू लागले, ज्यायोगे तो प्रसन्न होईल आणि आपल्याला दर्शन देईल.

आता पाहशील काय माझा अंत । आलो शरणागत तुज देवा ।।
करी अंगीकार राखे पायांपाशी । झणी दिसो देसी कीविलवाणे ।।
नाही आइकिली मागे ऐसी मात । जे त्वां शरणागत उपेक्षिले ।।
तुका म्हणे आता धरी अभिमान । आहेसी तू दानशूर दाता ।।

तुकोबा आता हळूहळू निराश व्हायला लागले. त्यांचे मन निराशेच्या अंधकारानं भरून गेलं. आता त्यांच्या मनानं घेतलं की, आता आपण देवाशी भांडण केलं पाहिजे. मग खरोखरच ते विठ्ठलाशी भांडायला लागले.

सोसोनि विपत्ती । जोडी दिली तुझे हाती ।।
त्याचा हा चि उपकार । अंती आम्हाशी वेव्हार ।।
नामरूपा केला ठाव । तुज कोण म्हणते देव ।।
तुका म्हणे हरी । तुज ठाव दिला घरी ।।

तुकोबा भांडायला लागले पण तरीही देवाला दया येईना की तुकोबांना दर्शन द्यावे, असे वाटेना.

आश्चर्य ते एक जाले । मना आले माझिया ।।
मढ्यापाशी करुणा केली । तैसी गेली वृथा हे ।।
न यावा तो कैसा राग । खोटें मग देखोनि ।।
तुका म्हणे कैचा बोला । शोध विठ्ठला माझिया ।।

असंही म्हणून झालं. पण तरीही त्या विठ्ठलाला दया येत नाही आणि तो आपल्याला दर्शन देत नाही म्हटल्यावर तुकोबा निराशेच्या गर्तेत कोसळले. आणि

माझे लेखी देव मेला । असो त्याला असेल ।।
गोष्टी न करी नांव नेघे । गेलो दोघे खंडोनी ।।
स्तुती समवेत निंदा । केला धंदा उदंड ।।
तुका म्हणे निवांत ठेलो । वेचित आलो जीवित्व ।।

अशा भावनेला, अशा पायरीला, अशा शेवटाला तुकोबा पोचले. त्यांच्या मनात विठ्ठलाबद्दलचा राग तर होताच; पण त्यांना आता स्वतःचाच राग येऊ लागला. 'या विठ्ठलाच्या नादाला लागून आपण हे काय करून बसलो, आता आपल्या या अशा जगण्याला काहीच अर्थ नाही. आपण ना प्रपंच नीट केला ना परमार्थ, आपण ना संसार नीट केला ना भक्ती, ना आपण चांगला पुत्र झालो, ना चांगला पती. ना चांगला पिता ना चांगला भक्त. मग अशा सगळ्या दुष्कीर्तीच्या, निष्कर्तृत्वाच्या बिरुदावल्या घेऊन आपण जगायचं तरी कशाला? या विठ्ठलाच्या नादाला लागून आपण बाष्कळ, निरर्थक बडबड करत बसलो. काही कामकाज न करता हे बिनकामाचं, निष्फळ लिखाण करीत बसलो. आवली म्हणते ते खरं आहे.

हे सगळं लिहिण्यापेक्षा आपण सावकारीचे आणि महाजनकीचे हिशेब लिहिले असते तर आज हा भिक्षाधीश तुक्या लक्षाधीश झाला असता. सगळंच चुकत गेलं. आणि एवढं करून हे सगळं ज्याच्यासाठी केलं त्या विठ्ठलाला याचं काहीच नाही. आता स्वतःला आणि दुसऱ्याला, स्वतःला आणि आवलीला, स्वतःला आणि लेकरांना क्लेश देत असं जगायचं नाही. नव्हे, आता जगायचंच नाही. आपल्याला व्यापारउदीम जमत नाही, जमला नाही, भक्ती जमत होती; पण ती शेवटास गेली नाही. आपल्या अशा जगण्याला काहीच अर्थ नाही. उद्याच आपण आपल्या या अशा जगण्याचा शेवट करावा. कदाचित विठ्ठलाच्याही मनात तसे असेल, त्यामुळे आपण असंच करणं श्रेयस्कर आहे.' विचार करूनकरून तुकोबांचं मस्तक फुटायची वेळ आली. आणि अति विचारानं त्यांना ग्लानी आली. एकतर गेले कित्येक दिवस त्यांना चैन नव्हतं. मनाच्या अस्वस्थतेपायी ते धड जेवतही नव्हते आणि धड झोपतही नव्हते. त्यातच विचार करूनकरून मेंदू शिणला होता. आणि सर्वांत महत्त्वाचं म्हणजे पराकोटीची निराशा पदरी आली होती. आणि याच निराशेपोटी तुकोबांना ग्लानी आली. आणि त्या ग्लानीमुळं तुकोबा बसल्याजागीच कलंडले. त्यांची शुद्ध काहीशी हरपली. शुद्धी-बेशुद्धीच्या सीमारेषेवर ते तरंगत राहिले. किती वेळ गेला कुणास ठाऊक! अर्धीअधिक रात्र सरत आली. तुकोबा तसेच ग्लानीत पडून राहिले होते. अंधारानं घेरलेल्या पोकळीत. त्यांचा मेंदू शुद्धी-बेशुद्धीच्या सीमारेषेवर होता. त्यांचं मन जाणिवे-नेणिवेच्या मध्येच होतं. त्यांचं हृदय कळण्या-न कळण्याच्या उंबरठ्यावर होतं. त्यांची उमज समजण्या-न समजण्याच्या हिंदोळ्यावर

हेलकावत होती. आपण अंधाराच्या भोवऱ्यात सापडलो आहोत हे त्यांना समजतही होतं आणि समजत नव्हतंही! तरीही जी काही अर्धवट शुद्धी होती, जी काही अर्धीमुर्धी जाणीव होती, जी काही थोडीशी उमज होती, त्या जाणिवेतूनही विठ्ठलाच्या आळवणीचे शब्द पाझरत होते. तुकोबांना वाटलं, आता आपला शेवटच आला.

शेवटीची विनंती । ऐका ऐका कमळापती ।।
काया वाचा मन । चरणी असे समर्पण ।।
जीव परमात्मा ऐक्यासि । सदा वसों हृदयेंसी ।।
तुका म्हणे देवा । कंठी वसावे केशवा ।।

अंधाराच्या, अंधारलेल्या त्या पोकळीत तुकोबा जणू हेलकावे खात होते. प्राण जणू कंठाशी आले होते. डोळे विझू विझू झाले होते. श्वास अडकायला लागला होता आणि अचानक... अचानक घनघोर अंधारात वीज चमकावी तसा लख्ख प्रकाश पडला. अंधाराचा तो अवघा डोह त्या प्रकाशानं उजळून निघाला. जणू त्या प्रकाशानं अंधाराचा कण न् कण नाहीसा करण्याची प्रतिज्ञा केली होती. आणि तसंच झालं. ज्या अंधारात तुकोबा हिंदळत होते, ज्या अंधकाराच्या गर्तेत ते खोलखोल जात होते, तोच तो खोल डोह प्रकाशाच्या तेजस्वी किरणांनी जणू उजळून निघाला. जाणिवे-नेणिवेच्या सीमारेषेवर तुकोबा जे रेंगाळत होते, ते किंचित सावध झाले. नेणिवेची बाजू सोडून जाणिवेकडं आले. थोडेसे सावध झाले, मेंदू सावध झाला, त्यांना काहीशी जाग आल्यासारखं झालं. 'कदाचित उजाडलं असावं, आपण किती वेळ असे बेसावध पडून होतो कुणास ठाऊक!' दिवस डोक्यावर आला, इतका वेळ आपण कसे काय निजलो?' तुकोबांच्या मनात आलं. किंचित डोळे किलकिले करून त्यांनी आसपास पाहिलं. पण दिवस उजाडल्याच्या खुणा, चिन्हं, कसलेच आवाज ऐकू येत नव्हते. 'मग... मग हा उजेड? हा... प्रकाश?' तुकोबांनी पुन्हा समोर पाहिलं. समोर, त्यांच्यासमोर अवघा प्रकाशाचा गाभारा उभा होता. त्या प्रकाशानं तुकोबांचे डोळे क्षणभर दिपले. क्षणभर त्यांनी डोळे मिटले, आणि मग हळूहळू किलकिले करून पाहिलं. तो प्रकाशाचा गाभारा अजूनही तसाच होता आणि त्यात एक मूर्ती साकार होत होती. त्या मूर्तीचे हात कटीवर होते. त्या मूर्तीच्या पायाखाली वीट होती. आणि त्या मूर्तीच्या मस्तकावर किरीट होतं. हळूहळू तो प्रकाशाचा तेजस्वी लोळ कमी झाला आणि आता ती मूर्ती आकारत गेली, सगुण होत गेली, साकारत गेली, हळूहळू सुस्पष्ट होत गेली आणि त्या मूर्तीला चेहरा आला, रंग आला, सुस्पष्ट आकार आला. आणि... आणि तुकोबा... तुकोबा सावध झाले, पूर्ण सावध झाले, त्यांची निराशा, त्यांच्या मनात, हृदयात, उरात, बुद्धीत दाटलेला अंधार एकदम नाहीसा झाला, आणि विस्फारलेल्या नजरेनं, धडधडत्या

उरानं, उत्फुल्ल हृदयानं, सावध बुद्धीनं आणि भारावलेल्या मनानं तुकोबा पाहत राहिले. पाहत राहिले समोर साक्षात तो सावळा विठूराया उभा होता. आणि मिस्कील चेहऱ्यानं, खोडकर हास्य ओठावर खेळवत, तुकोबांकडे पाहत होता. तो विटेवर उभा होता. त्याचे हात कटेवर होते. त्याच्या नजरेत एक खोडकरपणा होता, एक मिस्कील हास्य होतं. आणि 'एका माणसाची कशी गंमत केली' असा भाव चेहऱ्यावर होता. गळ्यात तुळशीच्या माळा होत्या. कानांत मकरकुंडलं होती. आणि कंठात कौस्तुभमणी लकाकत होता आणि... आणि या सगळ्यांचं गारुड फेकत तो सावळा विठोबा तुकोबांसमोर उभा होता. साक्षात उभा होता. प्रत्यक्ष उभा होता. सजीव, संजीवक, चैतन्यानं भरलेला, चैतन्याचा गाभा असलेला. क्षणभर तुकोबा गोंधळले, क्षणभरच, दुसऱ्या क्षणाला तुकोबांना भान आलं. ते सावरले. क्षणभर त्यांचा स्वतःच्या डोळ्यांवर विश्वास बसेना. क्षणभरच, क्षणभरच. पण दुसऱ्या क्षणाला तुकोबांचा स्वतःच्या डोळ्यांवर, हृदयावर, बुद्धीवर विश्वास बसला. कारण ते पाहत होते ते संपूर्ण सत्य होतं. संपूर्ण सत्य. त्यांचा विठोबा, त्यांचा पांडुरंग, त्यांचा सावळा त्यांच्यासमोर उभा होता. साक्षात उभा होता. तुकोबांना गहिवरून आलं. त्यांचा कंठ दाटून आला, गळा भरून आला, डोळे पुन्हापुन्हा पाण्यानं भरायला लागले. डोळ्यांत पाणी भरलं की पांडुरंग दिसेनासा होई, पुसटसा, धूसर दिसू लागायचा. तुकोबांनी पुनःपुन्हा डोळे पुसले. डोळे पुसले की, विठूराया पुन्हा स्पष्ट दिसे. त्याचे मिस्कील डोळे, खोडकर हास्य अगदी त्याच्या सावळ्या मुखावरून ओघळून ओठाबाहेर आलेलं प्रसन्न हसू...सारं सारं स्पष्ट दिसायचं. डोळे पाण्यानं भरले की, पुन्हा सगळं अस्पष्ट व्हायचं. तुकोबांना आता आपल्या डोळ्यांत पुनःपुन्हा भरणाऱ्या पाण्याचाही राग यायला लागला. पाणी पुसून स्वच्छ डोळ्यानं थेट नजरेनं त्या सावळ्याचं रूप पाहावं, त्याला डोळ्यांत साठवावं म्हटलं तर हे पाणी मध्येमध्ये येत होतं. तुकोबांना आपल्या आसवांना आवर घालायचं ठरवलं, त्यांनी मनाला बजावलं, डोळ्यांना इशारा दिला, आता पुन्हा पाण्यानं भरायचं नाही. आणि बहुधा डोळ्यांनी ऐकलं असावं. कारण आता डोळ्यांत पाणी भरलं नाही आणि तुकोबांना त्यांचा विठूराया स्पष्ट, अगदी स्पष्ट दिसू लागला. अत्यानंदानं तुकोबा उठून उभे राहिले आणि कर कटेवर ठेवून विटेवर उभ्या असलेल्या त्या सावळ्या, लोभस मूर्तीच्या भोवती फेर धरून नाचायला लागले. नाचतानाचता गायला लागले...

'सुंदर ते ध्यान उभे विटेवरी । कर कटावरी ठेवूनिया ।।
तुळसीचे हार गळा कासे पीतांबर । आवडे निरंतर ते चि रूप ।।
मकर कुंडले तळपती श्रवणी । कंठी कौस्तुभमणि विराजीत ।।
तुका म्हणे माझे हे चि सर्व सुख । पाहीन श्रीमुख आवडीने ।।'

तुकोबा गात होते, नाचत होते. आनंदानं निथळत होते, आणि त्याचबरोबर विठ्ठलाला काहीतरी सांगत होते, विचारत होते. ते भानावर होतेही आणि नव्हतेही. त्याच अवस्थेत तुकोबा म्हणाले, "आलास? आलास माझ्या विठूराया! किती रे वाट बघायला लावलीस; किती माझ्या जिवाला तडफडवलंस? अरे, मी पुनःपुन्हा तुला विनवत होतो.

'राजस सुकुमार मदनाचा पुतळा । रविशशीकळा लोपलिया ।।
कस्तुरी मळवट चंदनाची उटी । रुळे माळ कंठी वैजयंती ।।
मुकुट कुंडले श्रीमुख शोभले । सुखाचे ओतले सकळ ही ।।
कासे सोनसळा पांघरे पाटोळा । घननीळ सावळा बाइयानो ।।
सकळ गे तुम्ही व्हा गे एकीसवा । तुका म्हणे जीवा धीर नाही ।।

'असं तुला पुनःपुन्हा सांगत होतो की रे! विठूराया, मी असं कितीदा तुला सांगितलं, विनवलं; पण तुला दया आली नाही. तुला कितीदा शरण आलो, किती तरी वेळा तुझ्या दर्शनाची ओढ मला लागलेली तुला सांगितली; पण तू मात्र माझा अंत बघितलास की रे? आणि आज आता थोड्या वेळापूर्वी मी आत्मघाताचा विचार करू लागलो होतो, मी प्राणत्याग करण्याचा विचार करत होतो. तुझ्या दर्शनाशिवाय माझ्या जगण्याला, जीवनाला, श्वासोच्छ्वास घेण्याला काहीच अर्थ उरला नव्हता. म्हणून मी आत्महत्या करणार होतो कारण देवा

'प्राण हा विकळ, होय कासावीस । जीवनाविण मत्स्य तयापरी ।।'

'पण देवा विठूराया, तू आलास. तू आलास आणि मला वाचवलंस, माझी, माझ्या भक्तीची लाज राखलीस, तुझ्या भक्ताची लाज राखलीस. विठूराया, मी धन्य धन्य झालो. कृतार्थ झालो. माझ्या आयुष्याचं सार्थक झालं. मला, मला इथंच, या जन्मातच सारंकाही मिळालं. विठूराया, मी सारंसारं भरून पावलो. देवा, सारं काही भरून पावलो.

'आता कोठे धावे मन । तुझे चरण देखिलिया ।।
भाग गेला सीण गेला । अवघा जाला आनंदू ।।
प्रेमरसे बैसली मिठी । आवडी लाठी मुखासी ।।
तुका म्हणे आम्हा जोगें । विठ्ठल घोगे खरें माप ।।'

शब्द गातागाता तुकोबा बेभान होऊन नाचू लागले. उच्च स्वरात अभंग गात राहिले. नाचत राहिले. इतके बेभान झाले की, आपल्या या नाचण्यानं घराभोवती गर्दी जमलीय याचंही त्यांना भान राहिलं नाही. तुकोबा गात होते, नाचत होते आणि सभोवती जमलेल्या माणसांनी त्यांच्याभोवती रिंगण धरलं होतं. असं किती वेळ चाललं होतं कुणास ठाऊक! तुकोबा निजले तर निजू देत, या विचारानं पहाटे उठून

सगळं पहिलं काम आवरून मंगळीचं दूध काढून आवली दूध घालून परतली तर घराभोवती हीऽऽ गर्दी जमलेली. लोकांनी रिंगण धरलेलं आणि रिंगणात मधोमध तुकोबा बेभान होऊन नाचताहेत. सकाळी-सकाळी हे असं चित्र पाहिल्यावर आवलीला रागच आला. "आता काय म्हणवं या कर्माला! आता काय मंदीर बी पुरंना का काय? म्हणून आता हिनं घरातच धुमडी घातलीया. या धन्यास्नी तर काई काम न्हाईच; पर या लोकांनला पन काई कामकाज दिसत न्हाई. अरं ए बाबांनो, काय कामधाम करायचं सोडून तुम्ही बी यांच्यासंग झिम्मा घालत बसलाय? चला हितनं. चला म्हणते न्हवं? चलाऽऽ!" आवलीनं सगळ्यांना रागावून घालवून दिलं. लोकं निघून गेली; पण तुकोबा अजून नाचतच होते. डोळे मिटलेले, डोईवरचं मुंडासं खाली लोंबकळत असलेलं, बाराबंदीचे काही बंद सुटलेले. धोतराचा काचा सुटलेला आणि धोतर जमिनीवर लोळत असलेलं आणि अशा अवस्थेत तुकोबा नाचत होते. गात होते. ते बघितलं आणि आवलीनं कपाळावर हात मारला. जवळ जाऊन तुकोबांना हाका मारल्या. त्यांना हाताला धरून थांबवलं, गदगदा हलवलं; पण तुकोबांची भावसमाधी भंग झाली नाही. मग मात्र आवली तरातरा आत गेली. पाण्यानं भरलेली कळशी घेऊन पुन्हा बाहेर आली आणि ती कळशी तिनं तुकोबांच्या मस्तकावर उपडी केली. कळशीतलं पाणी बदबदा डोक्यावर पडलं, तसे तुकोबा सावध झाले. भानावर आले. डोळे उघडून त्यांनी समोर पाहिलं. समोर आवलीला, आपल्या लाडक्या आवलीला बघितल्यावर तर त्यांचा आनंद गगनात मावेना. सावध झालेले तुकोबा स्वतः तर नाचायचे थांबले नाहीतच; पण आवलीच्या दंडाला धरून तिलाही ते आपल्यासोबत नाचवायला लागले. पण आता तोंडात मात्र 'आवले, तू आलीस? आवले, मला किती आनंद झालाय म्हणून सांगू?" असे शब्द होते. आवलीनं जरा जोर लावून त्यांना थांबवलं आणि म्हणाली, "धनी अवं धनी, अवं मी कुटं गेलेवते बारा वर्स वनवासाला? हितंच तर गेलेवते दूध घालायला. तुम्ही झोपला व्हतात. म्हणून तुम्हाला उठवलं न्हायी. पर धनी! अवं धनी! अवं, असं झालंय तरी काय? अवो, एवढा कसला आनंद झालाय तुमास्नी? सांगा तरी." आवलीनं पुन्हा एकदा तुकोबांना गदागदा हलवून विचारलं. "आवलेऽ आवले, काय सांगू तुला? अग काय सांगू तुला?"

"आनंदाचे डोही आनंद तरंग । आनंद चि अंग आनंदाचे ।।
काय सांगो जाले काहींचिया बाही । पुढे चाली नाही आवडीने ।।
गर्भाचे आवडी मातेचा डोहळा । तेथीचा जिव्हाळा तेथे बिंबे ।।
तुका म्हणे तैसा ओतलासे ठसा । अनुभव सरिसा मुखा आला ।।

"आवलेऽऽ आवले! मला किती आनंद झालाय म्हणून सांगू? अगं, माझ्या

मनात, माझ्या हृदयात, माझ्या उरात, माझ्या देहात, माझ्या श्वासात, माझ्या बुद्धीत, माझ्या शब्दांत सगळीकडं आनंदच पसरलाय. आवले, इतके दिवस मी दु:खानं वेडा झालो होतो. निराशेनं वेडा झालो होतो. आता आनंदाने वेडा झालो आहे.'' तुकोबा आनंदानं अक्षरशः निथळत होते. त्यांच्या तोंडून शब्द फुटत नव्हता आणि शब्द फुटला तरी ते आनंदाशिवाय काही बोलत नव्हते. त्यांचं बोलणं ऐकून आवलीनं कपाळावर हात मारला. म्हणाली, ''अरे माझ्या कर्मा, आता मी काय करू? असं न्हाई तसं, पन हे वेडंच माझ्या नशिबाला आलंया. धनीऽ अवं धनी, अवं झालंय तरी काय इक्तं? मला सांगा तरी! काय कुठं धनाचा हंडाबिंडा गावला की काय तुम्हाला?'' आवलीच्या प्रश्नांवर तुकोबा मोठ्यांदा हसले. त्यांचं ते हसणं बघून आवलीची तर खात्रीच पटली की, तुकोबांना वेड लागलंय. तोच तुकोबा म्हणाले, ''होय आवले, होय! मला धनाचा हंडाच सापडलाय. आणि ते धन साधं नाहीय, तर वैकुंठाचं धन आहे. त्रैलोक्याचं धन आहे. वैकुंठाचा कौस्तुभमणी आहे. स्वर्गाचा खजिना आहे. आवले आवले, काय सांगू तुला?''

''हिरा शोभला कोंदणी । जडित माणिकांची खाणी ।।
तैसा दिसे नारायण । मुख सुखाचे मंडण ।।
कोटि चंद्रलीळा । पूर्णिमेच्या पूर्णकळा ।।
तुका म्हणे दृष्टी धाये । परतोनि माघारी ते न ये ।।

''अगं, अगं मला साक्षात विठ्ठल दिसला, साक्षात तो सावळा, माझा विठूराया, माझा पांडुरंग, मला दिसला. माझा पांडुरंग मला दिसला. आणि... आणि तो कसा दिसला सांगू?

''गरुडाचे वारिके कासे पीतांबर । सांवळे मनोहर कै देखेन ।।
बरवया बरवंटा घनमेघ सांवळा । वैजयंती माळा गळा शोभे ।।
मुगुट माथा कोटि सूर्याचा झळाळ । कौस्तुभ निर्मळ शोभे कंठी ।।
ओतीव श्रीमुख सुखाचे सकळ । वामांगी वेल्हाळ रखुमादेवी ।।
उद्धव अक्रूर उभे दोहींकडे । वर्णिती पवाडे सनकादिक ।।
तुका म्हणे नव्हे आणिकांसारिखा । तो चि माझा सखा पांडुरंग ।।

''आवले, असा मला दिसला माझा विठूराया. आणि आवले, मी सगळं भरून पावलो. सगळं भरून पावलो. आता मला काही नको. मला सगळं मिळालं. आता एकच आस, एकच काम, एकच मानस, एकच ध्यास.

''विठ्ठल गीती गावा विठ्ठल चित्ती ध्यावा । विठ्ठल उभा पहावा विटेवरी ।।
अनाथांचा बंधु विठ्ठल कृपासिंधू । तोडी भवबंधु यमपाश ।।

तो चि शरणागता हा विठ्ठल मुक्तीदाता । विठ्ठल या संतासमागमे ।।
विठ्ठल गुणनिधी विठ्ठल सर्व सिध्दी । लागली समाधी विठ्ठलनामे ।।
विठ्ठलाचे नाम घेता झाले सुख । गोडावले मुख तुका म्हणे ।।

"आवले, माझं जीवन, आणि माझं जेवण, माझी रसना, आणि माझं तोंड सगळंसगळं गोड झालंय." इतका वेळ तुकोबांचं बोलणं ऐकणारी, त्यांचा अत्यानंदानं फुललेला चेहरा पाहणारी आवली 'माझं तोंड गोड झालंय' असं तुकोबांनी म्हटल्यावर पटकन म्हणाली, "ह्ये बरं झालं. म्हंजी मी आता गव्हाची खीर बनवणार आहे, ती तुम्ही खाणार नसाल. आधीच तुमचं तोंड तर गोड झालेलंच आहे; मग आता खीर खायची गरज न्हायी. आता तुमचं पोट पन भरलेलं आहे. ना तुमाला तान लागेल ना भूक." आवलीनं असं म्हटल्यावर तुकोबांच्या ध्यानात आलं की, आपल्याला प्रचंड भूक लागलीय. विठ्ठलदर्शनाची आस लागून किती वेळ आपण तसे अर्धशुद्धावस्थेत होतो, हे त्यांना आठवेना. पण आपण खूप दिवस झाले काही खाल्लेलं नाही, हे त्यांच्या लक्षात आलं. आणि अनवधानानं ते बोलून गेले, "आवले, मन खूप खूप भरलंय गं! पण पोट रिकामंच आहे बघ! देतीस काही खायला?" त्यांचा तो स्वर ऐकून मात्र आवलीला भडभडून आलं. आपल्या नवऱ्यानं गेले कित्येक दिवस नीट काही खाल्लं नाहीय, तो गेले कितीतरी दिवस नीट पोटभर जेवलेला नाही, हे ती जाणून होती. पण काही विचारण्या-सांगण्याच्या मनःस्थितीत तुकोबा नव्हतेच. पण आता मात्र आपल्याला खूप भूक लागलीय याची त्यांना जाणीव झाली होती. आपले पाण्यानं भरलेले डोळे पदराच्या टोकानं पुसत आवली म्हणाली, "चला, लगोलग या. ताट वाढते. पोटभर जेवा आणि मग तो विठ्ठल गात बसा!" आवलीच्या शब्दांतून जसं प्रेम व्यक्त होत होतं, तसंच अश्रूंतूनसुद्धा.

त्यानंतर तुकोबांचं जीवनच बदलून गेलं. ते सतत उन्मनी अवस्थेतच राहायला लागले. त्यांचा स्वतःशी संवाद जसा वाढला, तसाच विठ्ठलाशीही. तुकोबांचं अनुभवविश्वही आता खूप समृद्ध झालं. त्यांचं शब्दविश्वही आणखी समृद्ध झालं. आणि आता त्यांनी रोज कीर्तन-प्रवचनही सुरू केलं. त्या कीर्तन- प्रवचनातून तुकोबा समाजातल्या अयोग्य गोष्टींवर कोरडे ओढायला लागले. समाजातल्या वाईट प्रवृत्तींवर शब्दांचे आसूड मारायला लागले. एके दिवशी गावात एक बैरागी आला. त्याला कर्णपिशाच अवगत होतं म्हणे! या पिशाच्चाच्या साहाय्यानं तो लोकांचं भूत-भविष्य सांगत असे. अनेक भोळ्याभाबड्या लोकांना त्यानं आपल्या नादी लावलं. त्यांना तो निरनिराळे उपाय सांगे आणि त्यांच्याकडून धन घेत असे. तुकोबांना हे समजल्यावर त्यांनी त्याचा समाचार घेतला. त्याचं पारलौकिक ज्ञान तपासलं. त्याचं ढोंग लोकांसमोर उघडं केलं.

होऊनि संन्यासी भगवी लुगडी । वासना न सोडी विषयांची ।।
निंदिती कदान्न, इच्छीती देवान्न । पाहाताती मान आदराचा ।।
तुका म्हणे ऐसे दांभिक भजन । तया जनार्दन भेटे केंवी ।।
लांबवूनी जटा नेसोनि कासोटा । अभिमान मोटा करताती ।।
सर्वांगा करीती विभूती लेपन । पाहाती मिष्टान्न भक्षावया ।।
तुका म्हणे त्यांचा नव्हे हा स्वधर्म । न कळतां वर्म मिथ्यावाद ।।

तुकोबां असे दाखले देऊन कीर्तन करत, लोकांना चार शहाणपणाचे शब्द ऐकवत. मधूनच

दुजा ऐंसा कोण बळी आहे आता । हरि या अनंता पासूनिया ।।
बळियाच्या आम्ही जालो बळिवंता । करू सर्व सत्ता सर्वांविरी ।।
तुका म्हणे आम्ही जिवाच्या उदारा । जालो प्रीतिकरा गोविंदासी ।।
हरिहरा भेद । नाही, करू नये वाद ।
एक एकाचे हृदयी । गोडी साखरेच्या ठायी ।।
भेदकासी नाड । एक वेलांटीच आड ।
उजवे वामांग । तुका म्हणे एक चि अंग ।।

असा विठ्ठलाचा महिमा गात असत. तुकोबांचे असे कीर्तन म्हणजे लोकांना पर्वणी वाटू लागली.

पण तुकोबांवरचं गावकऱ्यांचं हे प्रेम, त्यांची कीर्तनातली हातोटी, त्यांची उत्स्फूर्त अभंगरचना जशी मंबाजीच्या मनाला खटकत होती, तशीच तुकोबांची दिवसेंदिवस वाढत जाणारी लोकप्रियता आणि त्यांच्या कीर्तनामुळे आणि त्यांच्या अभंगरचनेमुळे त्यांना मिळणारा आदर हा देहूतल्या आणखी एका व्यक्तीला खटकत होता. सालोमालो हे त्या व्यक्तीचं नाव. गावातल्या निरक्षर लोकांना काही हिशोब लिहून देणं, चार टाळकी जमवून तुकोबांची कुटाळकी करणं, आणि खूप चांगलं कवित्व करतो अशा बढाया मारणं, हा या सालोमालोचा उद्योग. त्यातच तुकोबांचे काही अभंग घेऊन त्यांच्या 'तुका म्हणे' या नाममुद्रेऐवजी, ते खोडून 'सालोमालो म्हणे' असे तो लिहून ठेवत असे. आणि त्या अभंगरचना आपणच केल्याचं लोकांना सांगतही असे आणि दाखवतही असे. तुकोबांना मानणाऱ्या काही लोकांनी ही गोष्ट तुकोबांच्या कानावर घातली. सुरुवातीला काही दिवस तुकोबांनी या सालोमालोकडे दुर्लक्ष केलं. पण सालोमालोच्या अशा कारवाया आणखीच वाढल्या. आपण तुकोबांची जी दुष्कीर्ती करतोय त्याला तुकोबा काहीही प्रत्युत्तर करत नाहीत म्हणजे ते घाबरले असावेत, असा कयास सालोमालोनं केला. आणि त्यामुळे तर त्याचं धाडस आणखीच वाढलं. इतके दिवस चार भिंतींच्या आत बसून तुकोबांना

नावं ठेवणारा सालोमालो आता चारचौघांत, मंदिराच्या दारात बसून, चौकात पारावर बसून, तुकोबांना नावं ठेवायला लागला. आणि उघडपणे तुकोबांचे अभंग नाममुद्रा बदलून आपली नाममुद्रा घालून आपणच ते रचले आहेत, अशा बढाया मारू लागला. तुकोबा त्याकडे दुर्लक्ष करत होते; पण ही गोष्ट जेव्हा आवलीच्या कानावर गेली, तेव्हा मात्र तिच्या अंगाचा तिळपापड झाला. 'जे अभंग लिहिण्यासाठी धन्यानी बायको-पोरं बघितली नाहीत, जे अभंग लिहिण्यासाठी त्यांनी रात्रंदिवस एक केला, जे अभंग लिहिताना त्यांची तहान-भूक हरपायची, ते अभंग हा कोण सालोमालो, 'धन्यांनी लिवले न्हाईत तर मीच लिवलेत'म्हणतो आणि धनी त्याला काहीच म्हणत नाहीत?' हे बघून आवलीचा संताप आणखी वाढला. आणि एक दिवस तुकोबा घरी जेवायला आले तेव्हा तिनं त्यांच्याजवळ हा विषय काढला. पहिल्यांदा तुकोबांनी हा विषय टाळला. पण आवलीनं त्यांना तो विषय टाळू दिला नाहीच; पण उलट तिनं तुकोबांना विचारलंन, "धनी, तुम्ही अभंग लिवता, रातंदिवस जागून, उपाशी राहून तुम्ही हे लिवलंत. तुम्हाला पैशाचा मोह नाही, धनी मला म्हाईत हाय. पर तुमी काय लिवलं होतंत? त्ये शब्द... शब्दांची रत्नं, माणकं, शब्दांचं धन, कायकाय लिवलं होतंत तुम्ही?" आवलीनं विचारलेला प्रश्न, आपला अभंग लक्षात ठेवण्यातली तिची हुशारी आणि बरोबर प्रसंगाला साजेसा अभंग आठवण्यातली आणि सांगण्यातली तिची तेज बुद्धी बघून तुकोबांना तिचं कौतुक वाटलं. पण नुसतं कौतुक करत बसून चालणार नव्हतं. आवलीच्या प्रश्नाला उत्तर देणं, तेही योग्य उत्तरं देणं गरजेचं होतं. तुकोबांना त्यांचे सगळेच्या सगळे अभंग मुखोद्गत होतेच. आवलीनं संदर्भ दिल्यावर त्यांनी लगेच तो अभंग सांगितला.

"आम्हा घरी धन शब्दाची रत्नें । शब्दांची शस्त्रे यत्न करू ।।
शब्द चि आमुच्या जीवाचे जीवन । शब्दें वाटू धन जनलोकां ।।
तुका म्हणे पाहा शब्द चि हा देव । शब्दें चि गौरव पूजा करूं ।।

"असा तो अभंग आहे आवले! पण इथं त्याचं काय?" तुकोबांनी विचारलं. आणि आवलीला नवल वाटलं. "अहो धनी, ते शब्द म्हणजे तुमचं धन तर आहेच; पण तोच तुमचा देवही आहे, व्हय ना? मग धनी, तो सालोमालो तुमचे शब्द चोरून, स्वतःचे म्हणून मिरवतोय, तुम्ही लिहिलेले अभंग मीच लिवलेत म्हणून समद्यांना सांगत हिंडतोय; आनि तुम्ही गप्प बसतायसा धनी? अवो अशानं, तुमच्या अशा गप्प बसण्यानं, एक दिवस असा यील की लोक 'तुका म्हणे' ऐवजी 'सालोमालो म्हणे' असं म्हणायला लागतील. धनी, तुमचा जीव असेतोवर तुम्ही लोकानला सांगाल की हे मी लिवलंय, पर भविष्यात कोन म्हणेल की हे तुम्ही लिवलंय? धनी, या गोष्टीकडे दुर्लक्ष करून तुम्ही तुमचा, लोकांचा, देवांचा आणि

इतिहासाचा पण अपमान करताय. धनी, त्या सालोमालोला कायतरी धडा शिकवायला हवा. आनि तो तुम्हीच शिकवायला हवा!'' आवलीचं मुद्दे मांडणं, ते पटवून देण्यासाठी विश्लेषण करणं, त्यासाठी तुकोबांच्याच अभंगाचे दाखले देणं आणि याबरोबरच सालोमालो हा तुकोबांचे अभंग चोरून आपल्या नावावर खपवतो याबद्दल तिला आलेला सात्त्विक संताप... तुकोबा बघतच राहिले. पण आवलीनं सांगितलेला प्रत्येक शब्द त्यांना पटला होता. आवलीकडे कौतुकाच्या नजरेनं पाहत तुकोबा म्हणाले, ''खरं आहे आवले तुझं. मी जर हे थांबवलं नाही, तर इतिहासही मला क्षमा करणार नाही. मी त्या सालोमालोचा करतोच बंदोबस्त. पण मला एक सांग आवले, तुला हे सगळं कसं आणि कुठून सुचतं? खरंच हे सगळं तू कुठं आणि कधी शिकलीस? मला खरंच कधीकधी कळत नाही आवले, तू खरंच अडाणी आहेस की शिक्षित आहेस?'' तुकोबा कौतुकानं उद्गारले. त्यांच्या स्वरात प्रांजळपणा होता, तर डोळ्यांत आवलीविषयीचा अभिमान. त्यांच्या कौतुकानं आवली क्षणभर लाजली आणि म्हणाली, ''मी कुटं गेलेय धनी ह्ये समदं शिकायला? तुम्ही लिवत असता आनी लिवता लिवता मोठ्यानं बोलत, गुणगुणत असता तवा माझ्या कानावर पडतंय, तेवढंच मला ठाव हाय धनी! आनी तुम्ही कीर्तन करता हितंच मंदिराबाहेर, तेव्हा कायबाय ऐकते मी! मी आनि कुटं जाणार शिकायला? पर ते माझं ऱ्हाऊ दे धनी. त्या सालोमालोला मात्र कायतरी धडा शिकवा!'' आवलीनं पुन्हा एकदा आठवण केली. तुकोबांनी हसून मान डोलावली. पण आवलीनं दिलेल्या सूचनेचा त्यांनी गांभीर्यानं विचार केला.

त्यानंतर काही दिवसांनी भागवत एकादशीला तुकोबांनी राममंदिराच्या पटांगणात कीर्तन करायचं ठरवलं. तुकोबांचं कीर्तन म्हणजे महापर्वणी. अख्खा गाव लोटला. समोर पसरलेला गर्दीचा महापूर बघून तुकोबांच्या डोळ्यांत पाणी उभं राहिलं. कीर्तनाचा महिमा किती अगाध आहे हे सांगताना तुकोबा म्हणाले,

जळती कीर्तनें । दोष पळतील विघ्ने ।।
हे चि बळिवंत गाढे । आनंद करू दिंडीपुढे ।।
कळि पापाचि हे मूर्ती । नामखड्ग घेऊ हाती ।।
तुका म्हणे जाऊ । बळे दमामे ही लावू ।।

तुकोबांनी कीर्तनाचा हा महिमा गायिला आणि लोकांनी आनंदानं माना डोलावल्या. तुकोबांनी आता नाममहिमा सांगितला....

यम सांगे दूतां तुम्हां नाही तेथे सत्ता ।
जेथे होय कथा सदा घोष नामाचा ।।
नका जाऊ तया गांवां नामधारकांच्या शिवा ।

सुदर्शन येवा घरटी फिरे भोवती ।।
चक्र गदा घेऊनी हरि उभा असे त्यांचे द्वारी ।
लक्ष्मी कामारी रिद्धी सिद्धी सहित ।।
ते बळिया शिरोमणी हरिभक्त ये मेदिनी ।
तुका म्हणे कानी यम सांगे दूतांचे ।।

आता मात्र लोकांच्या मनात आनंदकल्लोळ माजला. लोकांच्या आनंदाला पारावार राहिला नाही. तुकोबांचं कीर्तन अगदी रंगात आलं होतं आणि तुकोबांनी सादर निमंत्रण दिल्यामुळे, तुकोबा आपल्याला घाबरले असणार या विचारानं मोठ्या तोऱ्यात सालोमालो आपल्या अनुयायांसह तिथं आला. तुकोबा कीर्तन करायचे थांबले आणि त्यांनी सालोमालोचं स्वागत केलं. सालोमालो मोठ्या दिमाखात बैठकीवर बसला. त्याचे हुजरे त्याच्या दोन बाजूंना उभे राहिले. सामोमालो स्थानापन्न झालेले बघून तुकोबांनी पुन्हा कीर्तनाला सुरुवात केली. आणि बोलता बोलता ते म्हणाले, ''लोकहो, हा तुकाराम तुमच्या डोळ्यांसमोर लहानाचा मोठा झाला. विठ्ठलाची भक्ती करताकरता त्याच्या कृपेनं आणि संताच्या आशीर्वादानं अभंग लिहू लागला. हे सालोमालोही अभंग रचतात म्हणे! पण मला एक समजत नाही, माझे अभंग आणि त्यांचे अभंग अगदी सारखे कसे असतात? माझ्या अभंगात मी 'तुका म्हणे' अशी नाममुद्रा घालतो; तेही नामदेव महाराजांच्या आदेशामुळे. त्याच अभंगात हे सालोमालो, सालोमालो म्हणे अशी नाममुद्रा घालतात हे कसे? लोकहो, याचा छडा आज मला लावायचा आहे. त्यासाठीच मी सालोमालोंना इथं पाचारण केलं आहे!'' तुकोबांनी आपले मत मांडले तोच सालोमालो चिरक्या आवाजात म्हणाला, ''तेच म्हणतो मी तुक्या! मी जे लिहितो त्याचीच नक्कल तू करतोस आणि माझी सालोमालो म्हणे ही नाममुद्रा काढून तिथं 'तुका म्हणे' अशी आपली नाममुद्रा घालतोस आणि अभंगकर्ता म्हणून मिरवतोस. लाज वाटत नाही तुला? बरं झालं, आज तू मला इथं बोलावलंस. नीरक्षीरन्याय होऊन जाऊ दे! काय मंडळी, मी म्हणतो ते रास्त आहे ना?'' सालोमालो निर्लज्जपणे बोलत होता आणि आपल्या या निर्लज्जपणात त्यानं आपल्या अनुयायांनाही सामील करून घेतलं होतं. त्यांनीही 'रास्त आहे, रास्त आहे' असे म्हणत मान डोलावली. मग मात्र तुकोबांनी ठरवलं आता माघार नाही. आव्हानात्मक भाषेत ते सालोमालोला म्हणाले, ''ठीक आहे सालोमालो; मग आता मी एक अभंगरचना करून दाखवतो; तीही अर्धीच. ती तुम्ही पूर्ण करून त्यात तुमची नाममुद्रा घाला. बोला, चालेल?'' तुकोबांनी आव्हान दिलं आणि सालोमालोला काय उत्तर द्यावं, समजेना. आव्हान न स्वीकारावं तर भ्याडपणा ठरणार होता, हार मानावी लागणार होती; तेही एका कुणब्याकडून. आणि स्वीकारावं

तर पितळ उघडं पडणार होतं. तो क्षणभर काही बोलला नाही. पण त्या क्षणभरच्या स्तब्धतेचा फायदा घेऊन सालोमालोवर फाजील विश्वास असणारा त्याचा एक अनुयायी बोलला. ''चालेल, चालेल! सालोमालो मुळीच घाबरणार नाहीत!'' आता सालोमालोच्या समोर पर्यायच राहिला नाही. लोकांनाही गंमत वाटायला लागली. जे लोक तुकोबांना, त्यांच्या प्रतिभेला पूर्ण जाणत होते, ते सालोमालोची फजिती बघायला उत्सुक होते. तुकोबांनाही हेच हवं होतं. त्यांनी एकवार नामदेव महाराजांचं स्मरण केलं, त्यांना मनोमन वंदन केलं, ज्ञानेश्वरमाउलीला मनोमन दंडवत घातला आणि म्हणाले, ''ऐका सालोमालो, मी आता एक अभंग सांगतो, तोही अर्धाच. त्याची पूर्तता तुम्ही करावी आणि मग त्यात तुमची 'सालोमालो म्हणे' ही नाममुद्रा घालावी. तो अभंग तुम्ही योग्यरीत्या पूर्ण केलात तर तुम्ही म्हणता ते सत्य ठरेल. आणि तुम्हाला ते जमलं नाहीच तर मी त्या अभंगाची पूर्तता करून दाखवेन आणि त्यात माझी 'तुका म्हणे' ही नाममुद्रा असेल. ऐका अभंग-

'गाढवाचे अंगी चंदनाची उटी । राख तया तेणे केलीसे भेटी ।।'

आता या पुढची ओळ आपण सांगावी सालोमालो! मी तिसरं पद सांगतो.

'माकडाचे गळा मोलाचा मणि । घातला चावूनी टाकी थुंकोनी ।।'

आता यापुढची चौथी ओळ आपण सांगावी, सालोमालो! लोकं आपल्या प्रतिभेचा आविष्कार ऐकायला आतुर झाले आहेत!'' असं म्हणून तुकोबा नारदपीठावरून जरा बाजूला झाले. सालोमालो बसल्या जागी चुळबुळ करू लागला. तुकोबांनी सांगितलेल्या अभंगाची दुसरी आणि चौथी ओळ काय असेल याचा विचार करू लागला. त्याला सुचत तर काहीच नव्हतं. पण त्याचे अनुयायी मात्र त्याला खाणाखुणा करत होते. 'उठा उठा'म्हणत त्याला उठवत होते; पण सालोमालोचा मात्र दगड झाला होता. इतके दिवस केलेली चोरी उघडकीला येत होती. गावकऱ्यांसमोर फजिती होणार होती ते वेगळंच. सालोमालोला काय करावं सुचेना. येत तर काहीच नव्हतं. तो काहीच बोलला नाही. एकवार जमलेल्या लोकांकडं पाहिलं आणि तुकोबाकडं वळून आक्रस्ताळेपणानं म्हणाला, ''अरे जारे तुक्या! प्रतिभा म्हणजे दैवी देणगी आहे. दैवी देणगी. तुझ्यासारखं रटफ जोडून मी कवित्व करत नाही. तुझी ही असली कविता तुलाच लखलाभ होवो. तू आणि तुझे अभंग दोघंही शूद्रच आहात!'' असं म्हणत सालोमालो तेथून चालता झाला. लोकांच्या लक्षात आलं. त्यांनी त्याची फजिती झालेली बघून हुर्यो केली. आणि तुकोबांचा जयजयकार केला. लोक पुन्हा शांत झाले. मग मात्र गंगाराम मवाळांनी तुकोबांना आग्रह केला, ''तुकोबा, तो मघाचा अभंग आता तुम्हीच पूर्ण करा!'' तुकोबा पुन्हा नारदपीठावर आले. आणि त्यांनी अभंग पूर्ण केला.

''गाढवाचे अंगी चंदनाची उटी । राख तया तेणे केलीसे भेटी ।।
सहज गुण जयाचे देही । पालट काहीं नव्हे तया ।।
माकडाचे गळा मोलाचा मणि । घातला चावूनी टाकी थुंकोनी ।।
तुका म्हणे खळा नावडे हित । अविद्या वाढवी आपुले मत ।।''

तुकोबांनी अभंग पूर्ण केला आणि लोकांनी टाळ्यांचा कडकडाट केला. नीरक्षीरन्याय झाला होता. दूध कोणतं आणि पाणी कोणतं हे लोकांच्या, अगदी सगळ्या लोकांच्या लक्षात आलं होतं. तुकोबांच्या प्रतिभेला, त्यांच्या शब्दप्रभुत्वाला आणखी झळाळी मिळाली होती. त्यानंतर कीर्तन आणखीच रंगलं, आणखीच रंगलं. त्यानंतरच्या कीर्तनात तुकोबांनी मग सालोमालो आणि त्याच्यासारख्या लबाड, ढोंगी लोकांचा समाचार घेतला.

नाही घाटावे लागत । एका सिते कळे भात ।।
क्षीर निवडिते पाणी । चोची हंसीचिये आणी ।।
आंगडे फाडूनि घोंगडे करी । अवकळा तये परी ।।
तुका म्हणे कण । भुसी निवडे कैंचा सीण ।।
सालोमालो हरिचे दास । म्हणऊन केला अवघा नास ।।
अवघे बचमंगळ केले । म्हणती एकांचे आपुले ।।
मोडूनी संतांची वचने । करिती आपणां भूषणे ।।
तुका म्हणे कवी । जगामधी रूढ दावी ।।

सालोमालोचं पितळ असं उघडं पाडून तुकोबांनी आपलं बुद्धिवैभव पुन्हा एकदा झळाळून दाखवलं. आपल्या अभंगरचना म्हणजे विठ्ठलावरच्या आपल्या भक्तीची, आपल्या बुद्धिवैभवाची मिरास आहे; कोणा ऐऱ्यागैऱ्याचं उसनं अवसान नव्हे, तर तो आपल्या भाषाप्रभुत्वाचा आणि उत्स्फूर्त प्रतिभेचा अमर्याद स्रोत आहे, हे त्यांनी पुन्हा एकवार सिद्ध केलं. या प्रसंगानंतर मात्र पुन्हा सालोमालोनं तुकोबांची खोडी काढली नाही किंवा त्यांच्या अभंगांची नक्कल करून त्यात आपली नाममुद्रा घुसडली नाही आणि एका परीनं तुकोबांच्या भक्तीची, आणि बुद्धिवैभवाची कीर्ती पंचक्रोशीच्या पार गेली. या घटनेनंतर सारा देहूगाव, देहूगावच नव्हे तर अवघा पुणे परगणा तुकोबांचा भक्त बनला. त्यांना मानू लागला. त्यांचे अभंग गुणगुणू लागला. मात्र तरीही याला एक व्यक्ती अपवाद होतीच; ती म्हणजे मंबाजी.

तुकोबांचा द्वेष जणू मंबाजीच्या अंगातच भिनला होता. तुकोबांचा द्वेष करणं, त्यांच्याविषयी अद्वातद्वा बोलणं, जिथं शक्य होईल तिथं तुकोबांची बदनामी करणं, त्यांना सतत पाण्यात पाहणं, आणि या सगळ्या मार्गातून आपलं श्रेष्ठत्व सिद्ध करू पाहणं, हा मंबाजीचा एककलमी कार्यक्रम होता. तुकोबांना नेस्तनाबूत करायचं, हेच जणू त्याचं

ध्येय होतं. आणि त्यासाठी काय वाट्टेल ते करायची त्याची तयारी होती. एवढंच नव्हे तर त्यासाठी तो वेगवेगळी कारणं आणि वेगवेगळ्या क्लृप्त्या शोधायचा. असंच त्याला एक कारण मिळालं बहिणाबाई कुलकर्णी यांचं. कोल्हापुरात राहणाऱ्या, विठ्ठलाची भक्ती करणाऱ्या बहिणाबाईंना स्वप्नात तुकोबांनी दृष्टान्त दिला आणि अनुग्रहही दिला. तुकोबांची भक्ती आणि त्यांची कीर्ती ऐकून तुकोबांचं शिष्यत्व घेण्यासाठी बहिणाबाई आपल्या पतीसह कोल्हापूरहून देहूला आल्या. उतरायला, मुक्कामाला जागा हवी म्हणून त्या मंबाजीच्या घरी उतरल्या. सोबत येताना त्यांनी आपली गायही आणली होती. मंबाजीनं त्यांना उतरायला जागा दिली; पण जेव्हा त्याला समजलं की, बहिणाबाई तुकोबांचं शिष्यत्व घ्यायला आल्या आहेत, तेव्हा तो रागानं बेभान झाला. बहिणाबाई आणि त्यांचे पती तुकोबांची भेट घ्यायला गेले असताना या गोष्टीचा अतिशय राग येऊन त्यानं त्याच्या घरामागे परड्यात बांधलेल्या बहिणाबाईंच्या गाईला काठीनं मारलं- आपला राग शमवण्यासाठी. तुकोबांचा आणि त्यांच्याकडे गेलेल्या बहिणाबाईंचा राग त्यानं त्या गोमातेवर काढला. तिला काठीचे तडाखे दिले. ही गोष्ट घडली तेव्हा बहिणाबाई विठ्ठलमंदिरात तुकोबांच्या पायाशी बसल्या होत्या. मंबाजीनं गाईला मारलं आणि तिचे दावे सोडले. त्यानं मारल्यामुळे भयभीत झालेली ती गाय धावत आली आणि विठ्ठलमंदिराच्या दाराशी येऊन थांबली. मंदिराच्या सभामंडपात बहिणाबाई पतीसमवेत बसल्या होत्या. तुकोबा त्यांच्यासमोर बसून त्यांच्याशी बोलत होते. गाय आली आणि बहिणाबाईंना तिथं पाहून हंबरली. तिच्या हंबरण्यात धावा होता, हाक होती. बहिणाबाईंनी वळून पाहिलं तर बाहेर गाय उभी आणि तिच्या सर्वांगावर काठीचे वळ उठलेले. आणि तिच्या पाठोपाठ हातात काठी घेऊन मंबाजी धावत आलेला. ते बघून बहिणाबाईंचं कोमल मन गहिवरलं. त्यांना रडू फुटलं. तिथंच तुकोबांच्या पायाशी त्या स्फुंदत राहिल्या. तुकोबा अविचल उभे होते. अचानक बहिणाबाईंच्या लक्षात आलं की, तुकोबांच्या अंगावरही काठीचे वळ उठले आहेत. तुकोबांच्या डोळ्यांतून घळघळा आसवं वाहत होती, पण त्यांच्या तोंडातून वेदनेचा स्वरही निघत नव्हता. बहिणाबाईंच्या लक्षात आलं. गाईच्या पाठीवर मारलेल्या काठ्या तुकोबांनी आपल्या पाठीवर, अंगाखांद्यावर घेतल्या होत्या. मंदिरासमोर उभी राहून गाय हंबरत होती; पण तिची नजर तुकोबांकडे होती. नजरेनं ती जणू तुकोबांना बोलावत होती. साद घालत होती. अंगात वेदनेचा कल्लोळ असतानाही तुकोबा उठले. धडपडत बाहेर आले. गाईजवळ गेले. तिच्या गळ्याला मिठी मारून हुंदके द्यायला लागले. गाईच्याही डोळ्यांतून घळाघळा पाणी वाहत होतं. बहिणाबाईंनी आपले वाहणारे डोळे पुसले आणि त्या बाहेर आल्या. त्यांनी पाहिलेलं पुढचं दृश्य म्हणजे तुकोबांच्या भक्तवत्सलतेचा कळस होता. अश्रुभरल्या डोळ्यांनी हुंदके देत, स्फुंदत तुकोबा गाईच्या पाठीवरून मायेनं ओथंबलेला, वात्सल्यानं भरलेला आपला हात फिरवत होते. हात फिरवताफिरवता

म्हणत होते, "गोमाते, मला क्षमा कर! माझ्यामुळं तुला मार बसला. तुला त्रास झाला. क्लेश झाले. याला मी पापी, चांडाळ कारणीभूत आहे, मला क्षमा कर!" असं म्हणत पुनःपुन्हा मायेनं गाईच्या पाठीवर, तिच्या पाठीवर उठलेल्या काठीच्या व्रणांवर हात फिरवत होते आणि ती गाय आत्यंतिक मायेनं, आपल्या वासराला चाटावं तितक्या प्रेमानं, वात्सल्यानं तुकोबांना चाटत होती. त्यांच्या दंडा-खांद्यावरच्या वळांवरून आपली जीभ फिरवून जणू त्यांना सांत्वना देत होती. काही क्षण असेच गेले. ते दृश्य पाहणाऱ्यांचेही डोळे पाण्यानं भरले होते. तुकोबा सावरले. त्यांनी गाईला घातलेली गळामिठी सोडली. नजर वळवून मंबाजीकडे पाहिलं. तुकोबांची ती नजर बघताच मंबाजी भेदरला. त्याच्या हातातली काठी गळून पडली. तुकोबांच्या नजरेतून अंगार सांडत होता. अत्यंत कठोरपणे त्यांनी मंबाजीची निर्भर्त्सना केली. आणि म्हणाले, "मंबाजी, तुला लाज वाटली पाहिजे स्वतःला ब्राह्मण म्हणवून घेताना. अरे, ब्राह्मण कोण?'

ब्राह्मण तो याती अंत्यज असता । मानावां तत्त्वता निश्चयेसी ।।
रामकृष्ण नामे उच्चारी सरळें । आठवी सावळें रूप मनी ।।
शांती क्षमा दया अलंकार अंगी । अभंग प्रसंगी धैर्यवंत ।।
तुका म्हणे गेल्या शड्ऊर्मी अंगे । सांडूनिया मग ब्रह्मं चि तो ।।

"मंबाजी, अरे तू विद्वान नाहीस तर रोगी आहेस रोगी! आपल्या अहंकारापुढं तुला दुसरं काहीच दिसत नाहीय. मंबाजी,

"कावळियासी नाही दया उपकार । काळिमा अंतर विटाळसे ।।
तैंसे कुधनाचे जिणे अमंगळ । घाणेरी ओंगळ वदे वाणी ।।
कडू भोपळ्याचा उपचारे पाक । सेविल्या तिडिक कपाळासी ।।
तुका म्हणे विष सांडू नेणे साप । आदरे ते पाप त्याचे ठायी ।।

"अरे तुझ्या अहंकारापोटी तू या गोमातेला, या मूक जनावराला मारलंस? थूः तुझ्या विद्वत्तेवर! मंबाजी तुझ्या अहंकारापायी तुला माणूस आणि मूक जनावर यांतला फरकही समजेनासा झालाय. तुझ्या अहंकारानं तुलाही जनावर केलंय मंबाजी. अरे तू ब्राह्मण कसला, जनावराच्याही योग्यतेचा नाहीस तू!" तुकोबांना इतकं संतापलेलं मंबाजीनंच काय पण कुणीच बघितलं नव्हतं. तिथं आता माणसंही जमली होती. तुकोबांचा संताप बघून, आणि वळ त्यांच्या अंगावर उठल्याचं बघून मंबाजी खजील झाला आणि त्यानं तिथून काढता पाय घेतला. पण या प्रसंगानंतर, तुकोबा ईश्वराशी किती एकरूप झाले आहेत, तादात्म्य पावले आहेत, ही चर्चा सगळ्या गावात होती. अगदी ब्रह्मवृंदात आणि धर्मसभेतसुद्धा!

२८

मंबाजीनं गाईला मारलं आणि त्याचे वळ तुकोबांच्या अंगावर उठले ही गोष्ट कर्णोपकर्णी सगळ्या पंचक्रोशीत पसरली आणि 'वृक्षवल्ली आम्हा सोयरे वनचरे' असं म्हणणारे तुकोबा निसर्गाशी, चराचराशी आणि या सजीव सृष्टीशी किती एकरूप झाले आहेत हे लोकांना समजलंच; पण हा चमत्कार नसून त्यांच्या भक्तीचा, वत्सलतेचा आणि मनाच्या कोमलतेचाच पुरावा आहे, हेही लोकांनी जाणलं. एवढं मात्र खरं की, तुकोबा विठ्ठलाच्या जसजसे समीप जात होते, तसतसे लोकांच्या मनावरही अधिराज्य करत होते. आणि त्याचमुळे देहूकरांनी लहानपणापासून पाहिलेला, महादजीपंत, पाटीलबाबांसारख्या बुजूर्गांनी अंगाखांद्यावर खेळवलेला, कनकाई-बोल्होबांचा पोर तुकाराम आता लोकांच्या गळ्यातला ताईत बनला. नुसता ताईतच बनला नाही, तर लोकांनी त्याला संतत्वाच्या पदापर्यंत नेऊन पोचवलं आणि तुक्या, तुकाराम, तुकोबा, तुकारामबुवा, तुकाराम महाराज या सगळ्या उपाध्यांपेक्षाही श्रेष्ठ असं नाव तुकोबांना लाभलं संत तुकाराम! पण तुकोबांना मात्र संकोच वाटे. ज्ञानेश्वर-नामदेवांच्या पंक्तीत जाऊन बसण्याची आपली योग्यता नाही, असं ते मानत असत आणि तसंच ते सर्वांना सांगत आणि म्हणत,

संत मानितील मज । तेणे वाटतसे लाज ।।
तुम्ही कृपा केली नाही । चित्त माझे मज ग्वाही ।।
गोविलो थोरिवा । दुःख वाटतसे जीवा ।।
तुका म्हणे माया । आवरा हे पंढरीराया ।।

पण लोकांना माहीत होतं की, आपल्या देहूगावात एक संतच राहतो. तुकोबांची कीर्ती अशी दूरवर पसरत होती. बहुजन तर त्यांचे भक्त झालेच होते; पण देहूतले आणि देहूबाहेरचे काही ब्राह्मणही तुकोबांना मानू लागले होते. तुकोबांची भक्ती, त्यांचं कवित्व, स्वभावातला निखळ प्रांजळपणा, सत्याचं वागणं, प्रसंगी परखड होणं; तरीही प्रसिद्धिपराङ्मुख राहणं, आणि सर्वस्वानं विठ्ठलाला शरण जाणं या

सगळ्या गुणांची मोहिनी बहुजनांवर तर पडलीच होती; शिवाय काही जाणकार, रत्नपारखी नजर असणारे ब्राह्मणही तुकोबांच्या भक्तमंडळात सामील झाले होते. त्यांतल्या त्यात वारकरी प्रथा असणारे, घरी पंढरीची वारी असणारे तर तुकोबांना अभिमानानं संत तुकाराम असं संबोधू लागले होते. हे यश तुकोबांच्या भक्तीचं होतं, कवित्वाचं, अभंगरचनेचं होतं, त्यांच्यातल्या कीर्तनकाराचं होतं, आणि त्यांच्या कोमल, प्रांजळ व्यक्तित्वाचंही होतं. त्यातच आपण शूद्र वाणी आणि विद्वान ब्राह्मणही आपल्याला मानतात, ही गोष्ट तुकोबांना आवडायची; पण त्यांना संकोचही वाटायचा. मग ते कीर्तनात सांगायचे,

दुधाळ गाढवी जरी जाली पाहे । पावेल ते काय धेनुसरी ।।
कागाचिया गळा पुष्पाचिया माळा । हंसाची तो कळा काय जाणे ।।
मर्कटें आंघोळी लावियेले टिळे । ब्राह्मणाचे लीळे वर्तु नेणे ।।
जरी तो ब्राह्मण जाला कर्म भ्रष्ट । तुका म्हणे श्रेष्ठ तिन्ही लोकी ।।

तुकोबांचा हा प्रांजळपणाही सगळ्यांना आवडायचा. पण मंबाजी मात्र तुकोबांचा फक्त आणि फक्त दुस्वासच करायचा. आपण तुकोबांना अनेक कारणांनी छळलं, त्यांचा अपमान केला, त्यांची फजिती करण्यासाठी नाना प्रयत्न केले, जनमानसात असलेली त्यांची जागा हिरावण्याचा हर तऱ्हेनं प्रयत्न केला; पण तुकोबांचं जनमानसातलं स्थान ढळलं तर नाहीच, उलट ते आणखी उच्च झालं, अढळ झालं, पक्क झालं, याचा मंबाजीला फारच विषाद वाटायचा. त्यानं देहू आणि आसपासच्या परिसरातल्या अनेक विद्वान ब्राह्मण वर्गाला तुकोबांच्या विरोधात भडकवण्याचा प्रयत्न केला; पण जनमानसातली तुकोबांची वाढती लोकप्रियता, अभंगरचनेतलं त्यांचं वादातीत श्रेष्ठत्व, त्यांच्या अभंगांच्या वह्या इंद्रायणीत बुडवूनसुद्धा लोकगंगेनं तरून नेलेली गाथा, आणि रामेश्वरभटांसारख्या विद्वान आचार्यांनी तुकोबांचं पत्करलेलं शिष्यत्व यांमुळे ब्रह्मवृंद आता फारसा तुकोबांच्या विरोधात राहिला नव्हता. त्यामुळं मंबाजीचा हा प्रयत्नही अयशस्वी ठरला. मग मात्र मंबाजी जणू पिसाळलाच. आता काहीही करून तुकोबांचं हे वर्चस्व संपवायचं, असा चंग त्यानं बांधला. आणि त्याप्रमाणं त्यानं अभ्यासाला सुरुवातही केली. मंबाजी स्वतः एक विद्वान ब्राह्मण होता. वेद-शास्त्रे-पुराणे यांबरोबरच श्रीभगवद्गीता, आणि त्यासोबतच ज्ञानेश्वरी, अमृतानुभव आणि नामदेव आदी संतांच्या गाथेचा त्याचाही चांगला अभ्यास होता. इतर कोणत्याही प्रयत्नांनी तुकोबांचं लोकांच्या मनातलं स्थान ढळत नाही म्हटल्यावर त्यानं आता इतर अभ्यासासोबतच तुकोबांच्या अभंगांचाही अभ्यास सुरू केला. आता त्यानं तुकोबांचेच शब्द त्यांच्याच विरोधात वापरायचे ठरवले आणि त्याप्रमाणं मंबाजीनं सखोल अभ्यास सुरू केला. तुकोबांना किंवा तुकोबांच्या भक्तांना मंबाजीचं

काय चाललंय याची कल्पना तर नव्हतीच; पण ती माहिती करून घेण्याचं कारणही नव्हतं. तुकोबांचं दैनंदिन कामकाज चालू होत; त्याचबरोबर अभंगलिखाण आणि कीर्तनही. बहिणाबाईंनी तुकोबांचा अनुग्रह घेतला आणि त्याही विठ्ठलभक्तीत रमून गेल्या. त्या काही दिवस देहूतच राहिल्या. पण मंबाजीच्या त्या गाईला मारण्याच्या प्रसंगानंतर मात्र त्यांनी मंबाजीचं घर सोडलं आणि त्या राममंदिराच्या परिसरात असलेल्या ओवरीत येऊन राहिल्या. रोज त्या तुकोबांच्या कीर्तनालाही यायच्या. गावाच्या आणि तुकोबांच्या घरच्या आघाडीवरही सध्या शांतता होती. तुकोबांना चौथं अपत्य झालं होतं. तुकोबांनी त्याचं नाव विठोबा ठेवलं. आवलीनं थोडासा विरोध केला; पण आपल्या धन्यांची त्याच्यावरची भक्ती जाणून ती गप्प बसली. पण तिनं मनाशी ठरवलं की या पोराला आपण कधीच नीट नावानं हाक मारायची नाही. तर त्याला विठ्याच म्हणायचं आणि असं ठरवल्यावर तिचा विरोधही मावळला आणि तिला समाधानही वाटलं. पण याच दरम्यान तुकोबांच्या नशिबी आणखी एका वादळाला सामोरं जायचं होतं.

गाईचं प्रकरण झाल्यापासून मंबाजी फारच चिडून होता. एकतर त्यानं गाईला मारलंन् म्हणून तुकोबांनी त्याच्यावर संताप व्यक्त केला आणि तुकोबांच्या अंगावर वळ उठलेले बघून गावकऱ्यांनीही त्यालाच दोषी ठरवलं. त्यामुळं मंबाजीच्या मनातल्या तुकोबांविषयीच्या संतापात आणखी भरच पडली. आणि याच संतापाच्या भरात, तुकोबांची फजिती करायचीच असा चंग त्यानं बांधला. त्यानं तुकोबांचे अभंग अभ्यासले आणि त्यात त्याला काही गोष्टी अशा समजल्या की त्या वाचून त्याला आनंदाच्या उकळ्याच फुटल्या. त्यानं मनाशी काही योजना आखली आणि एके दिवशी धर्मसभा, पंचपरमेश्वर आणि गावकऱ्यांना राममंदिराच्या पटांगणात एकत्र बोलवलं. गावाच्या कल्याणाची काही योजना सांगायची, मांडायची आहे, असं त्यानं दर्शवलं. तुकोबांना तर त्यानं खास आमंत्रण दिलं. तुकोबा जायला निघाले तोच आवलीनं विचारलं, "धनी, त्या मेल्या मंबाजीनं तुम्हाला बलिवलंय, पर कशासाठी? धनी, लयी लबाड हाय तो मंबाजी. तुम्ही जाऊ नका. आनि एकलं तर अजिबात जाऊ नगासा." आवलीच्या स्वरात काळजी डोकावत होती. तुकोबांना तिच्या काळजीनं हसू आलं. म्हणाले, "आवले, अगं मी चावडीवर चाललोय. तिथं ढीगभर माणसं असणार आहेत. तिथं मला सोबत काय करायचीस? तू काळजी करू नकोस!" प्रेमळ स्वरात तिला आश्वासक करत तुकोबा निघाले. आज चावडीची सभा राममंदिराच्या प्रांगणात मंबाजीनं बोलावली होती. तुकोबा तिथं पोचले. खूप गर्दी जमली होती. जवळपास सगळं गाव तिथं जमलं होतं. आज मंबाजी गावाच्या कल्याणाची कोणती योजना सांगणार होता, याची सर्वांनाच उत्सुकता होती. सगळी जमली. पंचपरमेश्वर आले. धर्मसभेचे सगळे पंडित, शास्त्री आले, स्थानापन्न झाले.

मंबाजी बोलायला उभा राहिला. नम्रपणे हात जोडून त्यानं पंचप्रमुखांना आणि ब्रह्मवृंदांना नमस्कार केला आणि बोलायला सुरुवात केली. "पंचपरमेश्वर, ब्रह्मवृंद आणि गावकऱ्यांनो, आज गावाच्या कल्याणाची एक योजना मी मांडणार आहे. मंडळी, गावातली घाण साफ करणं, गावात राहणाऱ्या लबाड, ढोंगी लोकांना गावाबाहेर घालवणं यात गावाचं कल्याणच आहे. आणि आज मी तेच तुमच्यासमोर करणार आहे. आपल्या गावातला सगळ्यात लबाड आणि ढोंगी माणूस म्हणजे हा तुकोबा, म्हणजे तुक्या आहे आणि त्याचं हे ढोंग आणि त्याची लबाडी मी सप्रमाण सिद्ध करणार आहे म्हणजे तुम्हाला ते पटेल. आणि ज्या तुक्याला तुम्ही गावकऱ्यांनी डोक्यावर चढवला आहे तो किती धूर्त, कपटी आणि ढोंगी आहे, हे तुमच्या लक्षात येईल. आणि मी हे त्याच्याच लिहिलेल्या शब्दांतून, अभंगांतून सिद्ध करणार आहे. त्यासाठी मी पंचप्रमुखांची अनुमती मागतो."

मंबाजीचं हे बोलणं ऐकून लोकांत कुजबूज सुरू झाली. पंचप्रमुखांनी कपाळावर हात मारून घेतला. तर 'आता हे काय नवीन?' असा भाव ब्रह्मवृंदाच्या चेहऱ्यावर उमटला. सगळ्यांच्या नजरा तुकोबांकडे वळल्या. तुकोबा शांतपणे उभे होते. फक्त 'मंबाजीनं आता हे नवीन काय काढलं' याचा विचार करत होते. मंबाजी पुढे म्हणाला, "पंचप्रमुखांनी मला अनुमती द्यावी, अशी मी त्यांना विनंती करतो!" मंबाजीचं बोलणं ऐकून मुख्य पंच म्हणाले, "मंबाजीबुवा, आता हे काय नवीन? अहो, का त्या तुकारामाच्या मागे हात धुऊन लागला आहात? त्याची विठ्ठलभक्ती आणि त्याची अभंगरचना यांतच तो मग्न असतो. मग पुनःपुन्हा त्याच्याबद्दल असे कसले आणि का आक्षेप घेता तुम्ही? तो तर तुमच्या वाटेत येत नाही ना? उलट, आम्ही असं ऐकतो की, तुम्हीच त्याच्या वाटेला जाता. परवाचं गोमातेला मारहाण केल्याचं प्रकरण आलं आहे आमच्या कानावर! आता तुम्ही हे काय काढलं नवीन?" पंचप्रमुखांच्या या बोलण्याचा मंबाजीला राग आला. थोड्याशा चिडक्या आवाजात तो म्हणाला, "पंचपरमेश्वर, आज गावकऱ्यांच्या मनावर या तुक्यानं आणि त्याच्या अभंगांनी जी जादू केली आहे, ती मला उतरवायची आहे. आजकाल गावात सगळ्यांच्या तोंडी 'तुका म्हणे, तुका म्हणे' ऐकू येतं. पण ते किती फोल आहे, ते किती खोटं आहे आणि हा पातक्याही कसा खोटारडा आहे, तेच मी आता सिद्ध करून दाखवणार आहे. आपणा सर्वांनी मला अनुमती द्यावी." मंबाजीनं पुन्हा एकदा तीव्र स्वरात विनवणी केली. आता मात्र ब्रह्मवृंद पुढे सरसावला. या तुक्याचा ढोंगीपणा मंबाजीनं सिद्ध करून दाखवला, तर तो त्यांना हवाच होता. गावकऱ्यांतलीच नव्हे तर पंचक्रोशीतली तुकोबांची वाढती लोकप्रियता आणि त्यांच्या पसरलेल्या कीर्तीचा दट्ट्या म्हणून का होईना, पण ब्रह्मवृंद मूग गिळून गप्प होता. पण आता या तुकारामाचा परस्पर काटा निघत असेल, तर ते बरंच होतं. शिवाय मंबाजी

तुकारामावर खार खाऊन आहे हे सगळ्या गावाला माहीत होतं. म्हणजे मंबाजीनं तुकाराम ढोंगी आहे हे सिद्ध केलं, तर त्यांना ते हवंच होतं. पण मंबाजी ते सिद्ध करू शकला नाही तर त्याचा अपलाप थेट ब्रह्मसभेवर येणार नव्हता. त्यामुळंच व्यंकटस्वामी पुढे होऊन म्हणाले, ''पंचपरमेश्वर, तुकोबांबद्दल आपल्या सगळ्यांना आदर आहेच; पण एकदा मंबाजीबुवांनाही संधी द्यायला हवी. सोन्यालासुद्धा चोखपणा सिद्ध होण्यासाठी अग्निपरीक्षा द्यावीच लागते. नाही का?'' त्यांच्या या बोलण्यावर तिथं जमलेल्या अवघ्या ब्रह्मावृंदानं मान डोलावली. यावर पंचप्रमुखांचाही नाइलाज झाला. त्यांनी मंबाजीला अनुमती दिली. त्याबरोबर आपण अर्धी लढाई जिंकली या थाटात मंबाजी पुढे सरसावला. तिथं जमलेल्या सगळ्या गर्दीचे नेत्र आणि कान आता इथं काय घडणार, हे पाहायला आणि ऐकायला उत्सुक होते. मंबाजी पुढे सरसावला. म्हणाला, ''तुकोबा तू स्वतःला संत तुकाराम म्हणवतोस, कीर्तन करतोस, त्यात लोकांना शहाणपण शिकवतोस, अभंगरचना करतोस त्यात 'तुका म्हणे' अशी नाम मुद्रा घालतोस, हे सर्वांना माहीत आहे. पण काय रे, मध्ये काही दिवसांपूर्वी तू सालोमालोची चोरी पकडून दाखवलीस, तो तुझ्या अभंगातली तुझी 'तुका म्हणे' ही नाममुद्रा काढून त्या जागी 'सालोमालो म्हणे' अशी नाममुद्रा घालून तुझे, तू रचलेले अभंग त्याचे म्हणून मिरवतो असं तू तुझ्या कीर्तनात उघडकीला आणलंस, असं तू म्हणतोस. कदाचित सालोमालो तसं करतही असेल; पण तुक्या, पातक्या, त्या सालोमालोवर तुझ्या कवित्वचोरीचा आरोप घालणारा तू, तू तरी दुसरं, वेगळं काय करतोस? लोकहो, ज्याचे अभंग तुम्ही सारे जण 'तुका म्हणे' 'तुका म्हणे' म्हणून आळवत असता, ते अभंग या तुक्याचे नाहीतच; तर संत नामदेवांचे अभंग काही ठिकाणी जसेच्या तसे उचलून तर काही ठिकाणी त्यांत थोडाफार, एखाद्-दुसऱ्या शब्दाचा बदल करून त्या अभंगात जिथं 'नामा म्हणे' आहे तिथं 'तुका म्हणे' घालून हा ढोंगी बेमालूमपणे ते आपले अभंग आहेत, असे सांगतो आणि हे मी नुसतं वरवरचं बोलत नाहीये, मी हा दांभिक आरोप करत नाहीये, तर याच्याच अभंगांचा अभ्यास करून मी ते शोधूनही काढलं आहे. आणि आता मी त्याचे पुरावे देणार आहे. बोला, यावर तुम्ही काय म्हणाल?'' मंबाजीचं हे बोलणं ऐकून लोकांच्यात एकच दंगा उसळला. कोणी हळू तर कोणी मोठमोठ्यानं बोलू लागले. सगळे एकदमच बोलू लागले. कोणी मंबाजीला खोटे म्हणत होता तर कोणी तुकोबांना. तिथं एकच कोलाहल माजला. कोणालाच कळेना, नक्की काय चाललंय आणि कोणालाच कळेना, नक्की काय करावं? यातून प्रथम सावरले पंचप्रमुख. त्यांनी हात उंचावून मोठ्या आवाजात सगळ्यांना शांत राहण्याची सूचना दिली. तीन/चार वेळा त्यांनी असं आवाहन केल्यावर पुन्हा तिथं शांतता प्रस्थापित झाली. आपण केलेल्या गौप्यस्फोटाचा उचित परिणाम झाल्याचं पाहून मंबाजीला

आनंदाच्या उकळ्या फुटायला लागल्या. लोकं शांत झालेली पाहून पंचप्रमुखांनी मंबाजीला विचारलं- "मंबाजीबुवा, तुम्ही तुकोबांवर अत्यंत गंभीर आरोप करत आहात आणि त्याचे पुरावेही तुमच्याकडे आहेत असं म्हणता, तर ते पुरावे सादर करा. ते पुरावे पाहिल्यानंतर आणि तुमचं म्हणणं ऐकून घेतल्यानंतर तुकोबांनाही त्यांचं म्हणणं मांडण्याची संधी दिली जाईल. आणि मगच काय ते खरंखोटं ठरेल. तेव्हा तुमच्याजवळ काय पुरावे आहेत ते तुम्ही मांडा." पंचप्रमुखांनी अशी आज्ञा केली म्हटल्यावर मंबाजी पुढे सरसावला. "लोक हो, या तुक्याच्या अभंगरचनेचे, संत नामदेवांच्या अभंगरचनेशी साम्य असलेले काही अभंग मी शोधून काढले आहेत. ते मी तुम्हाला सांगतो. आता हा नामदेवांचा अभंग पाहा –

"आम्ही होतो पंढरीसी । आमची जुनाट मिरासी ।।
राही रखुमाई माता । पांडुरंग आमुचा पिता ।।
पुंडलिक आमुचा भाई । चंद्रभागा बहिणाई ।।
नामा म्हणे हो शेवटी । घर चंद्रभागे काठी ।।

"लोकहो, यात संत नामदेवांनी आपली विठ्ठलाशी सलगी आणि पंढरपुराशी नातं उलगडून सांगितलं आहे. आता हा या पाखंडी तुक्याचा अभंग पाहा,

"आमची मिरास पंढरी । आमचे घर भीमातीरी ।।
पांडुरंग आमुचा पिता । रखुमाई आमुची माता ।।
भाऊ पुंडलीक मुनी । चंद्रभागा आमुची बहिणी ।।
तुका जुनाट निरासी । ठाव दिला पायापाशी ।।

"बघितलंत मंडळी? संत नामदेवांच्या अभंगात थोडाफार बदल करून या तुक्यानं अभंग लिहिला आहे. मग याला चोर म्हणायचे नाही का? आता आणखी एक अभंग पाहा. संत नामदेवांच्या एका अभंगात चौथा चरण असा आहे –

"लटिके माझे ध्यान । लटिके माझे ज्ञान ।
तू तव सहज गुण । सत्य रूप ।।

"तर हेच शब्द चोरून आपल्या अभंगात वापरून हा तुक्या लिहितो,

लटिके ते ज्ञान । लटिके ते ध्यान ।
जरि हरिकीर्तन । प्रिय नाही ।।

"तर नामदेवांचे शब्द काही ठिकाणी, काही ओळीत या पातक्याने जसेच्या तसे उचललेत.

"भोगावरी आम्ही । घातला पाषाण । मरणा मरण आणियेले ।।

"हेच शब्द या पाखंड्यानं जसेच्या तसे लिहिलेत. मंडळी, फरक एवढाच आहे की यापुढे नामदेवांचे दोन चरण आहेत व या तुक्याच्या अभंगाचे ५ चरण आहेत आणि त्यांत वेगळेपणा आहे. पण तरीही नामदेव महाराजांचा हा अभंग

"समर्थाचे बाळ पांघरे वाकळ । हासति सकळ लोक कोणा ।।
ऐसा तू अविनाश त्रिभुवनीचा राजा । नामा म्हणे माझा तूचि स्वामी ।।

"आणि या ढोंगी तुक्यानं लिहिलं,

"समर्थाचे बाळ पांघरे वाकळ । हासति सकळ लोक कोणा ।।
समर्थासी लाज आपुल्या नावाची । शरण आल्याची लागे चिंता ।।
जरी तुज काहीं होईल उचित । तरी हा पतित तारी तुका ।।

"आता मला सांगा. तुम्ही भले लोक आहात. विद्वान पंडित आहात. देवभक्त, धार्मिक आहात. संतसज्जनांना मानणारे आहात. ज्ञानेश्वरमाउली, नामदेव, जना ही आपली दैवतं आहेत आणि अशा दैवतांचे शब्द, त्यांच्या रचना चोरून त्या आपल्या अभंगांत घालून त्याखाली बेमालूमपणे 'तुका म्हणे' अशी नाममुद्रा घालून हा पातक्या त्या महान संतांच्या रचना खुशाल आपल्या म्हणून मिरवतो. नुसताच मिरवत नाही तर त्या निर्लज्जपणे तुमच्यासमोर गातो, मांडतो. आणि अशा या पापी चांडाळाला तुम्ही भोळेभाबडे लोक संत म्हणून डोक्यावर घेता. अहो, हा कुठला संत? हा तर पापी, चांडाळ, ढोंगी! आपल्या देहूगावात ही घाण साचली आहे. ती गावातून बाहेर काढून आपला गाव आपण स्वच्छ करू या!" मंबाजीनं आपला सगळा संताप, सगळा उद्रेक, तुकोबांबद्दल वाटणारा सगळा तिरस्कार या प्रसंगाचा आधार घेत लोकांसमोर मांडला. मंबाजी विद्वान खराच! त्यानं मांडलेले मुद्दे बिनतोड होते. त्यानं निवडलेले नामदेवांचे आणि तुकोबांचे अभंग यांत खरोखर साम्य होतं. अर्थात ते का होतं याची कारणं वेगळी होती. पण सालोमालोच्या प्रसंगाच्या पार्श्वभूमीवर मंबाजीनं लक्षात आणून दिलेलं हे साम्य जनसामान्यांच्या मनात तुकोबांबद्दल शंका निर्माण करायला पुरेसं होतं. आणि तेच झालं. ज्या तुकोबांना आपण संतपदावर नेऊन बसवलं, ज्या तुकोबांचे अभंग आपण सतत ओठावर खेळवतो, ते तुकोबा असे लबाड आहेत, ढोंगी आहेत, दुसऱ्याची नक्कल करून ती आपल्या नावावर खपवणारे खोटारडे आहेत, असं लोकांना वाटायला लागलं आणि त्यांना धक्का बसला. कोणाच्याच तोंडून शब्द फुटेना. जो तो एकमेकांकडे बघू लागला. इतकी गर्दी जमली होती, तरी तिथं स्मशानशांतता पसरली. आपण आता जे काही बोललो त्याचाच हा परिणाम आहे, हे मंबाजीच्या लक्षात आलं आणि आपण ही लढाई जिंकलीच, असा आसुरी आनंद त्याला झाला. ब्रह्मवृंदाच्या चेहऱ्यावरही समाधान होतं. या ना त्या मार्गानं आता तुकारामाचं वर्चस्व कमी होणार होतं.

लोकांत अस्वस्थता पसरली. पंचप्रमुखांच्या ते लक्षात आलं. आता वेळेवर हस्तक्षेप करणं गरजेचं होतं. नपेक्षा या प्रकरणाला वेगळं वळण लागलं असतं. त्यांनी बोलायला सुरुवात केली, ''लोकहो, मंबाजीबुवांनी आपली बाजू मांडली आहे. त्यांना जे सिद्ध करायचं होतं, ते त्यांनी सप्रमाण दाखवून दिलं आहे. आता त्यांनी केलेल्या आरोपाला उत्तर देण्याची जबाबदारी तुकोबांची आहे. एकतर हा आरोप त्यांनी खोडून काढावा किंवा मान्य करून आपण हे पातक केल्याचं कबूल करावं. बोला तुकोबा, तुमचं यावर काय म्हणणं आहे? आता बाजू मांडायची संधी तुम्हाला आहे. बोला, तुम्हाला आरोप मान्य आहे की अमान्य आहे?'' पंचप्रमुखांनी तुकोबांना विचारलं. लोक आता सरसावून बसले. बऱ्याच जणांना तुकोबांबद्दल पूर्ण खात्री होती. आणि मंबाजीच्या या आरोपाला तुकोबा चांगलंच उत्तर देतील, असा त्यांना विश्वास होता. तर काही जण आता साशंक होते. तुकोबांना मानणारे, त्यांच्यावर प्रेम करणारे धास्तावून बसले होते. मंबाजी बोलत असताना, नामदेव आणि तुकोबा यांच्या अभंगांतलं साम्य दाखवत असताना तुकोबा मात्र स्वस्थचित्त, निश्चिंत मनानं, शांत उभे होते. पंचप्रमुखांनी तुकोबांना विचारल्यावर मध्येच पुन्हा मंबाजी बोलला, ''अहो, तो कसलं आणि काय उत्तर देणार आता? तोंड काळं कर म्हणावं इथून. मी सगळं सप्रमाण सिद्धच करून दाखवलं आहे. आता आहे काय त्याच्याजवळ उत्तर द्यायला?'' पंचप्रमुखांनी मंबाजीला शांत बसायला सांगितलं आणि पुन्हा तुकोबांना विचारलं, ''तुकोबा, बोला आरोप मान्य की अमान्य?''

''दोन्हीही! पंचपरमेश्वर, मला आरोप मान्यही आहे आणि मान्य नाहीही!'' तुकोबांच्या या उत्तरानं सगळीकडे खळबळ माजली. ''हे कसं शक्य आहे? हे कदापि शक्य नाही! एकच गोष्ट खरी आणि खोटी असूच शकत नाही. आरोप मान्य आणि अमान्य दोन्ही कसं असेल?'' लोकांत कोलाहल माजला. लोकं एकमेकांनाच शंका विचारू लागले. ब्रह्मवृंद अवाक झाला. पंचपरमेश्वरही बुचकाळ्यात पडले. त्यांना काहीच समजेना. या स्थितीचा मंबाजीला राग आला. तो चिरक्या आवाजात ओरडला, ''अरे पातक्या, असलं असंबद्ध काही बोलू नको. जे बोलायचं आहे ते स्पष्ट बोल. असलं गुळमुळीत बोलून आता तू लोकांच्या डोळ्यांत धूळफेक करू शकत नाहीस, समजलं?'' मंबाजीनं असं म्हटल्यावर पंचप्रमुखांनीही त्याला दुजोरा दिला. ते म्हणाले, ''तुकोबा, असं संदिग्ध बोलू नका. तुम्हाला बाजू मांडण्याची संधी दिली आहे. स्पष्टपणे आणि सुसंगतपणे आपली बाजू मांडा. बोला!'' आता मात्र तुकोबांनी बोलायचं ठरवलं. आता बोललो नाही तर लोकं आपली छीः थूः करतीलच; पण त्याहीपेक्षा एका विठ्ठलभक्तावर नाहक आरोप सिद्ध होईल आणि त्याचा बट्टा विठ्ठलाला लागेल. तेव्हा आता बोललंच पाहिजे. उभे राहिल्या जागेवरून तुकोबा पुढं आले. त्यांनी

हात जोडून ब्रह्मवृंदाला आणि पंचप्रमुखांना नमस्कार केला. आणि म्हणाले, ‘‘देवा, मला माझी बाजू मांडायची संधी दिल्याबद्दल मी ऋणी आहे. पण मी मघाशी म्हणालो तेच खरं आहे. मला हा आरोप मान्यही आहे आणि अमान्यही. मी त्याचं स्पष्टीकरण करतो. देवा, तुम्हा सगळ्यांना माहिती आहेच आणि मीही वारंवार सांगितलं आहे की, संत नामदेवांनी मला स्वप्नात येऊन सांगितलं की, त्यांचं अर्धं राहिलेलं कार्य मी पूर्ण करावं. भूदेव, मला या मार्गात साक्षात असा कोणी गुरू नाही. राघव चैतन्य ऊर्फ बाबाजी यांनी मला ‘रामकृष्ण हरी’ हा गुरुमंत्र दिला; पण तोही दृष्टान्तावस्थेत. त्यामुळं मी माझ्या या मार्गात संत नामदेवांनाच माझ्या गुरुस्थानी मानतो आणि त्यांनी स्वप्नात येऊन दिलेल्या आदेशाचं पालन करतो. मला नामदेवांचं कार्य पुढे चालवायचं आहे, पुढे न्यायचं आहे. त्यासाठी नामदेवगाथेचा मी परिपूर्ण असा अभ्यासही केला आहे आणि अजूनही करतो आहे. नामदेवांनी समाज उद्धरणासाठी, भागवत धर्माच्या प्रचारासाठी, भक्तिमार्गावरून चालताना जे जे विषय हाताळले, त्याचाही मी अभ्यास केला आहे, करतो आहे. नामदेवांनी विठ्ठलभक्तांसाठी आखून दिलेल्या मार्गावरून मी चालतो आहे. त्या वाटेवरून त्यांच्या पाऊलखुणांचा मागोवा घेत, त्या पाऊलखुणांना मार्गदर्शक ठरवून मी त्याच वाटेवरून चालण्याचा प्रयत्न करतो आहे. कारण याच वाटेवर ज्ञानोबामाउली, निवृत्तिनाथ, सोपानकाका, मुक्ताबाई, जनाबाई, चोखोबा, सावता माळी, गोरोबाकाका यांच्या पावलांच्या खुणा उमटल्या आहेत. आणि माझ्यासाठी तर नामदेवांच्या पाऊलखुणा अंतस्थ मार्गदर्शक आहेत. आचार्य, असं असताना, त्या पाऊलखुणांवरून मार्ग काढत चालताना मी त्यांचं अनुकरण केलं, त्यांनी सांगितलेले विषय माझ्या भाषेत मांडले, त्यांनी वापरलेले शब्द, माझ्या भावना त्यात गुंफून मांडले, तर बिघडलं कुठं? बरं, हे सगळं मी त्यांच्याच म्हणजेच नामदेवांच्या आदेशावरूनच करतो आहे. एखाद्या महान व्यक्तीला गुरुस्थानी मानून तिचा आदर्श घेणं, त्या आदर्शावरून मार्ग चालणं, त्याचं अनुकरण करणं हे चांगल्या शिष्याचं लक्षण नाही का? पंचपरमेश्वर, शिष्य त्याच्या गुरूचं अनुकरण करणार नाही तर कुणाचं करणार? आणि भूदेव, मी काही आता मंबाजीनं सांगितले तेवढेच अभंग लिहिलेले नाहीत. माझे असे शेकडो अभंग आहेत, ज्यांत नामदेवांचे अनुकरण नसून माझी स्वतःची प्रतिभा आहे. आणि दुसरे असं की, ज्ञानेश्वर माउली-नामदेवांना जाऊन ३०० वर्षं होऊन गेली; पण अजून पंढरपूर तेच आहे, तो सावळा विठ्ठल तोच आहे. ती चंद्रभागाही तीच आहे आणि विठ्ठलभक्तीची परंपराही तीच आहे. मग असं असताना माझ्या अभंगांत तेच शब्द आले, तर त्यात वावगं ते काय? आणि मी नामदेव महाराजांची नक्कल करतो, त्यांच्यासारखे अभंग लिहितो हा जर माझ्यावर आरोप असेल,

तर तो माझ्यासाठी आरोप नसून माझ्या पाठीवर पडलेली कौतुकाची थाप आहे, असं मी मानेन. कारण आपण आपल्या गुरूप्रमाणे व्हावं हे कुठल्याही शिष्याचं स्वप्न असतं, इच्छा असते आणि तसं शिष्याला वाटणं, हे उत्तम शिष्यत्वाचं लक्षण असतं. मी तसं स्वप्न पाहिलं नसेन कदाचित; पण मी नामदेवांची नक्कल करतो असा आरोप करून तुम्ही माझा सन्मानच केला आहे. आणि माझ्या गुरूची भक्तिमार्गाची आणि अभंगरचनेची परंपरा मी पुढं चालवितो आहे, ही माझ्यासाठी अभिमानाची गोष्ट आहे. याला जर मंबाजी, तू गावातली घाण म्हणत असशील तर तुझ्या ज्ञानाची मी कीव करतो. कारण

''नाही निर्मळ जीवन । काय करील साबण ।।
तैसी चित्तशुद्धी नाही । तेथे बोध करेल काई ।।
वृक्ष न धरी पुष्पफळ । काय करील वसंत काळ ।।
वांझे न होती लेकरे । काय करावे भ्रतारें ।।
नपुसका पुरुषासी । काय करील बाईल त्यांसी ।।
प्राण गेलीया शरीर । काय करील वेव्हार ।।
तुका म्हणें जीवनेविण । पीक नव्हे, नवे जाण ।।

"समजलं मंबाजी? आणि हा अभंग संत नामदेवांचा नाही, तो माझा आहे. आणि मी तो आत्ता, इथल्या इथं रचला आहे. म्हणून म्हणतो पंचपरमेश्वर, मला आरोप मान्यही आहे; आणि तोही अभिमानानं आणि अमान्यही आहे आणि तोही विनम्रतेनं.'' तुकोबा बोलायचे थांबले आणि इतका वेळ श्वास रोखून तुकोबांचं बोलणं ऐकणाऱ्या लोकांनी टाळ्यांचा कडकडाट केला. टाळ्या वाजवता वाजवता लोक उभे राहिले आणि अनवधानानं पंचपरमेश्वर आणि सगळा ब्रह्मवृंदही उभा राहिला. तुकोबांनी मस्तक झुकवून सर्वांना नमस्कार केला. तुकोबांचा विजय झाला होता. नुसताच विजय नव्हे तर त्यांच्यातल्या भगवद्‌भक्ताला, शिष्योत्तमाला आणि कवीला ब्रह्मवृंदासकट सगळ्यांनी अनवधानानं का होईना, पण उभं राहून सन्मान दिला होता. पुन्हा सगळे स्थानापन्न झाले. तुकोबांची बाजू सत्याची होती हे जरी सिद्ध झालं असलं तर, अजून पंचप्रमुखांनी तसा निकाल द्यायचा होता. पुन्हा सगळे थांबले. "लोकहो, आता दोघांच्याही बाजू आपण ऐकल्या. मंबाजीबुवांनी तुकोबा संत नामदेवांची नक्कल करतात हे जरी सप्रमाण सिद्ध केलेलं असलं तरी, त्या नकलेला चोरी म्हणता येणार नाही. कारण आपले वेद, शास्त्र, पुराणे, गीता, भागवत, उपनिषदे, हीच सर्व ज्ञानांची उगमस्थाने आहेत. त्यामुळे त्यातील ज्ञान कुणीही सांगितले तरी ते एकसारखेच राहणार. शिवाय तुकोबांचा गुरूच्या अनुकरणाचा मुद्दाही बरोबर आहे. शिष्य गुरूचे अनुकरण करणार नाही तर कुणाचे करणार?

आणि साक्षार्थानं नसलं तरी संत नामदेवांना तुकोबा गुरुस्थानी मानतात. त्यामुळे त्यांचं अनुकरण करणं, ही चोरी होत नाही. शिवाय शब्द जरी सारखे असले, तरी त्या त्या अभंगातून व्यक्त होणारी भावना ही तुकोबांची स्वत:ची आहे. शिवाय संत नामदेवांच्या अभंगांशी साधर्म्य असणारे तुकोबांचे मोजकेच अभंग आहेत. आणि तुकोबांनी आत्तापर्यंत लिहिलेल्या अभंगांची संख्या काही हजारांच्या घरात जाते. तेव्हा मंबाजीबुवांनी तुकोबांवर केलेले आरोप हे निखालस खोटे असून, ते वैयक्तिक आकसापोटी केलेले आहेत. त्यामुळे या आरोपातून तुकोबांना मुक्त करण्यात येत असून, मंबाजींना ताकीद देण्यात येत आहे की, यापुढे त्यांनी तुकोबांना विनाकारण व आकसानं काही त्रास दिल्यास त्यावेळी कोणताही न्यायनिवाडा न करता मंबाजींना दोषी धरलं जाईल, याची त्यांनी नोंद घ्यावी. सभा संपली,'' पंचप्रमुखांनी सगळा निकाल स्पष्टपणे सांगितला आणि लोकांच्या आनंदाला उधाण आलं. त्यांचे तुकोबा पुन्हा एकदा सगळ्या कसोट्या पार करत चोख सोन्याप्रमाणे झळाळून निघाले होते. एवढंच नव्हे, तर पंचप्रमुखांच्या आदेशामुळे मंबाजी चारीमुंड्या चीत झाला होता. आता पुन्हा तो तुकोबांना त्रास देणार नव्हता. तुकोबांची भक्ती, तुकोबांचं बुद्धिवैभव, तुकोबांचं कवित्व, तुकोबांचे अभंग सारंसारं उजळून, झळाळून निघालं होतं. लोकांनी तुकोबांभोवती रिंगण धरलं. मधे उभे राहून तुकोबा गात होते....

तोवरि तोवरि शोभतील गारा । जंव नाही हिरा प्रकाशला ।।
तोवरि तोवरि शोभतील दीपिका । नुगवता एका भास्करासी ।।
तोवरि सांगती संताचिया गोष्टी । जंव नाही भेटी तुक्या सवे ।।

तोच कुणीतरी तुकोबांना विचारले, ''तुकोबा, आता मंबाजी काय करील?'' तुकोबांनी उत्तर दिलं–

''गाढव शृंगारिले कोडे । काहीं केल्या नव्हे घोडें ।।
त्याचे भुंकणे न राहे । स्वभावासी करील काये ।।
श्वान शिबिके बैसविले । भुंकता न राहे उगलें ।।
तुका म्हणे स्वभाव कर्म । काहीं केल्या न सुटे धर्म ।।''

तुकोबांचा हा अभंग ऐकून लोकांनी खूप टाळ्या वाजवल्या. आपलं काळं पडलेलं तोंड घेऊन मंबाजी आणि ब्रह्मवृंद तेथून कधीच निघून गेला होता. परत एकानं तुकोबांना छेडलं, ''तुकोबा, आता तुम्ही मंबाजीवर दावा लावा. त्यानं सगळ्या गावांसमोर तुमची फजिती करण्याचा घाट घातला. तुम्हाला चोर ठरवलं. तुम्हाला गावातून हाकलून देण्याचा त्याचा डाव होता. आता तुम्ही त्याच्यावर दावा करा.'' त्या माणसाचं बोलणं ऐकून तुकोबा म्हणाले.

"क्षमाशस्त्र जया नराचिया हाती । दुष्ट तयाप्रती काय करी ।।
तृण नाही तेथे पडे दावाग्नि । जाय तो विझोनी आपसया ।।
तुका म्हणे क्षमा सर्वांचे स्वहित । धरा अखंडित सुखरूप ।।"

या अभंगातून तुकोबांच्या मनाचा मोठेपणा पुन्हा सिद्ध झाला. त्यांचं संतत्व आणखी उजळून निघालं.

यानंतर तर तुकोबांचं नाव, त्यांचं संतपण दूरदूरपर्यंत पोचलं. दूरदूरच्या गावांतून अनेक लोक तुकोबांना पाहायला, भेटायला, त्यांच्याशी दोन शब्द बोलायला, त्यांचं दर्शन घ्यायला, त्यांच्या तोंडून निघालेले चार शब्द ऐकायला येऊ लागले. आणि हे सगळं करण्यात, लोकांच्या भेटीगाठी घेण्यात, आणि अभंग लिहिण्यात तुकोबांचा वेळ जायला लागला. इतका की, त्यांना दिवस पुरेना. दूरदूरच्या गावांतून लोक येत, तुकोबांना पाहत, त्यांना वंदन करत, त्यांच्याशी चार घटका बोलत आणि समाधानानं परतत. त्या तेवढ्या चार घटका झालेल्या संवादातूनसुद्धा तुकोबा त्यांना चार गोष्टी सांगत. त्या ऐकूनही लोकांना बरं वाटत असे, त्यांना मार्ग सापडत असे. मग ते लोक हे सगळं आपापल्या गावी जाऊन सांगत आणि तुकोबांच्या कीर्तीत आणखी भर पडत असे. कधीकधी तर लोकांची गर्दी एवढी असे की, तुकोबांना जेवायला फुरसत मिळायची नाही. आणि एक दिवस आक्रित घडलं. तुकोबांची ही कीर्ती हस्ते-परहस्ते छत्रपती शिवाजीराजांच्या कानावर गेली आणि त्यांच्या कार्याला मानवंदना म्हणून शिवाजीराजांनी तुकोबांना काही नजराणा पाठवला. आपल्या दरबारी कारकुनासोबत दिवट्या, छत्री, घोडे आणि पालखी पाठवून तुकोबांना भेटीला येण्याचं रीतसर आमंत्रण दिलं. पण तुकोबांनी तो सगळा नजराणा, तो मान, पालखी, घोडा, छत्री सगळं परत पाठवलं आणि सोबत अभंगही लिहून पाठवले. त्या अभंगात तुकोबांनी लिहिलं....

"दिवट्या छत्री घोडे । हें तो बऱ्यांत न पडे ।।
आता येथे पंढरीराया । मज गोविसी कासया ।।
मान दंभ चेष्टा । हे तो शूकराची विष्ठा ।।
तुका म्हणे देवा । माझे सोडववणे धावा ।।
मुंगी आणि राव । आम्हा सारखाचि जीव ।।
गेला मोह आणि आशा । कळिकाळांचा हा फासा ।।
सोने आणि माती । आम्हा समान हे चित्ती ।।
तुका म्हणे आलें । घरा वैकुंठ सगळे ।।"

तुकोबांनी शिवाजीराजांच्या निमंत्रणाला नम्रपणे नकार कळवला. लोकांना नवल वाटलं. संताजीनं कारणही विचारलं, तेव्हा तुकोबा म्हणाले, "अरे बाबांनो, त्या

राजाकडं जाऊन मला काय करायचंय? काय मागायचंय मला त्याच्याकडं? मला ना धन पाहिजे ना संपत्ती, ना नोकरी हवी ना चाकरी, ना जमीन ना जुमला, ना शेती ना वाडी. मग मी कशाला जाऊ त्या राजाकडं. अरे, त्याचं काम त्याला करू दे. माझं काम मला करू दे. आणि खरं सांगू...

"काय उणे आम्हां विठोबाचे पायी । नाही ऐसे काई येथे एक ।।
ते हें भोवताले ठायी वाटूं मन । बराडी करून दारोदारी ।।
कोण बळी माझ्या विठोबा वेगळा । आणीक आगळा दूजा सांगा ।।
तुका म्हणे मोक्ष विठोबाचे गावी । फुकाची लुटावी भांडारे ती ।।"

तुकोबांनी दिलेलं ते उत्तर म्हणजे त्यांच्या निःस्पृह मनाची साक्ष होती. त्यांच्या निरलस भक्तीची ग्वाही होती. त्यांच्या पवित्र आणि सज्जनपणाचा तो साक्षात दाखला होता. आपल्या या बालमित्राकडे संताजी बघतच राहिला. तुकोबांच्या प्रांजळपणाचा, सज्जनपणाचा हा काही पहिलाच अनुभव नव्हता. संताजीला आणखी एक प्रसंग आठवला.

परवाच्या प्रसंगापासून मंबाजीचं तोंड बंद झालं होतं. पण ही काही वर्षांपूर्वीची गोष्ट होती. तेव्हा तुकोबांचं नाव नुकतंच सगळ्यांच्या ओठांवर रुळायला लागलं होतं. आणि तेच मंबाजीला बघवत नव्हतं. तुकोबा नेहमीप्रमाणे एकांतासाठी भंडाऱ्याच्या डोंगरावर गेले होते. या वेळी तिथं ते बरेच दिवस राहणार होते. भंडारा डोंगरावर गर्द झाडी, पशु-पक्षी पण त्याचबरोबर निसर्गसौंदर्याची मुक्त उधळण होती. तुकोबा भंडारा डोंगरावर गेले आहेत, ते तिथे एकटेच आहेत हे बघून मंबाजीनं एक डाव रचला. येनकेन प्रकारानं त्याला तुकोबांना बदनाम करायचं होतंच. मंबाजीनं एका नायकिणीला खूप धनाची लालूच दाखवली आणि तिला भंडारा डोंगरावर पाठवलं. तिनं तिथं जाऊन तुकोबांना मोहात पाडायचं, त्यांच्यावर मोहाचं जाळं टाकायचं आणि मग त्यांनी आपल्याला त्रास दिला असं सांगून बोभाटा करायचा. चारचौघांत कांगावा करून तुकोबांना बदनाम करायचं, असा कुटिल डाव मंबाजीनं आखला आणि त्या नायकिणीपाठोपाठ गावातले चार प्रतिष्ठित घेऊन स्वतः मंबाजी भंडारा डोंगरावर आला. ती नखशिखान्त नटलेली नायकीण तुकोबांना शोधतशोधत ते जिथं बसले होते तिथं आली. तुकोबा डोळे मिटून विठ्ठलाचं ध्यान करत बसले होते. सभोवती हरणं, ससे बागडत होते. ती नायकीण तिथं गेली आणि मादक हावभाव करत तुकोबांना मोहात पाडू लागली. तुकोबांनी डोळे उघडले. समोर तिला पाहून तुकोबांना नवल वाटलं. ते तिला ओळखत होते. पण ही इथं या डोंगरावर कशी? तुकोबांनी विचारलंसुद्धा! पण तिनं दिलेलं उत्तर ऐकून तुकोबा गोंधळले. ती म्हणाली, "महाराज, मी तुमच्यावर प्रेम करते. मला आपली म्हणा. आधार द्या."

त्या नायकिणीचं हे बोलणं ऐकून तुकोबा गोंधळले. पण त्यांना त्या बाईची कीव आली. ते म्हणाले, ''माई, तू चुकीच्या जागी आलीस. अगं, मी असा भणंग भिकारी, माझ्याजवळ माझ्या विठ्ठलाशिवाय आणि त्याच्या भक्तीशिवाय काहीच नाही. आणि माई, तू कुठं या दलदलीत आलीस? तुला माहीत नाही, तू चुकीचं वागते आहेस ते! माई, तू मला माझ्या आईसारखी, रुक्मिणीमातेसारखी, आहेस.

''पराविया नारी रखुमाई समान । हे गेलें नेमून ठायीचें चि ।।
जाई वो तू माते न करी सायास । आम्ही विष्णूदास नव्हो तैसें ।।
न साहवे मज तुझे हे पतन । नको हे वचन दुष्ट वदों ।।
तुका म्हणे तुज पाहिजे भ्रतार । तरी काय नर थोडे जाले ।।

''म्हणोन सांगतो माते, तू चुकीच्या जागी आली आहेस आणि चुकीचं वागते आहेस. तू काय वागते आहेस, कशी वागते आहेस, याची तुला मुळीच कल्पना नाहीय. हे बघ माई, असे आहे–

''शुद्ध बीजापोटी । फळे रसाळ गोमटी ।।
मुखी अमृताची वाणी । देह वेचावा कारणी ।।
सर्वांगी निर्मळ । चित्त जैसे गंगाजळ ।।
तुका म्हणे जाती । ताप दर्शने विश्रांती ।।

''तेव्हा तुझं मन, तुझा आत्मा शुद्ध ठेवलास तर तुला मोक्ष प्राप्त होईल. जा माई, घरी जा! तुझं जन्माचं कल्याण करेल असा कोणीतरी शोध. सापडला तर ठीक, नपेक्षा त्या विठ्ठलाला शरण जा. तो तुझं कल्याण करेल. जा. मी रुक्मिणीमाता म्हणून तुला नमस्कार करतो आणि माझ्यापेक्षा वयानं लहान आहेस म्हणून तुझं कल्याण होवो, असा आशीर्वाद देतो. जा!'' तिला असं सांगून तुकोबा पुन्हा ध्यानमग्न झाले. पण त्या नायकिणीला मात्र पश्चात्ताप झाला. तुकोबांच्या प्रत्येक शब्दागणिक तिच्या डोळ्यांतून अश्रू ओघळू लागले. आपण त्या दुष्ट मंबाजीचं ऐकून एका पुण्यवान महात्म्याला त्रास दिला, असं तिला वाटायला लागलं. पश्चात्तापानं आणि शरमेनं ती काळवंडली आणि तिनं तुकोबांच्या पायावर लोळण घेतली. आपल्या डोळ्यांतल्या अश्रूंनी त्यांचे पाय धुतले. आणि पुनःपुन्हा क्षमायाचना करत म्हणाली, ''महाराज, मला क्षमा करा! मी चुकले. माझ्या हातून घोर पाप घडलंय. आधीच मी खूप खूप पापं केलीत. मी एक नायकीण आहे. पापी चांडाळीण आहे. तुमच्यासारख्या पुण्यवान माणसाला मोहात पाडून बदनाम करण्यासाठी मी इथं आले होते. पण महाराज, मला क्षमा करा. मला चांगला मार्ग दाखवा. मी तुम्हाला आणि विठ्ठलाला शरण आले आहे. आणि महाराज, पुण्यवान माणसं शरणागताला अभय देतात, असं मी ऐकलंय. मला अभय द्या. मला चांगला मार्ग दाखवा.'' ती

नायकीण तुकोबांच्या पायावर लोळण घेत रडत बोलत होती. तुकोबांनी तिला उठवलं. तिला आशीर्वाद दिला. आणि ती नायकीण तिथून डोळे पुसत, तुकोबांचे अभंग गात गावात परतली. झाडीत लपून बघणारा, आणि तुकोबांची फजिती झाली की, कांगावा करण्याची आणि त्यांना बदनाम करण्याची स्वप्नं बघणारा मंबाजी हे बघून खजील झाला आणि मुकाट तोंड लपवत तिथून परतला. त्यानं आपलं हे कृष्णकृत्य लपवून ठेवलं; पण त्याच्यासमवेत साक्षीदार म्हणून गेलेल्या लोकांनी हे सगळं गुपित गावकऱ्यांना सांगितलं आणि तुकोबांचं चारित्र्य उजळून निघालं. संताजीला हा सगळा प्रसंग पुन्हा आठवला आणि आपल्या या बालमित्राचा त्याला अत्यंत अभिमान वाटला.

तुकोबा देहू गावात राहत असले, तरी लोहगाव हे त्यांचं आजोळ होतं. त्यामुळे तिथंही- लोहगावातही त्यांचं बरंच जाणं-येणं असे. एवढंच नव्हे तर ते बऱ्याचदा लोहगावी कीर्तनही करत असत. त्यांच्या त्या अवीट माधुरी असलेल्या कीर्तनाची लोहगावकरांनाही आत्यंतिक आवड निर्माण झाली होती. पण त्याच लोहगावात शिवाजी कासार म्हणून एक जण राहत असे. हा शिवाजी कासार चांगला धनवान दुकानदार होता. तो आणि त्याची पत्नी या दोघांनाही पैसा अत्यंत प्रिय होता. त्यामुळंच इतर काही देवकार्य, धर्मकार्य, दानधर्म हे करण्याला त्यांचा नेहमीच विरोध असे. तुकोबा या शिवाजी कासारला चांगले ओळखत होते. तो त्यांच्या चांगल्या परिचयाचाही होता. पण आपलं दुकान, सावकारी, महाजनकी सगळं सोडून देऊन तुकोबा हे भजन-कीर्तन करतात, म्हणून तो तुकोबांना दोष देत असे. त्यामुळंच तुकोबा लोहगावी आले तरी तो त्यांना भेटायला वा त्यांच्या कीर्तनाला जात नसे. एके दिवशी लोहगावी कीर्तनसप्ताहासाठी गेले असता तुकोबांनी त्याची भेट घेतली आणि त्याला कीर्तनाला येण्याबद्दल विनंती केली. आग्रह केला. तुकोबांबरोबर गावातली इतरही चार प्रतिष्ठित माणसं होती. सुरुवातीला शिवाजी कासारानं नकार दिला. पण या वेळी तुकोबा जणू काही ठरवूनच आले होते. त्यांनी शिवाजी कासाराला खूप आग्रह केला. मग मात्र त्या चार प्रतिष्ठित माणसांनी आपल्याला नावं ठेवू नयेत म्हणून मोठ्या मिनतवारीनं तो तयार झाला. आणि रात्री कीर्तनाला आला. पहिल्या दिवशी आला, त्या दिवशी घरी परतल्यावर त्याला शांत झोप लागली. नाहीतर एरवी रात्रंदिवस त्याच्या डोक्यात धंद्याचे आणि पैशाचे विचार असल्यामुळं त्याला रात्र-रात्र झोप लागत नसे. पण कीर्तनाला जाऊन आल्या रात्री त्याला शांत झोप लागली, म्हणून दुसऱ्या दिवशीही तो कीर्तनाला गेला. त्या रात्री तर त्याचं मन खूप शांत होतं. आणि तो शांतपणे निजला. तिसऱ्या दिवशीही तो कीर्तनाला गेला आणि त्याला कीर्तनाची, भगवद्‌भक्तीची, नामस्मरणाची गोडीच लागली. आणि त्यानंतर तो रोज कीर्तनाला येऊ लागला. आणि कीर्तनसप्ताह

संपता-संपता तो विठ्ठलाचा भक्त आणि तुकोबांचा शिष्य बनला. अनन्यभावानं तो तुकोबांना शरण गेला. त्यांच्यासोबत तोही विठ्ठलाची भक्ती करू लागला. त्यानं पैशाचा लोभ सोडून दिला. व्यवसायाचा विचार सोडून दिला. आणि तो विठ्ठलाचा भक्त बनला. त्याच्या पत्नीला साहजिकच हे आवडलं नाही. आपला नवरासुद्धा त्या तुकोबांच्या नादाला लागून दुकान, व्यवसाय सोडून देऊन, त्या तुकोबांनी जसं आपल्या पत्नी-मुलांना वाऱ्यावर सोडलं तसं आपल्यालाही सोडेल, अशी शंका तिला येऊ लागली. आणि ती तुकोबांचा रागराग करू लागली, द्वेष करू लागली. तुकोबांनी आपल्या नवऱ्याला बिघडवलं म्हणून त्यांचा तिरस्कार करू लागली. कीर्तनसप्ताहाच्या अखेरच्या दिवशी शिवाजी कासारनं मोठ्या आदरानं आणि प्रेमानं तुकोबांना घरी आमंत्रण दिलं. त्यांना चौरंगावर बसवून मोठ्या आदरानं आणि भक्तिभावानं त्यांची पूजा केली. त्यांचा आदरसत्कार केला. त्यांना नमस्कार करण्यासाठी त्यानं आपल्या पत्नीलाही बोलावलं. ती आली. पण ही संधी साधून तिनं तुकोबांच्या अंगावर सतेलंभर उकळलेलं पाणी ओतलं. तुकोबांच्या सर्वांगाची आगआग होऊ लागली. त्यांच्या अंगावर मोठमोठे फोड आले. त्यांच्या सर्वांगाचा दाह होऊ लागला. पण तुकोबांच्या तोंडून शिवाजी कासारच्या पत्नीबद्दल एकही रागाचा शब्द निघाला नाही. त्यांनी घायाळ स्वरात पांडुरंगाचा धावा केला.

***''जळे माझी काया लागला वोणवा । धाव रे केशवा मायबापा ।।
पेटली सकळ कांती रोमावळी । नावरे होळी दहन जाले ।।
फुटोनिया दोन्ही भाग होऊ पाहे । पाहतोसी काय हृदय माझे ।।
घेऊनी जीवन धावे लवलाही । कवणाचे काही ही न चले येथे ।।
तुका म्हणे माझी होसी तू जननी । आणीक निर्वाणी कोण राखे ।।''***

मात्र हा धावा करत असताना तुकोबा तळमळत होते. शिवाजी कासार आणि तुकोबांच्या समवेत आलेल्या मंडळींनी चटकन भानावर येऊन तुकोबांना परसदारी नेले. तिथं त्यांच्या अंगावर गार पाणी ओतलं. तोपर्यंत ते तुकोबांच्या अंगावर पाणी घालत राहिले, जोपर्यंत त्यांच्या शरीराचा दाह कमी झाला नाही. कालांतरानं तुकोबांना होणारी आग शमली. त्यांना बरं वाटलं. शिवाजी कासार अतिशय शरमिंदा झाला होता. त्यानं तुकोबांची पुनःपुन्हा माफी मागितली. तुकोबा आपल्या अनुयायांसह तिथून परतले. संध्याकाळ झाली. आणि अचानक शिवाजी कासाराच्या पत्नीच्या शरीराची आगआग होऊ लागली. ती किंचाळू लागली, गडाबडा लोळू लागली. वेदनांनी तळमळू लागली. शेजारीपाजारी धावून आले. कुणालाच काय करावं सुचेना. शिवाजी कासार परसदारी गेला. तुकोबांना ज्या ठिकाणी गार पाण्यानं स्नान घातलं होतं, तिथं गेला. तिथली माती अजून ओलीच होती. त्यानं तिथला चिखल

घेऊन आपल्या पत्नीच्या अंगाला लावला. त्या ओल्या मातीच्या गार स्पर्शानं तिच्या अंगाची होणारी आग थांबली. तिच्या अंगाचा दाह कमी झाला. तिच्या वेदना शमल्या. तिला बरं वाटलं. मग मात्र तिला तुकोबांची महानता समजली. तिला पश्चात्ताप झाला. ती विठ्ठलाला आणि तुकोबांना शरण गेली. पश्चात्तापाच्या अश्रूंनी तिनं तुकोबांचे चरण भिजवले. तुकोबांनी तिला क्षमा केली. त्या दिवशी रात्री शिवा कासारसोबत त्याची पत्नीसुद्धा कीर्तनाला आली. अंगावर खूप वेळ गार पाणी ओतल्यामुळं तुकोबांच्या शरीराचा दाह कधीच शमला होता. पण शिवाजी कासारसोबत त्याची पत्नीही कीर्तनाला आली हे पाहून त्यांच्या मनाची वेदनाही कमी झाली. तुकोबांनी कीर्तनातून उपदेश केला–

''जोडोनिया धन उत्तम वेव्हारें । उदास विचारें वेच करी ।।
उत्तम चि गती तो एक पावेल । उत्तम भोगील जीव खाणी ।।
पर उपकारी नेणे परनिंदा । परस्त्रीया सदा बहिणी माया ।।
भूतदया गाईपशूंचे पालन । तान्हेल्या जीवन वनामाजी ।।
शांतीरूपे नव्हे कोणाचा वाईट । वाढवी महत्त्व वडिलांचे ।।
तुका म्हणे हे चि आश्रमाचे फळ । परमपद बळ वैराग्याचे ।।''

तुकोबांच्या कीर्तीला, त्यांच्या लौकिकाला आता परगण्याच्या, परिसराच्या सीमा राहिल्या नाहीत. अवघ्या मराठी भूमीत तुकोबांची कीर्ती पसरली. त्यांचं नाव दुमदुमू लागलं. याच दरम्यान तुकोबांना पाचवं अपत्य झालं. मुलगी झाली. तुकोबांनी तिचं नाव गंगा ठेवलं. ही तीन लहान मुलं आणि येणाराजाणारा यांचं करण्यात आवलीला दिवस कमी पडू लागला. तिच्या दोन्ही लेकी मात्र सासरी सुखानं नांदत होत्या. याच दरम्यान तुकोबा आपल्या काही अनुयायांसह तीर्थाटनाला जाऊन आले. या तीर्थाटनानं त्यांचं अनुभवविश्व आणखी समृद्ध झालं आणि त्याचसोबत त्यांचं अभंगविश्वही. आता तर तुकोबांनी आपल्या आयुष्याचं ध्येय हेच ठरवलं. आणि सगळ्यांना सांगितलंही–

''आम्ही वैकुंठवासी । आलो या चि कारणासी ।।
बोलिले जे ऋषी । साच भावें वर्ताव्या ।।
झाडू संताचे मारग । आडराने भरले जग ।।
उच्छिष्टाचा भाग । शेष उरले ते सेंवू ।।
अर्थे लोपली पुराणे । नाश केला शब्द ज्ञाने ।।
विषय लोभी मन । साधने बुडविली ।।
पिटू भक्तीचा डांगोरा । कळिकाळासी दरारा ।।

तुका म्हणे करा । जयजयकार आनंदे ।।''

भक्तीचा डांगोरा सगळीकडं पिटण्याचं ध्येय तुकोबांनी ठरवलं आणि तेच आपल्या जीवनाचंही संचित मानलं. आणि खरोखरच तुकोबांनी भक्तीचं हे साम्राज्य असं उभं केलं की, त्यांचे सगळे विरोधक तोंड लपवून बसले. त्यांतले जे ज्ञानी होते, ते तुकोबांना शरण गेले. त्यांनी तुकोबांचं शिष्यत्व पत्करलं आणि त्यानंतर त्यांच्याही लक्षात आलं की, विठ्ठलभक्तीची मिरास काय असते आणि विठ्ठलभक्ताची मिरासदारी कशी असते. तुकोबांनी आता आपली विठ्ठलभक्ती आणखी व्यापक केली. आणि विठ्ठलरूपालाही आणखी सार्वभौम बनवलं. आता ते विठ्ठलाला कधी श्रीकृष्ण म्हणत आणि अभंग लिहीत–

कृष्ण माझी माता कृष्ण माझा पिता ।
बहिणी बंधू चुलता कृष्ण माझा ।।
कृष्ण माझा गुरू कृष्ण माझे तारू ।
उतरी पैल पारू भवनदीची ।।
कृष्ण माझे मन कृष्ण माझे जन ।
सोइरा सज्जन कृष्ण माझा ।।
तुका म्हणे माझा श्रीकृष्ण विसावा ।
वाटे न करावा परता जीवा ।।

कधी कधी तुकोबांना हिंदी भाषेतून शब्दरचना करायची लहर येई. कदाचित संत नामदेवांनी सांगितलेल्या मार्गावरून जाण्याची त्यांची आंतरिक इच्छा अशी अभिव्यक्त होत असावी. मग ते लिहीत–

लोभी के चित धन बैठे । कामीन चित्त काम ।
माता के चित पुत बैठे । तुका के मन राम ।।
चित मिले तो सब मिले । नहिं तो फुकट संग ।
पाणी पाथर येक ही ठोर । कोरन भिगे अंग ।।
कहे तुका भला भया । हुं हुवा संतन का दास ।
क्या जानूं केते मरता । जो न मिटती मन की आस ।।

तुकोबांना असे अवघे अभंग होत होते आणि अभंग लिहीत होते.

२९

तुकोबांची कीर्ती अशी सर्वदूर पसरली. त्यातच छत्रपती शिवाजीराजांनी त्यांना पाठवलेला नजराणा त्यांनी परत पाठवला. खरंतर हे आक्रीतच होतं. कारण एकतर इतका मौल्यवान नजराणा आणि तोही शिवाजीराजांनी पाठवलेला, त्या शिवाजीराजांनी ज्यांनी महाराष्ट्र भूवरचे काही गडकोट किल्ले घेऊन हिंदवी स्वराज्याची स्थापना केली होती. त्यातच त्यांनी नजराणा पाठवून तुकोबांचे आशीर्वाद मागितले होते आणि तो नजराणा बघून तुकोबांची पत्नी आवली आणि मुलं अत्यंत आनंदित झाली होती. त्यातच तुकोबांच्या घरात दारिद्र्य पाणी भरत होतं. त्यामुळे बऱ्याचदा फक्त पाणी पिऊनच दिवस ढकलावा लागत असे आणि तरीही तुकोबांनी तो नजराणा राजांकडे परत पाठवला होता. त्यांनी राजाला आशीर्वाद तर दिले होते; पण नजराणा मात्र परत पाठवला होता. इतकी निःस्पृहता? इतकी निर्लोभी वृत्ती? इतकी निर्मोहता? राजांना हे नवीन होतं आणि म्हणूनच अप्रुपाचं होतं. तुकोबांचं नाव ते ऐकून होते. त्यांची योग्यता राजांनी ओळखली होती आणि म्हणूनच नजराणा पाठवला होता. पण नजराणा जेव्हा जसाच्या तसा परत आला आणि 'मी आपल्याला भेटायला कशासाठी येऊ? त्यामुळे आपल्या वेळेचा अपव्यय होईल' असा निरोप आला, तेव्हा राजांनी ओळखलं, हे पाणी काही वेगळं आहे आणि म्हणून एक दिवस राजांनी स्वतः तुकोबांना भेटायला जायचं ठरवलं आणि त्याप्रमाणे राजे आलेसुद्धा. तेव्हा तुकोबा लोहगावातच होते. लोहगावातही त्यांचा मुक्काम तिथल्या विठ्ठलमंदिरातच असे. तुकोबांना स्वतः शिवाजी महाराज भेटायला येणार आहेत, ही बातमी पंचक्रोशीत वाऱ्यासारखी पसरली. जे तुकोबांना मानत होते त्यांनी कौतुकानं मान डोलावली आणि अजूनही जे मानत नव्हते, त्यांनी आश्चर्यानं तोंडात बोटं घातली. प्रत्यक्ष शिवाजी महाराज या तुकोबांना भेटायला येत आहेत? त्यांना नवल वाटल्याशिवाय राहिलं नाही. पण शिवाजी महाराज भेटायला येणार हे कळल्यावर तुकोबांची प्रतिक्रिया मात्र वेगळी होती. ते म्हणाले, "हा राजा स्वतःचे काम सोडून मला कशाला भेटायला येतोय? माझ्याकडे, एका विठ्ठलभक्ताकडे, त्याचं काय काम?

बरं, मला त्या राजाकडं काही मागायचं नाही आणि त्या राजाला देण्यासारखं माझ्याकडं काही नाही. त्याच्या शिरावर अवघ्या महाराष्ट्र भूचा भार आहे. मग आपला मूल्यवान वेळ माझ्यासारख्या भणंगाला भेटण्यासाठी कशाला वाया घालवतोय? त्यानं नेमलेलं काम करावं आणि मला माझं काम करू द्यावं. त्यानं क्षात्रधर्माचं पालन करावं. मी भक्तिधर्माचं पालन करतो!'' तुकोबांचे हे उद्‌गारही राजांच्या कानी गेले आणि आपण या महात्म्याला भेटलंच पाहिजे, असा ध्यास राजांच्या मनानं घेतला. हिंदवी स्वराज्यासाठी संतसाधूंचे आशीर्वाद घेण्याचा संस्कार जिजाऊंनी त्यांच्यावर केला होताच. त्यातच तुकोबांविषयी, त्यांच्या स्वभावाविषयी राजांच्या मनात अनिवार उत्सुकता निर्माण झाली होती. आणि राजे तुकोबांना भेटायला आले. राजे लवाजम्यासह आले, तेव्हा तुकोबा मंदिराच्या ओवरीत अभंग लिहीत बसले होते. हुजऱ्यानं पुढं येऊन वर्दी दिली, ''शिवाजीराजे येताहेत.'' तुकोबांनी लेखणी बाजूला ठेवली आणि उठून ते ओवरीबाहेर आले. त्यांनी समोर पाहिलं. मंदिराच्या प्रांगणात एक तेजस्वी रुपडं उभं होतं. १८-१९ वर्षांचं वय, गालावर कोरलेली दाढी, तेजस्वी मुद्रा, मनाचा ठाव घेणारे डोळे, गरुडासारखी सावध नजर, भव्य कपाळावर विष्णुगंध, मस्तकावर जिरेटोप, बाकदार नाक, बेताची उंची आणि या सगळ्यावर मात करणारं विनयशील पण प्रसन्न हास्य ओठांवर! तुकोबांना साक्षात महाविष्णू समोर उभे असल्याचा भास झाला. तुकोबांनी अनवधानानं हात जोडले.

राजानी पाहिलं. त्यांच्यासमोर साक्षात स्नेहाचा सागर उभा असल्याचा त्यांना भास झाला. न राहवून राजे पुढं झाले. त्यांनी पुढे होऊन झुकून तुकोबांच्या पावलावर हात ठेवून त्यांना वंदन केलं. तुकोबांनी वाकून खांद्याला धरून राजांना उभं केलं. एक क्षणभर आपल्यासमोर केलं आणि दुसऱ्या क्षणी राजे तुकोबांच्या मिठीत होते. आपण साक्षात सह्याद्रीला कवेत घेतल्याचा भास तुकोबांना होत होता, तर आपण विठ्ठलाच्या वात्सल्याच्या गंगेत नाहतो आहोत, असं राजांना वाटत होतं. वीरश्री आणि विरक्ती यांची ती अपूर्व भेट पाहण्यासाठी वाराही क्षणभर थांबला. विठ्ठल मंदिराच्या त्या प्रांगणात रेंगाळला. ही भेट डोळे भरून बघितली आणि पुन्हा वाहायला लागला. सूर्यालाही राहवलं नाही. मंदिराच्या कौलांच्या छतातून तो कवडशांच्या रूपानं खाली उतरला. ही भेट डोळे भरून पाहिली आणि अत्यानंदानं पुन्हा तळपायला लागला. वाऱ्यानं ही बातमी जाऊन इंद्रायणीला सांगितली. तिला आनंदाचं भरतं आलं. उंच उंच लाटा उंचावून तिनं तो आनंद साजरा केला. त्या लाटांनी तरंगातून ही बातमी पंढरपूरला चंद्रभागेपर्यंत नेली. चंद्रभागेलाही ती समजली आणि तो आनंद तिच्याही हृदयात मावेना. तिनं तो आनंद लाटांसमवेत वाळवंटाकडे नेला आणि ही बातमी ऐकून वाळूचा कण न् कण थरारला. त्या थरारण्याची स्पंदनं विठ्ठलाच्या मंदिरापर्यंत पोचली आणि मंदिराच्या भिंतीही थरारल्या. त्यांच्या अंगावर

रोमांच उभे राहिले. त्यांचं ते शहारणं एका भिंतीतून दुसऱ्या, दुसरीतून तिसऱ्या असं करत गर्भागारापर्यंत गेलं आणि गर्भागारात शिरून त्यानं विठ्ठलाच्या पायाखालच्या विटेला स्पर्श केला. ती वीट थरारली आणि विठ्ठलाच्या दगडी मूर्तीवर एक विलक्षण आनंदाचं हास्य उमटलं.

दोन युगप्रवर्तक महापुरुष एकमेकांना भेटले होते. एकाला हिंदवी साम्राज्य उभं करायचं होतं, तर दुसऱ्याला भक्तीचं साम्राज्य. एकाकडं शौर्य होतं तर दुसऱ्याकडं शब्द. एकासोबत जिजाई होती तर दुसऱ्या सोबत विठाई. एकाचं शस्त्र हेच शब्द होते, तर दुसऱ्याचे शब्द हेच शस्त्र होतं. एक निश्चयाचा महामेरू होता तर दुसरा भक्तीचा अवतारू. कितीतरी वेळ, कितीतरी वेळ राजे तुकोबांच्या मिठीत होते आणि भवताली उभे असणारे सगळे जण या दोघांच्या भेटीचा तो कौतुक सोहळा पाहत होते. यातून प्रथम भानावर आले ते तुकोबा. त्यांनी राजांच्या खांद्यावर थोपटलं आणि राजांनाही भावसमाधीतून जागं केलं. राजेही सावध झाले. तुकोबांच्या मिठीतून बाजूला झाले. त्यांनी एकवार तुकोबांकडे पाहिलं आणि म्हणाले, ‘‘महाराज, खूप दिवस भेटायचं मनात होतं; आज प्रत्यक्षात उतरलं. आम्हाला आमच्या स्वराज्याला तुमचा आशीर्वाद लाभावा, ही आस मनात धरून आम्ही आलो आहोत. आमच्या या स्वराज्यस्थापनेच्या कार्यात पुण्यवानांचं पुण्य आणि साधुसंतांचे आशीर्वाद आमच्या पाठीशी असावेत असं वाटतं!’’ राजांचे शब्द ऐकून तुकोबा प्रसन्नपणे हसले. म्हणाले, ‘‘शिवबाराजे, अहो, तुम्ही कार्यच असं हाती घेतलंय की, त्याला साधुसंतांचे आशीर्वाद लाभणारच आणि पुण्याईचं पाठबळ म्हणत असलात तर तुमच्या आऊसाहेबांच्या म्हणजे जिजाऊमातेच्या रूपानं ते नेहमीच तुमच्या पाठीशी आहे. शिवबा, आपल्या मातेला यवनी पाशातून मुक्त करण्याचं कार्य तुम्ही हाती घेतलं आहे. शिवबा, जो मातृत्वाचा आदर करतो ना, तो कधीही अयशस्वी होत नाही. आणखी एक गोष्ट लक्षात ठेवा, शिवबा, राजा हा राज्याचा उपभोगशून्य स्वामी असतो आणि रयतेचा सेवक! शिवबा –

‘‘जे का रंजले गांजले । त्यासी म्हणे जो आपुले ।।
तो चि साधु ओळखावा । देव तेथे चि जाणावा ।।
मृदू सबाह्य नवनीत । तैसे सज्जनांचे चित्त ।।
ज्यासि आपंगिता नाही । त्यासी धरी जो हृदयी ।।
दया करणे जे पुत्रासी । ते चि दासा आणि दासी ।।
तुका म्हणे सांगू किती । तो चि भगवंताची मूर्ती ।।

‘‘असं जर राखाल तर उत्तम राज्य कराल! आणि ते तुम्ही कराल, याचा भरवसा आम्हास आहे.’’ तुकोबा बोलत होते आणि राजे भान हरपून त्यांचा प्रत्येक

शब्द ऐकत होते. नुसते ऐकत नव्हते तर मनात ठसवत होते आणि हृदयावर कोरत होते. आऊसाहेब आपल्याला साधू-संतांचा आशीर्वाद घ्या असं का म्हणतात, ते त्यांना आता मनापासून उमगलं. या शब्दगंगेतून बाजूला होऊच नये, असं राजांना वाटायला लागलं. त्यांनी तुकोबांना विचारलं, ''आपल्या सहवासाचा आणि शब्दामृताचा आणखी आनंद घ्यावा असं वाटतंय. आम्ही इथं राहावं म्हणतोय, आपली काही हरकत नाही ना?'' राजांचा प्रश्न ऐकून तुकोबा हसले. म्हणाले, ''राजे, ही विठ्ठलाची जहागिरी आहे. इथं जसा रंकाला प्रवेश आहे, तसाच राजालाही आहे. आपण खुशाल राहावं इथं!'' तुकोबांचं उत्तर ऐकून राजांना आनंद झाला. त्यांनी पंतांना सांगितलं, ''पंत, आम्ही काही दिवस इथं राहावं म्हणतोय. आऊसाहेबांना तसा सांगावा धाडा. तुम्हीही राहा आमच्यासोबत आणि १०० मावळे राहू द्यात इथं. सर्वांसाठी राहुट्या उभ्या करा. आम्हाला या ज्ञानगंगेच्या धारेत अजून नाहायचं आहे!'' पंतांनी मुजरा केला 'जशी आज्ञा' म्हणत ते बंदोबस्ताला लागले.

त्यानंतरचे दोन दिवस राजे तुकोबांच्या कीर्तनाला बसत होते. तुकोबांचं कीर्तन ऐकताना त्यांचं भान हरपायचं. नको ते राज्य आणि नको ते राजकारण असं वाटायचं. या भक्तिगंगेतच आपलं आयुष्य व्यतीत करावं, अशी इच्छा व्हायची. पण तरीही राजे आपलं भान विसरले नव्हते. या दोन दिवसांत तुकोबांनी राजांना अभंगांतून खूप छान उपदेश केला. त्यातही त्यांनी राजे आणि त्यांचे मावळे यांच्यासाठी पाइकाचे अभंग लिहिले. त्यात–

''पाईक तो प्रजा राखोनिया कुळ । पारखिया मूळ छेदी दुष्टा ।।
तो एक पाईक, पाइका नाईक । भाव सकळीक स्वामिकाजी ।।
तृणवत तनु सोनें ज्या पाषाण । पाइका त्या भिन्न नाही स्वामी ।।
विश्वासावाचूनि पाइकासी मोल । नाही मिथ्या बोल बोलिलिया ।।
तुका म्हणे न ये स्वामी उणेपण । पाइका जतन करी त्यासी ।।''

असे सांगत ११ अभंग लिहिले. तिसऱ्या दिवशी संध्याकाळची गोष्ट. तुकोबांनी विठ्ठल मंदिराच्या आवारात कीर्तन सुरू केलं. शिवबा, पंत आणि मावळे ऐकायला बसले होते. शिवबांचा कल राजधर्मापासून आणि क्षात्रधर्मापासून दूर जायला लागला आहे, हे तुकोबांनी ओळखलं आणि त्या दिवशीच्या कीर्तनात त्यांनी राजधर्म आणि क्षात्रधर्म यांबद्दल विवेचन केलं आणि राजांचे विचार क्षात्रधर्माकडे वळवले. त्याच दरम्यान एक विलक्षण घटना घडली. शिवाजीराजे लोहगावी मुक्कामास आहेत आणि सोबत जास्त शिबंदी नाही, हे आदिलशहाला समजले आणि त्यानं राजांना कैद करण्यासाठी एक हजार पठाणांची फौज पाठवली. राजे, त्यांचे सरदार आणि मावळे कीर्तनात दंग होते. तोवर हेरानं खबर आणली की, पठाणांनी लोहगावाला

वेढा घातला आहे आणि १०० पठाण मंदिराजवळ येऊन पोचले आहेत. हे ऐकल्यावर तुकोबांच्या छातीत धस्स झालं. आपलं कीर्तन ऐकण्यासाठी, विठूच्या भक्तीसाठी हा राजा आज इथं थांबला आणि त्याच्यावर ही वेळ यावी? हिंदवी स्वराज्य उभं राहण्याआधीच ते कोसळणार आणि ते पाप आपल्या आणि विठूरायाच्या माथी बसणार. शिवबा खरंच पकडले गेले तर इतिहास आपल्याला कधीही क्षमा करणार नाही आणि आपणच नव्हे तर आपली भक्ती आणि विठूरायाची शक्ती दोन्ही बदनाम होणार! विठ्ठला ऽ काय ही वेळ आणलीस? माझ्यावर, तुझ्यावर आणि स्वराज्यावर?' तुकोबांना काय करावं सुचेना. त्यांनी क्षणभर विठ्ठलाच्या मूर्तीकडं निरखून पाहिलं. गर्भागारात विठ्ठल-रखुमाईच्या मूर्ती उभ्या होत्या. गर्भागारात एकच समई तेवत होती आणि त्या समईच्या ज्योतीचा प्रकाश फक्त मूर्तींच्या चेहऱ्यावर पडला होता. फक्त मूर्तींच्या चेहऱ्यावर. बाकी त्या गर्भागारात पूर्ण अंधार होता. मिट्ट काळोख. कारण तुकोबांनी दिवेलागणीला कीर्तन सुरू केलं होतं. त्याला आता दोन तास होऊन गेले होते. आता रात्रच झाली होती आणि गर्द काळोखाचं राज्य पसरलं होतं. राजे पकडले गेले तर महाराष्ट्र भूवर असंच गर्द काळोखाचं राज्य पसरणार होतं. कारण स्वराज्याचा सूर्य आकाशात तळपण्याआधीच मारला जाणार होता. बरं, राजाला इतर कुणाचंतरी सोंग देऊन, इतर काही कपडे घालून बसवावं तर राजाचं रुपडं असं होतं की, ते लपणं शक्यच नव्हतं. त्या मूर्ती आणि त्या मूर्तींच्या पाठीमागे पसरलेला अंधार बघितल्यावर तुकोबांना एक विचार सुचला. त्यांनी तो विचार राजांसोबत असणाऱ्या अमात्यांना हळूच बोलून दाखवला. अमात्यांनी होकारार्थी मान हलवली आणि त्यांनी राजांच्या कानात तो विचार सांगितला. राजे क्षणभर विचलित झाले. पण समोर दुसरा पर्याय नव्हता. त्यांनी आपल्या मस्तकावरचा जिरेटोप काढला. अमात्यांनी तो जिरेटोप शिवाजीराजांएवढीच अंगकाठी असणाऱ्या एका मावळ्याच्या डोईवर ठेवला आणि राजे मंदिराच्या गर्भागारात विठ्ठल-रुक्मिणीच्या मूर्तींच्या पाठीमागे असलेल्या छोट्याशा जागेत अंग चोरून शिरले. मूर्तींच्या पाठीमागच्या छोट्या पोकळीत दडून बसले. तुकोबांनी पुढं होऊन मूर्तीसमोरच्या समईतली वात खाली सरकवली, ज्योतीचा प्रकाश आणखी मंद झाला, तर अंधार आणखी गर्द. राजांचा जिरेटोप घातलेला तो मावळा, त्याला मध्ये घेऊन अमात्य त्यांच्यासोबतचे काही मावळे घेऊन मंदिराच्या पाठीमागच्या दारानं पसार झाले. तोच पुढच्या दारानं पठाणी सैनिकांची तुकडी आत शिरली. त्यांच्या हातात मशाली होत्या. त्या मशालींच्या उजेडात ते राजांना शोधू लागले. तुकोबांनी कीर्तन चालूच ठेवलं. फक्त आता त्या कीर्तनाचा रंग बदलला. तुकोबा आर्त स्वरात विठ्ठलाचा धावा करू लागले–

*"न देखवे डोळा ऐसा हा आकांत । परपीडे चित्त दुःखी होते ।।
काय तुम्ही येथे नसालसे झाले । आम्ही न देखिले पाहिजे हे ।।
परचक्र कोठे हरिदासांच्या वासें । न देखिजेत देशे रहातिया ।।
तुका म्हणे माझी लाजविली सेवा । हीनपणें देवा जिणे जालें ।।
काय म्या मानावे हरिकथेचे फळ । तरिजे सकळ जनी ऐंसे ।।
उच्छेद तो असे हा गे आरंभला । रोकडें विठ्ठला परचक्र ।।
पापाविण नाही पाप येत पुढें । साक्षसी रोकडें साक्ष आले ।।
तुका म्हणे तेथे वसतिल दास । तेथे तुझा वास कैसा आता ।।
भीत नाही आता आपुल्या मरणा । दुःखी होता जना न देखवे ।।
आमची तो जाती ऐसी परंपरा । का तुम्ही दातारा नेंणा ऐंसे ।।
भजनी विक्षेप ते चि पै मरण । न वजावा क्षण एक वाया ।।
तुम्हा म्हणें नाही आघाताचा वारा । ते स्थळी दातारा ठाव मागे ।।"*

तुकोबा आर्त स्वरात विठ्ठलाचा धावा करत होते आणि ते पठाण हातातली मशाल तिथे जमलेल्या प्रत्येकाच्या चेहऱ्याजवळ नेऊन त्या मशालीच्या उजेडात प्रत्येकाचा चेहरा बघत होते. त्यातल्या एकाची नजर गर्भागाराकडे गेली. पण त्या अंधारात काही असणार नाही आणि काफरांच्या देवाजवळ जायचं नाही, असा विचार त्याच्या मनात आला. तोच बाहेर उभ्या असणाऱ्या पठाणांनी जिरेटोप घालून शिवाजीराजा पळताना पाहिला. त्याबरोबर तो ओरडला, "भाग गया, शिवाजी भाग गया इधर, इस रास्तेसे गया । पकडो ऽऽ भागोऽऽ ।" त्याची अशी हाळी ऐकल्याबरोबर सभामंडपातले पठाण तीरासारखे त्या दिशेला धावले. शत्रू गेला होता. राजांच्या जिवावरचं आणि स्वराज्यावरचं संकट टळलं होतं. अमात्य आणि त्यांच्या शूर मावळ्यांनी त्या पठाणांना हुलकावणी देत बरंच दूरपर्यंत नेलं आणि जंगलाचा भाग लागल्यावर तिथं त्यांना चुकवून ते मागे फिरले. एव्हाना त्यांच्याकडच्या मशालीही विझून गेल्या होत्या आणि जंगलातल्या त्या किर्र अंधारात वाट चुकण्याशिवाय त्यांच्याकडे दुसरा पर्याय नव्हता. पठाण निघून गेले. राजे बाहेर आले. तुकोबांनी राजांना मिठीत घेतले. म्हणाले, "राजे, आज फार मोठं संकट आलं होतं. ते विठ्ठलकृपेनं टळलं!" राजांनी तुकोबांच्या मिठीतून स्वतःला सोडवून घेतलं आणि म्हणाले, "महाराज, संकट विठ्ठलकृपेनं टळलं हे तर खरंच; पण मी असा भ्याडासारखा लपलो, हे बरोबर केलं का? मी असा विठ्ठल मूर्तीच्या, देवाच्या मूर्तीच्या मागे लपलो हे मी योग्य केलं का?" राजांच्या स्वरात उत्सुकता आणि चिंता होती. शंका होती. चेहऱ्यावर प्रश्न होते. तुकोबा हसले. प्रेमानं राजांच्या पाठीवर थोपटत म्हणाले, "राजे, अशी शंका मनातसुद्धा आणू नका. पुढं मोठा

विजय मिळवायचा तर चार पावलं मागं यावंच लागतं. वाघसुद्धा सावजाची शिकार करताना झेप घेण्यापूर्वी चार पावलं मागं येतोच आणि विठ्ठलमूर्तीच्या मागे तुम्ही लपलात यात अयोग्य ते काय? शिवबा, मूल घाबरलं की आईच्या मागे, तिच्या पदराआड लपतंच ना? मग ते काय भ्याड असतं? नाही ना? आणि शिवबा ही विठाई म्हणजे आपल्या सगळ्यांची आई. मग तुम्ही तिच्या मागं लपलात यात गैर ते काय? तेव्हा राजे, आता मनात कोणताही किंतू ठेवू नका. आणि आणखी एक विनंती आहे शिवबा; तुम्ही राज्यरक्षण करावं, स्वराज्य स्थापन करावं, ही ईश्वरी इच्छा आहे. ती पूर्णत्वाला नेण्यासाठी झटा आणि स्वतःला पुन्हा असं संकटात टाकू नका. स्वतःलाही संकटात टाकू नका आणि माझ्या विठ्ठलालाही. कारण तुमच्या जीवरक्षणासाठी त्याला धावून यावं लागतं शिवबा. क्षात्रधर्म हाच तुमचा धर्म आहे आणि तुम्ही त्याची पाळणूक केली पाहिजे. भक्तिधर्माचं प्रतिस्थापन हे माझे काम आहे ते मला करू द्या आणि आपण आता सुखरूपपणे गडावर जा. राजे लाख मेले तरी चालतील; पण लाखांचा पोशिंदा जगला पाहिजे. तुमचा जीव तुमचा नाही; या महाराष्ट्रभूचा आहे. त्याला जपा!'' तुकोबांनी राजांना पुन्हा एकवार मिठीत घेतलं. क्षणभर त्या वात्सल्याच्या डोहात स्वतःला बुडवून राजे दूर झाले. तुकोबांच्या चरणांवर मस्तक ठेवून त्यांचा आशीर्वाद घेतला. तोच पंत आणि इतर मंडळी परत आली. आता रात्र उतरणीला लागली होती. राजांनी पुन्हा जिरेटोप घातला. तुकोबांना मुजरा केला आणि घोड्यावर मांड टाकली. बघताबघता राजे आणि त्यांचे सैनिक दिसेनासे झाले. तुकोबांनी वळून विठ्ठलाला नमस्कार केला. म्हणाले, ''विठूराया, माझी, तुझ्या भक्ताची, तुझ्या भक्तीची लाज राखलीस!'' आणि त्यांनी कीर्तनसमाप्तीचा गजर सुरू केला.

शिवाजीराजांनी घेतलेली तुकोबांची भेट, त्यांचा घेतलेला आशीर्वाद, त्या वेळी त्यांच्यावर आणि पर्यायानं राज्यावर आलेलं संकट आणि विठ्ठलकृपेनं त्या संकटांचं झालेलं निराकरण ही चर्चा लोहगाव आणि देहू याच गावांत नव्हे, तर पंचक्रोशीतही कित्येक दिवस चालली. तुकोबांना भक्तमान्यता, लोकमान्यता, समाजमान्यता तर मिळालीच होती; पण शिवाजीराजांच्या तुकोबांवरील श्रद्धेमुळं तुकोबांना राजमान्यताही मिळाली आणि त्यांच्या कीर्तीचा सुगंध दूरदूरपर्यंत दरवळत राहिला. तुकोबा आणि विठ्ठल यांच्यात एक अदृश्य असा भावबंध निर्माण झाला होता. एक प्रेमसेतू तयार झाला होता. त्या सेतूच्या एका बाजूला होते तुकोबा आणि दुसऱ्या बाजूला होता विठ्ठल आणि या दोघांच्यामध्ये होता तो शब्दरचनांचा, अभंगांचा भक्तिबंध. या घटनेला बरेच दिवस उलटून गेले. तुकोबा लिखाणात मग्न होते. पण झालेल्या सगळ्या घटना पुन्हापुन्हा त्यांच्या नजरेसमोर तरळत होत्या. विठ्ठलाशी संवाद केल्याशिवाय त्या घटना मनातून पुसल्या जाणार नव्हत्या. त्या दिवशी रात्री तुकोबा

शांतपणे निजले होते. पण मनात विठ्ठलनाम गुंजत होतंच आणि तो आला. तुकोबांच्या नजरेसमोर त्याचं साजरं रूप उभं राहिलं. त्यांनी डोळे उघडले तरी तोच आणि डोळे मिटले तरी तोच. तोच तो. सावळा विठ्ठल. कर कटेवर ठेवून विटेवर उभा होता. तुकोबांच्या मुखातून अभंग उमटला–

''पाहता श्रीमुख सुखावले सुख । डोळियांची भूक न वजे माझी ।।
जिव्हे गोडी तीन अक्षरांचा रस । अमृत जयांस फिके पुढे ।।
श्रवणीची वाट चोखाळली शुद्ध । गेले भेदाभेद वारोनिया ।।
महामळे मन होते जे गांदले । शुद्ध चोखाळले स्पटिक जैसे ।।
तुका म्हणे माझ्या जीवाचे जीवन । विठ्ठल निधान सापडले ।।''

तो अभंग ऐकला आणि विठोबाच्या चेहऱ्यावर हास्य उमटले. तुकोबा म्हणाले, 'देवा आलास, बरं झालं! मी तुझी वाटच बघत होतो. तुझ्याशी चार गोष्टी बोलायच्या होत्या. तू माझी लाज राखलीस. नेहमीच राखतोस. भक्तवत्सलतेचं तुझं नामोनिधान तू खरं करून दाखवतोस. पण देवा, माझी एवढी योग्यता नाही रे! खरं सांगू देवा,

''लाज वाटे मग मानिती हे लोक । हे तो नाही एक माझे अंगी ।।
मजुनि झिजलो मापाचिया परी । जाळावी हे थोरी लाभाविण ।।
कोमळ कंटक तीक्ष्ण अगरी । पोचट ते वरी अंगकांती ।।
चित्रीचे लेप शृंगारिले निके । जीवेवीण फिके रूप त्याचे ।।
तुका म्हणे दिसें वाया गेलो देवा । अनुभव ठावा नाहीं तेणे ।।

''हे असं आहे. पण आता मी तरी काय करू. मला जे जे वाटतं, जे जे कळतं, ते ते लोकांना सांगावं, असं मला वाटतं. मला ज्या ज्या ठेचा लागल्या, त्या इतर कुणाला लागू नयेत असं वाटतं, म्हणून हा सगळा व्याप करतो मी. माझ्यासाठी नाही रे! पण लोकांच्या कल्याणासाठीच.

''उपकारासाठी बोलो हे उपाय । येणेविण काय आम्हां चाड ।।
बुडता हे जन न देखवे डोळां । येतो कळवळा म्हणऊनि ।।
तुका म्हणे माझे देखतिल डोळे । भोग देते वेळें येईल कळो ।।

''खरंच सांगतो देवा तुला. काम, क्रोध, मत्सर, लोभ या शत्रूंनी घेरलेले हे लोक या पापाच्या सागरात बुडताहेत. आणि मला हे बघवत नाही, ऐकवत नाही रे बाबा! म्हणून हे सगळं मला करावंसं वाटतं. मी खूप ठेचा खाल्ल्यात. कितीकदा माझं मन घायाळ झालंय. म्हणूनच मी तुझी भक्ती करतो. तुझी भक्ती हा त्या घायाळपणावरचा शीतल लेप आहे देवा. आणि मला हा मार्ग संतांनी दाखवला. संतांच्या पाऊलखुणांचा मागोवा घेत मी चाललो. कारण

"संत पाऊले साजिरी । गंगा आली आम्हावरी ।।
जेथे पडे रजधुळी । तेथे करावी आंघोळी ।।
स्वेतबंद वाराणसी । अवघी तीर्थे तयापासी ।।
तुका म्हणे धन्य जालो । संत सागरी मिळालो ।।

"विठूराया, शिवबांचे प्राण वाचवून तू अवघ्या महाराष्ट्रभूला वाचवलंस. विठ्ठला, मी तुझा आभारी आहे. शिवबांचा जीव वाचला नसता तर तुझ्यावर आणि माझ्यावरही नसतं बालंट आलं असतं, नाही नाही तो दोषारोप आपल्या माथी आला असता. मी तुझा आभारी आहे. आभारी आहे!" तुकोबा कितीतरी वेळ देवाशी बोलत होते. लहानग्या गंगाच्या रडण्याचा आवाज आला, तसे ते भानावर आले. पहाट झाली होती.

त्यानंतर काही दिवसांनी एक प्रसंग घडला. तुकोबांचं कीर्तन चाललं होतं. कीर्तन करणारे तुकोबा आणि ऐकणारे अवघे भक्तिरंगात रंगून गेले होते. लोहगावी तुकोबांचं कीर्तन चाललं होतं. लोहगावचा एक सालस ब्राह्मण आबाजीपंत जोशी तुकोबांचा भक्त होता. तो नेहमी कीर्तनाला येत असे. नुसताच येई असं नाही, तर जेव्हा जेव्हा तुकोबांचं लोहगावी कीर्तन असे, तेव्हा तेव्हा तो टाळकरी म्हणून तुकोबांच्या मागे उभा राही. विठ्ठल हे त्याचं उपास्यदैवत आणि तुकोबा हे गुरू. त्याच्या टाळ वाजवण्याच्या कौशल्याचं तुकोबांनाही कौतुक वाटत असे. आबाजी टाळ वाजवायला उभे राहिले की, तुकोबांचं कीर्तन आणखी रंगे. आबाजींच्या टाळांनी तुकोबांच्या कीर्तनाला एक वेगळाच रंग चढत असे. तो टाळ वाजवायचाही तसाच. कीर्तन संपलं की तुकोबा त्याला म्हणत "आबाजी तुम्ही टाळ वाजवायला उभे राहिलात की कीर्तनाला एक वेगळाच रंग चढतो. "असं वाटतं की, तुमच्या टाळाचा ठेका धरून साक्षात् विठ्ठलच माझ्यासमवेत नाचतोय. खरं सांगू आबाजी, तुमच्या टाळ वाजवण्यात इतकी तल्लीनता आहे, इतकी भक्ती आहे की, नुसत्या तुमच्या टाळाच्या ठेक्यावरसुद्धा तो पांडुरंग नाचेल." तुकोबांच्या या शाबासकीनं, कौतुकानं आबाजींना आणखी स्फुरण चढायचं. आजही असंच झालं. तुकोबांचं कीर्तन असं रंगलं होतं की, विटेवर असलेल्या विठ्ठलाच्या पायांनीही ठेका धरला होता. सोबत आबाजी होतेच टाळ वाजवायला. कीर्तनाला असा रंग चढला होता की, मध्यरात्र झाली तरी कीर्तन चालूच होतं. ना तुकोबा थकले होते, ना लोक उठले होते, ना आबाजींचे टाळ थांबले होते. खरंतर आज आबाजी कीर्तनाला येऊ शकतील की नाही, अशीच परिस्थिती होती. त्यांचं दीड वर्षाचं बाळ खूप आजारी होतं. वैद्यांची मात्रा चालू होती. पण बाळाच्या दुखण्याला उतार पडत नव्हता. घटकेत ते बाळ जोरात रडे, तर घटकेत त्याची शुद्ध हरपत असे. बाळाची आई, आबाजींची पत्नी,

चिंताक्रांत होऊन बाळाला मांडीवर घेऊन बसली होती. लाख वेळा तिच्या मनात आलं की, आबाजीना सांगावं, आज कीर्तनाला जाऊ नका म्हणून! पण आबाजींची तुकोबांवर आणि विठ्ठलावर असलेली भक्ती तिला माहीत होती. देव अशा वेळीच भक्ताची परीक्षा घेतो, यावर तिचा विश्वास होता. म्हणूनच आबाजी कीर्तनाला चालले तेव्हा ती काही बोलली नाही. आबाजींनी एकवार निजलेल्या त्या बाळाचा मुका घेतला. त्याच्या जावळातून हात फिरवला आणि निघाले. जाता जाता म्हणाले, 'विठ्ठल तुझं रक्षण करेल!' आणि आबाजी कीर्तनाला आले. तुकोबांच्या मागे टाळ वाजवण्यासाठी एकदा उभं राहिल्यावर आबाजी सगळं विसरले. आज त्यांनी नेहमीपेक्षा अधिक सुंदर टाळ वाजवले. मध्यरात्र उलटली. तुकोबांचं कीर्तन ऐन रंगात आलं होतं आणि एका स्त्रीचा टाहो ऐकायला आला. सगळी दचकली. तुकोबांनी कीर्तन थांबवलं. पाहिलं तर आबाजींची पत्नी टाहो फोडत होती. आकांत करत होती. तिच्या हातात तिचं बाळ होतं; पण त्यानं प्राण सोडला होता आणि आपल्या अचेतन बाळाला घेऊन ती माउली आकांत करत विठ्ठल मंदिरात आली होती, जिथं तुकोबा कीर्तन करत होते आणि त्या मृत बाळाचे वडील आबाजी टाळ वाजवत होते. ती माउली त्या बाळाचा तो अचेतन देह घेऊन पुढं आली. तिनं त्या बाळाला तुकोबांच्या पुढ्यात ठेवलं आणि हुंदके देत म्हणाली, "महाराज, याचे वडील तुमच्यामागे टाळ वाजवायला उभे आहेत. बाळाला जास्त झालं होतं तरी ते इथं आले. पण मी त्याबद्दल तक्रार केली नाही की, त्यांना अडवलं नाही. कारण माझ्या बाळाला विठूराया बरं करील यावर माझा विश्वास होता. तुमच्या आशीर्वादानं बाळाला बरं वाटेल, अशी माझी खात्री होती. पण ना देवानं, विठ्ठलानं, विश्वास राखला ना तुमचा आशीर्वाद फळला. माझ्या बाळाचे प्राण गेले हो! माझं बाळ मला सोडून गेलं! एका आईची कूस रिकामी झाली! माझ्या तान्हुल्यानं असं काय पाप केलं होतं की, देवानं त्याला इतक्या लहान वयात मृत्यू द्यावा? महाराज तुमच्या आयुष्यात विठ्ठलानं अनेक वेळा चमत्कार घडवले आहेत. तो तुमचं ऐकतो ना? मग माझ्या बाळाला जिवंत करा! तुम्ही सांगा तुमच्या विठ्ठलाला की, माझ्या बाळाला जिवंत कर म्हणावं! बाळाचे वडील विठ्ठलाचे भक्त आहेत आणि तुमचे शिष्य. कीर्तनात टाळ वाजवताना ते विठ्ठलनामात बेभान होतात. त्यांच्या टाळाच्या ठेक्यावर विठ्ठलसुद्धा नाचतो, असं तुम्ही म्हणता ना? मग माझ्या बाळाला जिवंत करा. जिवंत करा माझ्या बाळाला! नाहीतर सांगा सगळ्यांना, तुमचा विठ्ठल खोटा आहे म्हणून!" त्या बाळाच्या आईचं भान सुटलं होतं. आपल्या तान्हुल्याच्या मृत्यूनं तिच्या जाणिवा जणू बधिर झाल्या होत्या, नष्ट झाल्या होत्या. आबाजी दुःखी अंतकरणानं तिला सावरण्यासाठी पुढे आले तोच तुकोबांनी त्यांना थांबवलं. म्हणाले, "थांबा आबाजी, या माउलीचा हा आक्रोश त्या विठ्ठलापर्यंत पोचलाय की नाही, या

मातेचं दुःख त्या पांडुरंगाला दिसतंय की नाही, हे मला त्याला विचारू दे! त्याच्या सामर्थ्याची, त्याच्या भक्तवत्सलतेची ही कसोटी आहे. माझ्या त्याच्यावर असलेल्या विश्वासाची ही पारख आहे. माझ्या त्याच्यावरच्या हक्काची ही परीक्षा आहे. तुम्ही ज्या समर्पणशीलतेनं, ज्या समर्पित भावनेनं टाळ वाजवता, त्या भावनेची ही सत्त्वपरीक्षा आहे.'' असं म्हणून तुकोबा पुढं झाले. त्या बाळाचा तो अचेतन देह उचलून त्यांनी हातावर घेतला. त्यांच्या लक्षात आलं, त्या बाळाचं शरीर अजून गरम होतं. त्याच्या चेहऱ्यावर मरणकळेचा मागमूसही नव्हता. शांत निजल्यासारखं दिसत होतं ते बाळ. तुकोबा एकटक त्याच्याकडे बघत राहिले क्षणभर, क्षणभरच! आणि पुढच्या क्षणाला त्यांना जाणवलं की, त्या बाळाच्या शरीरातलं प्राणतत्त्व अजून संपलेलं नाही. त्या बाळाचं शरीर सोडून जाण्याची त्या प्राणतत्त्वाची धडपड चालू आहे. ते जाऊ पाहतंय; पण त्याला अडवलं पाहिजे. त्या बाळाचं ते अचेतन शरीर हातात घेऊन तुकोबा गर्भागारात विठ्ठलमूर्तीसमोर आले. मूर्तीच्या चेहऱ्यावर आपली नजर रोखून, त्या बाळाला विठ्ठलासमोर धरून म्हणाले,

''अशक्य तो तुम्हा नाही नारायणा । निर्जीवा चेतना आणावया ।।
मागे काय जाणों स्वामींचे पवाडे । आता का रोकडे दावू नये ।।
थोर भाग्य आम्ही समर्थ्याचे कासे । म्हणवितो दास काय थोडे ।।
तुका म्हणे माझे निववावे डोळे । दावूनि सोहळे सामर्थ्याचे ।।

''विठूराया तू माउली म्हणवतोस स्वतःला; मग या मातेचं दुःख तुला दिसत नाही का रे? पांडुरंगा, आता दाखवा तुमचं सामर्थ्य आणि या बाळाचं जाऊ पाहणारं प्राणतत्त्व थांबवा. त्याची चेतना त्याला परत द्या! धाव विठ्ठला ऽऽ धावऽऽ विठ्ठला ऽऽ विठ्ठला ऽऽऽऽ ।।'' तुकोबांचा आवाज चढला. जणू ते विठ्ठलाला जाब विचारत होते. गाता गाता त्या बाळाचा तो अचेतन देह मूर्तीसमोर धरून वरखाली करत होते आणि त्या बाळाकडे विठ्ठलाचं लक्ष वेधतावेधता तुकोबा टिपेच्या आवाजात गजर करू लागले. तो गजर ऐकून आबाजींनाही राहवलं नाही. त्यांनीही गळ्यातले टाळ काढले आणि 'विठ्ठल विठ्ठल'च्या तालावर बेभानपणे तेही टाळ वाजवायला लागले. तुकोबांच्या टिपेच्या आवाजाला सोबत करत टाळांचा नादही टिपेला पोचला. क्षणभर विठ्ठलमंदिराचा तो लहानसा गाभारा. ते छोटं गर्भागार या दोन्हींच्या आवाजानं भरून गेलं. विठ्ठलनामाचा तो दुमदुमणारा गजर आणि टाळांचा तो घुमणारा नाद हे दोन्ही नाद त्या गर्भागाराच्या भिंतींवर, त्या मंदिराच्या छतावर आदळत आपटत राहिले. त्यांचा प्रतिध्वनी भिंतीवरून सरकत खाली आला आणि विठ्ठलाच्या पायाखालच्या विटेत शिरला, शिरत राहिला. जणू विठ्ठलाला जागवत राहिला. विठ्ठलाच्या मूर्तीवर नादत राहिला. त्या नामघोषानं जणू अवघ्या चराचराला

जाग आणली. पंचमहाभूतांनाही त्यानं जागवलं. जागृत झालेल्या पंचमहाभूतांनी त्या बाळाच्या शरीरात प्रवेश केला असावा. कारण हे सगळे आवाज गर्जत असतानाच अचानक... अचानक... या सगळ्या आवाजांना छेदणारा एक आवाज उमटला. तो त्या बाळाचा, त्या तान्हुल्याचा. होय, या सगळ्या आवाजाला छेदणारा तो आवाज तुकोबांच्या हातात हेलकावे घेणाऱ्या त्या बाळाचाच होता. त्या बाळाच्या आईनं तत्क्षणी तो आवाज टिपला आणि तीरासारखी ती धावली. गर्भागारात शिरली. तिनं पाहिलं, तुकोबा 'विठ्ठल विठ्ठल' म्हणत नाचताहेत आणि तिचा बाळ, तिच्या काळजाचा तुकडा त्यांच्या हाताच्या हेलकाव्यानं रडतोय, आकांत करतोय. तिच्या चेहऱ्यावरच्या आनंदानं जणू अवघं गर्भागार उजळलं. तिनं पुढं झेप घेऊन बाळाला तुकोबांच्या हातातून घेतलं. उराशी कवटाळलं. त्याचे असंख्य मुके घेतले. बाळ हातातून घेतल्यानं तुकोबा भानावर आले. त्यांनी पाहिलं, बाळ रडतंय, जिवंत झालंय, हात-पाय झाडतंय आणि त्याची आई त्याला उराशी कवटाळून रडतीय. सभामंडपात कीर्तन ऐकायला आलेले लोक उभे राहिलेत. 'धन्य धन्य!' असे उद्‌गार काढताहेत. विठूचा आणि तुकोबांचा जयजयकार करताहेत. तुकोबांनी डोळे मिटले. मिटल्या डोळ्यांतून घळघळा अश्रू वाहत होते. विठ्ठलाशिवाय दुसरं काही सुचत नव्हतं. ऐकायला येत नव्हतं, बोलावं वाटत नव्हतं. विठ्ठलाशिवाय शब्द नको वाटत होता आणि तेच तुकोबांनी उच्चारलं–

बोलावा विठ्ठल पाहावा विठ्ठल । करावा विठ्ठल जीवभाव ।।
येणे सोसें मन जाले हावभरी । परती माघारी घेत नाही ।।
बंधनापासूनी उकलली गाठी । देता आली मिठी सावकाशे ।।
तुका म्हणे देह भारिला विठ्ठलें । कामक्रोधें केलें घर रिते ।।
अंतरिचा भाव जाणूनिया गूज । तैसे केले काज पांडुरंगा ।।
घातले वचन न पडे चि खाली । तू आम्हा माउली अनाथांची ।।
मज याचकाची पुरवावी आशा । पंढरी निवासा मायबापा ।।
नाशिली आशंका माझिया जिवाची । उरली भेदाची होती काही ।
तुका म्हणे आता केलो मी निर्भर । गाईन अपार गुण तुझे ।।

पण आता तुकोबांसोबत आबाजींचे टाळ तर वाजत होतेच; पण त्या आवाजासोबत एक अनुनासिक असा स्त्रीचाही स्वर मिसळला होता. तो होता त्या बाळाच्या आईचा. विठ्ठलावरचा तिचा विश्वास सार्थ ठरला होता. तुकोबांवरची तिची भक्ती, त्या भक्तीविषयी तिला वाटणारा पूज्यभाव आणि तुकोबांच्या भक्तीविषयी वाटणारी खात्री हे सगळं सिद्ध झालं होतं. तिचं बाळ जिवंत झालं होतं. तिचं बाळ तिला परत मिळालं होतं. तिची कूस रिकामी झाली नव्हती. विठ्ठलानी ती पुन्हा होती तशी भरली

होती आणि तुकोबांच्या स्वरात आपला कृतज्ञतेचा, कृतार्थतेचा, धन्यतेचा स्वर मिसळून त्या बाळाची आई, ती माउली, विठ्ठलनामाचा गजर करत होती, आनंदानं बेभान होऊन!

तुकोबांच्या विनंतीवजा आव्हानाला प्रतिसाद देत, आपलं विठाईमाउली हे नामोनिधान सत्यत्वाच्या कसोटीवर उतरवत, आपली भक्तवत्सलता पुन्हा सिद्ध करीत विठ्ठलानं ते बाळ पुन्हा जिवंत केलं. ही गोष्ट वाऱ्यासारखी पंचक्रोशीत पसरली आणि तुकोबांचं भक्तीतलं श्रेष्ठत्व पुन्हा एकदा सिद्ध झालं. ही बातमी देहूत समजली तेव्हा असा चमत्कार करणारा श्रेष्ठ भक्त आपला- आपल्या गावचा आहे, याचा देहूकरांना प्रचंड अभिमान वाटला. पण मंबाजी मात्र त्याच्या अनुयायांना म्हणाला, "हा तुक्या कसला चमत्कार करतो? अरे, लोहगावचा विष्णू वैद्य खूप विद्वान आहे. त्याच्यासारखे उपचार करणारा पंचक्रोशीत नाही. त्यानं त्या बाळाला हेमगर्भाची मात्रा चाटवली असेल. त्या मात्रेचाच हा परिणाम आहे. त्या तुक्याचं यात काही नाही हो!" त्याच्या अनुयायांनी मान डोलावली; पण मनोमन त्यांनी तुकोबांनाच नमस्कार केला.

तुकोबांचा लौकिक, संत म्हणून मिळालेली लोकमान्यता व कीर्ती दिवसेंदिवस वाढत राहिली आणि संत ज्ञानेश्वर, नामदेव इत्यादी संतांच्या परंपरेतला, याच संतांच्या मार्गाने चालणारा एक कोणी संत तुकाराम देहू इथं आहे, अशी कीर्ती अवघ्या महाराष्ट्रभर झाली आणि एक दिवस एक ब्राह्मण त्यांच्याकडे आला आणि तुकोबांना म्हणाला, "तुम्हीच तुकाराम महाराज का? मला ज्ञानेश्वरमाउलीने तुमच्याकडे पाठवले आहे. तसा मला दृष्टान्त झाला आहे. त्यांनी सांगितले आहे की, तुम्ही मला अनुग्रह द्याल आणि सर्वज्ञानी कराल. तर तुम्ही मला अनुग्रह द्या." त्याचं बोलणं ऐकून तुकोबांना नवल वाटलं. एकतर मी कुणबी, ब्राह्मणाला अनुग्रह देण्यास आपण पात्र नाही. तसं त्यांनी त्या ब्राह्मणाला बोलूनही दाखवलं. त्याला म्हणाले, "गुरुदेव, तुम्ही स्वतः ब्राह्मण असून माझ्याकडे अनुग्रह मागायला आलात? तेही मी ब्रह्मज्ञान तुम्हाला शिकवावं म्हणून? मी तुम्हाला काय सर्वज्ञ करणार? आणि मी काय ब्रह्मज्ञान शिकवणार? अहो,

"ब्रह्मज्ञान जरी कळे उठाउठी । तरी का हिंपुटी वेदशास्त्रें ।।
शास्त्रांचे भांडण जप तीर्थाटणे । उर्वीचे भ्रमण याचसाटी ।।
याचसाटी जप, याचसाटी तप । व्यासे ही अमुप ग्रंथ केले ।।
याचसाटी संत पाय हे सेवावे । तरिच तरावे तुका म्हणे ।।"

तुकोबांचा हा अभंग ऐकून तो ब्राह्मण म्हणाला, "हे बघा तुकाराम महाराज, मला इतर काही ठाऊक नाही. मला सर्वज्ञ व्हायचं आहे. ब्रह्मज्ञान मिळवायचं आहे

आणि त्यासाठी कुठंही जायची माझी तयारी आहे. तुम्ही म्हणत असाल इथं नको तर ठीक आहे; आपण कुठंतरी दूर जाऊ. कुठंतरी जंगलात, वनात. तुम्ही म्हणाल तर हिमालयातसुद्धा जाऊ. जिथं एकांत मिळेल आणि जिथं मला ब्रह्मज्ञान शिकता येईल तिथं जाऊ! बोला कुठं जायचं?'' त्याचं हे बोलणं ऐकून तुकोबा हसले. त्याला म्हणाले,

''जेथे आठवती स्वामीचे ते पाय । उत्तम ते ठाय रम्य स्थळ ।।
रान अथवा घर एकांत लोकात । समाधान चित्त ते ते घडी ।।
धन्य तो हा काळ सरे आनंदरूप । वाहाता संकल्प गोविंदाचे ।।
तुका म्हणे लाभकाळ ते चि जीणे । भाग्य नारायण उत्तम तें ।।''

हे ऐकल्यावर तो ब्राह्मण जरा निराश झाला. ती निराशा त्याच्या चेहऱ्यावर उमटली. ते बघून तुकोबा म्हणाले, ''आपण असं करा. दोन दिवस इथंच मुक्काम करा. दोन दिवसांत काहीतरी मार्ग काढता येईल!'' हे ऐकून त्या ब्राह्मणाला आनंद झालेला दिसला. होकारार्थी मान हलवत तो घाईघाईनं तिथून निघाला. तुकोबांच्या मनात मात्र प्रश्न उभे राहिले. एक नव्हे, अनेक प्रश्न उभे राहिले. 'हा ब्राह्मण विठ्ठलापुढे धरणे धरून बसला. विठ्ठलानं त्याला ज्ञानदेवाकडे पाठविला. तिथंही जाऊन तो धरणं धरून बसला, तर ज्ञानेश्वरमाउलीनं त्याला आपल्याकडं पाठवला. काय हे विठूराया? आणि माउलीनं तरी मला हे कोणतं काम सांगितलंय? माझा तेवढा अधिकार तरी आहे का? मला तेवढं ज्ञान तरी आहे का?'

'काय मी जाणता । तुम्हाहूनि अनंता ।।
जो हा करू अतिशय । का तुम्हा दया नये ।।
काय तुज नाही कृपा । विश्वाचिया माय बापा ।।
तुका म्हणे वाणी ।। माझी वदे तुम्हांहूनि ।।

'देवा विठूराया, अरे माउली म्हणजे साक्षात् ज्ञानसूर्य आणि त्यांनी त्या ब्राह्मणाला माझ्याकडं पाठवावं? मी कोण आहे असा?

'काय ज्ञानेश्वरी उणे । तिही पाठविलें धरणे ।।
ऐकोनिया लिखित । म्हणून जाणवली हे मात ।।
तरी जाणे धणी । वदे सेवकाची वाणी ।।
तुका म्हणे ठेवा । होतां सांभाळावें देवा ।।

देवा, 'अरे मी साधा कुणबी. माझं ते ज्ञान काय? माझी ती वाणी काय? देवा, तुम्ही जे बोलविता तेच मी लोकांपर्यंत पोचवतो. तुमच्या शब्दांची, भक्तीची दवंडी पिटणारा मी एक तराळ आहे देवा.

'ठेवूनिया डोई । पायी जातो उतराई ।।
कारण ते तुम्ही जाणा । मी तराळ नारायणा ।।
प्रसंगी वचन । दिलें तें चि खावें अन्न ।।
तुका म्हणे भार । तुम्ही जाणां थोडाफार ।।'

विठ्ठलाला आणि ज्ञानेश्वरमाउलीला आपल्या मनातले हे भाव सांगितल्यावर तुकोबांना थोडं बरं वाटलं. आता तो धरणेकरी ब्राह्मण आला की, त्याच्याशी काय आणि कसं बोलायचं, त्याला काय आणि कसं सांगायचं, याचा विचार करतच तुकोबा झोपी गेले. दोन दिवस झाले आणि तिसऱ्या दिवशी तो धरणेकरी तुकोबांच्या दाराशी हजर झाला. त्यानं बाहेरूनच हाक मारली. ''महाराज ऽ अहो तुकाराम महाराज, आहात काय घरात? मी आलो आहे!'' तुकोबांनी उठून त्याचं स्वागत केलं. त्याला गूळ-पाणी देऊ केलं आणि त्याला घेऊन विठ्ठलमंदिरात गेले. त्या ब्राह्मणाची अगदी लगबग चालली होती. त्याला असं वाटलं की, तुकोबा आपल्याला मंदिरात घेऊन निघाले आहेत म्हणजे तिथं गेल्यावर ते अशी एखादी युक्ती आपल्याला सांगतील की, त्यामुळे आपल्याला लगेचच सर्व ज्ञान प्राप्त होईल किंवा असा एखादा प्राचीन ग्रंथ आपल्या हाती देतील की, त्यात सर्व ज्ञान सामावलेलं असेल. पण तुकोबांनी तसं काही केलं नाही. ते त्याला घेऊन विठ्ठलमूर्तीपुढे जाऊन उभे राहिले. त्यानं हात पुढं केला. म्हणाला, ''देताय ना सर्वज्ञान सांगणारा ग्रंथ! म्हणूनच मला इथं घेऊन आला आहात ना?'' त्याची ती अनावर उत्सुकता पाहून तुकोबांना जरा हसू आलं. पण ते न दर्शवता ते म्हणाले,

''नको काहीं पडो ग्रंथाचे भरी । शीघ्र व्रत करी हे चि एक ।।
देवाचिये चाडे आळवावे देवा । ओस देहभावा पाडोनिया ।।
साधनें घालिती काळचिये मुखी । गर्भवास सेकी न चुकती ।।
उधाराचा मोक्ष होय नव्हे ऐसा । पतनासी इच्छा आवश्यक ।।
रोकडी पातली अंगसंगे जरा । आता उजगरा कोठवरी ।।
तुका म्हणे घाली नामासाठी उडी । पांडुरंग थडी पाववील ।।

तुकोबांनी हे सगळं त्याला परोपरीनं समजावून सांगितलं. अनेक दाखले दिले, अनेक उदाहरणं दिली, पण त्याच्या लक्षात येईना. त्याचं एकच मागणं, ''हे काही मला सांगू नका. मला सर्वज्ञान द्या, मला सर्वज्ञ व्हायचं आहे. मला मोठं व्हायचंय. मला मोक्ष मिळवायचा आहे. मला अंतर्ज्ञानी होऊन मोक्ष मिळवायचा आहे. त्या दृष्टीनं मला अनुग्रह तरी द्या किंवा तुमच्या त्या देवाला सांगून मोक्ष मिळवून द्या.'' वारंवार तो ब्राह्मण तुकोबांना हेच सांगत होता. तुकोबांनी त्याला पुन्हा पुन्हा सांगितलं. नामाचा महिमा सांगितला. आत्मभानाचं महत्त्व समजावलं. भक्तीचा

अंगीकार करायला सांगितल; पण त्याला ते पटतच नव्हतं. त्याला असं वाटतं राहिलं की, तुकोबांनी देवाला सांगितलं की देव त्याला मोक्ष देईल. तुकोबांनी पुनःपुन्हा सांगितलं,

''नाही देवापाशी मोक्षाचे गाठोळे । आणूनि निराळे द्यावे हाती ।।
इंद्रियांचा जय साधुनिया मन । निर्विषय कारण असे तेथें ।।
उपास पारणी अक्षरांची आटी । सत्कर्मा शेवटी असे फळ ।।
आदरे संकल्प वारी अतिशय । सहज ते काय दुःख जाण ।।
स्वप्नींच्या घाये विळवसी वाया । रडे रडतिया सवें मिथ्या ।।
तुका म्हणे फळ आहे मुळांपाशी । शरण देवासी जाय वेगी ।।''

पण त्याला हेही कळलं नाही आणि पटलंही नाही. अनेक प्रकारे तुकोबांनी त्याला पटवून देण्याचा प्रयत्न केला. त्यासाठी त्याला उपदेशपर असे ११ अभंगही सांगितले. पण त्याचा ठेका कायम होता. मग मात्र तुकोबांनी ज्ञानेश्वरमाउलीजवळच गाऱ्हाणं मांडलं–

''माझ्या बापे मज दिधलें भातुके । म्हणोनि कवतुके क्रीडा करी ।।
केली आळी पुढें बोलिलो वचन । उत्तम हे ज्ञान आलें त्याचे ।।
घेऊनि विभाग जावे लवलाहा । आलेति या ठाया आपुलिया ।।
तुका म्हणे ज्ञानदेवी समुदाय । करावा मी पाय येईन वंदू ।।
बोलिली लेकुरे । वेडी वाकुडी उत्तरे ।।
करा क्षमा अपराध । महाराज तुम्ही सिध्द ।।
नाही विचारला । अधिकार म्यां आपुला ।।
तुका म्हणें ज्ञानेश्वरा । राखा पायांपे किंकरा ।।''

मात्र या सगळ्याचा त्या ब्राह्मणानं वेगळाच अर्थ काढला.

हे तुकाराममहाराज आपल्याला सर्वज्ञ करत नाहीत, आणि मोक्षाचा मार्गही नीट दाखवत नाहीत, असं म्हणत तुकोबांनी लिहून दिलेले अकरा अभंग तिथंच टाकून तो ब्राह्मण निघून गेला. तुकोबांना वाईट वाटलं. ज्ञानेश्वरमाउलीनं आपल्यावर एक जबाबदारी घातली होती आणि त्या जबाबदारीच्या पूर्ततेसाठी आपल्याला फार मोठा अधिकार दिला होता. पण त्या ब्राह्मणाच्या अज्ञानी आडमुठेपणानं आणि आपल्या दुर्दैवानं आपणाकडून ती जबाबदारी पूर्ण झाली नाही. आता ज्ञानदेवमाउलीला आपण त्याचे समर्थन सांगितले पाहिजे, असे तुकोबांना वाटले. म्हणून त्यांनी लिहिलं–

'तुम्ही येथे पाठविला धरणे करी । त्याची जाली परी आइका ते ।।
आता काय पुढे वाढवूनि विस्तार । जाला समाचार आइका तो ।।

देवाचे उचित एकादश अभंग । महाफळ त्याग करुनि गेला ।।
तुका म्हणे सेवा समर्पूनि पायी । जालों उतराई ठावें असो ।।'

त्या धरणेकरी ब्राह्मणाचं तसं आडमुठं वागणं तुकोबांना असं दुःख देऊन गेलं. आपण ज्ञानदेवमाउलीनं सांगितलेलं काम करू शकलो नाही, याची खंत त्यानंतर कित्येक दिवस त्यांच्या मनात राहिली. तुकोबांच्या प्रांजळ मनाचीच ही ग्वाही होती आणि हे लोकांच्या लक्षात यायला वेळ लागला नाही. लोकांच्या सांत्वनानं तुकोबांच्या मनाला लागलेली ही बोच कालांतरानं कमी झाली. पण एक मात्र झालं. तुकोबांकडून अनुग्रह घेण्यासाठी प्रत्यक्ष ज्ञानेश्वरमाउलीनं एका ब्राह्मणाला पाठवलं, ही गोष्ट सर्वत्र पसरली आणि पंचक्रोशीतल्या खूपशा ब्रह्मवृंदांना तुकोबांची योग्यता समजली. त्यांतलेच एक होते चिंचवडच्या मोरया गोसावींचे पुत्र चिंतामणी देव. यांच्या मनात तर तुकोबांबद्दल अपरंपार भक्ती आणि प्रीती होती. कारण एकदा चिंतामणी गोसावी यांच्याकडे एक अनगडशा फकीर आला आणि कटोरा भरून पीठ मागू लागला. चिंतामणी गोसावी मोठे दानशूर. त्यांनी फकिराच्या कटोऱ्यात बरंच पीठ घातलं, तरी तो छोटा कटोरा काही भरेना. घरातलं पीठ संपलं तसा तो फकीर तिथून निघून गेला. हिंडता हिंडता तो देहूला आला. तुकोबांच्या दारात उभा राहून त्यानं भिक्षेची आरोळी दिली. आवली आणि काशी तेव्हा जात्यावर दळत बसल्या होत्या. दारात फकीर आलेला पाहताच आवलीच्या सांगण्यावरून काशीनं मूठभर पीठ फकिराच्या कटोऱ्यात घातलं आणि काय आश्चर्य! त्याचा कटोरा पिठानं भरून सांडायला लागला. त्यानं 'हे घर कुणाचं?' म्हणून विचारलं तेव्हा 'हे घर तुकाराम वाण्याचं आहे' असं काशीनं सांगितलं. फकिरानं ही गोष्ट जाऊन चिंतामणी देवांना सांगितली. तेव्हा तुकोबांची महानता त्यांच्या लक्षात आली आणि ते तुकोबांचे भक्त बनले. एक दिवस चिंतामणी गोसावींनी तुकोबांना जेवायला बोलावलं. तुकोबा त्यांच्या घरी आले. पंगत मांडली. पंगतीत अन्य ब्राह्मणही बसले होते. चिंतामणी गोसावींकडे गणपतीची प्राणप्रतिष्ठा होती. तुकोबांना ते माहीत होतं. आपल्यावर निस्सीम भक्ती करणाऱ्या या सत्पात्री भक्ताला आपण पुण्य मिळवून द्यावं, असं त्यांना वाटलं. त्यांनी चिंतामणी देवांना सांगितलं. 'चिंतामणी देव, या पंक्तीत आणखी एक पान वाढा. साक्षात् विघ्नहर्ता जेवायला येणार आहे. गणपतीसाठी पान तयार करा!' सर्वांना आश्चर्य वाटलं.

चिंतामणीदेवा गणपतीसी आणा । करावे भोजना दुजे पात्री ।।

पण चिंतामणी गोसावींचा तुकोबांवर विश्वास होताच, भक्तीही होती. त्यांनी गणपतीसाठी ताट तयार केलं. तुकोबांनी देवाला साकडं घातलं म्हणाले, "देवा, तुला वाटेल की मी माझी थोरवी दाखवतो आहे; पण मी जी काही थोरवी दाखवतो आहे ती तुझ्याच बळावर!

“तुका म्हणे देवा तुमच्या सुकृते । आणिन त्वरिते मोरयासी ।।”

सगळे जण थांबले. सगळी पंगत खोळंबली, तुकोबांवर भक्ती असलेले ते सगळे ब्राह्मण ताटकळत बसून राहिले. वाढलेलं अन्न गार झालं. तुकोबांनी देवाला आळवलं,

“भर्ता आणि भोक्ता । कर्ता आणि करविता
आपण सहजता । पूर्ण काम ।।”

आणि देवानं तुकोबांचं ऐकलं. गणपतीसाठी ठेवलेल्या त्या पात्रावर एक लहान मुलगा जेवायला येऊन बसला. त्यानं ते सगळं जेवण संपवलं. त्याच्या हातातला घास मध्येच त्यानं सोंडेनं उचलल्यासारखा दिसत असे. सर्वांना खात्री पटली. साक्षात गजाननच जेवायला आला आहे. तुकोबांनी अभंग गायला–

“सुखाचे व्यवहारी सुखलाभ जाला । आनंदे कोंदला मागेपुढे ।।
संगती पंगती देवासवे घडे । नित्यानित्य पडे ते चि साचा ।।
समर्थचे घरी सकळ संपदा । नाही तुटी कदा कासयाची ।।
तुका म्हणे येथे लाभाचिया कोटी । बहु वाव पोटी समर्थाचे ।।”

तुकोबांची कीर्ती आता सर्वदूर पसरली. तुकोबांचे अभंग म्हणजे जनसामान्यांची मुखवाणी झाली. त्यातच तुकोबांच्या अभंगातील असलेला परखडपणा, स्पष्टवक्तेपणा आणि सहजसोपी शब्दरचना यांमुळे तुकोबांच्या अभंगांनी अवघ्या मराठी मनाला भुरळ घातली. तुकोबांनी लिहिलं,

बोले तैसा चाले । त्याची वंदीन पाऊले ।।
अंगे झाडीन अंगण । त्याचे दासत्व करीन ।।
त्याचा होईन किंकर । उभा ठाकेन जोडोनि कर ।।
तुका म्हणे देव । त्याचे चरणी माझा भाव ।।

तुकोबांनी हा अभंग लिहिला आणि लोकांनी तोच अभंग म्हणजे तुकोबांचं चरित्र ठरवलं आणि अवघा मराठी मुलूख तुकोबांपायी नतमस्तक झाला. पण तुकोबांनी मात्र स्वतःला संतांच्या पायांवरच नतमस्तक केलं. संतांविषयी तर त्यांची श्रद्धा अपरंपार होती. म्हणून ते कीर्तनातही संतांविषयी सांगत–

संत मारगी चालती । त्यांची लागो मज माती ।।
काय करावी साधने । काय नव्हे एक तेणें ।।
शेष घेईन उच्छिष्ट । धाय धणीवरी पोट ।।
तुका म्हणे संतापायी । जीव ठेविला निश्चयी ।।

तुकोबांचं मन मात्र अस्वस्थ होतं. आपल्या अनुभवाची शिदोरी लोकांत वाटण्यासाठी व्याकूळ होतं. त्यांच्या दृष्टीनं आयुष्य सोपं नव्हतं, सहज नव्हतं. सुलभ नव्हतं. म्हणून तर तुकोबांनी लिहिलं–

रात्री दिवस आम्हा युद्धाचा प्रसंग । अंतर्बाह्य जग आणि मन ।।
जीवा ही आगोज पडती आघात । येऊनिया नित्य नित्य करी ।।
तुका म्हणे तुझ्या नामाचिया बळें । अवघीयांचे काळें केलें तोंड ।।

आणि हीच भावना तुकोबांच्या मनात सतत होती. म्हणूनच त्यांची विठ्ठलावरची भक्ती, त्यांची श्रद्धा मुशीतून सोनं तावूनसुलाखून निघावं तशी तावूनसुलाखून निघत होती आणि म्हणूनच ती चोख ठरत होती. बावनकशी ठरत होती. तुकोबांना मात्र आपल्या या श्रेष्ठत्वाची, या महानतेची, या योग्यतेची जाणीवच नव्हती. त्यांना एकच माहीत होतं विठ्ठलाची भक्ती. आणि ही भक्ती जेवढी जाज्वल्य होती तेवढीच प्रांजल होती. जेवढी डोळस होती तेवढीस भाबडी होती. तुकोबा आकाशाएवढे तर होतेच पण धरणीशी जुळलेली त्यांची नाळ तशीच होती. म्हणूनच संतत्वाच्या या पायरीपर्यंत पोचूनही तुकोबा निरलस तर होतेच; पण अत्यंत प्रामाणिक होते. प्रांजल होते. जितक्या अभिमानानं ते स्वतःला विठ्ठलाचा भक्त म्हणवत, तितक्याच प्रांजलपणे ते स्वतःबद्दलही सांगत. तुकोबांचा हा प्रांजलपणा त्यांच्या अभंगातूनही स्पष्ट व्हायचा. विठ्ठलाबद्दल, त्याच्या रूपाबद्दल, त्याच्या कृपेबद्दल बोलताना, सांगताना त्यांना सरस्वती अति प्रसन्न असेच; पण स्वतःबद्दल बोलतानाही आपण कोण आहोत याचं त्यांना भान असे. जाण असे. आणि हेच भान राखून तुकोबा अभंग लिहीत–

बरा कुणबी केलो । नाही तरि दंभेचि असतो मेलो ।
भले केले देवराया । नाचे तुका लागे पाया ।।
विद्या असती काही । तरी पडतो अपायी ।।
सेवा चुकतो संताची । नागवण हे फुकाची ।।
गर्व होता ताठा । जातो यमपंथे वाटा ।।
तुका म्हणे थोरपणे । नरक होती अभिमाने ।।

असे आभाळाएवढे तुकोबा; पण धरणीवर पाय होते म्हणूनच अवघ्या महाराष्ट्रभूचे ते लाडके झाले होते. अवघ्या मराठी माणसाच्या मनात त्यांनी स्थान मिळवलं होतं. आणि ते हजारो वर्षं अबाधित राहणार होतं. आणि ही तुकोबांची नव्हे तर अवघ्या महाराष्ट्रभूच्या ललाटीची रेषा होती.

३०

तुकोबांच्या नावाचा जसा बोलबाला व्हायला लागला, तशा त्यांच्या भक्त-परिवारात वाढ होऊ लागली. सामान्य माणसांचं जीवन तर 'तुका म्हणे' या दोन शब्दांनीच उजळायचा लागलं. तुकोबांचे विचार, त्यांच्या सूचना, त्यांनी दिलेले दाखले, अभंगांतून शब्दबद्ध केलेलं ज्ञान हे सारं सामान्य जनांना पदोपदी, क्षणोक्षणी मार्गदर्शक ठरायला लागलं आणि जनमानसावर, त्याच्या जीवनावर, जीवनातल्या प्रत्येक क्षणावर, तुकोबांच्या नावाची मोहोर कोरली जाऊ लागली. भागवतधर्माचे पुनरुज्जीवक ज्ञानेश्वरमाउली होती, तर तुकोबा कळस मानले जाऊ लागले. तुकोबांकडे शब्दभांडार तर अपरंपार होतं; त्यांच्याकडे शब्दप्रभुत्वही होतं आणि सोबतीला होता जीवनानुभवाचा खजिना. तुकोबांच्या अभंगचनेच्या संख्येत उत्तरोत्तर भर पडत गेली नसती, तरच नवल. आता पाठीमागे घरगृहस्थीतही बऱ्यापैकी शांतता होती. तुकोबांनी जगाचा संसार करायचा आणि आपण तुकोबांचा संसार करायचा, अशी विभागणी करून घेऊन आवलीनं मनाची समजूत घातली आणि चारघरची दळण-पाण्याची कामं करून ती आपल्या तीन मुलांसह संसार रेटत होती. दोन लेकी लग्न होऊन सासरी गेल्या होत्या. गंगा आता ४-५ वर्षांची झाली होती आणि आवलीच्या पोटात सहावं बाळ वाढत होतं. कधीकधी आवलीला वाटत असे, 'तुकोबांनी ही विरक्ती फक्त संसारातल्या जबाबदाऱ्यांपुरतीच घेतली आहे का? संसारातल्या फक्त कर्म-कर्तव्याकडेच त्यांना फक्त पाठ फिरवायची होती का?' असे विचार तिच्या मनात येत तोच तिला आठवत असे, तुकोबांनी घेतलेला भक्तीचा, लोककल्याणाचा वसा. तिला आठवे तुकोबांची अभंगगाथा, तिला आठवत असे त्यांच्या कीर्तीचा वाढणारा तो परीघ, आणि तिला आठवे त्यांना मानणारा तो त्यांचा अफाट भक्तपरिवार. मग तिची पुन्हा खात्री पटत असे की, आपला धनी हा काही क्षणांपुरताच आपल्या संसारात असतो. एरवी तो जगाचाच जास्त असतो. मग तिला आपल्या या जगावेगळ्या नवऱ्याचा अभिमान वाटत असे आणि मग तिच्या मनात उठणारं विचारांचं वादळ, उरात भरणारं शंकांचं काहूर आणि मेंदूत सलणारं प्रश्नांचं

मोहोळ आपोआपच पुसलं जाई. तुकोबांवरच्या प्रेमानं तिचं हृदय भरून येई. प्रेमानं भरलेल्या त्या हृदयातल्या साऱ्या शंका-कुशंका आपोआपच पुसल्या जात आणि आपल्या पतीचा तिला विलक्षण अभिमान वाटत असे.

लोहगावाप्रमाणेच चाकण परिसरातही तुकोबांचं येणं-जाणं खूप असायचं. तुकोबांचा मित्र संताजी हा चाकणलाच राहायचा. त्यामुळं चाकण इथंही त्यांचं कीर्तन असायचं आणि चाकणलाही त्यांचा भक्तपरिवार मोठा होता. त्यामुळे तिथंही त्यांचं कीर्तन खूपच रंगायचं आणि तुकोबांचं कीर्तन म्हणजे भान हरपण्याचेच प्रसंग जास्त असायचे. कीर्तन करताकरता तुकोबा नाचू लागत. नाचतानाचता त्यांचं भान हरपत असे. कीर्तन ऐकताऐकता श्रोतेही नाचू लागत. नाचतानाचता आणि कीर्तन ऐकताऐकता त्यांचंही भान हरपत असे. चाकणला त्या दिवशी असंच झालं. एकादशीनिमित्त तुकोबांचं कीर्तन होतं. कीर्तनाला हीऽऽ गर्दी जमली होती. गर्दी जमणारच या विश्वासानं उंच आणि लांबरुंद असं नारदपीठ तयार केलं होतं, ज्यायोगे पाठीमागं दूरपर्यंत बसलेल्या लोकांना तुकोबा दिसावेत. आणि वाऱ्याची दिशा बघूनच ते नारदपीठ तयार केलं होतं, ज्यामुळे अगदी पाठीमागपर्यंत बसलेल्या लोकांना तुकोबांचा आवाज आणि त्यांनी उच्चारलेला शब्द न् शब्द ऐकायला यावा. तुकोबांनी कीर्तन सुरू केलं. आज विठ्ठल, त्याची भक्तवत्सलता, भक्तांचं त्याच्यावरचं प्रेम, भक्तांना त्याचा वाटणारा आधार असा विषय तुकोबांनी घेतला होता. आणि या सगळ्या गोष्टींचा समावेश करणारा अभंग तुकोबांनी गायला–

कन्या सासुरासि जाये । मागे परतोनी पाहे ।।
तैसे जाले माझ्या जिवा । केव्हा भेटसी केशवा ।।
चुकलिया माये । बाळ हुरुहुरु पाहे ।।
जीवना वेगळी मासोळी । तुका म्हणे तळमळी ।।

विठ्ठल आणि विठ्ठलभक्त यांच्यातील प्रेम, जिव्हाळा सांगताना आणि विठ्ठलाची भेट झाली नाही, तो दिसला नाही की आपली आणि आपल्यासारख्या भक्तांची कशी अवस्था होते हे सांगताना तुकोबांनी सासरी जाणाऱ्या मुलीचं उदाहरण दिलं. ते सगळ्याच लोकांना भावलं, आवडलं. कारण तो दाखला त्यांच्या रोजच्या जीवनातला होता, त्यांनी आपल्या डोळ्यांनी पाहिला होता. त्यांच्या लेकींची त्यांनीही पाठवणी केली होती आणि त्या वेळची लेकीची मनःस्थिती, तिच्या डोळ्यांतून वाहणारी आसवं आणि तिची पुन्हापुन्हा पाठीमागं वळणारी नजर हे सगळंसगळं त्यांनी अनुभवलं होतं. म्हणून तुकोबांचा हा दाखला सगळ्यांच्याच मनाला स्पर्शून गेला. त्यानंतर तुकोबांनी विठ्ठलालाच सांगितलं की, तुझी कृपा, तुझ्या नामाचा महिमा काय आणि किती आहे हे तुलाच माहिती नाही, आम्हीच ते जाणतो. आणि हे सांगण्यासाठी

तुकोबांनी दाखला दिला कमळ आणि भुंग्याचा, आई आणि बाळाचा. तुकोबांनी अभंगात सांगितलं,

कमोदिनी काय जाणे तो परिमळ । भ्रमर सकळ भोगीतसे ।।
तैसे तुज ठावें नाही तुझे नाम । आम्हीच तें प्रेमसुख जाणो ।।
मातें तृण बाळा दुधाची ते गोडी । ज्याची न ये जोडी त्यासी कामा ।।
तुका म्हणे मुक्ताफळ शिंपीपोटी । नाहीं त्याची भेटी भोग तिये ।।

तुकोबांच्या भाषावैभवाचं, भाषाप्रभुत्वाचं, भक्तीच्या दिमाखाचं, विठ्ठलावरच्या श्रद्धेचं, शब्दरचनेच्या कौशल्याचं आणि उदाहरणं देण्याच्या औचित्याचं असं काही गारुड लोकांच्या मनावर पडायचं की सगळे जण देहभान, काळवेळ विसरायचे आणि तुकोबांचं कीर्तन असं अहोरात्र रंगायचं. असं कीर्तन रंगलं की, तुकोबा स्वतः भान विसरायचे आणि विठ्ठलाच्या नामघोषात नाचायला लागायचे. नाचतानाचता ते बेभान व्हायचे. चाकणलाही त्या दिवशी तसंच झालं. तुकोबांचं कीर्तन सगळ्यांना ऐकू यावं म्हणून आणि कीर्तन करणारे तुकोबा सगळ्यांना दिसावेत म्हणून चांगलं ऐसपैस नारदपीठ बनवलं होतं. तुकोबांचं कीर्तनही रंगलं आणि ते करत असताना तुकोबाही रंगले. त्यांचंही भान हरपलं. विठ्ठलाच्या नामघोषात नाचतानाचता ते इतके दंग झाले की, त्या नाचण्याच्या भरात आपण नारदपीठाच्या अगदी कडेला, काठावर कधी आलो हे त्यांनाही कळलं नाही आणि मागे उभ्या असणाऱ्या टाळकऱ्यांनाही. आणि नाचतानाचता नारदपीठाच्या कडेला आलेल्या तुकोबांचा पाय नारदपीठावरून निसटला. कचेश्वर ब्रह्मे हा चाकण इथं राहणारा एक प्रख्यात वैदिक ब्राह्मण. तुकोबांची भक्ती आणि त्यांची अभंगरचना पाहून हाही त्यांचा भक्त बनला होता. तुकोबांच्या कीर्तनाला तो न चुकता येत असे आणि अगदी जवळ, पुढं बसून तुकोबांचं कीर्तन ऐकत असे. त्यांच्या कीर्तनातला शब्द न् शब्द मनात साठवत असे. हृदयावर कोरत असे. आजही हा कचेश्वर ब्रह्मे त्या उंच अशा नारदपीठाच्या अगदी जवळ बसला होता. तुकोबा कीर्तनात दंग झाले आणि नाचतानाचता त्या नारदपीठाच्या काठावरून त्यांचा पाय निसटला. कचेश्वराच्या ते अगदी वेळेवर लक्षात आलं; पण तुकोबांना त्यांच्या कीर्तनसमाधीत ते लक्षातही आलं नाही. कचेश्वर चटकन पुढं झाला आणि तुकोबांच्या निसटलेल्या पायाखाली त्यानं आपला खांदा दिला. त्यामुळं तुकोबा खाली कोसळले नाहीत. नपेक्षा ते खाली पडून मोठा अनर्थ झाला असता. त्यांना चांगलीच दुखापत झाली असती. कचेश्वरानं आपला खांदा देऊन हे तर टाळलंच; शिवाय त्यानं तुकोबांना त्यांच्या कीर्तन, समाधीतून जागंही केलं नाही. तुकोबा तसेच नाचतनाचत पुन्हा नारदपीठाच्या मध्यावर गेले आणि एक मोठं संकट टळलं. कीर्तन संपलं आणि लोकांनी तुकोबांना कचेश्वर ब्रह्मेचं औचित्य सांगितलं

आणि तुकोबांना पडण्यापासून वाचवलं असंही सांगितलं. ते ऐकून तुकोबा भारावून गेले. ते कचेश्वराला म्हणाले, "कचेश्वर, आज तुम्ही आम्हाला पडतापडता सावरलंत. तुम्ही तुकारामालाच फक्त सावरलं नाहीत तर एका भगवद्भक्ताला सावरलंत. आजपर्यंत विठ्ठलानं आम्हाला कधी खाली पडू दिलं नाही की, आमचा शब्दही खाली पडू दिला नाही. कचेश्वर, तुमच्या रूपात आजही विठ्ठलच आला आणि त्यानं आम्हाला सावरलं. कचेश्वर, ज्या विठ्ठलाच्या भक्ताला तुम्ही खाली पडू दिलं नाहीत, त्या विठूरायाच्या वतीनं मी, हा विठ्ठलभक्त तुकाराम तुम्हाला शब्द देतो की माझा विठूराया तुम्हाला कधी खाली पडू देणार नाही!" तुकोबांनी कचेश्वराला आपल्या विठ्ठलभक्तीची, आपल्यातल्या विठ्ठलभक्ताची आणि विठ्ठलाच्या कृपेची ग्वाही दिली. तुकोबांचे पाय- एका श्रेष्ठ संताचे, एका श्रेष्ठ विठ्ठलभक्ताचे पाय आपल्या खांद्याला लागले या आनंदात, या समाधानात, या पुण्याईच्या भावनेत नाहणाऱ्या कचेश्वराला तुकोबांनी दिलेली ही ग्वाही म्हणजे विठ्ठलकृपेचं वरदानच मिळाल्यासारखं झालं. त्याला त्या वेळी कुठं माहीत होतं की, खरोखरच हे वरदान आपल्याला खाली पडण्यापासून सावरणार आहे ते!

या गोष्टीला बरेच दिवस लोटले आणि पुन्हा एकदा तुकोबा चाकणला कीर्तनासाठी आले. चाकणला आल्यावर त्यांना मागच्या प्रसंगाची आठवण झाली आणि त्यापाठोपाठ आठवले ते कचेश्वर ब्रह्मे. तुकोबांनी त्यांच्याविषयी चौकशी केली असता कचेश्वर ब्रह्मे आजारी असल्याचं त्यांना कळलं. तुकोबा त्यांना भेटायला गेले. हकिगत अशी होती की, कचेश्वर ब्रह्मेंवर कोणीतरी विषप्रयोग केला होता आणि त्यांना विषबाधा झाली होती. त्यामुळे ते खंगले होते. त्यांना जेवणही जात नव्हतं आणि त्यांना सतत- अगदी बोलतानासुद्धा- धाप लागत होती. कधीकधी ती धाप इतकी अनावर व्हायची की, त्यांना एकही शब्द बोलता, उच्चारता येत नसे. त्यांची ही अवस्था बघून तुकोबांना वाईट वाटलं. त्यांनी कचेश्वरांना सांगितलं, "आपण आज सायंकाळी कीर्तनाला यावं. मी विठ्ठलाला साकडं घालीन. तो नक्की तुम्हाला बरं करेल!" कचेश्वरानी कीर्तनाला येण्याचं कबूल केलं. म्हणाले, "मला फार वेळ बसवत नाही; पण मी कीर्तनाला येईन. आणि मला जेवढा वेळ बसवेल तेवढा वेळ बसेन. अगदी शेवटच्या श्वासापर्यंत बसेन. तुमचं कीर्तन आणि विठ्ठलाचं नामस्मरण ऐकताना माझा प्राण गेला, तर मी स्वतःला भाग्यवान समजेन. मी नक्की येईन!" त्यांचं ते बोलणं ऐकून तुकोबांना वाईटही वाटलं आणि समाधानही. वाईट अशासाठी की, कचेश्वर निरवानिरवीची भाषा करत होते आणि समाधान अशासाठी की, ते कीर्तनाला येणार होते.

सायंकाळ झाली. कीर्तनस्थळी गर्दी होऊ लागली. तुकोबांचे कीर्तन म्हणजे अवीट माधुरीचा ठेवा. तो आपल्याजवळ, आपल्या हृदयी जपून ठेवता यावा म्हणून सगळे जण धडपडत होते. कीर्तन कधी सुरू होईल याची वाट बघत होते. तुकोबा

नारदपीठावर आले. 'रामकृष्ण हरी'चा गजर सुरू झाला आणि दोन माणसांच्या आधारानं कचेश्वर तिथं आले. त्यांनी तुकोबांना नमस्कार केला आणि धपापत, मोठ्या मुश्किलीनं, कसेबसे धडपडत खाली बसले. त्यांची ती अवस्था बघून तुकोबांना खूपच वाईट वाटलं. त्यांनी अभंग सुरू केला–

सावळे सुंदर रूप मनोहर । राहो निरंतर हृदयी माझे ।।
आणीक काहीं इच्छा आम्हा नाहीं चाड । तुझे नाम गोड पांडुरंगे ।।
जन्मोजन्मो ऐसें मागितले तुज । आम्हासी सहज द्यावे आता ।।
तुका म्हणे तुज ऐसे दयाळ । धुंडिता सकळ नाही आम्हा ।।

विठ्ठलाविषयीचे आपले प्रेम, आपली भक्ती व्यक्त केली आणि आता त्यांना कचेश्वरांना धीर यायचा होता. त्यांच्या निराश मनात पुन्हा आशेची ज्योत पेटवायची होती. म्हणून तुकोबांनी आता विठ्ठलाचा विश्वास दिला–

हरिचिया भक्ता नाही भयचिंता । दुःखनिवारिता नारायण ।।
न लगे वाहणे संसार उद्वेग । जडो नेदी पांग देवराया ।।
असो द्यावा धीर सदा समाधान । आहे नारायण जवळीच ।।
तुका म्हणे माझा सखा पांडुरंग । व्यापियेले जग तेणे एकें ।।

असा दिलासा दिला. विठ्ठलकृपेचा असा विश्वास दिला आणि त्यांना पुन्हा आश्वासन दिलं–

जाऊ देवाचिया गांवा । देव देईल विसावा ।।
देवा सांगो सुखदुःख । देव निवारील भूक ।।
घालू देवासीच भार । देव सुखाचा सागर ।।
राहो जवळी देवापांशी । आता जडोनि पायासी ।।
तुका म्हणे आम्ही बाळे । या देवाची लडिवाळें ।।

तुकोबांनी आपल्या अभंगांतून, शब्दरचनेतून, कीर्तनातून दिलेलं हे आश्वासक वचन कचेश्वर ब्रह्मेंना मोठी उभारी देऊन गेलं. त्यांना वाटणारी अस्वस्थता कमी झाली. त्यांची गलितगात्र अवस्था कमी होऊ लागली. ते आता नीट बसले, सावरून बसले. त्यांच्या चेहऱ्यावरची वेदना कमी झाली. त्यांच्या डोळ्यांतला असहाय भाव, दुःखाची सल कमी झाली. अभंग गातागाता तुकोबांचं लक्ष त्यांच्याकडे होतंच. कचेश्वर बरेच सावरलेले दिसताच तुकोबांनी कीर्तन मध्येच थांबवलं आणि म्हणाले, "कचेश्वर, तुम्ही मला मानता ना? मग एक कराल माझ्यासाठी? मी विनवणी करतो म्हणून..." लोकांना नवल वाटलंच; पण कचेश्वरांनाही... तुकोबांनी कीर्तन मध्येच कसं थांबवलं म्हणून! पण तुकोबांच्या या प्रश्नाला त्यांनी होकारार्थी मान हलवली.

त्यांनी होकार दिलेला बघून तुकोबांनाही आनंद झाला. ते पुढे म्हणाले, ''छान! कचेश्वर, मग आता ऐका. तुम्ही तिथून उठा आणि नारदपीठावर या. इथं असे माझ्याजवळ येऊन उभे राहा.'' लोकांना तर समजेचना; पण कचेश्वरही गोंधळले. 'माझी मला नीटशी हालचालही करता येत नाही आणि तुकाराम महाराज हे काय सांगताहेत?' हा प्रश्न क्षणभर त्यांच्या मनात उद्‌भवला. पण क्षणभरच. दुसऱ्या क्षणाला कचेश्वर धडपडत का होईना उठून उभे राहिले. त्यांच्यासोबत आलेल्या मंडळींनी त्यांना आधार दिला आणि त्यांना नारदपीठाकडे घेऊन गेले. कचेश्वर कसेतरी धडपडत, मोठ्या मुश्किलीनं, बरोबरच्या मंडळींचा आधार घेत नारदपीठावर चढले. तुकोबांच्या शेजारी उभे राहिले. तुकोबांनी त्यांच्या खांद्यावर हात ठेवला. म्हणाले, ''कचेश्वर, तुम्ही ब्राह्मण आहात. या नारदपीठाची महती, त्याचं पावित्र्य मी तुम्हाला सांगण्याची गरज नाही आणि त्याचं सामर्थ्यही मी तुम्हाला दाखवून देण्याची गरज नाही. आता तुम्ही नारदपीठावर आला आहात, तर माझ्यासमवेत कीर्तन करा. विठ्ठलनामाचा गजर करा. त्याच्या नामाचा उच्चार करा. त्याच्या नामाचा महिमा अगाध आहे. चला तर मग!'' तुकोबांचं बोलणं ऐकून लोकांना नवल तर वाटलंच; पण कचेश्वर ब्रह्मे अवाक झाले. तुकोबांचं बोलणं, वागणं आणि सांगणं बघून त्यांच्या तोंडून शब्द फुटेना. पण तरीही त्यांचा तुकोबांवरचा विश्वास अढळ होता. ते तुकोबांच्या मागे हळूहळू चालत गेले. हात जोडून उभे राहिले. डोळे मिटून घेतले. त्यांनी डोळे मिटले असले तरी त्यांच्या चेहऱ्यावर निग्रह होता आणि 'आता काही बरंवाईट घडायचंच असेल, तर ते इथंच घडू दे!' असा विचार त्यांनी केल्याचं तो निग्रह सांगत होता. तुकोबांनी नामस्मरण सुरू केलं. 'राम कृष्ण हरी, जय जय राम कृष्ण हरी' त्यांच्या पाठोपाठ कचेश्वरांनीही अडखळत, त्यांच्या आवाजात आपला आवाज मिसळला आणि त्यांनीही अडखळत थांबत नामस्मरण सुरू केलं. खरंतर नारदपीठावर चढून आल्यावर कचेश्वरांना धाप लागली होती. त्यांच्या तोंडून आणि नाकातून नुसता 'फुस्स फुस्स'असा आवाज येत होता. पण त्यांनी तसंच नामस्मरण करायला सुरुवात केली. अडखळत, थांबून थांबून, दम घेत, श्वास सोडत त्यांनी 'राम कृष्ण हरी' म्हणायला सुरुवात केली. म्हणताम्हणता आधी हळूहळू येणारा त्यांचा आवाज स्पष्ट होऊ लागला. आधी अडखळत, बोबडे येणारे उच्चार आता सुस्पष्ट येऊ लागले आणि थोड्या वेळानं तर त्यांची धाप पूर्णपणे थांबून 'राम कृष्ण हरी'चा जप चांगल्या मोठ्या आवाजात, सुस्पष्टपणे ते म्हणायला लागले आणि 'राम कृष्ण हरी', 'राम कृष्ण हरी'म्हणता म्हणता तुकोबांनी अभंग गायला सुरुवात केली, तर कचेश्वर तो अभंग गाण्यात त्यांना साथ देऊ लागले. बघताबघता गातागाता त्यांची धाप कमी झाली, त्यांचे अस्पष्ट उच्चार सुस्पष्ट झाले, त्यांचे अडखळत येणारे शब्द आता न अडखळता, सलग येऊ लागले आणि थोड्या

वेळानं तर कचेश्वर अगदी व्यवस्थित उभे राहून, खड्या आवाजात, सुस्पष्ट उच्चारात अभंग गायला लागले. लोकांनाही नवल वाटलं. विठ्ठलनामाचा महिमा, विठ्ठलावरची तुकोबांची असलेली अगाध भक्ती आणि तुकोबांचा विठ्ठलावरचा अधिकार पुन्हा एकदा सिद्ध झाला होता. अधोरेखित झाला होता. विठ्ठलाच्या नामस्मरणानं कचेश्वरांना झालेली विषबाधा आणि त्या विषबाधेचा त्यांच्या शरीरावर, मनावर, डोळ्यांवर, वाणीवर, शरीराच्या हालचालींवर झालेला परिणाम हे सगळंसगळं एखाद्या दुःस्वप्नासारखं पुसलं गेलं होतं आणि तुकोबा आणि त्यांची विठ्ठलभक्ती आणखी उजळून निघाली. तुकोबांनी कीर्तनसमाप्तीपूर्वी एक अभंग गायला–

एक मेका साह्य करू । अवघें धरूं सुपंथ ।।
कोण जाणे कैसी परी । पुढे उरी ठेविता ।।
अवघे धन्य होऊ आता । स्मरविता स्मरण ।।
तुका म्हणे अवघी जोडी । ते आवडी चरणांची ।।

तुकोबांनी कीर्तन संपवलं. पण त्या कीर्तनाची, त्या कीर्तनात घडलेल्या त्या घटनेची चर्चा चाकणकरांना पुढे कित्येक दिवस पुरली.

चाकणमध्ये घडलेला तो प्रसंग देहूपर्यंतही येऊन पोचला आणि देहूकरांना पुन्हा एकदा आपला तुकोबा किती मोठा आहे, याचं प्रत्यंतर आलं. देहूपर्यंत ही बातमी कळली तेव्हा तुकोबा आणि गंगाराम मवाळ दोघं जण बोलत बसले होते. आवलीनं भाकरी, कळण्याची उसळ, मिरचीचा ठेचा आणि दही असा बेत केला होता. कळण्याची उसळ तुकोबांना खूष आवडायची. त्यात सोबत हिरव्या मिरचीचा ठेचा आणि दही. हातावर भाकरी घेऊन तुकोबा मन लावून जेवत होते आणि प्रत्येक घासागणिक 'वा! आवले, तू साक्षात अन्नपूर्णा आहेस!' असं म्हणत होते. ते ऐकून आवलीचा चेहरा फुलत होता. आवलीला पुन्हा सहाव्यांदा दिवस गेले होते. पण अजूनही तुकोबा तिचं कौतुक करत होते आणि त्यांच्या कौतुकाच्या प्रत्येक शब्दागणिक आवलीचा चेहरा खुलत होता, उजळत होता. तुकोबांच्या समवेत जेवायला बसलेला गंगाराम मवाळ या अद्‌भुत नवरा-बायकोचं हे विलक्षण प्रेम बघत होता. हातावर भाकरी घेऊन खाणारा, आपल्याला मित्र मानणारा आपला हा मित्र एवढा मोठा आहे, त्यानं एवढी अलौकिक कीर्ती मिळवली आहे, त्याच्या नावाचा उदोउदो पंचक्रोशीत होतोय; तरीही हा तुकोबा इतका साधा, इतका सरळ, इतका जमिनीशी जोडलेला. दुसरा कुणी असता, तर या कीर्तीनं अहंकारी झाला असता. मंबाजीसारखं इतरांना तुच्छ लेखत हिंडला असता. हाताखाली ५/१० अनुयायी ठेवले असते आणि बडेजाव दाखवला असता. राजाच्या पदरी एखादं पद, एखादं मानाचं स्थान पटकावलं असतं. मठ, आश्रम उघडून भक्तीचं दुकान थाटून पैका मिळवला

असता. पालखीतून हिंडला असता, रोजरोज पंचपक्वान्नं खाल्ली असती; पण तुकोबा हातात घेऊन भाकरी आणि ठेचा खाताहेत. अनवाणी, चालत सगळीकडं हिंडतात. शिवाजीराजांनी पाठवलेला नजराणा एका क्षणाचाही मोह न धरता परत पाठवला. असा कसा आहे हा तुकोबा? कोणत्या मातीचा घडलाय हा? संसारातून विरक्त झालाय म्हणावं तर बायकोमुलांवर त्याचं तेवढंच प्रेम आहे. पूर्ण संसारी आहे म्हणावं, तर त्याच्या संसारात हा फार थोडा वेळ असतो. प्रापंचिक म्हणावं तर प्रापंचिक नाही; विरक्त म्हणावं तर बैरागी नाही. चमत्कार घडतात म्हणून अंधश्रद्ध म्हणावं तर अंधश्रद्ध नाही. लोकांना फसवतो म्हणावं तर परखड बोलांनी लोकांना सावध करतो. एकीकडे विठ्ठलावर याचा अधिकार आहे, तर एकीकडे सतत विठ्ठलाच्या पायाशी लीन असतो. कुठल्या मातीचा बनला आहे हा? गंगाराम मवाळांच्या मनात त्या एका क्षणात हे सगळे विचार येऊन गेले आणि त्यांना तुकोबा पहिल्यांदा भेटले तो प्रसंग आठवला.

तळेगाव दाभाडे इथं राहणाऱ्या गंगाराम मवाळांच्या घरी दुभत्या म्हशी होत्या. पंचांग सांगण्यासोबतच गावात दुधाचा रतीब घालण्याचा त्यांचा व्यवसाय होता. सकाळी दुधाचा रतीब घालून झाल्यावर ते म्हशी चरण्यासाठी सोडत असत. एके दिवशी त्यांच्या चरायला सोडलेल्या म्हशींपैकी एक दुभती म्हैस संध्याकाळ झाली तरी घरी परत आली नाही. ती वाट चुकली असावी. पण गावाबाहेर भामगिरी डोंगरावर दाट जंगल होतं. तिथं वाघरू होतं. म्हैस चुकून तिकडं गेली असली तर... वाघरानं खाल्ली किंवा मारली असेल तर... अशा अनेक शंका-कुशंकांनी घेरलेले गंगाराम मवाळ कंदील आणि काठी घेऊन म्हैस शोधायला बाहेर पडले. ३-४ दिवस शोधलं तरी म्हैस सापडली नाही. शेवटी एकदा डोंगरावर चढून म्हैस शोधावी अशा विचारानं गंगाराम मवाळ भामगिरीच्या डोंगरावर गेले. तिथं एका पांदीत तुकोबा नामस्मरण करीत बसलेले त्यांना दिसले. गंगाराम यांची चाहूल लागून तुकोबांनी डोळे उघडले. गंगारामांना समोर बघून तुकोबा म्हणाले, ''म्हैस हरवली आहे ना? मग इथं कशाला शोधताय? ती कधीच तुमच्या घरी परत आली आहे. गोठ्यात जाऊन उभीसुद्धा राहिली आहे.'' ते ऐकून गंगाराम मवाळ यांना आश्चर्य वाटलं. हा कोणीतरी साधुपुरुष असावा असं समजून त्यांनी तुकोबांना दंडवत घातला आणि ते त्वरेनं घरी आले. घरी येऊन पाहतात तो काय, खरोखरीच म्हैस गोठ्यात येऊन उभी राहिलेली. ते पाहून त्यांची खात्रीच पटली की, काल आपल्याला भामगिरीवर भेटलेला कोणी सिद्धपुरुषच होता. त्यांनी घरी पुरणावरणाचा स्वयंपाक बनवायला सांगितला आणि तो बांधून घेऊन ते पुन्हा भामगिरीवर गेले. तिथं जाऊन त्यांनी तुकोबांना पोटभर जेवू घातलं. त्यानंतर तुकोबांशी त्यांचा स्नेह जमला तो अगदी आजपर्यंत. खरंतर गंगाराम मवाळांचं खरं उपनाम महाजन. पण त्यांचा मऊ आणि

प्रेमळ स्वभाव बघून तुकोबांनी त्यांना मवाळ म्हणून संबोधलं आणि मग सगळीजणं त्यांना गंगाराम मवाळ म्हणायला लागली. आवलीचं कौतुक करत हातावर भाकरी घेऊन खाणाऱ्या तुकोबांना बघून गंगाराम मवाळांना आपली आणि तुकोबांची ती पहिली भेट आठवली आणि तो प्रसंग घडून इतकी वर्षं झाली, तरी त्या वेळी भेटलेले तुकोबा आणि आज आपल्यासमोर बसलेले तुकोबा यांच्या व्यक्तिमत्त्वांत आणि स्वभावांत काहीच फरक झालेला नाही, या विचारानं गंगाराम मवाळांची कौतुकाची नजर तुकोबांना न्याहाळत होती.

काही दिवस गेले. आजकाल तुकोबा फार अस्वस्थ राहायचे. सगळ्यांनी विचारून झालं. आवलीनं तर पिच्छाच पुरवला. पण तिलाही त्यांनी काही सांगितलं नाही. फक्त एवढंच म्हणाले, "आवले, का कोण जाणे, मला माउलीची फार आठवण येते आहे गं! नामदेवांनी गाथेत वर्णन केलेल्या माउलीच्या संजीवन समाधी सोहळ्याचा प्रसंगच मला पुनःपुन्हा वाचावासा वाटतोय. आवले, तुला ठाऊक आहे का? माउलीनं संजीवन समाधी घ्यायचं ठरवलं तेव्हा मुक्ताईनं विचारलं, "दादा, तू का समाधी घेतो आहेस? तुला कुणी काही बोललं, रागावलंय का? तसं नसेल तर मग तू समाधी, तीही आताच घेण्याचं कारण काय?" तिचा हा प्रश्न ऐकून ज्ञानदेवांनी काय उत्तर दिलं माहीत आहे? ज्ञानदेव म्हणाले, "मुक्ते, परमेश्वरानं मला जे कार्य करण्यासाठी जन्माला घातलं होतं, ते कार्य आता पूर्ण झालंय. मग जीवितकार्य पूर्ण झाल्यावर मरण येत नाही म्हणून जगण्यात काय अर्थ आहे! म्हणून मी समाधी घेतोय! आवले, २२ वर्षांचं वय होतं गं तेव्हा ज्ञानदेवांचं! पण याही वयात केवढी ही जाण? आवले, माझं जीवितकार्य पूर्ण झाल्यावर मलासुद्धा समाधी घेता येईल का गं?" तुकोबांनी विचारलं आणि आवलीच्या काळजात धस्स झालं. "इतके दिवस त्या पांडुरंगाचं वेड होतं आणि आता हे समाधीचं? आता काय म्हणू या कर्माला? काय वो धनी, सुखाचं ताट लाथाडायची रीतच हाय का हो तुमची? राजांनी पाठवलेला नजराणा परत पाठवला; आता चार दिस चांगले आले तर हे समाधीचं खूळ कुठनं तुमच्या डोक्यात आलंया? अवो, माउली व्हती ती! ज्ञानदेव माउलीला जे जमलं ते आपल्याला जमणार आहे का? आनि मी म्हणते आपण असला विचार करावाच का? आपल्याला चांगली बायको आहे. चार पोरं पदरी आहेत. दोन जावई आहेत. चांगलं खावं-प्यावं आनि देवाचं नाव घ्यावं. पाहिजे तर त्या काळ्याचं घ्यावं. पण असले विचार मनात कशाला आणावेत? उठा आता. आवरा! मला पण मोप कामं हायत! सांजच्याला कीर्तनाला जायचं न्हवं तुम्हाला? आता तुमचे टाळकरी येतील बलवायला; उठा!" म्हणत आवलीनं तो विषय तिथंच झटकला. हातातलं बसकूर तिनं झटकलं तसाच! तिचा तो आविर्भाव बघून तुकोबांच्या चेहऱ्यावर हसू उमटलं. लगालगा वाकून केर काढणाऱ्या आवलीला

बघून तुकोबांच्या मनात आलं, 'खरंच! ही आपली पत्नी म्हणजे आपलं कवच आहे, कवच! आपल्यातल्या सगळ्या चांगल्या-वाइटाची प्रेरणा आहे ही! ही आहे म्हणून हा तुकाराम जिवंत आहे. ही नसती तर आप्तस्वकीयांच्या पाठोपाठ झालेल्या मृत्यूनं मी एकतर वेडा झालो असतो नाहीतर आत्मघात तरी करून घेतला असता आणि यातलं काहीच झालं नसतं, तर सावजीदादासारखा संन्यासी जोगडा होऊन गावोगाव फिरत राहिलो असतो. ही आहे म्हणून या तुकारामाची आधारशिला भक्कम आहे. ही आहे म्हणूनच हा तुकाराम या समाजात राहतो आहे, राहिला आहे आणि ही आहे म्हणूनच त्या विठ्ठलाची भक्ती मी करू शकलो. तिचा त्याच्यावरही मोठा अधिकार आहे. लौकिकार्थानं अडाणी असलेली माझी आवली परमार्थाच्या क्षेत्रातले सिद्धान्त, अध्यात्माची तत्त्वं अशी बोलताबोलता सांगते. म्हणजे हिचा याही क्षेत्रातला अधिकार मोठा आहे. याही क्षेत्रातलं हिला ज्ञान आहे. आपल्या ज्ञानाला अभ्यासाची जोड आहे. बाबाजींचा आशीर्वाद आहे. संत नामदेव आणि ज्ञानेश्वरमाउलीचं मार्गदर्शन आहे; पण हिला काय? हिच्या त्या ज्ञानाला चौकट देण्याचं काम आपण केलं पाहिजे. लोकांना आपण मार्गदर्शन करतो; पण आपल्या पत्नीला नाही, असं कसं? ते काही नाही! हिलाही काहीतरी बोध आपण दिला पाहिजे. भले तिला तो पटो किंवा न पटो! पण आपण सांगितला पाहिजे. तिला पटवून दिला पाहिजे. त्यासाठी काहीतरी युक्ती केली पाहिजे की ती तो ऐकेल. आजचं कीर्तन झालं की याचा विचार करू या. तुकोबांनी मनाशी काहीतरी निश्चय केला आणि ते उठले.

त्या दिवशीचं कीर्तन रंगलं; पण का कोण जाणे, ऐकणाऱ्या लोकांना त्यात उदासीनतेची छटा वाटली. खरंतर कीर्तन करताना कधीकधी तुकोबा काही गमतीशीर दाखलेही देत. मग त्यात–

कानडीने केला मऱ्हाटा भ्रतार । एकाचे उत्तर एका नये ।।
तैसे मन नको करू कमळापंती । देई या संगती सज्जनांची ।।
तिने पाचारिले इल बा म्हणोनी । येरु पळे आण जाली आता ।।
तुका म्हणे येर येरा जे विच्छिल । तेथे वाढे सीण सुखा पोटी ।।

कधी असे गंमतीशीर संसाराचे तर कधी याच्या ऐवजी

माकडे मुठी धरिले फुटाणे । गुंतले ते नेणे हात तेथे ।।
काय तो तयाचा लेखावा अन्याय । हित नेणे काय आपुले ते ।।
शुके नळि केशी गोवियेते पाय । विसरुनी जाय पक्ष दोन्ही ।।
तुका म्हणे एक ऐसे पशुजीव । न चले उपाव काही तेथे ।।

असे अनेक दाखले असत. पण आज मात्र तुकोबांच्या कीर्तनाचा रंग काही वेगळाच होता. आज विठ्ठलाला साकडं होतंच, नामाचं महत्त्वही होतं; पण आज तुकोबा विठ्ठलाजवळ काहीतरी मागत होते. स्वतःसाठी, स्वतःच्या आयुष्यासाठी. आज तुकोबा त्या विठ्ठलाला सांगत होते–

लहानपण देगा देवा । मुंगी साखरेचा रवा ।।
ऐरावत रत्न थोर । तया अंकुशाचा मार ।।
ज्याचे अंगी मोठेपण । तया यातना कठीण ।।
तुका म्हणे जाण । व्हावे लहानाहूनि लहान ।।

तुकोबांना आता हे मोठेपण, ही उपाधी, हा भक्तांचा गोतावळा नको वाटत असे. पुन्हा कुठंतरी एकांतात जाऊन बसावं आणि शांत चित्तानं विठ्ठलाशी संवाद करावा, नामस्मरण करावं, असं वाटायचं. आणि हे मोठेपण झुगारून पुन्हा लहान व्हावं, असं त्यांना वाटायला लागलं. तुकोबांनी तेच मागणं विठ्ठलाकडं मागितलं आणि मग त्यासाठी, या मागण्याच्या पूर्ततेसाठी पुन्हा त्यांनी विठोबाला आळवलं–

तू माझी माउली तू माझी साऊली । पाहतो वाटुली पांडुरंगे ।।
तू मन येकुला वडील धाकुला । तू मज आपुला सोयरा जीव ।।
तुका म्हणे जीव तुजपाशी असे । तुझीयानें ओस सर्व दिशा ।।

आणि असं असलं तरी त्यांचा आपण विष्णुदास असल्याचा अभिमानही व्यक्त होतच होता.

दीप घेऊनिया धुंडिती अंधार । भेटे हा विचार अघटित ।।
विष्णुदास आम्ही न भिऊ कळिकाळा । भुलो मृगजळा न घडे ते ।।
उधळिता माती रविकळा मळे । हे कैसे न कळे भाग्य हीना ।।
तुका म्हणे तृणे झांके हुताशन । हे तव वचन वाऊगे चि ।।

तुकोबांचा हा अभंग म्हणजे त्यांच्या शब्दप्रभुत्वाची साक्ष होती. पण कुणी तरी उठून विचारलं, "महाराज, आजचं कीर्तन उदासतंय, असं का वाटतंय आम्हाला कळंना! काय असंल याचं इंगित?" त्या माणसानं उठून विचारलेला प्रश्न जणू सगळ्यांच्याच मनातला होता. आज स्वतः तुकोबांनाही ते कुठंतरी जाणवलं होतं. मनावरचा उदासीनतेचा ओरखडा पुसला जात नव्हता. पण त्या श्रोत्यानं विचारलेल्या प्रश्नाला उत्तर देणं भाग होतं आणि तुकोबांनी ते दिलंच आणि तेही अभंगातून. म्हणाले, "मंडळी,

सुख पाहता जवापाडें । दुःख पर्वताएवढे ।।
धरी धरी आठवण । मानी संतांचे वचन ।।

नेले रात्रीने ते अर्धे । बाळपण जरा व्याधे ।।
तुका म्हणे पुढा । घाणा जुंती जसी मूढा ।।''

तुकोबांचं कीर्तन अशी किंचित वियोगाची झालर घेऊनच संपलं. तशा अस्वस्थ मनानंच ते घरी परतले. त्यांच्या मनाची अस्वस्थता त्यांच्या चेहऱ्यावर उमटली होती. आवलीनं ती ओळखली, वाचली. तुकोबा घरी परतले तशी आवली पुढं झाली. तुकोबांना पाणी देऊन म्हणाली, ''धनी काहो, आज चेहरा कशापायी उतरलाय? परत काही मनाला लागेल असं घडलंय का? परत त्या मंबाजीनं...?'' पण तुकोबांनी आवलीचं वाक्य पूर्ण होऊ दिलंच नाही. ''नाहीनाही आवले, कुणीच काही केलेलं नाही. पण माझं मनच अस्वस्थ आहे. त्याच कारण मलाही उमगेनासं झालंय. का कोण जाणे, पण आवले, तुझ्याशी बोलावंसं वाटतंय. तुझ्याजवळ बसावं, तुला काही सांगावं वाटतंय. आवले, तो पांडुरंग आणि तू, तुम्ही दोघंच तर माझ्या जिवाचे भागीदार आहात. त्या विठूरायाशी मी बोलतो. पण होतं काय प्रश्नही मीच विचारतो आणि उत्तरंही मीच देतो. भले ती उत्तरं तो सांगत असेल; पण ती माझ्या तोंडूनच उमटतात आणि मग हा संवाद दोन पातळ्यांवर होत नाही. तो फक्त स्वसंवाद होतो. पण तुझ्याशी बोललं ना, की माझ्या सगळ्या जाणिवा जाग्या होतात बघ. तू काही प्रश्न विचारतेस, उपहासानं काही बोलतेस, काही सांगू पाहतेस, काही बोलू पाहतेस, बोलताना, विचारताना काही आविर्भाव करतेस, मला चिडवतेस, रागावतेस आणि तो संवाद चांगला रंगतो. आवले, म्हणून मला तुझ्याशी बोलावंसं वाटतं. जरा बसतेस का इथं माझ्याजवळ?'' तुकोबांच्या या बोलण्याकडं आवली डोळे विस्फारून पाहत राहिली, ऐकत राहिली. खरंतर तिला आज वेळ नव्हता. तिला पाटलिणीकडं तीन पायल्या जोंधळे दळायचे होते. पण आज तुकोबांच्या स्वरातली वेदना, उदासीनता आणि तिच्या आधाराचे आर्जव ऐकून तिचा तिथून पायच निघेना. तिनं विठोबाकरवी पाटलिणीच्या घरी निरोप धाडला आणि तुकोबांच्या जवळ बसली. आधी तिनं आपल्या पदरानं त्यांचा घाम पुसला. मग तेलाची वाटी घेऊन आली. तुकोबांच्या डोक्यावर तिनं तेल चोळलं. काशाच्या वाटीनं त्यांचे तळपाय घासले. तुकोबांचा जरा डोळा लागला म्हटल्यावर ती उठली. चुलीवर गरमगरम भाकरी केल्या. त्याच तव्यात खमंग झुणका परतला आणि ताटात वाढून तुकोबांजवळ गेली. त्यांना हलकेच जागं करून तिनं झुणकाभाकरीचे घास त्यांना भरवले. त्यांचं जेवण झाल्यावर पुन्हा पदरानं त्यांचं तोंड पुसलं. तुकोबा गहिवरले. आवलीच्या त्या लुगड्याच्या पदराच्या चिंध्या झाल्या होत्या. पण अख्खं आभाळ मावलं असतं, एवढी माया त्या फाटक्या पदरात होती आणि आवलीच्या हाताच्या स्पर्शानं ती शतगुणित झाली होती. तिचा हात रखरखीत होता. कदाचित

तिच्या नशिबासारखा; पण त्या रखरखीत हाताच्या स्पर्शात जी माया होती, तिचा स्पर्श रेशमाहूनही कोमल होता. शिवरीच्या कापसाइतका मऊ होता. त्या मायेच्या स्पर्शानं तुकोबा सगळं विसरले. सगळंसगळं विसरले. आणि एखादं तान्हं बाळ झोपी जावं, असे गाढ झोपी गेले. तान्ह्या बाळासारखंच त्यांनी आवलीच्या फाटक्या पदराचं टोक आपल्या मुठीत धरून ठेवलं होतं.

दुसऱ्या दिवशी तुकोबा जागे झाले ते मोठ्या प्रसन्न मनःस्थितीत. आवलीच्या मायेचा, तिच्या वात्सल्याचा हा परिणाम होता. ती तुकोबांची पत्नी तर होतीच; पण त्याहीपेक्षा त्यांची आई जास्त होती. त्या दिवशी तुकोबा कुठंच गेले नाहीत. पाटलीणबाईचं काम करून आवरली परत आली. जेवणं झाली आणि परसदाराचं गवत काढायला निघालेल्या आवलीचा हात धरून तुकोबांनी तिला थांबवलं. तिला म्हणाले, "आवले बैस! मी तुला काही सांगणार आहे. अगं, सगळ्या गावाला मी माझ्या कीर्तनातून काही ना काही सांगत असतो. तू तर कीर्तन ऐकायला कधीच येत नाहीस. म्हणूनच मी आता तुला काही सांगणार आहे. बस इथं!" तुकोबांनी तिला खाली बसवलं. मोठ्या नाइलाजानं ती बसली. म्हणाली, "अवो, परसदारी गवत लयीच वाढलंय. ते आज काढून टाकावं म्हणत हुते. माणसाच्या मनासारखंच हाय त्या गवताचं. तण मुळासकट उपटून काढलं की, पुन्हा उगवत न्हायी! तसं माणसाच्या मनातले वाईट विचार मुळासकट निपटले की परत येत न्हायीत. पर धनी, मी एक सांगते, त्या काळ्याचं मला काई सांगणार असाल तर सांगू नका! त्याचं कवतिक ऐकण्यापरीस मी गवत काढलेलं बरं!" तुकोबांना हसू आलं. म्हणाले, "नाही गं आवले! त्या पांडुरंगाचं कौतुक सांगत नाही तुला; पण ऐक. तुला आता मी आत्मा आणि परमात्मा यांचा एकमेकांशी दिल्याघेतल्याचा जो संबंध आहे, तो सांगतो. नीट लक्ष देऊन ऐक." असे तिला सांगून तुकोबांनी अभंग सांगितला.

"पिकल्या सेताचा आम्हां देतो वाट । चौधरी गोमटा पांडुरंग ।।
सतर टके बाकी उरली मागे तो हा । मागे झडले दहा आजिवरी ।।
हांडा भांडी गुरे दाखवी ऐवज । माजघरी बाजे बैसलासे ।।
मज यासी भांडता जाब नेदी बळे । म्हणे एक वेळे घ्याल वाटा ।।
तुका म्हणे स्त्रिये काय वो करावे । नेदिता लपावे काय कोठे ।।

"आता आवले, याचा अर्थ ऐक. आपल्या संपूर्ण देहाचा पांडुरंग म्हणजे ईश्वर मालक आहे. त्यानं हा नरदेह आम्हाला वहिवाट म्हणून दिला आहे. दयाळू असल्यामुळे तो आपल्याला उपाशी मरू देत नाही; पण याच्याशी आपला ऐंशी-विसाचा करार झाला आहे. हा आमच्याकडून ऐंशी टक्के वसूल करणार आहे. त्यातले दहा टक्के म्हणजे माझे ज्ञान आणि माझे कर्म याच्या चरणी वाहून मी दहा

टक्के त्याला दिले आहेत. अजून सत्तर टक्के द्यायचे आहेत. ते तो आपल्या हृदयाचा बाजल्यावर बसून आपल्याकडे मागतो आहे. तेव्हा आवले, तूसुद्धा

''वैष्णवांची दासी होई सर्वभावे । मुखे नाम घ्यावे विठोबाचे ।।

''असे केलेस म्हणजे उरलेले सत्तर टक्के आपल्याला दोघांना मिळून फेडता येतील. कारण–

''सत्य देवे माझे केला अंगीकार । आणिक विचार नाही आता ।।
होई बळकट घालुनिया कास । हाचि उपदेश तुज आता ।।''

तुकोबा सांगत होते आणि मंत्रमुग्ध झाल्यासारखी आवली ते सारं ऐकत होती. सोन्याचा झळाळता रस साच्यात ओतावा तसं हे झळाळतं ज्ञान कुणीतरी आपल्या मेंदूच्या साच्यात ओततंय, असं तिला वाटत होतं. तुकोबा-आवलीचा हा संवाद सुरू असतानाच रामेश्वरभट वाघोलीहून तुकोबांना भेटण्यासाठी आले. पती-पत्नी बोलताहेत हे जाणून तिथंच दाराबाहेर ओसरीवर बसले. तुकोबा आवलीला सांगत असलेला शब्द न् शब्द त्यांनी ऐकला. बराच वेळ झाला. खेळायला गेलेला विठोबा धावत घरी आला. दाराशी ओसरीवर कुणीतरी बामनाचा मानूस बसलाय असं आत येऊन त्यानं तुकोबांना सांगितलं. तुकोबा-आवलीचा संवादही पूर्ण झाला होता. आवलीला जे काही सांगायचं होतं, ते सारं तुकोबांचं सांगून झालं होतं. विठोबाचं बोलणं ऐकून तुकोबा झटकन बाहेर आले. बाहेर रामेश्वरशास्त्री बसलेले पाहून तुकोबांना नवल वाटलं. त्यांना नमस्कार करून तुकोबांनी विचारलं, ''आचार्य, आपण इकडं कसे काय? सर्व क्षेम आहे ना?'' तुकोबांच्या स्वरातून प्रेम आणि आदर लपत नव्हता. रामेश्वरशास्त्री प्रसन्न हसले. तुकोबांना म्हणाले, ''तुकोबा, मी कशासाठी आलो होतो ते मी नंतर सांगतो; पण आपण आता आतमध्ये वहिनींना म्हणजे आपल्या पत्नीला उपदेश करीत होतात त्यात पंचीकरण सांगितलंत. ते कसं काय? पंचीकरण तर...!'' ''मी जाणतो आचार्य!'' तुकोबांनी त्यांना मध्येच थांबवलं. पुढं म्हणाले, ''आचार्य, मी जाणतो की पंचीकरण हे गुरूनं आपल्या शिष्योत्तमास एकांतात सांगावयाचं असतं. तसं पाहिलं तर आवली माझी शिष्या नाही; पण शिष्योत्तम होण्याच्या पात्रतेची नक्कीच आहे ती! आचार्य, आवलीचा विठ्ठलावरचा अधिकार फार मोठा आहे. तिला परमार्थाचंही पुरेसं ज्ञान आहे. अध्यात्माची अनेक तत्त्वं ती बोलताबोलता सांगते. तिचं सांगणं कदाचिते अजाणतेपणी असेल, पण त्याचा भावार्थ आणि औचित्य ती पुरेपूर जाणते. आचार्य, आवली माझी पत्नी तर आहेच; पण ती माझी सर्वकाही आहे. प्रसंगी माझी माता, प्रसंगी शिष्या आणि प्रसंगी गुरूसुद्धा. आवलीची योग्यता माझ्याशिवाय कोण जाणू शकेल? म्हणूनच आचार्य, आम्ही आज तिला पंचीकरण सांगितलं. त्यानंतर तिनं मला एक प्रश्न विचारला.

तो मी आपल्याला सांगतो म्हणजे तिच्या बुद्धीची झेप आपल्याही लक्षात येईल. तिनं मला विचारलं, 'धनी, याचा अर्थ माणसाच्या जन्माला आल्याबद्दल आपण जे देवाचं देणं लागतो, ते दोन विसा विहित धर्म आणि आठ विसा संचित कर्म केल्यावरच ते फिटतं, असाच ना? म्हणजे आपण नखशिखान्त त्या देवाचे देणेकरी असतो व्हय ना?'' आचार्य संपूर्ण पंचीकरणाचा अर्थ असा सोपा करून सांगणाऱ्या माझ्या आवलीची योग्यता आता तुम्हाला वेगळी सांगण्याची गरज नाही!'' तुकोबांचं बोलणं ऐकून रामेश्वरभट स्तिमित झाले. तोच आवली गूळ-पाणी घेऊन बाहेर आली. ती आलेली पाहताच रामेश्वरशास्त्रींनी तिला 'माउली नमस्कार करतो!' म्हणत वंदन केलं. लटक्या रागाचा एक कटाक्ष तुकोबांकडं टाकत, 'हे काय भलतंच!' असं तोंडातल्या तोंडात पुटपुटत रामेश्वरशास्त्रींना वाकून त्रिवार नमस्कार करून आवली गडबडीनं आत पळाली. तुकोबांची कौतुकाची नजर आपला पाठलाग करते आहे, हे तिच्या लक्षात आलं.

यानंतर बरेच दिवस गेले. पण एकदा तुकोबांच्या मनाला आलेली उदासीनता पूर्ण गेलीच नाही. आताशा तुकोबांच्या कीर्तनात मध्येच कुठेतरी ती उदासीनतेची झालर उमटायची. मग कीर्तनात तुकोबा

सदा माझे डोळा । जडो तुझी मूर्ती ।
रखुमाईच्या पती । सोयरिया ।।
गोड तुझे रूप । गोड तुझे नाम ।
देई मज प्रेम । सर्व काळ ।।
विठो माउलिये । हा चि वर देई ।
संचरोनी राही । हृदयामाजी ।।
तुका म्हणे काहीं । न मागे आणिक ।
तुझे पापी सुख । सर्व आहे ।।

असंच पांडुरंगाला विनवत असत. अशी विनवणी करताकरता त्यांचं भान हरपत असे. त्यांच्या डोळ्यांतून घळाघळा अश्रू वाहत असत आणि असेच अश्रुभरले डोळे घेऊन तुकोबा भान हरपून नाचत असत. कधीकधी तर कीर्तन संपलं की, तास न् तास ते डोळे मिटून बसत. पण मिटलेल्या डोळ्यांतून अश्रू वाहतच असायचे. मग कुणीतरी विचारी, ''तुकोबा, आजचं कीर्तनही उदासवाणं होतं. तुमच्या चेहऱ्यावरही उदासीनतेचीच छाया आहे. डोळ्यांतून अश्रू वाहताहेत. काय झालंय? मनात काही सलतंय का?'' पण तुकोबा उत्तरच देत नसत. कधीकधी म्हणायचे, ''नाही रे! मलाच उमगत नाहीये काय होतंय ते! पण एवढं खरं की, कशातच मन लागत नाही. उदासउदास वाटतंय. असं वाटतंय की, आता आपलं इथं काही काम नाही. आता आणखी इथं राहण्यात काही अर्थ नाही. त्या पांडुरंगाजवळच बसून राहावं असं

वाटतंय. त्याचे पाय सोडू नयेत. सतत त्याचं रूप डोळ्यांत साठवतच राहावं, त्याच्यापासून दूर जाऊच नये, असंच वाटतंय. असं वाटतंय की, माझा पांडुरंग मला बोलावतो आहे. मला हाक मारतो आहे. साद घालतो आहे. माझं मन कुणालाच कळणार नाही. फक्त माझ्या पांडुरंगाला समजेल.

''न बोलता तुम्हां कळो न ये गुज । म्हणऊनी लाज सांडियेली ।।
आता तुम्हा पुढे जोडितसे हात । नका कोणी अंत पाहो माझा ।।
तुका म्हणे आम्ही बैसलो शेजारी । करील ते हरी पाहो आता।।
म्हणवितो दास । परि मी असे उदास ।।
हा चि निश्चय माझा । परि मी निश्चयाहून दुजा ।।
सरते कर्तृत्व माझ्याने । परि मी त्याही हून भिन्न ।।
तुका तुकासी तुकला । तुका तुकाहूनी निराळा ।

अशी माझी अवस्था झाली आहे.'' तुकोबांचे डोळे पाण्यानं भरले होते तरी नजरेतली घायाळ अवस्था लपली नव्हती. कीर्तन संपवून तुकोबा घरी गेले. होळी आली गेली. पण तुकोबांची उदासीनता वाढवून गेली. होळी होऊन दोन दिवस झाले. पाटलिणीनं दिलेला गूळ घेऊन आवली घरी आली. सकाळी जातानाच ती डाळ शिजवून गेली होती. आज तिचा पुरणपोळीचा घाट होता. तुकोबांची उदासीनता तिच्या लक्षात आली होती. पण त्या काळ्याला भेटायला पंढरपूरला जायचे वेध लागले असतील म्हणून ती काहीच बोलली नाही. तशी तुकोबांना पुरणपोळी आवडत असे. आज पोळी खाल्ली की त्यांची मनःस्थिती बदलेल, अशी तिची भाबडी समजूत. ती पुरण वाटत बसली होती. सहावा महिना. मोठ्या मुश्किलीनं तिचं वाटण चाललं होतं. तुकोबा उदास मनःस्थितीत आत आले. आवलीला म्हणाले, ''आवले, मी निघालोय. आज मी सकाळीच इंद्रायणीच्या वाळवंटात कीर्तन ठेवलंय. तसा निरोपही मी गावकऱ्यांना दिला आहे. आज प्रत्यक्ष पांडुरंग येणार आहे मला भेटायला. त्यानं मला तसं सांगितलंय. त्यामुळं मला आता गेलं पाहिजे. तिथं लोक माझी वाट बघत असतील आणि माझा विठ्ठल ही! माझं सांगणं आहे तूही चल!'' आवलीला कळेना, हे आता कुठं चालले. ती म्हणाली, ''धनी, आत्ता कुठं जाऊ नका! पुरण वाटून झालंय. लगीच पोळी करते. तेवढी खावा आणि जावा कुटं जायचंय तिथं!'' तशा उदास मनःस्थितीतही तुकोबा हसले. म्हणाले, ''आवले, अगं तुझ्या पुरणपोळीपेक्षाही मधुर असा माझा हरी मला बोलवतोय. मला न्यायला आलाय. पुरणपोळीचं काय घेऊन बसलीस? मला नको!'' आवलीचं मन चरकलं. पुरणपोळी नको म्हणताहेत? तिला मागचा एक प्रसंग आठवला. आवलीच्या हातची पुरणपोळी छान व्हायची. मऊसूत, लुसलुशीत. एकदा पुरणपोळी खाताना

आवलीचं कौतुक करताना तुकोबा म्हणाले होते, "आवले, तुझ्या हातची पुरणपोळी खात असताना मृत्यू जरी मला बोलवायला आला तरी त्याला सांगेन की, जरा थांब बाबा; एवढी आवलीच्या हातची पुरणपोळी खातो मग येतो तुझ्यासोबत!" आवलीला ते आठवलं, ती पटकन् म्हणाली, "धनी, अवो तुमच्या आवडीची पुरणपोळी केलीय!" तशी तुकोबा म्हणाले, "आवले, अगं तुझ्या हातची पुरणपोळी मी खूप वेळा खाल्ली आहे. माझा पांडुरंग मला बोलावतोय. त्याला तिष्ठत ठेवणं बरं नाही. मला गेलं पाहिजे. मी म्हणतो तूही चल. आपण दोघं जण जाऊ या!" पांडुरंग बोलावतो आहे म्हटल्यावर आवलीला फणकारा आला. ती म्हणाली, "धनी, त्यो काळ्या बोलिवतोय न्हवं? मंग जाऊन या! तुम्हीच एकले जावा. मला रग्गड कामं हाईत!" तुकोबांनी एकदा हसून आवलीकडं पाहिलं. "तुझी इच्छा!" असं म्हणाले आणि ते बाहेर पडले. आज इंद्रायणीच्या वाळवंटात सकाळीच कीर्तन आहे, ही बातमी वाऱ्यासारखी पसरली. लोक जमा होऊ लागले. कुणीतरी विचारलंसुद्धा– "तुकोबा, आज सकाळच्या पारीच कीर्तन?" तुकोबा म्हणाले, "अरे,

आपल्या माहेरा जाईन मी आता । निरोप या संता हाती आला ।।
सुख दुःख माझे ऐकिते कानी । कळवळा मनी करुणेचा ।।
करुनी सिद्ध मूळ साउले भातुके । येती दिसे एके न्यावयासी ।।
त्या चि पंथे माझे लागलेसे चित्त । वाट पाहे नित्य माहेराची ।।
तुका म्हणे आता येतील न्यावया । अंगे आपुलिया मायबाप ।।

तुकोबांची पावलं झपझप पडत होती. पाठीमागचे एकेक पाश तुटत होते. बघताबघता इंद्रायणी आली. तुकोबांनी इंद्रायणीच्या वाळवंटात प्रवेश केला. तिथं आधीच खूप गर्दी जमली होती. तुकोबांच्या पाठोपाठही माणसांची गर्दी होती. कारण इंद्रायणीच्या वाळवंटात कीर्तन म्हणजे विशेष कीर्तन. काही विशेष दिवशीच तुकोबा वाळवंटात कीर्तन करीत असत. तुकोबा वाळवंटात आले. तरीही कुणीतरी विचारलंय, "काय तुकोबा, आज वाळवंटात कीर्तन? काही विशेष कारण?" तुकोबा प्रसन्न हसले. त्यांच्या संपूर्ण चेहऱ्यावर प्रसन्नता भरून आली होती. काही दिवसांपूर्वीची उदासीनता, काही क्षणांपूर्वीची घायाळ अवस्था कुठल्या कुठं लोप पावली होती. वाळवंटात मध्यभागी उभे राहिलेले तुकोबा इंद्रायणीच्या पलीकडच्या तीराकडे पाहत राहिले. त्यांचा चेहरा अति प्रसन्न झाला. अपेक्षापूर्तीचा आनंद डोळ्यांत उमटला. त्या माणसाला उत्तर देतानाच त्यांनी त्या आनंदाचं कारण सांगितलं–

"पैल आले हरी । शंख चक्र शोभे करी ।।
गरुड येतो फडत्कारे । ना भी ना भी म्हणे त्वरे ।।
मुकुट कुंडलांच्या दीप्ती । तेजे लोपला गभस्ति ।।

मेघश्यामवर्ण हरि । मूर्ती डोळस साजिरी ।।
चतुर्भुज वैजयंती । गळा माळ हे रुळती ।।
पीतांबर झळके कैसा । उजळल्या दाही दिशा ।।
तुका झालासे संतुष्ट । घरा आले वैकुंठ पीठ ।।''

तुकोबांची आनंदानं आणि अश्रूंनी भरलेली नजर पैलतीरावर लागली होती. तिथं त्यांना साक्षात विष्णू दिसत होता. त्याला पाहतापाहता जणू तुकोबांची समाधी लागली. बराच वेळ गेला. तुकोबा त्या समाधीतून जागे होण्याचं चिन्ह दिसेना. पाटीलबाबा पुढं झाले. त्यांनी तुकोबांना हलवलं. जागं केलं- म्हणाले, ''तुका बाबा, आरं उन लयी तापाय लागलंय. चल आता घरी. चल!'' पण तुकोबा जागचे हलले तर नाहीतच; उलट पाटीलबाबांचे खांदे धरून म्हणाले, ''पाटीलबाबा, आता माघारी येणं नाही.

''हाचि नेम आता न फिरें माघारी । बैसलें शेजारी गोविंदाचे ।।
घर रिघी जाले पट्टराणी बळे । वरिले सावळें परब्रह्म ।।
बळियाचा अंगसंग जाला आता । नाही भय चिंता तुका म्हणे ।।

''तेव्हा पाटीलबाबा, आता उन्हाचे कसले भय आणि कशासाठी चिंता? आता आम्ही कुठंच येणार नाही पाटीलबाबा. आता आम्ही हरिसवे जाणार आमच्या गावाला.

''आम्ही जातो आपुल्या गावा । आमुचा रामराम घ्यावा ।।
तुमची आमची हे चि भेटी । येथुनिया जन्मतुटी ।।
आता असो द्यावी दया । तुमच्या लागतसे पाया ।।
येता निजधामी कोणी । विठ्ठल विठ्ठल बोला वाणी ।।
रामकृष्ण मुखी बोला । तुका जातो वैकुंठाला ।।''

तुकोबांचं हे बोलणं ऐकून पाटीलबाबांनाच काय पण तिथं उभं राहून ऐकणाऱ्या सगळ्यांनाच गहिवरून आलं. आज तुकोबा असं का बोलताहेत? सगळ्यांना प्रश्न पडला. सगळ्यांच्या डोळ्यांत पाणी उभे राहिले. गंगाराम मवाळ पुढे आले म्हणाले, ''तुकोबा, भलते काही बोलू नका. पाहिजे तर इथंच सगळी थांबू या. तुम्ही मनसोक्त कीर्तन करा. त्या पांडुरंगाचं नाव घेऊन सगळी या वाळवंटात नाचू या, गाऊ या; पण अशी निरोपाची भाषा करू नका. अहो, तुमच्या घरच्या माणसांना, इतरांना, तुमच्या भक्तांना एवढंच कशाला मराठी मातीच्या इतिहासाला, त्या कालपुरुषाला आम्ही काय सांगायचं? असं करू नका.'' पण मवाळांच्या बोलण्यालाही तुकोबांनी अभंगातच उत्तर दिलं म्हणाले, ''मवाळ, ऐका माझं,

''आम्ही जातो तुम्ही कृपा असो द्यावी । सकळा सांगावी विनंती माझी ।।
वाडवेळ जाला उभा पांडुरंग । वैकुंठा श्रीरंग बोलावितो ।।

अंतकाळी विठो आम्हासी पावला । कुडीसहित जाला गुप्त तुका ।।''
म्हणून सांगतो मवाळ साऱ्यांना सांगा, 'कुडीसहित जाला गुप्त तुका ।।''

तुकोबांनी असे सांगताच सगळ्यांचा बांध फुटला. मवाळ तर हुंदके देऊन रडायलाच लागले. कान्होबाही स्फुंदायला लागला. तुकोबांनी दोघांना जवळ घेतलं आणि म्हणाले, ''कान्होबा, मवाळ अरे तुम्ही असं करू नका. दुःख करू नका. मी कुठं जात नाहीय. मी इथंच असणार आहे. इथंच राहणार आहे. या इंद्रायणीच्या वाळवंटात नाचत, गात राहणार आहे. कान्होबा, अरे मी देवाकडे मुक्ती मागत नाहीय. मागणारही नाहीय. मोक्ष-मुक्ती नकोच मला. कारण एकदा मोक्ष मिळाला की मला त्या विठूरायाची भक्ती पुन्हा करताच येणार नाही. मग मी मोक्ष घेऊन काय करू? मला पुन्हा पुन्हा त्या पांडुरंगाची भक्ती करायची आहे. त्याचं गुणगान करायचं आहे. त्याचे अभंग लिहायचे आहेत. मला पुन्हा पुन्हा संतांसमवेत राहायचं आहे आणि एकदा मनुष्यजन्मातून मोक्ष मिळाला की मला हे सगळं करता येणार नाहीय. म्हणून मला मोक्ष नकोय. मला पुन्हा पुन्हा जन्म घ्यायचा आहे. मनुष्यजन्म. म्हणून मी विठूरायाकडे तेच मागणं मागणार आहे.'' असं सांगून तुकोबांनी अभंग गायला.

''हे चि दान देगा देवा । तुझा विसर न व्हावा ।।
गुण गाईन आवडी । हेचि माझी सर्व जोडी ।।
न लगे मुक्ती आणि संपदा । संत संग देई सदा ।।
तुका म्हणे गर्भ वासी । सुखे घालावे आम्हासी ।।
हे चि दान देगा देवा । तुझा विसर न व्हावा ।।
हे चि दान देगा देवा । तुझा विसर न व्हावा ।।

तुकोबांनी विठूरायाकडं मागणं मागितलं खरं पण त्यांना तरी कुठं माहित होतं की त्यांचं हे मागणं विठूराया पूर्ण करणार आहे ते! एवढंच नव्हे तर हे मागणं ज्ञानेश्वर माउलीच्या पसायदानासारखं विश्वव्यापी ठरणार आहे ते! हे मागणं जगावेगळंच होतं. त्यात धन मागितलं नव्हतं. मोक्ष मागितला नव्हता; तर मागितला होता पुनर्जन्म. आणि तोही कशासाठी, तर विठ्ठलाचं नामस्मरण करता यावं, त्याचे गुण गाता यावेत यासाठी. आणि संतांच्या सोबत राहण्यासाठी. तुकोबांचं हे मागणं म्हणजे ज्ञानेश्वर माउलीच्या पसायदानाचा जणू उत्तरार्ध होता. माउलीनं पसायदानात मागितलं होतं,

''दुरिताचे तिमिर जावो । विश्वस्वधर्म सूर्ये पाहो ।
जो जे वांछिल तो ते लाहो । प्राणिजात ।।

आणि प्राणिजातांनी काय इच्छा धरावी, काय मागणं मागावं याचं उत्तरच तुकोबांनी सुचवलं होतं. त्यांना कुठं माहीत होतं की पांडुरंगाकडे आपण मागितलेलं मागणं तो

पूर्ण करणार आहे ते! त्यांना कुठं माहीत होतं की आपण मागितलेलं हे मागणं अवघ्या मराठी मनाचं मागणं ठरणार आहे ते. भविष्यातल्या या भाकितापासून पूर्ण अनभिज्ञ असलेल्या तुकोबांनी तल्लीन होऊन अभंग सुरू केला. तिथं जमलेल्या शेकडो लोकांनी त्यांना साथ दिली. त्या आवाजानं वाळवंटाचा कण न् कण थरारला. ती स्पंदनं इंद्रायणीत शिरली आणि त्या स्पंदनांनी इंद्रायणीला जाग आली. उंच उंच लाटा उंचावून तिनं आपलाही आवाज त्या आवाजात मिसळला. त्या लाटांच्या आवाजानं वाऱ्याला बोलावलं. तोही जोरात वाहायला लागला. वाहता वाहता त्यानं तो आवाज आपल्यासोबत नेला आणि त्या वाऱ्यानं तो आवाज आसमंतभर पसरवला. पार या क्षितीजापासून त्या क्षितिजापर्यंत तो आवाज घुमत राहिला. त्यानं अवघं आकाश भरून गेलं. 'हेचि दान देगा देवा' हे शब्द त्या आकाशात फिरत राहिले. फिरता फिरता ते पंढरपुरास पोचले. विठ्ठल मंदिराच्या कळसाला धडकले. तिथून ते खाली उतरले. गाभाऱ्यात शिरले. गाभाऱ्यात विठू कर कटेवर ठेवून विटेवर उभा होता. त्या शब्दांनी त्याच्याभोवती रिंगण धरलं. विठूरायालाही ते शब्द, तो अभंग नीट ऐकायला आला. 'हेचि दान देगा देवा!' आणि विठूराया प्रसन्नपणे हसला. त्याला तर हेच हवं होतं. त्याच्या भक्तीची पताका अविरतपणे फडकती राहायला हवी होती, कितीही युगं लोटली तरी! तुकोबांचं हे मागणं म्हणजे त्याच्या मनातल्या विचारांना अनुमोदन होतं त्याच्या मनातल्या इच्छापूर्तीची ग्वाही होती. प्रसन्नपणे विठ्ठल म्हणाला, "तथास्तु! तथास्तु!" आणि हे शब्द घेऊन वारा परत फिरला. सगळ्या आकाशभर ते शब्द उधळत, सगळ्या दिशा, सगळं क्षितिज त्या शब्दांनी भरून टाकत पुन्हा वारा इंद्रायणीच्या वाळवंटात आला. अजून तुकोबा नाचतच होते. बेभानपणे भान हरपून इंद्रायणीचं पाणीही लाटा उंचावून त्यांना साथ देत होतंच. 'हे चि दान देगा देवा' हे मागणं अवघ्या चराचरांत घुमत होतं. तुकोबा नाचत होते. नाचत राहिले. नाचत आहेत. साडेतीनशे वर्षं होऊन गेली पण आजही तुकोबांचं कीर्तन इंद्रायणीच्या वाळवंटात घुमतंय. आजही इंद्रायणीच्या उंच लाटा त्यांना सोबत करताहेत. आजही त्यांच्या आवाजात आवाज मिसळून गात आहेत, आजही तुकोबा त्या वाळवंटात नाचत आहेत. हेच मागणं मागत आहेत.

'हेचि दान देगा देवा । तुझा विसर न व्हावा' ।।

आजही विठ्ठलाचे लाखो भक्त विठ्ठलाला हेच तर साकडं घालताहेत. हेच मागणं मागताहेत आणि त्या लाखो आवाजांतून आजही तुकोबा विठ्ठलाकडे, त्यांच्या लाडक्या विठूरायाकडे हेच मागणं मागत आहेत आणि आणखी हजारो वर्षं उलटून गेली तरी त्यांचं त्या विठूरायाजवळ हेच मागणं असणार आहे–

।। हेचि दान देगा देवा ।।

◆

अभंगाचे संदर्भ डॉ. सदानंद मोरे संपादित सरकारमान्य गाथेतून आणि गुरुकुल प्रतिष्ठान प्रकाशित डॉ. अशोक कामत संपादित गाथेतून घेतलेले आहेत.

प्रकरण क्र.	**अभंग क्रमांक**
१	२२२६, २२१८, २२२१
१६	२८१५
१७	९१, ६२७, १३१५, ३४३२, ४४२४, २०८८, ९३२, ६४०
१८	८००, ३०९८, ३५७६, ३८९६, १००७, ४९, १५४५, ४३३१, ३६६७, १३२८ (५ ते ११)
१९	२३४७, १४१५, १३१५, १३१६, २००९, ९४६
२०	१३२८ (१२ ते १४), ४३७५, २९४०, १००१, १७६७, ३१९४, ४०३८, १८९२, १८९३, १४३१, १४, २२४४, २२८७, २६६३, २३२७
२१	२४९२, ३१६७, ४१७५, २१८३, २७२६, २८७७, २२०४, २१३६, २८६७, २०२१, १५६४, १५४१
२२	७५०, १६५५, ५८०, ५९६, ३७७१, २४७१, १३३१, १५३१, ८६२, ३१४७, २३२३, ३७६, ३६८, ३६९, २५९२, ३८९९
२३	३५६२, १८४८, १८५३, १८५५, १८५६, १११०, २८०७, २७२३, ३६३३, ४४५५, १९८९, ३९३०, ३८८२, २८४२, २९३५
२४	३७९८, २२५६, ४०४९, २००३, ६७२, ३१५७, ९६८, ३९६९, १४६७, ४२९९, ४००१, ५४३, ३९४४, ३८४४, २१४७, २१०९, २३४८
२५	२७७१, २५९४, २९५८, ३६१६, २३८६, २३८७, २४८३, २२३१, २२३३, १७४५, ९१३, ५५४, ९८१, २७१९, १२२९

२६	९८७, ९९४, ३१०७, ३६१२, ३५५२, ३८२३, ४०७८, १५३२, ३५७२, ३५७७, १८१६, १८१५, ४३८६, ४३३०, ३८३१, ३३९२, ११३, २४५०, २७७७, २७७९, ४३१६, ३२०५, ४६, १८९, ४२८५
२७	१९४७, ३२७४, २८११, ४०६४, २७५७, २७४९, ३८११, १९२५, ३८१९, ३८३७, ७६३, ९५५, २३३९, ४३८२, २, ४, ३७३४, ३२४१, ४७५, ६, ९३७, ३९१८, ३९१९, १३, १२४, ३३८५, २३४९, २३५०, १०५०, २३६१, २३६२, १२३०, २३९२
२८	१८६७, ३०४०, ४३४७, २७६२, ३५६७, ७५९, २७७४, ३९४०,३९७६, १८७८, १८८४, ३४३, ५२४, ६२, १३१३, २८५४, ५२०, ५१६, ११७०, ११९०, ११९६
२९	३४७, १०६०, ५५७, ५५८, ५५९, ९२८, १७४६, ९४२, ४१०७, २३०५, ११२६, ३०५४, ३०४३, २३११, २३१२, २३१३, २३१४, २३१५, २३२२, २३२४, २३३७, २८७३, २८७४, २८७८, ४२९३, ३०५०, ४०७१, ३२०
३०	२६६, ५३३, ३९११, ३९०४, ८७-१/२, १८६५, २७२२, ८७, १३२, १२७७, २५९७, ५६३, ८८, १९७०, १९८०-२/४, १/२, ३, ३१, १५८३, १५८७-१/२, १५९१, ९, ४४४८, १६०१, २२९६

एकूण - २३७ अभंग

संदर्भग्रंथ सूची

१) अभंगांचा गाथा – श्री विठोबा–रखुमादेवी देवस्थान संस्थान, देहू.

२) श्री तुकाराम गाथा – गुरुकुल प्रतिष्ठान प्रकाशित डॉ. अशोक कामत संपादित.

३) श्री तुकाराम चरित्र – श्री. ल. रा. पांगारकर

४) भक्त लीलामृत – महीपती इंदूप्रकाश, मुंबई

५) पाच संतकवी – डॉ. शं.गो. तुळपुळे

६) ब्रह्ममूर्ती संत ज्ञानेश्वर व संत तुकाराम – डॉ. शंकर चतुरकर (अमरावती)

७) प्राचीन मराठी वाङ्मयाचा इतिहास – श्री. अ. ना. देशपांडे

◆